നാന

Nana
Novel

Emile Zola

Translation
Dr. Sibu Modayil

CHINTHA PUBLISHERS
Thiruvananthapuram

First Edition
February 2013

Second Edition
August 2020

Second Impression
July 2021

Published & Typesetting
Chintha Publishers, Thiruvananthapuram

Printed at
Repro India Ltd, Mumbai

Cover Design
Ambeesh

ISBN : 978-93-82808-30-5

CR - 2263 / 5505

Email: chinthapublishers@gmail.com
Website: www.chinthapublishers.com

Distribution
DESHABHIMANI BOOKHOUSE
H O Thiruvananthapuram 695035

Branch
Head Office Kunnukuzhi • Statue Thiruvananthapuram •
KSRTC Bus Station Thiruvananthapuram
KSRTC Bus Station Alappuzha • KSRTC Bus Station Ernakulam •
Machingal Lane Thrissur • IG Road Kozhikode •
Mavoor Road Kozhikode • NGO Union Building Kannur •
Central Bus Terminal Complex Thavakkara Kannur

നാന

(നോവൽ)

എമിലി സോള

പരിഭാഷ
ഡോ. സിബു മോടയിൽ

ചിന്ത പബ്ലിഷേഴ്സ്
തിരുവനന്തപുരം-695 035

എമിലി സോള (1840-1902)

ഫ്രാൻസിന്റെ രാഷ്ട്രീയ സ്വാതന്ത്ര്യത്തിനു വിലപ്പെട്ട സംഭാവന നൽകിയ വിശ്വോത്തര സാഹിത്യകാരൻ. ഫ്രഞ്ച് നാചറലിസത്തിന്റെ പ്രോദ്ഘാടകരിൽ പ്രമുഖൻ.

പാരീസിൽ ജനനം. പിതാവ്, ഇറ്റാലിയൻ എൻജിനീയറായ ഫ്രാങ്കോയിസ് സോള. മാതാവ്, ഫ്രഞ്ചുകാരിയായ എമിലി ഔറേലി ആബർട്ട്. എമിലി സോളയ്ക്ക് ഏഴു വയസുള്ളപ്പോൾ പിതാവ് അകാലചരമം പ്രാപിച്ചു. ഒരു ചെറിയ പെൻഷൻ മാത്രമായി പിന്നെ അവരുടെ വരുമാനം. എഴുത്തുകാരനെന്നനിലയിൽ പ്രശസ്തനാകുന്നതിനു മുൻപ് ഒരു ഷിപ്പിങ് കമ്പനിയിൽ ക്ലാർക്കായും പിന്നീട് ഒരു പുസ്തക പ്രസാധന സ്ഥാപനത്തിന്റെ വിൽപ്പനവിഭാഗത്തിലും ജോലി ചെയ്തു. വർത്തമാനപത്രങ്ങളിൽ സാഹിത്യ/കലാസംബന്ധിയായ ലേഖനങ്ങളെഴുതി. ഒരു രാഷ്ട്രീയ ലേഖകനെന്നനിലയിൽ രണ്ടാം റിപ്പബ്ലിക് ഭരണഘടനപ്രകാരം പ്രസിഡന്റായി തിരഞ്ഞെടുക്കപ്പെട്ട നെപ്പോളിയൻ III-ാമനോടുള്ള തന്റെ അനിഷ്ടം തുറന്നുപ്രകടിപ്പിച്ചു.

ചാരവൃത്തി ആരോപിക്കപ്പെട്ട് ഫ്രഞ്ച് ഗയാനയിലെ ഡെവിൾസ് ദ്വീപിൽ തടവിലാക്കപ്പെട്ട സൈനികോദ്യോഗസ്ഥൻ ആൽഫ്രഡ് ഫ്രീഫെസ് നിരപരാധിയാണെന്നു വാദിക്കുന്ന സോളയുടെ 1898 ലെ *ജെ അക്യൂസ്* എന്ന ലേഖനം പ്രസിദ്ധീകൃതമായതോടെ അദ്ദേഹം ക്രിമിനൽ കുറ്റത്തിന് വിചാരണചെയ്യപ്പെടുകയും ബഹുമതിമുദ്രകൾ എടുത്തുമാറ്റപ്പെടുകയും ചെയ്തു. ജയിലിൽ അടയ്ക്കപ്പെടാതിരിക്കാൻ അദ്ദേഹം ഇംഗ്ലണ്ടിലേക്കു പലായനം ചെയ്തു. ഫ്രീഫെസ് കുറ്റവിമുക്തനാക്കപ്പെട്ടതോടെ സോള ഫ്രാൻസിലേക്ക് മടങ്ങിവന്നു. *സ്റ്റോറീസ് ഓഫ് നിനോൺ* പ്രഥമ കഥാസമാഹാരവും *ക്ലാഡിസ് കൺഫഷൻ* പ്രഥമ നോവലുമാണ്. 1870 ൽ *റുഗോൺ മാക്വാർട്ട്* എന്ന നോവൽ പരമ്പര ആരംഭിച്ചു.

ഡോ. സിബു മോടയിൽ

1971 മെയ് 13 ന് മല്ലപ്പള്ളി മോടയിൽ എം ഇ ഈപ്പന്റെയും ചിന്നമ്മ ഈപ്പന്റെയും മകനായി ജനിച്ചു. എം എ, ബി എഡ്, പി എച്ച് ഡി ബിരുദങ്ങൾ. വിവിധ സി എം എസ് സ്കൂളുകളിൽ അധ്യാപകനായിരുന്നു. ഇപ്പോൾ ആലുവ യു സി കോളെജ് മലയാള വിഭാഗത്തിൽ അസി. പ്രൊഫസർ. ആനുകാലികങ്ങളിൽ കവിതകളും ലേഖനങ്ങളും എഴുതാറുണ്ട്. കൃതികൾ: *അരങ്ങ് മുതൽ അഭ്രപാളി വരെ, ഭാഷ നവീന പഠനവഴികൾ* (എഡി.)

ഭാര്യ	:	ജൂലി
മക്കൾ	:	നിഹിത, തുഹിന & തുഷാര
വിലാസം	:	മോടയിൽ
		മല്ലപ്പള്ളി വെസ്റ്റ് പി ഒ

ആമുഖം

രൂക്ഷമായ രാഷ്ട്രീയ സാമൂഹിക വിമർശനം പരോക്ഷമായി നിർവഹിക്കുന്ന നായികാപ്രധാനമായ നോവലാണ് *നാന*. ഫ്രഞ്ച് നാചറലിസ്റ്റ് പ്രസ്ഥാനത്തിന്റെ എഴുത്തുവഴികൾ അറിയാൻ സോളയുടെ കൃതികൾതന്നെ വായിക്കണം. അദ്ദേഹത്തിന്റെ കൃതികളിൽ പ്രമേയത്തിന്റെ പ്രത്യേകതകൊണ്ടും വിസ്മയിപ്പിക്കുന്ന ആഖ്യാനരീതികൊണ്ടും വേറിട്ടു നിൽക്കുന്ന നോവലാണ് *നാന*.

പ്രസ്ഥാനം യഥാതഥമാണെങ്കിലും സിംബോളിസിസത്തിന്റെയും കാൽപ്പനികതയുടെയും ഒക്കെ ഭാഷാപ്രകടനരീതികൾ ഈ നോവലിൽ പലയിടത്തും കടന്നുവരുന്നുണ്ട്. ഉദാഹരണത്തിന് അപഥസഞ്ചാരത്തെക്കുറിച്ച് സൂചിപ്പിക്കേണ്ടിവരുമ്പോൾ പലപ്പോഴും മാർജാരന്റെ കളികൾ തൂലിക പകർത്തുന്നത് കാണാം. അത് വെറും കളിയല്ല, കാര്യത്തിലേക്കുള്ള പ്രതീകാത്മകസൂചനയാണെന്ന് വ്യക്തം.

അനേകരുടെ കാൽപ്പാടുകളാൽ മായാത്ത രക്തക്കറ, തെരുവിൽനിന്ന് ഉയർന്നുവന്ന ശലഭം തുടങ്ങി കാവ്യപ്രതീകങ്ങളെ അനുസ്മരിപ്പിക്കുന്ന രീതിയിലാണ് ജീവിതത്തിന്റെ നേരനുഭവങ്ങൾ സോള പകർത്തിവച്ചിരിക്കുന്നത്. അപഥസഞ്ചാരിണിയായ നാടകക്കാരിയാണ് *നാന*. അവരുടെ ലൈംഗികജീവിതത്തെ അനാവൃതമാക്കുകവഴി യാഥാസ്ഥിതികതയുടെ മൂടുപടംകൂടി അനാവരണം ചെയ്യുകയായിരുന്നു സോള.

ലൈംഗികതയുമായി ബന്ധപ്പെട്ട ചൂടനുഭവങ്ങൾ ഏറെയുള്ളതുകൊണ്ടാണ് ഈ കൃതി ഏറെ വിറ്റഴിക്കപ്പെട്ടതെന്ന് കരുതുന്നവരുണ്ട്. എന്നാൽ നാനയുടെ ദാരുണമായ അന്ത്യത്തെപ്പോലും മെലോഡ്രാമയാക്കാതെ ചരിത്രപശ്ചാത്തലത്തിൽ ബലപ്പെടുത്താനാണ് സോള ശ്രമിച്ചിരിക്കുന്നത്.

കൊതിപ്പിക്കുകയും മദിപ്പിക്കുകയും ചെയ്യുന്ന സ്വതന്ത്ര ലൈംഗിക ജീവിതംകൊണ്ട് ഒരു ജനതയെ പന്താടിയ നാന എന്ന മദാലസനായിക

നോവൽ എന്ന സാഹിത്യരൂപത്തിന്റെ വിവരണാത്മക ഘടനയെ അതിലംഘിച്ച് നിൽക്കുന്ന കഥാപാത്രമാണ്. വിശ്വസാഹിത്യത്തിലെ സുപ്രധാനമായ നാടകകഥാപാത്രങ്ങളെ അനുസ്മരിപ്പിക്കുന്ന ശക്തമായ സൃഷ്ടിയാണ് *നാന*. ഏതാനും വ്യക്തിജീവിതങ്ങളിലൂടെ ദേശത്തെയും സംസ്കാരത്തെയും സമർഥമായി പകർത്താനും സോളയ്ക്ക് കഴിഞ്ഞിട്ടുണ്ട്.

ഇതൊരു വിവർത്തനമാണ്. ഇംഗ്ലീഷിൽനിന്നുള്ള പദാനുപദ വിവർത്തനമല്ല എന്ന് പ്രത്യേകം എടുത്തു പറഞ്ഞുകൊള്ളട്ടെ. ഫ്രഞ്ച്കൃതിയുടെ വായനക്കാർക്കുണ്ടാകുന്ന അനുഭവം മലയാളത്തിൽ അതേപടി ഉണ്ടാക്കുക ദുഷ്കരമാണ്. കാലഘട്ടത്തിന്റെയും സംസ്കാരത്തിന്റെയും മാറ്റങ്ങളെ മുഴുവൻ ഉൾക്കൊണ്ട് വിവർത്തനം നിർവഹിച്ചാൽ അത് മറ്റൊരു രചനയായി മാറിപ്പോവുകയും ചെയ്യും. അതേസമയം മലയാളിയായ വായനക്കാരനെ മുന്നിൽ കണ്ടില്ലെങ്കിൽ പാരായണക്ലിഷ്ടതയായിരിക്കും ഫലം. ഏതായാലും ഇംഗ്ലീഷ് വിവർത്തനത്തെയാണ് മുഖ്യ അവലംബമാക്കിയിരിക്കുന്നതെങ്കിലും മൂലകൃതിയുമായി ഒത്തുനോക്കാൻ ചിലയിടത്ത് ശ്രമിച്ചിട്ടുണ്ട്. എങ്കിലും പോരായ്മകൾ ഉണ്ടാവാം. ഈ കൃതി പ്രസിദ്ധീകരിക്കുന്ന ചിന്ത പബ്ലിഷേഴ്സിനോടുള്ള കടപ്പാട് ഈ അവസരത്തിൽ അറിയിച്ചുകൊള്ളുന്നു.

ഡോ. സിബു മോടയിൽ

ഒന്ന്

രാത്രി ഒൻപതുമണിയായപ്പോഴേക്കും വെറൈറ്റി തിയറ്റർ മിക്കവാറും ശൂന്യമായിരുന്നു. ബാൽക്കണിയിലും സ്റ്റാളുകളിലും ഏതാനും പേർ ഉണ്ടായിരുന്നു. മുന്തിയ ഇനം വെൽവെറ്റ് തുന്നിയ സീറ്റ്കവറുകളുടെ ശോഭ മങ്ങിയെരിയുന്ന വിളക്കുകളാൽ ഒന്നുകൂടി ദീപ്തമായതിനാൽ അവർ കണ്ണിൽപ്പെടാൻ മാത്രമില്ല. ഓളം വെട്ടുന്ന ചുവന്ന തിരശ്ശീലയിൽ ഒരു നിഴൽ മൂടിയിരിക്കുന്നു. അവിടെനിന്നും യാതൊരു ശബ്ദവും വരുന്നില്ല. ഫുട്‌ലൈറ്റുകൾ പ്രകാശിക്കുന്നില്ല. ഗായകസംഘത്തിന്റെ ഇരിപ്പിടങ്ങൾ ശൂന്യമാണ്. ഉയരത്തിലുള്ള മൂന്നാം ഗ്യാലറിയിൽനിന്നു മാത്രം സ്ത്രീപുരുഷന്മാരുടെ അട്ടഹാസങ്ങളും കൂട്ടച്ചിരിയും അവിരാമം ഉയരുന്നുണ്ടായിരുന്നു. അവിടത്തെ കുംഭഗോപുരത്തിന്റെ തട്ടിൽ സ്ത്രീകളും കുട്ടികളും നഗ്നരായി ഒഴുകുന്ന ചിത്രീകരണം ഗ്യാസ്‌ലൈറ്റിന്റെ പ്രഭയാൽ പച്ചനിറത്തിലായിരിക്കുന്നു. കയ്യിൽ ടിക്കറ്റുമായി ഒരു ദ്വാരപാലികയെ തിരക്കുപിടിച്ച മട്ടിൽ ഇടയ്ക്കിടെ അവിടെ കാണാമായിരുന്നു. നിശാവസ്ത്രം ധരിച്ച ഒരു പുരുഷനെയും മെലിഞ്ഞ് കൂനുള്ള ഒരു സ്ത്രീയെയും അവർ ഇരിപ്പിടത്തിലേക്ക് നയിച്ചു. എങ്കിലും അവിടമാകെ ഒന്നു കണ്ണോടിച്ചശേഷമാണ് അവർ ഇരുന്നത്.

സ്റ്റാളിൽ രണ്ടു ചെറുപ്പക്കാർ സംസാരിച്ചു നിൽപ്പുണ്ട്. ഒത്ത നീളവും കറുത്ത പൊടിമീശയുമുള്ള മുതിർന്നയാൾ അസഹിഷ്ണുതയോടെ പറഞ്ഞു:

"ഞാൻ പറഞ്ഞില്ലേ ഹെക്ടർ? നമ്മൾ വളരെ നേരത്തേ വന്നിരിക്കുന്നു. സിഗരറ്റ് വലിച്ചു തീർക്കാനുള്ള സമയമെങ്കിലും നൽകാമായിരുന്നു" അതുവഴിവന്ന ദ്വാരപാലിക പരിചിതമട്ടിൽ പറഞ്ഞു:

"ഓ, മിസ്റ്റർ ഫോഷറീ ഇനി അര മണിക്കൂറെങ്കിലും കഴിഞ്ഞേ പരിപാടി തുടങ്ങുകയുള്ളൂ."

“പിന്നെന്തിനാണ് ഒൻപതുമണിക്ക് തുടങ്ങുമെന്ന് പരസ്യപ്പെടുത്തിയത്?” തന്റെ നീണ്ട് മെലിഞ്ഞ മുഖത്ത് അസ്വസ്ഥത പ്രകടിപ്പിച്ചുകൊണ്ട് ഹെക്ടർ പിറുപിറുത്തു. “കൃത്യം ഒൻപതുമണിക്കുതന്നെ തുടങ്ങുമെന്ന് ക്ലാരിസ് എന്നോട് ഉറപ്പായി പറഞ്ഞതാണ്.”

അൽപ്പനേരത്തേക്ക് അവർ നിശ്ശബ്ദരായി നിഴൽവീണ ബോക്സുകളിലേക്ക് സൂക്ഷിച്ച് നോക്കിക്കൊണ്ടിരുന്നു. പച്ചകടലാസുതോരണങ്ങൾ അവിടെ ഇപ്പോഴും ഇരുൾ പരത്തുന്നു. ഏറ്റവും അടിത്തട്ടിൽ ഏതാണ്ട് പൂർണമായും ഇരുൾ മൂടിയിട്ടുണ്ട്. രണ്ടാമത്തെ തട്ടിൽ ഒരു തടിച്ചി മാത്രം പട്ടിൽ പൊതിഞ്ഞ അലങ്കാരത്തൂണിനരികെ നിശ്ചലയായിരിപ്പുണ്ട്. മനോഹരമായ തിരശ്ശീല വകഞ്ഞു വച്ചിരിക്കുന്ന സ്റ്റേജ്ബോക്സുകൾ ഇടത്തും വലത്തും ഉണ്ട്. അവിടെ കാണികൾ ആരുംതന്നെ എത്തിയിട്ടില്ല. ബഹുശാഖാ സ്ഫടികവിളക്കിന്റെ പ്രകാശപ്പൊടി ചൊരിഞ്ഞിട്ടും വെൺ-തങ്ക നിറമാർന്ന ഓഡിറ്റോറിയമാകെ ഏതാണ്ട് പച്ചരാശിയിൽ ലേശമിരുണ്ട് കാണപ്പെട്ടു.

“ലൂസിക്ക് ഒരു സ്റ്റേജ്ബോക്സ് സംഘടിപ്പിക്കാൻ കഴിഞ്ഞോ?” ഹെക്ടർ ചോദിച്ചു.

“കിട്ടിയിട്ടുണ്ട് എന്നാൽ ഞാൻ നന്നേ പാടുപെട്ടു. ഓ! ലൂസി നേരത്തേ എത്തുമെന്നൊന്നും പേടിക്കേണ്ട.” ഒരു കോട്ടുവായിട്ട് ചെറിയൊരിടവേളയ്ക്കുശേഷം അയാൾ തുടർന്നു: “നീയൊരു ഭാഗ്യവാൻ തന്നെ. പ്രഥമപ്രദർശനം ഇതിനു മുൻപ് കണ്ടിട്ടില്ലല്ലോ. ‘വീനസ് മോഹിനി’ ഈ വർഷത്തെ ചരിത്രവിജയമായിരിക്കും. ആറു മാസമായി ആളുകൾ ഇതേപ്പറ്റി പറഞ്ഞുകൊണ്ടിരിക്കുന്നു. എന്റെ കുട്ടാ! ബോർദനേവ് ഒരു സൂത്രശാലി തന്നെ. കച്ചവടം പഠിച്ചവൻ. പ്രദർശന സീസണിലേക്ക് കരുതിവച്ചതാണീ നാടകം.”

ശ്രദ്ധയോടെ എല്ലാം കേട്ടുകൊണ്ടിരുന്ന ഹെക്ടർ അൽപ്പം കഴിഞ്ഞ് ചോദിച്ചു:

“വീനസായി അഭിനയിക്കാൻ പോകുന്ന പുതിയ താരം നാനയെ അറിയുമോ?”

ഫോഷറി കൈകളുയർത്തി ആക്രോശിച്ചുകൊണ്ട് പറഞ്ഞു:

“നന്നായി, നാനയെക്കുറിച്ച് ചോദിക്കാനേ ആളുകൾക്ക് നേരമുള്ളൂ. ശല്യം തന്നെ! പത്തിരുപതുപേരെ ഞാനിന്നു കണ്ടു. എല്ലാവർക്കും അറിയേണ്ടത് ഒന്നു മാത്രം, നാന... നാന... ഞാനെന്തു പറയും? പാരീസിലെ പെണ്ണുങ്ങളെയെല്ലാം ഞാനറിഞ്ഞുകൊള്ളണമെന്നാണോ ഇവരുടെയൊക്കെ വിചാരം. ഏതായാലും കൊള്ളാം, ബോർദനേവ് കണ്ടെടുത്ത താരമാണവൾ.”

അയാൾ കുറെയൊന്നു ശാന്തനായി. എങ്കിലും ഓഡിറ്റോറിയത്തിന്റെ ശൂന്യതയും സ്ഫടികവിളക്കുകളുടെ മങ്ങിയ പ്രകാശവും ദേവാലയത്തെ അനുസ്മരിപ്പിക്കുന്ന മർമരധ്വനിയും വാതിൽഞരക്കവും എല്ലാം അയാളെ

വിവശനാക്കി. "ഓ ഇല്ല" അയാൾ പൊടുന്നനെ ആശ്ചര്യത്തോടെ പറഞ്ഞു:

"ഇവിടെ നിന്നാൽ ഞാൻ മൂത്തു നരയ്ക്കും, ഞാൻ വെളിയിലേക്ക് പോവുകയാണ്. ഒരുപക്ഷേ, താഴെ ബോർദനേവിനെ കണ്ടെന്നു വരാം. അദ്ദേഹത്തിൽനിന്ന് കുറച്ചു വിവരങ്ങളൊക്കെ ലഭിക്കും."

താഴെ മാർബിൾ പാകിയ പ്രവേശനകവാടത്തിനരികെ ആളുകൾ ടിക്കറ്റിനായി തിരക്കു കൂട്ടുകയാണ്. പുറത്ത് ചോലമരങ്ങളുടെ നടപ്പാതയിൽ ഏപ്രിലിലെ സന്ധ്യ മനോഹരിയായി. ഉത്സാഹത്തിമിർപ്പോടെ വാഹനങ്ങളിലെത്തുന്നവർ ചെറുചെറുസംഘങ്ങളായി വന്ന് ടിക്കറ്റുമായി ഇരട്ടക്കോവണി കയറിക്കൊണ്ടിരുന്നു. ഏറ്റവും പിറകിലായി പെണ്ണുങ്ങൾ നിതംബം ചലിപ്പിച്ചുകൊണ്ട് ആങ്ങിത്തൂങ്ങി നീങ്ങുന്നുണ്ട്. പ്രവേശന ഹാളിന്റെ മങ്ങിയ ചുവരുകളിലെ ശൃംഗാരദ്യോതകമായ മഞ്ഞ പോസ്റ്ററുകളിലെ 'നാന' എന്ന കറുത്ത വലിയ അക്ഷരങ്ങൾ അതുവഴി കടന്നുപോകുന്ന പുരുഷന്മാരെ തടഞ്ഞു നിർത്തുന്നു. ചിലർ പ്രവേശനകവാടത്തിന് തടസമായി നിന്ന് കൊച്ചുവർത്തമാനത്തിലേർപ്പെട്ടിരിക്കുന്നു. ബോക്സോഫീസിനു സമീപം ഷേവ് ചെയ്ത് മുഖം മിനുക്കിയ ദൃഢഗാത്രനായ ഒരാൾ ടിക്കറ്റിനായി സമ്മർദം ചെലുത്തിയവരോട് പരുക്കനായി എന്തോ പറയുന്നുണ്ട്.

"അതാ ബോർദനേവ്" പടികൾ ഇറങ്ങിക്കൊണ്ട് ഫോഷറി പറഞ്ഞു. എന്നാൽ മാനേജർ അയാളെ നേരത്തെതന്നെ കണ്ടുകഴിഞ്ഞിരുന്നു.

"ഹായ്" അകലെ നിന്നുതന്നെ അദ്ദേഹം പ്രതികരിച്ചു. "നിങ്ങൾ കൊള്ളാമല്ലോ ഇങ്ങനെയാണോ പരസ്യം നൽകേണ്ടത്? ഇന്നു രാവിലെ *ഫിഗാറോ* ഞാൻ അരിച്ചു പെറുക്കി. ഒറ്റ വാക്കുപോലും അതിലില്ല."

"കുറച്ചൊന്നു ക്ഷമിക്ക്, നാനയെപ്പറ്റി എഴുതുന്നതിനു മുൻപ് എനിക്ക് അവളെപ്പറ്റി ചിലത് അറിയാനുണ്ട്. എന്നുതന്നെയല്ല ഞാൻ ഇതേപ്പറ്റി വാഗ്ദാനമൊന്നും നൽകിയിരുന്നില്ലല്ലോ" ഫോഷറി പറഞ്ഞു.

സംഭാഷണം നീണ്ടുപോകാതിരിക്കാനായി അദ്ദേഹം തന്റെ ബന്ധുവായ ഹെക്ടറിനെ പരിചയപ്പെടുത്തി. പാരീസിലാണ് ഹെക്ടർ പഠനം പൂർത്തിയാക്കിയത്. മാനേജർ ഹെക്ടറെ ആകപ്പാടെയൊന്നു നോക്കി. ആളിനെ അളക്കുന്ന ആ നോട്ടത്തിൽ ഹെക്ടറിന് ഒരു വല്ലായ്മ തോന്നി. കാരണം അത് ബോർദനേവ് ആണ്. ഒട്ടേറെ മദാലസകൾക്ക് വേദിയൊരുക്കി അവരെ വിരൽത്തുമ്പിൽ നിർത്തിയവൻ, പണമുണ്ടാക്കാൻ പഠിച്ചവൻ, തികഞ്ഞ ദോഷൈകദൃക്ക്, അട്ടഹസിക്കുകയും ഇടയ്ക്കിടെ തുപ്പുകയും തുടയ്ക്കടിക്കുകയും ചെയ്യുന്ന പ്രകൃതക്കാരൻ. ആകപ്പാടെ ഒരു പരുക്കൻ പൊലീസുകാരനെപ്പോലെ. ഹെക്ടർ അദ്ദേഹത്തിന്റെ മുൻപിൽ നല്ലയൊരു പ്രതിച്ഛായയുണ്ടാക്കാൻ ശ്രമിച്ചുകൊണ്ട് വളരെ മൃദുവായി പറഞ്ഞുതുടങ്ങി. "നമ്മുടെ തിയറ്റർ...." എന്നാൽ ബോർദനേവ് അത് മുഴുമിക്കാൻ സമ്മതിക്കാതെ വളരെ ലാഘവത്തോടെ അതിനൊരു വ്യത്തികെട്ട തിരുത്തു വരുത്തി.

"തിയേറ്ററെന്നോ വേശ്യാലയമെന്നു പറയൂ."

ഇത് അംഗീകരിച്ച മട്ടിൽ ഫോഷറി ഒന്നു ചിരിച്ചു. എന്നാൽ ബോർദനേവിനുള്ള അഭിനന്ദനവചസ്സുകൾ തൊണ്ടയിൽ കുടുങ്ങിയ ഹെക്ടറാകട്ടെ ശരിക്കും നടുങ്ങിപ്പോയി. എങ്കിലും തമാശ രസിച്ചതായി നടിച്ചു. അപ്പോൾ അതുവഴിപോയ പ്രസിദ്ധനായ ഒരു നാടകനിരൂപകന് ഹസ്തദാനം നൽകിയിട്ട് ബോർദനേവ് തിരിച്ചെത്തിയപ്പോഴേക്കും ഹെക്ടർ മനസ്സാന്നിധ്യം വീണ്ടെടുത്തു. ഇത്രയും ജാള്യത കാട്ടുകയാൽ ബുദ്ധിഹീനനായ ഒരു നാട്ടിൻപുറത്തുകാരനായി താൻ കണക്കാക്കപ്പെടുമോ എന്നു പോലും അയാൾ ഭയപ്പെട്ടു.

"ഞാൻ പറഞ്ഞുവന്നത്..." എന്തെങ്കിലുമൊന്ന് പറയണമെന്നുറച്ച് ഹെക്ടർ തുടർന്നു: "ഹൊ! നാനയുടേത് എന്തൊരു മധുരശബ്ദമാണ്." എന്നാൽ നിഷേധഭാവത്തിൽ ചുമലിളക്കി മാനേജർ പറഞ്ഞു: "നാനയുടേതോ പീച്ചാംകുഴലിന്റെ ശബ്ദം ഇതിലും കൊള്ളാം."

എന്നാൽ ചെറുപ്പക്കാരൻ ധൃതിയിൽ കൂട്ടിച്ചേർത്തു. "എന്തൊക്കെയായാലും അവൾ മികച്ച ഒരു നടിയാണ്."

"അവളോ? പെണ്ണിന്റെ ഒരു പിണ്ഡം, കൈകാലുകൾ എങ്ങനെ ചലിപ്പിക്കണമെന്ന് അവൾക്കറിയില്ല."

ഇതുകൂടി കേട്ടപ്പോൾ ഹെക്ടർ ഫലോസിയുടെ മുഖം വിവർണമായി. എന്ത് പറയണമെന്നറിയാതെ അയാൾ കുഴങ്ങി. എങ്കിലും പതറിയ സ്വരത്തിൽ പറഞ്ഞു.

"ഈ പ്രഥമപ്രദർശനം എന്തു വില കൊടുത്തും എനിക്ക് കാണണം എനിക്കറിയാം നിങ്ങളുടെ തിയേറ്റർ..."

"വേശ്യാലയമെന്നു പറയൂ" ദുർവാശിയോടെ ബോർദനേവ് വീണ്ടും തടസപ്പെടുത്തി. അതിനിടയിൽ ഫോഷറി അവിടേക്ക് കയറിവന്ന ഒരു സ്ത്രീയെ സാകൂതം നോക്കി. എന്നിട്ട് ചിരിക്കണോ അരിശം കൊള്ളണോ എന്നറിയാതെ നിൽക്കുന്ന ഹെക്ടറിനോട്: "അദ്ദേഹത്തിന്റെ തിയറ്ററിനെ അങ്ങനെയങ്ങ് വിളിച്ചേക്ക് ബോർദനേവിന് തൃപ്തിയാവട്ടെ" എന്നുപറഞ്ഞു.

"എന്റെ സുഹൃത്തേ ഞങ്ങളെ വിഡ്ഢികളാക്കാനൊന്നും നോക്കണ്ട, നിങ്ങളുടെ ഈ നാനയ്ക്ക് ആടാനും പാടാനും ഒന്നും അറിയില്ലെങ്കിൽ ഈ രാത്രി നിങ്ങൾക്ക് നൽകുന്നത് നാണംകെട്ട തോൽവിയായിരിക്കും."

മാനേജരുടെ മുഖം കോപംകൊണ്ട് ചുവന്നു. "മണ്ടത്തരം പറയാതെ, ആടാനും പാടാനും അറിഞ്ഞില്ലെങ്കിൽ ഒരുവൾ പെണ്ണല്ലാതാവുമോ? നാനയ്ക്ക് ചില്ലറ ഗുണങ്ങളുണ്ട്, എല്ലാ പോരായ്മകളെയും അതിജീവിക്കാൻ ആ ചില്ലറയ്ക്കാകും. ഇത് ഞാൻ മണത്തറിഞ്ഞ സത്യമാണ്. സ്റ്റേജിൽ അവളൊന്നു പ്രത്യക്ഷപ്പെട്ടാൽമതി കാണികൾ നിർന്നിമേഷരാകും." ഉത്സാഹത്തിമർപ്പുകൊണ്ട് വിറയ്ക്കുന്ന തന്റെ കൈകൾ ആവേശഭരിതനായി ഉയർത്തിയ അയാൾ പെട്ടെന്ന് വികാരശമനമുണ്ടായതുപോലെ ശബ്ദം താഴ്ത്തി ആത്മഗതമായി പറഞ്ഞു:

"അവൾ ഉയരങ്ങൾ കീഴടക്കും. ഹൊ! എത്ര മിനുസമായ ശരീര മാണ് അവളുടേത്."

ഹെക്ടറിനെ നടുക്കിയ വഷളൻശൈലിയിലാണെങ്കിലും ഫോഷ റിയുടെ ചോദ്യങ്ങൾക്ക് മറുപടിയെന്നോണം നാനയെക്കുറിച്ചുള്ള ചില വിവരങ്ങൾ മാനേജർ വെളിപ്പെടുത്തി. വീനസിനെ അവതരിപ്പിക്കാൻപറ്റിയ ഒരു നടിയെ അന്വേഷിക്കുമ്പോഴാണ് അയാൾ നാനയുമായി അടുപ്പത്തി ലായത്. അദ്ദേഹം ഒരു സ്ത്രീയെയും ദീർഘനാൾ തന്റെ സ്വകാര്യപരി ധിയിൽ തളച്ചിടാറില്ല. മറിച്ച് ബഹുജനസമക്ഷം സമർപ്പിക്കയാണ് പതിവ്. എന്നാൽ നാനയുടെ വരവോടെ അയാളുടെ നാടകസംഘത്തിന്റെ സ്ഥിതി യാകെ കുഴഞ്ഞുമറിഞ്ഞു. മികച്ച നടിയും ഗായികയുമായ റോസ് മിഗ്നൻ നാനയെ ഒരു പ്രതിയോഗിയായി കണക്കാക്കി. താൻ ഏതു നിമിഷവും വേദി ഒഴിഞ്ഞു പോകുമെന്ന് ഭീഷണിപ്പെടുത്തുകയും ചെയ്തു. ഒരു പോസ്റ്ററിനെ ചൊല്ലി എന്തെല്ലാം ബഹളമാണുണ്ടായത്? ഒടുവിൽ രണ്ടു നടികളുടെയും പേരുകൾ ഒരേ വലിപ്പത്തിലാക്കി പ്രശ്നം പരിഹരിച്ചു. സിമോണിയോ ക്ലാരിസോ ആയിരുന്നെങ്കിൽ പറയുന്നതു കേൾക്കാതെ വരുമ്പോൾ ചന്തിക്കൊരെണ്ണം കൊടുക്കാമായിരുന്നു.

"അതാ സ്റ്റീനറും മിഗ്നനും" വിവരണം മതിയാക്കി അയാൾ പറഞ്ഞു. "അവരെപ്പോഴും ഒരുമിച്ചേ നടക്കൂ. റോസിനോടുള്ള സ്റ്റീനറുടെ ബന്ധത്തിന് ഉടവ് തട്ടിയെന്ന് തോന്നുന്നു."

നാടകശാലയുടെ മുൻപിലുള്ള നടപ്പാത മുഴുവനും പ്രകാശത്തിൽ കുളിച്ചുനിന്നു. ഇരുവശത്തും പച്ചത്തഴപ്പാർന്ന രണ്ട് ചെറിയ വൃക്ഷങ്ങൾ. ദീപാലംകൃതമായ തൂണിലെ പരസ്യവാചകം മധ്യാഹ്നത്തിലെന്നവണ്ണം വ്യക്തമായി വായിക്കാൻ കഴിയുമായിരുന്നു. കട്ടപിടിച്ച ഇരുട്ടിലും ചിത റിയ പ്രകാശബിന്ദുക്കളുടെ പശ്ചാത്തലത്തിൽ അവ്യക്തമായ ഒരു അതിർ ത്തിരേഖപോലെ എപ്പോഴും ഒഴുകുന്ന ജനക്കൂട്ടത്തെ കാണാം. മിക്ക ആളുകളും തീയറ്ററിനുള്ളിൽ കടക്കാതെ വെളിയിൽനിന്ന് കൊച്ചുവർത്ത മാനം പറയുകയും സിഗരറ്റു പുകയ്ക്കുകയും ചെയ്യുന്നു. വിവർണമായ മുഖത്തോടുകൂടിയ അവരുടെ നിഴൽച്ചിത്രങ്ങൾ ടാറിട്ട റോഡിൽ തെളിഞ്ഞു കാണാമായിരുന്നു.

ഒത്ത ഉയരം, വിശാലമായ ചുമലുകൾ, ചതുരാകൃതിയുള്ള തല ആകെക്കൂടി കരുത്തനായ മിഗ്നൻ ബാങ്കറായ സ്റ്റീനറെ കയ്യിൽ പിടിച്ചു വലിച്ചുകൊണ്ട് ആളുകളെ വകഞ്ഞുമാറ്റി അവിടേക്ക് വന്നു. വട്ടമുഖവും നര കയറിത്തുടങ്ങിയ താടിയുമുള്ള കുടവയറനാണ് സ്റ്റീനർ. "കൊള്ളാം" ബോർദനേവ് സ്റ്റീനറോട് പറഞ്ഞു.

"താങ്കൾ എന്റെ ഓഫീസിൽവച്ച് അവളെ കണ്ടിരുന്നില്ലേ?"

"ഓ! അതവളായിരുന്നോ? സ്റ്റീനർ ആശ്ചര്യപ്പെട്ടു. ഞാൻ വിചാരി ച്ചതുപോലെതന്നെ. ഞാൻ പുറത്തേക്കിറങ്ങാൻ തുടങ്ങുമ്പോഴാണ് അവൾ അകത്തേക്ക് കയറിവന്നത്. മിന്നുന്നപോലൊന്നു കണ്ടു. അത്ര തന്നെ."

ചഞ്ചലചിത്തനായി വിരലിലെ വജ്രമോതിരം കറക്കിക്കൊണ്ടിരുന്ന മിഗ്നൻ പാതിയടഞ്ഞ മിഴികളുമായി ഇതൊക്കെ ശ്രദ്ധിക്കുന്നുണ്ടായിരുന്നു. നാനയെക്കുറിച്ചാണ് സംഭാഷണമെന്ന് അയാൾക്ക് മനസിലായി. ബോർദനേവ് വരച്ച നാനയുടെ വാങ്മയചിത്രത്താൽ സ്റ്റീനറുടെ കണ്ണുകൾ തിളങ്ങിയപ്പോഴേക്കും മിഗ്നനും ആ സംഭാഷണത്തിൽ പങ്കുചേർന്നു.

"ഓ! എന്റെ സുഹൃത്തേ, അവളൊരു തേവിടിശ്ശിയാണ്. വൈകാതെ തന്നെ ജനങ്ങൾ അവളെ പറഞ്ഞുവിട്ടുകൊള്ളും. സ്റ്റീനർ, എന്റെ ഭാര്യ ചമയമുറിയിൽ നിങ്ങളെയും കാത്തിരിക്കുകയാണ്."

സ്റ്റീനറെ അവിടെനിന്നും കൊണ്ടുപോകാൻ മിഗ്നൻ ഒന്നു ശ്രമിച്ചുനോക്കിയതാണ്. എന്നാൽ ബോർദനേവിനടുത്തുനിന്നു മാറാൻ സ്റ്റീനർ തയാറായില്ല. അവർക്കു മുൻപിലായി ടിക്കറ്റ് കൗണ്ടറിനു മുൻപിൽ ആളുകൾ തിക്കും തിരക്കും കൂട്ടുന്നുണ്ടായിരുന്നു. നാന എന്ന രണ്ടക്ഷരം അതിന്റെ എല്ലാവിധ മധുരാനുഭൂതിയും ഉൾക്കൊണ്ട് അവരുടെയിടയിൽ നിന്ന് ഉയർന്ന് കേൾക്കാം. പരസ്യബോർഡിനു സമീപം നിൽക്കുന്ന പുരുഷന്മാർ നാന എന്ന് വിളിച്ചുപറയുകയും അതുവഴി പോകുന്നവർ അത് ഉച്ചരിക്കുകയും ചെയ്തുകൊണ്ടിരുന്നു. സ്ത്രീകളാകട്ടെ, ചിരിച്ചുകൊണ്ട് വളരെ മൃദുവായി ആശ്ചര്യപൂർവം അത് ആവർത്തിച്ചു. അതേസമയം അവൾ ആർക്കും പരിചിതയുമല്ല. ഏതു സ്വർഗത്തിൽനിന്നാണോ അവൾ വീഴാൻ പോകുന്നത്? കൊച്ചുകൊച്ചു തമാശകളും കഥകളുമൊക്കെ കാതോട് കാത് പകർന്നുകൊണ്ടിരുന്നു. ആ നാമധേയം ഒരു തലോടൽപോലെ എല്ലാ ചുണ്ടുകളെയും ചലിപ്പിച്ചുകൊണ്ടിരുന്നു. മസ്തിഷ്കജ്വരത്തിന്റെ ആഘാതംപോലെയുള്ള ആകാംക്ഷ - പാരീസിയൻ ആകാംക്ഷ എല്ലാവരെയും ബാധിച്ചു. നാനയെ കാണാൻ എല്ലാവരും ഉത്സുകരായി. തിരക്കിനിടയിൽ ഒരു സ്ത്രീയുടെ വസ്ത്രം കീറി. ഒരാളുടെ തൊപ്പി നഷ്ടപ്പെട്ടു. ചോദ്യങ്ങൾകൊണ്ട് തന്നെ ബുദ്ധിമുട്ടിച്ചവരോട് ബോർദനേവ് പറഞ്ഞു:

"വൈകാതെതന്നെ നിങ്ങൾക്കവളെ കാണാം ഞാൻ തിരക്കിലാണ്." ബോർദനേവ് പോയിക്കഴിഞ്ഞപ്പോൾ മിഗ്നൻ തോൾ വെട്ടിച്ച് റോസ് കാത്തിരിക്കുന്ന കാര്യം സ്റ്റീനറെ ഓർമിപ്പിച്ചു.

"അതാ ലൂസി വണ്ടിയിൽനിന്നിറങ്ങുന്നു." ഹെക്ടർ ഫലോസി ഫോഷറിയോട് പറഞ്ഞു.

ലൂസി-നീണ്ട കഴുത്തും മെലിഞ്ഞ മുഖവും തടിച്ച ചുണ്ടുകളുമുള്ള നാൽപ്പതുകാരി. കരോളിനും അമ്മയും കൂടെയുണ്ടായിരുന്നു. തണുത്തുറഞ്ഞ സൗന്ദര്യമാണ് കരോളിന്റേത്. അമ്മയാകട്ടെ, അന്തസ്സുണ്ടെങ്കിലും കച്ചിത്തുറുപോലെയാണ്. "ഞങ്ങളുടെകൂടെ വരുന്നില്ലേ? നിങ്ങൾക്കുള്ള സ്ഥലം ഞാൻ കരുതി വച്ചിട്ടുണ്ട്" ലൂസി ഫോഷറിയോട് പറഞ്ഞു.

"തീർച്ചയായും ഇല്ല. ഞാൻ ഒന്നും കാണേണ്ടെന്നാണോ? എനിക്കൊരു സ്റ്റാളുണ്ട്. അവിടെയിരിക്കാനാണ് ഞാൻ ഇഷ്ടപ്പെടുന്നത്." ഫോഷറി മറുപടി പറഞ്ഞു. ലൂസിക്ക് ദേഷ്യമായി. തന്നോട് ചങ്ങാത്തം

കൂടാനുള്ള ധൈര്യക്കുറവാണോ അയാൾക്ക്? പൊടുന്നനെ അവൾ വിഷയം മാറ്റി.

"നാനയെ അറിയാവുന്ന കാര്യം നിങ്ങൾ എന്തുകൊണ്ടാണ് എന്നോട് പറയാതിരുന്നത്?

"നാന-അവളെ ഞാൻ കണ്ടിട്ടുപോലുമില്ല."

"നേരോ? ചിലരൊക്കെ പറയുന്നത് നിങ്ങൾ നാനയുമായി കിടക്ക പങ്കിട്ടുണ്ടെന്നാണ്."

അവരുടെ മുൻപിൽ നിന്നിരുന്ന മിഗ്നൻ വിരൽ ചുണ്ടിലമർത്തി നിശ്ശബ്ദയാകാൻ സൂചിപ്പിച്ചു. കാരണമെന്തെന്ന് ലൂസി ചോദിച്ചപ്പോൾ അതുവഴിയേ വന്ന ഒരു ചെറുപ്പക്കാരനെ ചൂണ്ടിക്കാട്ടി അദ്ദേഹം മൃദുവായി പറഞ്ഞു: "നാനയുടെ കാമുകൻ" എല്ലാവരും അവനെ തുറിച്ചു നോക്കി. കാണാൻ കൊള്ളാവുന്ന യുവാവ്. ഫോഷറിക്ക് അയാളെ തിരിച്ചറിയാൻ കഴിഞ്ഞു, ദാഗുനേറ്റാണത്. സ്ത്രീകൾക്കുവേണ്ടി മൂന്നുലക്ഷം ഫ്രാങ്ക് വാരിയെറിഞ്ഞവൻ. ഇപ്പോൾ അവരെയൊക്കെ തീറ്റിപ്പോറ്റാൻ ഷെയർമാർക്കറ്റിൽ പണമിറക്കുന്നു. ലൂസിയെ ആകർഷിച്ചത് അയാളുടെ മനോഹരമായ കണ്ണുകളായിരുന്നു.

"അതാ ബ്ലാൻഷേ, അവളാണ് താങ്കൾ നാനയുടെ കൂടെ ഉറങ്ങിയിട്ടുണ്ടെന്ന് വെളിപ്പെടുത്തിയത്" ലൂസി പറഞ്ഞു. ബ്ലാൻഷേ ദ സിവ്റി - തുടുത്ത മുഖമുള്ള സുന്ദരി. സുമുഖനും മാന്യനുമായ ഒരുവനും കൂടെയുണ്ട്.

"പ്രഭു സേവ്യർ ദ വാന്ദേവ്രസ് ആണത്" ഫോഷറി ഹെക്ടർ ഫലോസിയുടെ കാതിൽ മന്ത്രിച്ചു. പ്രഭു പത്രപ്രവർത്തകന് കൈ കൊടുത്തു. ബ്ലാൻഷേയും ലൂസിയും വാദപ്രതിവാദം ആരംഭിച്ചു. നിറയെ തൊങ്ങൽ പിടിപ്പിച്ച കുപ്പായം കൊണ്ടുതന്നെ അവർ പ്രവേശനവഴിയിൽ തടസമുണ്ടാക്കിയിരിക്കുന്നു. അവരുടെ സംഭാഷണത്തിൽ നാന കൂടെക്കൂടെ കടന്നുവന്നതിനാൽ അവരെ എല്ലാവരും ശ്രദ്ധിക്കാൻ തുടങ്ങി. അൽപ്പം കഴിഞ്ഞ് വാന്ദവ്രസ് പ്രഭു ബ്ലാൻഷേയെ കൂട്ടിക്കൊണ്ടു പോയി. ഇതിനോടകം പ്രവേശനഹാളിലെ നാലുഭാഗത്തും നാനയുടെ പേര് ഉച്ചത്തിൽ പ്രതിധ്വനിച്ചുകൊണ്ടിരുന്നു.

നാടകം തുടങ്ങാത്തതിലുള്ള അസഹിഷ്ണുത ആൾക്കൂട്ടത്തിൽ പ്രകടമായിരുന്നു. പുരുഷന്മാർ കൂടെക്കൂടെ വാച്ചിലേക്ക് നോക്കുന്നു. വൈകി വരുന്നവർ നിർത്തുന്നതിനു മുൻപുതന്നെ വണ്ടിയിൽനിന്ന് ചാടിയിറങ്ങുന്നു. നടപ്പാതയിൽനിന്ന് കൂട്ടംകൂട്ടമായാണ് ആളുകൾ അകത്തേക്ക് വന്നുകൊണ്ടിരിക്കുന്നത്. ചൂളം കുത്തിക്കൊണ്ടുവന്ന ഒരു തെരുവുബാലൻ വാതിൽക്കലുള്ള പരസ്യം നോക്കി ലഹരി പിടിച്ചവനെപ്പോലെ ഹേയ് നാന എന്ന് വിളിച്ചുകൊണ്ട് തന്റെ പഴയ ഷൂസ് തറയിലുരസി. ആളുകൾക്കിത് ചിരിക്കുള്ള വകയായി. മാന്യന്മാരായ ആളുകൾ വരെ നാന, നാന എന്ന് ആവർത്തിക്കുന്നുണ്ടായിരുന്നു. ബോക്സോഫീസിനു സമീപം ചെറിയൊരു ലഹളതന്നെ ഉണ്ടായെന്നു പറയാം.

പൊടുന്നനെ എല്ലാ മുരൾച്ചകൾക്കും മീതേ നാടകാരംഭത്തെ കുറിക്കുന്ന മണി മുഴങ്ങി. ഇപ്പോൾ ഉന്തും തള്ളും ഒന്നുകൂടി വർധമാനമായി. കൂടുതൽ പരിചാരകന്മാർ വിന്യസിക്കപ്പെട്ടു. മിഗ്നനാകട്ടെ സ്റ്റീനറെ വീണ്ടും കണ്ടുമുട്ടി.

ആദ്യമണി മുഴങ്ങിയപ്പോഴേ നാടകത്തിന്റെ പ്രഥമരംഗം നഷ്ടപ്പെടാതിരിക്കാൻ ഫലോസി ഫോഷറിയെക്കൂട്ടി ആൾക്കൂട്ടത്തിനിടയിൽ വഴിയുണ്ടാക്കി മുന്നേറി. ആളുകളുടെ അതിരുവിട്ട ഇത്തരം നടപടികൾ ലൂസി സ്റ്റുവർട്ടിനെ അലോസരപ്പെടുത്തി. സ്ത്രീകളെപ്പോലും തള്ളി മുന്നേറുന്ന ഇവരൊക്കെ ക്രൂരന്മാരാണെന്നാണ് ലൂസിയുടെ പക്ഷം. കരോളിനോടും അമ്മയോടുമൊപ്പം സാവധാനമാണ് അവർ പടികൾ കയറിയത്.

ഓഡിറ്റോറിയത്തിനുള്ളിൽ ഫോഷറിയും ഫലോസിയും അവരുടെ സീറ്റിനു മുൻപിൽ നിന്ന് ചുറ്റുമൊന്ന് കണ്ണോടിച്ചു. തിയറ്റർ മുഴുവനും പ്രകാശം കൊണ്ട് വെട്ടിത്തിളങ്ങുന്നു. സ്ഫടികവിളക്കുകളുടെ പ്രകാശം മുകളിൽനിന്ന് താഴേക്ക് സ്വർണമഴയെന്നോണം പ്രസരിക്കുന്നു. ഫുട്ലൈറ്റുകൾ തെളിഞ്ഞ് തിരശ്ശീലയെ അഗ്നിസമാനമാക്കി. യക്ഷിക്കഥകളിലെ കൊട്ടാരത്തെ അനുസ്മരിപ്പിക്കുന്ന പ്രൗഢിക്ക് കമാനത്തിലെ വിള്ളലുകൾ പരഭാഗശോഭ നൽകി. സംഗീതക്കാരുടെ ഇരിപ്പിടങ്ങളിൽനിന്ന് പുല്ലാംകുഴലിന്റെ മന്ദ്രധ്വനിയും പതിഞ്ഞ കൊമ്പുവിളിയും വയലിൻവായനയും എല്ലാം ഉയർന്നെങ്കിലും പ്രേക്ഷകരുടെ ശബ്ദത്തിരയിൽ അതെല്ലാം മുങ്ങിപ്പോയി.

കാണികളുടെയിടയിലെ സംസാരവും ഉന്തും തള്ളും സീറ്റിനായുള്ള ബലപ്രയോഗവും തുടർന്നുകൊണ്ടിരുന്നു. നാടകഹാളിലേക്കുള്ള പ്രവേശനകവാടങ്ങളിലെല്ലാം അനിയന്ത്രിതമായ ജനപ്രവാഹമായിരുന്നു. സുഹൃത്തുക്കൾ അകലെനിന്ന് പരസ്പരം അഭിവാദ്യം ചെയ്യുന്നു. പട്ടുടയാട ഉടയുന്ന ശബ്ദവും ചമയക്കൊഴുപ്പും ശിരോലങ്കാരവൈവിധ്യവും എല്ലാം ചേർന്ന ജനക്കൂട്ടപ്രവാഹം പ്രദർശനയാത്രയുടെ പ്രതീതിയുളവാക്കി.

സീറ്റുകൾ ക്രമേണ നിറഞ്ഞുകൊണ്ടിരുന്നു. അങ്ങിങ്ങായി വെട്ടിത്തിളങ്ങുന്ന ചില മേൽക്കുപ്പായങ്ങളും രത്നഖചിതമായ ശിരോഭൂഷകളും കാണാമായിരുന്നു. ബോക്സിലിരിക്കുന്ന ഒരു സ്ത്രീയുടെ നഗ്നമായ ചുമലുകൾ ദന്തശോഭമായി കാണപ്പെട്ടു. സ്റ്റാളിനു മുൻപിൽ ഇരട്ടക്കുഴൽക്കണ്ണാടിയും പിടിച്ച് നിൽക്കുന്ന പരിഷ്കൃതരായ ചെറുപ്പക്കാരിലേക്ക് ചില സ്ത്രീകൾ കൺമുനകളെറിയുന്നു.

ഫോഷറിയും ഫലോസിയും അവരുടെ പരിചയക്കാരെ തിരയാൻ തുടങ്ങി. താഴത്തെ ബോക്സിൽ അടുത്തടുത്തിരിക്കുന്ന മിഗ്നന്റെയും സ്റ്റീനറുടെയും കൈകൾ ചിത്രത്തൂണിൽ വിശ്രമിക്കുന്നു. ബ്ലാൻഷേ ഒരു സ്റ്റേജ്ബോക്സിൽ ഒറ്റയ്ക്കിരിക്കുകയാണ്. വളരെ അകലെയല്ലാതിരിക്കുന്ന ദാഗുനേറ്റിനെ ഫലോസി ശ്രദ്ധിക്കുന്നുണ്ട്. ഫലോസിയുടെ തൊട്ടടുത്ത് പതിനേഴുകാരനായ കോളെജ് വിദ്യാർഥി വിടർന്ന കണ്ണുകളോടെ

ഇരിപ്പുണ്ട്. "നിലയുടുപ്പണിഞ്ഞ ആ പെൺകുട്ടിയുടെ അരികിൽ നിൽക്കുന്ന സ്ത്രീ ആരാണ്?" ഫലോസി പൊടുന്നനെ ചോദിച്ചു. നര കയറിത്തുടങ്ങിയ തടിച്ച വട്ടമുഖക്കാരി, ചായം പൂശിയ മുഖത്ത് ബാലിശമായ രീതിയിൽ കുറുനിര വീണ് കിടക്കുന്നു. "ഓ അത് ഗാഗയാണ്" ഫോഷറി ഒറ്റവാക്കിൽ മറുപടിയൊതുക്കി. എന്നാൽ ഗാഗ എന്നു കേട്ടപ്പോൾ തന്റെ ബന്ധുവിനുണ്ടായ ഔത്സുക്യം പരിഗണിച്ച് അയാൾ തുടർന്നു:

"ഗാഗയെ നിങ്ങൾക്കറിയില്ലേ? ലൂയിസ് ഫിലിപ്പിന്റെ കാലഘട്ടത്തിലെ സുന്ദരിയായ താരം. ഇപ്പോൾ മകളെയും കൂട്ടിയേ എവിടെയും പോകൂ." എന്നാൽ ഫലോസി പെൺകുട്ടിയെ ശ്രദ്ധിച്ചതേയില്ല. ഗാഗയുടെ ശരീരത്തിൽ അയാളുടെ കണ്ണുകൾ തറഞ്ഞുപോയി. എന്നാൽ ഉള്ളിലുണ്ടായ വൈകാരികസമ്മർദം വെളിപ്പെടുത്താൻ അയാൾക്ക് ധൈര്യം വന്നുമില്ല.

വാദ്യസംഘത്തലവൻ അടയാളം നൽകിയതോടുകൂടി വാദ്യക്കാർ പ്രാരംഭസംഗീതത്തിനു തയാറായി. ആളുകൾ ഇപ്പോഴും അകത്തേക്ക് വന്നുകൊണ്ടിരിക്കുകയാണ്. പാരീസ് മുഴുവൻ അവിടെയുണ്ട്. അക്ഷരത്തിന്റെയും അക്കത്തിന്റയും വിനോദത്തിന്റെയും പാരീസ്. പത്രപ്രവർത്തകർ, എഴുത്തുകാർ, പെൺകുട്ടികൾ-എല്ലാവരുടെയും മുഖത്ത് ആകാംക്ഷ എഴുതി വച്ചതുപോലെ. അവിടെക്കൂടിയിരുന്ന പത്രപ്രവർത്തകരെയും ക്ലബ് അംഗങ്ങളെയുമൊക്കെ ഫോഷറി ചൂണ്ടിക്കാട്ടിക്കൊണ്ടിരുന്നു. തുടർന്ന് ഫലോസിയോട് ചില നാടകവിമർശകരുടെ പേര് പറഞ്ഞ് വിവരണങ്ങൾ തുടങ്ങി. ഫലോസി മുൻനിരയിലൂടെ കണ്ണോടിക്കുകയായിരുന്നു. പെട്ടെന്ന് ഫോഷറി വിവരണം നിർത്തി.

"അത് മുഫാത്ത് പ്രഭു അല്ലേ?"

"എനിക്കദ്ദേഹത്തെ വർഷങ്ങളായി അറിയാം" ഫലോസി മറുപടി പറഞ്ഞു. 'മുഫാത്തിന് ഞങ്ങളുടെയടുത്ത് കുറെ സ്ഥലമുണ്ട് അദ്ദേഹം ഭാര്യയോടും അമ്മായച്ഛൻ മാർക്വിസ് ദ ഷുവാർദിനോടും ഒപ്പമാണ് വന്നിരിക്കുന്നത്. ഫോഷറിയുടെ ആശ്ചര്യം കണക്കിലെടുത്ത് മാർക്വിസിനെപ്പറ്റിയുള്ള വിശദാംശങ്ങളിലേക്ക് ഫലോസി കടന്നു. അയാൾ സ്റ്റേറ്റ് കൗൺസിലർ ആയിരുന്നു. പ്രഭു ആകട്ടെ ചക്രവർത്തിയുടെ കാര്യവിചാരനായി നിയമിതനായതേയുള്ളൂ. ഫോഷറി തന്റെ കുഴൽക്കണ്ണാടിയിലൂടെ പ്രഭ്വിയെ ഒന്നു നോക്കി. ചെമ്പൻ മുടിയും കറുത്ത കണ്ണുകളുമുള്ള വെളുത്തു തടിച്ച സ്ത്രീ. അവസാനമായി ഫോഷറി പറഞ്ഞു:

"എനിക്കവരെ ഇടവേളയിൽ നീ ഒന്ന് പരിചയപ്പെടുത്തി തരണം. പ്രഭുവിനെ ഞാൻ കണ്ടിട്ടുണ്ട്. ഞാൻ അവരുടെ ചൊവ്വാഴ്ച പാർട്ടികളിൽ ക്ഷണിക്കപ്പെടണം."

മുകളിലത്തെ ഗാലറിയിൽനിന്നുള്ള ആരവത്തിന്റെ ഊർജനില അൽപ്പമൊന്നുയർന്നു. നാടകപ്രസ്താവന തുടങ്ങിയെങ്കിലും ആളുകൾ ഇപ്പോഴും വന്നുകൊണ്ടിരിക്കുകയാണ്. വൈകിയെത്തുന്ന ചിലർക്ക് സീറ്റ്

നൽകുന്നതിനായി പലരും ഇരിപ്പിടങ്ങളിൽനിന്നെഴുന്നേൽക്കാൻ നിർബന്ധിതമാകുന്നുണ്ട്. ഇടനാഴിയിലെ ബഹളം ഇപ്പോൾ ഉച്ചസ്ഥായിയിലെത്തി സായന്തനത്തിൽ കുരുവിക്കൂട്ടങ്ങൾ കലപില കൂട്ടുന്നതിനെ അനുസ്മരിപ്പിക്കുന്ന രീതിയിൽ ആളുകൾ വാതോരാതെ സംസാരം തുടരുകയാണ്. ആളുകൾക്ക് ഒരുതരം സംഭ്രാന്തി ബാധിച്ചതുപോലെ. തങ്ങളുടെ ഇരിപ്പ് കുറച്ചുകൂടി സുഖകരമാക്കാനുള്ള യത്നത്തിലാണ് ചിലർ. അവസാനമായി ചുറ്റുമൊന്ന് കണ്ണോടിക്കാൻ ചിലർ എഴുന്നേറ്റ് നിൽക്കുന്നു. അവരോട് ഇരിക്കാനുള്ള താക്കീതുകൾ ഇരുണ്ട മൂലകളിൽനിന്ന് ഉയരുന്നുണ്ട്.

ഒരാഴ്ചയായി ആളുകളുടെ മുഴുവൻ സംസാരവിഷയമായ നാനയെ കാണുന്നതിനുള്ള ആകാംക്ഷാനിർഭരമായ ഉൽക്കണ്ഠ ഒരു വിറയലായി ഹാളിൽ പടർന്നു. ക്രമാനുഗതമായി ആരവം ഒടുങ്ങിവന്നു. വാദ്യക്കാർ ഹാസ്യാത്മകമായ ഒരുവക നാദമുയർത്തിയത് കാണികളിൽ ചിരി പടർത്തി. മുൻനിരയിലെ കയ്യടിസംഘത്തിൽനിന്ന് കരഘോഷമുണ്ടായി. തിരശ്ശീല ഉയർന്നു കഴിഞ്ഞു. എങ്കിലും ഫലോസി ഇപ്പോഴും സംസാരത്തിലാണ്. കരോളിനും ലൂസിയും ഇരിക്കുന്ന ബോക്സിനു സമീപത്തുള്ള ഒരു കുലീനവ്യക്തിയെ ചൂണ്ടിക്കാട്ടി ആശ്ചര്യപ്പെട്ടപ്പോൾ ഫോഷറി നിസ്സാരഭാവത്തിലാണ് പ്രതികരിച്ചത്.

“ഓ അത് ലബോർദത്ത് ആണ്.”

അവരുടെ പിൻനിരയിലിരുന്നവർ നിശ്ശബ്ദരായിരിക്കാൻ ആവശ്യപ്പെട്ടു. എല്ലാ ശിരസുകളും ഇപ്പോൾ അനക്കമറ്റ് ശ്രദ്ധാകേന്ദ്രിതങ്ങളായി. വശങ്ങളിൽ മേഘവും വലതുവശത്ത് ജൂപ്പിറ്ററുടെ സിംഹാസനവുമൊക്കെയായി ‘വീനസ് മോഹിനി’യുടെ ഒന്നാമങ്കം ആരംഭിക്കുകയായി. ഐറിസും ഗാനിമിഡും സ്വർഗീയപരിചാരകരുടെ സഹായത്താൽ ദൈവങ്ങളുടെ സഭ കൂടുന്നതിനായുള്ള ഇരിപ്പിടം ഗാനാലാപനത്തോടൊപ്പം ക്രമീകരിക്കുകയാണ്.

കയ്യടിസംഘം മാത്രമേ കരഘോഷമുതിർക്കുന്നുള്ളൂ. കാണികൾ കയ്യടി തുടങ്ങിയില്ല. എന്നാൽ ഫലോസി മാത്രം ഐറിസിനുവേണ്ടി കയ്യടിച്ചു. അരക്കെട്ടിനു ചുറ്റും മഴവിൽനിറമുള്ള നാട ചുറ്റി ഇളം നീല വേഷത്തിലാണവൾ.

“ബ്രേസിയർ ഊരിയിട്ടു വേണമായിരുന്നു അവൾ ഈ വേഷം ധരിക്കേണ്ടിയിരുന്നത്. നഗ്നമായ കൈകളുടെ അടിയിലും പിൻവശത്തുമൊക്കെയായി അത് അൽപ്പാൽപ്പം പുറത്തു കാണാം” ചുറ്റുമുള്ളവർ കേൾക്കാൻ പാകത്തിൽ അൽപ്പം ശബ്ദമുയർത്തിയാണ് ഫലോസി ഫോഷറിയോട് ഇത് പറഞ്ഞത്.

റോസ് മിഗ്നൻ ഡയാനയായി രംഗവേദിയിലെത്തിയപ്പോൾ സദസ്സ് ചെറുതായൊന്നിളകി. ആകൃതികൊണ്ടോ മുഖഭാവംകൊണ്ടോ അവൾ പ്രസ്തുതരംഗത്തിന് ചേരുമായിരുന്നില്ല. താൻ പ്രതിനിധാനം ചെയ്യുന്ന കഥാപാത്രത്തിന്റെ ഹാസ്യാനുകരണമാണോ എന്നുപോലും തോന്നി

പ്പോകും. വീനസിനുവേണ്ടി തന്നെ ഉപേക്ഷിക്കുന്നതിലുള്ള പരാതി വെളിപ്പെടുത്തുന്ന അവളുടെ ആദ്യഗാനത്തിന്റെ ആലാപനം സഭാകമ്പത്തോടെയായിരുന്നെങ്കിലും അതിന്റെ അശ്ലീലച്ചുവ സദസിന് എരിവ് പകർന്നു. അടുത്തടുത്തിരുന്ന സ്റ്റീനറും മിഗ്നണും ഉച്ചത്തിൽ ചിരിച്ചു.

ജനസമ്മതിനേടിയ നടനായ പ്രുള്ളിയർ ജനറലിന്റെ യൂണിഫോമിൽ മാർസ് ആയി എത്തിയപ്പോൾ കാണികളുടെ കയ്യടി ഉച്ചത്തിലായി. ഭീമാകാരമായ കിരീടവും തോൾവരെയെത്തുന്ന വാളും എല്ലാമായി എത്തിയ അദ്ദേഹം ഡയാനയെ തനിക്ക് മടുത്തെന്ന് വെളിപ്പെടുത്തുന്നു. അവളാകട്ടെ പ്രതികാരബുദ്ധിയിലുമാണ്. എന്നാൽ അവരുടെ ഗാനം അവസാനിച്ചത് ഹാസ്യാത്മകമായാണ്. കണ്ണുരുട്ടി പൂച്ച കരയുന്നതുപോലെ പാടിയ പ്രുള്ളിയർ സ്ത്രീസദസിനെ നന്നായി ചിരിപ്പിച്ചു.

എന്നാൽ തുടർന്നുവന്ന രംഗങ്ങൾ സദസിനെ തണുപ്പിച്ചുകളഞ്ഞു. ജൂപ്പിറ്ററുടെ വിഡ്ഢിവേഷം കെട്ടിയ ഓൾഡ് ബോസ്ക് സദസ്സിൽ പുഞ്ചിരിയുണർത്തിയെന്നല്ലാതെ വിശേഷിച്ച് ശ്രദ്ധേയനായില്ല. ദൈവങ്ങളുടെ ഘോഷയാത്ര കൂടിയായപ്പോൾ ജനങ്ങൾ അസഹിഷ്ണരായി. വീണ്ടും മർമരശബ്ദം നാടകശാലയിൽ വ്യാപിച്ചു. ലൂസി ലബോർദത്തിനോട് തമാശ പറഞ്ഞുകൊണ്ടിരുന്നു. ഫോഷറിയാകട്ടെ മുഫാത്തിനെ നിരീക്ഷിക്കയായിരുന്നു.

കയ്യടിസംഘം ഉണർന്നതോടെ എല്ലാവരുടെയും ശ്രദ്ധ വീണ്ടും സ്റ്റേജിലേക്കായി. നാന അവസാനരംഗത്തായിരിക്കുമോ? ഒരർഥത്തിൽ അവരെ ഹാളിനുള്ളിൽ പിടിച്ചിരുത്തുന്നത് അവളാണ്.

ഗാനിമെഡിന്റെയും ഐറിസിന്റെയും നേതൃത്വത്തിൽ, കബളിപ്പിക്കപ്പെട്ട ഭർത്താക്കന്മാരുടെ നിവേദനവും കൊണ്ടുള്ള വരവായിരുന്നു അടുത്തത്. ഫോഷറിയും ഫലോസിയും തങ്ങളുടെ ഭാര്യമാരെ വികാരവതികളാക്കുന്ന വീനസിനെതിരെയുള്ള പരാതി ജൂപ്പിറ്റർക്ക് സമർപ്പിക്കാൻ വന്നതാണ് അവർ. വിലാപമട്ടിലുള്ള അവരുടെ ഗാനാലാപനം മൂകാഭിനയംപോലെ ആയിപ്പോയത് സദസിനെ ആശ്ചര്യപ്പെടുത്തി. ജാരിണീപതിഗാനം, ജാരിണീപതിഗാനം എന്ന് ആളുകൾക്കിടയിൽനിന്ന് മർമരമുയർന്നു. വീണ്ടും പാടാനുള്ള വിളികളും ഇതിനിടയിലുണ്ടായി.

ഗായകരുടെ മുഖചമയം വളരെ ഹാസ്യാത്മകവും കഥാപാത്രാനുസാരിയും ആയിരുന്നു. ചന്ദ്രനെപ്പോലെ വട്ടമുഖമുള്ള ഒരു തടിയൻ പ്രത്യേക ശ്രദ്ധ പിടിച്ചുപറ്റി. മൂന്നു ദിവസം മുൻപ് വീടു വിട്ടുപോയ ഭാര്യയെ അന്വേഷിച്ചിറങ്ങിയ അഗ്നിദേവൻ ധാർമികരോഷത്തോടെയാണ് പ്രത്യക്ഷപ്പെട്ടത്. പ്രസ്തുത ഭാഗം അഭിനയിച്ചത് ഫൊണ്ടാൻ ആയിരുന്നു. പ്രണയശരം തുളയ്ക്കുന്ന ഹൃദയചിഹ്നം നഗ്നമായ കൈകളിലൊട്ടിച്ച് തിളങ്ങുന്ന ചുവന്ന വെപ്പുമുടിയുമായി ഒരു ഗ്രാമീണകൊല്ലന്റെ വേഷത്തിൽ. ഒരു സ്ത്രീ ഉച്ചത്തിൽ പറഞ്ഞു:

"അവൻ ആളു കൊള്ളാമല്ലോ."

സ്ത്രീകളുടെ ഭാഗത്തുനിന്ന് ചിരിയും കയ്യടിയും ഒപ്പമുയർന്നു. തുടർന്നുള്ള രംഗങ്ങൾ ഇഴഞ്ഞിഴഞ്ഞാണ് നീങ്ങിയത്. പരാതി നൽകൽ ഇനിയും കഴിഞ്ഞിട്ടില്ല. നാനയുടെ രംഗപ്രവേശത്തെപ്പറ്റി ഒരു സൂചന യുമില്ല. അവസാന തിരശ്ശീലവരെ നാനയെ അവർ മറച്ചു വയ്ക്കുക യാണോ?

ഒടുവിൽ നീണ്ട കാത്തിരിപ്പിനവസാനമായി. ആളുകളുടെയിട യിൽനിന്ന് ആശങ്കകളോടെയുള്ള മർമ്മരമുയർന്നു. മിഗ്നൺ പ്രത്യാശ യാർന്ന ശബ്ദത്തിൽ സ്റ്റീനറോട് പറഞ്ഞു:

"അവർ അവൾക്ക് ഹൃദ്യമായ സ്വീകരണം നൽകും നോക്കിക്കോ."

അപ്പോഴേക്കും സ്റ്റേജിനു പിന്നിലെ മേഘപംക്തി വിഭജിക്കപ്പെട്ട് വീനസ് പ്രത്യക്ഷയായി. പതിനെട്ടു വയസിന്റെ മാംസളതയും ഒത്ത നീളവും ഉള്ള നാന ദേവതാപ്രതീതി ജനിപ്പിക്കുന്ന വെള്ള അടിയുടുപ്പ് ധരിച്ച് തെല്ല് പുഞ്ചിരിയോടെ നടന്നു വരുന്നു. തിളങ്ങുന്ന സ്വർണമുടി അവളുടെ ചുമലുകളിലേക്ക് വീണുകിടക്കുന്നു. അവളുടെ ചുണ്ട് വിടർന്നു. പ്രസിദ്ധമായ ആ വരികൾ ഉതിർന്നു.

"അന്നൊരു സായന്തനത്തിൽ വീനസ് നടക്കാനിറങ്ങുമ്പോൾ......"

രണ്ടാമത്തെ വരിയിലെത്തിയപ്പോൾ പ്രേക്ഷകർ ആശ്ചര്യത്തോടെ പരസ്പരം നോക്കി. ഇത് ബോർദനേവിന്റെ ഒരു തമാശയാണോ? ഇത്രയും നാദരഹിതമായ ശബ്ദം ഇതിനു മുൻപ് ആരും കേട്ടിട്ടുണ്ടാവില്ല. മാനേ ജരുടെ വിലയിരുത്തൽ തികച്ചും ശരിയായിരുന്നു. പീച്ചാംകുഴലിന്റെ ശബ്ദം എന്തിനധികം? സ്റ്റേജിൽ നേരാംവണ്ണം ഒന്നു നിൽക്കാനോ നട ക്കാനോപോലും അവൾക്കറിയില്ല. കൈകൾ മുന്നോട്ടെറിഞ്ഞ് ശരീരം വളച്ച് തീരെ അഭികാമ്യമല്ലാത്ത രീതിയിൽ കാണികളുടെ ഇടയിൽനിന്നും അപശബ്ദങ്ങളുയർന്നു. എന്നാൽ പ്രസ്തുത പ്രകടനത്തെ പുകഴ്ത്തി ക്കൊണ്ട് ഒരു കുഴിമടിയൻ വിദ്യാർഥി കോഴിക്കുഞ്ഞിന്റെ ശബ്ദത്തിൽ ആവേശത്തോടെ വിളിച്ചു പറഞ്ഞു:

"കലക്കി...ശരിക്കും കലക്കി."

എല്ലാവരും ശബ്ദത്തിന്റെ ഉടമയെ ഒന്നു നോക്കി. വിടർന്ന കണ്ണു കളോടുകൂടിയ അവന്റെ മുഖം നാനയുടെ ദർശനത്തിൽ തിളങ്ങുന്നു ണ്ടായിരുന്നു. എല്ലാവരും തന്നെയാണ് നോക്കുന്നതെന്നറിഞ്ഞപ്പോൾ ഉച്ച ത്തിൽ വിളിച്ചു പറഞ്ഞതോർത്ത് അവന് ലജ്ജ തോന്നി. സമീപത്തു ണ്ടായിരുന്ന ദാഗുനേറ്റ് ഒരു ചെറുപുഞ്ചിരിയോടെ അവനെ നോക്കി. ആ ളുകളൊക്കെ ഇപ്പോൾ നിരായുധരെപ്പോലെ അപശബ്ദങ്ങളുപേക്ഷിച്ച് ചിരി തുടങ്ങി. കൊള്ളാം, സബാഷ് വിളികളോടൊപ്പം കയ്യടിയും ഉയർന്നു.

സദസിലുള്ളവർ ചിരിക്കുന്നത് കണ്ട് നാനയും ഇപ്പോൾ ചിരി തുടങ്ങി. പൊതുവെ രംഗത്തിന്റെ ഹാസ്യാത്മകതയ്ക്ക് അത് ആക്കം കൂട്ടി. എങ്കിലും വിസ്മയിപ്പിക്കുന്ന ഒരു ലോകം അവളിലുണ്ടെന്നതിന് സംശയമില്ല. അവളുടെ ചിരി കവിളിലെ നുണക്കുഴിയുടെ മനോഹാരി തയിൽ വിരിഞ്ഞു നിന്നു. തെല്ലും ലജ്ജാസ്പർശമില്ലാത്ത നിൽപ്പ്.

തനിക്ക് ആട്ടത്തിലും പാട്ടിലും കഴിവില്ലെന്ന് സ്വയം അംഗീകരിച്ച മട്ടിലും. എന്നാൽ മറ്റു ചില ഗുണങ്ങളാൽ അതത്ര കാര്യമാക്കേണ്ടതില്ലെന്നും ഉള്ള നിലപാടിലായിരുന്നു അവൾ. സംഗീതപ്രമാണിക്ക് പരിപാടി തുടരുന്നതിനുള്ള അടയാളം നൽകി അവൾ രണ്ടാമത്തെ വരി പാടാൻ തുടങ്ങി.

"വീനസ് അർധരാത്രി താണ്ടുമ്പോൾ......"

മുൻപത്തേതുപോലെ അസഹ്യമായ ശബ്ദമായിരുന്നെങ്കിലും ഇപ്പോഴത് പ്രേക്ഷകന്റെ കാതുകളെ ഇക്കിളിപ്പെടുത്താൻ തുടങ്ങിയിരിക്കുന്നു. അംഗീകാരത്തിന്റെ മർമരങ്ങൾ വീണ്ടുമുയർന്നു. ഇളംനീലക്കണ്ണുകളെ പ്രകാശിപ്പിക്കുന്ന വിടർന്ന പുഞ്ചിരി അവളുടെ ചുവന്ന ചുണ്ടുകളിൽ ഇപ്പോഴുമുണ്ട്. ജീവസ്സുറ്റ ചില വരികളിലേക്ക് ഗാനം കടന്നപ്പോൾ അവളുടെ പാടലവർണമുള്ള നാസാരന്ധ്രങ്ങൾ വികസിക്കുകയും കവിളുകൾ രക്താഭമാവുകയും ചെയ്തു. എങ്കിലും ദിശാബോധമില്ലാതെ അവൾ പിന്നെയും ശരീരം മുന്നോട്ടും പിന്നോട്ടും വളയ്ക്കാൻ തുടങ്ങി. എന്നാൽ കാണികൾ ഈ വൈകൃതം കണക്കിലെടുത്തില്ലെന്നു തന്നെയല്ല പുരുഷന്മാരെല്ലാം കുഴൽക്കണ്ണാടികൾ അവൾക്കുനേരെ കേന്ദ്രീകരിക്കയും ചെയ്തു. പാട്ടിന്റെ അവസാനമായപ്പോഴേക്കും അവളുടെ ശബ്ദം തീർത്തും പരാജയമായി. ഗാനം മുഴുമിക്കാനാവില്ല എന്നവൾ തിരിച്ചറിയുകയും ചെയ്തു. അടിവസ്ത്രത്തിന്റെ അതിർത്തിരേഖ തെളിഞ്ഞ മാംസളമായ ചന്തി യാതൊരു സങ്കോചവുമില്ലാതെ അവൾ തള്ളിപ്പിടിച്ചു. കൈകൾ നീട്ടി ശരീരം മുന്നോട്ട് വളച്ചപ്പോൾ അവളുടെ നഗ്നമായ മുലകൾ പ്രദർശിക്കപ്പെട്ടു. എല്ലാ വശത്തുനിന്നും ഇപ്പോൾ കയ്യടി ഉയർന്നു. അരങ്ങിന് പിന്നിലേക്ക് മടങ്ങുന്നതിന്റെ സൂചനയായി അവളൊന്ന് വട്ടം കറങ്ങിയപ്പോൾ പിൻകഴുത്തിലേക്ക് വീണുകിടക്കുന്ന ചുവന്ന മുടി ആടിൻരോമത്തെ അനുസ്മരിപ്പിച്ചു. കയ്യടി കാതടപ്പിക്കുന്ന തരത്തിലായി.

അങ്കത്തിന്റെ അവസാനം ഉത്തേജനാത്മകമായിരുന്നില്ല. അഗ്നിദേവൻ വീനസിന്റെ കരണത്തടിക്കാൻ മുതിർന്നു. ഭൂമിയിലെ കാര്യങ്ങൾ പരിഗണിച്ചിട്ട് മതി കബളിക്കപ്പെട്ട ഭർത്താക്കന്മാരുടെ കാര്യമെന്ന് ദൈവങ്ങളുടെ യോഗത്തിൽ തീരുമാനമായി. വീനസും യുദ്ധദേവനും തമ്മിലുള്ള അപകവഭാഷണംകേട്ട ഡയാന യാത്രയിൽ അവരുടെമേൽ തന്റെയൊരു കണ്ണുണ്ടായിരിക്കുമെന്ന് പ്രതിജ്ഞ ചെയ്യുന്നു. സ്നേഹദേവന്റെ വേഷം കെട്ടിയ പന്ത്രണ്ടു വയസുകാരി ഏതു ചോദ്യത്തിനും "ഏസ് മമ്മാ നോ മമ്മാ" എന്ന് കണ്ണീരോടെ മൂക്കിൽ വിരൽ തിരുകി പറയുന്ന ഒരു രംഗവുമുണ്ടായിരുന്നു. ജൂപ്പിറ്റർ ഒരു സ്കൂൾമാസ്റ്ററുടെ കാർക്കശ്യത്തോടെ അവനെ ഇരുണ്ട മുറിയിലിരുത്തി സ്നേഹത്തിന്റെ ക്രിയാരൂപം ഇരുപത് പ്രാവശ്യം പറയിക്കുന്നു.

സമാപ്തിഗാനം കുറച്ചുകൂടി വിജയമായിരുന്നു. എന്നാൽ കർട്ടൻ വീണ് കഴിഞ്ഞപ്പോൾ കയ്യടിക്കുള്ള അവസരംപോലുമുണ്ടാക്കാതെ ആളു

കൾ എഴുന്നേറ്റ് വാതിൽക്കലേക്ക് നീങ്ങിത്തുടങ്ങി. ആളുകൾ സീറ്റുകളുടെയിടയിലൂടെ ഒഴുകി നീങ്ങുന്നതിനിടയിൽ നാടകത്തെക്കുറിച്ചുള്ള പ്രതികരണങ്ങൾ കൈമാറി. ഇതൊരു വിഡ്ഢിത്തമാണെന്ന അഭിപ്രായമായിരുന്നു പൊതുവെ. ഒരു വിമർശകന്റെ അഭിപ്രായത്തിൽ ചില ഭാഗങ്ങൾ ഒഴിവാക്കേണ്ടതായിരുന്നു. എങ്കിലും അവസാനരംഗം കുറച്ചെങ്കിലും നന്നായിരുന്നതായി പരാമർശമുണ്ടായി. അതാകട്ടെ, നാനയെക്കുറിച്ചുമായിരുന്നു.

ആദ്യം ഇരിപ്പിടം ഒഴിഞ്ഞവരായ ഫോഷറിയും ഫലോസിയും ഇടനാഴിയിൽവച്ച് സ്റ്റീനറെയും മിഗ്നനെയും കണ്ടുമുട്ടുന്നു. ഖനികളിലെ ഇടുങ്ങിയ തുരങ്കങ്ങളെ അനുസ്മരിപ്പിക്കുന്ന വഴിയിൽ അങ്ങിങ്ങ് പ്രകാശമുണ്ടായിരുന്നു. കോവണിയിൽ പിടിച്ചുകൊണ്ട് കുറച്ചുനേരം അവർ നിന്നു.

നാടകശാലയുടെ മുകൾത്തട്ടിലിരുന്ന കാണികൾ പാദരക്ഷകൾ കൊണ്ട് കനത്ത ശബ്ദമുണ്ടാക്കി. സായാഹ്നവസ്ത്രം ധരിച്ച പുരുഷന്മാരുടെ പ്രവാഹം ഒരിക്കലും നിലയ്ക്കാത്ത മട്ടിൽ കാണപ്പെട്ടു. ജനത്തിരക്കിൽ ഊർന്നുപോയ പുറംകുപ്പായവും ഷാളുകളും അട്ടിയായി വച്ചിരിക്കുന്ന കസേര ഒരു പരിചാരിക വളരെ ബദ്ധപ്പെട്ട് തടഞ്ഞ് വച്ചിരിക്കുന്നു.

"തീർച്ചയായും എനിക്കവളെ അറിയാം" സ്റ്റീനറെ കണ്ട മാത്രയിൽത്തന്നെ ഫോഷറി പറഞ്ഞു."എവിടെയോ കണ്ടിട്ടുണ്ട്. ചൂതാട്ടസ്ഥലത്താണെന്ന് തോന്നുന്നു. അവളെ അവിടെ ആരെങ്കിലും എത്തിച്ചതാവണം. അവൾ അത്രയ്ക്ക് മദ്യലഹരിയിലായിരുന്നു."

"എനിക്കും നല്ല നിശ്ചയമില്ല" ജേർണലിസ്റ്റ് പറഞ്ഞു: "ഞാനും താങ്കളെപ്പോലെയാണ് എവിടെവെച്ചോ കണ്ടിട്ടുണ്ട്." എന്നിട്ട് ശബ്ദം താഴ്ത്തി ഒരു ചിരിയോടെ കൂട്ടിച്ചേർത്തു.

"ഒരുപക്ഷേ ട്രൈക്കോൺസിൽവച്ചായിരിക്കണം."

"എങ്കിലും അത്രയുമൊരു നീചമായ സ്ഥലത്തോ?" മിഗ്നൻ ഇത്തിരി പ്രകോപനപരമായി ആശ്ചര്യപ്പെട്ടു.

"ഇത്രയും വൃത്തികെട്ട ഒരു പെണ്ണിനെ പൊതുജനം സ്വീകരിക്കുന്നത് വളരെ ജുഗുപ്സാവഹംതന്നെ. മാന്യതയുള്ള ഒരു സ്ത്രീപോലും അരങ്ങിലേക്കില്ലെന്ന നില വൈകാതെയുണ്ടാകും. റോസിനെ അഭിനയിക്കുന്നതിൽനിന്ന് ഞാൻ വിലക്കുകയാണ്."

ഫോഷറിക്ക് ചിരി നിർത്താനായില്ല. താഴേക്കുള്ള ജനപ്രവാഹം അപ്പോഴും തുടർന്നുകൊണ്ടിരുന്നു. ചെറിയൊരു മനുഷ്യൻ ഇഴഞ്ഞു വലിഞ്ഞ ശബ്ദത്തിൽ പറഞ്ഞു.

"എന്തൊരു മാംസളമേനി! കണ്ടാൽ തിന്നാൻ തോന്നും."

ഇടനാഴിയിൽ പരിഷ്കാരികളായ രണ്ട് ചെറുപ്പക്കാർ തമ്മിൽ വഴക്കടിക്കയാണ്. നികൃഷ്ടം, നീചം എന്ന് ഒരാളും ആകർഷകം, അത്യാകർഷകം എന്ന് മറ്റേയാളും പ്രത്യേകിച്ച് കാരണമൊന്നുമില്ലാതെ വാദിക്കയാണ്. എന്തൊക്കെയായാലും ഫലോസിക്ക് അവളെയങ്ങ് പിടിച്ചുപോയി. സ്വരമൊന്ന് നന്നാക്കിയാൽ ഇതിലും മെച്ചപ്പെട്ട പ്രകടനം കാഴ്ച

വയ്ക്കാൻ അവൾക്കാകും. ഈ സംഭാഷണങ്ങളൊന്നും ശ്രദ്ധിക്കാതെ നിന്ന സ്റ്റീനർ പൊടുന്നനെ ഉണർവോടെ തുടങ്ങി.

"കുറച്ചുകൂടി കാത്തിരുന്ന് കാണേണ്ടതുണ്ട്. ഒരുപക്ഷേ, അടുത്ത അങ്കത്തിൽ മികവു കണ്ടേക്കാം."

വളരെ ദാക്ഷിണ്യമുള്ളവരായിട്ടും പ്രേക്ഷകർക്ക് ഇതുവരെ നാടക ഭാഗവുമായി വൈകാരികപ്പൊരുത്തം കൈവന്നിട്ടില്ല. ഫോഷറിയും ഫലോസിയും അവിടംവിട്ട് മുകളിലേക്ക് പോയപ്പോൾ ഈ പ്രദർശനം ഒരിക്കലും തീരാൻ പോകുന്നില്ലെന്ന് മിഗ്നൻ ആണയിട്ടു. എന്നിട്ട് സ്റ്റീനറുടെ തോളിൽ കയ്യിട്ട് കാതിൽ മന്ത്രിച്ചു. "രണ്ടാമങ്കത്തിനുവേണ്ടിയുള്ള എന്റെ ഭാര്യയുടെ ചമയങ്ങൾ താങ്കൾ കാണേണ്ടതുതന്നെ. ശരിക്കും സെക്സിയായ വേഷം."

മുകളിലത്തെ നടുത്തളത്തിനു മുൻപിൽ സ്ഫടികവിളക്കുകൾ തെളിഞ്ഞു കത്തുന്നു. തുറന്നിട്ടിരിക്കുന്ന ഗ്ലാസ്വാതിലുകളിൽ ശിരസുകളുടെ തിരമാല തെളിഞ്ഞപ്പോൾ ഫോഷറിയും ഫലോസിയും ആദ്യമൊന്നു മടിച്ചു. എങ്കിലും പിന്നീട് അവർ അകത്ത് കയറി പുരുഷന്മാരുടെ അഞ്ചോ ആറോ കൂട്ടങ്ങൾ മാർഗതടസമുണ്ടാക്കിക്കൊണ്ട് തലങ്ങും വിലങ്ങും നടക്കുന്നു.

ആളുകളുടെ കാൽപ്പെരുമാറ്റം ഇപ്പോൾ നല്ലവണ്ണം മുഴങ്ങിക്കേൾക്കാം. ചെംപട്ട് പൊതിഞ്ഞ ബഞ്ചുകളിൽ ഇരിക്കുന്ന സ്ത്രീകൾ ആൾക്കൂട്ടത്തിന്റെ പ്രവാഹം നിരീക്ഷിക്കുന്നതോടൊപ്പം ചൂടിന്റെ അസഹ്യത പ്രകടിപ്പിക്കുന്നുമുണ്ട്. അവരുടെ മുടിക്കെട്ടുകൾ ചുവരുകളെ അലങ്കരിക്കുന്ന കണ്ണാടിയിൽ പ്രതിഫലിക്കുന്നു. അങ്ങേയറ്റത്ത് ബാറിന് മുൻപിൽ നിന്ന് ഒരു കുടവയറൻ പഴച്ചാറ് കുടിക്കുന്നത് കാണാം.

ഇത്തിരി ശുദ്ധവായു ശ്വസിക്കാമെന്ന് കരുതി ഫോഷെറി ബാൽക്കണിയിലേക്ക് പോയി. ചില നടികളുടെ ചിത്രങ്ങൾ നിരീക്ഷിച്ചുകൊണ്ടിരുന്ന ഫലോസി അതവസാനിപ്പിച്ച് ഫോഷറിയോടൊപ്പം പോയി. ബാൽക്കണി മിക്കവാറും ഇരുണ്ട് ശൂന്യമായിരുന്നു. എങ്കിലും സിഗരറ്റ് പുകച്ചുകൊണ്ട് നിൽക്കുന്ന ഒരു രൂപം അവ്യക്തമായി കാണാം. ഒന്നുകൂടി സൂക്ഷിച്ച് നോക്കിയപ്പോൾ അത് ദാഗുനേറ്റ് ആണെന്ന് ഫോഷറി തിരിച്ചറിഞ്ഞു. അവർ ഹസ്തദാനം ചെയ്തു. "പ്രഥമപ്രകടനം ഒരിക്കലും നഷ്ടപ്പെടുത്താത്ത ശീലമുള്ള താങ്കൾ ഈ മൂലയിൽ പാത്തും പതുങ്ങിയും എന്തെടുക്കുകയാണെ"ന്ന് ഫോഷറി ചോദിച്ചു.

"പുക വലിക്കുന്നത് താങ്കൾ കാണുന്നില്ലേ?" ദാഗുനേറ്റ് മറുപടി പറഞ്ഞു. സ്വൈര്യം കൊടുക്കാത്തപോലെ ഫോഷറി തുടർന്നു:

"പുതിയ നടിയെപ്പറ്റി താങ്കളുടെ അഭിപ്രായം എന്താണ്? ഇടനാഴിയിൽ ഉയർന്നു കേട്ടതൊക്കെ നിർദയമായ വിലയിരുത്തലുകളാണ്."

"ഓ അത് അവളാൽ അവഗണിക്കപ്പെട്ട പുരുഷന്മാരുടെ അഭിപ്രായമായിരിക്കും" ദാഗുനെറ്റ് പിറുപിറുത്തു. നാനയുടെ കഴിവിനെപ്പറ്റിയുള്ള അയാളുടെ വിമർശനം അതിലൊതുങ്ങി.

ഫലോസി മുന്നോട്ടാഞ്ഞ് താഴെ നടപ്പാതയിലേക്ക് നോക്കി. അവർക്കെതിർവശത്തായി ഹോട്ടലിന്റെയും ക്ലബ്ബിന്റെയും ജാലകങ്ങൾ പ്രകാശമാനമായി കാണാം. നിരത്തുവക്കിലുള്ള കഫേയിലെ മേശകളെല്ലാം ആളുകൾ കയ്യടക്കിക്കഴിഞ്ഞു. വൈകിയ വേളയിലും തിരക്കിന് യാതൊരു കുറവുമില്ല. റോഡ് മുറിച്ച് കടക്കാൻ ആളുകൾക്ക് വളരെ നേരം കാത്തുനിൽക്കേണ്ടി വരുന്നുണ്ട്. വാഹനപ്പെരുപ്പം അത്രയ്ക്കാണ്.

എന്തൊരു ജനത്തിരക്ക്! എന്തൊരു ശബ്ദം! ഫലോസിയെ പാരീസ് ഇപ്പോഴും ആശ്ചര്യപ്പെടുത്തുകയാണ്. മണി മുഴങ്ങിയതോടെ നടുത്തളം ശൂന്യമായി. തിരക്കിപ്പോൾ നടുത്തളത്തിലായി. തിരശ്ശീല ഉയർന്നു. നീരസം ഏറ്റുവാങ്ങിക്കൊണ്ടാണെങ്കിലും തങ്ങളുടെ സീറ്റുകൾ സുരക്ഷിതമാക്കുന്നതിനായി ആളുകൾ ഹാളിലേക്ക് ഇരച്ചുകയറി. ഒരുതരം മൃഗീയ താൽപ്പര്യത്തോടെ സീറ്റുകൾ കയ്യടക്കിയശേഷം കാണികൾ ശ്രദ്ധാലുക്കളായി. ഫലോസിയുടെ നോട്ടം ചെന്നു തറച്ചത് ഗാഗയിലാണ്. എന്നാൽ അവളുടെ സമീപമിരിക്കുന്ന നീളമുള്ള മനുഷ്യനെ കണ്ടപ്പോൾ ആശ്ചര്യം തോന്നി. അയാൾ കഴിഞ്ഞ അങ്കത്തിൽ ലൂസിയുടെ സ്റ്റേജ്മാനേജരായിരുന്നു. അയാളുടെ പേരെന്തെന്ന് ഫലോസി തിരക്കി. ഫോഷെറിക്ക് അയാളെ വേണ്ടവണ്ണം കാണാൻ കഴിഞ്ഞില്ല. ഒടുവിൽ അലസമായി പറഞ്ഞു.

"ഓ അത് ലബോർദത്ത് ആണ്."

രണ്ടാമങ്കത്തിന്റെ സ്റ്റേജ് ക്രമീകരണങ്ങൾ ആശ്ചര്യകരമായിരുന്നു. നാടോടിനൃത്തത്തിന് പറ്റിയ പശ്ചാത്തലം. വിചിത്രവേഷധാരികളായ മുഖംമൂടികളുടെ ഉണർത്തുപാട്ട് രംഗത്തിന് കൊഴുപ്പ് പകർന്നു. അപ്രതീക്ഷിതമായ പദചലനദൃശ്യങ്ങൾ തീർത്ത വിസ്മയത്താൽ പ്രേക്ഷകരുടെയിടയിൽനിന്ന് 'വൺസ് മോർ' വിളികളുയർന്നു. ആ നർത്തനശാലയിലേക്കാണ് ഭൂമി നന്നായി അറിയാമെന്ന് വീമ്പിളക്കിയ ഐറിസിന്റെ നേതൃത്വത്തിൽ ദേവസംഘം വഴിതെറ്റിയെത്തിയത്. പ്രച്ഛന്നത നിലനിർത്തുന്നതിനായി അവർ മറുവേഷങ്ങളിലായിരുന്നു. അകം പുറമായിട്ടുള്ള കാലുറയും തലയിലൊരു ഭീമൻ തകരക്കിരീടവുമായി ഡാഗൊബർട്ട് രാജാവിന്റെ വേഷത്തിലാണ് ജൂപ്പിറ്റർ പ്രത്യക്ഷപ്പെട്ടത്. ഫോബിയസ് ലോങ്ജ്യൂവിന്റെ ഇടത്തേ കുതിരക്കാരന്റെ വേഷം കെട്ടി. മിനർവാ പരിചാരികയായി. സ്വിസ് അഡ്മിറലിന്റെ കോമാളിവേഷം കെട്ടിയ മാർസിന് ഉച്ചത്തിലുള്ള പ്രോത്സാഹനം ലഭിച്ചു. നെപ്റ്റ്യൂണാകട്ടെ സ്ത്രീകളുടെ ബ്ലൗസണിഞ്ഞ് നീണ്ട തൊപ്പിയും ധരിച്ച് മുഖസ്തുതിയെന്നോണം പറഞ്ഞു:

"കൊള്ളാം ഒരു സുന്ദരനെ എല്ലാവരും ആരാധിക്കേണ്ടതല്ലേ?" സ്ത്രീകൾ ആഹ്ലാദധ്വനികളോടെ വിശറിയുയർത്തി വീശി. ലൂസി ഉച്ചത്തിൽ ചിരിച്ചു. ദൈവങ്ങളുടെ ഈ ഉത്സവം, ഒളിമ്പസിനെ ചെളിക്കുണ്ടിലൂടെ വലിച്ചിഴയ്ക്കുന്ന ഈ അനുഭവം, മതങ്ങളുടെയും കാവ്യസ

ങ്കൽപ്പങ്ങളുടെയും ഹാസ്യാനുകരണം വാസ്തവത്തിൽ പ്രേക്ഷകരെ വിനോദത്തിന്റെ പാരമ്യത്തിലെത്തിച്ചു.

ബുദ്ധിജീവികളായ പ്രേക്ഷകരെ ഇപ്പോൾ ദൈവദൂഷണത്തിന്റെ പനി ബാധിച്ചിരിക്കുന്നു. പുരാതനബിംബങ്ങൾ പലതും തകർക്കപ്പെട്ടിരിക്കുന്നു. ജൂപ്പിറ്റർ വിഡ്ഢിയായി. മാർസും അക്ഷരാർഥത്തിൽ കോമാളിയായി. രാജകീയത പ്രഹസനവും സൈന്യം വെറുമൊരു തമാശയുമായി. അലക്കുകാരിപ്പെണ്ണുമായി പ്രണയത്തിലാകുന്ന ജൂപ്പിറ്റർ ഭ്രാന്തൻ നൃത്തച്ചുവടുകൾ വയ്ക്കുന്നു, അലക്കുകാരിയുടെ വേഷം കെട്ടിയ സിമോണി ദേവനായകന്റെ മൂക്കിനിട്ട് ഒരു തൊഴി കൊടുത്തു. അതും പോരാഞ്ഞ് 'എന്റെ തടിയൻ കിളവാ' എന്ന് സംബോധന കൂടി ചെയ്തപ്പോൾ സദസ്സിൽ സ്ഫോടനാത്മകമായ പൊട്ടിച്ചിരി ഉയർന്നു. അവരുടെ നൃത്തം മുറുകുമ്പോൾ ഫോയ്ബസ് മിനർവയ്ക്ക് മദ്യം നൽകി സൽക്കരിക്കുന്നു. നെപ്റ്റ്യൂണാകട്ടെ ഏഴോ എട്ടോ പെണ്ണുങ്ങളുടെ മധ്യത്തിലാണ് കിടപ്പ്. അവർ അദ്ദേഹത്തെ കേക്കുകൊണ്ട് അലങ്കരിച്ചു. പ്രേക്ഷകർ പരോക്ഷമായ പല ദുസ്സൂചനകളും വ്യാഖ്യാനിച്ചു. നിർദോഷമായ ശൈലികൾ പോലും അശ്ലീലച്ചുവയുള്ള ഒളിയർഥങ്ങൾ നിറഞ്ഞവയായിരുന്നു. പ്രേക്ഷകർ ഇത്തരമൊരു അസംബന്ധച്ചെളിയിൽ മുങ്ങിയ സംഭവം അടുത്ത കാലത്തെങ്ങും ഉണ്ടായിട്ടില്ല.

ഈ വിഡ്ഢിത്തങ്ങൾക്കിടയിലും നാടകം മുന്നോട്ട് നീങ്ങി. വൾക്കാൻ മഞ്ഞയിൽ മുങ്ങിയ വേഷത്തിലായിരുന്നു. മുക്കുവത്തിയുടെ വേഷമണിഞ്ഞ വീനസിനെ അന്വേഷിച്ചായിരുന്നു വൾക്കാന്റെ വരവ്. തലയിൽ കൈലേസ് ചുറ്റിയെത്തിയ നാന പ്രസ്തുതവേഷം നന്നായി ചെയ്തു. ആഭരണവിഭൂഷിതമായ അവളുടെ മുലകൾ വസ്ത്രത്തിന് വെളിയിലേക്ക് തള്ളി തെറിച്ചു നിന്നു. വെളുത്ത നിറവും ഉയർന്ന അരക്കെട്ടും മാംസളമേനിയുമുള്ള നാന കാണികളെ പൊടുന്നനെ കയ്യിലെടുത്തു. നാനയുടെ പ്രഭാവത്തിൽ റോസ് മിഗ്നൺ വിസ്മരിക്കപ്പെട്ടതുപോലെയായി. ഉത്സാഹഭരിതയായ കുട്ടിയായി കുട്ടിപ്പാവാടയണിഞ്ഞെത്തിയ അവൾ ഡയാനയുടെ പരാതി ആകർഷകമായ രീതിയിൽ അവതരിപ്പിച്ചു. എന്നാൽ നാനയാകട്ടെ സ്ത്രൈണലൈംഗികതയുടെ ഊർജചലനം പകർന്ന് പ്രേക്ഷകരെ ഉന്മാദത്തിലാക്കി. രണ്ടാമങ്കം മുതൽ അവളുടെ പിഴവുകൾ പലതും എണ്ണപ്പെടാതെയായി. തെറ്റായ അംഗചലനങ്ങളും ഈണം മുറിഞ്ഞ ഗാനവും ഒന്നും ആരും കാര്യമായെടുത്തില്ല. അവൾ സദസ്സിനു നേരെ ഒന്നു പുഞ്ചിരിക്കുന്നതുപോലും കയ്യടി നേടിക്കൊടുത്തു. പ്രത്യേകതരത്തിൽ അരക്കെട്ടിളക്കുമ്പോഴാകട്ടെ ഗാലറികളിൽനിന്ന് ഗാലറികളിലേക്ക് ആഹ്ലാദാരവം കത്തിപ്പടർന്നു. വീനസിനെ അവൾ സ്വർഗത്തിൽനിന്ന് നാട്ടുവഴിയിലേക്ക് കൊണ്ടുവന്നിരിക്കുന്നു. പശ്ചാത്തലസംഗീതമാണെങ്കിൽ അവളുടെ അപരിഷ്കൃതമായ ശബ്ദത്തിന് പറ്റിയതുമായിരുന്നു.

രണ്ട് ഇനങ്ങൾക്ക് വീണ്ടും 'വൺസ് മോർ'വിളി മുഴങ്ങി. പ്രാരംഭ നൃത്തം അതിന്റെ ചടുലതയോടെ മടങ്ങിയെത്തി. ജൂണോ അലക്കുകാ

രിയുമായി ശൃംഗരിക്കുന്ന ജൂപ്പിറ്ററെ കയ്യോടെ പിടികൂടി പ്രഹരിച്ചു. സ്ഥലമോ സമയമോ വൽക്കാനെ അറിയിക്കാതെ, മാർസുമായി ഒരു കൂടിക്കാഴ്ച ക്രമീകരിക്കുന്ന ഡയാന വീനസിനെ ആശ്ചര്യപ്പെടുത്തുന്നു. തുടർന്നുള്ള രംഗം അത്ര വ്യക്തമായിരുന്നില്ല. സ്ത്രീകളാണ് കൊള്ളാവുന്നവർ; പുരുഷന്മാർ എല്ലാവിധ നാണക്കേടും വരുത്തിവയ്ക്കുന്നു എന്ന സന്ദേശമാണ് കിരീടം നഷ്ടപ്പെട്ട ജൂപ്പിറ്റർ നൽകിയത്. തിരശ്ശീല വീണു. സദസിൽനിന്നുള്ള ആരവത്തിനിടെ തിരശ്ശീല വീണ്ടും ഉയർന്നു. നടീനടന്മാർ സ്റ്റേജിൽ കരം കോർത്ത് അണിനിരന്നു. മധ്യഭാഗത്താണ് റോസും നാനയും പ്രണമിച്ചുകൊണ്ട് നിന്നത്. കരഘോഷമുയർന്നു. സാവധാനത്തിൽ നാടകശാല ശൂന്യമായി.

മുഫാത്ത്പ്രഭ്വിയെ തന്റെ ആദരവ് അറിയിച്ചിട്ട് വരാമെന്ന് ഫലോസി പറഞ്ഞു. അവരെ തനിക്കുകൂടി ഒന്ന് പരിചയപ്പെടുത്തി തരണമെന്ന് ഫോഷറി ആവശ്യപ്പെട്ടു. എന്നാൽ ആളുകളുടെ തിരക്കുമൂലം ഇടനാഴികൾ നിറഞ്ഞതിനാൽ ബാൽക്കണിയിലേക്ക് പ്രവേശിക്കുക അത്ര എളുപ്പമായിരുന്നില്ല. ആളുകൾക്കിടയിലൂടെ ഒറ്റക്കാലിൽ തെന്നി നീങ്ങേണ്ട അവസ്ഥയാണവിടെ. ചുവരിനപ്പുറം പിത്തളവിളക്കിനു ചുവട്ടിൽനിന്ന് ഒരു തടിയൻ വിമർശകൻ ശ്രദ്ധാലുക്കളായ ചെറുസദസിനെ അഭിസംബോധന ചെയ്യുന്നു. അയാളാരാണെന്ന് അതുവഴി കടന്നുപോകുന്നവർ പതുക്കെ പറയുന്നുണ്ട്. നാടകാവതരണത്തിനിടയിലുടനീളം അയാൾ ചിരിച്ചുകൊണ്ടിരിക്കുകയായിരുന്നുവെന്നും ഇപ്പോൾ വലിയ ഗൗരവത്തിൽ ധാർമികതയെക്കുറിച്ച് സംസാരിക്കുകയാണെന്നും ചിലരൊക്കെ അടക്കം പറഞ്ഞു. മണ്ഡനവിമർശകനായിരുന്നിട്ടുകൂടി ഇപ്പോൾ അയാളുടെ പ്രതികരണങ്ങൾ പ്രസാദാത്മകമായിരുന്നില്ല.

വാതിലുകളിലെ കണ്ണാടിയിലൂടെ ഫോഷറി ഓരോ ബോക്സിലേക്കും എത്തിനോക്കിക്കൊണ്ടിരുന്നു. എന്നാൽ വാന്ദേവ്രസ്പ്രഭു ചില ചോദ്യങ്ങളുമായി അയാളെ തടഞ്ഞു. ബന്ധുക്കളിരുവരും മുഫാത്തിനെ അന്വേഷിക്കുകയാണെന്നറിഞ്ഞപ്പോൾ ഏഴാംനമ്പർ ബോക്സിൽ അവരുണ്ടെന്ന് പറഞ്ഞിട്ട് അൽപ്പമൊന്ന് കുനിഞ്ഞ് ഫോഷറിയുടെ കാതിൽ മന്ത്രിച്ചു.

"തെരുവിന്റെ കോണിൽ ഒരു രാത്രിയിൽ നമ്മളീ നാനയെ കണ്ടതല്ലേ?"

അവളെ എവിടെയോ കണ്ടെന്നത് ഉറപ്പാണെന്ന് ഫോഷറിയും സമ്മതിച്ചു. ഫലോസി തന്റെ ബന്ധുവായ ഫോഷറിയെ തണുപ്പൻ പ്രകൃതക്കാരിയായ മുഫാത്ത്പ്രഭ്വിക്ക് പരിചയപ്പെടുത്തി കൊടുത്തു. എന്നാൽ ഫോഷറി എന്ന് കേട്ടപ്പോൾ പ്രഭ്വി ശിരസൊന്നുയർത്തി *ഫിഗാറോയിൽ* വന്ന ചില ലേഖനങ്ങളെ പുകഴ്ത്തി പറഞ്ഞു. വെൽവറ്റ് തുന്നിയ ചിത്രത്തൂണിലേക്ക് ചാഞ്ഞുകൊണ്ട് ചുമലുകൾ താളാത്മകമായി ചലിപ്പിച്ച് അവർ കുറച്ചുനേരം സംഭാഷണത്തിലേർപ്പെട്ടു. വരാനിരിക്കുന്ന ലോകനാടകപ്രദർശനമേളയും അതിൽ പരാമർശിക്കപ്പെട്ടു. "അത് തീർച്ചയായും

നന്നായിരിക്കും" ചതുരമുഖത്തിൽ ഔദ്യോഗികമായ ഗാംഭീര്യം പ്രതിഫലിപ്പിച്ചുകൊണ്ട് പ്രഭു പറഞ്ഞു. പ്രദർശനനഗരി സന്ദർശിച്ചിട്ട് വിസ്മയഭരിതനായാണ് ഞാൻ തിരികെയെത്തിയത്.

"എന്നിരുന്നാലും കൃത്യസമയത്ത് നടക്കുമോ എന്ന് സംശയമാണ്. എന്തൊക്കെയോ പ്രശ്നങ്ങളുണ്ടെന്ന് കേൾക്കുന്നു" ഫലോസി അഭിപ്രായപ്പെട്ടു.

"എല്ലാം ശരിയായിക്കൊള്ളും ചക്രവർത്തിക്ക് അതിൽ പ്രത്യേക താൽപ്പര്യമുണ്ട്" പ്രഭ്വി ഉറച്ച സ്വരത്തിൽ പറഞ്ഞു.

നിർമാണാവസ്ഥയിൽ ഒരു ദിവസം ലേഖനസംബന്ധമായ ആവശ്യത്തിന് അവിടെ ചെന്നപ്പോൾ അക്വേറിയത്തിൽ കുടുങ്ങിപ്പോയ അനുഭവമുണ്ടായത് ഫോഷറി ഓർമിച്ചെടുത്തു. പ്രഭ്വി അതുകേട്ട് പുഞ്ചിരിച്ചു.

നാടകശാല മിക്കവാറും ഉറക്കത്തിലാണ്. ഏതാനും മാന്യന്മാർ സ്റ്റാളുകളുടെ മുൻപിൽനിന്ന് പത്രം വായിക്കുന്നു. സ്വന്തം വീട്ടിലേക്കെന്ന മട്ടിലാണ് അവർ സുഹൃത്തുക്കളെ സ്വീകരിക്കുന്നത്. വിവിധപ്രവേശനയിടങ്ങളിൽ അവർ സ്ത്രീകളോട് സംസാരിക്കുവാൻ തിരക്ക് കൂട്ടുന്നു. ഷർട്ടിന്റെ മുൻഭാഗം തുറന്നിട്ട് തങ്ങളുടെ വെളുത്ത മാറിടം പ്രദർശിപ്പിച്ചുകൊണ്ടാണ് അവരുടെ നിൽപ്പ്.

"നമുക്ക് അടുത്ത ചൊവ്വാഴ്ച കാണാം" പ്രഭ്വി ഫലോസിയോട് പറഞ്ഞു. ഫോഷറിയെയും അവർ ക്ഷണിച്ചു. അദ്ദേഹം ശിരസ്സ് നമിച്ച് നന്ദി പ്രകാശിപ്പിച്ചു.

നാടകത്തെപ്പറ്റി ഒരു വാക്കുപോലും അവർ ഉരിയാടിയില്ല. നാനയുടെ കാര്യം പരാമർശിച്ചതേയില്ല. നിയമനിർമാണസഭയിലെന്ന മട്ടിലാണ് മുഫാത്ത് പ്രഭ്വി അവിടെയിരുന്നത്. എങ്കിലും നാടകമെന്നുവച്ചാൽ തന്റെ അമ്മായച്ഛന് ജീവനാണെന്ന അഭിപ്രായം പറഞ്ഞുകൊണ്ടാണ് അന്ന് വൈകുന്നേരത്തെ തന്റെ സാന്നിധ്യത്തെ അദ്ദേഹം വിശദീകരിച്ചത്. മാർകിസ് ഷുവാർദിനുവേണ്ടി വാതിൽ എപ്പോഴും തുറന്നു കിടക്കേണ്ടതുണ്ട്. സന്ദർശകർക്കുവേണ്ടി സീറ്റ് ഒഴിഞ്ഞുകൊടുത്ത അദ്ദേഹം ഇപ്പോൾ തിരികെയെത്തിയിരിക്കുന്നു. ഒത്ത നീളവും മൃദുവായ മുഖചർമവും ഉള്ള അദ്ദേഹത്തിന്റെ അടങ്ങിയിരിക്കാത്ത കണ്ണുകൾ അതുവഴി പോകുന്ന സ്ത്രീകളെ പിന്തുടർന്നുകൊണ്ടിരുന്നു.

പ്രഭ്വിയുടെ ക്ഷണം സ്വീകരിച്ച മാത്രയിൽത്തന്നെ ഫോഷറി അവിടംവിട്ട് പോയി. ഫലോസിയാണ് അവസാനമായി ബോക്സ് ഒഴിഞ്ഞത്. വാന്ദേവ്രസിന്റെ സ്റ്റേജ്ബോക്സിൽ ലബോർദത്ത് സുഖമായിരിക്കുന്നത് അദ്ദേഹം ശ്രദ്ധിച്ചു. അദ്ദേഹം ബ്ലാൻഷേയുമായി കൊച്ചുവർത്തമാനത്തിലാണ്.

"ലബോർദത്തിന് എല്ലാ പെണ്ണുങ്ങളെയും അറിയാം. ഇപ്പോൾ അയാൾ ബ്ലാൻഷേയോടൊപ്പമാണ്." ഫലോസി ഫോഷറിയുടെ അടുത്തെത്തി പറഞ്ഞു.

"സംശയിക്കാനെന്തിരിക്കുന്നു? അയാൾക്ക് അവരെയെല്ലാമറിയാം.

എന്റെ ചങ്ങാതീ നീ ഇത്രയും നാൾ എവിടെയായിരുന്നു?" ഫോഷറി സാധാരണമട്ടിൽ പ്രതികരിച്ചു.

ഇടവഴിയിൽ ഇപ്പോൾ വലിയ തിരക്കില്ല. ലൂസി വിളിച്ചപ്പോൾ ഫോഷറി താഴേക്കുള്ള ഗോവണി ഇറങ്ങാൻ തുടങ്ങി. അകത്തെ ചൂട് സഹിക്കാൻ വയ്യെന്ന് പറഞ്ഞ് ലൂസി വെളിയിലിറങ്ങി നിൽക്കയാണ്. കരോളിനോടും അമ്മയോടുമൊപ്പം ഇടനാഴിയുടെ സ്ഥലം മുഴുവൻ അപഹരിച്ചുകൊണ്ടാണ് അവരുടെ നിൽപ്പ്. ഇടയ്ക്കിടെ വറുത്ത ബദാം ചവയ്ക്കുന്നുണ്ട്. ഒരു പരിചാരിക മാതൃഭാവത്തിൽ അവരോടെന്തോ സംസാരിക്കുന്നുണ്ട്. ലൂസി ഒരു ഘട്ടത്തിൽ ഫോഷറിയോട് ഇത്തിരി ശണ്ഠ കൂടാൻ തുടങ്ങി. മറ്റു സ്ത്രീകളോട് സംസാരിക്കാനുള്ള വെമ്പലാണത്രേ ഫോഷറിക്ക്. ഇത്തിരി വെള്ളം വേണമോ എന്നുപോലും അയാൾ ചോദിച്ചില്ലത്രേ. പൊടുന്നനെ വിഷയം മാറ്റി അവൾ തുടർന്നു.

"നാന നന്നാകുന്നുണ്ടെന്നാണ് എനിക്ക് തോന്നുന്നത്."

അവസാന അങ്കം അരങ്ങേറുമ്പോൾ ഫോഷറി തന്റെ സ്റ്റേജ്ബോക്സിൽ ഉണ്ടാവണമെന്ന് ലൂസി ആഗ്രഹിച്ചു. എന്നാൽ പിന്നെ കാണാമെന്ന് പറഞ്ഞ് അയാൾ അവിടെനിന്ന് രക്ഷപ്പെട്ടു. ഫോഷറിയും ഫലോസിയും തീയറ്ററിന് വെളിയിൽനിന്ന് സിഗരറ്റ് പുകയ്ക്കുന്നു. പ്രേക്ഷകരിലെ ആൺഘടകമെന്ന മട്ടിൽ രാത്രിയിലെ ശുദ്ധവായു ശ്വസിക്കാനിറങ്ങിയ ചെറുപ്പക്കാരുടെ കൂട്ടം നടപ്പാതയിൽ തടസമുണ്ടാക്കി. ഇതിനിടയിൽ മിഗ്നൺ സ്റ്റീനറെ വെറൈറ്റി കഫേയിലേക്ക് നിർബന്ധിച്ച് കൊണ്ടുപോയി. ബാങ്കറുടെ പ്രതികരണങ്ങൾ കൺകോണിലൂടെ വായിച്ചുകൊണ്ട് നാനയുടെ വിജയത്തെപ്പറ്റി വർധിച്ച ഉത്സാഹത്തോടുകൂടി മിഗ്നൻ സംസാരിച്ചുകൊണ്ടിരുന്നു. അയാൾക്ക് അദ്ദേഹത്തെ നന്നായറിയാം. റോസിനെ വളച്ചെടുക്കുന്നതിൽ രണ്ടുതവണ അദ്ദേഹത്തെ സഹായിച്ചിട്ടുണ്ട്. കാര്യം കഴിഞ്ഞപ്പോൾ അദ്ദേഹം വിശ്വസ്തനായി ഒതുങ്ങിക്കൂടി.

കഫേയിൽ വന്നവർ മാർബിൾപലകയ്ക്കു ചുറ്റും തിരക്ക് കൂട്ടുന്നു. ചിലർ നിൽക്കുന്ന നിൽപ്പിൽ തിരക്കിട്ട് കുടിക്കുന്നു. വിശാലമായ കണ്ണാടി ഇവരെ അനന്തമായി പ്രതിഫലിപ്പിച്ചു. സ്ഫടികവിളക്കുകളും തുകൽ പൊതിഞ്ഞ ഇരിപ്പിടങ്ങളും ചുവന്ന പരവതാനിവിരിച്ച വളഞ്ഞ ഗോവണിയും എല്ലാം ഉള്ള ഇടുങ്ങിയ മുറി കണ്ണാടിയിൽ പർവ്വതീകരിക്കപ്പെട്ടു.

നടപ്പാതയിലേക്ക് പുറംകാഴ്ച കിട്ടുന്ന ഒരു മുറിയിലെ മേശയ്ക്കരികിൽ സ്റ്റീനർ ഇരുന്നു. മുറിയുടെ വാതിലുകൾ വർഷങ്ങളായിട്ട് എടുത്തുമാറ്റിയ നിലയിലാണ്. ഫോഷറിയും ഫലോസിയും അതുവഴി കടന്നുപോയപ്പോൾ ബാങ്കർ അവരെ തടഞ്ഞു നിർത്തി ഒരു ബിയർ കുടിക്കാൻ ക്ഷണിക്കുന്നു. എന്നാൽ മറ്റു ചില ഉദ്ദേശ്യം അയാൾക്കുണ്ടായിരുന്നു. നാനയ്ക്ക് ഒരു ബൊക്കെ നൽകണം. അതിനായി അയാൾക്ക് നന്നായി അറിയാവുന്ന അഗസ്റ്റിനെന്ന വെയ്റ്ററെ വിളിച്ചു. മിഗ്നൺ കഴുകൻകണ്ണുകളുമായി ഇതൊക്കെ നിരീക്ഷിക്കുന്നുണ്ടായിരുന്നു. എന്നിട്ട് പറഞ്ഞു:

"രണ്ടു ബൊക്കെ വാങ്ങിച്ചേക്കൂ എന്നിട്ട് പരിചാരകരാരുടെയെങ്കിലും

കയ്യിൽ കൊടുത്തിട്ട് തക്ക സമയത്ത് ഓരോരുത്തർക്കർക്കും നൽകാൻ പറയൂ."

മുറിയുടെ അങ്ങേയറ്റത്ത് ഒരു പതിനെട്ടുകാരി കണ്ണാടിയുടെ ഫ്രെയിമിൽ തല ചായ്ച്ചുകൊണ്ട് ഫലശൂന്യമായ കാത്തിരിപ്പ് തുടരുന്നു. അവളുടെ സ്വർണ മുടിയിഴകൾക്കു താഴെ ഒരു കന്യകയുടെ നിഷ്കളങ്കമായ മുഖം കാണാം. മങ്ങിയ പച്ചസിൽക്ക് ധരിച്ചിരിക്കുന്ന അവളുടെ വട്ടത്തൊപ്പി പല വിധത്തിലുള്ള പ്രഹരങ്ങളാൽ ഉടഞ്ഞിരിക്കുന്നു. രാത്രിയിലെ തണുത്ത കാറ്റിൽ അവൾ വിളറിയതുപോലെ കാണപ്പെടുന്നു.

അവളെ കണ്ട മാത്രയിൽ ഫോഷറി അടക്കം പറഞ്ഞു."അത് നമ്മുടെ സാറ്റിനല്ലേ? അവളവിടെ എന്തെടുക്കയാണ്?" ഫലോസി ഫോഷറിയെ ചോദ്യം ചെയ്തു.

"അവളൊരു തെരുവുപെണ്ണ്, കണക്കിൽ കൂട്ടേണ്ടതില്ല. അവൾ സംസാരിക്കാൻ കൊള്ളാത്തത്ര വൃത്തികെട്ടതാണെന്നാണ് ആളുകളുടെ വയ്പ്പ്."

ഫോഷറി ശബ്ദമുയർത്തി ചോദിച്ചു: "ഏയ് സാറ്റിൻ അവിടെ എന്തെടുക്കയാണ്?"

"ഞാനിവിടെ വേര് പിടിച്ചുപോയി" അവിടെനിന്നനങ്ങാതെ അവൾ ശാന്തയായി മറുപടി പറഞ്ഞു. ആണുങ്ങളെല്ലാം ചിരിക്കാൻ തുടങ്ങി.

ധൃതി വയ്ക്കേണ്ട കാര്യമില്ലെന്നും മൂന്നാമങ്കത്തിന്റെ പശ്ചാത്തലമൊരുക്കാൻ കുറഞ്ഞത് ഇരുപത് മിനിട്ടെങ്കിലും വേണ്ടിവരുമെന്നും മിഗ്നൺ ഉറപ്പിച്ചു പറഞ്ഞു. എന്നാൽ ഫോഷറിയും ഫലോസിയും ബിയർ തീർന്നപ്പോൾ തിയറ്ററിലേക്ക് മടങ്ങി. അവർക്ക് തണുക്കുന്നുണ്ടായിരുന്നു. ഒടുവിൽ സ്റ്റീനർ മാത്രം ശേഷിച്ചപ്പോൾ മിഗ്നൻ തെല്ല് കുനിഞ്ഞ് കൈ മേശപ്പുറത്തൂന്നി പറഞ്ഞു:

"കാര്യങ്ങളൊക്കെ പിടികിട്ടിക്കാണുമല്ലോ നമുക്കവളെ വിളിക്കാം. നിങ്ങളെ ഞാൻ പരിചയപ്പെടുത്താം. ഇത് നമ്മൾ മാത്രമേ അറിയൂ. എന്റെ ഭാര്യ ഇതറിയേണ്ട കാര്യമില്ല."

തങ്ങളുടെ സീറ്റിലേക്ക് മടങ്ങിവന്ന ഫോഷറിയും ഫലോസിയും രണ്ടാമത്തെ ബോക്സിൽ സുന്ദരിയായ ഒരു സ്ത്രീ മാന്യമായി വസ്ത്രധാരണം ചെയ്തിരിക്കുന്നത് കണ്ടു. ഗൗരവപ്രകൃതിയായ ഒരു മാന്യനോടൊപ്പമാണ് അവർ ഇരിക്കുന്നത്. ഗവൺമെന്റുദ്യോഗസ്ഥനായ അയാളെ ഫലോസി നേരത്തെ കണ്ടിട്ടുണ്ട്. ഒരു സമയം ഒരു കാമുകൻ, അതും ബഹുമാന്യനായ ഒരാൾ മാഡം റോബർട്ട് എന്ന ആ സ്ത്രീയെപ്പറ്റി ഫോഷറിക്ക് മതിപ്പാണ്.

ദാഗുനേറ്റ് അവരെ നോക്കി പുഞ്ചിരിച്ചു. നാനയുടെ വിജയം ഇപ്പോൾ മറയില്ലാതെ ആഘോഷിക്കാമെന്ന നിലയിലായി അദ്ദേഹവും. അദ്ദേഹത്തിന്റെ അടുത്തിരിക്കുന്ന കുഴിമടിയൻ വിദ്യാർഥി ഇപ്പോഴും സീറ്റിൽനിന്ന് മാറിയിട്ടില്ല. ഉന്മത്തമായ ആരാധനകൊണ്ട് അവനെ സ്തബ്ധനാക്കാൻ നാനയ്ക്ക് കഴിഞ്ഞു. ലജ്ജയോടെ അവൻ കയ്യുറ അഴിക്കുകയും ഇടു

കയും ചെയ്തുകൊണ്ടിരുന്നു. ഒടുവിൽ ദാഗുനേറ്റ് നാനയെപ്പറ്റി പറഞ്ഞപ്പോൾ അവൻ ചോദ്യങ്ങളായി.

"എക്സ്ക്യൂസ് മീ, നാടകത്തിൽ അഭിനയിക്കുന്ന ആ പുതിയ നടിയെ താങ്കൾ അറിയുമോ?"

"കുറച്ചറിയാം" ദാഗുനേറ്റ് അത്ഭുതത്തോടും തെല്ല് അവഗണനയോടും പറഞ്ഞു.

"അവരുടെ വിലാസമറിയുമോ?"

ഈ ചോദ്യത്തിന്റെ സംസ്കാരശൂന്യതയോർത്ത് ചെകിട്ടത്ത് ഒരെണ്ണം കൊടുത്താലോ എന്നുവരെ ദാഗുനേറ്റിന് തോന്നി. എങ്കിലും തണുപ്പൻമട്ടിൽ വിമുഖതയോടെ പറഞ്ഞു: "എനിക്കറിയില്ല"

കുറച്ചുകൂടി മാന്യമായ രീതിയിൽ പെരുമാറണമെന്ന് അവന് തോന്നി. അവൻ കൂടുതൽ ലജ്ജിതനായി കാണപ്പെട്ടു.

മൂന്ന് തവണ മണി മുഴങ്ങി. മടങ്ങിയെത്തുന്ന ജനക്കൂട്ടത്തിന് പരിചാരകന്മാർ ഓവർക്കോട്ടും മറ്റും തിരികെ കൊടുക്കുന്നു. ഇറ്റ്നാമലയിലുള്ള വെള്ളിഖനിഗുഹയുടെ പശ്ചാത്തലം കണ്ടപ്പോൾ കയ്യടിസംഘം ഉഷാറായി. പുത്തൻനാണയങ്ങൾ പോലെ അതിന്റെ വശങ്ങൾ തിളങ്ങി. അഗ്നിദേവതയുടെ ആല സൂര്യാസ്തമയപ്രഭ ചൊരിഞ്ഞു.

രണ്ടാമങ്കം മുതൽ, വീനസിനും മാർസിനും വേണ്ടി ഒരു യാത്ര പോകുന്നുവെന്ന് നടിക്കുന്ന ദൈവവുമായി ഒരു ധാരണയിലെത്തിയിരുന്നു ഡയാന. വീനസ് പ്രത്യക്ഷപ്പെടുന്നതിന് മുമ്പ് വളരെ ക്ലേശിച്ച് അദ്ദേഹം ഡയാനയെ ഒഴിവാക്കി.

സദസാകെ കോരിത്തരിച്ചു പോയി. തന്റെ ശരീരത്തിന്റെ ആകർഷണശക്തിയിലുള്ള ആത്മവിശ്വാസത്തോടെയും ധീരതയോടെയും നാന നഗ്നയായി പ്രത്യക്ഷപ്പെട്ടു. സുതാര്യമായ നേർത്ത ഒരു കവചമുണ്ടെന്നല്ലാതെ അവൾ ഒന്നും ധരിച്ചിരുന്നില്ല. അവളുടെ ഉരുണ്ട ചുമലുകളും കുന്തമുനപോലെ കട്ടിയുള്ള റോസ് മുലക്കണ്ണുകളോടുകൂടിയ പോർമുലകളും മദാലസമായി ഇളകുന്ന ചന്തിയും തടിച്ച തുടകളും വ്യക്തമായി കാണാമായിരുന്നു. ശരീരം ആകെക്കൂടി നുരഞ്ഞു പൊന്തുന്ന വെൺമയിൽ തിളങ്ങി. തിരയിൽനിന്ന് മൂടുപടംപോലുമില്ലാതെ പൊങ്ങി വരുന്ന വീനസായാണ് അവൾ അഭിനയിച്ചത്. നാന കൈകൾ ഉയർത്തിയപ്പോൾ അവളുടെ കക്ഷത്തിലെ സുവർണരോമങ്ങൾ ഫുട്ലൈറ്റിന്റെ വെളിച്ചത്തിൽ തിളങ്ങി. ഇപ്പോൾ കയ്യടിയില്ല. ആരും ചിരിക്കുന്നില്ല. പുരുഷന്മാരുടെ മുഖം ഗൗരവമായി, നാസിക മരവിച്ചു, മുഖപേശികൾ വലിഞ്ഞു. കാണികളുടെ ഇടയിൽ ഒരു കാറ്റ് വീശി; മൃദുവെങ്കിലും അപകടഭീതി മറഞ്ഞിരിക്കുന്ന കാറ്റ്. ആസക്തിയുടെ അദൃശ്യലോകങ്ങൾ തുറന്നിട്ടുകൊണ്ട് ഒരു പെൺകുട്ടി ഇതാ ഭ്രാന്തൻ ലൈംഗികതയുടെ തിരകളുയർത്തി തികവുള്ള സ്ത്രീയായി മാറിയിരിക്കുന്നു. അവൾ ഇപ്പോഴും പുഞ്ചിരിക്കുന്നുണ്ട്; പുരുഷനെ നശിപ്പിക്കുന്ന മാരകമായ ചിരി.

"കർത്താവേ!" ഫോഷറി ഫലോസിയുടെ നേർക്ക് തിരിഞ്ഞ് പ്രതി

കരിച്ചു. സമ്മേളനത്തിന് പോകാൻ തിടുക്കപ്പെടുന്ന മാർസിന് രണ്ട് ദേവ തമാരാൽ താൻ പിടിക്കപ്പെട്ടിരിക്കയാണെന്ന് മനസിലായി. പ്രുള്ളിയർ സത്യസന്ധമായി ചെയ്ത ഒരു രംഗമായിരുന്നു അടുത്തത്. അഗ്നിദേവ തയ്ക്ക് കൈമാറുന്നതിന് മുൻപായി ഒരു അവസാനശ്രമമെന്ന നിലയി ലുള്ള ഡയാനയുടെ തലോടലിനെയും തന്റെ എതിരാളിയുടെ സാന്നി ധ്യത്താൽ സംഭ്രമചിത്തയായ വീനസിന്റെ മുഖസ്തുതിയെയും എല്ലാം അദ്ദേഹം ഒരു പോരുകോഴിയുടെ വീര്യത്തോടെ ചെറുത്തു നിന്നു. പ്രസ്തുതരംഗം ഗംഭീരമായ വാദ്യമേളത്തോടെയാണവസാനിച്ചത്.

പൊടുന്നനെ രണ്ട് വെള്ളത്താമരബൊക്കെകൾ സ്റ്റേജിൽ വന്നു വീണു. കാണികൾ കയ്യടിച്ചു. പ്രുള്ളിയർ രണ്ടു കെട്ടും ചാടിപ്പിടിച്ചപ്പോൾ നാനയും റോസും ശിരസ്സ് നമിച്ചു. ചില ആളുകൾ സ്റ്റീനറും മിഗ്നനും ഇരിക്കുന്ന സ്റ്റേജ്ബോക്സിലേക്ക് നോക്കി. സ്റ്റീനറുടെ മുഖം കടുംചുവ പ്പായി. തൊണ്ടയിലെന്തോ കുടുങ്ങിയതുപോലെ കവിളുകൾ കോച്ചിപ്പി ടിച്ചു.

തുടർന്ന് ഒരുകൊടുങ്കാറ്റുതന്നെ ഉണ്ടായെന്ന് പറയാം. ഡയാന കോപത്തോടെ പോയി. പായൽക്കിടക്കയിലിരുന്ന വീനസ് ഉടനെ മാർ സിനെ അടുത്തേക്ക് ക്ഷണിച്ചു. ഇത്തരം വഷളൻരംഗങ്ങൾ കാട്ടാനുള്ള ധൈര്യം ഇതിനു മുൻപ് ഒരു നാടകകാരനും കാണിച്ചിട്ടില്ല. നാന പ്രുള്ളി യറിന്റെ കഴുത്തിലൂടെ കയ്യിട്ട് അവളോട് അടുപ്പിച്ചു. അപ്പോൾ ഫൊണ്ടാൻ ഗുഹയുടെ പിറകിൽ പ്രത്യക്ഷപ്പെട്ട ഭാര്യയെ അതിശയിപ്പിച്ചുകൊണ്ട് പീഡിതഭർത്താവിന്റെ ഹാസ്യാനുകരണം നടത്തി. തന്റെ പ്രസിദ്ധമായ ഇരുമ്പുവല അയാൾ പിടിച്ചിട്ടുണ്ടായിരുന്നു. എന്നിട്ട് ഒരു മീൻപിടുത്ത ക്കാരനെപ്പോലെ വലയെറിഞ്ഞ് വീനസിനെയും മാർസിനെയും അതിന കത്താക്കി. സംതൃപ്തരായ കമിതാക്കളുടെ ഭാവത്തിൽ അവർ നിശ്ച ലരായി കാണപ്പെട്ടു.

വലിയൊരു നെടുവീർപ്പിനെ അനുസ്മരിപ്പിക്കുന്ന ആരവം അപ്പോൾ ഉയർന്നു. അങ്ങിങ്ങ് കയ്യടിയുണ്ടായി. എല്ലാ കുഴൽക്കണ്ണാടികളും വീന സിലേക്ക് കേന്ദ്രീകരിക്കപ്പെട്ടു. അൽപ്പാൽപ്പമായി നാന സദസിന്റെ പ്രതി കരണം ഉൾക്കൊണ്ടു. ഇപ്പോൾ എല്ലാ പുരുഷന്മാരും അവളുടെ അടിമ യായിക്കഴിഞ്ഞു. കാമാസക്തിയുടെ ഒരു ചൂടൻതിര അവളിൽനിന്നുയർന്ന് നാടകശാലയാകെ വ്യാപിച്ചു. ആ നിമിഷം അവളുടെ ചെറിയൊരു ചലനം പോലും രതിവാസന ദീപ്തമാക്കി. ചെറുവിരൽത്തുമ്പുകൊണ്ട് അവൾ പുരുഷശരീരങ്ങളെ നിയന്ത്രിച്ചു. അദൃശ്യമായ വയലിൻസംഗീതം സിര കളെ ത്രസിപ്പിക്കുന്നതുപോലെ പിൻവശം കോച്ചിപ്പിടിച്ച് പുരുഷന്മാർ മുന്നോട്ടാഞ്ഞു. ചില സ്ത്രീകളുടെ ചുണ്ടുകളിൽനിന്ന് ബഹിർഗമിച്ച ചുടു നിശ്വാസം അവരുടെ പിൻകഴുത്തിൽ തട്ടി രോമാഞ്ചമുണ്ടാക്കി. കുഴിമടി യൻ വിദ്യാർഥി പരിസരബോധം നഷ്ടപ്പെട്ടതുപോലെ ഇരിപ്പിടത്തിൽ നിന്ന് തെന്നിമാറിയിരിക്കുന്നത് ഫോഷറി ശ്രദ്ധിച്ചു. ചുണ്ടുകൾ കടിച്ച മർത്തി വിളറിയിരിക്കുന്ന വാന്ദേവ്രസ്പ്രഭുവിനെ അദ്ദേഹം ജിജ്ഞാസ

യോടെ നോക്കി. തടിയൻസ്റ്റീനറുടെ മുഖം സന്നിപാതം ബാധിച്ചതു പോലെ ചുവന്നിരിക്കുന്നു. ഒരു കുതിരക്കച്ചവടക്കാരൻ ഒത്ത ലക്ഷണ മുള്ള പെൺകുതിരയെ മതിപ്പോടെ നോക്കുന്ന മട്ടിലാണ് കുഴൽക്കണ്ണാ ടിയിലൂടെയുള്ള ലബോർദത്തിന്റെ നിരീക്ഷണം. കാതുകൾ ചുവന്നു ജ്വലിക്കുന്ന ദാഗുനേറ്റിന് ആശ്ചര്യം കരകവിഞ്ഞു. മുഫാത്തിന്റെ ബോക്സ് ഇപ്പോൾ കാണാം. പ്രഭ്വിയുടെ വിളറിയ പ്രൗഢമുഖത്തിനു സമീപം മുഫാത്ത് വായും പൊളിച്ചിരിക്കയാണ്. അദ്ദേഹത്തിന്റെ കവിളു കൾ ചുവന്ന ബിന്ദുക്കളാൽ ആവൃതമായിരിക്കുന്നു. മുഫാത്തിനു സമീപം ഇരുട്ടിൽ മാർക്വിസ് ഷുവാർദിന്റെ കണ്ണുകൾ പൂച്ചയുടേതുപോലെ സ്വർണാഭമായി തിളങ്ങുന്നുണ്ട്.

ചൂട് കഠിനതരമായിരുന്നു. സ്വന്തം തലമുടിപോലും ആളുകൾക്ക് ഭാരമായി തോന്നി. മൂന്ന് മണിക്കൂർ നേരമായി അവർ തിയറ്ററിനുള്ളിലാ ണ്. നിശ്വാസഗന്ധവും ശരീരഗന്ധവും അന്തരീക്ഷത്തിൽ തങ്ങി നിന്നു. സ്ഫടികവിളക്കുകൾക്ക് താഴെ അന്തരീക്ഷത്തിലെ പൊടി സാന്ദ്രമായി കാണപ്പെട്ടു. നാടകശാലയാകെ ഒരുസത്സവമയക്കം ബാധിച്ചിരിക്കുന്നു. തളർച്ചകൊണ്ടും വികാരവിക്ഷോഭംകൊണ്ടും കാണികൾക്ക് തല ചുറ്റുന്നു. പാതിരാത്രിയിലെ പ്രണയക്കിനാവുകൾ കണ്ട് അവർ കിടക്ക മോഹിച്ചു. ആയിരത്തഞ്ഞൂറോളം വരുന്ന ജനസമുദ്രത്തെ വൈകാരിക മായ സമ്മർദത്തിലാഴ്ത്തിയ നാനയാവട്ടെ, മാർബിൾ പോലത്തെ വെളുത്ത ശരീരംകൊണ്ടും തന്റെ ലൈംഗികവാസനകൊണ്ടും അവരെ ശിഥിലമാക്കി വിജയശ്രീലാളിതയായി.

നാടകം പെട്ടെന്നുതന്നെ പരിസമാപ്തിയിലേക്ക് നീങ്ങി. വൾക്കാന്റെ വിജയകാഹളത്തിന് പ്രതികരണമായി ഒളിമ്പസ് മുഴുവനും കമിതാക്ക ളുടെ മുൻപിൽ അണിനിരന്നു. ആഹ്ലാദാരവങ്ങളും കുശുകുശുപ്പുകളും അവർക്കിടയിൽനിന്നുയർന്നു. ജൂപ്പിറ്റർ പറഞ്ഞു:

"ഇതെല്ലാം കാണുന്നതിന് ഞങ്ങളെ വിളിച്ച നീയൊരു വിഡ്ഢി യാണെന്ന് ഞാൻ കരുതുന്നു."

അപ്പോൾ വീനസിനനുകൂലമായി ഒരു വികാരതരംഗം ഉയർന്നു. ഐറിസിനാൽ ജാരിണീപതിഗാനം ഒരിക്കൽക്കൂടി അവതരിക്കപ്പെട്ടു. തുടർന്ന്, അവരുടെ അപേക്ഷ പരിഗണിക്കരുതെന്ന് ദേവഗുരുവിനോട് അപേക്ഷിക്കയും ചെയ്തു. വഞ്ചിക്കപ്പെട്ട നിലയിൽത്തന്നെ അവർ സന്തു ഷ്ടരാണ്. അത്തരം ഭാര്യമാരോടൊത്തുള്ള ജീവിതം ദുസ്സഹമാണ്. ഹാസ്യത്തിന് പിന്നിലെ ഗുണപാഠവും അതായിരുന്നു. അതുകൊണ്ട് വീനസ് സ്വതന്ത്രയായി. അഗ്നിദേവന് മോചനം അനുവദിക്കപ്പെട്ടു. മാർസ് ഡയാനയുടെ അടുത്തേക്ക് പോയി. വീട്ടിൽ ഇത്തിരി സമാധാനം ഉണ്ടാ കുന്നതിനായി അലക്കുകാരി പെൺകുട്ടിയെ ജൂപ്പിറ്റർ ഒരു നക്ഷത്രസമൂ ഹത്തിലേക്കയച്ചു. പ്രണയദൗത്യം നിർവഹിക്കുന്നതിനുപകരം കടലാസു പാവകൾ ഉണ്ടാക്കിക്കൊണ്ടിരുന്ന കാമദേവൻ അവസാനം തടവിൽനിന്ന്

മോചിക്കപ്പെട്ടു. നാനയുടെ വശീകരിക്കുന്ന നഗ്നതയിൽ പൂർവാധികം ഉജ്ജ്വലമായി ജാരിണീപതീഗാനം മുഴങ്ങിയപ്പോൾ തിരശ്ശീല വീണു.

പ്രേക്ഷകരെല്ലാം ഇരിപ്പിടങ്ങളിൽനിന്ന് എഴുന്നേറ്റ് വാതിൽ ലക്ഷ്യമാക്കി തിരക്കു കൂട്ടുന്നു. നാടകപ്രവർത്തകരുടെ പേരുകൾ മുഴങ്ങി. നാന, നാന എന്ന ആർപ്പുവിളി നാടകശാലയാകെ പ്രതിധ്വനിച്ചു. എല്ലാവരും ഇറങ്ങിക്കഴിഞ്ഞപ്പോൾ അവിടമാകെ ഇരുട്ടായി. ഫുട്ലൈറ്റുകൾ ഇപ്പോഴില്ല. വിളക്കുകൾ തിരി താഴ്ത്തി. ചൂടും ശബ്ദവും നിറഞ്ഞ അന്തരീക്ഷത്തിൽ പൊടിഗന്ധമുയർന്നു.

ക്രമേണ നാടകശാല മരണസദൃശമായ നിശ്ചലതയെ പ്രാപിച്ചു. മുഫാത്ത് തന്റെ ബോക്സിന്റെ അറ്റത്തേക്ക് മാറിനിന്നു. പുറത്തെ തിരക്കൊഴിയുന്നതിന് കാക്കുകയാണവർ. നഷ്ടപ്പെട്ട വസ്ത്രങ്ങൾ പരിചാരകരിൽനിന്ന് വാങ്ങാൻ ഇടനാഴിയിൽ ആളുകൾ ഉന്തും തള്ളും കൂട്ടുകയാണ്. ഫോഷറിയും ഫലോസിയും ആളുകളെ കാണാനുള്ള തിരക്കിലാണ്. ചില പുരുഷന്മാർ വിശ്രമ അറയിൽ നിരന്നു. അനന്തമെന്നോണം രണ്ടു നിര ആളുകൾ ഇരട്ടക്കോവണി ഇറങ്ങിവന്ന് പരസ്പരം കൂട്ടിമുട്ടുന്ന സാഹചര്യവും ഉണ്ടായി. സ്റ്റീനർ മിഗ്നണിന്റെ പിന്നാലെ ആദ്യമേതന്നെ പുറത്തു കടന്നു. ബ്ലാൻഷേയുടെ കൈപിടിച്ചുകൊണ്ടാണ് വാന്ദേവ്രസ് പുറത്തിറങ്ങിയത്. ഒരു നിമിഷത്തേക്ക് ഗാഗയും മകളും എന്തു ചെയ്യണമെന്നറിയാതെ സംശയിച്ചു നിൽക്കുമ്പോൾ ലബോർദത്ത് അവർക്കുള്ള വാഹനം കണ്ടെത്തി അവരെ അതിലാക്കി വാതിലടച്ചു. ദാഗുനേറ്റ് പോകുന്നത് ആരും കണ്ടില്ല. കുഴിമടിയൻ വിദ്യാർഥി രാഗവായ്പോടെ ചുവന്ന കവിളുകളുമായി സ്റ്റേജ്കാഴ്ചകൾക്കായി ഓടിയെങ്കിലും അവിടെയുള്ള വാതിൽ അടച്ചിരുന്നു. നടപ്പാതയുടെ വക്കിൽ നിന്നിരുന്ന പതിനെട്ടുകാരി അവന്റേമേൽ പാവാടകൊണ്ടുരസി. എന്നാൽ അവളുടെ അപേക്ഷ പരുക്കൻമട്ടിൽ നിരസിച്ചുകൊണ്ട് അവൻ ആൾക്കൂട്ടത്തിൽ മറഞ്ഞു.

പുരുഷന്മാർ സിഗരറ്റ് പുകച്ച് 'വീനസ് സന്ധ്യക്ക് നടക്കാനിറങ്ങുമ്പോൾ' എന്ന പാട്ട് മൂളിക്കൊണ്ടാണ് തിയറ്ററിന് പുറത്തേക്ക് വരുന്നത്. സാറ്റിൻ കഫേയിലേക്ക് നീങ്ങി. ഉപഭോക്താക്കൾ മിച്ചം വരുത്തിയ മധുരപലഹാരങ്ങൾ അഗസ്തി അവൾക്കായി കരുതിയിരുന്നു. ഒടുവിൽ ഒരു തടിയൻ വന്ന് അവളെ പതിവുപോലെ ഉറങ്ങുന്നതിന് ഇരുട്ടിലേക്ക് കൂട്ടിക്കൊണ്ടു പോയി. ഇപ്പോഴും ആളുകൾ പടികൾ ഇറങ്ങി വരുന്നുണ്ട്. ഫലോസി ക്ലാരിസിനുവേണ്ടി കാത്ത് നിൽക്കയാണ്. ലൂസിയെ കരോളിനോടും അമ്മയോടും ഒപ്പം കൊണ്ടുപോകാമെന്ന് ഫോഷറി ഏറ്റിരുന്നു. ഇത്തിരി കഴിഞ്ഞ് അവരെത്തി വിശ്രമമുറിയുടെ ഒരറ്റത്തേക്ക് മാറി നിന്നു. മുഫാത്ത് തണുത്ത പ്രതികരണവുമായി അവരെ കടന്നു പോയപ്പോൾ അവർ ഉച്ചത്തിൽ ചിരിക്കാൻ തുടങ്ങി. പെട്ടെന്ന് ഒരു ചെറുവാതിൽ തുറന്നുവന്ന ബോർദനേവ് ഫോഷറിയോട് ഒരു ലേഖനത്തിന് ഔപചാരികമായ ഉറപ്പ് വാങ്ങി. അദ്ദേഹമാകെ വിയർത്തിരുന്നു.മുഖം സൂര്യാഘാതമേറ്റപോലെ ചുവന്നിട്ടുണ്ട്. വിജയോന്മാദത്താൽ അദ്ദേഹം മദ്യലഹരിയിലെന്നപോലെ കാണപ്പെട്ടു.

"ഇരുനൂറ് രാത്രികളെങ്കിലും ഈ നാടകം അരങ്ങേറട്ടെ. പാരീസ് മുഴുവൻ തിയറ്ററിലെത്തും."

ഫലോസി ആദരവോടെ പറഞ്ഞു. എന്നാൽ ഈ പുകഴ്ത്തലിൽ ബോർദനേവിന് നീരസമാണുണ്ടായത്. ആ നീരസം സൂചിപ്പിച്ചുകൊണ്ട്, നാനയെപ്പറ്റിയുള്ള ഉന്മാദസ്മൃതികളിൽ കത്തുന്ന പുരുഷന്മാർ കേൾക്കെ ബോർദനേവ് അക്രമാസക്തനെപ്പോലെ അലറി. "തിയറ്ററെന്നോ, വേശ്യാലയമെന്ന് പറയൂ, മരക്കഴുതേ."

രണ്ട്

പിറ്റേന്ന് പ്രഭാതം. പത്തുമണി പിന്നിട്ടിട്ടും നാന ഉറക്കത്തിലാണ്. ബൂൾവാദ് ഹോസ്മാനിലെ പുതിയൊരു വലിയ വീടിന്റെ രണ്ടാംനിലയിലാണ് അവൾ താമസിക്കുന്നത്. അതിന്റെ ഉടമസ്ഥൻ പ്രസ്തുത വീട് പെയിന്റ് ഉണങ്ങുന്നതു വരെ അവിവാഹിതകൾക്ക് താമസിക്കാൻ കൊടുത്തിരിക്കയാണ്. പാരീസിൽ ശീതകാലം ചെലവഴിക്കാൻ മോസ്കോയിൽ നിന്നെത്തിയ സമ്പന്നനായ ഒരു കച്ചവടപ്രമാണിയാണ് അവളെ അവിടെ പാർപ്പിച്ചിരിക്കുന്നത്. ആറുമാസത്തെ വാടക മുൻകൂറായി അയാൾ അടച്ചിട്ടുണ്ട്. മുറികളൊക്കെ അവളെ സംബന്ധിച്ചിടത്തോളം ആവശ്യത്തിൽ കൂടുതൽ വലുപ്പമുള്ളവയാണ്. മാത്രമല്ല പൂർണമായി ഉപകരണസജ്ജീകൃതമല്ല. സ്വർണം പൂശിയ കസേരകളും പ്രസ്തുത ആഡംബരത്തോട് പൊരുത്തപ്പെടാത്ത സാധാരണ മഹാഗണിമേശകളും അവിടെ കാണാം. ഇതെല്ലാം അവളുടെ ആദ്യസംരക്ഷകൻ ഉപേക്ഷിച്ചതിന്റെയും താൽക്കാലിക കാമുകരുടെയിടയിൽ കൈമാറ്റപ്പെട്ടതിന്റെയും സാമ്പത്തികഭദ്രത തകർന്നതിന്റെയും കുടിയിറക്കപ്പെട്ടതിന്റെയും ഒക്കെ സൂചനകൾ കൂടിയാണ്.

നഗ്നമായ കൈകളെ തലയിണയാക്കി നാന ഉറങ്ങുകയായിരുന്നു. തളർച്ചയും വിളർച്ചയും അവളെ ബാധിച്ചിട്ടുണ്ട്. അവിടെ വേണ്ട വിധത്തിൽ സജ്ജീകൃതമായിട്ടുള്ളത് കിടക്കമുറിയും ഒരുക്കമുറിയും മാത്രമാണ്. അയൽപക്കത്തുള്ള ഒരു അലങ്കാരവിദഗ്ദ്ധന്റെ സഹായം ഇതിന് ലഭിച്ചിട്ടുണ്ട്. ജാലകത്തിരശ്ശീലയിലൂടെ അരിച്ചെത്തുന്ന പ്രകാശത്തിൽ വീട്ടിത്തടിയുടെ കറുപ്പും ഇരിപ്പിടകവചങ്ങളുടെ നിറങ്ങളും മറ്റും വേർതിരിച്ചറിയാൻ കഴിയും. ചൂടുള്ള ആ അന്തരീക്ഷത്തിൽ പെട്ടെന്നുണർന്ന് അവൾ തന്റെ കിടക്കയുടെ മറുപാതി ശൂന്യമായി കിടക്കുന്നതിൽ അത്ഭുതപ്പെട്ടു. അവൾക്കു സമീപമുള്ള തലയിണയിൽ ഒരു ശിരസിന്റെ ചൂടുള്ള സാന്നിധ്യം കുഴിഞ്ഞു കിടക്കുന്നു. പൊടുന്നനെ അവൾ തന്റെ കിടക്കയ്ക്ക് അരികിലുള്ള വൈദ്യുതിബെല്ലിൽ അമർത്തി.

"അവൻ പോയോ?" അവിടേക്ക് വന്ന പരിചാരികയോട് നാന ചോദിച്ചു.

“അതേ മാഡം മി.പോൾ പോയിട്ട് ഇപ്പോൾ പത്ത് മിനിട്ട് ആയിക്കാണും. മാഡം ക്ഷീണത്തിലായതിനാൽ ഉണർത്താതിരുന്നതാവണം. നാളെ വരുമെന്ന് മാഡത്തോട് പറയണമെന്ന് അയാൾ എന്നെ ഓർമിപ്പിക്കയും ചെയ്തു.”

സംസാരിച്ചുകൊണ്ടിരുന്നപ്പോൾത്തന്നെ സോയേ എന്ന പരിചാരിക ജാലകം തുറന്നു. തെളിഞ്ഞ സൂര്യപ്രകാശം മുറിയിൽ വ്യാപിച്ചു. സോയേ കറുത്തിട്ടാണ്. മുടി മധ്യഭാഗത്തുനിന്ന് രണ്ടായി പകുത്തിട്ടുണ്ട്. കാതിൽ വളയം. നായയുടേതുപോലെ നീണ്ട മുഖം. വടുക്കൾ പരന്ന മൂക്ക്. തടിച്ച ചുണ്ട്. കറുത്ത ചഞ്ചലനേത്രങ്ങൾ. പാതിയുറക്കത്തിലാണെങ്കിലും നാന ആവർത്തിച്ചു.

“നാളെ...അവന്റെ ദിവസം നാളെയാണോ?”

“അതേ മാഡം എപ്പോഴും ബുധനാഴ്ചയാണ് വരാറുള്ളത്.”

“ങാ...ഇപ്പോൾ ഞാനോർക്കുന്നു.”

കിടക്കയിൽ എഴുന്നേറ്റിരുന്ന് നാന പറഞ്ഞു.

“കാര്യങ്ങളെല്ലാം കീഴ്മേൽ മറിഞ്ഞിരിക്കുന്നു. ഇതേക്കുറിച്ച് രാവിലെതന്നെ പറയാൻ ഞാൻ നിർബന്ധിതയായി. അല്ലെങ്കിൽ അദ്ദേഹം ആ കാപ്പിരിയുമായി കണ്ടുമുട്ടും. പിന്നെ ഭയങ്കരമായ ശണ്ഠയായിരിക്കും നടക്കുക.”

“മാഡം ഇതേപ്പറ്റി എന്നോട് പറഞ്ഞില്ല. പിന്നെ ഞാനെങ്ങനെ അറിയും? ഇങ്ങനെ ദിവസങ്ങൾ മാറ്റുമ്പോൾ എന്നെ അറിയിക്കയാണെങ്കിൽ അതനുസരിച്ച് കാര്യങ്ങൾ ക്രമീകരിക്കാൻ എനിക്ക് കഴിയും. ആ കിഴവൻ പിശുക്കൻ ഇനി ചൊവാഴ്ചകളിൽ വരില്ല.”

കാപ്പിരി എന്നും കിഴവൻ പിശുക്കൻ എന്നും ഉള്ളത് അവർക്ക് തമ്മിൽ വിനിമയത്തിനുള്ള ഇരട്ടപ്പേരാണ്. അവളുടെ സന്ദർശകരാണ് ഇരുവരും. ഒന്ന് ഒരു കച്ചവടക്കാരൻ; അപരൻ പ്രഭുത്വം ചമയുന്ന ഒരാളും. അയാളാണെങ്കിൽ പണം കൃത്യമായ ഇടവേളകളിൽ നൽകാറില്ല. അയാളുടെ പണത്തിന്റെ ഉറവിടംതന്നെ സംശയാസ്പദമാണ്. കിഴവൻ പിശുക്കന്റെ സന്ദർശനത്തിനുശേഷമുള്ള സമയം ദാഗുനേറ്റിനുള്ളതാണ്. പ്രഭാതത്തിൽ എട്ടുമണിയോടെ ഇയാൾ ഇറങ്ങുന്ന തക്കം നോക്കി സോയേയുടെ അടുക്കളവഴി നുഴഞ്ഞു കയറി ചൂട് വിട്ടുമാറാത്ത കിടക്കയിലേക്കെത്തും. പത്തുമണിക്ക് ശേഷമേ അവിടം വിടൂ. അദ്ദേഹത്തിനും നാനയ്ക്കും ഈ ക്രമീകരണം വളരെ സൗകര്യപ്രദമായി തോന്നിയിരുന്നു.

“ഇത് കാര്യമാക്കേണ്ട. ഞാനിന്ന് ഉച്ചതിരിഞ്ഞ് അദ്ദേഹത്തിനെഴുതാം. എന്റെ കത്ത് അദ്ദേഹത്തിന് ലഭിച്ചില്ലെങ്കിൽ നാളെ അദ്ദേഹത്തെ നീ അകത്തേക്ക് വിടണ്ട” നാന പറഞ്ഞു.

കഴിഞ്ഞ രാത്രിയിലെ വിജയത്തെക്കുറിച്ച് സംസാരിച്ചുകൊണ്ട് സോയേ മുറിയിലൂടെ സാവധാനം നടന്നു. എന്തൊരു പ്രകടനമായിരുന്നു മാഡത്തിന്റേത്. ഭാവിയെക്കുറിച്ച് ഇനി ആശങ്കപ്പെടേണ്ടതില്ല.

നാന കൈമുട്ട് തലയിണയിൽ ഊന്നി തലയാട്ടി പ്രതികരിച്ചു. അവ

ളുടെ നിശാവസ്ത്രം ഊർന്നു പോയി. തലമുടിയാണെങ്കിൽ ചുമലിലേക്ക് വീണ് ചിതറി കിടക്കുന്നു.

നീ പറഞ്ഞതൊക്കെ ശരിയാണ്. അവൾ ചിന്താകുലയായി പിറുപിറുത്തു. എന്നാൽ കാര്യങ്ങൾ ചെയ്തു തീർക്കാൻ സമയമെവിടെയാണ്? എല്ലാ വയ്യാവേലിയും ഒരുമിച്ച് വന്നിരിക്കുന്നു. അല്ലെങ്കിൽ ഇതുതന്നെ നോക്കുക. കെട്ടിടമുതലാളി രാവിലെതന്നെ കേറിവന്നില്ലേ?

അവരുടെ ചർച്ച കുറച്ചുകൂടി ഗൗരവമായി. മൂന്ന് ക്വാർട്ടേഴ്സുകളാണ് നാന വാടകയ്ക്കെടുത്തിരിക്കുന്നത്. കെട്ടിടമുതലാളി വീട്ടുപകരണങ്ങൾ പിടിച്ചെടുക്കുന്നതിനെപ്പറ്റി സംസാരിക്കുന്നുമുണ്ട്. നാന കടം വീട്ടി തീർക്കാനുള്ളവരും കുറച്ചൊന്നുമല്ല. തുണിക്കച്ചവടക്കാരൻ, തുന്നൽക്കാരി, കൽക്കരിവ്യാപാരി തുടങ്ങിയവരൊക്കെ എന്നും വന്ന് പ്രവേശന ഹാളിന് മുൻപിലെ ബഞ്ചിൽ കുത്തിയിരിക്കും. പ്രത്യേകിച്ച് കൽക്കരി വ്യാപാരി വളരെ ഭീകരമായ രീതിയിൽ ശബ്ദമുണ്ടാക്കുമായിരുന്നു. എങ്കിലും നാനയുടെ ഏറ്റവും വലിയ തലവേദന ഇതൊന്നുമായിരുന്നില്ല. ലൂയിസ് എന്ന ബാലനെയോർത്താണ് അവൾ ഏറെ വിഷമിച്ചത്. അവൾക്ക് പതിനാറ് വയസുള്ളപ്പോൾ ഉണ്ടായതാണ് അവൻ. റാംബോയ്ലറ്റിനടുത്തുള്ള ഒരു ഗ്രാമത്തിലെ നേഴ്സിന്റെ പക്കൽ അവനെ നോക്കാൻ ഏൽപ്പിച്ചിരിക്കയാണ്. ലൂയിസിനെ തിരികെ കൊടുക്കണമെങ്കിൽ മുന്നൂറ് ഫ്രാങ്ക് വേണമെന്നാണ് അവർ ആവശ്യപ്പെടുന്നത്. അവസാനമായി അവനെ കണ്ടപ്പോൾ മുതൽ നാനയുടെ മാതൃത്വം ഉണരുകയും അത് ഒരു ഒഴിയാബാധപോലെ അവളെ പിന്തുടരുകയും ചെയ്യുന്നുണ്ട്. നഴ്സിന്റെ പക്കൽനിന്നും അവനെ തന്റെ അമ്മായിയുടെ അടുക്കലേക്ക് മാറ്റിയാലോ എന്നും അവൾക്ക് ആലോചനയുണ്ട്. അങ്ങനെയാണെങ്കിൽ ആഗ്രഹിക്കുമ്പോഴെല്ലാം അവനെ കാണാമല്ലോ.

സോയേയുടെ അഭിപ്രായത്തിൽ നാനയുടെ ഈ പരാധീനതകളെല്ലാം കിഴവൻ പിശുക്കനോട് പറയേണ്ടതാണ്. എന്നാൽ താനെല്ലാം പറഞ്ഞു കഴിഞ്ഞെന്നും അദ്ദേഹത്തിന് ധാരാളം ബാധ്യതകളുണ്ടെന്നും നാന സങ്കടത്തോടെ പറഞ്ഞു. അദ്ദേഹത്തിന് മാസം ആയിരം ഫ്രാങ്ക് താങ്ങാൻ പറ്റില്ല. കാപ്പിരിയാണെങ്കിൽ ചൂതു കളിച്ച് പണമെല്ലാം പോയമട്ടാണ്. പാവം മിമിക്കാണെങ്കിൽ തനിക്കൊരു പൂവ് വാങ്ങിത്തരാനുള്ള സാമ്പത്തികസ്ഥിതിപോലുമില്ല. അവൾ ദാഗുനേറ്റിനെയാണ് പരാമർശിച്ചത്. ഉണരുമ്പോൾ സാധാരണയായി നാന എപ്പോഴും ആത്മവിശ്വാസത്തിലായിരിക്കും. സോയേയോട് അവൾ എല്ലാം തുറന്നു പറയും. ബഹുമാനം നിറഞ്ഞ സഹതാപത്തോടെ അവർ എല്ലാം കേൾക്കും. നാന അവളുടെ ബന്ധങ്ങളെക്കുറിച്ച് സംസാരിക്കുമ്പോൾ സോയേക്ക് അഭിപ്രായം പറയാനുള്ള സ്വാതന്ത്ര്യം ഉണ്ടായിരിക്കും. എന്നിരുന്നാലും നാനയുടെ കാര്യത്തിൽ അവൾക്ക് നല്ല കരുതലുണ്ട്. ബ്ലാൻഷേയുടെ അടുത്തുനിന്ന് വിട്ടു പോന്നതും ഈ സേവനസന്നദ്ധത കാരണമാണ്. അവളെ തിരികെ വിളിക്കാൻ ബ്ലാൻഷേപെടുന്ന തത്രപ്പാട് ദൈവത്തിനറിയാം. നാ

നയ്ക്ക് നല്ലയൊരു ഭാവിയുണ്ടെന്നറിയാവുന്നതുകൊണ്ടാണ് എത്ര ഞെരുങ്ങിയ സാഹചര്യങ്ങളുമായും പൊരുത്തപ്പെട്ടു പോകുന്നത്. ഒടുവിൽ ഇത്രയും പറഞ്ഞ് അവൾ ഉപദേശം അവസാനിപ്പിച്ചു. കുട്ടിക്കാലത്ത് പല വിഡ്ഢിത്തങ്ങളും ചെയ്തെന്നിരിക്കും. ഇപ്പോൾ വളരെ ശ്രദ്ധാലുവായിരിക്കണം. പുരുഷൻ സ്വന്തം സുഖത്തിൽ മാത്രമേ താൽപ്പര്യപ്പെടുകയുള്ളൂ. അതിനാവട്ടെ, ഒരു അന്തവുമുണ്ടാവുകയില്ല. മാഡം ഇപ്പോൾ കടക്കാരോട് ഒരു വാക്ക് പറഞ്ഞാൽ മതി. അവർ പൊയ്ക്കൊള്ളും. എന്നിട്ട് ആവശ്യമുള്ള പണം ഉണ്ടാക്കുക.

മുന്നൂറ് ഫ്രാങ്ക് തരിക എല്ലാവരെക്കൊണ്ടുമാവില്ല. മുടിയിഴകളിൽ കയ്യോടിച്ചുകൊണ്ട് നാന പറഞ്ഞു. എനിക്കിന്ന് മുന്നൂറ് ഫ്രാങ്ക് വേണം. ആരെങ്കിലും അത് തരുമെന്ന് കരുതുന്നത് എത്ര മണ്ടത്തരമാണ്. കുറച്ചു പണം ലഭിക്കുന്നതിനുവേണ്ടി അവൾ തല പുകച്ചു. ആഗ്രഹങ്ങൾക്ക് ഇങ്ങനെ വിഘ്നം സംഭവിക്കുന്നത് അവളുടെ തലേന്നത്തെ വിജയരസത്തെ ഇല്ലായ്മ ചെയ്തു. ആർത്തുവിളിച്ച ഒരു പുരുഷനും പതിനഞ്ചു ലൂയിസെങ്കിലും അവൾക്ക് നൽകണമെന്ന് തോന്നിയില്ല. അല്ലെങ്കിൽത്തന്നെ അതൊന്നും പ്രായോഗികവുമല്ല. എന്തൊരു ദൗർഭാഗ്യം! അവൾ വീണ്ടും തന്റെ മകനെപ്പറ്റിയോർത്തു. മാലാഖയുടേതുപോലുള്ള നീലക്കണ്ണുകളാണവന്റേത്. അവൻ മമ്മാ എന്ന് വളരെ രസകരമായി ഉച്ചരിക്കുന്നതു കേൾക്കുമ്പോൾ ചിരിച്ചു ചിരിച്ചു ചാകും.

ഈ സമയം പുറംവാതിലിലെ ഇലക്ട്രിക് ബെൽ ക്രമരഹിതമായി മുഴങ്ങി. ആത്മവിശ്വാസത്തിന്റെ നിശ്വാസമുതിർത്തുകൊണ്ട് സോയേ മടങ്ങിവന്ന് പറഞ്ഞു:

"അതൊരു സ്ത്രീയാണ്" സോയേ അവരെ പല പ്രാവശ്യം കണ്ടിട്ടുണ്ടെങ്കിലും തൽക്കാലം അറിയാത്ത മട്ടിൽ പ്രതികരിച്ചു. "അവർ എന്നോട് പേര് പറഞ്ഞു: "ട്രൈക്കോൺ."

"ട്രൈക്കോൺ..." നാന ആശ്ചര്യപ്പെട്ടു. "എനിക്കവരെ ഓർക്കാൻ കഴിയുന്നില്ല. ഏതായാലും അവരെ അകത്തേക്ക് വിടൂ."

ഒത്ത നീളമുള്ള പ്രായം ചെന്ന ഒരു യുവതിയുമായി സോയേ അകത്തേക്ക് വന്നു. വീണു കിടക്കുന്ന കുറുനിരകൾ. കോടതി കയറിയിറങ്ങുന്ന ഒരു പ്രഭിയെപ്പോലുണ്ട് കാഴ്ചയിൽ. ഒരു മാന്യൻ അവിടേക്ക് വന്നപ്പോൾ ശബ്ദമുണ്ടാക്കാതെ സർപ്പഗമനംപോലെ അവർ അവിടെ നിന്ന് മാറി. എന്നിരുന്നാലും അവർ സ്വസ്ഥമായി കാണപ്പെട്ടു. ട്രൈക്കോൺ ഇരുന്നുപോലുമില്ല. ചുരുക്കം ചില വാക്കുകളേ അവിടെ കൈമാറ്റം ചെയ്യപ്പെട്ടുള്ളൂ.

"നാനയ്ക്കുവേണ്ടി ഒരാളെ എനിക്ക് കിട്ടിയിട്ടുണ്ട്. സമ്മതമാണോ?"

"സമ്മതമാണ്."

"എത്ര വരും?"

"ഇരുപത് ലൂയിസ്"

"എപ്പോൾ?"

"മൂന്നുമണിയാകുമ്പോൾ."

"അപ്പോൾ സമ്മതമാണല്ലോ."

"സമ്മതം."

ട്രൈക്കോണിന്റെ സംഭാഷണം നേരിട്ട് കാലാവസ്ഥയിലേക്ക് കടന്നു. നടത്തത്തിന് പറ്റിയ തെളിഞ്ഞ അന്തരീക്ഷം. ഇനിയും അവർക്ക് മൂന്നുനാല് വീടുകൾകൂടി സന്ദർശിക്കാനുണ്ട്. ചെറിയൊരു ഡയറിയെടുത്ത് നോക്കിയിട്ട് അവർ ഇറങ്ങി.

ഒറ്റയ്ക്കായപ്പോൾ നാനയ്ക്ക് വല്ലാത്തൊരു സ്വസ്ഥത തോന്നി. മടിയനായ പൂച്ച തണുപ്പിനോട് പ്രതികരിക്കുന്നതുപോലെ തോളിൽ ചെറിയൊരു വിറയൽ അനുഭവപ്പെട്ടു. കിടക്കയിലെ പുതപ്പിനടിയിലേക്ക് അവൾ ചുരുണ്ടുകൂടി. അടുത്ത ദിവസം കൊച്ചു ലൂയിസിനെ ഒരുക്കുന്നതിന്റെ ഓർമയിൽ അൽപ്പാൽപ്പം അവളുടെ കണ്ണുകൾ അടഞ്ഞു വന്നു. തലേന്ന് രാത്രിയിലത്തെ കരഘോഷത്തിന്റെയും പശ്ചാത്തലസംഗീതത്തിന്റെയും അന്തരീക്ഷത്തിലേക്ക് മടങ്ങിയെത്തി അവൾ അനന്തമായ സ്വപ്നനിദ്രയിലായി.

പതിനൊന്നുമണിയായപ്പോൾ ലെറാറ്റിനെ സോയേ മുറിയിലേക്ക് ആനയിച്ചപ്പോൾ നാന ഉറക്കത്തിലായിരുന്നു. എന്നാൽ ശബ്ദംകേട്ട് ഞെട്ടിയുണർന്ന് അവൾ ചോദിച്ചു:

"ആങ്ഹാ ഇതാര് അമ്മായിയോ? റാംബോയ്റ്റിലേക്ക് ഇന്നു തന്നെ പോകുമോ?"

"ഞാൻ വന്നതുതന്നെ അതിനാണ്. പന്ത്രണ്ടരയ്ക്ക് ഒരു ട്രെയിൻ ഉണ്ട്. സമയം ഇനിയും ഉണ്ടല്ലോ."

"എന്നാൽ ഇന്ന് വൈകുന്നേരമേ പണം ലഭിക്കയുള്ളൂ" മൂരി നിവർന്നുകൊണ്ട് നാന പറഞ്ഞു. അവളുടെ മാറിടമൊന്ന് ഉയർന്നു താണു. "ഉച്ചഭക്ഷണത്തിനുശേഷം ആലോചിക്കാം" അവൾ കൂട്ടിച്ചേർത്തു.

"മാഡം തലമുടി ഒരുക്കുന്ന ആൾ വന്നിരിക്കുന്നു." നാനയുടെ മേൽവസ്ത്രം എടുത്തുകൊണ്ടു വരുന്നതിനിടയിൽ സോയേ പറഞ്ഞു. എന്നാൽ നാന ഡ്രസിങ് റൂമിലേക്ക് പോകാൻ കൂട്ടാക്കിയില്ല.

"ഫ്രാൻസിസ് അകത്തേക്ക് വരൂ" അവൾ വിളിച്ചു പറഞ്ഞു. വൃത്തിയായി വസ്ത്രധാരണം ചെയ്ത ഒരു പുരുഷൻ വാതിൽ തുറന്നെത്തി നമിച്ചു. നാന അപ്പോൾ കിടക്കയിൽനിന്നെഴുനേൽക്കുകയായിരുന്നു. അവളുടെ നഗ്നമായ കാലുകൾ പൂർണമായും ഇപ്പോൾ കാണാം. എന്നിട്ട് യാതൊരു ധൃതിയുമില്ലാതെ മേൽവസ്ത്രം ഇടാൻ പാകത്തിൽ സോയേക്ക് മുന്നിൽ തന്റെ നഗ്നമായ കൈകൾ നീട്ടി. ഫ്രാൻസിസ് പുറം തിരിയാതെയും മുഖത്തെ ഗൗരവം വിടാതെയും കാത്തു നിന്നു. പിന്നീട് മുടി ചീകാൻ തുടങ്ങിയപ്പോൾ അയാൾ പറഞ്ഞു:

"മാഡം പേപ്പർ വായിച്ചില്ലേ? *ഫിഗാറോ*യിൽ നല്ലയൊരു ലേഖനമുണ്ട്."

അവന്റെ കൈവശം പത്രമുണ്ടായിരുന്നതുകൊണ്ട് ലെറാറ്റ് കണ്ണട ധരിച്ച് ജാലകത്തിനരികിൽനിന്ന് ഉച്ചത്തിൽ വായിക്കാൻ തുടങ്ങി. പൊലീ

സ്മട്ടിൽ നിവർന്നുനിന്ന് അവർ വായിക്കുമ്പോൾ പ്രത്യേകിച്ച് സ്ത്രീപക്ഷവിശേഷണങ്ങൾ വരുമ്പോൾ അവരുടെ നാസാദ്വാരങ്ങൾ ഇടുങ്ങി വരുന്നുണ്ട്. നാടകപ്രദർശനാനന്തരം ഫോഷറിതന്നെ തയാറാക്കിയ ലേഖനമാണത്. ചൂടൻ പംക്തികളും സ്ത്രീകളോടുള്ള ആരാധനയും കലാകാരന്മാരെപ്പറ്റി വ്യാജസ്തുതി രൂപത്തിലുള്ള വിലയിരുത്തലുകളും എല്ലാം അതിൽ പ്രകടമായിരുന്നു. "കൊള്ളാം മഹത്തരമായിരിക്കുന്നു" ഫ്രാൻസിസ് പ്രതികരിച്ചു.

തന്റെ ശബ്ദത്തെപ്പറ്റിയുള്ള പരിഹാസസൂചനയൊന്നും നാന കാര്യമാക്കാൻ പോയില്ല. ഫോഷറിയുടെ നിരീക്ഷണങ്ങൾ തന്റെ കലാജീവിതത്തിലുണ്ടാക്കാൻ പോകുന്ന വഴിത്തിരിവിനെപ്പറ്റി അവൾക്ക് നല്ല ബോധ്യമുണ്ടായിരുന്നു. ലേഖനം ഒരിക്കൽക്കൂടി വായിച്ചതിനുശേഷം അവർ ഒരു സമഗ്രമായ നിഗമനത്തിലെത്തി. എല്ലാ പുരുഷന്മാരുടെയും ദുഷ്ടത അവന്റെ കാലുകളിലാണ്. എന്നാൽ കൂടുതൽ വിശദീകരിക്കാൻ അവർ തയാറായില്ല. അവൾക്കു മാത്രം മനസിലാകുന്ന ഈയൊരു ധാരണയിൽ അവർ സംതൃപ്തരായിരുന്നു. ഫ്രാൻസിസ് നാനയുടെ മുടി കെട്ടിവച്ചുകഴിഞ്ഞപ്പോൾ നമിച്ചുകൊണ്ട് പറഞ്ഞു.

"എനിക്ക് സായാഹ്നപത്രംകൂടി ഒന്ന് നോക്കണമെന്നുണ്ട്. പതിവുപോലെ അഞ്ചരയ്ക്കല്ലേ?" ഫ്രാൻസിസ് മുറിവിട്ട് വാതിലടയ്ക്കാൻ തുടങ്ങിയപ്പോൾ നാന പറഞ്ഞു:

"എനിക്ക് ഒരുപാത്രം സുഗന്ധലേപനവും കുറച്ച് വറുത്ത ബദാമും വേണം."

നാനയും റോസും മാത്രം ശേഷിച്ചപ്പോഴാണ് അവർ കെട്ടിപ്പിടിച്ച് പരസ്പരചുംബനം നൽകിയില്ലല്ലോ എന്ന് ഓർത്തത്. കവിളുകളിൽ അവർ പരസ്പരം ചുംബിച്ചു. ഫോഷറിയുടെ ലേഖനം അവരെ വല്ലാതെ ഉത്തേജിപ്പിച്ചിരുന്നു. ഉറക്കച്ചടവ് വിട്ടുമാറാത്ത നാന ഒരിക്കൽക്കൂടി വിജയസ്മൃതിയുടെ ആലസ്യത്തിലായി. റോസ് മിഗ്നന്റെ പ്രഭാതം കെങ്കേമമായിരിക്കും! ശക്തമായ വൈകാരികപ്രകടനങ്ങൾ തനിക്ക് ഉദരപ്രശ്നങ്ങൾ ഉണ്ടാക്കുമെന്നതുകൊണ്ട് തീയറ്ററിൽ പോകാതിരുന്ന അമ്മായിയോട് നാടകത്തെപ്പറ്റിയുള്ള വിവരങ്ങൾ നാന വിശദീകരിക്കാൻ തുടങ്ങി. തനിക്ക് ലഭിച്ച കയ്യടിയുടെ ശക്തികൊണ്ട് പാരീസ് കുലുങ്ങിപ്പോയെന്ന മട്ടിൽ അത്ര ഉന്മത്തതയിലായിരുന്നു അവൾ. പെട്ടെന്ന് തന്റെ ഭാഷണത്തെ സ്വയം തടസപ്പെടുത്തിക്കൊണ്ട് ഒരു ചിരിയോടെ അവൾ ചോദിച്ചു. കുട്ടിക്കാലത്ത് ട്രപ്പീസ് കളിച്ചു നടന്നപ്പോൾ ഈയൊരു നിലയെപ്പറ്റി ആർക്കെങ്കിലും സങ്കൽപ്പിക്കാനാവുമായിരുന്നോ? ലാററ്റ് തല കുലുക്കി സമ്മതിച്ചു.'

"ഇല്ല ഇല്ല ആർക്കും പ്രവചിക്കാൻ കഴിഞ്ഞില്ല."

മകളേ എന്ന് വിളിച്ചുകൊണ്ട് അവർ സംസാരിക്കാൻ തുടങ്ങി. ഇതവളുടെ രണ്ടാനമ്മയാണോ? യഥാർഥ അമ്മ അച്ഛനോടൊപ്പം വലിയമ്മയുടെ ലോകത്തേക്ക് പോയി. നാനയുടെ മനസ്സ് ആർദ്രമായി. അവൾ

കരച്ചിലിന്റെ വക്കോളമെത്തി. എന്നാൽ ലെറാറ്റിന്റെ അഭിപ്രായത്തിൽ കഴിഞ്ഞത് കഴിഞ്ഞു. ഭൂതകാലത്തിന്റെ കേടുകൾ എല്ലാ ദിവസവും ചികഞ്ഞുകൊണ്ടിരിക്കേണ്ടതില്ല. സ്വയം നശിക്കുകയും മറ്റുള്ളവരെ നശിപ്പിക്കുകയും ചെയ്യുന്നു എന്ന് തന്നെക്കുറിച്ച് പരാതിയുള്ളതിനാൽ അവർ തന്റെ അനന്തിരവളെ ദീർഘനാളായി കണ്ടിരുന്നില്ല. ദൈവകൃപയാൽ ഇത്രയുമൊക്കെയായി. അനന്തിരവളുടെ രഹസ്യങ്ങൾ അറിയാൻ അവർ ആഗ്രഹിച്ചതേയില്ല. നാന മാന്യമായി ജീവിച്ചു എന്നുതന്നെ അവർ വിശ്വസിച്ചു. ഇപ്പോൾ അവളെ നല്ല നിലയിൽ കണ്ടതിനാൽ സംതൃപ്തയാണുതാനും. മാത്രമല്ല, തന്റെ പുത്രനോടുള്ള നാനയുടെ കരുതലും പ്രശംസനീയമാണ്. ധാർമികതയും കഠിനാധ്വാനവുമല്ലാതെ ഈ ലോകത്തിൽ വിലമതിക്കാൻ എന്താണുള്ളത്?

കണ്ണുകളിൽ പ്രതിഫലിക്കുന്ന ആകാംക്ഷയോടെ അവർ ഇതിനിടയിൽ ചോദിച്ചു: "നിന്റെ കുട്ടിയുടെ അച്ഛൻ ആരാണ്?"

നാന അത്ഭുതപ്പെടുകയും ഒരു നിമിഷം ശങ്കിക്കുകയും ചെയ്തു. ചെറിയൊരിടവേളയ്ക്കുശേഷം പറഞ്ഞു:

"ഒരു മാന്യൻ."

അമ്മായി തുടർന്നു:

"നിന്നെ ഉപദ്രവിച്ചത് ഒരു കൽപ്പണിക്കാരനാണെന്ന് ഞാൻ അറിഞ്ഞിട്ടുണ്ട്. ഏതായാലും നീ അതെല്ലാം മറ്റൊരു ദിവസം പറഞ്ഞാൽ മതി. എന്നെ വിശ്വസിക്കാമെന്ന് നിനക്കറിയാമല്ലോ. ഒരു രാജാവിന്റെ മകനെ എന്നപോലെ ഞാൻ അവനെ നോക്കിക്കൊള്ളാം."

പൂക്കച്ചവടം ഉപേക്ഷിച്ചിട്ട് തന്റെ സമ്പാദ്യംകൊണ്ട് അവർ ജീവിക്കയാണ്. ശരാശരി വാർഷികവരുമാനം അറുനൂറ് ഫ്രാങ്ക് വരും. നല്ല മുറിയും പ്രതിമാസം നൂറ് ഫ്രാങ്കും നാന അവർക്ക് വാഗ്ദാനം ചെയ്തു. അത് കേട്ടപ്പോഴേ അവർ ആത്മവിസ്മൃതിയിലായി. പുരുഷന്മാരെയൊക്കെ പിഴിഞ്ഞെടുക്കണമെന്ന് തന്റെ അനന്തിരവളെ അനുഭാവപൂർവം നോക്കിക്കൊണ്ട് അവർ പ്രേരിപ്പിച്ചു. തുടർന്ന് അവർ ആലിംഗനബദ്ധരായി. എന്നാൽ ഈ ആഹ്ലാദത്തിന്റെ ഇടയിൽ ലൂയിസിന്റെ വിഷയത്തിലേക്ക് സംഭാഷണം കടന്നപ്പോൾ പെട്ടെന്നെന്തോ ഓർത്ത് നാനയുടെ മുഖത്ത് കരിനിഴൽ വീണു. "ഇതെന്തൊരു ശല്യമാണ് മൂന്നുമണിക്ക് എനിക്ക് പുറത്ത് പോകേണ്ടതാണ്" അവൾ പിറുപിറുത്തു.

ഭക്ഷണം എടുത്തുവച്ചുവെന്ന് പറഞ്ഞുകൊണ്ട് സോയേ അവിടേക്ക് വന്നു. പ്രായം ചെന്ന ഒരു സ്ത്രീ അവിടെ നേരത്തേ ഇരിപ്പുറപ്പിച്ചിട്ടുണ്ട്. അവർ തൊപ്പി എടുത്തു മാറ്റിയിട്ടില്ല. ചുവപ്പും ബ്രൗണും ചേർന്ന ഇരുണ്ട വേഷമാണ് അവർ ധരിച്ചിരിക്കുന്നത്. അവരെ അവിടെ കണ്ടതിൽ നാന ആശ്ചര്യപ്പെട്ടൊന്നുമില്ല. കിടക്കമുറിയിലേക്ക് വരാതിരുന്നതെന്തെന്ന് വെറുതെയൊന്ന് ചോദിക്കുക മാത്രം ചെയ്തു. "അവിടമാകെ ശബ്ദമയമായിരുന്നു. ആരെങ്കിലുമുണ്ടാകുമെന്ന് ഞാൻ കരുതി" പ്രായം ചെന്ന സ്ത്രീ പറഞ്ഞു.

മലോയിർ മാഡമായിരുന്നു അത്. കാഴ്ചയിൽ മാന്യതയുള്ള അവരുടെ പെരുമാറ്റവും കൊള്ളാം. നാനയുടെ ഒരു അടുത്ത ബന്ധുവിനെപ്പോലെയാണ് അവർ പെരുമാറുന്നത്. ലെറാറ്റിനെ അവിടെ കണ്ടത് അവരെ ആദ്യമൊന്ന് വിഷമിപ്പിച്ചു. എന്നാൽ അത് നാനയുടെ അമ്മായിയാണെന്നറിഞ്ഞപ്പോൾ അർഥം വച്ചുള്ള ഒരു നോട്ടത്തോടെ ചെറുതായൊന്നു പുഞ്ചിരിച്ചു. നാന ഇതിനിടയിൽ ഒരു ചെന്നായയുടെ വിശപ്പോടെ ബ്രഡ്ഡുപോലുമില്ലാതെ പച്ചക്കറിസാലഡുകൾ അകത്താക്കി. ദഹനപ്രശ്നമുണ്ടാക്കുമെന്ന് പറഞ്ഞ് ലെറാറ്റ് പച്ചക്കറി ഒഴിവാക്കി ഔപചാരികത കാട്ടി. സോയേ കുറച്ച് ഇറച്ചികൂടി കൊണ്ടുവന്നു. നാന അതിന്റെ എല്ലുവരെ നുകർന്നുകൊണ്ടിരുന്നു. തന്റെ പഴയ ചങ്ങാതിയുടെ തൊപ്പിയിലേക്ക് ഒരിക്കൽക്കൂടി അവൾ ഒന്നു നോക്കി. “ഞാൻ തന്ന തൊപ്പിയല്ലേ?” അവൾ ചോദിച്ചു.

“അതേ, എനിക്ക് പാകമാകുന്ന രീതിയിൽ അതൊന്നു പരിഷ്കരിച്ചു.” വായ് നിറയെ ഭക്ഷണവുമായി മലോയിർ പറഞ്ഞു. വലിയൊരു തൂവൽ പിടിപ്പിച്ച ആ തൊപ്പി ആരെയും അതിശയിപ്പിക്കുന്ന ഒന്നായിരുന്നു. തൊപ്പികൾ മനോഹരമാക്കുന്നത് അവർക്ക് ഒഴിവാക്കാൻ പറ്റാത്ത ശീലമാണ്. അവിടവിടെ ചില തുന്നലുകൾകൊണ്ട് ഏതു തൊഴിലാളിത്തൊപ്പിയും അവർ മനോഹരമാക്കും. അവരോടൊപ്പം പുറത്തുപോകുമ്പോൾ തന്റെ അഭിമാനത്തിന് കോട്ടം തട്ടാതിരിക്കാനാണ് നാന ആ തൊപ്പി നൽകിയത്. അത് ഈ പരുവത്തിലാക്കിയതിൽ അവൾക്ക് ദേഷ്യം വന്നു.

“കുറഞ്ഞപക്ഷം അതൊന്ന് എടുത്തു മാറ്റുകയെങ്കിലും ചെയ്തുകൂടേ?” അവൾ ചോദിച്ചു. എന്നാൽ അവർ വളരെ ആദരവോടെ മറുപടി പറഞ്ഞു.

“നന്ദി ഇതിരുന്നാലും എനിക്ക് നല്ലതുപോലെ കഴിക്കാം.” കട്‌ലറ്റിനുശേഷം കോളിഫ്‌ളവറും ബാക്കി വന്ന തണുത്ത ചിക്കനും കൊണ്ടുവന്നു. ഒന്നിനു പിറകെ ഒന്നായി ഭക്ഷണം വന്നെങ്കിലും ഒന്നു മണപ്പിച്ചു നോക്കിയെന്നല്ലാതെ നാന അതൊന്നും തൊട്ടില്ല. സംസ്കരിച്ച പഴം ഇത്തിരി കഴിച്ച് അവൾ ഉച്ചഭക്ഷണം അവസാനിപ്പിച്ചു.

ഫ്രൂട്ട്സലാഡിന് ധാരാളം സമയമെടുത്തു. കാപ്പിയുടെ സമയമാകുന്നതു വരെ സോയേ മേശ വൃത്തിയാക്കിയില്ല. ഭക്ഷണം കഴിച്ച പാത്രങ്ങൾ വെറുതെ ഒന്നു നീക്കി വച്ചു അത്രമാത്രം. തലേന്ന് രാത്രിയിലത്തെ വിജയത്തെപ്പറ്റി അവർ വീണ്ടും സംസാരമായി. നാന ഒരു സിഗരറ്റ് പുകച്ചുകൊണ്ട് കസേരയിൽ ചാരിക്കിടന്നു. തൊട്ടു പിറകിൽ നിന്നുകൊണ്ട് സോയേ തന്റെ ജീവിതകഥയുടെ ചുരുളഴിച്ചു. കച്ചവടത്തിൽ പരാജയപ്പെട്ട ഒരു മിഡ്വൈഫിന്റെ മകളായിരുന്നു അവൾ. ആദ്യം ഒരു ദന്തഡോക്ടറുടെ കീഴിലാണ് അവൾ പ്രവർത്തിച്ചത്. പിന്നീട് ഇൻഷുറൻസ് ഏജന്റിന്റെ കൂടെയായിരുന്നു ജോലി. ഇതൊന്നും അവൾക്ക് ചേരുന്നതായിരുന്നില്ല. പിന്നീട് പ്രമുഖരായ പല സ്ത്രീകളുടെയും പരിചാരി

കയായി ജോലി നോക്കിയിട്ടുണ്ട്. സോയേ പ്രസ്തുത സ്ത്രീകളെക്കുറിച്ച് പറയുന്നത് അവരുടെ ഭാഗധേയത്തിൽ തനിക്കുള്ള പങ്കുകൂടി സൂചിപ്പിച്ചു കൊണ്ടാണ്. അവളെക്കൂടാതെ ആർക്കും ഒരു കഥയും പറയാനുണ്ടാവില്ല. ബ്ലാൻഷിന്റെ വീട്ടിൽ ജോലി ചെയ്ത കാലം തന്നെയെടുക്കുക. ഒരിക്കൽ അവർ ഒക്ടേവുമൊത്ത് രമിക്കുമ്പോഴാണ് വീട്ടുകാരൻ കയറി വരുന്നത്. സോയേക്ക് എന്തു ചെയ്യാൻ കഴിയും? അവർ ചെറിയൊരു നാടകമങ്ങു കളിച്ചു. അവർ തലചുറ്റി വീഴുന്നതായാണ് അഭിനയിച്ചത്. ആ മനുഷ്യൻ അവളുടെ രക്ഷയ്ക്കെത്തി. അദ്ദേഹം വെള്ളമെടുക്കാനായി അടുക്കളയിലേക്കോടിയ തക്കംനോക്കി ഒക്ടേവ് പുറത്തു കടന്നു. വളരെ താൽപ്പര്യത്തോടെയും കൗതുകത്തോടെയും കഥ കേട്ടുകൊണ്ടിരുന്ന നാന പറഞ്ഞു: "ഉഗ്രനായിരിക്കുന്നു."

"എനിക്കാണെങ്കിൽ ധാരാളം പ്രശ്നങ്ങളുണ്ട്" ലെറാറ്റ് പറഞ്ഞു തുടങ്ങി. മലോയിറിന് നേരെ കസേര അടുപ്പിച്ചിട്ട് തന്റെ സ്വകാര്യജീവിതത്തിലെ പല സംഭവങ്ങളും അവർ എടുത്തിട്ടു. കാപ്പിയിൽ അടിഞ്ഞുകൂടിയ പഞ്ചസാര അവർ ഇരുവരും വിരലുകൊണ്ട് നുകർന്നു. മലോയിർ മറ്റുള്ളവരുടെ രഹസ്യങ്ങൾ ശ്രദ്ധിക്കുമെങ്കിലും അവരെപ്പറ്റി ഒന്നും വെളിപ്പെടുത്തില്ല. രഹസ്യസ്വഭാവമുള്ള വരുമാനംകൊണ്ട് ആരും എത്താത്ത ഒരിടത്താണ് അവരുടെ താമസമെന്നാണ് ആളുകൾ പറയുന്നത്. പെട്ടെന്ന് നാന വിക്ഷുബ്ധയായി.

"അമ്മായീ കത്തികൊണ്ട് കളിക്കരുത് അതെന്നെ വിഷമിപ്പിക്കുമെന്ന് നിങ്ങൾക്കറിയാം."

പരിസരബോധമില്ലാത്ത മട്ടിൽ ലെറാറ്റ് മേശപ്പുറത്തിരുന്ന കത്തികൾ കുറുകെ വച്ചു. അതേ സമയം അന്ധവിശ്വാസക്കാരിയാണെന്ന് തോന്നാതിരിക്കാൻ നാന പരമാവധി ശ്രമിച്ചുവെങ്കിലും കത്തിയുടെ കാര്യം മറ്റു വിശ്വാസങ്ങൾ പോലല്ല. കത്തി നൽകുന്ന സൂചന എന്താണെന്ന് അവൾക്കറിയാം. സംശയിക്കാനൊന്നുമില്ല. എന്തോ അശുഭമായത് സംഭവിക്കാൻ പോകുന്നു. വിഷമംപിടിച്ച ശബ്ദത്തിൽ അവൾ പറഞ്ഞു. "ഇപ്പോൾത്തന്നെ രണ്ടുമണിയായി. എനിക്ക് പുറത്ത് പോകേണ്ടതുണ്ട്. എന്തൊരു ഉപദ്രവമാണ്" പ്രായമുള്ള രണ്ട് സ്ത്രീകളും പരസ്പരമൊന്നു നോക്കി. മൂവരും ഒന്നും ഉരിയാടാതെ തല കുലുക്കി. ജീവിതം എപ്പോഴും സന്തോഷപ്രദമാകണമെന്നില്ല. നാന വീണ്ടും കസേരയിലേക്ക് ചാഞ്ഞ് അടുത്ത സിഗരറ്റ് പുകയ്ക്കാൻ തുടങ്ങി. മറ്റ് സ്ത്രീകൾ ചുണ്ടുകൾ ഇറുക്കിപ്പിടിച്ച് കൂടുതൽ ദാർശനികരായി. ചെറിയൊരു മൗനത്തിന്റെ ഇടവേളയ്ക്കുശേഷം മലോയിർ പറഞ്ഞു:

"നമുക്ക് ചീട്ട് കളിച്ചുകൊണ്ടിരിക്കാം നിങ്ങൾക്കതറിയുമോ?" "തീർച്ചയായും" ലെറാറ്റിന് നന്നായി കളിക്കാനറിയാം. മേശയുടെ ഒരു ഭാഗം വൃത്തിയാക്കിയതുകൊണ്ട് സോയെ ഇക്കാര്യത്തിൽ വിഷമിപ്പിക്കുകയും വേണ്ട. മേശവിരിയുടെ അഴുക്കുപുരണ്ട ഭാഗം മടക്കിയും വച്ചിരിക്കയാണ്. മലോയിർ മേശവലിപ്പിൽനിന്ന് കാർഡെടുക്കാൻ പോവുകയാ

യിരുന്നു. കളി തുടങ്ങുന്നതിന് മുൻപ് തനിക്കൊരു കത്തെഴുതി തരണമെന്ന് നാന പറഞ്ഞു. അക്ഷരപ്പിശകിന്റെ പ്രശ്നം നാനയ്ക്കുണ്ട്. ദാഗുനേറ്റിനുള്ളതാണ് കത്ത്. 'എന്റെ പ്രിയപ്പെട്ടവനേ...' മലോയിറിന്റെ മനോഹരമായ കൈകൾ ചലിച്ചു. അടുത്ത ദിവസം വരരുതെന്ന നിർദേശത്തോടൊപ്പം എല്ലാ ദിവസവും അവനെക്കുറിച്ചുള്ള ചിന്തയേ തനിക്കുള്ളൂ എന്ന് കത്തിലൂടെ ഓർമിപ്പിക്കുവാനും നാന ശ്രമിച്ചു. "ആയിരം ചുംബനങ്ങൾ അർപ്പിച്ചുകൊണ്ട് നിർത്തട്ടെ" അവൾ മൃദുവായി പറഞ്ഞു. അവളുടെ ശൈലിയെ അംഗീകരിച്ചുകൊണ്ട് ഓരോ പ്രാവശ്യവും ലെറാറ്റ് തല കുലുക്കി. ഒരു പ്രണയവിഷയത്തിൽ ഇടപെട്ടതുപോലെ അവരുടെ കണ്ണുകൾ തിളങ്ങി. കത്തിന്റെ അവസാനം ഒരു ഭേദഗതിയും അവർ നിർദേശിച്ചു.

"നിന്റെ മനോഹരമായ കണ്ണുകളിൽ ആയിരം ചുംബനങ്ങൾ."

അതേ അങ്ങനെ തന്നെ.

"നിന്റെ മനോഹരമായ കണ്ണുകളിൽ ആയിരം ചുംബനങ്ങൾ."

നാന ആവർത്തിച്ചു. അനുഗ്രഹാശിസുകളുടെ ഭാവം പ്രായം ചെന്ന സ്ത്രീകളുടെ മുഖത്ത് തെളിഞ്ഞു. കത്തയയ്ക്കുന്നതിന് സോയേയെ വിളിച്ചു. നാടകശാലയിൽനിന്നെത്തിയ ഒരു ദൂതനുമായി അവൾ സംസാരിച്ചുകൊണ്ട് നിൽക്കുകയായിരുന്നു. പ്ലേബില്ലും കളിയൊരുക്കക്രമീകരണവിവരങ്ങളും നൽകാൻ എത്തിയതാണയാൾ. നാന അവളെ അകത്തേക്ക് വിളിപ്പിച്ച് മടക്കത്തിൽ കത്ത് ദാഗുനേറ്റിനെ ഏൽപ്പിക്കുന്നതിന് നൽകി. തുടർന്ന് ചോദ്യം ചെയ്യലായി. ബോർദനേവ് വളരെ സന്തോഷത്തിലാണ്. ഒരാഴ്ചത്തേക്കുള്ള ടിക്കറ്റുകൾ ബുക്ക് ചെയ്തു കഴിഞ്ഞു. ഇനി കയ്യും തിരുമ്മി ഒരു ദിവസം മുഴുവൻ അവിടെ ഇരുന്നുകൊള്ളും. ഒരു ധൃതിയുമില്ല.

"ഇപ്പോൾത്തന്നെ പോകണം."

നാന തിരക്ക് കൂട്ടുന്നുണ്ട്. അതേസമയം അലസതയും മടിയും വിട്ടുമാറിയിട്ടുമില്ല. എങ്കിലും മൂന്നാംമണി മുഴങ്ങിയപ്പോൾ ഒന്നു നടുങ്ങി. 'കർത്താവേ' മലോയിർ പ്രോത്സാഹനമായ ശബ്ദത്തിൽ പറഞ്ഞു.

"കർത്തവ്യങ്ങളുടെ കാര്യത്തിൽ നീ കുറച്ചുകൂടി ശുഷ്കാന്തി കാണിക്കണം."

കാർഡുകൾ ഇടകലർത്തിക്കൊണ്ടിരുന്ന ലെറാറ്റും പറഞ്ഞു: "ശരിയാണ്. വേഗം അത് നിർവഹിക്കണം. നാലുമണിക്കെങ്കിലും പണവുമായി വന്നാൽ എനിക്ക് നാലരയുടെ ട്രെയിൻ കിട്ടും."

"ഓ ശരിയാണ് ഇനിയും വൈകിക്കൂടാ."

നാന മറുപടിയായി പറഞ്ഞു.

പെട്ടെന്നുതന്നെ അവളെ വസ്ത്രം ധരിപ്പിക്കുന്നതിൽ സോയേ സഹായിച്ചു. വസ്ത്രധാരണം മോശമായാൽത്തന്നെ. നാന അതൊന്നും കാര്യമാക്കാറില്ലായിരുന്നു. താഴേക്കുള്ള പടികളിറങ്ങുമ്പോൾ വീണ്ടും മണി മുഴങ്ങി. അത് കൽക്കരിവ്യാപാരിയായിരുന്നു. ഒരു അശുഭരംഗമുണ്ടാക്കേണ്ട എന്നു കരുതി അടുക്കളയിലൂടെ കടന്ന് പിൻവാതിലിലൂടെ

അവൾ രക്ഷപ്പെട്ടു. മിക്കപ്പോഴും അവൾ അതുവഴിയാണ് പോകാറുള്ളത്. പാവാട മണ്ണിലുരസുകയില്ലെന്നൊരു ഗുണവുമതിനുണ്ട്. ഒരു നല്ല അമ്മ യാവാൻ ശ്രമിക്കുമ്പോൾ പല തെറ്റുകളും നിരാകരിക്കപ്പെടുന്നു.

'കിങ് നാലായി' കളിയിൽ ആവേശംപൂണ്ട് ലെറാറ്റ് പറഞ്ഞു. തുടർന്ന് കളി അനന്തമായി നീളുന്ന അവസ്ഥയിലായി. മേശപ്പുറം വൃത്തിയാക്കിയിരുന്നില്ല. ഉച്ചഭക്ഷണത്തിന്റെയും സിഗരറ്റ്പുകയുടെയും ഗന്ധം ആ മുറിയിൽ തങ്ങി നിന്നു. അവർ വീണ്ടും മധുരക്കട്ടികൾ ബ്രാണ്ടിയിൽ മുക്കി നുണയാൻ തുടങ്ങി. ഇരുപത് മിനിട്ട് നേരം അവർ മധുരം നുണഞ്ഞ് കളിയിൽ മുഴുകി. സോയേ മുറിയിലേക്ക് കയറിച്ചെന്ന് സുഹൃത്തുക്കളോടെന്നവണ്ണം ലാഘവത്തോടെ പറഞ്ഞു:

"നോക്കൂ, മണി വീണ്ടും മുഴങ്ങുന്നു. നിങ്ങളിനി തങ്ങരുത്. ഇത്രയും ആളുകൾ വന്നാൽ ഈ പാർപ്പിടസമുച്ചയം മുഴുവൻ വേണ്ടി വരും. അതുകൊണ്ട് നിങ്ങൾ പോയേ പറ്റൂ."

മലോയിർ കളി അവസാനിപ്പിക്കാൻ ആഗ്രഹിച്ചു. സോയേ കാർഡുകളെല്ലാം കൂട്ടിക്കുഴയ്ക്കാതെ എടുത്തു മാറ്റാൻ തുടങ്ങി. ലെറാറ്റാകട്ടെ മദ്യക്കുപ്പികളും പാത്രങ്ങളും എടുത്തു മാറ്റുന്നതിൽ വ്യാപൃതനായി. പിന്നീടവർ അടുക്കളയിലേക്കാണ് പോയത്. മേശയുടെ അരികിലെ ശൂന്യസ്ഥലം നോക്കി ഇരിപ്പുറപ്പിച്ചു. ഉണങ്ങാനിട്ട അടുക്കളത്തുണികളും എണ്ണമയമുള്ള പാത്രങ്ങളും എല്ലാം അവരുടെ വശങ്ങളിലായുണ്ട്. "ഞാനിപ്പോൾ മുന്നൂറ്റി നാൽപ്പത് ആയി. ഇനി നിന്റെ ഊഴമാണ്."

"ഞാനിപ്പോൾ ഹാർട്സാണ് കളിക്കുന്നത്."

സോയേ തിരികെ വന്നപ്പോഴേക്കും വീണ്ടും അവർ കളിയിൽ മുഴുകിയിരിക്കുന്നതാണ് കണ്ടത്. ഒരു നീണ്ട മൗനത്തിനുശേഷം കാർഡുകൾ കലർത്തിക്കൊണ്ടിരുന്ന മലോയിർ ചോദിച്ചു.

"ആരായിരുന്നു അത്?"

"പറയാൻമാത്രമൊന്നുമില്ല"സോയേ കളിമട്ടിൽ മറുപടി പറഞ്ഞു: "ഒരു പയ്യൻ, അവനെ പറഞ്ഞയയ്ക്കണമെന്നുണ്ടായിരുന്നു. എന്നാൽ നീലക്കണ്ണുകളും പെൺകുട്ടികളുടെ മുഖവും ഉള്ള മീശ മുളയ്ക്കാത്ത ഒരു സുന്ദരക്കുട്ടപ്പൻ. അതുകൊണ്ട് കാത്തിരിക്കാൻ പറഞ്ഞു. അവന്റെ കയ്യിൽ ഒരു ബൊക്കെയുണ്ട്. അത് താഴെ വയ്ക്കാൻ കൂട്ടാക്കുന്നില്ല. നല്ല തല്ല് കിട്ടേണ്ട ഒരു സ്കൂൾകുട്ടിയെപ്പോലുണ്ട്."

ലെറാറ്റ് മദ്യത്തിൽ ചേർക്കുന്നതിന് കുറച്ച് വെള്ളമെടുക്കുന്നതിന് പോയി. ഇത്തിരിക്കൂടി അകത്താക്കിയാലും കുഴപ്പമില്ല എന്ന മട്ടിലാണ് സോയേ.

"കൊള്ളാം എവിടെയാണവനെ ഇരുത്തിയിരിക്കുന്നത്" മലോയിർ സംഭാഷണം തുടങ്ങി.

"പിറകിലുള്ള ചെറിയ മുറിയിലാണ്. മാഡത്തിന്റെ പെട്ടിയും ഒരു ടേബിളുമേ അവിടെയുള്ളൂ. പയ്യന്മാർക്ക് അവിടമാണ് സാധാരണയായി ഞാൻ നൽകാറുള്ളത്."

ഇത് പറഞ്ഞ് മദ്യത്തിലേക്ക് അൽപ്പം മധുരക്കട്ടി ഇട്ടപ്പോഴേക്കും അടുത്ത മണി മുഴങ്ങി.

"നാശം തന്നെ. സമാധാനമായി ഒന്ന് കുടിക്കാൻപോലും സമ്മതിക്കുകേല."

എങ്കിലും മണിയൊച്ച വലിയ പ്രതീക്ഷയാണ് നൽകുന്നത്. പതിവുപോലെ വാതിൽ തുറക്കാൻ പോയി മടങ്ങി വന്നപ്പോൾ മലോയിർ ചോദ്യരൂപത്തിലൊന്നു നോക്കി.

"ഒന്നുമില്ല വെറുമൊരു ബൊക്കെ മാത്രം" സോയേ പറഞ്ഞു. ഉല്ലാസവതികളായി തല കുലുക്കിക്കൊണ്ട് മൂവരും മദ്യപിച്ചു. ഒടുവിൽ സോയേ മേശപ്പുറം വൃത്തിയാക്കി. അഴുക്കുപുരണ്ട പാത്രങ്ങളെല്ലാം എടുത്തു മാറ്റി. വീണ്ടും മണി രണ്ട് തവണ മുഴങ്ങി. പതിവ് പ്രതികരണം മാത്രം.

"ഒന്നുമില്ല ബൊക്കെ മാത്രം."

അത് കൊണ്ടുവരുമ്പോൾ കടം കൊടുക്കാനുള്ളവർ നോക്കുന്നതിനെക്കുറിച്ച് പറഞ്ഞപ്പോൾ എല്ലാവരും ചിരിക്കാൻ തുടങ്ങി. പൂക്കളെല്ലാം മാഡത്തിന്റെ ഡ്രസിങ്ങ്ടേബിളിൽ വച്ചേക്കാം. എത്ര പണമാണ് പാരീസിലെ ജനത പൂക്കൾക്കുവേണ്ടി ചെലവാക്കുന്നത്? പണം വെറുതേ പാഴാവുന്നു.

"പാരീസിലെ പുരുഷന്മാർ സ്ത്രീകൾക്ക് പൂക്കൾ വാങ്ങാൻ നൽകുന്ന പണം മതിയായിരുന്നു എനിക്ക് ജീവിക്കാൻ." മലോയിർ പറഞ്ഞു.

ലെറാറ്റിനാണെങ്കിൽ പൂക്കൾ കൊരുക്കാനുള്ള ചരടിന്റെ തുക മതിയാവും സുഖമായി ജീവിക്കാം.

നാലുമണിയാവാൻ ഇനി പത്ത് മിനിട്ട് കൂടിയുണ്ട്. എന്തുകൊണ്ടാണ് നാന ഇത്ര വൈകുന്നതെന്ന് സോയേ ആശ്ചര്യപ്പെട്ടു. സാധാരണ വൈകുന്നേരങ്ങളിൽ പുറത്തിറങ്ങുമ്പോൾ ഇതിലും നേരത്തേ എത്താറുള്ളതാണ്. മലോയിറിന്റെ കാഴ്ചപ്പാടിൽ കാര്യങ്ങൾ ആഗ്രഹിക്കുന്നതുപോലെ നടക്കണമെന്നില്ല. ജീവിതം തടസ്സം നിറഞ്ഞതാണ് ലെറാറ്റ് കൂട്ടിച്ചേർത്തു. ഇടപാടുകൾക്ക് താമസം നേരിട്ടതുകൊണ്ടാവണം അവൾ വൈകുന്നത്. ഏതായാലും ആർക്കും പരാതിയില്ല. അടുക്കളയിലാണെങ്കിലും അവർ സുരക്ഷിതരാണ്, സന്തുഷ്ടരാണ്. ഹൃദയചിഹ്നമുള്ള കാർഡുകൾ തീർന്നതിനാൽ ലെറാറ്റ് ഡയമണ്ട് തെരഞ്ഞെടുത്തു. മണി വീണ്ടും മുഴങ്ങി. സോയേ ഇത്തവണ മടങ്ങി വന്നത് വികാരവിക്ഷോഭത്തോടെയാണ്.

"അത് തടിയൻ സ്റ്റീനറാണ് ഞാനദ്ദേഹത്തെ ചെറിയ സ്വീകരണമുറിയിലിരുത്തിരിക്കയാണ്."

മൃദുവായാണെങ്കിലും ഉച്ചത്തിൽ അവർ പറഞ്ഞു.

മലോയിർ ബാങ്കറെപ്പറ്റി ലെറാറ്റിനോട് പറയാൻ തുടങ്ങി. ആ നിലവാരത്തിലുള്ള മാന്യന്മാരെ അവൾക്ക് അറിയാമായിരുന്നില്ല. റോസ് മിഗനെ കൈവിടാൻ അയാൾ ഒരുക്കമാണോ? സോയേ തലയൊന്നു

കുലുക്കി. അവൾക്ക് ചിലതറിയാം. എങ്കിലും മണി മുഴങ്ങിയപ്പോൾ അവർക്ക് വാതിൽക്കലേക്ക് പോകേണ്ടി വന്നു.

"കൊള്ളാം ഇത് എല്ലാറ്റിനേം തോൽപ്പിക്കും."

മടക്കത്തിൽ അവൾ പിറുപിറുത്തു. അതൊരു നീഗ്രോ ആയിരുന്നു. നാന പുറത്താണെന്ന് വീണ്ടുംവീണ്ടും പറഞ്ഞിട്ടും അയാൾക്കൊരു കുലുക്കവുമില്ല. കിടക്കമുറിയിൽ കയറി ഇരിപ്പാണ്. ഇന്ന് വൈകുന്നേരം വരെ അയാളെ പ്രതീക്ഷിച്ചതേ ഇല്ല.

നാലേകാൽ ആയിട്ടും നാന എത്തിയില്ല. അവളെന്ത് ചെയ്യുകയായിരിക്കും? ഇതവളെ വല്ലാത്ത വിഷമസന്ധിയിലാക്കി. രണ്ടിലധികം ബൊക്കെകൾ കൂടി എത്തി. സോയേക്ക് എന്ത് ചെയ്യണമെന്ന് നല്ല തിട്ടമില്ല. ആ സ്ത്രീകളാണെങ്കിൽ കസേരയിലിരുന്ന് ഉറക്കത്തിലേക്ക് വഴുതുന്നുണ്ട്. എങ്കിലും കാർഡുകൾ എടുക്കുന്നത് നിർത്തിയിട്ടില്ല. നാലര മണി മുഴങ്ങി. നിശ്ചയമായും നാനയ്ക്ക് എന്തോ സംഭവിച്ചിരിക്കണം. അവർ പരസ്പരം പിറുപിറുത്തു തുടങ്ങി.

പൊടുന്നനെ ആത്മവിസ്മൃതിയിലെന്നപോലെ മലോയിർ ഉച്ചത്തിൽ വിളിച്ചു പറഞ്ഞു: "എനിക്കിപ്പോൾ അഞ്ഞൂറായി."

"മിണ്ടാതിരിക്ക്" സോയേ കോപത്തോടെ പറഞ്ഞു. ചീട്ടുകളിയുടെ ഭാഗമായുള്ള പിറുപിറുക്കലുകളാൽ മാത്രം മുറിയുന്ന നിശ്ശബ്ദതയിലേക്ക് വേഗത്തിലുള്ള ചുവടുവയ്പ്പുകളുടെ ശബ്ദം പിൻകോവണിയിൽനിന്ന് ഉയർന്നു വന്നു. അത് നാനയായിരുന്നു. അവൾ വാതിൽ തുറക്കുന്നതിനു മുൻപുതന്നെ അവളുടെ നിശ്വാസം കേൾക്കാമായിരുന്നു. അവളുടെ മുഖം നന്നേ ചെമന്നിട്ടുണ്ട്. അവളുടെ പാവാടച്ചരട് പൊട്ടിയിരിക്കണം അതിന്റെ തൊങ്ങലുകൾ അടുക്കളയിൽനിന്നുള്ള മലിനജലത്തിൽ മുങ്ങി നനവാർന്നിരിക്കുന്നു.

"ഒടുവിൽ എത്തിയല്ലോ ഭാഗ്യം തന്നെ" ചുണ്ടുകളിൽ പുച്ഛഭാവം കലർത്തി ലെറാറ്റ് പറഞ്ഞു. അവർ ഇപ്പോഴും മലോയിർ നേടിയ അഞ്ഞൂറിന്റെ മികവിലുള്ള വിഷമത്തിലാണ്. "ആളുകളെ കാത്തിരുന്ന് മുഷിപ്പിക്കുന്നത് എങ്ങനെയാണെന്ന് നിനക്ക് നന്നായറിയാം."

"മാഡം ശരിക്കും ഒരു മടയ തന്നെ" സോയേ കൂട്ടിച്ചേർത്തു. ഇത്തരം പ്രതികരണങ്ങളാൽ നാന നിയന്ത്രണാതീതമാംവിധം പ്രകോപിതയായി.

"ഒട്ടേറെ ബുദ്ധിമുട്ടുകൾ തരണം ചെയ്ത് വരുന്നവരെ ഈ രീതിയിലാണോ സ്വീകരിക്കേണ്ടത്? നിങ്ങളുടെ കാര്യം മാത്രം നോക്കിയിരുന്നാൽ മതി" നാന പൊട്ടിത്തെറിച്ചു.

"ശ്ശ് മാഡം കുറെ ആളുകൾ വന്നിട്ടുണ്ട്" സോയേ ഇടയ്ക്ക് കയറി. ശബ്ദം താഴ്ത്തി നാന പറഞ്ഞു.

"എനിക്കിപ്പം നല്ല സമയമാണെന്ന് നിങ്ങൾ കരുതുന്നുണ്ടോ? എന്താണിതിനൊന്നും അവസാനമില്ലാത്തത്? എന്റെ സ്ഥാനത്ത് നിങ്ങളായിരുന്നെങ്കിലോ? ഞാൻ കോപംകൊണ്ട് തിളയ്ക്കുകയായിരുന്നു. ആരുടെ

യെങ്കിലും കരണത്തടിക്കാനുള്ള അരിശത്തിലായിരുന്നു ഞാൻ. തന്നെ യല്ല വീട്ടിലേക്ക് വരാനുള്ള വണ്ടിയും കിട്ടിയില്ല. ഭാഗ്യത്തിന് വലിയ ദൂര മില്ലായിരുന്നു. ഓടിയാണ് ഇവിടെയെത്തിയത്."

"നിനക്ക് പണം കിട്ടിയോ?" അമ്മായി ചോദിച്ചു.

"ഇതെന്തൊരു ചോദ്യമാണ്?" നാന പറഞ്ഞു.

സ്റ്റൗവിന് അടുത്തുള്ള കസേരയിലിരുന്ന് ഒന്ന് നിശ്വസിക്കാൻപോലും മുതിരാതെ അവൾ സ്തനകഞ്ചുകത്തിൽനിന്നുമൊരു കവർ പുറത്തെടു ത്തു. നാനൂറ് ഫ്രാങ്കിന്റെ ബാങ്ക് ചെക്ക് അതിലുണ്ടായിരുന്നു. അകത്തു ള്ളത് ഉറപ്പിക്കാൻ കീറി മാറ്റിയ ഇടത്തിലൂടെ ചെക്ക് കാണാമായിരുന്നു. മൂന്ന് സ്ത്രീകളും ആ കവറിലേക്ക് തുറിച്ച് നോക്കിയിരുന്നു. ഇപ്പോൾ സമയം അതിക്രമിച്ചു കഴിഞ്ഞിരിക്കുന്നു. റംബോയ്‌ലറ്റിലേക്ക് ഇന്നിനി പോകാൻ ലെറാറ്റിന് കഴിയില്ല. നാന വിവിധ നിർദേശങ്ങൾ നൽകാൻ തുടങ്ങി.

"കുറെ ആളുകൾ കാത്തിരിപ്പുണ്ട്" സോയേ വീണ്ടും ഓർമിപ്പിച്ചു. നാന അപ്പോഴും ക്ഷോഭിച്ചു.

"അവരവിടെ ഇരിക്കട്ടെ തന്റെ കാര്യം തീർത്തിട്ടേ അവിടേക്കുള്ളൂ." അമ്മായി പണത്തിന് കൈ നീട്ടിയപ്പോൾ നാന പറഞ്ഞു.

"എല്ലാമില്ല. മുന്നൂറ് ഫ്രാങ്ക് നേഴ്സിന് അൻപത് നിങ്ങളുടെ യാത്രാ ച്ചെലവിന് ആകെ മുന്നൂറ്റിയൻപത് എടുക്കുക. അൻപത് ഫ്രാങ്ക് ഞാൻ സൂക്ഷിക്കുന്നു."

ചില്ലറയ്ക്കാണ് വലിയ ബുദ്ധിമുട്ട്. പത്ത് ഫ്രാങ്കുപോലും അവിടെ എടുക്കാനില്ല. വണ്ടിക്കൂലിക്കുള്ളത് മാത്രം കരുതുന്ന മലോയിരിനോട് ചില്ലറ ചോദിച്ചിട്ട് കാര്യമില്ല. കുറച്ച് സമയത്തിനുശേഷം സോയേ അവ ളുടെ പെട്ടിയിൽ ഉണ്ടോ എന്ന് നോക്കാമെന്ന് പറഞ്ഞ് പോയി. അഞ്ചിന്റെ നൂറ് ഫ്രാങ്കുമായി മടങ്ങി വന്നു. മേശയുടെ മൂലയിൽ വച്ച് അവർ അത് എണ്ണിത്തിട്ടപ്പെടുത്തി. അടുത്തദിവസം ലൂയിസിനെ കൂട്ടി വരാമെന്ന് വാഗ്ദാനം നൽകി ലെറാറ്റ് യാത്ര പറഞ്ഞു.

"കുറെ ആളുകൾ കാത്തിരിപ്പുണ്ടെന്നല്ലേ പറഞ്ഞത്?" കസേരയിൽ ചാരിക്കിടന്ന് നാന ചോദിച്ചു.

"അതേ മാഡം, മൂന്ന് പേരുണ്ട്."

ബാങ്കറുടെ പേരാണ് സോയേ ആദ്യം പറഞ്ഞത്. നാനയുടെ മുഖത്തൊരു രസക്ഷയമുണ്ടായി.

"തലേന്ന് രാത്രി ഒരു ബൊക്കെ എറിഞ്ഞതിന്റെ പേരിൽ താനങ്ങ് വഴങ്ങുമെന്നാണോ ആ സ്റ്റീനർ കരുതുന്നത്. തന്നെയല്ല ഞാൻ ക്ഷീണിത യുമാണ്. ആരെയും ഞാൻ കാണുന്നില്ല. എന്നെ ഇന്ന് പ്രതീക്ഷിക്കേണ്ട എന്ന് പോയി പറഞ്ഞേക്കൂ."

"മാഡം ഇക്കാര്യം പുനഃപരിശോധിക്കും. സ്റ്റീനറെ സ്വീകരിക്കുകയും ചെയ്യും" സോയേ പിറുപിറുത്തു. മറ്റൊരു മണ്ടത്തരം നാനയിൽനിന്നു ണ്ടാകുന്നത് സോയേക്ക് സഹിക്കാൻ കഴിയില്ല. കിടക്കമുറിയിൽ ഒറ്റയ്ക്കി

രുന്ന് മുഷിയുന്ന നീഗ്രോയെപ്പറ്റിയാണ് പിന്നീട് പറഞ്ഞത്. നാനയുടെ കോപവും പിടിവാശിയും ഇപ്പോൾ ഒന്നുകൂടി വർദ്ധിച്ചതേയുള്ളൂ. അവൾ ഇന്ന് ആരെയും കാണുന്നില്ല. അല്ലെങ്കിൽത്തന്നെ അത്തരമൊരു മനുഷ്യപ്പുഴുവിന്റെ അടുക്കലേക്ക് അവളെ ആരാണ് പറഞ്ഞയയ്ക്കുക?

"അവരെയെല്ലാം പിടിച്ച് പുറത്താക്കുക. ഞാൻ മലോയിറുമൊത്ത് ചീട്ട് കളിക്കാൻ പോകയാണ്. എനിക്ക് അതിലാണ് താൽപ്പര്യം."

വീണ്ടും മണി മുഴങ്ങി. ഇത്തിരി ക്രൂരം തന്നെ. കതക് തുറക്കുന്നതിൽനിന്ന് സോയയെ വിലക്കിയെങ്കിലും അത് ഗൗനിക്കാതെ പോയ സോയേ മടങ്ങി വന്നത് രണ്ട് സന്ദർശക കാർഡുമായിട്ടാണ്.

"മാഡം അതിഥികളെ സ്വീകരിക്കുന്ന തിരക്കിലാണെന്നാണ് ഞാൻ പറഞ്ഞത്. അവർ സ്വീകരണമുറിയിലുണ്ട്."

പതിവു ശൈലിയിൽ നാന ഉദ്വേഗപൂർവം ചാടിയെഴുന്നേറ്റു. എന്നാൽ മാർക്വിസ് ഷുവാർദിന്റെയും മുഫാത്ത് പ്രഭുവിന്റെയും പേരുകൾ കണ്ടപ്പോൾ നാനയുടെ കോപം തെല്ലൊന്നു തണുത്തു. ഒരു നിമിഷം അവൾ ചിന്തയിൽ മുഴുകി. എന്നിട്ട് ചോദിച്ചു:

"അവർ ആരാണ്? നിനക്കവരെ അറിയാമോ?"

"അതിൽ പ്രായമുള്ളയാളെ എനിക്കറിയാം" സോയേ പറഞ്ഞു. കാഴ്ചമുനകൊണ്ട് നാന ചോദ്യം തുടർന്നപ്പോൾ സോയേ കൂട്ടിച്ചേർത്തു. "എവിടെവച്ചോ ഞാൻ അയാളെ കണ്ടിട്ടുണ്ട്" ഇത്രയുമായപ്പോൾ നാനയ്ക്ക് ചെറിയൊരു ആഭിമുഖ്യമുണ്ടായി. ചൂടുകാപ്പിയോടൊപ്പം പരദൂഷണങ്ങളും വിളമ്പുന്ന സുഖകേന്ദ്രമായ അടുക്കളയിൽനിന്ന് അവൾ സങ്കടത്തോടെ പോയി. മലോയിർ ഇപ്പോഴും ക്ഷമയോടിരുന്ന് ചീട്ടുകളിയാണ്. തൊപ്പി തലയിൽത്തന്നെയുണ്ട്. കുറഞ്ഞ പക്ഷം കുപ്പായത്തിന്റെ കുടുക്കുകളെങ്കിലും അഴിച്ചിട്ടിരുന്നെങ്കിൽ അവർക്ക് ഇത്തിരി ആശ്വാസം കിട്ടുമായിരുന്നു.

ഡ്രസിങ് റൂമിൽ നാനയെ സായാഹ്നവസ്ത്രം ധരിപ്പിക്കുന്നതിന്റെ തിരക്കിലാണ് സോയേ. പ്രതികാരമെന്നോണം നാന പുരുഷവർഗത്തെ മുഴുവൻ ശപിക്കാൻ തുടങ്ങി. അത്തരം പരുഷവാക്കുകൾ പരിചാരികയെ വേദനിപ്പിച്ചു. യജമാനത്തി തന്റെ പ്രതീക്ഷയ്ക്കൊത്ത് ഉയരുന്നില്ലല്ലോ എന്ന സങ്കടവും അവർക്കുണ്ടായി. 'ഒന്നടങ്ങൂ' എന്ന് അവർ യാചിക്കുക വരെ ചെയ്തു. നാശം അവരൊക്കെ പന്നികളാണ്. അവർക്ക് വേണ്ടത് വേറെ ചിലതാണ്. എന്നിരുന്നാലും അവരെ ക്ഷണിച്ചപ്പോൾ രാജകീയ സ്വഭാവം പ്രകടിപ്പിക്കാൻ നാന മറന്നില്ല. അവർ സ്വീകരണമുറിയിലേക്ക് പോകാൻ തിരിഞ്ഞപ്പോൾ സോയേ പിറകേ ചെന്നു. എന്നിട്ട് മാർക്വിസിനെയും മുഫാത്തിനെയും ഡ്രസിങ് റൂമിലേക്ക് ആനയിച്ചു. അതാണത്രേ കുറച്ചുകൂടി നല്ലത്.

"കാത്തിരുന്ന് മുഷിയേണ്ടി വന്നതിൽ ക്ഷമിക്കണം." പഠിച്ചു വച്ച മര്യാദകൾ നാന പ്രയോഗിച്ചു.

അതിഥികളിരുവരും നമിച്ചുകൊണ്ടിരുന്നു. ചിത്രപ്പണികളുള്ള

അലങ്കാരത്തുണികൊണ്ട് മോടി പിടിപ്പിച്ച ആ മുറി ഏറ്റവും രമണീയമാണ്. മാർബിൾ കൊണ്ടുള്ള ഡ്രസിങ്ടേബിളും നിലക്കണ്ണാടിയും നീല സാറ്റിൻ കവറുള്ള കസേരകളും എല്ലാം ആ മുറിയുടെ മാറ്റ് വർധിപ്പിച്ചു. ഡ്രസിങ് ടേബിളാണെങ്കിൽ വിവിധയിനം പൂക്കളാൽ ഒരു പൂക്കാലം തന്നെ അനുസ്മരിപ്പിക്കുന്നു. പൂക്കളുടെ ഗന്ധം തുളച്ചു കയറുന്ന തരത്തിൽ തീവ്രമായിരുന്നു. വാഷ് ബേസിനിൽനിന്നു വമിക്കുന്ന അത്ര സുഖദമല്ലാത്ത ഗന്ധം ഇതോടൊപ്പം കലർന്നു. നാന ഉടുതുണി മുകളിലേക്ക് ചുരുട്ടി കയറ്റി വച്ചിരിക്കുന്നത് കണ്ടാൽ കക്കൂസിൽ ഇരിക്കുന്നതുപോലെയുണ്ട്. ശരീരത്തിൽനിന്ന് ഇപ്പോഴും നനവ് വിട്ടുമാറിയിട്ടില്ല. പുഞ്ചിരിയോടൊപ്പം നാണവും ഭയവും അവളുടെ മുഖത്ത് പ്രകടമാണ്.

"മാഡം ഞങ്ങൾ നിർബന്ധിക്കുന്നതിൽ ക്ഷമിക്കണം."

മുഫാത്ത് ഗൗരവത്തോടെ പറഞ്ഞു തുടങ്ങി. "ഞങ്ങൾ ധനശേഖരണാർഥം വന്നതാണ്. ജില്ലയിലെ ആതുരസേവാ കമ്മിറ്റിയിൽ അംഗങ്ങളാണ് ഞങ്ങൾ."

മാർക്വിസ് ഷുവാർദ് സ്ത്രീജനാഭിമുഖ്യത്തോടെ കൂട്ടിച്ചേർത്തു. "ഒരു വലിയ നടി ഇവിടെ താമസിക്കുന്നുണ്ട് എന്നറിഞ്ഞപ്പോൾത്തന്നെ ഞാൻ തീരുമാനിച്ചതാണ് സാധുജനപരിപാലന ധനശേഖരണത്തെക്കുറിച്ച് പറയണമെന്ന്. കലാവാസനയുള്ളവർ മനസലിവുള്ളവരായിരിക്കുമല്ലോ."

നാന കൂടുതൽ വിനയാന്വിതയായി. ചെറുതായൊന്നു തല കുലുക്കി അവരുടെ വിലയിരുത്തൽ അവൾ അംഗീകരിച്ചു. എന്നാൽ ഉള്ളിലെ പ്രക്ഷുബ്ധത പുറമേ ചെറുതായൊന്ന് പ്രതിഫലിച്ചു. പ്രായം ചെന്ന ആളായിരിക്കണം മറ്റേയാളെ കൊണ്ടുവന്നത്. ദുഷ്ടനോട്ടമാണയാളുടേത്. അയാളെ വിശ്വാസത്തിലെടുക്കാനും പ്രായം ചെന്ന ആൾക്ക് കഴിയുന്നില്ല. അയാൾ ഒറ്റയ്ക്ക് വന്നാലും മതിയായിരുന്നു. പാർപ്പിടനിരീക്ഷകനായിരിക്കണം നാനയുടെ വിവരം നൽകിയത്.

"മാന്യരേ നിങ്ങൾ വന്നത് തികച്ചും ശരിയായ കാര്യത്തിനാണ്." നാന പ്രസന്നവതിയായി പറഞ്ഞു. വീണ്ടും വൈദ്യുതിബെൽ മുഴങ്ങിയപ്പോൾ അവൾ ചെറുതായൊന്നു നടുങ്ങി. സോയേക്ക് വാതിൽ തുറന്നു കൊടുക്കാനേ സമയമുള്ളൂ.

"കൊടുക്കുന്നതിൽ മാത്രമേ പൂർണസന്തോഷം കിട്ടുകയുള്ളൂ" അവൾ തുടർന്നു. വാസ്തവത്തിൽ ഇത് അങ്ങേയറ്റം മുഖസ്തുതിപരമായിരുന്നു. 'മാഡം' മാർക്വിസ് തുടർന്നു

"ഇവിടത്തെ ദാരിദ്ര്യത്തെപ്പറ്റി ഒന്നറിയണം. പാരീസിലെ സമ്പന്നമായ ഒരു ഭാഗമാണെങ്കിലും നമ്മുടെ ജില്ലയിൽ മൂവായിരം പാവങ്ങളുണ്ട്. അവരുടെ വേദനകൾ, പട്ടിണി, രോഗം തുടങ്ങിയവ നമുക്ക് സങ്കൽപ്പിക്കാൻ കഴിയുന്നതിലും അപ്പുറത്താണ്."

"പാവം ജനങ്ങൾ" നാന വികാരാധീനയായി. അവളുടെ മനോഹരമായ കണ്ണുകൾ ജലാർദ്രങ്ങളായി. ആർക്കും പിടി കൊടുക്കാത്ത ചേഷ്ട

കളോടെ തെല്ല് വേഗത്തിൽ അവൾ മുന്നോട്ടാഞ്ഞു. പുറംകുപ്പായം തുറന്നിട്ടിരിക്കുന്നതിനാൽ കഴുത്ത് കാണാമായിരുന്നു. മുട്ടു മടക്കിയപ്പോഴാകട്ടെ ഉരുണ്ട തുടകളും അനാവൃതമായി. മാർക്വിസിന്റെ കവിളിൽ ഒരു ചുവപ്പു രേഖ പടർന്നു. മുഫാത്ത് പ്രഭു നോട്ടം താഴേക്കാക്കി. ആ മുറിയിലെ ചൂട് അസഹ്യമായിരുന്നു. റോസാപ്പൂവിലെ ഇതളുകൾ കൊഴിഞ്ഞു. ഒരുതരം ജൈവഗന്ധം അവിടെ പരന്നു.

"ഇതുപോലെയുള്ള സാഹചര്യങ്ങളിലാണ് ഒരുവൻ സമ്പന്നനാകാൻ ആഗ്രഹിക്കുന്നത്" നാന കൂട്ടിച്ചേർത്തു. എന്നിരുന്നാലും ഞങ്ങളെക്കൊണ്ട് കഴിയുന്നത് ഞങ്ങൾ ചെയ്യും. 'ഞാനിത് നേരത്തേ...' ഏതോ മണ്ടത്തരം പറയാൻ തുടങ്ങിയതായിരുന്നു അവൾ. എന്നാൽ പിന്നീട് പരിസരബോധമുണ്ടായതുപോലെ ആ ശൈലി മുഴുമിച്ചില്ല. വസ്ത്രം മാറിയപ്പോൾ ആ അൻപത് ഫ്രാങ്ക് എവിടെ വെച്ചെന്ന് ഓർമിച്ചെടുക്കുന്നതിൽ അവൾ അൽപ്പമൊന്നു ബുദ്ധിമുട്ടി. എന്നാൽ പിന്നീടോർത്തു. ഡ്രസിങ് ടേബിളിലിരിക്കുന്ന കേശതൈലക്കുപ്പിയുടെ അടിയിലാവണം അത്. അവൾ എഴുന്നേൽക്കാൻ തുടങ്ങിയപ്പോഴേക്കും മണി വീണ്ടും ദീർഘമായി മുഴങ്ങി. ഇതിനൊരു അവസാനമില്ലേ? പ്രഭുവും മാർക്വിസും എഴുന്നേറ്റു. മാർക്വിസാണെങ്കിൽ മണിമുഴക്കത്തിന് കാത് കൊടുത്തു. അത്തരം മണിമുഴക്കം എന്തിന്റെ സൂചനയാണെന്ന് അയാൾക്കറിയാമെന്നതിന് സംശയമില്ല. മുഫാത്ത് മാർക്വിസിനെ ഒന്ന് നോക്കി. എന്നിട്ടവർ പരസ്പരം കണ്ണുകൊണ്ട് വിലക്കി. പരസ്പര സാന്നിധ്യത്തിൽ ലജ്ജ തോന്നിയ അവരുടെ ചലനങ്ങൾ യാന്ത്രികമായിരുന്നു. ഇരുണ്ട മുടിയും കരുത്തുറ്റ ശരീരവും തന്റെ നേട്ടമാണെന്ന് ഒരാൾക്ക് തോന്നിയപ്പോൾ നരച്ച മുടിയുള്ള ആൾ മെലിഞ്ഞ ചുമലുകൾ നേരെയാക്കി പ്രായത്തോട് മല്ലടിച്ചു.

പാവങ്ങൾക്കുവേണ്ടി ഭാരിച്ച ഒരു ദാനം ചെയ്യുന്ന മട്ടിൽ നാന പത്ത് വെള്ളിനാണയം കൊണ്ടുവന്നു. അവളുടെ മനോഹരമായ നുണക്കുഴി ഒന്നു തെളിഞ്ഞു. നാണയങ്ങൾ കയ്യിൽവച്ച് കുട്ടികളെപ്പോലെ രണ്ടുപേരുടെയും മുന്നിൽ വന്നിട്ട് ആരാണാദ്യം വാങ്ങുന്നതെന്ന് അവൾ ചോദിച്ചു. പ്രഭുവാണ് ആദ്യം കൈ നീട്ടി വാങ്ങിയത്. എന്നാൽ ഒരു നാണയം നാനയുടെ കയ്യിൽ ശേഷിച്ചിരുന്നു. അവളുടെ കൈകളുടെ ഇളംചൂടിന്റെ സ്പർശനസുഖമറിഞ്ഞ് അത് വാങ്ങിയപ്പോൾ അയാൾ പുളകം കൊണ്ടു. ചിരിതൂകി നിൽക്കുന്ന നാന തികച്ചും ഉല്ലാസവതിയായിരുന്നു.

"മറ്റൊരവസരത്തിൽ ഇതിലും കൂടുതൽ തരാം" അവൾ പറഞ്ഞു. അധികം നേരം അവിടെ തങ്ങുന്നതിനുള്ള ഒഴികഴിവുകളൊന്നും പറയാനില്ലാത്തതിനാൽ ശിരസ്സ് നമിച്ച് അവർ പോകാൻ തുടങ്ങി. എന്നാൽ അവർ മുറി വിടുന്നതിനു മുൻപ് അടുത്ത മണി മുഴങ്ങി. മങ്ങിയ ചിരി അടക്കാൻ മാർക്വിസിനായില്ല. പ്രഭുവിന്റെ മുഖത്തും ഒരു നിഴൽ വീണു. സോയേക്ക് പുതിയ അതിഥിയെ ഒളിപ്പിക്കാൻ വേണ്ട ഒരിടം കണ്ടുപിടിക്കാനുള്ള സമയം ലഭിക്കുന്നതിനായി അവരെ കുറച്ചു നേരം അവിടെ

ത്തന്നെ നിർത്താൻ നാന ശ്രമിച്ചു. അവിടേക്ക് വരുന്നവർ പരസ്പരം കാണാതിരിക്കണമെന്ന് നാനയ്ക്ക് നിർബന്ധമുണ്ടായിരുന്നു. ഇപ്പോഴാണെങ്കിൽ അവിടെ ഇടം തീരെയില്ല. എന്നിരുന്നാലും സ്വീകരണമുറി ശൂന്യമായി കണ്ടതിൽ അവൾ ആശ്ചര്യപ്പെട്ടു. സോയേ അവരെയെല്ലാം അലമാരയ്ക്കുള്ളിൽ ഒളിപ്പിച്ചിരിക്കുമോ ആവോ? മാർക്വിസിനും മുഫാത്തിനും യാത്ര പറഞ്ഞുകൊണ്ട് നാന വാതിൽക്കൽത്തന്നെ നിന്നു. ചിരിയും നോട്ടവുംകൊണ്ട് അവരെ അവൾ പൊതിഞ്ഞു. സ്ത്രീയുടെയും പൂക്കളുടേയും ഗന്ധം പേറിക്കൊണ്ടും അതേസമയം ശുദ്ധവായുവിന് കൊതിച്ചുകൊണ്ടും അൽപ്പമൊന്ന് നമിച്ച് മുഫാത്ത് അവിടെനിന്നിറങ്ങി. മാർക്വിസ് തൊട്ടു പിറകേയുണ്ട്. നാനയെ കണ്ണിമച്ച് കാണിക്കാനുള്ള ധൈര്യം കാട്ടിയെങ്കിലും നാവിറങ്ങിപ്പോയ അവസ്ഥയിലായിരുന്നു അദ്ദേഹം.

കത്തുകളും സന്ദർശനകാർഡുകളുമായി സോയേ ഡ്രസ്സിങ് റൂമിൽ കാത്തിരിക്കയായിരുന്നു. അവിടെ കയറി വന്ന നാന പൊട്ടിച്ചിരിച്ചുകൊണ്ട് ഉറക്കെ പറഞ്ഞു:

“എനിക്ക് കുറെ ഭിക്ഷക്കാർ വന്നു. അവരെന്റെ അൻപത് ഫ്രാങ്ക് കൊണ്ടുപോയി.” എന്നാൽ അവൾക്കിത് ഒരു തമാശയായേ തോന്നിയുള്ളൂ. പുരുഷന്മാർ അവളിൽനിന്ന് പണം വാങ്ങുന്നു! എങ്കിലും കാർഡുകളും കത്തുകളും കണ്ടപ്പോൾ അവളുടെ കോപം മടങ്ങി വന്നു. കത്തുകളിലെ അഭിപ്രായം തീരെ മോശമല്ലെങ്കിലും തലേന്ന് രാത്രി പുകഴ്ത്തിയവരുടെ എതിർപ്പുകൾ അവൾക്ക് അസഹ്യമായിരുന്നു.

സോയേ സന്ദർശകരെയെല്ലാം ഓരോ സ്ഥാനങ്ങളിൽ ആക്കിയിരിക്കയാണ്. എല്ലാ മുറികളും വരാന്തയിലേക്ക് തുറക്കാവുന്നതിന്റെ സൗകര്യം അവർ സൂചിപ്പിച്ചു. ബ്ലാൻഷേയുടെ ഫ്ളാറ്റിൽ ഇങ്ങനെയായിരുന്നില്ല. എല്ലാവർക്കും സ്വീകരണമുറിയിലൂടെയേ അകത്തേക്ക് കടക്കാനാവൂ. ബ്ലാൻഷേ ഇതുമൂലം ധാരാളം ബുദ്ധിമുട്ടനുഭവിച്ചിരുന്നു. “ഇപ്പോൾത്തന്നെ ഓരോരുത്തരെയും പറഞ്ഞയക്കുക. നാന നിർദേശം നൽകി. “കാപ്പിരിയിൽ തുടങ്ങുക.”

“വളരെ നേരത്തേതന്നെ അയാളെ ഞാൻ പറഞ്ഞു വിട്ടതാണ്” സോയേ ഒരു ചിരിയോടെ തുടർന്നു, “ഇന്നു രാത്രി വരില്ല എന്ന് പറയാൻ മാത്രമാണ് അയാൾ വന്നത്.”

ഇതു കേട്ടപ്പോൾ നാനയ്ക്ക് അതിരറ്റ സന്തോഷമുണ്ടായി. എന്തൊരു ഭാഗ്യം! വലിയൊരു യാതനയിൽനിന്നൊഴിവായതിന്റെ ആശ്വാസത്തിലായിരുന്നു അവൾ. ദാഗുനേറ്റിനെപ്പറ്റിയായി പിന്നെ അവളുടെ ചിന്ത. അടുത്ത വ്യാഴം വരെ ആ പാവത്തിനെ അകറ്റി നിർത്തിയിരിക്കയാണ്. ഉടൻതന്നെ മലോയിറിനെക്കൊണ്ട് മറ്റൊരു കത്തെഴുതിക്കണം. എന്നാൽ യാതൊരു വിവരവും നൽകാതെയാണ് മലോയിർ പോയതെന്ന് സോയേ ഇടയ്ക്ക് കയറി പറഞ്ഞു. എന്നാൽ മറ്റൊരാളെ അയക്കാമെന്ന് പറഞ്ഞു കഴിഞ്ഞപ്പോഴേക്കും നാന വീണ്ടും ആലസ്യത്തിലേക്ക് വഴു

തി. അവൾ വളരെ ക്ഷീണിതയായിരുന്നു. ഒരു രാത്രി പൂർണമായും ഉറക്കം. എത്ര സുഖദമായ അവസ്ഥ. അത്തരമൊരു ചിന്ത വളരെ വൈകിയാണ് അവൾക്കുണ്ടായത്. ഒരുതരത്തിൽ അതുതന്നെയായിരിക്കും കരണീയം.

“തിയറ്ററിൽനിന്ന് മടങ്ങി വന്നാലുടനെ ഞാൻ കിടക്കയിലേക്ക് പോകും. ഉച്ചവരെ എന്നെ വിളിച്ചുണർത്തരുത്” നാന പിറുപിറുത്തു. പിന്നെ ഇത്തിരി സ്വരമുയർത്തി പറഞ്ഞു: “ഇപ്പോൾത്തന്നെ അവരെയെല്ലാം കോണിപ്പടിയിലേക്ക് തള്ളി വിട്ടേര്.” സോയേ അനങ്ങിയില്ല. മാഡത്തിന് ഉപദേശം നൽകുന്നതിനെപ്പറ്റി സ്വപ്നത്തിൽപ്പോലും സോയേ വിചാരിച്ചിട്ടില്ല. എന്നാൽ അവളുടെ അനുഭവപരിചയം യജമാനത്തിക്ക് അബദ്ധങ്ങൾ പറ്റുന്ന സാഹചര്യങ്ങളിൽ പ്രയോഗക്ഷമമാകാറുണ്ട്. വളരെ ചുരുക്കി അവൾ ചോദിച്ചു: “സ്റ്റീനറെയുംകൂടി?”

“തീർച്ചയായും മറ്റുള്ളവർക്ക് മുൻപു തന്നെ” നാന മറുപടി പറഞ്ഞു. വീണ്ടുവിചാരത്തിനുള്ള സമയം കൊടുക്കുന്നുവെന്ന മട്ടിൽ സോയേ കുറച്ചു നേരം കാത്തു നിന്നു. സമ്പന്നനായ ഒരു മാന്യനെ ലഭിക്കുന്നതിൽ മാഡം വാസ്തവത്തിൽ അഭിമാനിക്കേണ്ടതല്ലേ?

“വേഗമാകട്ടെ എനിക്കയാളെ സഹിക്കാൻ കഴിയില്ലെന്ന് പറഞ്ഞേക്കൂ” നാന ധൃതി കൂട്ടി. എന്നാൽ പെട്ടെന്ന് അവൾ മനസ്സ് മാറ്റി. നാളെ അദ്ദേഹത്തെ അവൾക്ക് വേണം. അതിനുള്ള ഏറ്റവും നല്ല മാർഗം ഇപ്പോൾ സ്വീകരിക്കാതിരിക്കുന്നതാണ്.

സോയേക്ക് ഇപ്പോൾ നാനയിൽ മതിപ്പായി. ആദരവോടെ ഒന്ന് നോക്കിയശേഷം അവൾ സ്റ്റീനറെ പുറത്താക്കാനായി പോയി. എന്നിരുന്നാലും നാന കുറച്ചുനേരം സഹിഷ്ണുതയോടെ കാത്തിരുന്നു. എല്ലായിടവും ശൂന്യമാകേണ്ടതുണ്ട്. സ്വീകരണമുറിയിലേക്ക് അവൾ നോക്കി. ശൂന്യമാണ്. ഊണുമുറിയും ശൂന്യംതന്നെ. ആരും ഇല്ലെന്ന് ഉറപ്പാക്കിയപ്പോഴേക്കും അതാ ഒരു പയ്യൻ പെട്ടിയുടെ പുറത്ത് ബൊക്കെയും പിടിച്ച് ഇരിക്കുന്നു. കർത്താവേ ഒരാളുംകൂടി ശേഷിച്ചിരിക്കുന്നു. അവളെ കണ്ട മാത്രയിൽ പയ്യൻ തറയിലേക്ക് ചാടി. കയ്യിലിരുന്ന ബൊക്കെ എന്തു ചെയ്യണമെന്നറിയാതെ അവൻ ഇടംകയ്യിൽനിന്ന് വലംകയ്യിലേക്കും തിരിച്ചും മാറ്റി മാറ്റിക്കൊണ്ടിരുന്നു. അവന്റെ ചെറുപ്പവും ലജ്ജയും ഹാസ്യാത്മകതയും എല്ലാം കണ്ട് നാനയ്ക്ക് ചിരിയാണ് വന്നത്. പുരുഷന്മാരൊക്കെയിപ്പോൾ കുട്ടിയുടുപ്പും ധരിച്ചാണോ തന്നെ കാണാൻ വരുന്നത്? അവന്റെ കവിളിൽ തട്ടിക്കൊണ്ട് വെറുമൊരു തമാശയ്ക്ക് അവൾ ചോദിച്ചു:

“നല്ല തല്ലു വാങ്ങാനാണോ കുഞ്ഞിങ്ങോട്ട് പോന്നത്?”

“അതെ” അവൻ ശബ്ദം താഴ്ത്തി പറഞ്ഞു. ഈ മറുപടി അവളെ കുറച്ചുകൂടി വിസ്മയിപ്പിച്ചു. ജോർജ് യുഗൺ എന്ന പതിനേഴുകാരനാണവൻ. തലേന്ന് തിയറ്ററിൽ അവൻ ഉണ്ടായിരുന്നു. നാനയെ ഒന്നു കാണാൻ വന്നതാണവൻ.

"ഈ പൂക്കൾ എനിക്കാണോ?"

"അതെ."

"എന്നാൽ അതിങ്ങ് തരൂ മണ്ടച്ചാരേ."

എന്നാൽ പൂക്കൾ വാങ്ങുമ്പോൾ പ്രായത്തിന്റെ ചോരത്തിളപ്പിനാൽ അവൻ നാനയുടെ കൈ പിടിച്ച് ഉമ്മ വച്ചു. അവനെ അവിടന്ന് പറഞ്ഞയയ്ക്കാൻ അവൾക്ക് അവന്റെ കരണത്ത് ഒന്ന് കൊടുക്കേണ്ടി വന്നു. എന്നാൽ അവൻ ചിരിച്ചതേയുള്ളൂ. വീണ്ടും വരാനുള്ള അനുമതി നൽകിയാണ് അവനെ അവിടെനിന്ന് പറഞ്ഞയച്ചത്. വാതിൽ തിട്ടമില്ലാതെ അൽപ്പമൊന്ന് പതറിക്കൊണ്ട് അവൻ അവിടം വിട്ടു.

നാന വീണ്ടും ഡ്രസിങ് റൂമിലേക്ക് മടങ്ങി വന്നു. വൈകുന്നേരത്തേക്കുള്ള കേശാലങ്കാരത്തിന് ഫ്രാൻസിസ് വേണ്ടതൊക്കെ ചെയ്യുന്നുണ്ട്. കണ്ണാടിയുടെ മുൻപിൽ ധ്യാനനിരതയെപ്പോലിരിക്കുമ്പോൾ സോയേ കടന്നു വന്നു പറഞ്ഞു:

"പോകാൻ കൂട്ടാക്കാതെ ഒരാൾകൂടിയുണ്ട്."

"കൊള്ളാം അയാളവിടെ നിൽക്കട്ടെ" നാന ശാന്തതയോടെ പറഞ്ഞു.

"എന്നിരുന്നാലും വേഗത്തിൽ ചിലർ വരുന്നു, ചിലർ പോകുന്നു."

"അതൊന്നും കാര്യമാക്കേണ്ട, അവരോട് കാത്തിരിക്കാൻ പറയുക. വിശക്കുമ്പോൾ താനേ പൊയ്ക്കൊള്ളും'' അവൾ വീണ്ടും മനസൊന്നു മാറ്റി. ആളുകളെ കാത്തിരുന്ന് മുഷിപ്പിക്കുന്നതിൽ അവൾക്ക് രസം പിടിച്ചു. പെട്ടെന്നൊരു ആശയം അവൾക്ക് തോന്നി. ഫ്രാൻസിസിന്റെ അടുക്കൽനിന്ന് രക്ഷപ്പെട്ട് മുറിയുടെ വാതിലടയ്ക്കാം. ആളുകൾ മറ്റു മുറികളിൽ കയറിയിരിക്കട്ടെ. ഭിത്തി തുരന്ന് ആരും തന്റെ അടുത്തേക്ക് വരില്ലല്ലോ. അടുക്കളയിലുള്ള കിളിവാതിലിലൂടെ സോയേക്ക് അകത്തേക്കും പുറത്തേക്കും കടക്കാം. പദ്ധതി ഇങ്ങനെയൊക്കെയായിരുന്നെങ്കിലും വൈദ്യുതിബെല്ലിന് വിശ്രമമില്ലായിരുന്നു. ഒരു യന്ത്രത്തിന്റെ കൃത്യതയോടെ ഓരോ അഞ്ച് മിനിട്ടിലും അത് സജീവമായിക്കൊണ്ടിരുന്നു. സമയം പോക്കാൻ നാന ഇവ എണ്ണിക്കൊണ്ടിരുന്നു. എന്നാൽ പെട്ടെന്ന് അവൾ എന്തോ ഓർത്തു. ആ വറുത്ത ബദാം എവിടെയാണ്? ഫ്രാൻസിസും ഇപ്പോൾ അത് മറന്നു പോയിരിക്കുന്നു. പെൺസുഹൃത്തിന് ഒരു പുത്തൻസമ്മാനം നൽകുന്നതിന്റെ ചലനഭാവങ്ങൾ ഉൾക്കൊണ്ട് അയാൾ കുപ്പായത്തിന്റെ കീശയിൽനിന്ന് ഒരു കടലാസ് പായ്ക്കറ്റെടുത്തു. ഓരോ പ്രാവശ്യവും കണക്ക് തീർക്കുന്ന അവസരത്തിൽ ബദാമിന്റെ വില ബില്ലിൽ ഉൾപ്പെടുത്തുന്നതിൽ അയാൾ മറന്നിട്ടില്ല. കേശാലങ്കാരപ്പണിയുടെ ഭാഗമായ ചലനങ്ങളുടെ താളത്തിൽ തലയാട്ടിക്കൊണ്ട് ആ കവർ മുട്ടിനിടയിൽ തിരുകി നാന ആർത്തിയോടെ തിന്നാൻ തുടങ്ങി. ഒരിടവേളയ്ക്കുശേഷം അവൾ വീണ്ടും ആശ്ചര്യപ്പെട്ടു. 'കർത്താവേ ഇപ്പോഴും അതിന് മാത്രം ഒരു കുറവുമില്ല.' തുടർച്ചയായി മൂന്ന് തവണ മണി വീണ്ടും മുഴങ്ങി. തിടുക്കപ്പെട്ട മുഴക്കമായി

രുന്നു അത്. മര്യാദയുള്ള ചില മണിമുഴക്കങ്ങളുണ്ട്. ആദ്യാനുരാഗം വെളിപ്പെടുത്തുന്നതിന്റെ ആശങ്ക നിറഞ്ഞവയുണ്ട്. പരുക്കൻ വിരലുകളാൽ അമർത്തപ്പെടുന്ന ധീരമായ മുഴക്കങ്ങളുണ്ട്. വായുവിനെ പ്രകമ്പനം കൊള്ളിക്കുന്ന തരത്തിൽ തിടുക്കപ്പെട്ടവയുണ്ട്. സോയേയുടെ അഭിപ്രായത്തിൽ അയൽവാസികളെ ശല്യപ്പെടുത്തുന്ന തരത്തിൽ ഇടമുറിയാത്ത ഒച്ചയുണ്ടാക്കി പുരുഷന്മാരെല്ലാം ഒന്നിനു പിറകേ ഒന്നായി സ്വിച്ച് അമർത്തിക്കൊണ്ടിരിക്കയാണ്. തലേന്ന് രാത്രിയിൽ നാടകശാലയിലുണ്ടായിരുന്ന മുഴുവൻ പേർക്കും ബോർദനേവ് നാനയുടെ വിലാസം നൽകിയിരിക്കണം.

"അതിരിക്കട്ടെ ഫ്രാൻസിസ് അഞ്ച് ലൂയിസ് എടുക്കാനുണ്ടോ?" നാന ചോദിച്ചു.

"അഞ്ച് ലൂയിസ് ഉണ്ടായിരിക്കണം."

"ഉറപ്പിനായി എന്തെങ്കിലും വേണോ" എന്നുപറഞ്ഞ് മുഴുമിക്കുന്നതിന് മുൻപ് അവൾ സമീപത്തുള്ള മുറികളിലേക്ക് കണ്ണുകൾ നീട്ടി പായിച്ചു. ഫ്രാൻസിസ് അഞ്ച് ലൂയിസ് കൊടുത്തു. ഓരോ ഇടവേളയിലും നാനയുടെ സാമഗ്രികളെല്ലാം എടുത്ത് നാന തയാറാക്കി വച്ചു. കേശാലങ്കാരത്തിന്റെ അവസാന മിനുക്കുപണിയുമായപ്പോൾ വസ്ത്രം ധരിപ്പിക്കാനായി അവൾ എത്തി. എന്നാൽ മണിമുഴക്കം വീണ്ടും ശല്യമായപ്പോൾ മാറണിക്കച്ചയുടെ തൊങ്ങലുകൾ മുഴുവനാക്കാതെയും അവൾക്ക് പോകേണ്ടി വന്നു. അനുഭവപരിചയം ഏറെയുണ്ടായിരുന്ന സോയേക്ക് ഇത്തിരി സംഭ്രമമായി. ചെറിയ മൂലകളിലും അവിടെയും ഇവിടെയും പുരുഷന്മാരെ എല്ലാം ഇരുത്തിയ ശേഷം അവളുടെ നയങ്ങൾക്ക് വിരുദ്ധമായി മൂന്നുനാലുപേരെ ഒരുമിച്ചാക്കുവാനും അവൾ നിർബന്ധിതയായി. അവർ പരസ്പരം തിന്നാൻ തുടങ്ങിയാൽ കൂടുതൽ സ്ഥലം കിട്ടും. അവരുടെ കിതപ്പും ദീർഘനിശ്വാസവുമൊക്കെ തനിക്ക് കേൾക്കാമെന്ന് പറഞ്ഞ് വാതിലടച്ചിരിക്കുന്ന നാന കളിയാക്കാൻ തുടങ്ങി. പൃഷ്ഠഭാഗം മണത്ത് നോക്കുന്ന നായ്ക്കുട്ടികളെപ്പോലെയാണവർ. തലേന്നത്തെ വിജയത്തിന്റെ ഒരു തുടർച്ചയാണിത്. ഈ പുരുഷന്മാരെല്ലാം അവളുടെ മണം പിടിച്ച് പിന്നാലെ കൂടിയിരിക്കയാണ്. അവർ ഒന്നും തകർക്കാതിരിക്കട്ടെ, അവൾ വിചാരിച്ചു. അവരുടെ ചുടുനിശ്വാസങ്ങൾ വാതിലിന്റെ വിടവിലൂടെ കടന്നുവരുമെന്ന് സങ്കൽപ്പിച്ചപ്പോൾ അവൾ ചെറിയ തോതിൽ അസ്വസ്ഥയായി. എന്നാൽ സോയെ ലബോർദത്തിനെ അകത്തേക്ക് വിട്ടപ്പോൾ അവൾക്ക് ചെറിയൊരു ആശ്വാസം തോന്നി. അനുരഞ്ജനക്കോടതിയിൽ ഒരു കണക്ക് തീർക്കാനുണ്ടായിരുന്നത് ശരിയാക്കിയ കാര്യം പറയാനാണ് അയാൾ തുനിഞ്ഞതെങ്കിലും അവൾ അതിനൊന്നും ചെവി കൊടുത്തില്ല.

"ഞാൻ നിന്നെ എന്റെകൂടെ കൂട്ടുകയാണ്. നമുക്ക് വിരുന്ന് ഒരുമിച്ചാകാം. അതിനുശേഷം എന്റെ കൂടെ തിയറ്ററിലേക്ക് വരണം. ഒൻപതരയ്ക്കുശേഷം മടക്കി കൊണ്ടുവരികയും വേണം."

പ്രിയപ്പെട്ട ലബോർദത്ത് കൂടെ വരികയാണെങ്കിൽ എന്തൊരു ഭാഗ്യമായിരിക്കും. ഒരിക്കലും ഒന്നും അദ്ദേഹം ആവശ്യപ്പെട്ടിട്ടില്ല. തനിക്കറിയാവുന്ന സുഹൃത്തുക്കൾക്ക് ചില്ലറ സഹായമൊക്കെ ചെയ്തു കൊടുക്കുന്ന സുഹൃത്ത്. വരുന്ന വഴിക്കുതന്നെ കടക്കാരെ എല്ലാം അയാൾ ഹാളിൽനിന്ന് പറഞ്ഞയച്ചു. ചില നല്ല ആളുകൾ പണം വേണ്ടെന്ന് വയ്ക്കാനും തയാറായി. എന്നിരുന്നാലും അവർ കാത്തിരുന്നത് നാനയ്ക്ക് അഭിനന്ദനം അറിയിക്കാനും പുതിയ ചില സഹായം വാഗ്ദാനം ചെയ്യാനും ആയിരുന്നു.

"നമുക്ക് പോകാം" വസ്ത്രം മാറിയശേഷം നാന പറഞ്ഞു.

സോയേ വീണ്ടും തിടുക്കത്തിൽ വന്ന് പറഞ്ഞു: "എല്ലാവരോടും മറുപടി പറയാൻ എനിക്കാവുന്നില്ല. കോണിപ്പടി കയറി ധാരാളം ആളുകൾ വരുന്നുണ്ട്." ചീപ്പുകൾ എടുത്തു വയ്ക്കുന്ന തണുപ്പൻ ചലനങ്ങൾക്കിടയിൽ ഫ്രാൻസിസ്സിനുപോലും ചിരി വന്നു. നാന ലബോർദത്തിനെ വലിച്ചിഴച്ചുകൊണ്ട് അടുക്കളയിലേക്ക് പോയി. ആളുകളിൽനിന്ന് വേണ്ടത്ര അകന്ന് കഴിഞ്ഞപ്പോൾ അവൾ സന്തോഷവതിയായി.

"അവരെല്ലാം മടങ്ങുമ്പോൾ എന്നെ തിരികെ വീട്ടിലാക്കണം. അപ്പോൾ ഞാൻ സുരക്ഷിതയാവും. ഒരു രാത്രി മുഴുവൻ ഉറങ്ങാൻ എനിക്ക് കൊതിയായി. എനിക്ക് മാത്രമായി ഒരു ദിവസം" അവൾ പറഞ്ഞു.

മൂന്ന്

മാഡം മുഫാത്ത് എല്ലാ ചൊവ്വാഴ്ചയും മിറോസ് മിനിലുള്ള വീട്ടിൽ വച്ച് ഒരു ആതിഥ്യോപചാരം നടത്താറുണ്ട്. ഒരു വർഷം മുൻപ് മരണമടഞ്ഞ അമ്മായിയമ്മയിൽനിന്ന് വേർതിരിച്ചറിയുന്നതിന് അവർ സബീൻ പ്രഭ്വി എന്നാണ് വിളിക്കപ്പെട്ടിരുന്നത്. ചതുരാകൃതിയിലുള്ള വലിയൊരു കെട്ടിടം. മുഫാത്ത് കുടുംബക്കാർക്ക് അവിടെ നൂറ് വർഷത്തെ പാരമ്പര്യമുണ്ട്. തെരുവിലേക്ക് അഭിമുഖമായ മുൻവശം വളരെ ഉയർന്നാണിരിക്കുന്നത്. ആകെക്കൂടി ഇരുണ്ട് മൂകമായ അന്തരീക്ഷം. കെട്ടിടത്തിന്റെ കൂറ്റൻ ജാലകങ്ങൾ മിക്കവാറും അടഞ്ഞുതന്നെ കിടക്കും. പിൻവശത്തുള്ള ചതുപ്പ് തോട്ടത്തിൽനിന്ന് ചില മരങ്ങൾ വളർന്ന് സൂര്യപ്രകാശം തേടി അതിന്റെ ശാഖകൾ കെട്ടിടത്തിനും ഉയരത്തിലെത്തിയിരിക്കുന്നു.

ചൊവ്വാഴ്ചകളിലെ പ്രത്യേക അതിഥി സമ്മേളനത്തിന് ഒരു ഡസനോളം ആളുകൾ സ്വീകരണമുറിയിൽ ഒത്തു കൂടാറുണ്ട്. വളരെ അടുത്ത സുഹൃത്തുക്കളെ പ്രഭ്വി പ്രതീക്ഷിക്കുമ്പോൾ സ്വീകരണമുറിയോ ഊണുമുറിയോ തുറക്കാറില്ല. അത്തരം സാഹചര്യങ്ങളിൽ തീ കൂട്ടി അതിന് ചുറ്റും സമ്മേളിക്കയാണ് പതിവ്. വളരെ വിസ്താരമുള്ളതും ഉയർന്നതുമാണ് സ്വീകരണമുറി. പൂന്തോട്ടത്തിലേക്ക് തുറക്കാവുന്ന നാല് ജാലകങ്ങൾ അതിനുണ്ട്. നെരിപ്പോടിൽ വിറക് എരിയുന്നുണ്ടെങ്കിലും

ഏപ്രിലിലെ മഴയുള്ള വൈകുന്നേരം പകർന്ന തണുപ്പ് നന്നായി അനുഭവപ്പെടുന്നുണ്ടായിരുന്നു. സൂര്യപ്രകാശം അവിടെ ലഭിച്ചിരുന്നില്ല. പകൽസമയത്ത് പച്ച കലർന്ന മങ്ങിയ വെളിച്ചം അവിടമാകെ വ്യാപിക്കും. രാത്രിയിലെ സ്ഫടികവിളക്കുകളുടെ പ്രകാശത്തിൽ വലിയ ചിത്രത്തുന്നലുകളുള്ള കവറോടുകൂടിയ കസേരകളും തടി ഉരുപ്പടികളും എല്ലാം പഴമയുടെ പ്രൗഢിയോടെ തെളിഞ്ഞ് കാണാം. അവിടേക്ക് പ്രവേശിക്കുമ്പോൾ ചരിത്രാതീതകാലത്തെ സ്മരണകളുണർത്തുന്ന തണുത്ത അന്തരീക്ഷം ധ്യാനാത്മകാനുഭൂതി പകരും. നെരിപ്പോടിന് സമീപം പ്രഭുവിന്റെ അമ്മ മരണസമയത്ത് ഇരുന്ന ചതുരാകൃതിയിലുള്ള തടിക്കസേരയുണ്ട്. അതിനഭിമുഖമായി കിടക്കുന്ന കസേരയിൽ സബീൻ പ്രഭി ചാരിയിരിക്കുന്നു. പഴമയുമായി പോരടിക്കുന്ന ആ കസേര മാത്രമാണ് അവിടത്തെ പുത്തൻ ഇനം.

"നമുക്ക് പേർഷ്യയിലെ ഷായെക്കുറിച്ചാവാം സംസാരം" ഒരു ചെറുപ്പക്കാരി പറഞ്ഞു. മഹാപ്രദർശനവുമായി ബന്ധപ്പെട്ട് പാരീസിലേക്ക് വരുന്ന മഹാന്മാരെക്കുറിച്ചാണ് അവർ പറയുന്നത്. അഗ്നിക്കു ചുറ്റും അർധഭാഗത്തായി ധാരാളം സ്ത്രീകൾ ഇരിക്കുന്നു. ജോൻക്വയ് മാഡം നാസറുദീന്റെ കോടതിയെപ്പറ്റി ചില വിവരണങ്ങളൊക്കെ നൽകുന്നു. കിഴക്കുദേശത്ത് നിയമിതനായ നയതന്ത്രജ്ഞനാണ് അവരുടെ സഹോദരൻ. ചെറുതായ വിറയലും വിളർച്ചയും അനുഭവപ്പെട്ട പ്രഭിയോട് ഷാന്തറ്യൂ മാഡം സുഖാന്വേഷണം നടത്തുന്നു.

"ഓ എനിക്ക് കുഴപ്പമൊന്നുമില്ല. ചെറിയൊരു തണുപ്പ്, ഈ സ്വീകരണമുറി ചൂടാവാൻ കുറച്ച് സമയമെടുക്കും" പുഞ്ചിരിയോടെ പ്രഭി മറുപടി പറഞ്ഞു. എന്നിട്ട് വിഷാദത്തോടെ അവർ നിലം മുതൽ മുകൾത്തട്ട് വരെ ഭിത്തിയിലൂടൊന്ന് കണ്ണോടിച്ചു. അവളുടെ പുത്രി എസ്റ്റില എന്ന മെലിഞ്ഞ പതിനെട്ടുകാരി ഇരിപ്പിടത്തുനിന്നെഴുന്നേറ്റ് നെരിപ്പോടിനരികെ ചെന്ന് സ്ഥാനം തെറ്റിയ വിറകിൻ കഷണം ശരിയാക്കി വച്ചു. അഞ്ച് വയസ്സ് കുറവാണെങ്കിലും സബീന്റെ കോൺവെന്റ് സുഹൃത്തായ ഷെസെല്ലി ആശ്ചര്യത്തോടെ പറഞ്ഞു:

"കൊള്ളാം ഇതുപോലൊരു സ്വീകരണമുറി എനിക്കുംകൂടി വേണമെന്നുണ്ട്. ഇപ്പോഴത്തെ വീടുകളിലൊക്കെ സ്വീകരണമുറിക്ക് ഒരു ബോക്സിന്റെ വലിപ്പമേ കാണൂ. നിന്റെ സ്ഥാനത്ത് ഞാനായിരുന്നെങ്കിൽ..." വേണ്ടത്ര ആലോചനയില്ലാതെയാണെങ്കിലും അംഗവിക്ഷേപത്തോടെയാണ് അവൾ സംസാരിച്ചത്.

"ഞാനായിരുന്നെങ്കിൽ നിലവിലുള്ള അലങ്കാരവസ്തുക്കളൊക്കെ മാറ്റി പുതിയവ പിടിപ്പിക്കുമായിരുന്നു." അവൾക്ക് പിറകിലായിരിക്കുന്ന മജിസ്ട്രേട്ട് കൂടിയായ ഭർത്താവ് ഇതൊക്കെ ഗൗരവമായി ശ്രദ്ധിക്കുന്നുണ്ടായിരുന്നു. അവൾ അവരുടെ ഭർത്താവിനെ പരസ്യമായി വഞ്ചിച്ചുവെന്ന് നാട്ടിലൊരു സംസാരം പരക്കെയുണ്ടായിരുന്നു. എന്നാൽ ചില്ലറ വട്ടുണ്ടെന്ന ന്യായത്താൽ ആളുകൾ അതൊന്നും കാര്യമായെടുക്കാറി

ല്ലായിരുന്നു. പ്രഭ്വി ഒരു മങ്ങിയ ചിരിയിൽ എല്ലാം ഒതുക്കി. പതിനേഴ് വർഷമായി അവരുടെ സ്വീകരണമുറിക്ക് യാതൊരു മാറ്റവും വരുത്തിയിട്ടില്ല. അമ്മായിയമ്മ തന്റെ ജീവിതകാലത്ത് ആഗ്രഹിച്ച മട്ടിലൊക്കെത്തന്നെയാണ് അത് ഇപ്പോഴും ക്രമീകരിച്ചിരിക്കുന്നത്. സംഭാഷണത്തിന്റെ വിഷയത്തിലേക്ക് മടങ്ങി വന്ന് സബീൻ പ്രഭ്വി പറഞ്ഞു:

"പ്രഷ്യൻ രാജാവും റഷ്യൻ ചക്രവർത്തിയും പ്രദർശനത്തിനുണ്ടാവും."

"അതേ ഗംഭീരൻ ആഘോഷങ്ങളാണ് വാഗ്ദാനം ചെയ്യപ്പെട്ടിരിക്കുന്നത്" ജോൻക്വയ് മാഡം പറഞ്ഞു. ഷെസെല്ലിനാൽ പുതുതായി സഭയിലേക്ക് പരിചയപ്പെടുത്തിയിരിക്കുന്ന സ്റ്റീനർ രണ്ട് ജാലകത്തിനിടയിലുള്ള സോഫായിലിരുന്ന് കൊച്ചുവർത്തമാനം പറയുകയാണ്.പാരീസ് സമൂഹത്തിൽ അറിയപ്പെടുന്ന വ്യക്തിയാണദ്ദേഹം. ഓഹരിവിപണിയിലെ ചാഞ്ചാട്ടങ്ങളെക്കുറിച്ച് ഓരോന്ന് സംസാരിച്ചുകൊണ്ടിരിക്കയാണ് അദ്ദേഹം. ഇതൊക്കെ ശ്രദ്ധിച്ചുകൊണ്ട് പതിവുപോലെ ഉന്മേഷരഹിതനായി മുഫാത്ത് പ്രഭു നിൽപ്പുണ്ട്.

ഏതോ സംഭവം സ്വരം താഴ്ത്തി പറയുന്ന വാന്ദേവ്രസ് പ്രഭുവിന് ചുറ്റും നാലോ അഞ്ചോ ചെറുപ്പക്കാർ നിൽക്കുന്നു. ഇത്തിരി എരിവുള്ള കാഴ്ചയായിരുന്നു അത്. ചിരിയൊതുക്കാൻ അവർ നന്നേ പാടുപെട്ടു. മുറിയുടെ ഒത്ത മധ്യത്തിൽ ഒരു തടിയൻ കസേരയിലിരിക്കുന്നു. ആഭ്യന്തര വകുപ്പിൽ ക്ലാർക്കാണദ്ദേഹം. ഒരു ചെറുപ്പക്കാരൻ കഥയിൽ എന്തോ സംശയം ചോദിച്ചപ്പോൾ വാന്ദേവ്രസ് ശബ്ദമുയർത്തി.

"ഫൊകാർമണ്ട് നിങ്ങൾ കടുത്ത സംശയാലുവാണ്. എല്ലാ രസവും നിങ്ങൾ നശിപ്പിച്ചു."

പിന്നെ അദ്ദേഹം ഒരു ചിരിയോടെ സ്ത്രീകളുടെ അടുത്തേക്ക് പോയി. വലിയൊരു വംശത്തിന്റെ അവസാനകണ്ണി. സ്ത്രീപ്രകൃതിയായ ബുദ്ധിമാൻ അദ്ദേഹത്തിന്റെ അത്യാർത്തി ശമിപ്പിക്കാൻ ഒന്നിനുമാവില്ല. അദ്ദേഹത്തിന്റെ കുതിരപ്പന്തയം പാരീസിൽ പേരു കേട്ടതാണ്. ധാരാളം പണം അതിനായി അദ്ദേഹം ചെലവഴിക്കുന്നുണ്ട്. ഇംപീരിയൽ ക്ലബ്ബിൽ അദ്ദേഹത്തിന് വരുന്ന നഷ്ടങ്ങൾ കനത്തതാണ്. അയാളുടെ ഭാര്യമാർക്ക് നൽകിയ ഏക്കറു കണക്കിന് കൃഷിയിടങ്ങളും വനഭൂമിയും എല്ലാം ശൂന്യമായിക്കൊണ്ടിരുന്നു.

"നിങ്ങൾ മറ്റുള്ളവരെ അവിശ്വാസി എന്ന് വിളിക്കുന്നു. നിങ്ങളാണെങ്കിൽ ഒന്നിലും വിശ്വസിക്കുന്നുമില്ല. നിങ്ങൾ തന്നെയാണ് നിങ്ങളുടെ സന്തോഷം നശിപ്പിക്കുന്നത്." തന്റെ അരികിൽ അദ്ദേഹത്തിന് ഇരിക്കാനുള്ള ഇടമുണ്ടാക്കിക്കൊണ്ട് ലിയോണൈഡ് പറഞ്ഞു.

"തീർച്ചയായും എന്റെ അനുഭവപരിചയം മറ്റുള്ളവർക്ക് ഗുണകരമാവട്ടെ എന്നാണ് എന്റെ ആഗ്രഹം" അദ്ദേഹം മറുപടി പറഞ്ഞു. എന്നാൽ അദ്ദേഹം നിശ്ശബ്ദത പാലിക്കാൻ നിർബന്ധിതനായി. കാരണം, അദ്ദേഹം വിനോട്ടിനെ അപകീർത്തിപ്പെടുത്തുകയായിരുന്നു. ചാരുകസേരയിൽ ഇരി

ക്കുന്ന അറുപതുകാരന്റെ അടുത്തേക്ക് സ്ത്രീകളെല്ലാം നീങ്ങി. കേടായ പല്ലുകളും ദുർഗ്രഹമായ ചിരിയും ഉള്ള അയാൾ സ്വന്തം വീട്ടിലെന്ന പോലെ ലാഘവത്തോടെ മറ്റുള്ളവരുടെ അഭിപ്രായങ്ങളെല്ലാം കേട്ടു കൊണ്ട് ഒരക്ഷരം മിണ്ടാതെ ഇരിക്കയാണ്. തനിക്ക് യാതൊരു അപ കീർത്തിയുമുണ്ടായിട്ടില്ലെന്ന് ചെറിയൊരു അംഗവിക്ഷേപത്തിലൂടെ അദ്ദേഹം പ്രഖ്യാപിച്ചു.

"ഒരാൾ വിശ്വസിക്കേണ്ടത് എന്താണെന്ന് എനിക്കറിയാമെന്ന് മി. വിനോട്ടിന് നന്നായറിയാം" വാന്ദേവ്രസ് വളരെ ഗൗരവത്തോടെ അദ്ദേ ഹത്തെക്കുറിച്ചുള്ള തന്റെ നിരീക്ഷണം പ്രഖ്യാപിച്ചു. ഇതൊക്കെ മതവി ശ്വാസവുമായി ബന്ധപ്പെട്ട ചില പ്രകടനങ്ങളായിരുന്നു. ലിയോനൈഡ് പോലും സംതൃപ്തയായി കാണപ്പെട്ടു. ആ മുറിയുടെ അങ്ങേയറ്റത്തുള്ള ചെറുപ്പക്കാരും ചിരിക്കുന്നത് നിർത്തി. ആ കൂട്ടായ്മ വിനോദത്തിന്റെ ശൈലി ഇപ്പോൾ ഉപേക്ഷിച്ചിരിക്കുന്നു. ഒരു തണുത്ത കാറ്റ് അവരെ തഴുകി. ആ നിശ്ശബ്ദതയിൽ ഒരു സ്ത്രീയുടെ മൂക്കടഞ്ഞ ശബ്ദം ഉയർന്നു കേൾക്കാമായിരുന്നു. ഓഹരിവിപണിയെക്കുറിച്ചുള്ള ഏജന്റിന്റെ ഉത്തരങ്ങൾ അവസാനിച്ചത് അദ്ദേഹത്തെ നൈരാശ്യത്തിലെത്തിച്ചുകൊ ണ്ടാണ്. കുറച്ചു നേരത്തിനുശേഷം സബീൻ പ്രഭ്വി നെരിപ്പോടിലേ ക്കൊന്നു നോക്കി സംഭാഷണം തുടർന്നു.

"പ്രഷ്യൻ രാജാവിനെ ഞാൻ കഴിഞ്ഞവർഷം ബാദനിൽ വച്ച് കണ്ട താണ്. ഈ പ്രായത്തിലും അദ്ദേഹം ഊർജസ്വലനായിരിക്കുന്നു.

"ബിസ്മാർക്ക് പ്രഭു അദ്ദേഹത്തെ അനുഗമിക്കും" ജോൻക്വയ് മാഡം പറഞ്ഞു.

"നിങ്ങൾ പ്രഭുവിനെ അറിയുമോ? എന്റെ സഹോദരൻ പ്രഷ്യൻ പ്രതിനിധി ആയിരുന്നപ്പോൾ പാരീസിൽവച്ച് ഞാൻ അദ്ദേഹത്തോടൊപ്പം ഊണ് കഴിച്ചിട്ടുണ്ട്."

"എന്തുകൊണ്ടില്ല? ഷാന്റ്റ്യൂ മാഡമാണ് അതിന് മറുപടി പറഞ്ഞ ത്. "കൊള്ളാം എങ്ങനെ ഞാനത് വിശദീകരിക്കും? അദ്ദേഹം എന്നെ സന്തോഷിപ്പിച്ചിട്ടില്ല. മൃഗീയമായ നോട്ടവും കൊള്ളരുതാത്ത പെരുമാ റ്റവും. ഞാൻ തീർത്ത് പറയാം അയാളൊരു മണ്ടൻ തന്നെ."

തുടർന്ന് എല്ലവരുടെയും സംസാരം ബിസ്മാർക്ക് പ്രഭുവിനെപ്പറ്റി യായി, ഭിന്നാഭിപ്രായങ്ങളാണ് ഉണ്ടായത്. ഒരു മുഴുക്കുടിയനും നല്ല കളി ക്കാരനുമായ അദ്ദേഹത്തെ വാന്ദേവ്രസിനറിയാം. ചർച്ച അതിന്റെ ഉച്ച കോടിയിലെത്തിയപ്പോൾ വാതിൽ തുറന്ന് ഹെക്ടർ ദ ലാ ഫലോസി അകത്ത് വന്നു. അദ്ദേഹത്തെ അനുഗമിച്ച ഫോഷറി പ്രഭ്വിയുടെ അരികി ലേക്ക് വന്ന് ശിരസ്സ് നമിച്ച് പറഞ്ഞു:

"മാഡം ഞാൻ നിങ്ങളുടെ വിലയേറിയ ക്ഷണം മറന്നിട്ടില്ല." ഉപ ചാരവാക്കോടെ പുഞ്ചിരിച്ചുകൊണ്ട് അവർ അദ്ദേഹത്തെ സ്വീകരിച്ചു. പത്ര പ്രവർത്തകനാകട്ടെ പ്രഭ്വിയുടെ മുൻപിൽ നമിച്ചിട്ട് വെള്ളത്തിൽ കിട ക്കുന്ന മീനിനെപ്പോലെ ഒരുനിമിഷം ശങ്കിച്ചു നിന്നു. അത്രയും ആളുക

ളുടെ മധ്യത്തിൽ സ്റ്റീനറെ മാത്രമേ അദ്ദേഹത്തിന് തിരിച്ചറിയാൻ കഴിഞ്ഞുള്ളൂ. എന്നാൽ വാന്ദേവ്രസ് തിരിഞ്ഞുവന്ന് അദ്ദേഹത്തിന് ഹസ്തദാനം ചെയ്ത് സംസാരിക്കുന്നതിനുള്ള താൽപ്പര്യം കാട്ടി. ഫോഷറി അദ്ദേഹത്തെ ഒരു വശത്തേക്ക് മാറ്റി നിർത്തി ശബ്ദം താഴ്ത്തി പറഞ്ഞു:

"അത് നാളെയാണ്. താങ്കൾ പോകുന്നുണ്ടോ?"

"തീർച്ചയായും."

"അർധരാത്രിയിൽ അവളുടെ വീട്ടിൽവച്ച്."

"എനിക്കറിയാം, എനിക്കറിയാം. ഞാൻ ബ്ലാൻഷേയോടൊപ്പമാണ് പോകുന്നത്."

സ്ത്രീകളുടെ ഭാഗത്തേക്ക് ചെന്ന് ബിസ്മാർക്കിന് അനുകൂലമായി എന്തെങ്കിലും പറയണമെന്ന് കരുതി അദ്ദേഹം അവിടെനിന്ന് തടിതപ്പാൻ തുടങ്ങിയെങ്കിലും ഫോഷറി അദ്ദേഹത്തെ തടഞ്ഞു വച്ചു.

"അവൾ എന്നെ ക്ഷണിക്കാനായി ചുമതലപ്പെടുത്തിയത് ആരെയാണെന്ന് നിങ്ങൾക്ക് ഒരിക്കലും കണ്ടു പിടിക്കാനാവില്ല." എന്നിട്ട് മുഫാത്ത് പ്രഭുവിനെ ഉന്നംവച്ച് ചെറുതായൊന്ന് തലയാട്ടി. സ്റ്റീനറും ഓഹരി ഏജന്റും ബജറ്റിനെപ്പറ്റിയുള്ള ചർച്ചയിലായിരുന്നു.

"മുഫാത്തോ! അതൊരിക്കലും സംഭവിക്കയില്ല." ആശ്ചര്യത്തോടും വിസ്മയത്തോടും വാന്ദേവ്രസ് പറഞ്ഞു.

"ഞാൻ ആണയിട്ട് പറയുന്നു. അദ്ദേഹത്തെക്കൂടി ഞാൻ കൊണ്ടുവന്നിരിക്കും. ഞാൻ ഇവിടെ വരാനുള്ള ഒരു കാരണവും അതാണ്" ഫോഷറി ഉറപ്പിച്ചു പറഞ്ഞു. നിശ്ശബ്ദമായ ചിരി അവരുടെയിടയിൽ പടർന്നു. വാന്ദേവ്രസ് തിടുക്കത്തിൽ പെണ്ണുങ്ങളുടെ കൂട്ടത്തിലേക്ക് ചെന്ന് ആശ്ചര്യഭാവത്തിൽ പറഞ്ഞു.

"ബിസ്മാർക്ക് പ്രഭു ഒരു നല്ല തമാശക്കാരനാണ്. ഉദാഹരണത്തിന് ഒരു വൈകുന്നേരം എന്റെ സാന്നിധ്യത്തിൽ അദ്ദേഹം ഒരു തകർപ്പൻ തമാശ പറഞ്ഞു."

സുഹൃത്തുക്കൾ തമ്മിൽ പതിഞ്ഞ സ്വരത്തിൽ കൈമാറിയ വിവരങ്ങളിൽ ചില വാക്കുകൾ കേട്ട ഫലോസി ഇത്തിരി വിശദീകരണങ്ങൾക്കായി ഫോഷറിയെ ഒന്ന് നോക്കി. ആരെക്കുറിച്ചാണവർ പറയുന്നത്? അടുത്ത അർധരാത്രിയിൽ എന്താണ് സംഭവിക്കാൻ പോകുന്നത്? എന്നാൽ ബന്ധുവിനെ അകറ്റാൻ അദ്ദേഹം കൂട്ടാക്കിയില്ല. വാന്ദേവ്രസ് അവിടെനിന്ന് പോയി ഒരു കസേരയിലിരുന്നു. സബീൻപ്രഭ്വിയോട് അദ്ദേഹത്തിന് പ്രത്യേക താൽപ്പര്യമുണ്ട്. അവളുടെ പേര് തന്റെ സാന്നിധ്യത്തിൽ അദ്ദേഹം പലപ്പോഴും സൂചിപ്പിച്ചിട്ടുണ്ട്. പതിനേഴാം വയസിലാണ് അവർ കല്യാണം കഴിച്ചത്. ഇപ്പോൾ മുപ്പത്തിനാല് വയസായി. അന്നുമുതൽ അവരുടെ ഭർത്താവുമായും അമ്മായിയമ്മയുമായും കന്യാമഠത്തെ അനുസ്മരിപ്പിക്കുന്ന ഒരുതരം ഏകാന്തബന്ധമാണ് അവർക്കുണ്ടായിരുന്നത്. തികഞ്ഞ പതിവ്രതയാണ് അവരെന്ന് ചിലരൊക്കെ പറയാറുണ്ട്. മറ്റു ചില സ്ത്രീകൾക്ക് അവരോട് സഹതാപമാണ്. പഴയ

കെട്ടിടത്തിലെ 'സ്വയംതടവി'ന് മുൻപുള്ള അവരുടെ ജ്വലിക്കുന്ന നർമ ബോധവും വിടർന്ന കണ്ണുകളുടെ നോട്ടവുമെല്ലാം പലരുടെയും സ്മര ണയിലുണ്ട്. ഫോഷറി അവരെ സൂക്ഷ്മനിരീക്ഷണം നടത്തിയെങ്കിലും അടുക്കാൻ കൂട്ടാക്കിയില്ല. അടുത്തയിടെ മെക്സിക്കോയിൽ വച്ച് മരിച്ച ഒരു സുഹൃത്ത് അദ്ദേഹത്തിനുണ്ടായിരുന്നു. മരിക്കുന്നതിന്റെ തലേന്ന് അയാൾ ഒരു വലിയ കുറ്റസമ്മതം നടത്തിയിരുന്നു. എന്നാൽ അതേക്കു റിച്ച് ഫോഷറിക്ക് അവ്യക്തമായ ഒരോർമയേയുള്ളൂ. അന്ന് രാത്രി അവർ ഒന്നിച്ച് ആഹാരമൊക്കെ കഴിച്ചതാണ്. കറുത്ത വേഷത്തിൽ ശാന്തമായ പുഞ്ചിരിയോടെ പഴയ സ്വീകരണമുറിയിൽ പ്രഭ്വി ഇരിക്കുന്നത് കണ്ട പ്പോൾ ചില സംശയം തോന്നാതിരുന്നില്ല.

"ബിസ്മാർക്കിനെക്കൊണ്ട് അവർക്ക് എന്ത് ചെയ്യാനാണ്?" ഫലോസി പിറുപിറുത്തു. ആളുകൾ കൂടുന്നിടത്തെല്ലാം വല്ലാത്ത മടുപ്പ് പ്രകടമാക്കുന്ന ശീലമാണ് അദ്ദേഹത്തിന്റേത്.

"ഇവിടമൊരു ശവമുറി പോലെയാണ്. നിങ്ങൾ വിളിച്ചതുകൊണ്ടാണ് ഞാൻ വന്നത്." എന്നാൽ ഫോഷറി അവനെ ചോദ്യം ചെയ്യാനാണ് തുനിഞ്ഞത്.

"ഇപ്പോൾ പറയണം ഈ പ്രഭ്വിക്ക് ഒരു കാമുകൻ ഉണ്ടോ?"

"കൊള്ളാം" ഇത്തിരി പിറകോട്ട് മാറി പറഞ്ഞു: "താങ്കൾ എവിടെ യാണ് നിൽക്കുന്നതെന്നറിയാമോ?" എങ്കിലും ഇത്തരത്തിലുള്ള ക്രോധ പ്രകടനം തനിക്ക് ചേർന്നതല്ലെന്ന് തിരിച്ചറിഞ്ഞ് കസേരയിലേക്ക് ചാഞ്ഞ് ഫലോസി കൂട്ടിച്ചേർത്തു.

"കൊള്ളാം. ഇല്ല എന്ന് ഞാൻ പറയില്ല. എന്നാൽ എനിക്ക് അതേ പ്പറ്റി കൂടുതലറിയില്ല. ആ ഫൊകാർമണ്ട് എപ്പോഴും അവിടെ കാണും. അജ്ഞേയമായ കാര്യങ്ങൾ അറിയുന്നതിലാണ് എനിക്ക് താൽപ്പര്യം. എന്റെ കാര്യത്തിൽ മാത്രമല്ല. എവിടെയും ഇതുതന്നെയാണ് സംഭവി ക്കുന്നത്. പ്രഭ്വി ഏതായാലും ഇക്കാര്യം വളരെ സൂത്രത്തോടെയാണ് കൈകാര്യം ചെയ്യുന്നത്. ആരും ഇതേപ്പറ്റി അവരോട് ചോദിക്കാറുമില്ല.

ഫോഷറി ചോദ്യം ചെയ്ത് കുഴപ്പങ്ങൾ ഉണ്ടാക്കാതിരിക്കാൻ ഫലോസി മുഫാത്തിനെപ്പറ്റി അറിയാവുന്നതെല്ലാം പറഞ്ഞു. അത്രയും സ്ത്രീകളുടെ മധ്യത്തിൽ അവരുടെ സംസാരം നീണ്ടു പോയി. അവർ ശബ്ദം താഴ്ത്തി സംസാരിക്കുന്നത് കണ്ടാൽ ഏതോ ഗൗരവമായ കാര്യ ങ്ങൾ ശ്രദ്ധാപൂർവം ചർച്ച ചെയ്യുകയാണെന്ന് തോന്നും.

ഫലോസിയോട് നല്ല അടുപ്പമുള്ള മുഫാത്ത്മാഡം പ്രായം ചെന്ന ഒരു സ്ത്രീയാണ്. മിക്കപ്പോഴും പുരോഹിതരുമായി ഇടപഴകി കാണ പ്പെടുന്ന അവർക്ക് എല്ലാവരെയും വളയ്ക്കാനുള്ള ആധികാരികവഴി വശ മാണ്.

മുഫാത്ത് ഒരു പ്രായംചെന്ന ജനറലിന്റെ മകനാണ്. നെപ്പോളിയൻ ഒന്നാമന്റെ കാലത്താണ് അച്ഛന് പ്രഭുപദവി കിട്ടിയത്. ഡിസംബർ രണ്ടിനുശേഷം സ്വാഭാവികമായും ആ പദവി മുഫാത്തിനായിരിക്കും ലഭി

ക്കുക. ലോലഹൃദയനല്ലെങ്കിലും മാന്യനും സത്യസന്ധനുമാണയാൾ. പഴഞ്ചൻ ശൈലിയാണെന്ന് മാത്രമല്ല, എപ്പോഴും പള്ളിയിലാണെന്ന മട്ടിലാണദ്ദേഹം പെരുമാറുന്നത്. അമ്മ മുഫാത്താണ് അദ്ദേഹത്തിന് ഇത്തരമൊരു ചര്യയുണ്ടാകാൻ മുഖ്യ പ്രേരണ നൽകിയത്. ദിവസവും കുമ്പസാരിക്കും. ഒരു തരത്തിലുമുള്ള തോന്ന്യാസങ്ങളുമില്ല. ഒരുതരം വിശ്വാസപ്പനിയാണദ്ദേഹത്തിന്. തന്റെ വാങ്മയചിത്രത്തിന് അവസാനമിനുക്കുപണിയെന്നോണം ഫലോസി ഫോഷറിയുടെ കാതിൽ എന്തോ മന്ത്രിച്ചു.

"അതൊരിക്കലും സംഭാവ്യമല്ല" ഫോഷറി പറഞ്ഞു.

"ഞാനിത് വ്യക്തമായി അറിഞ്ഞതാണ്. അദ്ദേഹം കല്യാണം കഴിക്കുന്നതിന് മുൻപ് എങ്ങനെ ഒരു ബ്രഹ്മചാരിയായിരുന്നോ അതുപോലെതന്നെയാണിപ്പോഴും."

താടിയും മീശയുമുള്ള പ്രഭുവിന്റെ മുഖം നോക്കി ഫോഷറി ഒന്നു ചിരിച്ചു. സ്റ്റീനറോട് പെരുപ്പിച്ച് പറഞ്ഞ മട്ടിൽ ഗൗരവം വിടാതെയുള്ള ഇരിപ്പാണ് അദ്ദേഹത്തിന്റേത്.

"ശരിയാണ്, ആ പറഞ്ഞതുപോലെയുണ്ട്. അദ്ദേഹം ഭാര്യയെ ഒരു കാഴ്ചവസ്തുവാക്കി മാറ്റി. ഹൊ! അദ്ദേഹം ഭാര്യയെ എന്തുമാത്രം മുഷിപ്പിച്ചു കാണും. ഞാൻ പന്തയം വയ്ക്കാം. അവർ ഇതുവരെ പുരുഷനെ അറിഞ്ഞുകാണില്ല."

അപ്പോഴാണ് സബീൻപ്രഭ്വി അദ്ദേഹത്തോട് സംസാരിക്കാൻ വന്നത്. എന്നാൽ അവളുടെ പ്രഭുവിനെപ്പറ്റി കേട്ട കാര്യങ്ങളിൽ വിസ്മയത്തോടെ നിൽക്കുന്നതിനാൽ പ്രഭ്വിക്ക് ചെവി കൊടുത്തില്ല. അവർ ചോദ്യം ആവർത്തിച്ചു.

"മിസ്റ്റർ ഫോഷറി താങ്കൾ ബിസ്മാർക്ക് പ്രഭുവിനെപ്പറ്റി ഒരു ലേഖനം എഴുതിയിരുന്നില്ലേ? നിങ്ങൾ അദ്ദേഹത്തോട് സംസാരിച്ചിരുന്നില്ലേ?"

പെട്ടെന്ന് അദ്ദേഹം ഇരിപ്പിടത്തിൽനിന്നെഴുന്നേറ്റ് സ്ത്രീകളുടെ സംഘത്തിലേക്ക് ചെന്ന് ബിസ്മാർക്കിനെപ്പറ്റി പറയാൻ തുടങ്ങി. അതേ സമയം സബീൻപ്രഭ്വിയുടെ ചോദ്യത്തിന് മറുപടിയും കണ്ടെത്തി.

"തീർച്ചയായും ജർമനിയിൽ പ്രസിദ്ധീകരിച്ച ചില ജീവചരിത്രഗ്രന്ഥങ്ങളുടെ സഹായത്തോടെ ഞാൻ ചില ലേഖനങ്ങളൊക്കെ എഴുതിയിട്ടുണ്ട്. എന്നാൽ ബിസ്മാർക്ക് പ്രഭുവിനെ ഞാൻ കണ്ടിട്ടേയില്ല."

അദ്ദേഹം പ്രഭ്വിയുടെ അടുത്തിരുന്ന് സംസാരിക്കുമ്പോൾ തന്റെ കാഴ്ചപ്പാടുകൾ തുടർന്നും വിശദീകരിച്ചു. അവരുടെ പ്രായം അദ്ദേഹം കണക്കിലെടുത്തില്ല. കണ്ടാൽ ഒരു ഇരുപത്തിയെട്ടുകാരിയെന്നേ തോന്നൂ; നീണ്ട പീലികളുള്ള അവരുടെ കണ്ണുകളിൽ യുവത്വം മിന്നിത്തിളങ്ങിയിരുന്നു. വിഭജിക്കപ്പെട്ട ഒരു കുടുംബത്തിൽ വളർന്നു വന്ന അവർ ഒരു മാസം അച്ഛനോടൊപ്പം കഴിഞ്ഞെങ്കിൽ ഒരു മാസം അമ്മയോടൊപ്പമായിരിക്കും. അമ്മയുടെ മരണശേഷം അച്ഛൻ ഭാരമൊഴിപ്പിക്കുന്നതിന് തിടുക്കം കൂട്ടിയതിനാൽ ചെറിയ പ്രായത്തിലേ അവൾ വിവാഹിതയായി.

അവളുടെ അച്ഛൻ മാർക്കിസ് ഒരു ഭീകരമനുഷ്യനായിരുന്നു. അദ്ദേഹത്തെക്കുറിച്ച് വിചിത്രമായ പല കഥകളും പ്രചരിച്ചിരുന്നു. അദ്ദേഹത്തെ കാണാൻ കഴിയുമോന്ന് ഫോഷറി തിരക്കി.

"തീർച്ചയായും അച്ഛൻ വരുന്നുണ്ട്. എന്നാൽ വൈകിയേ എത്തുകയുള്ളൂ. അത്രയ്ക്ക് തിരക്കിലാണദ്ദേഹം."

വൈകുന്നേരം അദ്ദേഹം ചെലവഴിക്കുന്ന ഇടത്തെക്കുറിച്ച് ഫോഷറി വിചാരിച്ചെങ്കിലും ഗൗരവഭാവം കൈവിട്ടില്ല. എന്നാൽ പ്രഭ്വിയുടെ ഇടത്തേ കവിളിൽ വായോട് ചേർന്നുള്ള മറുക് കണ്ട് അദ്ദേഹം അത്ഭുതപ്പെട്ടു. നാനയ്ക്കും ഇതേപോലെതന്നെയുണ്ട്. ഇത് വളരെ കൗതുകമായിരിക്കുന്നു. മറുകിന്മേലുള്ള ചുരുണ്ട രോമങ്ങളും അതുപോലെതന്നെ. നാനയുടെ കാര്യത്തിൽ സ്വർണരോമങ്ങളാണെന്ന ഭേദമേയുള്ളൂ. ഇവർക്ക് കാമുകന്മാരില്ല എന്നൊരു വ്യത്യാസവും ഉണ്ട്.

"എനിക്ക് അഗസ്താ രാജ്ഞിയെ ഒന്ന് കാണണമെന്നുണ്ട്. ഭക്തിയും നന്മയുമുള്ളവരാണ് അവരെന്ന് ഞാൻ കേട്ടിട്ടുണ്ട്. രാജാവിനെ അവർ അനുഗമിക്കുമെന്ന് നിങ്ങൾ കരുതുന്നുണ്ടോ?" പ്രഭ്വി ചോദിച്ചു.

"അവർ വരില്ലെന്നാണ് പറഞ്ഞു കേൾക്കുന്നത്." അദ്ദേഹം മറുപടി പറഞ്ഞു.

പ്രഭ്വിക്ക് കാമുകന്മാരില്ല. അത് എല്ലാവർക്കും ബോധ്യമുള്ളതാണ്. സ്തംഭനവും വിരസതയും ബാധിച്ച് അവർ പുത്രിയുടെ സമീപം ഇരിക്കുന്നത് കാണാം. ശവകുടീരം പോലുള്ള ആ സ്വീകരണമുറിയിൽ പള്ളിയിലേതുപോലെയുള്ള ഗന്ധം തങ്ങി നിൽക്കുന്നു. അസ്വാതന്ത്ര്യത്തിന്റെയും കാർക്കശ്യത്തിന്റെയും ഭാരം പ്രഭ്വിയിൽ ചുമത്തിയിരിക്കുന്നത് ഈ അന്തരീക്ഷം വാക്കുകളില്ലാതെ തന്നെ വിളിച്ചു പറയുന്നുണ്ട്. ആ പുരാതനഗൃഹത്തിൽ അവളുടേതെന്ന് പറയാൻ എന്താണുള്ളത്? മുഫാത്തിന്റെ നിയന്ത്രണത്തിലും ധ്യാനാത്മകമായ പരിശീലനത്തിലും ഒക്കെയാണ് അവിടെ ഓരോന്ന് നിർവഹിക്കപ്പെട്ടു പോരുന്നത്.

കറുത്ത പല്ലുകളും ദുരൂഹമായ ചിരിയുമുള്ള പ്രായംചെന്ന ഒരു മാന്യൻ സ്ത്രീകൾക്ക് പിന്നിൽ ചാരുകസേരയിൽ ഇരിക്കുന്നത് ഫോഷറി കണ്ടു. സംവാദത്തിന് ഒരു കാരണംകൂടിയായി. ഫോഷറിക്ക് അദ്ദേഹത്തെ അറിയാം. തിയോഫിലെ വിനോട്ട്. പള്ളിക്കേസുകളിൽ സ്പെഷ്യലൈസ് ചെയ്ത വക്കീലാണയാൾ. റിട്ടയർ ചെയ്ത ശേഷവും ദുരൂഹമായ ചിലത് അയാളിൽ കാണാം. എല്ലായിടത്തും വളരെ ബഹുമാനത്തോടെ അദ്ദേഹം സ്വീകരിക്കപ്പെടുന്നു. അദ്ദേഹം ഒരു മാന്ത്രികനാണോ എന്നുപോലും ഭയപ്പെടുന്നവരുണ്ട്. എന്നിരുന്നാലും അദ്ദേഹത്തിന്റെ പെരുമാറ്റം വളരെ വിനയമുള്ളതാണ്. മാഡലിൻ പള്ളിയിൽ വാർഡനാണെങ്കിലും നഗരസഭയിലെ ഡപ്യൂട്ടി മേയർ സ്ഥാനവും സ്വീകരിച്ചിട്ടുണ്ട്. വിശ്രമവേളയിൽ എന്തെങ്കിലും ചെയ്യേണ്ടേ എന്നാണ് അദ്ദേഹത്തിന്റെ പക്ഷം. എന്തായാലും പ്രഭ്വി സുരക്ഷിതയാണ്. അക്കാര്യത്തിൽ ഇനി ഒന്നും ചെയ്യേണ്ടതില്ല

സ്ത്രീകളുടെ കൂട്ടത്തിൽനിന്ന് രക്ഷപ്പെട്ട ഫോഷറി ഫലോസിയോട് പറഞ്ഞു:

"നീ പറഞ്ഞത് ശരിയാണ്. മൃത്യുസമാനമായ മടുപ്പാണ്. നമുക്ക് പോകാം."

മുഫാത്ത് പ്രഭുവും ഓഹരി ഏജന്റും പോയ ഉടനെ സ്റ്റീനർ പ്രക്ഷുബ്ധനായി കാണപ്പെട്ടു. ആകെ വിയർത്ത് കുളിച്ചിരുന്നു. എന്നിട്ട് പതിഞ്ഞ സ്വരത്തിൽ മുറുമുറുപ്പോടെ പറഞ്ഞു.

"നാശംപിടിച്ചവർ അവരുടെ അറിവുകൾ അവർ രഹസ്യമാക്കി വച്ചുകൊള്ളട്ടെ, എനിക്ക് സംസാരിക്കാൻ വേറെയും ആളുകളുണ്ടല്ലോ." ഫോഷറിയെ ഒരു വശത്തേക്ക് തള്ളി മാറ്റി വിജയാളിയെപ്പോലെ പറഞ്ഞു.

"കൊള്ളാം, അത് നാളെയാണ്. ഞാനവിടെ ഉണ്ടാകും."

"ശരിക്കും" ഫോഷറി ആശ്ചര്യപൂർവം പ്രതികരിച്ചു.

"നിനക്കതറിയില്ല. അവളെ വീട്ടിലൊന്നു കാണാൻ കിട്ടുക വിഷമം പിടിച്ച ജോലിയാണ്. മിഗ്നൻ എന്നെ ഒരിക്കലും ഒറ്റയ്ക്ക് ആക്കുകയുമില്ല."

"എന്നാൽ മിഗ്നണും ഭാര്യയുംകൂടി ഉണ്ടാവുമല്ലോ;"

"അതേ എന്നോടവൾ പറഞ്ഞിരുന്നു. അവളെന്നെ ക്ഷണിച്ചിട്ടുമുണ്ട്. നാടകത്തിനുശേഷം കൃത്യം അർധരാത്രിക്ക്" സ്റ്റീനർ വളരെ സന്തോഷവാനായി കാണപ്പെട്ടു. എങ്കിലും അർഥഗർഭമായി ഫോഷറിയോട് ചോദിച്ചു.

"താങ്കൾ ഇതൊന്നും അറിഞ്ഞിട്ടില്ലേ?"

"എന്താണ് നിങ്ങൾ ഉദ്ദേശിക്കുന്നത്? എന്റെ ലേഖനത്തിന് ആശംസ നേരാൻ മാത്രമാണ് അവൾ എന്നെ വിളിച്ചത്" ഫോഷറി പ്രതികരിച്ചു.

"ശരി ശരി, നീ ഭാഗ്യവാനാണ്. സമ്മാനിതനായിരിക്കുന്നു. അതിരിക്കട്ടെ കുഴലൂത്തുകാരന് പണം കൊടുക്കുന്നത് നാളെ ആരാണ്?"

ഒരു പിടിയുമില്ലെന്ന മട്ടിൽ ഫോഷറി കൈ മലർത്തി. ബിസ്മാർക്കിനെ അറിയാവുന്നതുകൊണ്ട് വാന്ദേവ്രസ് സ്റ്റീനറെ വിളിച്ചു. ജോൻക്വയ് മാഡം ഏതാണ്ട് തോൽവി സമ്മതിച്ച മട്ടിൽ ഉപസംഹരിച്ചു.

"എന്റെ ഉള്ളിൽ വലിയ മതിപ്പൊന്നും ഉളവാക്കിയിട്ടില്ല. ഒരു പൈശാചികമുഖമാണ് അദ്ദേഹത്തിന്റേതെന്നാണെനിക്ക് തോന്നുന്നത്. എന്നിരുന്നാലും അദ്ദേഹം നർമബോധമുള്ളവനാണെന്ന് സമ്മതിക്കുന്നു. അദ്ദേഹത്തിന്റെ വിജയത്തിനും അതാകാം കാരണം."

"സംശയമില്ല" മങ്ങിയ ചിരിയോടെ സ്റ്റീനർ പിന്താങ്ങി. അദ്ദേഹം ഫ്രാങ്ക്ഫോർട്ടിൽനിന്നുള്ള ഒരു ജൂതൻ ആയിരുന്നു.

ഇതിനിടയിൽ ഫലോസി ഫോഷറിയെ ചോദ്യം ചെയ്യാനുള്ള ധൈര്യം ആർജിച്ചിരുന്നു. എന്നിട്ട് അടുത്തു ചെന്ന് കാതിൽ മന്ത്രിച്ചു

"ഏതോ സ്ത്രീയുടെ വീട്ടിൽ അത്താഴമുണ്ടെന്ന് കേട്ടല്ലോ അതെവിടെയാണ്?"

ആരൊക്കെയോ ശ്രദ്ധിക്കുന്നുണ്ടെന്നും അവർ നമ്മുടെ പെരുമാറ്റത്തിന്റെ സഭ്യത അളക്കുമെന്നും ഫോഷറി സൂചന നൽകി. വാതിൽ വീണ്ടും തുറക്കപ്പെട്ടു. പ്രായമായ ഒരു സ്ത്രീ പ്രവേശിച്ചു. അവരെ അനുഗമിച്ച യുവാവിനെ ഫോഷറി തിരിച്ചറിഞ്ഞു. 'വീനസ് മോഹിനി' ആദ്യം അരങ്ങേറിയപ്പോൾ 'കിടിലൻ' എന്ന് ഉച്ചത്തിൽ വിളിച്ചു പറഞ്ഞ പയ്യനാണത്. ആ സ്ത്രീയുടെ വരവ് അവർക്കെല്ലാം ഉത്തേജനമായി, സബീൻപ്രഭ്വി ചുറുചുറുക്കോടെ എഴുന്നേറ്റ് ചെന്ന് അവരുടെ ഇരുകൈകളും ചേർത്തണച്ച് സ്വീകരിച്ചു. പ്രിയപ്പെട്ട മാഡം യുഗോൺ എന്നായിരുന്നു അവർ സംബോധന ചെയ്തത്. ഫോഷറി ഈ രംഗം വളരെ വികാരവായ്പോടെ നിരീക്ഷിക്കുന്നത് കണ്ടപ്പോൾ ഫലോസി മതിപ്പുളവാക്കാനെന്ന മട്ടിൽ അവരെക്കുറിച്ച് ചെറിയൊരു വിവരണം നടത്തി. ഹഗൻമാഡം ഒരു നോട്ടറിയുടെ വിധവയാണ്. വിരമിച്ചതിനുശേഷം ഫൊന്ദേത്തസ് എന്ന കുടുംബ എസ്റ്റേറ്റിൽ താമസമാണ്. എങ്കിലും പാരീസിലും അവർക്കൊരു വീടുണ്ട്. നിയമബിരുദത്തിന് പഠിക്കുന്ന ഇളയ മകന് ചില ക്രമീകരണങ്ങൾ ചെയ്ത് കൊടുക്കുന്നതിനുവേണ്ടി ഏതാനും ആഴ്ചയായി അവർ അവിടെയായിരുന്നു. പണ്ട് അവർ മാർക്വിസ്ഷുവാർദിന്റെ അടുത്ത സുഹൃത്തായിരുന്നു. പ്രഭ്വിയുടെ ജനനസമയത്തും അവർ അവിടെ ഉണ്ടായിരുന്നു. വിവാഹത്തിന് മുൻപ് മാസങ്ങളോളം അവിടെ താമസിച്ചിട്ടുമുണ്ട്. ഇപ്പോഴും അവിടത്തെ അംഗത്തെപ്പോലെയാണ് അവർ പരിഗണിക്കപ്പെടുന്നത്.

"നിങ്ങളെ കാണിക്കാൻ ജോർജിനെ ഞാൻ കൊണ്ടുവന്നിട്ടുണ്ട്." യുഗോൺ സബീനോട് പറഞ്ഞു. "അവൻ വളർന്നിട്ടുണ്ടെന്നാണ് എന്റെ വിശ്വാസം."

പെൺകുട്ടി ആൺകുട്ടിയുടെ വേഷം കെട്ടിയ മട്ടാണ് അവനെ കണ്ടാൽ. തിളങ്ങുന്ന കണ്ണുകളും കുറുനിരകളും എല്ലാം കണ്ടാൽ അങ്ങനെയേ തോന്നൂ. അവൻ പ്രഭ്വിക്ക് മുൻപിൽ ശിരസ്സ് നമിച്ചു.

"ഫിലിപ്പ് ഇപ്പോൾ പാരീസിലില്ലേ?" മുഫാത്ത് പ്രഭു ചോദിച്ചു.

"ഇല്ല അവനിപ്പോൾ ബോർഗസിൽ പട്ടാളത്തിലാണ്" യുഗോൺ മറുപടി പറഞ്ഞു. "വളരെ വേഗംതന്നെ അവൻ ലഫ്റ്റനന്റ് ആയി." മൂത്ത മകനെപ്പറ്റി അവർ അഭിമാനത്തോടെ സംസാരിച്ചു തുടങ്ങി. എല്ലാ സ്ത്രീകളും ബഹുമാനപുരസ്സരമായ സഹതാപത്തോടെ അവർക്കു ചുറ്റും കൂടി. അവരുടെ സംഭാഷണം പ്രസാദാത്മകമായി തുടർന്നു. സൗമ്യമായ ചിരിയിൽ പ്രകാശിക്കുന്ന ബഹുമാന്യയായ യുഗോൺ മാഡത്തിന്റെ മാതൃത്വം തുടിക്കുന്ന മുഖം കണ്ടപ്പോൾ ഫോഷറിക്ക് താൻ അൽപ്പം മുൻപ് സബീൻ പ്രഭ്വിയെ സംശയിച്ചതോർത്ത് വിഷമം തോന്നി.

പ്രഭ്വി ഇരിക്കുന്ന ചുവന്ന സിൽക്ക് പുറംചട്ടയുള്ള വലിയ ഒരു കസേര കണ്ട് അദ്ദേഹം അതിൽ ആകൃഷ്ടനായി. ഈ പുക നിറഞ്ഞ പഴയ സ്വീകരണമുറിയിൽ ഇത് അസ്ഥാനത്താണല്ലോ എന്ന് അദ്ദേഹം കരുതി. സ്ത്രീസഹജമായ അലസതയെ പ്രചോദിപ്പിക്കുന്ന തരത്തിലുള്ള

ഇത്തരമൊരു സംവിധാനത്തിനു പിന്നിൽ പ്രഭു ആയിരിക്കില്ല എന്നത് തീർച്ചയാണ്. ഇതൊരു പരീക്ഷണമാണെന്ന് ചിലർ കരുതിയേക്കാം. അഭിലാഷത്തിന്റെയും ആനന്ദത്തിന്റെയും ഒരു തുടക്കം സ്വപ്നത്തിലെന്നതു പോലെ അദ്ദേഹത്തിന്റെ ചിന്തകൾ ഭൂതകാലത്തിലേക്ക് പോയി. ഒരു റസ്റ്റോറന്റിലെ സ്വകാര്യമുറിയിൽ പറയപ്പെട്ട ആ കഥയിലേക്ക് അദ്ദേഹം എത്തി. അദ്ദേഹത്തിന്റെ സുഹൃത്ത് മെക്സിക്കോയിൽ കൊല്ലപ്പെട്ടതു മുതൽ വല്ലാത്തൊരു ആകാംക്ഷയോടെ മുഫാത്ത് കുടുംബത്തോട് അടുക്കാൻ അദ്ദേഹം ആഗ്രഹിച്ചു. എന്താണ് സംഭവിച്ചതെന്ന് ആർക്കറിയാം? അതേക്കുറിച്ചുള്ള ചിന്ത അദ്ദേഹത്തിലെ മൃഗീയവാസനകൾ ഉണർത്തി. വലിയ കസേര ഗർജിക്കുന്നതുപോലെയും അദ്ദേഹത്തിന് തോന്നി. “എന്നാൽ നമുക്ക് പോകാം.”

എപ്പോഴാണ് പോകുന്നതെന്നും അത്താഴമൊരുക്കുന്ന സ്ത്രീ ആരാണെന്നും അറിയാനുള്ള ആകാംക്ഷ ഫലോസിയുടെ ചോദ്യത്തിലുണ്ടായിരുന്നു.

“കുറച്ച് നേരത്തിന് ശേഷം” ഫോഷേറി മറുപടി പറഞ്ഞു. അദ്ദേഹത്തിന് വലിയ തിടുക്കമൊന്നും ഇല്ലായിരുന്നു. കുറച്ച് ആളുകളെക്കൂടി ഇനി ക്ഷണിക്കാനുമുണ്ട്.

സ്ത്രീകൾ അടുത്തയിടെ കന്യാസ്ത്രീയായ ഒരു പെൺകുട്ടിയെപ്പറ്റി പറഞ്ഞുകൊണ്ടിരിക്കയായിരുന്നു. ഫാഷൻഭ്രമങ്ങൾ നിറഞ്ഞ പാരീസിനെ പ്രസ്തുതചടങ്ങ് ശരിക്കും ബാധിച്ചു. ബറോണസ് ദ ഫോഗ്രേയുടെ മൂത്ത മകളായിരുന്നു അത്. തടയാൻ പറ്റാത്ത ഒരു സാഹചര്യത്തിലാണവർ കർമ്മലീത്തായിൽ ചേർന്നത്. ഫോഗ്രേയുടെ അടുത്ത ബന്ധുവായ ഷാന്റ്ര്യൂ മാഡം പറഞ്ഞത് ചടങ്ങിന്റെ തലേദിവസം അവൾക്ക് കിടക്കയിൽനിന്നെഴുന്നേൽക്കാൻ പോലുമായില്ലെന്നാണ്. അത്രമാത്രം വികാരാധീനയായിരുന്നു അവൾ.

“എല്ലാം രസകരമായിട്ടാണ് എനിക്ക് തോന്നുന്നത്” ലിയോണൈഡ് വെളിപ്പെടുത്തി. അതേസമയം യുഗോൺ മാഡത്തിന് ആ അമ്മയോട് സഹതാപം തോന്നി. ഒരു മകളെ ഇത്തരത്തിൽ നഷ്ടപ്പെടുന്ന അമ്മയുടെ അവസ്ഥ എത്ര സങ്കടകരമാണ്. ഭക്തി കൂടിപ്പോയതിന്റെ ഒരു ഇരയാണ് ഞാൻ. എന്നാൽ ആത്മഹത്യാപരമായ ഇത്തരം തീരുമാനങ്ങൾ എടുക്കുന്ന കുട്ടികളെക്കുറിച്ച് ചിന്തിക്കുന്നതിന് ആ ഭക്തി ഒരു തടസമായിരുന്നില്ല.

“അതേ ഇത് വളരെ ഭീകരം തന്നെ” ചെറിയൊരു വിറയലോടെ നെരിപ്പോടിനരികിലേക്ക് ചേർന്നിരുന്നുകൊണ്ട് പ്രഭ്വി അഭിപ്രായപ്പെട്ടു. തുടർന്ന് സ്ത്രീകൾ ഒരു ചർച്ചയിലേക്ക് കടന്നു. എന്നാൽ ഇടയ്ക്കിടെയുള്ള ചിരി അവരുടെ സംഭാഷണത്തിന്റെ ഗൗരവത്തെ കെടുത്തി.

റോസ് നിറത്തിലുള്ള അതിർത്തിരേഖകളുള്ള രണ്ട് വിളക്കുകൾ അടുപ്പുതിണ്ണയിലുണ്ട്. അവയുടെ വെളിച്ചം അവരുടെമേൽ പതിക്കുന്നു. എങ്കിലും വിശാലമായ ആ സ്വീകരണമുറി ഏറെക്കുറെ നേർത്ത നിഴൽ

മൂടിയ മട്ടാണ്. സ്റ്റീനറിന് മടുപ്പായി തുടങ്ങിയിരുന്നു. ലിയോനാഡ് എന്ന് വിളിക്കപ്പെടുന്ന ഷെസെല്ലിമാഡത്തെക്കുറിച്ച് ഓരോ തോന്ന്യാസങ്ങൾ അദ്ദേഹം ഫോഷറിയോട് വിവരിക്കാൻ തുടങ്ങി. "കൊള്ളരുതാത്തവർ" സ്ത്രീകളുടെ ഇരിപ്പിടങ്ങൾക്ക് പിറകിൽനിന്ന് ശബ്ദം താഴ്ത്തി അദ്ദേഹം പറഞ്ഞു. നീല സാറ്റിനിലുള്ള വലിയ വസ്ത്രം ധരിച്ച് കസേരയുടെ കോണിലിരിക്കുന്ന അവരെ ഫോഷറി സൂക്ഷിച്ച് നോക്കി. കണ്ടാൽ ഒരു ചെറിയ ആൺകുട്ടിയെപ്പോലുണ്ട്. അവരെ അവിടെ കണ്ടതിലുള്ള ആശ്ചര്യം പ്രകടിപ്പിച്ച് അദ്ദേഹം വിഷയം മാറ്റി. കരോളിൻ ഹെകെറ്റിന്റെ അടുത്ത് ആളുകൾ എത്ര നന്നായാണ് പെരുമാറുന്നത്. അവളുടെ അമ്മയാണ് ധാർമികചിട്ടകൾകൊണ്ട് അവരുടെ വീട് ക്രമീകരിച്ചിരിക്കുന്നത്.

ഒരു ലേഖനത്തിനുള്ള വിഷയമായി. പാരീസ് സമൂഹം എത്ര വിചിത്രമാണ്. വളരെ നിഷ്ഠയുള്ള സ്വീകരണമുറികൾ ആക്രമിക്കപ്പെടുന്നു. നിശബ്ദനായിരിക്കുന്ന തിയോഫിലെ വിനോട്ട് കേടായ തന്റെ പല്ലുകൾ കാണിച്ചും ചിരിച്ചും പ്രതികരണങ്ങൾ ഒതുക്കി. ഷാന്റര്യൂ, ജോൺകയ് തുടങ്ങിയ പ്രായം ചെന്ന സ്ത്രീകളെപ്പോലെയും നാലോ അഞ്ചോ പ്രായം ചെന്ന മാന്യരെപ്പോലെയും തറച്ച കുറ്റി പോലെ ഇരിക്കയാണ്.

മുഫാത്ത് പ്രഭുവിന്റെ ക്ഷണത്തിലെത്തിയ ഉന്നത ഉദ്യോഗസ്ഥർ ധാരാളമുണ്ടായിരുന്നു. അതിൽ ഒരു ഹെഡ് ക്ലാർക്ക് ഇറുകിയ കോട്ട് ധരിച്ച് ഇരിക്കുന്നു. മാർക്വിസ് ഷുവാർദിന്റെ കൂട്ടത്തിലും കുലീനരായ ധാരാളം ചെറുപ്പക്കാരുണ്ട്. സംസ്ഥാന കൗൺസിലേക്ക് പ്രവേശിച്ചതിന്റെ ഭാഗമായുള്ള വിപുലമായ രാഷ്ട്രീയബന്ധത്തിന്റെ ഫലമാണ് ആ ആൾക്കൂട്ടം. യുഗോണിന്റെ പ്രായവും വിശുദ്ധിയും ഷെസല്ലിയുടെയും സ്റ്റീനറുടെയും തരംതാണ പ്രകൃതവും ഈ കൂട്ടത്തിൽ വ്യതിരിക്തതയോടെ നിലകൊണ്ടു. ഫോഷറിക്ക് തന്റെ ലേഖനത്തിനുള്ള വക ഏതാണ്ടായിക്കഴിഞ്ഞു. ശീർഷകവും കൊടുത്തു; 'സബീൻ പ്രഭ്വിയുടെ ചെറിയ കൂട്ടം.'

മൊണ്ടാബനിലെത്തിയ ശേഷമാണ് ലിയോനൈഡിന്റെ ജീവിതഗതി മാറിയത്. ഷാറ്റ്യൂ ദ ബ്യൂറെകിലാണ് അവൾ താമസിച്ചിരുന്നത്. അവിടെനിന്നും അഞ്ചു മൈൽ വണ്ടി കയറിയാണ് അദ്ദേഹത്തെ കാണാൻ ലയൺദോർ എന്ന ഹോട്ടലിൽ അവൾ ദിവസവും എത്തിക്കൊണ്ടിരുന്നത്. അവിടെയാണ് അദ്ദേഹം താമസിച്ചിരുന്നത്. വണ്ടി ഹോട്ടലിന് വെളിയിൽ കാത്ത് കിടക്കും. നാല് മണിക്കൂറെങ്കിലും അവൾ ഹോട്ടലിൽ ചെലവഴിക്കും. അതേസമയം കുതിരകളെ കാണാൻ ചെറിയൊരു ആൾക്കൂട്ടം പുറത്ത് വണ്ടിക്ക് ചുറ്റുമുണ്ടാകും.

അവരുടെ സംഭാഷണത്തിൽ നിശ്ശബ്ദമായ ഒരു ഇടവേളയുണ്ടായി. ഏതാണ്ട് ഭക്തിപൂർവകമായ അന്തരീക്ഷം. ചെറുപ്പക്കാരുടെ മൃദുഭാഷണവും നിലച്ചു. മുഫാത്ത് പ്രഭുവിന്റെ കാലടിശബ്ദം മാത്രം അവിടെ മുഴങ്ങി. വിളക്കുകൾ മങ്ങി. നെരിപ്പോടിലെ തീ അണഞ്ഞു. ആ സുഹൃത്തുക്കളുടെ സംഗമം നാൽപ്പത് വർഷത്തെ പഴമയിലേക്ക് ആ

അന്തരീക്ഷത്തെ പരിവർത്തിപ്പിച്ചു. പ്രഭുവിന്റെ അമ്മയുടെ ശരീരസാന്നിധ്യം പലർക്കും അനുഭവപ്പെട്ടു. സബീൻ പ്രഭ്വി ഒരിക്കൽക്കൂടി പറഞ്ഞു തുടങ്ങി:

"നിങ്ങൾക്കറിയാമോ ഇങ്ങനെയും ഒരു സംസാരമുണ്ട്. ആ ചെറുപ്പക്കാരൻ മരിക്കാൻ കിടക്കുന്നതു കാരണമാണ് ആ പാവം പെൺകുട്ടി കന്യാസ്ത്രീ ആവാൻ തീരുമാനിച്ചത്. അതുതന്നെയല്ല മി. ഫോഗ്രേ വിവാഹത്തിനുള്ള അനുമതിയും അവൾക്ക് നൽകിയിരുന്നില്ല."

"ഇതല്ലാതെ വേറെയും ചിലതൊക്കെ ആളുകൾ പറയുന്നുണ്ട്" ലിയോനൈഡ് ആശ്ചര്യത്തോടെ പറഞ്ഞു.

കൂടുതലൊന്നും വിശദീകരിക്കാൻ മുതിരാതെ അവർ ചിരിക്കാൻ തുടങ്ങി. ഈ ചിരി സബീനെയും ബാധിച്ചു. കൈലേസുകൊണ്ട്ചുണ്ട് മറച്ച് അവരും ചിരിക്കാൻ തുടങ്ങി. നിശ്ശബ്ദമായ ആ മുറിയിലെ ചിരി ചില്ലുടയുന്നതുപോലെയാണ് ഫോഷറിക്ക് അനുഭവപ്പെട്ടത്. ദേവാലയ സമാനമായ അന്തരീക്ഷവിശുദ്ധിക്ക് ഇത് വിള്ളൽ വീഴ്ത്തി. എല്ലാവരും സംസാരിക്കാൻ തുടങ്ങി. ജോൻക്വയ് മാഡം ഗൗരവം നടിച്ചു. ഒരു കല്യാണം നടക്കാനുള്ള ആലോചനയുണ്ടെന്ന് ഷാന്റ്ര്യൂവിന് അറിയാമായിരുന്നു. എന്നാൽ അത് മുന്നോട്ട് പോയില്ല. പുരുഷന്മാർപോലും ഇതേപ്പറ്റി ഓരോ അഭിപ്രായങ്ങൾ പറഞ്ഞു തുടങ്ങി. അവരുടെ സംഭാഷണം കുറച്ചു നേരത്തേക്ക് വ്യത്യസ്തമായ വാദങ്ങൾകൊണ്ട് സംഘർഷഭരിതമായി സ്വേച്ഛാധിപത്യവും യുക്തിവാദവും ഭൗതികവാദവും ആത്മീയവാദവും എല്ലാം ചർച്ചയിൽ കടന്നുകൂടി. ഒരേ സമയം തന്നെ അവർ പരസ്പരം കളിയാക്കി. എസ്റ്റിലെ നെരിപ്പോടിലേക്ക് വേണ്ട വിറകിനായി പോയി. പരിചാരകന്മാർ വിളക്ക് തെളിയിച്ചു. ആകെക്കൂടി ഒരു ഉണർവുണ്ടായി. ഫോഷറി ഒരിക്കൽക്കൂടി പ്രസന്നവദനനായി. "ബന്ധുവിനെ വിവാഹം ചെയ്യാനാവാതെ വരുമ്പോൾ അവർ ദൈവത്തിന്റ മണവാട്ടിയാവുന്നു."അവിടത്തെ ഭാഷണത്തിന്റെ വിഷയത്തിൽ മടുപ്പു തോന്നിയ വാന്ദേവ്രസ് പ്രഭു പിറുപിറുത്തുകൊണ്ട് ഫോഷറിയുടെ അടുത്തേക്ക് പോയി.

"എന്റെ സുഹൃത്തേ ഏതെങ്കിലും സ്ത്രീ കന്യാസ്ത്രീ ആകാൻ താൽപ്പര്യപ്പെടുമോ?" മറുപടിക്ക് കാത്തു നിൽക്കാതെ അദ്ദേഹം കൂട്ടിച്ചേർത്തു.

"എന്നോടൊന്ന് പറയൂ നമ്മളിൽ എത്ര പേർ നാളെ അവിടെ ഉണ്ടാവും? മിഗ്നനും സ്റ്റീനറും കാണും. ഞാനും ഉണ്ടാകും.പിന്നെ? കരോളിൻ വരുമെന്ന് ഉറപ്പാണ്. സിമോണിയും കാണും.ഗാഗയുണ്ടാകുമെന്നതിന് സംശയമില്ല.ഇത്തരം സാഹചര്യങ്ങളിൽ ഇരുപത് പേരെ പ്രതീക്ഷിച്ചാൽ മുപ്പത് പേർ കാണും."

സ്ത്രീകളുടെ ഭാഗത്തേക്ക് നോക്കി വാന്ദേവ്രസ് വിഷയം മാറ്റി.

"ഒരു പതിനഞ്ച് കൊല്ലം മുൻപ് ജോൻക്വയ് മാഡം എത്ര സുന്ദരിയായിരുന്നിരിക്കണം. പാവം എസ്റ്റിലെ മുൻപത്തേക്കാളും ഏറെ വളർന്നി

രിക്കുന്നു. ഏതായാലും കിടക്കയിൽ അവൾ മനോഹരമായ ഒരു തടിക്കഷണം തന്നെ."

തുടർന്നദ്ദേഹം അടുത്ത ദിവസത്തെ അത്താഴവിരുന്നിലേക്ക് വിഷയം മാറ്റി. എപ്പോഴും ഒരേ സ്ത്രീകളെത്തന്നെ കണ്ടുകൊണ്ടിരിക്കുക. എത്ര മുഷിപ്പനാണത്. ഒരു പുതുമ വേണം പുതിയൊരു പെൺകുട്ടിയെ കണ്ടുപിടിക്കണം, ആ തടിയനോട് പറയാം പുതിയൊരെണ്ണത്തെ തരപ്പെടുത്താൻ. നേരത്തേ പറഞ്ഞ തടിയൻ സ്വീകരണമുറിയുടെ മധ്യഭാഗത്തിരുന്ന് ഉറക്കം തൂങ്ങുന്നുണ്ട്. വാന്ദേവ്രസ് തടിയന്റെ അടുത്തിരുന്ന് ആ സഭയുടെ മുൻപിലുള്ള ഏറ്റവും വലിയ ചോദ്യം ചർച്ച ചെയ്തു.

"ഒരു ചെറിയ പെൺകുട്ടി സന്ന്യാസിയാവാൻ തീരുമാനിക്കുന്നതിന്റെ യഥാർഥകാരണം എന്തായിരിക്കും?" ഒരു ചെറിയ ചിരിയോടെ പ്രഭു മടങ്ങിവന്ന് പറഞ്ഞു.

"അതൊരിക്കലും സാധ്യമല്ല. വാസ്തവം പറഞ്ഞാൽ അവൾ കന്യാസ്ത്രീയാവാൻ വിസമ്മതിച്ചു കാണും. ഞാനവളെ ലായ്റിൽവച്ച് കണ്ടിട്ടുണ്ട് എന്ന് പന്തയം വയ്ക്കാം."

"എന്ത്? നിങ്ങൾ ലായ്റിൽ പോവുകയോ?" ഫോഷറി ഒരു ചിരിയോടെ പിറുപിറുത്തു. "അത്തരമൊരു സ്ഥലത്തുപോയി വ്യക്തിത്വം കളഞ്ഞ് കുളിക്കയോ? ഞാൻ കരുതി ഞങ്ങളെപ്പോലുള്ള പാവംപിടിച്ച ചെകുത്താന്മാർക്ക് പറഞ്ഞിട്ടുള്ളതാണ് അതെന്ന്."

"എന്റെ പ്രിയപ്പെട്ട കുഞ്ഞേ ഒരാൾ ജീവിതത്തിന്റെ എല്ലാ വശങ്ങളും അറിഞ്ഞിരിക്കണം." പിന്നെ അവർ ചിരിച്ചുകൊണ്ട് കൺതിളക്കവുമായി റൂയ്ദസ് മാർട്ടൈർസിലെ ഭക്ഷണകേന്ദ്രത്തെപ്പറ്റി സംഭാഷണമായി. മൂന്ന് ഫ്രാങ്കിന് പാവപ്പെട്ട സ്ത്രീകൾക്ക് തടിയൻ ലോറെ പീഡിഫർ ഭക്ഷണം നൽകുന്ന ഇടമാണത്. അതൊരു വൃത്തികെട്ട തുരങ്കമാണ്. എല്ലാ പെൺകുട്ടികളും ലോറെയുടെ ചുണ്ടിൽ ചുംബിക്കും. അവരുടെ ഭാഷണത്തിലെ ഒന്നോ രണ്ടോ വാക്ക് മാത്രം കേട്ട സബീൻ പ്രഭ്വി അവർക്ക് നേരെ ഒന്ന് നോക്കിയപ്പോൾ അവർ ഒരുമിച്ച് അവിടെ നിന്ന് മാറിക്കളഞ്ഞു. അവരുടെ അടുത്ത് ജോർജ് യുഗോൺ നിൽക്കുന്നത് അവർ ശ്രദ്ധിച്ചില്ല. കാര്യങ്ങളൊക്കെ തീവ്രമായി ശ്രദ്ധിച്ചുനിന്ന അവന്റെ ചെവി മുതൽ കഴുത്തുവരെയുള്ള ഭാഗം നന്നായി ചുവന്നിരുന്നു. അവൻ വളരെ ലജ്ജാവിവശനായി കാണപ്പെട്ടു. അമ്മ മുറിയിലേക്ക് മാറിയതിൽപ്പിന്നെ അവൻ ഷെസെല്ലിയെ ചുറ്റിപ്പറ്റി നിൽക്കയാണ്. നാനയോട് തുലനം ചെയ്യാനാവില്ലെങ്കിലും അവർ മാത്രമാണ് സ്ത്രീയെന്ന നിലയിൽ അവന് ഒരു തല്ല് സമ്മാനിച്ചത്.

യുഗോൺമാഡം പറഞ്ഞു തുടങ്ങി: "കഴിഞ്ഞ രാത്രിയിൽ ജോർജ് എന്നെ തീയറ്ററിൽ കൊണ്ടുപോയി. അതെ, കഴിഞ്ഞ പത്ത് വർഷമായി എനിക്കവിടെ കാല് കുത്താൻ കഴിഞ്ഞിരുന്നില്ല. സംഗീതം ആസ്വദിക്കാൻ അവന് എളുപ്പം കഴിഞ്ഞു. എനിക്കാണെങ്കിൽ ഒന്നും രസിച്ചില്ല. അവൻ വലിയ സന്തോഷത്തിലായിരുന്നു. ഇപ്പോഴത്തെ കാലത്ത് സാധാരണ

യിൽ കവിഞ്ഞ ചിലതൊക്കെ അവർ അരങ്ങിൽ പ്രദർശിപ്പിക്കാറുണ്ട്. ഉള്ളത് പറയാമല്ലോ, എനിക്കീ സംഗീതത്തിലൊന്നും വലിയ ആവേശമില്ല.

ജോൻക്വായ്മാഡം കണ്ണുകൾ മുകളിലേക്കുയർത്തി പറഞ്ഞു: "എന്ത്? നിങ്ങൾ സംഗീതം ഇഷ്ടപ്പെടുന്നില്ലെന്നോ? സംഗീതത്തെ സ്നേഹിക്കാതിരിക്കാൻ ആർക്കെങ്കിലും കഴിയുമോ?"

പൊതുവെ എല്ലാവരിലും ആശ്ചര്യം പടർന്നിരുന്നു. നാടകശാലയിലെ സംഗീതപ്രകടനത്തെപ്പറ്റി ആരും ഒരു വാക്കുപോലും ഉരിയാടിയില്ല. അവിടെ അരങ്ങേറിയ സംഗീതത്തിന്റെ മാസ്മരികത ഉൾക്കൊള്ളാൻ യുഗോൺമാഡത്തിനായില്ലെങ്കിലും മറ്റുള്ളവർക്ക് അറിയാമായിരുന്നു. എങ്കിലും അവർ മൗനം അവലംബിച്ചു. അതിനുപകരം അവർ സംഗീത ഗുരുക്കന്മാരെപ്പറ്റി സംസാരിച്ചു. ജോൻക്വായ് വെബറെയല്ലാതെ ആരെയും ഇഷ്ടപ്പെട്ടില്ല. ഷാന്റര്യൂ മാഡം ഇറ്റാലിയൻ പക്ഷത്ത് നിലകൊണ്ടു. സ്ത്രീകളുടെ ഈ മൃദുഭാഷണം മതാത്മകമായൊരു കൂട്ടായ്മയെ അനുസ്മരിപ്പിച്ചു.

"നമുക്ക് പോകാം" എന്ന മുഖവുരയോടെ വാന്ദേവ്രസ് ഫോഷറിയെ മുറിയുടെ മധ്യഭാഗത്തേക്ക് കൊണ്ടുവന്നു. എന്നിട്ട് ശബ്ദം താഴ്ത്തി പറഞ്ഞു:

"നമുക്ക് തീർച്ചയായും നാളത്തേക്ക് ഒരു പെൺകുട്ടിയെ കണ്ടെത്തണം, സ്റ്റീനറോടൊന്ന് ചോദിച്ചാലോ?"

"ഓ സ്റ്റീനറോ പാരീസ് മുഴുവൻ തിരഞ്ഞാലും ഒരു സ്ത്രീയെ തരപ്പെടുത്താൻ അദ്ദേഹത്തിന് ഒരിക്കലുമാവില്ല" ഫോഷറി പറഞ്ഞു. ഇതിനിടയിൽ വാന്ദേവ്രസ് ചുറ്റുമൊന്ന് പരതിയിട്ട് പറഞ്ഞു: "ഒരു നിമിഷം കാത്തിരിക്ക്" അയാൾ തുടർന്നു: "കഴിഞ്ഞ ദിവസം ഫൊകാർമണ്ടിനൊപ്പം ഒരു സുന്ദരിയെ ഞാൻ കണ്ടിരുന്നു. അവളെ കൊണ്ടുവരാൻ ഞാൻ അയാളോട് പോയി പറയാം." ഇതു പറഞ്ഞതും അദ്ദേഹം ഫൊകാർമണ്ടിനെ കൈ കാട്ടി വിളിച്ചു. വളരെ പെട്ടെന്ന് അവർ ഏതാനും വാക്കുകളിൽ വിനിമയം നടത്തി. എന്തോ ചില പ്രശ്നങ്ങളുള്ളതുപോലെ അവരിരുവരും സ്ത്രീകളുടെ പാവാടത്തുമ്പുകളിൽ തട്ടാതെ സൂക്ഷിച്ച് അവിടെനിന്ന് പോയി. മറ്റൊരു ചെറുപ്പക്കാരനെ കണ്ട് ഒരു ജനാലയുടെ മൂലയിൽ നിന്ന് ചർച്ചയാരംഭിച്ചു.

തനിച്ചായപ്പോൾ ഫോഷറി നെരിപ്പോടിനരികിലുള്ള കൂട്ടത്തിലേക്ക് ചേരാൻ തീരുമാനിച്ചു. വെബറുടെ സംഗീതം തടാകങ്ങളും കാടും സൂര്യോദയം എല്ലാം കാട്ടിത്തരുമെന്ന് ജോൻക്വായ് പറഞ്ഞുകൊണ്ടിരിക്കുകയായിരുന്നു. എന്നാൽ അദ്ദേഹത്തിന്റെ തോളിൽ ഒരു കരം പതിച്ചു; ഒപ്പം പിറകിൽനിന്നൊരു ശബ്ദവും, "ഇതിത്തിരി കൂടിപ്പോയി."

"എന്താണത്?" അദ്ദേഹം ചോദിച്ചു. തിരിഞ്ഞ് നോക്കിയപ്പോൾ അത് ഫലോസിയാണെന്ന് തിരിച്ചറിയുകയും ചെയ്തു.

"നാളത്തെ അത്താഴവിരുന്നിന് കുറഞ്ഞപക്ഷം എന്നെ ഒന്ന് ക്ഷണിക്കാമായിരുന്നു." ഫോഷറി മറുപടി പറയാൻ തുടങ്ങിയപ്പോഴേക്കും വാന്ദേവ്രസ് എത്തി പറഞ്ഞു.

“ആ പെൺകുട്ടി ഫൊകാർമണ്ടിന്റെ അധീനതയിലല്ല. അവൾക്ക് വരാൻ കഴിയില്ല. മടുപ്പു തന്നെ! അതേസമയം ഫൊകാർമണ്ടിനെ ഞാൻ വലയിലാക്കിയിട്ടുണ്ട്. അദ്ദേഹം റോയൽ തീയറ്ററിലെ ലൂയിസിനെ എങ്ങനെയെങ്കിലും കൊണ്ടുവരും.” ഷാന്റര്യൂ മാഡം ഇതിനിടയിൽ ശബ്ദമുയർത്തി ചോദിച്ചു:

“മി. വാന്ദേവ്രസ് വാഗ്നറുടെ സംഗീതത്തിന് കഴിഞ്ഞയാഴ്ച കൂക്കുവിളിയുയർന്നത് ശരിയാണോ?”

“ഓ ദാരുണമായിപ്പോയി” അസാധാരണമായ വിനയത്തോടെ അദ്ദേഹം മറുപടി പറഞ്ഞു. എന്നാൽ അദ്ദേഹത്തെ അവർ അവിടെ പിടിച്ച് നിർത്താത്തതിനാൽ അവിടെനിന്ന് മാറി ഫോഷറിയുടെ ചെവിയിൽ ഇങ്ങനെ മന്ത്രിച്ചു:

“ഈ ചെറുപ്പക്കാർക്ക് കുഞ്ഞ് പെൺകുട്ടികളെയെങ്കിലും അറിയാമായിരിക്കും. ഞാനൊന്ന് സമ്മർദം ചെലുത്തട്ടെ.”

അതോടുകൂടി അദ്ദേഹം ചെറുപ്പക്കാരെ ലക്ഷ്യബോധത്തോടെ ചിരിച്ച് മയക്കി സ്വീകരണമുറിയുടെ ഓരോ മൂലയിലും നടന്നു. എല്ലാ സംഘങ്ങളിലും രഹസ്യാത്മകമായി ചില ആംഗ്യങ്ങളൊക്കെ കാട്ടി അദ്ദേഹം ഇടപഴകി. വാർത്ത എല്ലായിടത്തും പരന്നു. പിറ്റേന്നത്തെ സമ്മേളനസ്ഥലം പ്രഖ്യാപിക്കപ്പെട്ടു. എന്നാൽ പെൺകുട്ടിയെ തെരഞ്ഞെടുക്കുന്നതിനെപ്പറ്റിയുള്ള പതിഞ്ഞ ശബ്ദങ്ങൾ സംഗീതത്തെപ്പറ്റിയുള്ള ചർച്ചയിൽ മുങ്ങിപ്പോയി.

“വേണ്ട നിങ്ങടെ ജർമൻകാരെക്കുറിച്ചൊന്നും എന്നോട് പറയണ്ട. പാടുന്നത് ലളിതസുന്ദരമായിട്ടായിരിക്കണം. ബാർബറിലെ സംഗീതം നിങ്ങൾ കേട്ടിട്ടില്ലേ?” ഷാന്റര്യൂ പറഞ്ഞു.

“മനോഹരം തന്നെ” ലിയോലൈഡ് കാര്യങ്ങളൊന്നും പിടികിട്ടിയില്ലെങ്കിലും പ്രതികരിച്ചു.

സബീൻപ്രഭ്വി ചായക്ക് വേണ്ട നിർദേശങ്ങൾ കൊടുത്തു. ചായവിതരണം സ്വീകണമുറിയിൽത്തന്നെ നടത്താനുള്ള ആളുകളേ ഉണ്ടായിരുന്നുള്ളൂ. ചെറിയൊരു മേശ വൃത്തിയാക്കുന്നതിനുള്ള നിർദേശങ്ങൾ പരിചാരകന് നൽകുമ്പോൾത്തന്നെ പ്രഭ്വി വാന്ദേവ്രസ് പ്രഭുവിനെ കണ്ണുകൊണ്ട് പിന്തുടർന്നു. ഇപ്പോഴും മങ്ങിയ ചിരി അവരുടെ മുഖത്ത് കാണാം. പ്രഭു അതുവഴി കടന്നു പോയപ്പോഴാകട്ടെ അവർ ചോദ്യം ചെയ്തു.

“എന്താ മി. വാന്ദേവ്രസ് നിങ്ങൾ രഹസ്യമായി ആസൂത്രണം ചെയ്യുന്നത്?”

“മാഡം... ഞാൻ... ഞാൻ... എനിക്ക് രഹസ്യപദ്ധതികളൊന്നുമില്ല.”

“ശരിയോ ഞാൻ താങ്കളെ തിരക്കുള്ളതായി കാണുന്നു. നോക്കൂ മറ്റൊന്നും ചെയ്യാനില്ലെങ്കിൽ സ്വന്തം ഉന്നതിക്കായി എന്തെങ്കിലുമൊക്കെ ചെയ്യ്.”

ഇതുപറഞ്ഞ് അവർ അദ്ദേഹത്തിന്റെ കയ്യിൽ ഒരു ആൽബം വച്ചു കൊടുത്ത് അത് പിയാനോയുടെ മുകളിൽ വയ്ക്കാൻ ആവശ്യപ്പെട്ടു. എന്നാൽ പോകുംവഴി അദ്ദേഹത്തിന് ഫോഷറിയോട് രഹസ്യസംഭാഷണം നടത്താനൊരു അവസരം കിട്ടി. സുന്ദരിയായ റ്റാറ്റൻ നിനേയും പുതുമുഖതാരമായ മരിയ ബ്ലോണ്ടും നമ്മോടൊപ്പമുണ്ടാകുമെന്ന് അദ്ദേഹം ഷോഷറിയുടെ ചെവിയിൽ മന്ത്രിച്ചു. ഇതിനിടയിലും ക്ഷണം ഉറപ്പാക്കുന്നതിന് ഫലോസി ഓരോ ചുവടിലും തടസമായി നിന്നു. എന്നാൽ ചടങ്ങിന് ക്ലാരിസിനെക്കൂടി കൊണ്ടുവരണമെന്ന് വാഗ്ദാനം ചെയ്യിക്കാൻ വാന്ദേവ്രസ് ശ്രമിച്ചപ്പോഴും ഫലോസി സംശയം പ്രകടിപ്പിച്ചതിനാൽ അദ്ദേഹം ഇത്രയും പറഞ്ഞ് നിർത്തി, “ഞാൻ താങ്കളെ ക്ഷണിച്ചിരിക്കുന്നു, അതുതന്നെ ധാരാളം” അതേസമയം ആതിഥേയയെക്കുറിച്ചറിയാൻ ഫലോസി താൽപ്പര്യം പ്രകടിപ്പിച്ചു. എന്നാൽ പ്രഭ്വി വാന്ദേവ്രസിനെ വീണ്ടും വിളിച്ച് ഇംഗ്ലീഷ് രീതിയിൽ ചായയുണ്ടാക്കുന്നതിനെപ്പറ്റി സംസാരിച്ചു. കുതിരപ്പന്തയത്തിൽ പങ്കെടുക്കുന്നതുമായി ബന്ധപ്പെട്ട് അദ്ദേഹം ഇംഗ്ലണ്ടിൽ പലതവണ പോയിട്ടുണ്ട്. അദ്ദേഹത്തിന്റെ അഭിപ്രായത്തിൽ റഷ്യക്കാർക്കാണ് നന്നായി ചായയുണ്ടാക്കാനറിയാവുന്നത്. അദ്ദേഹം അതിന്റെ രീതിയും വിശദീകരിച്ച് കൊടുത്തു. സംസാരിച്ചുകൊണ്ടിരിക്കുമ്പോൾത്തന്നെ ചിന്തയുടെ പ്രവാഹത്തിലകപ്പെട്ട മട്ടിൽ അദ്ദേഹം സംഭാഷണം സ്വയം തടസപ്പെടുത്തി ചോദിച്ചു:

“അതിരിക്കട്ടെ മാർക്വിസിനെ കണ്ടില്ലല്ലോ.”

“ഓ തീർച്ചയായും നിങ്ങൾ കാണും. എന്റെ അച്ഛൻ എത്തുമെന്ന് ഔദ്യോഗികമായിത്തന്നെ വാക്ക് തന്നിട്ടുണ്ട്.” പ്രഭ്വി മറുപടി പറഞ്ഞു. എന്നാൽ നൈരാശ്യം മറച്ചു വച്ചതുമില്ല “എങ്കിലും എനിക്ക് തെല്ലൊരു ഖേദമുണ്ട്. അദ്ദേഹത്തിന്റെ ഉത്തരവാദിത്വങ്ങളായിരിക്കും വൈകിക്കുന്നത്.”

വാന്ദേവ്രസ് അർഥഗർഭമായി ചിരിച്ചു. മാർക്വിസിന്റെ ഉത്തരവാദിത്വവും തിരക്കും ഏതു തരത്തിലുള്ളതായിരിക്കുമെന്ന് അദ്ദേഹം ഊഹിച്ചു. വാസ്തവത്തിൽ മാർക്വിസ് കൊണ്ടുനടക്കുന്ന സുന്ദരിയായ ഒരു സ്ത്രീയെപ്പറ്റിയാണ് അദ്ദേഹം ഓർത്തത്. അവരെക്കൂടി അത്താഴത്തിന് കൂട്ടുകയും ചെയ്യാം.

ഇതിനിടയിൽ മുഫാത്ത്പ്രഭുവിനെ ക്ഷണിക്കേണ്ട സമയം അതിക്രമിച്ചിരിക്കുന്നതിലെ അപകടം ഫോഷറിക്ക് മനസിലായി. ഇത് വെറും തമാശയാണെന്ന് കരുതിയ വാന്ദേവ്രസിനോട് അദ്ദേഹം പറഞ്ഞു:

“തീർത്തും ഗൗരവംതന്നെ, എന്റെ ദൗത്യം പൂർത്തിയാക്കിയില്ലെങ്കിൽ അവൾ എന്റെ കണ്ണ് ചൂഴ്ന്ന് കളയും. അവൾ ഇരയിട്ട് മീൻ പിടിക്കുകയാണ്.”

“അങ്ങനെയെങ്കിൽ ഞാൻ നിന്നെ സഹായിക്കാം” വാന്ദേവ്രസ് ആശ്വസിപ്പിച്ചു.

പതിനൊന്നാംമണി മുഴങ്ങി. പ്രഭ്വിയും മകളുംകൂടി ചായ വിതരണം

ചെയ്തു. കൂടിവന്നവർ സുഹൃത്തുക്കളായതിനാൽ ബിസ്ക്കറ്റും കേക്കും നിറച്ച പാത്രങ്ങൾ അവർ പരസ്പരം കൈമാറി. പെണ്ണുങ്ങൾ തീ കാഞ്ഞു കൊണ്ട് അൽപ്പാൽപ്പം ചായയിറക്കി ബിസ്ക്കറ്റും കടിച്ചുകൊണ്ട് ഇരിപ്പായി. സംഗീതത്തെക്കുറിച്ചുള്ള അവരുടെ സംഭാഷണം തെന്നിമാറി കച്ചവടക്കാരെക്കുറിച്ചായി. പേസട്രിയും ഐസ്ക്രീമും കിട്ടുന്ന മികച്ച ഇടങ്ങൾ അവർ ചൂണ്ടിക്കാട്ടി. സ്ത്രീകളുടെ ഇത്തരം ഭാഷണങ്ങൾ ഒരുതരം ഉദാസീനതയിലേക്കും അലസതയിലേക്കും വളർന്നു. അവർ ഏതാണ്ട് ഉറക്കത്തിന്റെ മട്ടിലായി. സ്റ്റീനർ ഡപ്യൂട്ടിയുമായി വീണ്ടും തർക്കം തുടങ്ങി. മധുരപലഹാരങ്ങൾ തിന്ന് പല്ലുകളെല്ലാം കേടായിത്തുടങ്ങിയ വീനോട്ട് ഒരു കുഞ്ഞെലി ശബ്ദമുണ്ടാക്കുന്നതുപോലെ ഒന്നിനു പിറകേ ഒന്നായി ബിസ്ക്കറ്റ് തിന്നുന്നു. ചീഫ് ക്ലർക്കാണെങ്കിൽ ചായ ക്കോപ്പയിൽ മൂക്ക് താഴ്ത്തിയിരിക്കയാണ്. അതുകണ്ടാൽ ചായകുടി ഒരിക്കലും അവസാനിക്കുവാൻ ഭാവമില്ലെന്ന് തോന്നും. പ്രഭി ഒരു തിടുക്കവും കാട്ടാതെ പുരുഷന്മാരെ ഓരോരുത്തരെയും എന്തോ ചോദിക്കാനെന്ന മട്ടിൽ മാറിമാറി നോക്കി അതുവഴി കടന്നുപോയി. നെരിപ്പോടിലെ അഗ്നി അവരുടെ മുഖത്ത് ഒരു പ്രത്യേക നിറം പകർന്നു. മെലിഞ്ഞുണങ്ങിയ മകൾ അവരുടെ സമീപം നിൽക്കുന്നുണ്ട്. അവർ ഇരുവരും സഹോദരിമാരാണെന്നേ ഇപ്പോൾ തോന്നൂ. അവർ ഫോഷറിയുടെ സമീപമെത്തിയപ്പോൾ അദ്ദേഹം അവരുടെ ഭർത്താവിനോടും വാന്ദേവ്രസിനോടും എന്തൊക്കെയോ സംസാരിക്കുകയായിരുന്നു. സബീൻ എത്തിയ മാത്രയിൽ അവരുടെ ഭാഷണം നിലച്ചത് അവർ പ്രത്യേകം ശ്രദ്ധിച്ചു. എങ്കിലും അവിടെ നിൽക്കാൻ കൂട്ടാക്കാതെ ജോർജ് യുഗോന് ചായ നൽകാനായി അവർ പോയി.

“താങ്കളോടൊത്ത് അത്താഴം കഴിക്കാൻ ഒരു സ്ത്രീ ആഗ്രഹിക്കുന്നുണ്ട്. മുഫാത്തിനെ അഭിസംബോധന ചെയ്ത് ഫോഷറി ഭാഷണം തുടർന്നു. ക്ഷീണിതനായ മുഫാത്ത് പെട്ടെന്ന് ആശ്ചര്യപ്പെട്ട് ചോദിച്ചു.

“ആ സ്ത്രീ ആരാണ്?”

“എന്തുകൊണ്ട് നാന ആയിക്കൂടാ?” വാന്ദേവ്രസ് ഇടയ്ക്ക് കയറി പറഞ്ഞു. പ്രഭു ഇപ്പോൾ മുമ്പത്തേക്കാളും ഗൗരവത്തിലായി. അദ്ദേഹത്തിന്റെ കൺപോള തുടിച്ചു. അസഹിഷ്ണുതയുടെയും തലവേദനയുടെയും പ്രതിഫലനങ്ങൾ മുഖത്ത് കാണപ്പെട്ടു.

“എനിക്കാ സ്ത്രീയെ പരിചയമില്ലല്ലോ” അദ്ദേഹം പിറുപിറുത്തു.

“വരട്ടെ വരട്ടെ, താങ്കൾ അവളുടെ വീട്ടിൽ പോയിട്ടുണ്ട്” വാന്ദേവ്രസ് ചൂണ്ടിക്കാട്ടി.

“ഞാനവിടെ പോയെന്നോ? താങ്കൾ എന്താണ് പറയുന്നത്? ഓ ശരിയാണ്. സാധുപരിപാലനസംഘത്തിന്റെ പേരിൽ കഴിഞ്ഞദിവസം പോയത് ഞാനങ്ങ് മറന്നു പോയി. എങ്കിലും എനിക്ക് അവരുമായി അടുപ്പമൊന്നുമില്ല. അതുകൊണ്ട് ഈ ക്ഷണം സ്വീകാര്യമല്ല.”

അവരുടെ ഈ തമാശ തനിക്കത്ര രസിച്ചില്ലെന്ന് അവരെ ബോധ്യ

പ്പെടുത്താൻ അദ്ദേഹം ഒരു തണുപ്പൻമട്ട് സ്വീകരിച്ചു. അദ്ദേഹത്തെപ്പോലെ ഉയർന്ന നിലയിലുള്ളവർ നാനയെപ്പോലെ ഒരു സ്ത്രീയുടെ മേശയ്ക്കരികിൽ ഇരിക്കുക സാധ്യമല്ലായിരുന്നു. കലാകാരന്മാർക്കുവേണ്ടി നടത്തുന്ന അത്താഴവിരുന്നാണെന്നും പ്രതിഭയുടെ മുൻപിൽ മറ്റു കാര്യങ്ങൾ കണക്കാക്കേണ്ടതില്ലെന്നും പറഞ്ഞ് ഇതിനെ എതിർക്കാൻ വാന്ദേവ്രസ് ശ്രമിച്ചു. സംഗീതശാലയിലെ ഒരു പെൺകുട്ടിയോടൊപ്പം അത്താഴം പങ്കിട്ട രാജകുമാരനെപ്പറ്റി ഫോഷറി പറയാൻ തുടങ്ങിയപ്പോഴേക്കും പ്രഭു പ്രസ്തുതക്ഷണം തീർത്തും നിരസിച്ചു കളഞ്ഞു. തന്റെ മഹത്തായ മര്യാദാചര്യകൾകൂടി കണക്കിലെടുക്കാതെ തനിക്കുള്ള അസഹ്യത അംഗചലനത്തിൽവരെ അദ്ദേഹം വെളിപ്പെടുത്തി.

ജോർജും ഫലോസിയും അഭിമുഖമായിരുന്ന് ചായ കുടിക്കുമ്പോൾ ഈ ഭാഷണം ശ്രദ്ധിക്കുന്നുണ്ടായിരുന്നു.

“ഓ നാന ഞാൻ ആദ്യമേ വിചാരിച്ചതുപോലെയുണ്ട്” ഫലോസി പിറുപിറുത്തു. ജോർജ് ഒന്നും പറഞ്ഞില്ലെങ്കിലും അവന്റെ മുഖം ചുവന്ന് തുടുത്തു. നീലക്കണ്ണുകൾ മെഴുകുതിരിനാളംപോലെ ജ്വലിച്ചു. കുറെ ദിവസമായി അവനിൽ ദുർചിന്ത വളർത്തിയ ആ വികാരം ഒന്നുകൂടി എരിഞ്ഞു.

“എങ്കിലും എനിക്ക് വിലാസം അറിയില്ല” ഫലോസി തുടർന്നു.

“റൂ ദ ആർക്കേഡിനും റൂ ദ പാസ്ക്വയറിനും ഇടയിലുള്ള വാടകക്കെട്ടിടത്തിന്റെ മൂന്നാം നിലയിലാണ് അവരുടെ താമസം” ജോർജ് ഒറ്റ ശ്വാസത്തിൽ പറഞ്ഞു. ഫലോസി അവനെ ആശ്ചര്യപൂർവം ഒന്നു നോക്കി. അവൻ ലജ്ജയോടെയാണെങ്കിലും പൊങ്ങച്ചം വിടാതെ പറഞ്ഞു:

“ഞാനും അത്താഴത്തിനുണ്ട്. ഇന്നുരാവിലെ എന്നെ അവൾ ക്ഷണിച്ചിരുന്നു.”

സ്വീകരണമുറിയിലെ അന്തരീക്ഷം ബഹളമയമായി. ഫോഷറിയും വാന്ദേവ്രസും പ്രഭുവിനെ നിർബന്ധിക്കുന്നതിൽനിന്ന് പിന്തിരിഞ്ഞു. മാർക്വിസ് പ്രഭു അവിടേക്ക് വന്നു കയറിയതും അദ്ദേഹത്തിന് ചുറ്റും ആളുകൾ തടിച്ചുകൂടി. വളരെ പ്രയാസപ്പെട്ടാണ് അദ്ദേഹം മുന്നോട്ട് നീങ്ങിയത്. ഏതോ ഇരുട്ടുമുറിയിൽനിന്ന് വന്നതുപോലെ അദ്ദേഹം കണ്ണ് ചിമ്മി. മുഖം വിളറി. ആകെക്കൂടി ക്ഷീണിതനായി കാണപ്പെട്ടു.

“അപ്പനെ ഇന്ന് രാത്രി കാണാൻ പറ്റുമെന്നുള്ള പ്രതീക്ഷയൊക്കെ അസ്തമിച്ചിരുന്നു.” പ്രഭ്വി ഇത് പറഞ്ഞപ്പോൾ ഒന്നും മനസിലാകാത്തതുപോലെ അദ്ദേഹമൊന്ന് നോക്കുക മാത്രം ചെയ്തു. അദ്ദേഹത്തിന്റെ മുഖത്തിന് ചേരാത്ത മൂക്ക് വീക്കമുള്ള മുഖക്കുരുപോലെ കാണപ്പെട്ടു. കീഴ്ച്ചുണ്ടാണെങ്കിൽ താഴേക്ക് തൂങ്ങിക്കിടപ്പുണ്ട്. ഇത്ര ദയനീയമായി അദ്ദേഹത്തെ കണ്ടതിൽ ദയാലുവായി യുഗോൺമാഡം പറഞ്ഞു.

“താങ്കൾ വല്ലാതെ ജോലി ചെയ്യുന്നു. വിശ്രമം തീരെയില്ല. ഈ പ്രായത്തിൽ ജോലിഭാരമൊക്കെ ചെറുപ്പക്കാർക്ക് കൈമാറേണ്ടതല്ലേ?”

"ജോലിയോ? ഓ ശരിയാണ് എപ്പോഴും ഞാൻ തിരക്കിലാണ്." ഒടുവിൽ അദ്ദേഹം പറഞ്ഞ് തുടങ്ങി. എപ്പോഴും ചെയ്യാറുള്ളതുപോലെ നരച്ച മുടികൾ വകഞ്ഞ് മാറ്റി അദ്ദേഹം നിവർന്നൊന്ന് നിന്നു.

"ഇത്ര വൈകിയും താങ്കൾക്ക് എന്ത് ജോലിയാണുള്ളത്? ധനമന്ത്രിയുടെ സ്വീകരണച്ചടങ്ങിൽ പങ്കെടുക്കുകയാണെന്നാണ് ഞാൻ ധരിച്ചത്" ജോൻക്വയ് മാഡം ചോദിച്ചു. പ്രഭ്വി ഇടയ്ക്ക് കയറി പറഞ്ഞു.

" അപ്പന് ഒരു നിയമരേഖ പരിശോധിക്കാനുണ്ട്."

"ഓ ശരിയാണ്, ഒരു നിയമരേഖ അതാണ് കാര്യം. എനിക്കത് വിശദമായി പഠിക്കേണ്ടതുണ്ട്.... ഫാക്ടറിയെക്കുറിച്ചുള്ളതാണ്.... ഞായറാഴ്ചകളിൽ അവ അടച്ചിടണമെന്നാണ് ഞാൻ ആഗ്രഹിക്കുന്നത്. സർക്കാർ ഇക്കാര്യത്തിൽ ശുഷ്ക്കാന്തി കാണിക്കാത്തത് വളരെ കഷ്ടമാണ്. പള്ളികൾ ഇപ്പോഴേ ഇളകിയിരിക്കുകയാണ്. കാര്യങ്ങൾ ഒരു മഹാവിപത്തിലേക്കാണ് നീങ്ങുന്നത്" അദ്ദേഹം പറഞ്ഞു.

വാന്ദേവ്രസ് ഫോഷറിയെ ഒന്നു നോക്കി. അദ്ദേഹം മാർക്വിസിന് പിറകിലായി സമീപംതന്നെയുണ്ടായിരുന്നു. അവർ അദ്ദേഹത്തെ സംശയാസ്പദമായി നിരീക്ഷിച്ചു. അദ്ദേഹത്തിന്റെ സമീപം നിൽക്കാൻ ഒരു അവസരം കിട്ടിയപ്പോൾ കൂടെ കൊണ്ടുനടക്കുന്ന സുന്ദരിയെപ്പറ്റി വാന്ദേവ്രസ് ചോദിച്ചു. ഇത് മാർക്വിസിനെ അത്ഭുതപ്പെടുത്തി. ഒരുപക്ഷേ, വിറോഫ്ലേയിലെ വസതിയിൽ കുറച്ചുദിവസം ചെലവഴിച്ചപ്പോൾ ബറോണി ഡക്കറിന്റെ കൂടെ തന്നെ കണ്ടു കാണണം. വാന്ദേവ്രസിന്റെ പ്രതികാരം ഒരു അപൂർണ ചോദ്യത്തിലൊതുങ്ങി.

"താങ്കൾ എവിടെയായിരുന്നു? കൈ മുഴുവൻ ചിലന്തിവലയും കുമ്മായവുമാണല്ലോ."

"എന്റെ കൈമുട്ടിലോ?" അൽപ്പം വിഷണ്ണനായി പിറുപിറുത്തു. "ഓ ശരിയാണ്, ഇത്തിരി അഴുക്കുണ്ട്. നിയമസഭാമന്ദിരത്തിന്റെ പടികളിറങ്ങുമ്പോൾ പറ്റിപ്പിടിച്ചതാവണം."

കുറെയധികം ആളുകൾ പിരിഞ്ഞു പോയി. ഏതാണ്ട് അർധരാത്രിയോടടുത്തു. രണ്ട് പരിചാരകന്മാർ നിശ്ശബ്ദരായി കപ്പുകളും പാത്രങ്ങളും നീക്കുകയാണ്. സ്ത്രീകൾ കുറച്ചുകൂടി സ്വതന്ത്രരായി നെരിപ്പോടിനോട് അടുത്തുകൂടി കൊച്ചുവർത്തമാനം പറഞ്ഞു തുടങ്ങി. സ്വീകരണമുറിയിൽ ഉറക്കത്തിന്റെ നിഴൽ വീണ് തുടങ്ങി. ഫോഷറിയും പോകാനായി ഉറച്ചു. എന്നാൽ സബീൻ പ്രഭ്വിയെ കണ്ടപ്പോൾ അദ്ദേഹമത് മറന്നു. അവരാകട്ടെ, ആതിഥേയ എന്ന നിലയിലുള്ള കർത്തവ്യങ്ങളിൽനിന്ന് മോചിതയായി അവരുടെ പതിവ് കസേരയിൽ കിടന്ന് വിശ്രമിക്കുകയായിരുന്നു. കനലായിക്കൊണ്ടിരുന്ന ഒരു വിറകിലേക്ക് ദൃഷ്ടി ഉറപ്പിച്ച് ഒരു നിർവികാരയെപ്പോലെ അവൾ കാണപ്പെട്ടു. അദ്ദേഹത്തിന് എന്തോ ചില സംശയങ്ങളുണ്ടായി. നെരിപ്പോടിന്റെ വെളിച്ചത്തിൽ അവരുടെ ചുണ്ടിന്റെ മൂലയിലുള്ള മറുകിലെ രോമങ്ങൾ തിളങ്ങി. ഇത് നാനയുടെ മറുകുപോലെയുണ്ട്. ഇത്തരമൊരു സംശയത്തെപ്പറ്റി വാന്ദേവ്രസിന്റെ കാതിൽ

മന്ത്രിക്കാനും ഫോഷറി മടിച്ചില്ല. 'ശരിയാണല്ലോ,' വാന്ദേവ്രസ് ഇതിന് മുൻപ് ഇത് ശ്രദ്ധിച്ചിട്ടില്ല. അവർ ഇരുവരും പ്രഭ്വിയെയും നാനയെയും താരതമ്യം ചെയ്തു തുടങ്ങി. കവിളും വായയും എല്ലാം നോക്കിയാൽ മങ്ങിയ ഒരുതരം സാദൃശ്യമുണ്ട്. എന്നാൽ കണ്ണുകൾ വ്യത്യസ്തമാണ്. അതേസമയം നാനയ്ക്ക് അനുകമ്പയുള്ള ഒരു ഹൃദയമുണ്ട്. പ്രഭ്വിയെക്കുറിച്ചങ്ങനെ പറയാമോ എന്നറിയില്ല. കാൽനഖം ഉള്ളിലൊളിപ്പിച്ച് ഉറങ്ങുന്ന ഒരു പൂച്ചയുടെ പ്രതീതിയാണ് അവർ ജനിപ്പിക്കുന്നത്. എന്തൊക്കെയായാലും അവർ കിടക്കയിൽ വിജയിക്കും. ഫോഷറി തീർച്ചപ്പെടുത്തി. വാന്ദേവ്രസിന്റെ കണ്ണുകൾ അവരെ ഒരു നിമിഷത്തേക്ക് വിവസ്ത്രയാക്കി- "അതേ അവർക്കതിന് കഴിയും. എന്നാൽ അവരുടെ തുടകളെപ്പറ്റി എനിക്ക് സംശയമുണ്ട്. അവർക്ക് തുടകളില്ലെന്ന് തന്നെ പറയാം. ഇക്കാര്യത്തിൽ വേണമെങ്കിൽ പന്തയം വയ്ക്കാം." ഫോഷറി അവരുടെ മുൻപിലായി ഒരു സ്റ്റൂളിൽ ഇരിക്കുന്ന എസ്റ്റിലേയുടെ നേർക്ക് തലയാട്ടിക്കൊണ്ട് തോളിൽ തട്ടിയപ്പോഴാണ് വാന്ദേവ്രസ് ഈ പ്രകടനം നിർത്തിയത്. എസ്റ്റിലെയുടെ സാന്നിധ്യം വിസ്മരിച്ച് അവൾക്ക് കേൾക്കാവുന്ന മട്ടിലായിരുന്നു അവർ സംസാരിച്ചത്. ഇതൊക്കെ കേട്ടിട്ടും അവൾ അവിടെത്തന്നെ ചലനമറ്റതുപോലെ ഇരിപ്പാണ്. അതുകൊണ്ടായിരിക്കണം അവർ അവിടെനിന്ന് അൽപ്പം മാറി നിന്നു. പ്രഭ്വി ബഹുമാന്യയായ സ്ത്രീയാണെന്ന് വാന്ദേവ്രസ് അഭിപ്രായപ്പെടുകയും ചെയ്തു. നെരിപ്പോടിന്റെ അരികിൽനിന്ന് ഇപ്പോൾ ചില സംസാരം ഉയർന്ന് കേൾക്കാം.

"മി. ബിസ്മാർക്ക് ഒരു തമാശക്കാരനാണെന്ന് ഞാൻ സമ്മതിച്ചു തരാം. എന്നാൽ പ്രതിഭാശാലിയാണെന്നൊക്കെ പറയാൻ..." ജോൻക്വയ് പറഞ്ഞു. സ്ത്രീകളുടെ ഭാഷണം മുൻവിഷയത്തിലേക്ക് തിരിഞ്ഞു.

"അതാ വീണ്ടും ബിസ്മാർക്ക്. ഇപ്പോൾ പോകുന്നതാണ് നല്ലത്" ഫോഷറി പിറുപിറുത്തു.

"ഒരു മിനിട്ട് ക്ഷമിക്ക്. നമുക്ക് പ്രഭുവിന്റെ പക്കൽനിന്ന് വ്യക്തമായ മറുപടി കിട്ടണം."

മുഫാത്ത് പ്രഭു അദ്ദേഹത്തിന്റെ അമ്മായിയപ്പനോടും ഗൗരവപ്രകൃതരായ ചില പുരുഷന്മാരോടുമൊപ്പം സംസാരിച്ചുകൊണ്ടിരിക്കുകയായിരുന്നു. വാന്ദേവ്രസ് അദ്ദേഹത്തിന്റെ ഒരു വശത്തേക്ക് മാറിനിന്ന് നാനയുടെ അത്താഴവിരുന്നിലേക്കുള്ള ക്ഷണം ഒരിക്കൽക്കൂടി അറിയിച്ചു. തന്നെയല്ല അത്താഴത്തിന് താൻ ഒറ്റയ്ക്കേ പോകുന്നുള്ളൂ എന്നും കൂട്ടിച്ചേർത്തു. ഒരു മനുഷ്യന് എവിടെ വേണമെങ്കിലും പോകാം. ആരും അതിൽ മോശമായി ഒന്നും കാണുകയില്ല. എന്തെങ്കിലും തോന്നിയെങ്കിൽത്തന്നെ അത് വെറുമൊരു ആകാംക്ഷ മാത്രമായിരിക്കും. പ്രഭു ഇത്തരം വാദങ്ങളൊക്കെ കണ്ണുകൾ താഴ്ത്തി വികാരശൂന്യമായ മുഖഭാവത്തോടെയാണ് ശ്രദ്ധിച്ചത്. ചോദ്യം ചെയ്യലിന്റെ നോട്ടത്തോടുകൂടെ മാർക്വിസും അവരോടൊപ്പം കൂടിയപ്പോൾ മുഫാത്തിന്റെ നിഷേധമനോഭാവം ഒന്നുകൂടി തെളിഞ്ഞത് വാന്ദേവ്രസ് ശ്രദ്ധിച്ചു. മാർക്വിസിന് കാര്യം

പിടികിട്ടിയെന്നായപ്പോൾ ഫോഷറി അദ്ദേഹത്തെ ക്ഷണിക്കുകയുണ്ടായി. എന്നാൽ അദ്ദേഹം മരുമകനെ രഹസ്യമായൊന്നു നോക്കി. മി. വിനോട്ട് തുറിച്ച് നോക്കുന്നത് മുഫാത്ത് പ്രഭു കണ്ടില്ലായിരുന്നെങ്കിൽ ലജ്ജാവൃതമായ ആ നിശ്ശബ്ദതയിൽ അവർ ഇരുവരും നടത്തിയ പ്രേരണകൾക്ക് ഫലം കാണുമായിരുന്നു.

"ഇല്ല സാധ്യമല്ല" പ്രഭു നിശ്ചയദാർഢ്യത്തോടെ പറഞ്ഞു. മാർകിസാണെങ്കിലും തന്റെ മരുമകനെക്കാളും ഉറച്ചമട്ടിൽ ക്ഷണം നിരസിച്ചു. ധാർമികതയെപ്പറ്റി ചിലതൊക്കെ അദ്ദേഹം പറയുകയും ചെയ്തു. ഉപരിവർഗം എപ്പോഴും മാതൃകയായിരിക്കണമത്രെ. ഫോഷറി ചിരിച്ചുകൊണ്ട് വാന്ദേവ്രസിന് ഹസ്തദാനം ചെയ്തു. പത്രമാഫീസിൽ എത്തേണ്ടതുകൊണ്ട് മറ്റാരെയും കാത്തുനിൽക്കാതെ അദ്ദേഹം അവിടെനിന്ന് പോയി.

"ഇനി അർധരാത്രിക്ക് നാനയുടെ വീട്ടിൽവച്ച് മറക്കരുത്..."

ഫലോസിയും പോവുകയാണ്. സ്റ്റീനർ പ്രഭിയുടെ അടുക്കൽനിന്ന് ഇപ്പോൾ പിരിഞ്ഞതേയുള്ളൂ. മറ്റ് പുരുഷന്മാരും അവരെ പിന്തുടർന്നു. എല്ലാവർക്കും ഒന്നേ പറയാനുള്ളൂ.

"നാനയുടെ വീട്ടിൽ അർധരാത്രിയിൽ."

ഓവർകോട്ടുകൾ എടുത്തുകൊണ്ട് മടങ്ങാൻ തുടങ്ങുന്നവരെല്ലാം ഇതുതന്നെ ആവർത്തിച്ചു. അമ്മയോടൊപ്പം മടങ്ങാൻ വാതിൽക്കൽ കാത്തുനിന്ന ജോർജ് കൃത്യമായ മേൽവിലാസം എല്ലാവർക്കും നൽകിക്കൊണ്ടിരുന്നു. 'മൂന്നാംനിലയിൽ ഇടതുവശത്ത്' പോകാനിറങ്ങുമ്പോഴും ഫോഷറി മുറിയിൽ അവസാനമായൊന്ന് നോക്കി. വാന്ദേവ്രസ് വീണ്ടും സ്ത്രീകളുടെ ഒപ്പമാണ്. ഷെസെല്ലെസുമായി എന്തോ പറഞ്ഞ് ചിരിക്കയാണദ്ദേഹം. മുഫാത്തും മാർകിസും സംഭാഷണത്തിൽ പങ്ക് ചേർന്നിട്ടുണ്ട്. യുഗോൻ മാഡം കണ്ണും തുറന്ന് വച്ച് ഉറങ്ങുന്നു. സ്ത്രീകളുടെ കൂട്ടത്തിൽ മുങ്ങിപ്പോയ വിനോട്ടിന്റെ മുഖത്ത് വീണ്ടും ചിരി പടർന്നു. ആ വിശാലമായ മുറിയിലെ ഗൗരവംനിറഞ്ഞ അന്തരീക്ഷത്തിൽ പന്ത്രണ്ടാംമണി സാവധാനം മുഴങ്ങി.

"എന്ത്, ബിസ്മാർക്ക് നമ്മോട് യുദ്ധം ചെയ്യുമെന്നോ? ഓ ഇത്തിരി കടന്ന കൈതന്നെ" ജോൻക്വയ് ആശ്ചര്യപ്പെട്ടു. ഇത്തരമൊരു പ്രസ്താവന ഇറക്കിവിട്ട ഷാന്റ്റ്യൂവിനെ വാസ്തവത്തിൽ എല്ലാവരും കളിയാക്കുകയായിരുന്നു. ആൾസെയ്സിൽവച്ച് അവർ കേട്ടതാണിത്. അവിടെ അവരുടെ ഭർത്താവിന് ഒരു ഫാക്ടറിയുണ്ട്.

"ഭാഗ്യത്തിന് നമ്മെ സംരക്ഷിക്കാൻ നമ്മുടെ ചക്രവർത്തി ഉണ്ട്" മുഫാത്ത്പ്രഭു ഔദ്യോഗികമട്ടിൽ പ്രതികരിച്ചു. ഫോഷറി കേട്ട അവസാനവാക്കും ഇതാണ്. സബീൻപ്രഭിയെ ഒന്നുകൂടി നോക്കിയിട്ട് അദ്ദേഹം വാതിലടച്ചു. പ്രഭി ഹെഡ്ക്ലർക്കിനോട് ശാന്തമായി സംസാരിക്കുകയാണ്. തടിയന്റെ സംസാരത്തിലും അവർക്ക് താൽപ്പര്യമുള്ളതുപോലെ തോന്നുന്നു. അയാൾ തെറ്റിദ്ധരിക്കപ്പെട്ടിരിക്കണം. എന്നുകരുതി കുഴപ്പങ്ങൾ ഒന്നുമില്ല. അതൊരു സഹാനുഭൂതി മാത്രമായിരുന്നു.

"താങ്കൾ താഴേക്ക് വരുന്നുണ്ടോ?" ഫലോസി പ്രവേശനഹാളിന്റെ അടുത്തു നിന്ന് ഉച്ചത്തിൽ വിളിച്ചുപറഞ്ഞു. വെളിയിലെ നടപ്പാതയിൽവച്ച് അവർ പിരിഞ്ഞപ്പോഴും ഒന്നുമാത്രം ആവർത്തിച്ചു. "നാളെ നാനയുടെ വീട്ടിൽ..."

നാല്

ബിർബാന്റിൽനിന്നെത്തിയ ഒരു മാനേജർക്കും അദ്ദേഹത്തിന്റെ സഹായികൾക്കുമായി രാവിലെതന്നെ സോയേ ഫ്ളാറ്റ് കൈമാറിക്കഴിഞ്ഞിരുന്നു. ബിർബാന്റ് വിരുന്നുകൾക്ക് ആവശ്യമായതെല്ലാം വിതരണം ചെയ്യുന്നവരാണ്. ഭക്ഷണത്തിനുപുറമേ ഗ്ലാസും പൂക്കളും ഇരിപ്പിടങ്ങളും എന്നുവേണ്ട ഒരു സൽക്കാരത്തിന് വേണ്ടതെല്ലാം അവർതന്നെ ഒരുക്കിക്കൊള്ളും. ഇപ്പോൾ തിരക്കേറിയതിനാൽ റസ്റ്റോറന്റിലേക്ക് പോകുന്നതിനുപകരം റസ്റ്റോറന്റ് തന്റെ അടുത്തേക്ക് വരട്ടെ എന്ന നിലപാടാണ് നാനയ്ക്കുള്ളത്. ഒരു നടി എന്ന നിലയിലുള്ള അവളുടെ വിജയം ജനങ്ങളുടെയിടയിൽ സംസാരവിഷയമാകത്തക്ക വിധത്തിൽ ഒരു അത്താഴ വിരുന്നിലൂടെ ആഘോഷിക്കാനാണ് അവളുടെ തീരുമാനം. അവിടത്തെ ഊണുമുറി ചെറുതായതിനാൽ മാനേജർ ഡ്രോയിങ്റൂമാണ് സൽക്കാരത്തിനായി തെരഞ്ഞെടുത്തിരിക്കുന്നത്. ഇരുപത്തിയഞ്ച് പേർക്കെങ്കിലും അവിടെ ഒന്നിച്ചിരിക്കാം.

"എല്ലാം ശരിയായോ?" നാടകശാലയിൽനിന്ന് പാതിരാത്രിയായപ്പോൾ മടങ്ങിവന്ന നാന ചോദിച്ചു.

"എനിക്കൊന്നുമറിയില്ല" ആകെപ്പാടെ വല്ലാത്ത മട്ടിലാണ് സോയേ പ്രതികരിച്ചത്. "ഏതായാലും ദൈവത്തിന് നന്ദി പറയണം. എനിക്കൊന്നും അറിയേണ്ടല്ലോ, അവർ ഒരു ഭീമൻ സദ്യ തന്നെയാണ് ഒരുക്കുന്നത്. എന്നാൽ ഇതിനിടയിൽ ചെറിയൊരു പ്രശ്നമുണ്ടായി. അവർ രണ്ടുപേരും വീണ്ടും വന്നിരുന്നു. ഞാൻ പിടിച്ച് പുറത്താക്കുകയും ചെയ്തു.

നാനയുടെ പഴയ ഇടപാടുകാരായ കച്ചവടക്കാരനെയും നീഗ്രോയെയുമാണ് അവർ ഉദ്ദേശിച്ചത്. തന്റെ ഭാവിയെ കരുതി നാന അവരെ ഉപേക്ഷിച്ചതാണ്.

"എന്തൊരു ശല്യമാണവർ! ഇനിയും അവർ വന്നാൽ പിടിച്ച് പൊലീസിൽ ഏൽപ്പിക്കുമെന്ന് പറഞ്ഞേക്ക്" നാന പിറുപിറുത്തു. അതിനുശേഷം ഹാളിന് പിറകിലുണ്ടായിരുന്ന ദാഗുനേറ്റിനെയും ജോർജിനെയും അവൾ വിളിച്ചു. അവിടെയാണ് അവർ പുറംകുപ്പായം ഊരിയിട്ടിരിക്കുന്നത്. ഇവരെ രണ്ടുപേരെയും നാടകശാലയിൽവച്ച് കണ്ടുമുട്ടിയതാണ്. അവളോടൊപ്പം ടാക്സിയിൽ വീട്ടിലേക്ക് കൊണ്ടുപോന്നു. നാനയെ ഡ്രസിങ്റൂമിൽ സോയേ ഒരുക്കിക്കൊണ്ടിരിക്കയായിരുന്നു. മറ്റാരും അവിടെയില്ലാത്തതിനാൽ ജോർജിനെയും ദാഗുനേറ്റിനെയും നാന അവിടേക്ക് വിളി

ച്ചു. സൽക്കാരക്രമീകരണത്തിന്റെ ഭാഗമായി സ്വീകരണമുറിയിലുണ്ടായിരുന്ന വീട്ടുപകരണങ്ങളെല്ലാം ഡ്രസിങ്റൂമിൽ തള്ളിയിരിക്കയാണ്. എല്ലാം അലങ്കോലമായി കിടക്കുന്നു. കസേരയുടെ കാലുകളൊക്കെ മുകളിലേക്ക് തള്ളി നിൽക്കുന്നു. ഈ അസൗകര്യങ്ങൾക്കിടയിലാണ് നാന അണിഞ്ഞൊരുങ്ങിയത്. ഒന്നു തിരിഞ്ഞപ്പോഴേക്കും അവളുടെ പാവാടത്തുമ്പ് ഒരാണിയിൽ ഉടക്കി ഇത്തിരി കീറിപ്പോയി. ദാഗുനേറ്റും ജോർജും കൂടി കീറിയ ഭാഗം സൂചി കുത്തി ശരിയാക്കാൻ സഹായിച്ചു. നിലത്ത് മുട്ടുകുത്തിയിരിക്കുന്ന ജോർജിന്റെ കൈകൾ നാനയുടെ പാവാടയുടെ അടിയിൽ പരതി നടന്നു. സമയം പന്ത്രണ്ടേകാൽ പിന്നിട്ടിട്ടില്ലെന്നും വരികൾ കുറച്ചും മറ്റും നാന വീനസ് മോഹിനിയുടെ മൂന്നാമങ്കം വിദഗ്ധമായി ലഘൂകരിച്ചെന്നുമൊക്കെ ദാഗുനേറ്റ് പറഞ്ഞപ്പോൾ അവൾ തെല്ലൊന്ന് തണുത്തു.

"മണ്ടന്മാരായ ജനക്കൂട്ടത്തിന് ആ നാടകം ഇപ്പോഴും കേമംതന്നെ. സോയേ നീയും കണ്ടതല്ലേ? എന്തൊരു ആൾക്കൂട്ടമായിരുന്നു ഇന്നു രാത്രി. നീ ഇവിടെത്തന്നെയുണ്ടാവണം. അവരൊക്കെ വരാൻ സമയമായി. ഇപ്പോൾ കിടക്കാനൊന്നും പോകരുത്."

ഇതുപറഞ്ഞ് നാന അവിടെനിന്ന് പോയി. ജോർജ് ലജ്ജാലുവായി അവിടെ നിൽക്കയാണ്. അവന്റെ കോട്ടിന്റെ അറ്റം നിലത്ത് ഉരസുന്നുണ്ട്. ദാഗുനേറ്റ് തന്നെ നിരീക്ഷിക്കുന്നുണ്ടെന്നറിഞ്ഞപ്പോൾ നാണംകൊണ്ട് അവന്റെ മുഖം അരുണിമയാർന്നു. എന്നിരുന്നാലും അവർക്ക് പരസ്പരം പ്രത്യേകിച്ചൊരു അടുപ്പം തോന്നി. അവർ വലിയൊരു കണ്ണാടിക്ക് മുൻപിൽ നിന്ന് ടൈ ശരിയാക്കി. നാനയോട് അടുത്തിടപെട്ടതുകൊണ്ട് വസ്ത്രത്തിലേക്ക് വീണ വെളുത്ത പൗഡർ തുടച്ചു നീക്കുന്നതിനുള്ള ബ്രഷ് അവർ പരസ്പരം കൈമാറി. "ഇത് പഞ്ചസാരപോലുണ്ട്" ആർത്തിക്കാരൻ കുട്ടിയെപ്പോലെ ജോർജ് അഭിപ്രായപ്പെട്ടു.

അന്ന് രാത്രിയിലേക്ക് നിയോഗിക്കപ്പെട്ട ഒരു പരിചാരകൻ അതിഥികളെ മുന്നിലുള്ള ഒരു ഇടുങ്ങിയ മുറിയിലേക്ക് പ്രവേശിപ്പിച്ചുകൊണ്ടിരുന്നു. അവിടെ നാല് ചാരുകസേര മാത്രമേ ഉള്ളൂ. ബാക്കിസ്ഥലം കൂടുതൽ ആളുകൾക്ക് നിൽക്കാൻ പാകത്തിൽ ഒഴിച്ചിട്ടിരിക്കയാണ്. സ്വീകരണമുറിയിൽനിന്ന് ഗ്ലാസുകളും പാത്രങ്ങളും ക്രമീകരിക്കുന്നതിന്റെ ഒച്ച കേൾക്കാം. പ്രവേശനകവാടത്തിനരികെ ക്ലാരിസ്സ് ഒരു ചാരുകസേരയിലിരിക്കുന്നത് നാന കണ്ടു. ഫലോസി മുൻകൈയെടുത്ത് വരുത്തിയതാണവരെ.

"ഓ ആരാണിത്? നിങ്ങൾ ഒന്നാമതായല്ലോ" വളരെ അടുത്തവരെപ്പോലെ നാന പ്രതികരിച്ചു.

"ഇതൊക്കെ അദ്ദേഹത്തിന്റെ പണിയാണ്. എവിടെയും കൃത്യസമയത്ത് എത്തുന്നതിനെ ചൊല്ലി എപ്പോഴും ആശങ്കയാണ് അദ്ദേഹത്തിന്. അങ്ങേരുടെ വാക്ക് കേട്ടിരുന്നെങ്കിൽ എനിക്ക് ചായം കഴുകി കളയാനോ വിഗ്ഗ് മാറ്റാനോ ഒന്നും കഴിയുമായിരുന്നില്ല."

നാനയെ ആദ്യം കാണുന്ന ഒരു ചെറുപ്പക്കാരൻ തന്റെ വിക്ഷോഭം അതിവിനയംകൊണ്ട് മറച്ചു പിടിക്കാൻ ശ്രമിച്ച് ശിരസ്സ് നമിച്ച് നാനയ്ക്ക് ആശംസയറിയിച്ചു. എന്നാൽ നാന അയാൾക്ക് ചെവി കൊടുക്കാതെ അയാൾ ആരെന്നറിയാൻപോലും കൂട്ടാക്കാതെ ഹസ്തദാനം നൽകി റോസ് മിഗ്നന്റെ അടുത്തേക്ക് നീങ്ങി.

"പ്രിയ മാഡം കണ്ടതിൽ സന്തോഷം, നിങ്ങളുടെസാന്നിധ്യം ഞാൻ വളരെ ആഗ്രഹിച്ചിരുന്നു.

"ഞാനാണ് വാസ്തവത്തിൽ കൃതാർഥ" റോസ് പ്രതിവചിച്ചു.

"ദയവായി ഇരിക്കൂ, എന്തെങ്കിലും ആവശ്യമായി..."

"നന്ദി, ഒന്നുമില്ല എന്റെ വിശറി എടുക്കാൻ കഴിഞ്ഞില്ല. അത് സ്റ്റീന റുടെ വലത്തേ പോക്കറ്റിലുണ്ട്."

റോസിനുശേഷം സ്റ്റീനറും മിഗ്നനും എത്തി. സ്റ്റീനർ ഒന്ന് തിരിഞ്ഞ തിനുശേഷം വിശറിയുമായി വന്നു. മിഗ്നൻ സഹോദരനിർവിശേഷമായ രീതിയിൽ നാനയെ ആലിംഗനം ചെയ്തിട്ട് റോസിനെയും അതിന് പ്രേരി പ്പിച്ചു. കലാകുടുംബത്തിലെ അംഗങ്ങളല്ലേ എല്ലാവരും? അതും പോരാഞ്ഞ് സ്റ്റീനറെയുംകൂടി ഉത്സാഹിപ്പിക്കാൻ അദ്ദേഹം മുതിർന്നു. എന്നാൽ റോസിന്റെ തുറിച്ചുനോട്ടത്തിന് മുൻപിൽ പതറിയ അദ്ദേഹം നാനയുടെ കൈകളിൽ ചുംബിക്കുക മാത്രം ചെയ്തു.

അപ്പോഴേക്കും വാന്ദേവ്രസ് പ്രഭു ബ്ലാൻഷേയോടൊപ്പം എത്തി. തല വണങ്ങി ആചാര്യമര്യാദയോടെ നാന ബ്ലാൻഷേയെ ഇരിപ്പിടത്തിലേക്ക് ആനയിച്ചു. ലൂസിയുടെ വാഹനം മുറ്റത്തേക്ക് കടത്തി വിടാൻ കൂട്ടാ ക്കാത്ത ദ്വാരപാലകനുമായി ഫോഷറി വാക്കുതർക്കത്തിലേർപ്പെട്ടിരിക്കു കയാണെന്ന് കളിമട്ടിൽ എല്ലാവരോടുമായി വാന്ദേവ്രസ് പറഞ്ഞു. ലൂസി കാവൽക്കാരനെ വൃത്തികെട്ട പ്രാകൃതൻ എന്ന് വിളിക്കുന്നത് ഹാളിൽനിന്ന് കേൾക്കാമായിരുന്നു. എന്നാൽ ഒരു പരിചാരകൻ വാതിൽ തുറന്നപ്പോൾ ചിരിച്ചുകൊണ്ടാണ് അവൾ അകത്ത് പ്രവേശിച്ചത്. വന്ന പാടെ അവർ നാനയുടെ കൈകൾ വാരിപ്പുണർന്നുകൊണ്ട് നാനയെ പുകഴ്ത്തി സംസാരിച്ചു. ആ പുകഴ്ചയിൽ നാന ഇത്തിരി ലജ്ജാലുവാ യെങ്കിലും ആതിഥേയയുടെ പങ്ക് നിറവേറ്റുന്നതിൽ നാന ശ്രദ്ധാലുവാ യിരുന്നു. എന്നിരുന്നാലും അവളുടെ മനസൊന്ന് ഏകാഗ്രമായത് ഫോഷറി എത്തിയതിനുശേഷമാണ്. കണ്ടപാടെ അവൾ ശബ്ദം താഴ്ത്തി ചോദിച്ചു: "അദ്ദേഹം വരില്ലേ?"

"ഇല്ല അദ്ദേഹത്തിന് വരണമെന്നില്ല" മുഫാത്തിന്റെ ക്ഷണ നിരാസത്തെപ്പറ്റി ചിലതൊക്കെ പറയണമെന്നുണ്ടായിരുന്നെങ്കിലും ഫോഷറി അപൂർണമായി പറഞ്ഞു നിർത്തി. നാനയുടെ മുഖം പെട്ടെന്ന് വിവർണമാകുന്നത് കണ്ട് തന്റെ മണ്ടത്തരം മനസിലാക്കി അദ്ദേഹം അഭി പ്രായമങ്ങ് മാറ്റി. "അദ്ദേഹത്തിനിന്ന് വരാൻ കഴിയില്ല. ആഭ്യന്തരമന്ത്രി യുടെ വീട്ടിൽ നടക്കുന്ന നൃത്തവിരുന്നിന് പ്രഭ്വിയെയുംകൊണ്ട് പോകേ ണ്ടതുണ്ട്."

“ശരി” അദ്ദേഹം ഇക്കാര്യത്തിനുവേണ്ടി കാര്യമായി ബുദ്ധി മുട്ടിയിട്ടില്ലെന്ന് സംശയിച്ച നാന പിറുപിറുത്തു. “മുതലും പലിശയും ഞാൻ വാങ്ങിച്ചോളാം കുട്ടാ.”

“ഓ വാങ്ങിക്കും” ഭീഷണിയിൽ കുപിതനായ അദ്ദേഹം പറഞ്ഞു. “ഇത്തരം ദൂതപ്പണിയൊന്നും എനിക്കിഷ്ടമല്ല. ഇതുപോലെയുള്ള കാര്യങ്ങൾക്ക് അടുത്തതവണ ലബോർദത്തിനെ നിയോഗിച്ചേക്ക്.”

ദേഷ്യപ്പെട്ട് അവരിരുവരും പുറംതിരിഞ്ഞു. അപ്പോഴേക്കും മിഗ്നൻ സ്റ്റീനറെ നാനയുടെ മുൻപിലേക്ക് തള്ളിവിട്ടു. അവൾ തനിച്ചായപ്പോൾ പതിഞ്ഞ സ്വരത്തിൽ ഒരു സുഹൃത്തിനോടുള്ള കടപ്പാടെന്നവണ്ണം പറഞ്ഞു:

“നിങ്ങളുടെ സ്നേഹത്തിനുവേണ്ടി ഇദ്ദേഹം മരിക്കാനും തയാറാണ്. എന്റെ ഭാര്യയെ മാത്രമേ അദ്ദേഹത്തിന് പേടിയുള്ളൂ. നിങ്ങൾ അയാളെ നോക്കിക്കോണം.”

കാര്യം പിടികിട്ടാത്തതായി നാന നടിച്ചു. നാന ചിരിച്ചുകൊണ്ട് റോസിനെയും മിഗ്നനെയും സ്റ്റീനറെയും മാറിമാറി നോക്കി. എന്നിട്ട് സ്റ്റീനറോട് പറഞ്ഞു:

“സ്റ്റീനർ താങ്കൾ എന്റെ അടുത്തുതന്നെയിരിക്കണം.”

ഹാളിൽനിന്നും ചിരിയും ബഹളവും ഉയർന്നു. അടക്കംപറച്ചിലും കുശുകുശുപ്പും ഉയർത്തിയ പുരുഷശബ്ദത്തിരയിൽ അവിടത്തെ പരിസരം പെൺകുട്ടികളെ പുറത്താക്കിയ മഠംപോലെ അനുഭവപ്പെട്ടു. ബോർഡിങ് സ്കൂൾ എന്ന് ലൂസി സ്റ്റുവർട്ട് കളിയാക്കി പറയുന്നതിനെ അനുസ്മരിപ്പിച്ചുകൊണ്ട് ലബോർദത്ത് പൊടുന്നനെ പിന്നിൽ അഞ്ച് സ്ത്രീകളുമായി അവിടേക്ക് വന്നു. രാജകീയപ്രൗഢിയോടെ ഇറുകിപ്പിടിച്ച നീല വെൽവറ്റ് വസ്ത്രം ധരിച്ച ഗാഗ, പതിവുപോലെ കറുത്ത സിൽക്ക് ധരിച്ച കരോളിൻ ഹെക്വറ്റ് എന്നിവർക്ക് പിന്നാലെ മലിനവേഷധാരിയായി ലീ ദ ഹോൺ ഉണ്ട്. നർമബോധമുള്ള തടിച്ചി റ്റാറ്റൻ നിനേ വാടകമുലയൂട്ടുകാരികളെപ്പോലെയുള്ള മുലകളുമായി കാണികളിൽ ചിരിയുണർത്തി കൂടെയുണ്ട്. കനം കുറഞ്ഞ പതിനഞ്ചുകാരി മരിയ ബ്ലോണ്ട് ഏറ്റവും പിന്നിലായുണ്ട്. തീയറ്ററിലെ കന്നിപ്രകടനം കഴിഞ്ഞിട്ടിരിക്കയാണവൾ. ഇവരെയെല്ലാം ഒറ്റ വണ്ടിയിലാണ് ലബോർദത്ത് എത്തിച്ചത്. മരിയ ബ്ലോണ്ടിനെ മടിയിൽ വച്ചുള്ള യാത്ര ഭാവനയിൽ കണ്ട് പലരും ചിരിക്കുന്നുണ്ടായിരുന്നു. എങ്കിലും മുറിയിൽ പ്രവേശിച്ച അവർ വളരെ മാന്യമായാണ് പെരുമാറിയത്. ബാലിശമായ രീതിയിൽ കോട്ടുവായിടുന്ന ശീലം ഗാഗയ്ക്കുണ്ടായിരുന്നു. എന്നാൽ അപശബ്ദമുണ്ടാക്കുന്ന പ്രകൃതമൊക്കെ മാറ്റിയെടുത്ത് നന്നായി പെരുമാറാൻ അവൾ പാടുപെടുന്നുണ്ടായിരുന്നു. റ്റാറ്റൻ നിനേ മാത്രമാണ് ചട്ടം ലംഘിച്ചത്. പരിപൂർണ നഗ്നരായ ആറ് നീഗ്രോകൾ നാനയുടെ വിരുന്നിന് ആഹാരം വിളമ്പുന്നുവെന്നുകേട്ട് അവൾ അവരെ കാണുന്നതിന് തിടുക്കംകാട്ടി. “പൊട്ടിപ്പെണ്ണേ മിണ്ടാതിരിക്കെന്ന്” ലബോർദത്ത് അവളെ വിലക്കി.

"പിന്നെ ബോർദനേവിന്റെ കാര്യം" ഫോഷറി അന്വേഷിച്ചു.

"ഞാൻ ശരിക്കും കഷ്ടത്തിലാണ്. അദ്ദേഹത്തിന് എത്താൻ കഴിയില്ല" നാന പരിതപിച്ചു.

"ശരിയാണ്" റോസ് മിഗ്നൻ ഇടയ്ക്കുകയറി പറഞ്ഞു: "അദ്ദേഹത്തിന്റെ കാല് വാതിൽക്കോണിയിലകപ്പെട്ട് ഉളുക്കിയിരിക്കയാണ്. കാല് കെട്ടിവച്ച് ഒരു കസേരയിൽ എടുത്തുകൊണ്ട് വന്നാൽ അദ്ദേഹത്തിന്റെ പ്രതിജ്ഞ നിറവേറ്റാം."

ബോർദനേവിന്റെ അഭാവത്തിൽ എല്ലാവരും ഖേദം പ്രകടിപ്പിച്ചു. അദ്ദേഹത്തെ കൂടാതെയുള്ള വിരുന്ന് അവിടെയൊരിടത്തും ഉണ്ടാകാറില്ല. അദ്ദേഹമില്ലാതെയും വിരുന്ന് കേമമാക്കാൻ നോക്കാം എന്ന് സമാധാനിച്ച് അവർ മറ്റു വിഷയങ്ങൾ സംസാരിച്ചു തുടങ്ങി. എന്നാൽ തുടർന്ന് മുഴക്കമുള്ള ഒരു ശബ്ദം കേട്ടു.

"എന്താണത്? എന്താണിത്? എങ്ങോട്ടാണ് എന്നെ കുഴിച്ചു മൂടാൻ കൊണ്ടുപോകുന്നത്?"

എല്ലാവരും തിരിഞ്ഞു നോക്കി. അത് ബോർദനേവ് ആയിരുന്നു. ചുവന്നു തുടുത്ത മുഖമുള്ള വലിയ മനുഷ്യൻ. ഒരു കാൽ നിലത്തൂന്നി സിമോണിയുടെ ചുമലിൽ താങ്ങി അദ്ദേഹം വാതിൽക്കൽ നിന്നു. അവൾക്കാണെങ്കിൽ അൽപ്പസ്വൽപ്പം ഇംഗ്ലീഷ് അറിയാം. പിയാനോയും വായിക്കും. മുമ്പ് അവൾ അദ്ദേഹത്തിന്റെ വെപ്പാട്ടിയുമായിരുന്നു. ബോർദനേവിന്റെ ഭാരം കാരണം സുന്ദരിയായ അവൾ ഇത്തിരി കുനിഞ്ഞിട്ടുണ്ട്. തങ്ങൾ വേണ്ടവിധം ശ്രദ്ധിക്കപ്പെട്ടു എന്ന ബോധ്യത്തോടെ കുറച്ചു നിമിഷം അദ്ദേഹം അവിടെ നിന്നു.

"കൊള്ളാം! നിങ്ങൾ എന്താണ് പറയുന്നത്? ഞാൻ നിന്നെ എന്തു മാത്രം സ്നേഹിക്കുന്നുണ്ടെന്നറിയുക" അദ്ദേഹം തുടർന്നു. "ഉള്ളതു പറഞ്ഞാൽ എനിക്ക് ബോറടിച്ചതാണ്. പൊയ്ക്കളയാം എന്നുവരെ കരുതിയതാണ്." തുടർന്ന് അദ്ദേഹം ഇത്തിരി കട്ടിയായിത്തന്നെ പറഞ്ഞു: "നാശം;" കാര്യം മറ്റൊന്നുമല്ല, സിമോണി വേഗത്തിൽ മുന്നോട്ട് കാൽവച്ചതും അദ്ദേഹത്തിന്റെ കാൽ തറയിലൊന്ന് സ്പർശിച്ചു. അദ്ദേഹം അവളെ പരുക്കൻമട്ടിലൊന്ന് തള്ളി. എന്നാൽ ഒരു മൃഗം യജമാനനെ അനുസരിക്കുന്നതുപോലെ തലയാട്ടി പുഞ്ചിരിച്ചുകൊണ്ട് അവൾ തന്റെ ശക്തി മുഴുവനെടുത്ത് അദ്ദേഹത്തെ നടത്തിച്ചു. ഇതിനിടയിൽ സഹായത്തിനായി പലരും ഓടിക്കൂടി. നാനയും റോസ് മിഗ്നനുംകൂടി ഒരു കസേര ഉരുട്ടിക്കൊണ്ട് വന്നു. അവരുടെയെല്ലാം സഹായത്തോടെ അദ്ദേഹം കസേരയിൽ സൂക്ഷ്മതയോടെ ഇരുന്നു. അവിടെ സന്നിഹിതരായ എല്ലാ നടികളും അദ്ദേഹത്തെ ചുംബിച്ചു. അദ്ദേഹമാണെങ്കിൽ കിതയ്ക്കുകയും മുറുമുറുക്കുകയും ഒക്കെ ആയിരുന്നു.

"നാശം, നാശം എന്റെ വയറിന് കുഴപ്പമൊന്നുമില്ല. അതിപ്പോൾ ത്തന്നെ നിങ്ങൾക്ക് കാണാം."

വേറെയും അതിഥികൾ എത്തിക്കൊണ്ടിരുന്നു. ആ മുറിയിൽ

ഇപ്പോൾ സഞ്ചാരംതന്നെ അസാധ്യമായിരിക്കുന്നു. പാത്രങ്ങളുടെയും ഗ്ലാസുകളുടെയും തട്ടലും മുട്ടലും ഒക്കെയവസാനിച്ചെങ്കിലും സ്വീകരണമുറിയിൽനിന്ന് മാനേജരുടെ ശകാരം മുഴങ്ങിക്കേട്ടു. നാന അസഹിഷ്ണുത കാട്ടിത്തുടങ്ങി. ഇത്രയും അതിഥികളെ അവൾ പ്രതീക്ഷിച്ചിരുന്നില്ല. തന്നെയുമല്ല ഇത്രയുമായിട്ടും അത്താഴം വിളമ്പി തുടങ്ങിയിട്ടില്ല. ആണും പെണ്ണുമായി കൂടുതൽ ആളുകൾ വരുന്നത് കണ്ടപ്പോൾ നാന ജോർജിനെ കാര്യങ്ങളുടെ കിടപ്പറിയാൻ അകത്തേക്ക് പറഞ്ഞയച്ചു. അവസാനമായി വരുന്നവരെയൊന്നും നാനയ്ക്ക് അറിഞ്ഞുകൂടാ. ഇത്തിരി വൈമുഖ്യത്തോടെയാണെങ്കിലും അവൾ ബോർദനേവിനോടും മിഗ്നോടും ലബോർദത്തിനോടുമൊക്കെ അവരെപ്പറ്റി അന്വേഷിച്ചു. നാനയ്ക്ക് അറിയാവുന്നതിൽ കൂടുതലായൊന്നും അവർക്കും അറിയില്ലായിരുന്നു. എന്നാൽ വാന്ദേവ്രസിനോട് അവരെപ്പറ്റി ചോദിച്ചപ്പോൾ ചില സൂചന കിട്ടി. ആ ചെറുപ്പക്കാരെ മുഫാത്ത്പ്രഭുവിന്റെ വീട്ടിൽവച്ച് വാന്ദേവ്രസ് റിക്രൂട്ട് ചെയ്തതാണ്. നാന അദ്ദേഹത്തിന് നന്ദി പറഞ്ഞു. ആളുകളുടെ തിരക്ക് ഏറി വന്നു. കുറച്ചുകൂടി സീറ്റ് ക്രമീകരിക്കാൻ നാന ലബോർദത്തിനോട് അപേക്ഷിച്ചു.

പരിചാരകന്മാർ മൂന്ന് അതിഥികളെക്കൂടി അകത്തേക്ക് കയറ്റി വിട്ടു. ലബോർദത്ത് ഞെങ്ങി ഞെരുങ്ങിയാണ് മുറിയിൽനിന്ന് പുറത്ത് കടന്നത്. ഇപ്പോൾ കാര്യങ്ങളൊക്കെ പരിഹാസ്യമട്ടിലായിരിക്കുന്നു. അവിടെയെത്തിയ എല്ലാവർക്കും ഇരിപ്പിടം ലഭ്യമാകില്ല. നാനയ്ക്ക് ദേഷ്യം വന്നു തുടങ്ങി. എന്നാൽ വീണ്ടും രണ്ടുപേർകൂടി വരുന്നത് കണ്ട് അവളുടെ കോപം ചിരിയായി മാറി. ആൾക്കാരെ എവിടെ ഉൾക്കൊള്ളും എന്ന തമാശയിലേക്ക് ആശങ്ക വഴിമാറി. ഗാഗയും റോസ്മിഗ്നനും ഒഴികെ എല്ലാവരം നിൽക്കുകയാണ്. ബോർദനേവ് മാത്രം രണ്ട് കസേരകൾ ഒറ്റയ്ക്ക് ഉപയോഗിക്കുന്നു. പതിഞ്ഞ ശബ്ദത്തിലുള്ള അടക്കംപറച്ചിലുകൾ വീണ്ടും അവിടെനിന്നുയർന്നു. ഇടയ്ക്കിടെ അമർത്തിപ്പിടിച്ച കോട്ടുവായ്കളും ഉയർന്നു കേൾക്കാം.

“എന്റെ കുട്ടീ ഇങ്ങോട്ട് നോക്ക് എന്തുകൊണ്ട് മേശയ്ക്കരികിൽ ഇരുന്നുകൂടാ? ഇപ്പോൾ നാമെല്ലാവരും ഉണ്ടല്ലോ” ബോർദനേവ് അഭിപ്രായപ്പെട്ടു.

“ശരിയാണ്, എല്ലാവരുമായല്ലോ” നാന ചിരിച്ചുകൊണ്ട് മറുപടി പറഞ്ഞു. അവൾ ചുറ്റുമൊന്ന് പരതിയിട്ട് പ്രതീക്ഷിച്ച ആരെയോ കാണാത്തതുപോലെ ഗൗരവപ്രകൃതിയായി. അവൾ സൂചിപ്പിക്കാത്ത ഏതോ അതിഥി എത്തിയിട്ടില്ലായിരിക്കണം. അതുകൊണ്ട് കുറച്ചുകൂടി കാത്തിരിക്കേണ്ടതുണ്ട്. ഒന്നോ രണ്ടോ മിനിട്ടുകൾക്കുശേഷം വെള്ളത്താടിയോടുകൂടി ഒത്ത നീളമുള്ള സുമുഖനായ ഒരു മാന്യൻ ആൾക്കൂട്ടത്തിനിടയിൽ ശ്രദ്ധിക്കപ്പെട്ടു. അതിശയിപ്പിക്കുന്ന കാര്യം അതല്ല. അദ്ദേഹം പ്രവേശിക്കുന്നത് ആരും കണ്ടിട്ടില്ല. കിടക്കമുറി ഇപ്പോഴും തുറന്നു കിടക്കുന്നതിനാൽ അതുവഴി എങ്ങനെയെങ്കിലും അകത്ത് കടന്നതായിരിക്കണം.

നിശ്ശബ്ദതയെ ഭഞ്ജിക്കുന്നത് ഇപ്പോഴും ചില കുശുകുശുപ്പുകൾ മാത്രമാണ്. ആ മാന്യനെപ്പറ്റി വാന്ദേവ്രസിന് ചിലത് അറിയാമായിരുന്നിരിക്കണം. അവർ തമ്മിൽ ഹസ്തദാനം നടത്തിയിരുന്നു. എന്നാൽ പെണ്ണുങ്ങളുടെ ചോദ്യങ്ങൾക്ക് മറുപടിയായി അദ്ദേഹം പുഞ്ചിരിച്ചതേയുള്ളൂ. അതൊരു ഇംഗ്ലീഷ് പ്രഭുവാണെന്നും അടുത്തദിവസം വിവാഹിതനാവാൻ ലണ്ടനിലേക്കുള്ള യാത്രയിലാണെന്നും കരോളിൻ ഹെക്വറ്റ് വാദിച്ചു. അവർക്ക് അദ്ദേഹത്തെ നന്നായി അറിയാമത്രേ. എന്നുവച്ചാൽ വളരെ അടുത്ത് അറിയാം. ഈ കഥ സ്ത്രീകളുടെ ഇടയിലേക്ക് പകരപ്പെട്ടു. എന്നാൽ മരിയ ബ്ലോണ്ട് അത് നിഷേധിച്ചു. അദ്ദേഹം അവളുടെ സുഹൃത്തുമായി രാത്രി ചെലവഴിക്കാറുള്ള ഒരു ജർമൻ അംബാസഡർ ആണത്രെ. പുരുഷന്മാർ ചുരുങ്ങിയ വാക്കുകളിൽ അദ്ദേഹത്തെ വിലയിരുത്തി. ഉത്തരവാദിത്വമുള്ള പൗരൻ എന്ന് അദ്ദേഹത്തെ കണ്ടാൽത്തന്നെ പറയും. അന്നത്തെ സൽക്കാരത്തിന്റെ ചെലവ് അദ്ദേഹമാണ് വഹിക്കുന്നത് എന്നുവരെ അഭിപ്രായമുണ്ടായി.

മാനേജർ വന്ന് ഡ്രോയിങ് റൂമിന്റെ വാതിൽ തുറന്ന് അത്താഴം തയാറായിരിക്കുന്നു എന്ന് അറിയിച്ചപ്പോൾ മാന്യനെക്കുറിച്ച് എല്ലാവരും മറന്നു. എന്നാൽ അദ്ദേഹം നാനയ്ക്ക് പിറകിലായി ഉണ്ടായിരുന്നു. ഇത് ശ്രദ്ധിക്കാതെ അവൾ സ്ററീനറുടെ കരംപിടിച്ച് നടക്കാൻ തുടങ്ങി. ആചാരപരമായ ഔപചാരികചിട്ടയൊന്നുമില്ലാതെ സ്ത്രീകളും പുരുഷന്മാരും ഇഷ്ടംപോലെ പ്രവേശിക്കാൻ തുടങ്ങി. മുറിയുടെ ഒരറ്റം മുതൽ മറ്റേ അറ്റംവരെ ഉണ്ടെങ്കിലും മേശയുടെ നീളം പോരായിരുന്നു. പാത്രങ്ങൾ പരസ്പരം സ്പർശിക്കുന്നുണ്ട്. പത്തു മെഴുകുതിരികൾ ഒന്നിച്ചു കത്തുന്ന സ്റ്റാൻഡിൽനിന്നുള്ള വെളിച്ചം മുറിയെ പ്രകാശമാനമാക്കി. പൂക്കൾ നിറച്ച വെള്ളിപ്പാത്രം വളരെ ആകർഷകമായിരുന്നു. ഒരു റസ്റ്റോറന്റിലേതു പോലെയുള്ള ആഡംബരം അവിടെ കാണാമായിരുന്നു. നിരന്തരമായി കഴുകുന്നതിനാലാകണം പാത്രങ്ങളിലെ മുദ്രകളും വരകളും മങ്ങിത്തുടങ്ങിയിട്ടുണ്ട്. ഗ്ലാസുകളും പഴക്കം ചെന്നവയാണ്. പണി പൂർത്തിയാക്കുന്നതിനുമുൻപ് ഗൃഹപ്രവേശനചടങ്ങ് നടത്തുന്ന ഒരു പ്രതീതിയാണവിടെ. ഒരു സ്ഫടികവിളക്കിന്റെ കുറവ് അവിടെയുണ്ട്. വേഗത്തിൽ എരിയുന്ന മെഴുകുതിരിവെളിച്ചം പാത്രങ്ങളുടെയിടയിൽ മഞ്ഞനിറം പകർന്നു.

“നിങ്ങൾക്ക് ഇഷ്ടമുള്ളിടത്ത് ഇരുന്നോളൂ. അവിടെയായിരിക്കും കുറച്ചുകൂടി നല്ലത്” നാന പറഞ്ഞു. അപരിചിതനായ മാന്യൻ അവളുടെ വലതുഭാഗത്തുണ്ട്. സ്റ്റീനറെയാവട്ടെ, അവൾ ഇടതുഭാഗത്ത് നിർത്തിയിട്ടുണ്ട്. സൽക്കാരമുറിയിൽനിന്നുള്ള ചില കനത്ത ശബ്ദങ്ങൾ കേട്ടപ്പോൾ ചില അതിഥികൾ ഇരുന്നു തുടങ്ങി. അത് ബോർദനേവിന്റെ ഒച്ചയായിരുന്നു. ഇരുന്നിടത്തുനിന്ന് എഴുന്നേൽക്കാൻ കഴിയാതെ അദ്ദേഹം സിമോണിയുടെ സഹായം തേടുകയാണ്. അവളാണെങ്കിൽ ഇപ്പോൾ മറ്റൊരാളോടൊപ്പം കൂടിയിരിക്കുകയാണ്. സ്ത്രീകൾ ദയയോടുകൂടി അദ്ദേഹ

ത്തിന്റെ അടുത്തേക്ക് കുതിച്ചു. കരോളിൻ, ക്ലാരിസ്, മരിയ ബ്ലോണ്ട്, റ്റാറ്റൻ നിനേ- ഇവരെല്ലാമുണ്ട് അദ്ദേഹത്തെ താങ്ങിയെടുത്ത് കൊണ്ടുവരാൻ.

"മേശയുടെ മധ്യഭാഗത്ത് നാനയ്ക്ക് അഭിമുഖമായി" എല്ലാവരും വിളിച്ചു പറഞ്ഞു. "ബോർദനേവ് മധ്യഭാഗത്ത്. അദ്ദേഹം അധ്യക്ഷനാകട്ടെ."

സ്ത്രീകൾ അദ്ദേഹത്തെ യഥാസ്ഥാനത്തുതന്നെയിരുത്തി. എന്നാൽ കാൽ വയ്ക്കുന്നതിനായി അദ്ദേഹം മറ്റൊരു കസേരകൂടി ആവശ്യപ്പെട്ടു. രണ്ട് പെൺകുട്ടികൾ സഹായത്തിനെത്തി. അദ്ദേഹത്തിന് ഒരു വശത്തുനിന്ന് ഇപ്പോൾ ആഹാരം കഴിക്കാം. ഇടയ്ക്ക് 'നാശം'എന്നുപറഞ്ഞ് മുറുമുറുക്കുന്നുണ്ടായിരുന്നെങ്കിലും പിന്നെ ഒന്നു തണുത്തു. "എങ്കിലും ഇപ്പോൾ എനിക്ക് ഇത്തിരി സുഖമുണ്ട്. എന്റെ കുഞ്ഞു മക്കളുടെ കരുതലാണിപ്പോൾ വേണ്ടത്."

അദ്ദേഹത്തിന്റെ വലതുഭാഗത്ത് റോസ് മിഗ്നനും ഇടത് ലൂസി സ്റ്റുവർട്ടും ഉണ്ടായിരുന്നു. അദ്ദേഹത്തെ വേണ്ടവണ്ണം കരുതിക്കൊള്ളാമെന്ന് അവർ വാക്ക് കൊടുത്തു. ഇപ്പോൾ എല്ലാവരും സൗകര്യപ്രദമായ രീതിയിലാണ് ഇരിക്കുന്നത്. ലൂസിയുടെയും ക്ലാരിസിന്റെയും ഇടയിൽ വാന്ദേവ്രസ് പ്രഭു ഇരുന്നു. ഫോഷറിയുടെ സ്ഥാനം റോസിനും കരോളിനും ഇടയിലാണ്. മറുവശത്തുനിന്നുള്ള ക്ലാരിസിന്റെ വിളി കേൾക്കാതെ ഹെക്ടർ ഗാഗയുടെ അടുത്തിരിക്കാനായി തിടുക്കംകാട്ടി.

സ്റ്റീനറുമായി ഒരിക്കലും പിരിഞ്ഞിരിക്കാത്ത മിഗ്നൻ ഇപ്പോൾ ബ്ലാൻഷേയാൽ വേർതിരിക്കപ്പെട്ടു. അദ്ദേഹത്തിന്റെ ഇടതുവശത്ത് റ്റാറ്റൻ നിനേയുണ്ട്. അതിനുശേഷം ലബോർദത്ത്, സിമോണി, ലീ ദ ഹോൺ, മരിയ ബ്ലോണ്ട് തുടങ്ങി സ്ത്രീപുരുഷന്മാർ ഇടകലർന്ന് ഇരിക്കുന്നുണ്ട്. ഈ ഭാഗത്താണ് നാനയെ ഏറുകണ്ണിട്ട് നോക്കി പുഞ്ചിരിച്ചുകൊണ്ട് ദാഗുനേറ്റും ജോർജും ഇരിപ്പുറപ്പിച്ചിരിക്കുന്നത്.

ഇപ്പോഴും രണ്ടുപേർ നിൽക്കയാണ്. തറ ടിക്കറ്റാണെന്ന മട്ടിൽ ഇത് വലിയ തമാശയ്ക്കിടയാക്കി. കൈകൾ ഉയർത്താൻ പറ്റാത്ത നിലയിലായിരുന്ന ക്ലാരിസ്സ് വാന്ദേവ്രസിനോട് വാരിത്തരണമെന്ന് ആവശ്യപ്പെട്ടു. ബോർദനേവ് കൂടുതൽ സ്ഥലം അപഹരിച്ചതാണ് കുഴപ്പത്തിന് കാരണം. അവസാന ശ്രമത്തിൽ എല്ലാവർക്കും സീറ്റ് കിട്ടി. കുട്ടയിൽ മത്സ്യം അടുക്കിയതുപോലെയാണ് തങ്ങളുടെ ഗതിയെന്ന് ഒരഭിപ്രായം മിഗ്നൻ ഉച്ചത്തിൽ രേഖപ്പെടുത്തി. സൂപ്പിനങ്ങളുമായി വെയ്റ്റർമാർ അതിഥികൾക്ക് മുൻപിലെത്തി. കട്ടിയുള്ള സൂപ്പ് കഴിക്കാൻ ബോർദനേവ് ഉച്ചത്തിൽത്തന്നെ ശുപാർശ ചെയ്തു. അപ്പോൾ വാതിൽതുറന്ന് ഒരു സ്ത്രീയും രണ്ട് പുരുഷന്മാരും പ്രവേശിച്ചു. വൈകിയെത്തിയവരാണവർ. അവർക്കിനിയും സ്ഥലം തികയില്ല. ഇരിപ്പിടത്തിൽനിന്ന് എഴുന്നേൽക്കാതെതന്നെ നാന അവർ അറിയുന്നവരാണോ എന്ന് നിരീക്ഷിച്ചു. സ്ത്രീ ലൂയിസ് വയോലിൻ ആണ്. പുരുഷന്മാരെ ഇതിന് മുൻപ് കണ്ടിട്ടേയില്ല.

“ഈ മാന്യദേഹം മി. ഫൊകാർമണ്ട് എന്റെ സുഹൃത്താണ്. നേവൽ ഓഫീസറായ അദ്ദേഹത്തെ ഞാനാണ് ക്ഷണിച്ചത്” വാന്ദേവ്രസ് പറഞ്ഞു. ഫൊകാർമണ്ട് ശിരസ്സ് നമിച്ചുകൊണ്ട് വെളിപ്പെടുത്തി. “എന്റെ ഒരു സുഹൃത്തിനെക്കൂടി കൂട്ടാൻ ഞാൻ സ്വാതന്ത്ര്യം കാട്ടി.”

“ഓ ശരി ശരി” നാന പറഞ്ഞു: “ഇരിക്കൂ ക്ലാരിസ്സ് ഇത്തിരിയൊന്ന് നീങ്ങൂ. അവിടെ കുറെ സ്ഥലമുണ്ടല്ലോ... അങ്ങനേ... വേണമെന്നു വച്ചാൽ...”

എല്ലാവരും ഇപ്പോൾ മുമ്പത്തേക്കാളും തിങ്ങിയ അവസ്ഥയിലാണ്. ഫൊകാർമണ്ടിനും ലൂയിസിനും മേശയുടെ ഒരറ്റം കിട്ടി. എന്നാൽ സുഹൃത്തിന് പ്ലേറ്റിൽനിന്ന് ആഹരിക്കണമെങ്കിൽ അടുത്തിരിക്കുന്ന ആളിന്റെ കൈകൾക്കിടയിലൂടെയേ സാധിക്കുകയുള്ളൂ. വെയ്റ്റർമാർ സൂപ്പ് പ്ലേറ്റുകൾ നീക്കം ചെയ്തു. ഇളം മുയലിന്റെ ഇറച്ചിയും വെണ്ണപ്പൊടിയും അടങ്ങിയ വിഭവങ്ങൾ തുടർന്ന് വിളമ്പി. പ്രുള്ളിയർ, ഫൊണ്ടാൻ, ഓൾഡ് ബോസ്ക് തുടങ്ങിയവരെക്കൂടി തന്റെകൂടെ കൊണ്ടുവരണമെന്ന് വിചാരിച്ചതാണെന്ന് ബോർദനേവ് വെളിപ്പെടുത്തുകയുണ്ടായി. ഇതുകേട്ടപ്പോൾ നാന ഔദ്ധത്യപൂർവം നോക്കിക്കൊണ്ട് “അവർക്ക് ഇത്തരമൊരു സ്വീകരണമൊന്നും പോരായിരിക്കും” എന്നുപറഞ്ഞു. അല്ലെങ്കിൽത്തന്നെ സഹപ്രവർത്തകരെ വിളിക്കണമെങ്കിൽ അത് നേരിട്ടങ്ങ് ആവാമല്ലോ. എന്നാൽ ഇത്തരം മൂന്നാംകിട അഭിനേതാക്കളെ അവിടെ ആവശ്യമില്ല. ഓൾഡ് ബോസ്ക് ആണെങ്കിൽ മുഴുവൻ സമയവും ലഹരിയിലാണ്. പ്രുള്ളിയർ പിന്തിരിപ്പനാണ്. ഫൊണ്ടാന്റെ ഉച്ചത്തിലുള്ള ശബ്ദവും കോമാളിത്തരവും ഒക്കെ നാലുപേർ കൂടുന്നിടത്ത് ചേരില്ല. ഇതുപോലെയുള്ള മാന്യന്മാരുടെ സംഘത്തിൽ അത്തരം മൂന്നാംകിടക്കാർക്ക് ഒരു സ്ഥാനവുമില്ല.

“ശരിയാണ് ശരിയാണ്” മിഗ്നൻ കൂട്ടിച്ചേർത്തു. മാന്യന്മാരെല്ലാം മേശയ്ക്കു ചുറ്റും സ്റ്റൈലൻ വേഷത്തിൽ കാണപ്പെട്ടു. മിതാഹാരനിഷ്ഠ പ്രതിഫലിപ്പിക്കുന്ന അവരുടെ വിളറിയ മുഖങ്ങളും ശ്രദ്ധേയമാണ്.

പ്രായമുള്ള അപരിചിതപുരുഷന്റെ ചലനങ്ങളെല്ലാം വളരെ ബോധപൂർവമുള്ളവയായിരുന്നു. പ്രശാന്തമായ ചിരി. നയതന്ത്രയോഗത്തിന്റെ അധ്യക്ഷപദവി അലങ്കരിക്കുന്ന മട്ടിലാണ് അദ്ദേഹത്തിന്റെ ഇരിപ്പ്. വാന്ദേവ്രസാണെങ്കിൽ അസാധാരണമായ മര്യാദയും വിനയവുമാണ് അദ്ദേഹത്തിന്റെ സമീപമുള്ള സ്ത്രീകളോട് പ്രകടിപ്പിക്കുന്നത്. മുഫാത്തിന്റെ സ്വീകരണച്ചടങ്ങിലെന്നപോലെയാണ് അദ്ദേഹം ഇവിടെ പെരുമാറിയത്. പുരുഷന്മാരിൽനിന്ന് വലിയ മേന്മയൊന്നും പ്രതീക്ഷിക്കേണ്ടതില്ലെന്ന് അന്ന് രാവിലെ തന്റെ അമ്മായിയോട് നാന പറഞ്ഞിരുന്നു. എന്നാൽ സ്ത്രീകൾ അങ്ങനെയല്ലത്രെ. ബ്ലാൻഷേ, ലൂയിസ് തുടങ്ങി ഏതാനും ചിലർ മാത്രമാണ് കഴുത്ത് വെട്ടിയിറക്കിയ വസ്ത്രം ധരിച്ചിട്ടുള്ളത്. ഗാഗയുടെ വസ്ത്രം ഇത്തിരി പരിമിതമായിപ്പോയി. ചിരിയും തമാശയുമൊടുങ്ങി. ഓർലീൻസിലെ മധ്യവർഗത്തിന്റെ അത്താഴവിരുന്നിലെന്ന

പോലെയാണ് ജോർജ് പെരുമാറിയത്. ഇപ്പോൾ സംഭാഷണങ്ങളുമില്ല. പരസ്പരം മനസിലാകാത്ത പുരുഷന്മാർ തുറിച്ചുനോക്കുക മാത്രം ചെയ്തു. സ്ത്രീകൾ ശാന്തമായി ഇരിക്കുകയാണ്. ഇത് ജോർജിനെയാണ് ഏറെ ആശ്ചര്യപ്പെടുത്തിയത്. ഇനിയും എല്ലാവരും പരസ്പരം ചുംബിക്കാൻ തുടങ്ങും എന്ന് കരുതിയിരിക്കയാണവൻ.

ഇംഗ്ലീഷ് ശൈലിയിൽ പാകംചെയ്ത വിഭവങ്ങൾ അടുത്ത ഘട്ടമായി വിളമ്പാൻ തുടങ്ങി. ബ്ലാൻഷേ ഉച്ചത്തിൽ പറഞ്ഞു: "ലൂസീ ഞാൻ നിങ്ങടെ ഒലീവിയറിനെ ഞായറാഴ്ച കണ്ടിരുന്നു. അവൻ എത്ര വളർന്നിരിക്കുന്നു!"

"പതിനെട്ടായില്ലേ അവന്" ലൂസി മറുപടി പറഞ്ഞു. "ഇതൊന്നും എന്നിൽ ചെറുപ്പക്കാരിയുടെ പ്രതീതിയുണ്ടാക്കുന്നില്ല. ഇന്നലെ അവൻ സ്കൂളിലേക്ക് മടങ്ങിപ്പോയി."

അവളുടെ മകനായ ഒലീവിയറിനെക്കുറിച്ച് പറയാൻ അവർക്ക് വലിയ അഭിമാനമാണ്. അവൻ നേവൽ അക്കാദമിയിലെ വിദ്യാർഥിയാണ്. പിന്നീട് സ്ത്രീകളുടെയെല്ലാം സംസാരവിഷയം കുട്ടികളെക്കുറിച്ചായി. അവരുടെയെല്ലാം ഹൃദയം തരളിതമായി. കൊച്ചു ലൂയിസിനെക്കുറിച്ചുള്ള വിവരങ്ങളുമായി നാനയും അവളുടെ സന്തോഷം പങ്കുവച്ചു. അവനെ അവളുടെ അമ്മായി എന്നും പതിനൊന്ന് മണിക്ക് കൊണ്ടുവരും. ലുലു എന്ന നായ്ക്കുട്ടിയുമായി അവൻ കളിക്കുന്നതും മറ്റും അവൾ ഓർത്തു. അവർ രണ്ടുംകൂടി കട്ടിലിനടിയിൽ പതുങ്ങുന്നത് കണ്ടാൽ ചിരിച്ച് മരിക്കാം.

"എനിക്കും കഴിഞ്ഞ ദിവസം ഇതേപോലെയൊരു അനുഭവമുണ്ടായി'' റോസ് മിഗ്നന്റെ ഊഴമായി. ഞാൻ ചാൾസിനെയും ഹെൻറിയെയും ബോർഡിങ്ങിൽനിന്ന് കൂട്ടിക്കൊണ്ടു വരാൻ പോയി. എന്നിട്ടവരെ രാത്രിയിൽ തീയറ്ററിലും കൊണ്ടുപോയി....അവർ ചാടിയെഴുന്നേറ്റ് കയ്യടിച്ചുകൊണ്ട് വിളിച്ചു പറഞ്ഞു: "ഞങ്ങൾ മമ്മായുടെ അഭിനയം കാണാൻ പോകുന്നു... ഞങ്ങൾ മമ്മായുടെ അഭിനയം കാണാൻ പോകുന്നു" അവർ വല്ലാതങ്ങ് ഉത്തേജിതരായി. മിഗ്നൻ ആത്മസംതൃപ്തിയോടെ ചിരിച്ചു. പിതൃവാത്സല്യത്താൽ കണ്ണുകൾ ഈറനായി. "നാടകം തുടങ്ങിയപ്പോഴാണ് വലിയ തമാശ" അദ്ദേഹം തുടർന്നു: "അവർ മുതിർന്നവരെപ്പോലെ തികഞ്ഞ ഗൗരവത്തിലാണ് നാടകം കണ്ടിരുന്നത്. അവർ കണ്ണുകളുയർത്തി എന്നോട് ചോദിക്കുകയാണ് എന്താണ് മമ്മായുടെ കാലുകൾ നഗ്നമായിരിക്കുന്നത് എന്ന്."

മേശയ്ക്ക് ചുറ്റും ചിരി പടർന്നു. ഒരു പിതാവിന്റെ അഭിമാനത്തോടെ ആഹ്ലാദചിത്തനായി മിഗ്നൻ കാണപ്പെട്ടു. അയാൾ തന്റെ കുട്ടികളെ വളരെ സ്നേഹിക്കുന്നുമുണ്ട്. ഒരു കാര്യവിചാരകന്റെ നിലയിൽനിന്ന് സാമ്പത്തികകാര്യങ്ങളൊക്കെ നോക്കുന്ന കാര്യത്തിലേ അദ്ദേഹത്തിന് ഇത്തിരി ആകാംക്ഷയുള്ളൂ. അവർ തമ്മിൽ വിവാഹിതരാകുമ്പോൾ അദ്ദേഹം ഒരു സംഗീതട്രൂപ്പിലെ പാട്ടുകാരനായിരുന്നു. അവിടെവച്ചാണ്

അവർ ഇഷ്ടത്തിലായത്. ഇപ്പോഴും അവർ നല്ല സുഹൃത്തുക്കളെപ്പോലെയാണ്. അവൾ കഠിനാധ്വാനിയാണ്. തന്റെ കഴിവും സൗന്ദര്യവുമെല്ലാം പരമാവധി അവൾ പ്രയോജനപ്പെടുത്തുന്നുണ്ട്. അദ്ദേഹമാണെങ്കിൽ നടിയെന്ന നിലയിൽ അവളുടെ വിജയത്തിനുവേണ്ടി പ്രവർത്തിക്കുന്നതിന് സംഗീതം ഉപേക്ഷിച്ച മട്ടാണ്. ഇത്രയും ഐകമത്യമുള്ള ദമ്പതികളെ കാണാൻതന്നെ ബുദ്ധിമുട്ടാണ്.

"മൂത്തയാൾക്ക് എന്ത് പ്രായമുണ്ട്?" വാന്ദേവ്രസ് ചോദിച്ചു.

"ഹെൻറിക്ക് ഒൻപതായി, എങ്കിലും അവൻ കരുത്തനാണ്" മിഗ്നൻ മറുപടി പറഞ്ഞു.

എന്നാൽ തുടർന്ന് അദ്ദേഹം മക്കളെക്കുറിച്ച് വലിയ കരുതലൊന്നുമില്ലാത്ത സ്റ്റീനറെ പരിഹസിക്കാൻ തുടങ്ങി. അദ്ദേഹം ഒരു പിതാവാണെങ്കിൽ പണം ഇത്രമാത്രം ധൂർത്തടിക്കില്ലായിരുന്നു. ഇത് സംസാരിച്ചുകൊണ്ടിരിക്കുമ്പോൾത്തന്നെ സ്റ്റീനറെ അദ്ദേഹം നിരീക്ഷിക്കുന്നുണ്ടായിരുന്നു. ബ്ലാൻഷേയുടെ ചുമലിന് കുറുകെ കണ്ണ് പായിക്കുമ്പോൾ നാനയുമായുള്ള അടുപ്പം വ്യക്തമായി കാണാമായിരുന്നു. എന്നാൽ കുറച്ചു സമയം കഴിഞ്ഞപ്പോൾ റോസും ഫോഷറിയും ചേർന്നിരുന്ന് സംസാരിക്കുന്നത് കണ്ടത് അദ്ദേഹത്തെ ആശങ്കയിലാഴ്ത്തി. എന്നാൽ റോസ് താൻ ഭയപ്പെടുന്നതുപോലെയുള്ള വിഡ്ഢിത്തങ്ങളിൽ ചെന്നുപെട്ട് സമയം കളയില്ലെന്ന് അദ്ദേഹം പ്രതീക്ഷിച്ചു. അങ്ങനെ അവളുടെ ഭാഗത്തുനിന്നുണ്ടായാൽ അത് തടയേണ്ടതാണ്. ഇതിനിടയിൽ രത്നഖചിതമായ മോതിരമണിഞ്ഞ മനോഹരമായ കൈകൾകൊണ്ട് മുന്നിലുള്ള മാനിറച്ചി അദ്ദേഹം കഷണം കഷണം ആക്കിക്കഴിഞ്ഞു. കുട്ടികളെക്കുറിച്ചുള്ള സംഭാഷണം തുടരുകയാണ്. തന്റെ സമീപംതന്നെയുള്ളതിനാൽ, ഗാഗയോട് മകളെപ്പറ്റി ഫലോസി തിരക്കി. നാടകശാലയിൽവച്ച് അദ്ദേഹം അവളെ കണ്ടിട്ടുണ്ട്. അവൾ നന്നായിരിക്കുന്നെങ്കിലും പിരുപിരുപ്പ് വിട്ടുമാറിയിട്ടില്ല. അവൾ പത്തൊൻപതിലേക്ക് പ്രവേശിച്ചു എന്നറിഞ്ഞപ്പോൾ അദ്ദേഹം ആശ്ചര്യപ്പെട്ടു. ലിലിയെക്കൂടി വിരുന്നിന് കൊണ്ടുവരാത്തതിനു കാരണം തിരക്കിയപ്പോൾ ഗാഗ പറഞ്ഞു:

"അത് പറ്റില്ല, മൂന്ന് മാസം മുമ്പാണ് അവൾ സ്കൂൾ പഠനം മതിയാക്കാൻ വാശി പിടിച്ചത്. വിവാഹം കഴിപ്പിക്കണമെന്നാണ് ഞാൻ ആഗ്രഹിച്ചത്. എന്നാൽ അവളെന്നെ വല്ലാതെ സ്നേഹിക്കുന്നു. എന്റെ ആഗ്രഹത്തിന് വിരുദ്ധമാണെങ്കിലും അവളെ എന്നോടൊപ്പം നിർത്താൻ ഞാൻ കടപ്പെട്ടിരിക്കുന്നു." മകൾക്കൊരു നല്ല പയ്യനെ കണ്ടെത്തുന്ന കാര്യം പറഞ്ഞപ്പോൾ അവളുടെ നീലക്കണ്ണിന്റെ ഇമകൾ കൂടെക്കൂടെ അടഞ്ഞു. അവരുടെ കാലത്തായിരുന്നെങ്കിൽ ചെറുപ്പക്കാരെ തൃപ്തിപ്പെടുത്താൻ ഒരു പ്രയാസവുമില്ലായിരുന്നു. എങ്കിലും അവർ നല്ല പൊരുത്തത്തിന് പ്രാധാന്യം കൊടുത്തിരുന്നു. ഇതുപറഞ്ഞ് അവൾ തന്റെ നഗ്നമായ ചുമലുകളുമായി ഫലോസിയുടെ നേർക്ക് ചാഞ്ഞ് പതിഞ്ഞ സ്വരത്തിൽ പറഞ്ഞു:

“നിങ്ങൾക്കറിയുമോ അവളൊരു തെറ്റ് വരുത്തിയാൽ അത് എന്റെ കുറ്റമായിരിക്കില്ല. ചെറുപ്പത്തിൽ പെൺകുട്ടികളുടെ പ്രകൃതം വിചിത്രം തന്നെ.”

വെയ്റ്റർമാർ മേശയ്ക്ക് ചുറ്റും ചുറുചുറുക്കോടെ നടന്നു. അടുത്ത ഘട്ടവും വിളമ്പിത്തുടങ്ങി. ഇളം കോഴിയും കരൾ പുഴുങ്ങിയതും എല്ലാം നിരന്നു. പാത്രങ്ങൾ നീക്കം ചെയ്യുന്ന നേരിയ ഒച്ചയ്ക്കിടയിൽ അവിടെയുള്ള മറ്റ് സ്ത്രീകൾക്കും കുട്ടികളുണ്ടോ എന്ന് ജോർജ് ദാഗുനേറ്റിനോട് കൗതുകപൂർവം തിരക്കി. ഇതുമായി ബന്ധപ്പെട്ട ചില വിവരണങ്ങൾ അവർ നൽകി. റയിൽവേ ജോലിക്കാരനായ ഒരു ഇംഗ്ലീഷുകാരന്റെ മകളാണ് ലൂസി സ്റ്റുവർട്ട്. അശ്വമുഖിയായ അവൾക്ക് മുപ്പത്തിയൊൻപത് വയസുണ്ട്. എങ്കിലും അവൾ മാന്യയാണ്. ക്ഷയരോഗിയായിട്ടും മരണമില്ലാത്തവൾ. വാസ്തവം പറഞ്ഞാൽ എല്ലാവരെക്കാളും കേമത്തമുണ്ട് അവർക്ക്. മൂന്ന് രാജാക്കന്മാരെയും ഒരു മഹാപ്രഭുവിനെയും അവൾ പ്രതിനിധീകരിക്കുന്നു.

ബോർഡക്സിൽ ജനിച്ച കരോളിൻ ഹെക്വറ്റ് ചെറിയൊരു ക്ലാർക്കിന്റെ മകൾ എന്ന നാണക്കേടിലായിരുന്നു ദീർഘനാൾ. എന്നാൽ ബുദ്ധിമതിയായ ഒരു അമ്മയെ അവൾക്ക് കിട്ടി. ആദ്യമൊക്കെ അമ്മ അവളെ ശപിക്കുമായിരുന്നു. എങ്കിലും പിന്നീട് അവളുടെ ശുഭഭാവിക്കു വേണ്ടി അവർ പ്രവർത്തിച്ചു. സുന്ദരിയായ ഇരുപത്തിയഞ്ചുകാരി മകളെ ചാഞ്ചാട്ടമില്ലാത്ത വിലയ്ക്ക് ആർക്കും വാങ്ങാം. കാര്യങ്ങളൊക്കെ ചിട്ടയായി ചെയ്യുന്ന അമ്മ കണക്കുകളും കൃത്യമായി സൂക്ഷിക്കാറുണ്ട്. വീട്ടുകാര്യം മുഴുവൻ നിയന്ത്രിക്കുന്നത് അവരാണ്. അപ്പാർട്ട്മെന്റിന്റെ മുകളിലത്തെ നിലയിൽ അവർ വസ്ത്രനിർമാണ കച്ചവടം നടത്തുന്നുണ്ട്. മുഖ്യമായും മകളുടെ ചായങ്ങളും അവൾക്കുള്ള അടിവസ്ത്രങ്ങളും ഉണ്ടാക്കുക എന്നതാണ് ലക്ഷ്യം.

ബ്ലാൻഷേ എന്ന് വിളിക്കപ്പെടുന്ന ജാക്വലിൻ ബോദു അമീൻസിന് അടുത്തുള്ള ഒരു ഗ്രാമത്തിൽനിന്നുള്ളതാണ്. കള്ളം പറയുന്ന ശീലമുള്ള അവൾ ഒരു മണ്ടിയുമാണ്. ഒരു ജനറലിന്റെ കൊച്ചുമകളാണെന്നാണ് അവൾ അഭിപ്രായപ്പെടുന്നത്. മുപ്പത്തിരണ്ട് വർഷത്തിന് ശേഷമാണത്രേ അവൾ അംഗീകരിക്കപ്പെട്ടത്. അവളുടെ പൊണ്ണത്തടി കാരണം റഷ്യക്കാരോട് അവൾക്ക് ഒരു പ്രത്യേക മമതയുണ്ട്. മറ്റുള്ളവരെക്കുറിച്ചും ദാഗുനേറ്റ് ചുരുങ്ങിയ വാക്കുകളിൽ പ്രതിപാദിച്ചു. ഒരു സ്ത്രീ അവളുടെ ഭർത്താവിന്റെ സഹായത്തിനായി സെന്റ് ആബിൻസർമറിൽനിന്ന് വരുത്തിയതാണ് ക്ലാരിസിനെ. ഫബോർഗ് സെന്റ് അന്റോണിലുള്ള ഫർണീച്ചർ വ്യാപാരിയുടെ മകളാണ് സിമോണി കാബിറോഷ്.

ഒരു ഗൃഹാധ്യാപികയാകണമെന്ന ലക്ഷ്യത്തിൽ വലിയൊരു ബോർഡിങ് സ്കൂളിലാണ് അവൾ വളർന്നത്. മരിയ ബ്ലോണ്ട്, ലൂയിസ് വയോലൈൻ, ലീ ദ ഹോൺ തുടങ്ങിയവരെല്ലാം പാരീസിലെ ചേരികളിൽനിന്നുള്ളവരാണ്. റ്റാറ്റൻ ഇരുപത് വയസ്സു വരെയും പശുപാലിക

യായി ദാരിദ്ര്യത്തിൽ കഴിയുകയായിരുന്നു. ഇത്തരം വിവരങ്ങളൊക്കെ വച്ചുകൊണ്ട് ജോർജ് ചുറ്റുമുള്ള സ്ത്രീകളിൽ കണ്ണോടിച്ചപ്പോൾ അവന് തലചുറ്റുന്നതുപോലെ തോന്നി. വെയ്റ്റർമാർ അടുത്ത വിഭവങ്ങളുടെ പേര് വിളിച്ചു പറഞ്ഞു. ഭക്ഷണം തിരഞ്ഞെടുക്കുന്നതിൽ ദാഗുനേറ്റ് അവരെ സഹായിച്ചു. മെഴുകുതിരിഗന്ധവും വിഭവങ്ങളിൽനിന്നുള്ള ചൂടും എല്ലാം ചേർന്ന് മേശയ്ക്ക് ചുറ്റുമുള്ള മുപ്പത്തിയെട്ട് പേരിലും ശ്വാസംമുട്ടൽ ഉണ്ടാക്കി. വെയ്റ്റർമാരും അലസരായിക്കഴിഞ്ഞു. ഗ്രീസ് വീണ പരവതാനിയിലൂടെ അവർ തലങ്ങും വിലങ്ങും നടക്കുകയാണ്. സ്ത്രീകൾ ഇറച്ചിക്കഷണങ്ങൾ പകുതി ശേഷിപ്പിച്ചു. എന്നാൽ റ്റാറ്റൻ നിനേ ആർത്തിയോടെ എല്ലാം കഴിച്ചു. രാത്രി വളരെ വൈകിയതിനാലാവണം ആളുകൾക്ക് വലിയ വിശപ്പൊന്നും ഇല്ലായിരുന്നു.

നാന ഇരുന്ന വശത്തുണ്ടായിരുന്ന പ്രായമുള്ള മനുഷ്യൻ എല്ലാ വിഭവങ്ങളും നിരസിച്ചു. ഒരു സ്പൂൺ സൂപ്പുകൊണ്ട് അയാൾ തൃപ്തിപ്പെട്ടു. ശൂന്യമായ പാത്രത്തിലേക്ക് നോക്കി നിശ്ശബ്ദനായി അയാൾ ഇരിക്കയാണ്. ചിലർ കോട്ടുവായിടുന്നുണ്ട്. ചിലരുടെ കണ്ണുകൾ അടയുന്നു. മുഖങ്ങളിൽ ക്ഷീണം. വാന്ദേവ്രസിനെ സംബന്ധിച്ചിടത്തോളം ഇത് ഭീകരമായ ഒരുതരം മടുപ്പാണ്. "ഇത്തരത്തിലുള്ള അത്താഴം തമാശയ്ക്കു വേണ്ടി മാത്രമേ ആകാവൂ" അദ്ദേഹം അഭിപ്രായപ്പെട്ടു. അതിഥികളുടെ മാന്യമായ പെരുമാറ്റമുൾപ്പടെ എല്ലാം ഭംഗിയായി ക്രമീകരിക്കപ്പെട്ടാൽ ഇത്രയും മടുപ്പ് തോന്നില്ല. ബോർദനേവിന്റെ ഒച്ചയും ബഹളവുംകൂടി ഇല്ലായിരുന്നുവെങ്കിൽ എല്ലാവരും ഉറക്കത്തിലാവുമായിരുന്നു. ലൂസിയുടെയും റോസിന്റെയും സാമീപ്യവും വിഭവങ്ങൾ നിറഞ്ഞ പാത്രങ്ങളും ഒന്നും അദ്ദേഹത്തിന്റെ പരിഭവത്തിന് കുറവ് വരുത്തിയില്ല.

"ആരാണെനിക്ക് ഇറച്ചിക്കഷണം മുറിച്ചു തരുന്നത്? മേശ ഒരു മൈൽ അകലെയാണ്. എനിക്കത് ചെയ്യാനാവില്ല."

ഓരോ പ്രാവശ്യവും സിമോണി അദ്ദേഹത്തിന്റെ അരികിൽ പോയി നിൽക്കുകയും ഇറച്ചി മുറിച്ച് നൽകുകയും ചെയ്തുകൊണ്ടിരുന്നു. അദ്ദേഹം ഭക്ഷണം കഴിക്കുന്നത് കാണുന്നതിലായി ഇപ്പോൾ സ്ത്രീകൾക്ക് താൽപ്പര്യം. അവർ വെയ്റ്റർമാരെ വിളിച്ച് അദ്ദേഹത്തിന്റെ പാത്രം നിറച്ചുകൊണ്ടിരുന്നു. സിമോണി അദ്ദേഹത്തിന്റെ വായ തുടച്ചു. റോസും ലൂസിയും ചേർന്ന് പാത്രങ്ങളും കത്തിയും മറ്റും നീക്കി. ഒടുവിൽ അദ്ദേഹം തന്റെ സന്തോഷം പ്രകടിപ്പിച്ചു.

"എല്ലാം കൊള്ളാം എന്റെ കുട്ടീ സ്ത്രീകൾ ഇതിനു വേണ്ടിയാണ് സൃഷ്ടിക്കപ്പെട്ടിരിക്കുന്നത്."

എല്ലാവരും അൽപ്പാൽപ്പം ഉണർന്നു തുടങ്ങി. സംഭാഷണം പൊതുവിഷയങ്ങളെക്കുറിച്ചായി. കുറച്ച് ഓറഞ്ച് നീര് വിതരണം ചെയ്യപ്പെട്ടു.

അതിഥികളുടെ അലസത കണ്ട് പൊറുതിമുട്ടിയ നാന ഉച്ചത്തിൽ സംസാരിക്കാൻ തുടങ്ങി.

"എക്സിബിഷൻ കാണാൻ വരുമ്പോൾ ബ്ലോണ്ടേ വീനസ്

കാണുന്നതിനായി സ്കോട്ലണ്ട് രാജാവ് ഒരു സ്റ്റേജ്ബോക്സ് ബുക്ക് ചെയ്തത് നിങ്ങളറിഞ്ഞോ?"

"എല്ലാ രാജാക്കന്മാരും എത്തുമെന്ന് തന്നെയാണ് ഞാൻ പ്രതീക്ഷിക്കുന്നത്" ബോർദനേവ് വെളിപ്പെടുത്തി. അടുത്ത ഞായറാഴ്ച പേർഷ്യയിലെ ഷായും എത്തുമെന്നാണ് പ്രതീക്ഷിക്കുന്നതെന്ന് ലൂസിയും അഭിപ്രായപ്പെട്ടു. റോസ് മിഗ്നൻ അപ്പോൾ ഷായുടെ വജ്രാഭരണങ്ങളെപ്പറ്റി പറഞ്ഞു തുടങ്ങി. അദ്ദേഹം വജ്രഖചിതമായ ഒരു അടിയുടുപ്പ് ധരിക്കാറുണ്ട്. ലക്ഷക്കണക്കിന് ഫ്രാങ്ക് വിലമതിക്കുന്നതാണത്. എക്സിബിഷന് പ്രതീക്ഷിക്കപ്പെടുന്ന രാജാക്കന്മാരെക്കുറിച്ചും ചക്രവർത്തികളെക്കുറിച്ചുമായി സ്ത്രീകളുടെ പിന്നീടുള്ള സംഭാഷണം. രാജകീയമായ ഒരു തരം ഭ്രമാത്മകലോകത്തായി അവർ.

"റഷ്യൻ ചക്രവർത്തിക്ക് എത്ര വയസായിക്കാണും?" വാന്ദേവ്രസ്സിന്റെ അരികിലേക്ക് ചാഞ്ഞ് കരോളിൻ ചോദിച്ചു.

"എന്തായാലും നിങ്ങൾക്ക് പറ്റില്ല" പ്രഭു ചിരിച്ചുകൊണ്ട് പ്രതികരിച്ചു.

ററനാന പരിഭവം നടിച്ചു. അവരുടെ സംഭാഷണങ്ങൾ തരംതാണ അവസ്ഥയിലായി. എതിർപ്പിന്റെ മുരൾച്ചയുമുണ്ടായി. എന്നാൽ ബ്ലാൻഷേ ഇറ്റലിയിലെ രാജാവിനെപ്പറ്റി ചില വിവരങ്ങൾ നൽകിത്തുടങ്ങി. മിലാനിൽവച്ച് അവൾ ഒരിക്കൽ അദ്ദേഹത്തെ കണ്ടിട്ടുണ്ട്. അദ്ദേഹം കാഴ്ചയ്ക്ക് വലിയ സുന്ദരനല്ലെങ്കിലും സ്ത്രീകളെ ആകർഷിക്കുന്ന കാര്യത്തിൽ വിരുതനാണ്. എന്നാൽ വിക്ടർ ഇമ്മാനുവേൽ വരില്ലെന്ന് ഫോഷറി അറിയിച്ചപ്പോൾ അവൾ നിരാശയായി. ഓസ്ട്രിയൻ ചക്രവർത്തിയെയാണ് ലൂയിസ് വയോലിനും ലീയ്ക്കും പ്രിയം. മരിയ ബ്ലോണ്ട് ചാടിക്കയറി പറഞ്ഞു:

"പ്രുഷ്യയിലെ രാജാവ് ഒരു ഉണക്കക്കൊള്ളിയാണ്. ബാദനിൽ ഞാൻ കഴിഞ്ഞവർഷം ഉണ്ടായിരുന്നു. അദ്ദേഹത്തെ പതിവായി ഞാൻ ബിസ്മാർക്ക് പ്രഭുവിനൊപ്പം കാണുമായിരുന്നു.

"ങ്ഹാ ബിസ്മാർക്ക് എനിക്കദ്ദേഹത്തെക്കുറിച്ച് കൂടുതൽ അറിയണമെന്നുണ്ട്. എന്തൊരാകർഷകത്വമാണദ്ദേഹത്തിന്!" സിമോണി ഇടയ്ക്ക് കയറി.

"അതുതന്നെയാണ് ഞാനും കഴിഞ്ഞദിവസം പറഞ്ഞത്. ആരും വിശ്വസിച്ചില്ല" വാന്ദേവ്രസ് തന്റെ അഭിപ്രായം കൂട്ടിച്ചേർത്തു.

സബീൻ പ്രഭ്വിയുടെ വീട്ടിലെന്നപോലെ അവിടെ ബിസ്മാർക്ക് പ്രഭുവിനെപ്പറ്റി വലിയ ചർച്ച നടന്നു. വാന്ദേവ്രസ് അന്നുപയോഗിച്ച ഭാഷാശൈലിയൊക്കെത്തന്നെയാണ് ഇപ്പോഴും പ്രയോഗിക്കുന്നത്. മുഫാത്തിന്റെ സ്വീകരണമുറിയുമായുള്ള വ്യത്യാസം സ്ത്രീകൾക്ക് മാറ്റം വന്നിരിക്കുന്നു എന്നത് മാത്രമാണ്. അവിടത്തെപ്പോലെ ഇവിടെയും സംഭാഷണം സംഗീതത്തിന് വഴിമാറി. ഫൊകാർമണ്ട് പാരീസിലാകെ സംസാരവിഷയമായിത്തീർന്ന ശിരോവസ്ത്രത്തെക്കുറിച്ച് ഒരുവാക്ക് പറഞ്ഞപ്പോ

ഴേക്കും നാനയ്ക്കും അതിൽ ഉത്സാഹമായി. ' പാവം പെൺകുട്ടി പോയി തുലയട്ടെ, അല്ലെങ്കിൽത്തന്നെ അതവളുടെ ആഗ്രഹമായിരിക്കാം.' അവിടെയുള്ള എല്ലാ സ്ത്രീകളുടെയും മനസിനെ ഇത് സ്പർശിച്ചു. മുഫാത്തിന്റെ വീട്ടിൽവച്ച് കേട്ട അതേ വാചകം ഇവിടെയും ആവർത്തിച്ചു. ഇത് മനസിലാക്കിയ ജോർജ് ദാഗുനേറ്റിനോട് നാനയുടെ സ്വകാര്യ ജീവിതത്തെക്കുറിച്ച് അന്വേഷിച്ചു. സംഭാഷണം വിധിവശാൽ വീണ്ടും ബിസ്മാർക്ക് പ്രഭുവിലേക്ക് തിരിഞ്ഞു. റ്റാറ്റൻ നിനേ ലബോർദത്തിന് സമീപത്തേക്ക് കുനിഞ്ഞ് ആരാണീ ബിസ്മാർക്ക് പ്രഭുവെന്നും താൻ കേട്ടിട്ടു പോലുമില്ലെന്നും പറഞ്ഞു. ലബോർദത്ത് വളരെ ലാഘവത്തോടെ ഭാവനയിൽ മെനഞ്ഞെടുത്ത കുറെ നുണകൾ വിളമ്പി.

"പച്ചമാംസം തിന്നുന്നയാളാണ് ബിസ്മാർക്ക്. സ്ത്രീകളെ എപ്പോൾ കണ്ടാലും അദ്ദേഹം എടുത്തുകൊണ്ട് പോകും. നാൽപ്പത് വയസിനിടയിൽ അദ്ദേഹത്തിന് മുപ്പത്തിരണ്ട് കുട്ടികളുണ്ട്."

"നാൽപ്പത് വയസിൽ മുപ്പത്തിരണ്ട് കുട്ടികളോ?" റ്റാറ്റൻ നിനേയ്ക്ക് ആദ്യമൊന്നും വിശ്വസിക്കാനായില്ല. പ്രായത്തിന് തക്ക കരുത്തുണ്ടായിരിക്കണം. അവൾ ആത്മഗതം ചെയ്തു. അവിടെയൊരു കൂട്ടച്ചിരിയുയർന്നു. ലബോർദത്ത് തമാശയൊപ്പിച്ചതാണെന്ന് അവൾക്ക് മനസിലായി. "ഇത് ശരിയല്ല കളിയാണോ കാര്യമാണോ എന്ന് ഞാനെങ്ങനെ അറിയാനാണ്?"

ഇതിനിടയിലും ഗാഗയുടെ മനസ്സ് എക്സിബിഷനെക്കുറിച്ചുതന്നെയായിരുന്നു. മറ്റു സ്ത്രീകളെപ്പോലെതന്നെ അവരും കാലാനുസാരിയായി പ്രവർത്തിച്ച് ലാഭമുണ്ടാക്കാൻ താൽപ്പര്യപ്പെടുന്നു. സ്വദേശികളും വിദേശികളുമായവർ പാരീസിലേക്ക് ഒഴുകിയെത്തുന്ന അവസരമാണിത്. എക്സിബിഷനുശേഷം തന്റെ കച്ചവടമൊന്ന് പച്ച പിടിച്ചാൽ എല്ലാത്തിൽനിന്നും വിരമിച്ച് ജുവിസിയിലുള്ള കൊച്ചു വീട്ടിലേക്ക് മാറണമെന്നാണ് അവരുടെ ദീർഘപ്രതീക്ഷ.

"ഇനി എന്താ ചെയ്യുക? ഒരാൾക്ക് ആഗ്രഹിക്കുന്നത് കിട്ടണമെന്നില്ല. യഥാർഥസ്നേഹംതന്നെ എത്ര പേർ അറിഞ്ഞിരിക്കണം" അവൾ ഫലോസിയോട് പറഞ്ഞു.

ചെറുപ്പക്കാരന്റെ കാൽമുട്ടുകൾ തന്റേതുമായി ഉരസിയതിനാൽ നാന വികാരാധീനയായി. അയാളുടെ മുഖം ചുവന്നു തുടുത്തു. അവൾ അദ്ദേഹത്ത കണ്ണുകൊണ്ട് ആകെയൊന്ന് ഉഴിഞ്ഞു. ഏതായാലും ഫലോസി അവളുടെ വിലാസം വാങ്ങിക്കഴിഞ്ഞു.

"ദാ അങ്ങോട്ട് നോക്ക് നിന്റെ ഹെക്ടറെ ഗാഗ നുള്ളുകയാണെന്നാണ് തോന്നുന്നത്" വാന്ദേവ്രസ് ക്ലാരിസിനോട് മന്ത്രിച്ചു.

"ഇത്തരം അൽപ്പത്തരമൊന്നും ഞാൻ കാര്യമാക്കാറില്ല. അയാൾ ഒരു വിഡ്ഢി തന്നെ, മൂന്ന് പ്രാവശ്യം ഞാൻ അയാളെ പുറത്താക്കിയതാണ്. ചെറുപ്പക്കാർ ഇങ്ങനെ വയസായവരുടെ പിറകേ പോകുന്നത് കാണുന്നത് എനിക്ക് അരിശമാണ്" അവൾ ഇത് പറഞ്ഞ് നിർത്തി

ബ്ലാൻഷേയുടെ നേരെ തലയാട്ടി. അവളാണെങ്കിൽ തന്റെ നഗ്നമായ ചുമലുകൾ മൂന്ന് സീറ്റ് അപ്പുറമുള്ള മാന്യനെ പ്രദർശിപ്പിക്കുന്നതിനായി അസൗകര്യമായ രീതിയിൽത്തന്നെ ഇരിക്കുകയാണ്. "നിങ്ങളുടെ കാര്യവും കഷ്ടം തന്നെ" ക്ലാരിസ്സ് സംഗ്രഹിച്ചു. വാന്ദേവ്രസ് കൗശലപൂർവം പുഞ്ചിരിച്ചുകൊണ്ട് വിമുഖതയുടെ ഭാഷയിൽ ചുമലിളക്കി. പാവം ബ്ലാൻഷേയുടെ വിജയത്തിന് തടസം നിൽക്കുന്നത് തീർച്ചയായും അദ്ദേഹമല്ല. സ്റ്റീനറുടെ പ്രദർശനതൽപ്പരതയിലാണ് അദ്ദേഹത്തിന് കൂടുതൽ താൽപ്പര്യം. സ്റ്റീനർ പ്രണയബന്ധങ്ങളുടെ പേരിൽ അറിയപ്പെടുന്ന വ്യക്തിയാണ്. ലക്ഷക്കണക്കിന് ഫ്രാങ്ക് മറിക്കുന്ന സാമ്പത്തികവിദഗ്ധനാണെങ്കിലും പെണ്ണുങ്ങളുടെ മുന്നിൽ വെറും മണ്ടനാണ്. എത്ര പണവും അവർക്കുവേണ്ടി അദ്ദേഹം മുടക്കും. സുന്ദരികളോടുള്ള ഈ വിശപ്പ് അദ്ദേഹത്തെ രണ്ട് തവണ നശിപ്പിച്ചതാണ്. വാന്ദേവ്രസിന്റെ ഭാഷയിൽ പറഞ്ഞാൽ ആ ഗണികകൾ എല്ലാ സദാചാരങ്ങളും കാറ്റിൽ പറത്തി അദ്ദേഹത്തിന്റെ പണപ്പെട്ടി ശൂന്യമാക്കി. ഉപ്പുഖനനത്തിൽനിന്ന് കോടികളാണ് അദ്ദേഹം ഉണ്ടാക്കിയത്. എന്നാൽ കഴിഞ്ഞ കുറെ ആഴ്ചകളായി ആ ഇനത്തിലുള്ള വരുമാനത്തിൽനിന്നാണ് മിഗ്നനും കുടുംബവും ജീവിക്കുന്നത്. നാന പല്ലു കാണിച്ചുകൊണ്ടിരുന്നാൽ മിഗ്നൻ ഒരിക്കലും തീറ്റ അവസാനിപ്പിക്കില്ലെന്ന് ആളുകൾ പന്തയവും വച്ചു തുടങ്ങി. സ്റ്റീനർ ഒരിക്കൽക്കൂടി വലയിൽ വീണിരിക്കുന്നു. വിശപ്പില്ലെങ്കിലും നാനയോട് ചേർന്നിരുന്ന് അയാൾ യാന്ത്രികമായി ഭക്ഷണം കഴിക്കുന്നു. അദ്ദേഹത്തിന്റെ കീഴ്ച്ചുണ്ട് തൂങ്ങിയിരിക്കുന്നു. അവൾക്ക് ഒരു തുക ഉറപ്പിക്കേണ്ട കാര്യമേ ഇനിയുള്ളൂ. എന്നാൽ അവൾ കളിമട്ടിൽ അയാളുടെ രോമാവൃതമായ ചെവിയിൽ ഓരോന്ന് പറഞ്ഞുകൊണ്ടിരിക്കുകയാണ്. ജോസഫ് പോതിഫറിന്റെ ഭാര്യയോട് ചെയ്തതുപോലെ മുഫാത്തുമായുള്ള പ്രശ്നങ്ങളൊക്കെ പരിഹരിക്കാൻ അവർക്ക് ആവശ്യത്തിന് സമയമുണ്ടായിരുന്നു.

വെയ്റ്റർ വീണ്ടും വന്ന് വിഭവങ്ങളുടെ പേര് വിളിച്ചു തുടങ്ങി. സ്റ്റീനർ നാനയോട് തിരക്കി "നിനക്കെന്താ വേണ്ടത്? എനിക്ക് മതിയായി."

അശുഭകാര്യങ്ങൾ വിളമ്പുന്ന ലൂസി സ്റ്റുവർട്ടിനെ വാന്ദേവ്രസ് മൃദുവായൊന്ന് തട്ടി. അന്ന് രാവിലെ മിഗ്നന്റെ പെരുമാറ്റം അവളെ വികാരവിക്ഷുബ്ധയാക്കിയിരുന്നു.

"നിങ്ങൾക്കറിയാമോ അദ്ദേഹം സന്തോഷത്തോടെ അവർക്ക് വിളക്ക് പിടിക്കും" അവൾ പ്രഭുവിനെ ചൂണ്ടിക്കാട്ടി. "ജോൺക്വയറോട് ചെയ്യുന്നതുപോലെ അവരോടും ചെയ്യാനാണ് അദ്ദേഹം ശ്രമിക്കുന്നത്. റോസിനോടൊപ്പം മുമ്പുണ്ടായിരുന്ന ജോൺക്വയറിനെ നിങ്ങൾക്കോർമയില്ലേ? അദ്ദേഹമിപ്പോൾ ലോയറുമായി ഇഷ്ടത്തിലാണ്. ജോൺക്വയറും ലോയറുമായുള്ള ബന്ധത്തിന് വേണ്ടതെല്ലാം ക്രമീകരിച്ചിട്ട് ചെറിയ താന്തോന്നിത്തരങ്ങൾ അനുവദിക്കപ്പെട്ട ഭർത്താവ് എന്ന മട്ടിൽ ജോൺക്വയറിന്റെ കൈ പിടിച്ച് മിഗ്നൻ റോസിന്റെ അടുത്തേക്ക് പോയി. എന്നാൽ ഇത്ത

വണ പദ്ധതിയൊന്നും നടക്കാൻ പോന്നില്ല. നാന തന്റെ അടുത്തേക്ക് വരുന്ന പുരുഷന്മാരെ വെറുതെ മടക്കാറില്ല."

"മിഗ്നൻ എന്താണ് ഭാര്യയെ ഇത്ര കോപിഷ്ടനായി നോക്കുന്നത്?" വാന്ദേവ്രസ് ചോദിച്ചു. അദ്ദേഹം മുന്നോട്ട് നോക്കിയപ്പോൾ റോസ് ഫോഷറിയുമായി സ്നേഹത്തോടെ ഇടപെടുന്നത് കണ്ടു. കൂട്ടുകാരൻ ഇത്ര മാത്രം നീരസത്തോടെ സംസാരിച്ചതിന്റെ കാരണം ഇപ്പോൾ പിടികിട്ടി. അദ്ദേഹം ഒരു ചിരിയോടെ തുടർന്നു: 'തുലഞ്ഞു നിങ്ങൾ അസൂയാലുവാണോ?' 'അസൂയ!' ലൂസി പ്രക്ഷുബ്ധയായി പ്രതികരിച്ചു. 'കൊള്ളാം റോസിന് ലിയോണെയാണ് താൽപ്പര്യമെങ്കിൽ അദ്ദേഹത്തെ പൂർണമായങ്ങ് വിട്ടു കൊടുത്തേക്കാം. ആഴ്ചയിൽ ഒരു ബൊക്കെ എന്നതിൽ കവിഞ്ഞ് ഒരു ഗുണവും അദ്ദേഹത്തെക്കൊണ്ടില്ല. നോക്കെന്റെ കുഞ്ഞേ ഈ നാടകക്കാരികളെല്ലാം ഒരുപോലെയാണ്. നാനയെക്കുറിച്ചുള്ള ലിയോണിന്റെ ലേഖനം വായിച്ച് അവൾ കരഞ്ഞിട്ടുണ്ട്. നിങ്ങൾ നോക്കിക്കോ അവൾക്കും ഒരു ലേഖനം ആവശ്യമുണ്ട്. അതവൾ നേടുന്നു എന്നേയുള്ളൂ. ലിയോണെ ഞാൻ പിടിച്ച് പുറത്താക്കും, രണ്ട് പക്ഷമില്ല." അവൾ അരികിൽ നിന്ന വെയ്റ്ററോട് രണ്ട് കുപ്പി മദ്യം ആവശ്യപ്പെടുന്നതിനായി സംഭാഷണമൊന്ന് നിർത്തി. എന്നിട്ട് പതിഞ്ഞ ശബ്ദത്തിൽ വീണ്ടും തുടർന്നു:

"ഒച്ച വയ്ക്കാനൊന്നും ഞാനില്ല. അതെന്റെ ശൈലിയല്ല. എന്നാലും അവൾ ഒരു മൂധേവി തന്നെ! അവളുടെ ഭർത്താവിന്റെ സ്ഥാനത്ത് ഞാനായിരുന്നെങ്കിൽ അവളെക്കൊണ്ട് മനോഹരമായൊരു നൃത്തം ചെയ്യിക്കുമായിരുന്നു. അവൾക്കതിനുള്ള ഭാഗ്യമില്ല. എന്റെ ഫോഷറിയുടെ വൃത്തികേടുകളൊന്നും അവൾക്കറിയില്ല. തൻകാര്യം നേടുന്നതിനാണ് അദ്ദേഹം സ്ത്രീകളോടടുക്കുന്നതുതന്നെ. അങ്ങനെയുള്ളവർ ധാരാളമുണ്ട്."

അവളെയൊന്ന് തണുപ്പിക്കാൻ വാന്ദേവ്രസ് ശ്രമിച്ചു. റോസിന്റെയും ലൂസിയുടെയും പരിചരണം കിട്ടാതെ വന്നപ്പോൾ ബോർദനേവിന് ദേഷ്യമായി. വിശപ്പും ദാഹവുംകൊണ്ട് താൻ ചത്തു പൊയ്ക്കോട്ടെയെന്നാണോ അവരുടെ മനസിലിരുപ്പ് എന്ന് ചോദ്യം ചെയ്യുകയും ചെയ്തു. ഇത് ആ സാഹചര്യത്തിൽ സന്തോഷകരമായ ഒരു വഴിത്തിരിവുണ്ടാക്കി. അതിഥികൾക്ക് ഭക്ഷണത്തോടുള്ള ആർത്തി കുറഞ്ഞു. എന്നാൽ സാധാരണയിൽ കവിഞ്ഞ തോതിൽ മദ്യം അകത്താക്കിയതിനാൽ അവരൊക്കെ വല്ലാത്ത ലഹരിയിലായി. എല്ലാവരും കുറച്ചുകൂടി സ്വതന്ത്രരായി പെരുമാറി. കൈമുട്ട് മേശയിൽ താങ്ങി അലസമട്ടിൽ സ്ത്രീകൾ ഇരുന്നു. കസേരയിലേക്ക് ചാരിയിരിക്കുന്ന പുരുഷന്മാരുടെ കറുത്ത കോട്ടും സ്ത്രീകളുടെ നഗ്നമായ ചുമലുകളും പ്രകാശവൈവിധ്യത്തോടെ തിളങ്ങി. അവിടെ ചൂട് വളരെ കൂടുതലായിരുന്നു. മെഴുകുതിരിനാളം ഇപ്പോൾ കൂടുതൽ മഞ്ഞനിറത്തിൽ മങ്ങിയെരിയുന്നു. ഒരു സ്ത്രീ മുന്നോട്ട് കുനിഞ്ഞപ്പോൾ അവളുടെ മുടിക്കെട്ടിൽ തിരുകിയ വജ്രാഭരണം വെട്ടിത്തിളങ്ങി. ആകെക്കൂടി അഗ്നിപ്രഭ ചൊരിഞ്ഞ അന്തരീക്ഷമായിരുന്നു അത്. ആനന്ദത്തിന്റെ

പൂത്തിരി കത്തുന്ന കണ്ണുകൾ, തിളങ്ങുന്ന പല്ലുകൾ, പ്രകാശം പ്രതിഫലിക്കുന്ന വൈൻഗ്ലാസുകൾ. മുറിയുടെ അങ്ങേയറ്റം മുതൽ ഇങ്ങേയറ്റം വരെ ഉത്തരമില്ലാത്ത ചോദ്യങ്ങളും ഉത്തരങ്ങളും ആവുന്നത്ര ഉച്ചത്തിൽ മുഴങ്ങി. വെയ്റ്റർമാരാണ് കൂടുതൽ ബഹളം കൂട്ടിയത്. തങ്ങളിപ്പോൾ റസ്റ്റോറന്റിന്റെ ഇടനാഴിയിലാണ് എന്ന മട്ടിലാണ് അവർ പരസ്പരം കുശലം പറയുകയും തോണ്ടുകയും അപശബ്ദം മുഴക്കിക്കൊണ്ട് ഐസ്ക്രീം വിളമ്പുകയും ചെയ്തത്.

"നാളെ നാടകമുണ്ടെന്ന കാര്യം മറക്കരുത്. സൂക്ഷിച്ചോണം ലഹരി അതിര് വിടരുത്" ബോർദനേവ് താക്കീത് നൽകി.

"ലോകത്തുള്ള എല്ലാ ഇനം മദ്യവും ഞാൻ കുടിച്ചിട്ടുണ്ട്. വളരെ വിലപ്പെട്ടവ, തത്സമയം കൊല്ലാൻ കെൽപ്പുള്ളവ. എന്നാൽ അതൊന്നും എന്നെ ബാധിച്ചിട്ടില്ല. എനിക്കൊരു കുടിയനാകാൻ എത്ര ശ്രമിച്ചാലും കഴിയുകയില്ല." ഫൊകാർമണ്ട് ഇത് പറഞ്ഞു കഴിഞ്ഞതും കസേരയിലേക്ക് ചാഞ്ഞ് നിർത്താതെ കുടിച്ചുകൊണ്ടിരുന്നു.

"എല്ലാവരും കൊള്ളാം" ലൂയിസ് വയോലൈൻ പിറുപിറുത്തു. "മതിയാക്കൂ, ഇപ്പോൾ ആവശ്യത്തിലധികമായി. ശേഷിക്കുന്ന രാത്രി മുഴുവൻ എനിക്ക് നിങ്ങളെ നോക്കേണ്ടി വരും."

അമിതമദ്യം ലൂസി സ്റ്റുവർട്ടിന്റെ കവിളിൽ അരുണിമ പകർന്നു. റോസ് മിഗ്നൻ കണ്ണുകൾ നിറഞ്ഞ് വികാരവതിയായി. അമിതമായി വെട്ടിവിഴുങ്ങിയ മണ്ടത്തരമോർത്ത് റ്റാറ്റൻ നിനേ ആശ്ചര്യപ്പെട്ടു. ബ്ലാൻഷേ, കരോളിൻ, സിമോണി, മരിയ എന്നിവരെല്ലാം പ്രണയകഥകളും സ്വകാര്യവർത്തമാനങ്ങളും പങ്കിടുകയായിരുന്നു.

ജോർജിന്റെ സമീപത്തുനിന്ന ചെറുപ്പക്കാരൻ ലീ ഹോണിനെ ചുംബിക്കാൻ ശ്രമിക്കുകയും കോപവചസുകളോടൊപ്പം കരണത്തിന് രണ്ടെണ്ണം വാങ്ങുകയും ചെയ്തു. മദ്യലഹരിയിലായിരുന്ന ജോർജ് നാനയിൽ ആകൃഷ്ടനായി ഒരു പട്ടിക്കുട്ടിയെപ്പോലെ നാനയുടെ കാൽക്കീഴിൽ ഒതുങ്ങിക്കൂടാൻ മേശയ്ക്കടിയിലൂടെ മുട്ടിലിഴഞ്ഞെത്താനൊരു പദ്ധതിയിട്ടു. വളരെ ശാന്തനായി നിലകൊണ്ടതിനാൽ ആർക്കും അവനെ കാണുവാൻ കഴിയുമായിരുന്നില്ല. എന്നാൽ ലീ ഹോണിന്റെ ആവശ്യപ്രകാരം ദാഗുനെറ്റ് ചെറുപ്പക്കാരനോട് മര്യാദയ്ക്ക് പെരുമാറാൻ നിർദേശിച്ചു. അതേസമയം ജോർജ് കരുതിയത് അത് തന്നെ ശകാരിച്ചതാണെന്നാണ്. എന്നിരുന്നാലും ദാഗുനേറ്റ് ചില തമാശയൊപ്പിച്ചു. വെറും മൂന്ന് ഗ്ലാസ്സ് വൈൻകൊണ്ട് നിലതെറ്റുന്ന അവസരത്തിൽ ഒരു സ്ത്രീയോടൊപ്പം ഒറ്റയ്ക്കിരുന്ന് എന്തു ചെയ്യുമെന്ന് ചോദിച്ചുകൊണ്ട് അവനെ ഒരു പാത്രം വെള്ളം കുടിപ്പിച്ചു.

കാട്ടുപഴത്തിൽനിന്നെടുക്കുന്ന ഒരുതരം മദ്യം തീ വിഴുങ്ങിയ അനുഭവം പകരുമെന്ന് പറഞ്ഞ് ഫൊകാർമണ്ട് സംഭാഷണം തുടർന്നു.

"ഒരിക്കൽ ഞാനത് ലിറ്ററിന് മുകളിൽ കഴിച്ചിട്ടും ഒരു പെരുപ്പും തോന്നിയില്ല. മുമ്പൊരിക്കൽ ആദിവാസികൾ തന്ന ഒരുതരം വീര്യമുള്ള

മിശ്രമദ്യംപോലും എന്നെ ഇളക്കിയിട്ടില്ല. ഞാൻ മദ്യപിച്ച് മത്തനാവില്ല." കുറച്ചു നേരത്തിനുശേഷം തനിക്കെതിരേയിരിക്കുന്ന ഫലോസിയുടെ നേർക്ക് അദ്ദേഹം നീരസം കാട്ടിത്തുടങ്ങി. കൊഞ്ഞനം കാട്ടുകയും അരുതാത്തതൊക്കെ വിളിച്ചു പറയുകയും ചെയ്തു. ഫലോസിയാണെങ്കിൽ ഗാഗയോട് പറ്റിച്ചേർന്ന് ഇരിക്കുകയായിരുന്നു. എന്നാൽ ഇതിനിടയിൽ തന്റെ കൈലേസ് നഷ്ടപ്പെട്ടതറിഞ്ഞ ഫലോസി മദ്യപന്റെ ശൈലിയിൽത്തന്നെ അടുത്തിരിക്കുന്നവനോട് ശണ്ഠ കൂട്ടിത്തുടങ്ങി. മറ്റുള്ളവരുടെ കസേരയുടെ അടിയിലും കാലിനിടയിലും എല്ലാം അദ്ദേഹം കൈലേസ് തിരഞ്ഞു. ഗാഗ സമാധാനിപ്പിക്കാൻ തുനിഞ്ഞെങ്കിലും അദ്ദേഹം വഴങ്ങിയില്ല.

"അതിൽ എന്റെ പേര് തയ്ച്ചു വച്ചിട്ടുണ്ട്. ഇതുമൂലം ഞാൻ ചതിക്കപ്പെട്ടേക്കാം" അദ്ദേഹത്തിന്റെ പരിഭ്രമം വർധിച്ചു.

"ഞാൻ പഴയാം മി. ഫലോമേയിസ്... ലമാഫോയിസ്...മാഫാലോയിസ്... "ഫൊകാർമണ്ട് ഉച്ചാരണപ്പിശകോടെ ഫലോസിയെ വിളിച്ചു. ഇത് ഫലോസിയുടെ കോപം ഇരട്ടിയാക്കി. ഫൊകാർമണ്ടിന്റെ അപ്പനപ്പൂപ്പന്മാരെപ്പറ്റി ഫലോസി പറഞ്ഞു തുടങ്ങി. വെള്ളക്കുപ്പിയെടുത്ത് ഫൊകാർമണ്ടിന്റെ തലയ്ക്കടിക്കുമെന്ന് ഭീഷണിപ്പെടുത്തി. എന്നാൽ വാന്ദേവ്രസ് പ്രഭു ഇടയ്ക്കു കയറി ഫൊകാർമണ്ട് ഒരു വലിയ തമാശക്കാരനാണെന്ന് ബോധ്യപ്പെടുത്താൻ ശ്രമിച്ചു. എന്നിരുന്നാലും എല്ലാവരും ചിരിക്കുന്നുണ്ടായിരുന്നു. ഇത് അയാളിൽ തെല്ല് ജാള്യതയുണ്ടാക്കി. മര്യാദയ്ക്കിരുന്ന് കഴിക്കാനായി ബന്ധു നിർദേശിച്ചപ്പോൾ ഒരു കൊച്ചു കുട്ടിയുടെ അനുസരണയോടിരുന്ന് അദ്ദേഹം ആഹാരം കഴിച്ചു. അദ്ദേഹത്തിന്റെ തോളിൽ കയ്യിട്ടുകൊണ്ടാണ് ഗാഗ ഇരുന്നത്. കൈലേസിനായി കണ്ണുകൾ അപ്പോഴും പരതുന്നുണ്ടായിരുന്നു.

മേശയ്ക്ക് എതിർവശം വലതുഭാഗത്തിരിക്കുന്ന ലബോർദത്തിന്റെ നേരെയായി പിന്നീട് ഫൊകാർമണ്ടിന്റെ തമാശ. ലൂയിസ് വയോലൈൻ അദ്ദേഹത്തെ നിശ്ശബ്ദനാക്കാൻ ശ്രമിച്ചു. അദ്ദേഹം മറ്റുള്ളവരെ കളിയാക്കാൻ ശ്രമിച്ചപ്പോഴൊക്കെ അതയാൾക്ക് ദോഷകരമായിട്ടുണ്ടത്രേ. ലബോർദത്തിനെ മാഡം എന്ന് സംബോധന ചെയ്യുന്നത് നല്ലയൊരു ആശയമാണെന്നു വരെ അദ്ദേഹത്തിന് തോന്നി.

"മണ്ടത്തരം കാണിക്കാതെ അടങ്ങിയിരിക്കൂ" ലബോർദത്ത് പലപ്രാവശ്യം താക്കീത് നൽകി. എന്നാൽ ഫൊകാർമണ്ടിന് യാതൊരു വ്യത്യാസവുമില്ല. ഇത്തരം ഇകഴ്ത്തിപ്പറയലിന്റെ കാരണം അവിടെക്കൂടിയവർക്കൊന്നും മനസിലായതുമില്ല. ഒടുവിൽ സഹിക്ക വയ്യാതെ ലബോർദത്ത് വാന്ദേവ്രസിനോട് പറഞ്ഞു.

"നിങ്ങളുടെ സുഹൃത്തിനോട് നാവടക്കാൻ പറയൂ. വെറുതെ സംഘർഷമുണ്ടാക്കുന്നത് എനിക്കിഷ്ടമല്ല." രണ്ട് ദ്വന്ദ്വയുദ്ധങ്ങൾ നേടിയിട്ടുള്ള അദ്ദേഹം എല്ലായിടത്തും സ്വീകാര്യനാണ്. എന്നാൽ ഇപ്പോൾ ഫൊകാർമണ്ടിനെതിരായ ഒരു വികാരം അവിടെ വ്യാപിച്ചു. അവർക്ക്

അദ്ദേഹത്തിന്റെ നർമബോധം ഇഷ്ടപ്പെട്ടെങ്കിലും അന്ന് വൈകുന്നേരത്തെ സമാധാനം ഇല്ലാതാക്കുന്നതിൽ ആർക്കും താൽപ്പര്യമില്ലായിരുന്നു. കോപംകൊണ്ട് ഇരുണ്ട മുഖത്തോടെ വാന്ദേവ്രസ് ലബോർദത്തിനുള്ള ബന്ധം പുനഃസ്ഥാപിച്ചു. മിഗ്നൻ, സ്റ്റീനർ, ബോർദനേവ് എന്നിവരെല്ലാം മദ്യലഹരിയിൽ കുഴഞ്ഞാണ് സംസാരിച്ചത്. പ്രായമുള്ള മാന്യൻ മാത്രമാണ് മര്യാദയോടും പുഞ്ചിരിയോടും പെരുമാറിയത്.

"കാപ്പികുടി ഇവിടെനിന്ന് ആക്കിയാലോ? ഞങ്ങളെല്ലാം സന്തുഷ്ടരാണ്" ബോർദനേവ് പറഞ്ഞു.

നാന മറുപടിയൊന്നും പറഞ്ഞില്ല. വിരുന്നിന്റെ ആരംഭം മുതലേ നാനയ്ക്ക് ഒരുതരം അന്യതാബോധമായിരുന്നു. ഒരു റസ്റ്റോറന്റിന്റെ പ്രതീതിയാണ് അവിടെ അവൾക്ക് അനുഭവപ്പെട്ടത്. അതുകൊണ്ട് ആതിഥേയ എന്ന നിലയിലുള്ള കർത്തവ്യങ്ങളൊക്കെ മറന്ന് അവൾ അരികിലിരുന്ന സ്റ്റീനറുമായി സംഭാഷണത്തിലേർപ്പെട്ടു.

വളരെയധികം വീഞ്ഞ് കുടിച്ചതിനാൽ അവളുടെ മുഖം ചുവന്നുതുടുത്തു. കണ്ണുകളിൽ സ്ഫുലിംഗങ്ങൾ, നനവാർന്ന ചുണ്ടുകൾ. അവളുടെ കാതുകളോടടുത്തപ്പോൾ കാണപ്പെട്ട നേർത്ത ചർമം അയാളെ ഭ്രാന്തനാക്കി. പെട്ടെന്ന് അവൾ അതിഥികളെ ഓർത്തു. ആതിഥ്യമര്യാദയെപ്പറ്റി തനിക്കറിയാമെന്ന് മറ്റുള്ളവരെ ബോധ്യപ്പെടുത്താനും അവൾ ശ്രമിച്ചു. എന്നാൽ വിരുന്നിന്റെ അവസാനമായപ്പോഴേക്കും അവൾക്ക് ലഹരി തലയ്ക്ക് പിടിച്ചു. മര്യാദയില്ലാതെ പെരുമാറുന്ന അതിഥികളായ ആ പെണ്ണുങ്ങളൊക്കെ തനിക്കെതിരേ ഗൂഢാലോചന നടത്തുകയാണെന്ന് അവൾക്ക് തോന്നി. ലബോർദത്തിന് വിരോധമായി ലൂസി ഫൊകാർമണ്ടിനുനേരെ കണ്ണ് ചിമ്മുന്നുണ്ട്. റോസും കരോളിനും മാന്യപുരുഷനെ ഉത്തേജിപ്പിക്കുന്നു. ഒരാൾ പറയുന്നത് തിരിച്ചറിയാൻ പറ്റാത്ത അത്ര ബഹളമയമാണ് അവിടം. നാനയുടെ വീട്ടിലെ വിരുന്നിന് എന്തും ആകാമെന്നാണോ ഇവറ്റകളുടെ വിചാരം? കൂട്ടത്തിൽ നന്നായി പെരുമാറിയതും നാന തന്നെയായിരുന്നു.

"എന്റെ കുട്ടിത്താറാവേ കാപ്പി ഇങ്ങോട്ട് കൊണ്ടുവരാൻ അവരോട് പറ. എന്റെ കാലിന്റെ വല്ലായ്മ കണക്കിലെടുത്ത് പറയുന്നതാണ്." ബോർദനേവ് ആവർത്തിച്ചു. എന്നാൽ നാന വളരെ ദേഷ്യത്തോടെയാണ് പ്രതികരിച്ചത്.

"ഇതുപോലെയുള്ള തരംതാണ ആൾക്കാരെ ക്ഷണിക്കരുതെന്ന് ഞാനിപ്പോൾ പഠിച്ചു. നിങ്ങൾക്ക് കാപ്പി വേണമെങ്കിൽ അപ്പുറത്തെ മുറിയിലുണ്ട്."

നാനയുടെ കോപം വകവയ്ക്കാതെ എല്ലാവരും എഴുന്നേറ്റ് ധൃതിയിൽ ഡൈനിങ്ദ്റൂമിനെ ലക്ഷ്യമാക്കി പോയി. സ്വീകരണമുറിയിൽ ആരും തന്നെ ശേഷിച്ചില്ല. വയറ് നിറഞ്ഞാൽ പപ്പയെ വേണ്ട എന്ന് പറഞ്ഞ് പെണ്ണുങ്ങളെ ശപിച്ചുകൊണ്ട് ബോർദനേവ് ഭിത്തിയിൽ പിടിച്ചുകൊണ്ട് മെല്ലെ നടന്നു. അദ്ദേഹത്തിന് പിന്നിൽ വെയ്റ്റർമാർ പാത്രങ്ങൾ എടുത്തു

മാറ്റുന്ന തിരക്കിലാണ്. അവർ അങ്ങോട്ടും ഇങ്ങോട്ടും പാഞ്ഞ് തീൻമേശ ശൂന്യമാക്കി. കാപ്പികുടി കഴിഞ്ഞ് സ്ത്രീകളും പുരുഷന്മാരും സ്വീകരണമുറിയിലേക്ക് മടങ്ങി വരേണ്ടതുണ്ട്. "ദൈവത്തിന് നന്ദി, ഇവിടെയിത്തിരി ചൂട് കുറവാണ്" ഊണുമുറിയിലേക്ക് പ്രവേശിച്ചുകൊണ്ട് വിറയലോടെ ഗാഗ പറഞ്ഞു. അവിടത്തെ ജനാല തുറന്നു കിടക്കയാണ്. മേശമേൽ രണ്ട് വിളക്കുകൾ പ്രകാശിക്കുന്നുണ്ട്. അവിടെ കസേരകളില്ല. എല്ലാവരും നിന്നുകൊണ്ട് കാപ്പി കുടിക്കുകയാണ്. അപ്പുറത്ത് വെയ്റ്റർമാരുടെ ഒച്ച ഉച്ചത്തിലായി. നാനയാണെങ്കിൽ അവിടെനിന്ന് എങ്ങോട്ടോ പോയി. അവളുടെ അസാന്നിധ്യം ആരും ശ്രദ്ധിച്ചില്ല. അവളുടെ സഹായമില്ലാതെതന്നെ അവർക്ക് സ്പൂൺ കണ്ടെത്താനും കാപ്പി വിതരണം ചെയ്യാനും എല്ലാം കഴിഞ്ഞു. ഏറുകണ്ണും കൊച്ചുവർത്തമാനങ്ങളുമായി ചെറിയ ചെറിയ സംഘങ്ങൾ അവിടെ രൂപപ്പെട്ടു.

"ഫോഷറിയെ നമുക്ക് ഉച്ചഭക്ഷണത്തിന് വരുന്ന ദിവസങ്ങളിൽ ക്ഷണിക്കേണ്ടതല്ലേ?" റോസ് താൽപ്പര്യപ്പെട്ടു. മിഗ്നൻ തന്റെ വാച്ചിന്റെ ചെയിനിൽ തിരുമ്മിക്കൊണ്ട് ഫോഷറിയെ രൂക്ഷമായൊന്ന് നോക്കി. അവൾക്ക് ഭ്രാന്തായിരിക്കുമെന്നാണ് അദ്ദേഹത്തിന് തോന്നിയത്. ഇതൊക്കെ മുളയിലേ നുള്ളിക്കളയേണ്ടതാണ്. ഒരു ലേഖനമെഴുതുന്ന കാര്യമാണെങ്കിൽ സാരമില്ല. എന്നാൽ അതിനപ്പുറം കാര്യങ്ങൾ പോകരുത്. എങ്കിലും തന്റെ ഭാര്യയുടെ ഇഷ്ടാനിഷ്ടങ്ങൾ കണത്തിലെടുത്ത് ചില്ലറ വിട്ടുവീഴ്ചകളൊക്കെ അദ്ദേഹം ചെയ്യാറുണ്ട്. സൗഹൃദഭാവത്തിൽത്തന്നെ അദ്ദേഹം മറുപടി പറഞ്ഞു.

"തീർച്ചയായും എനിക്ക് സന്തോഷമേയുള്ളൂ എന്തുകൊണ്ട് നാളെ വന്നുകൂടാ ഫോഷറീ?"

സ്റ്റീനറുമായി സംസാരിച്ചുകൊണ്ടിരുന്ന ലൂസി സ്റ്റുവർട്ട് ഈ ക്ഷണം കേൾക്കുകയുണ്ടായി. ശബ്ദമുയർത്തി അവൾ ബാങ്കറോട് പറഞ്ഞു. "ഇവരെല്ലാം ഒരുതരം ആസക്തി പിടിച്ചവരാണ്. ഒരുത്തിയാണെങ്കിൽ എന്റെ പട്ടിക്കുട്ടിയെ വരെ മോഷ്ടിച്ചുകൊണ്ടു പോയി. വാസ്തവമാണ്. നിങ്ങളിവരെ പിടിച്ചു പുറത്താക്കിയാൽ എനിക്കൊരു ബുദ്ധിമുട്ടും തോന്നില്ല."

റോസ് ഒന്നു തിരിഞ്ഞു. കാപ്പി കുടിച്ചുകൊണ്ടിരിക്കുമ്പോൾത്തന്നെ അവൾ സ്റ്റീനറെ തറപ്പിച്ചൊന്നു നോക്കി. അവളുടെ അമർത്തിപ്പിടിച്ച കോപം മുഴുവൻ ആ കണ്ണുകളിൽ എരിയുന്നുണ്ടായിരുന്നു. മിഗ്നനെക്കാളും നന്നായി കാര്യങ്ങൾ ഗ്രഹിക്കാൻ അവൾക്കറിയാം. ജോൻകയറിന്റെ സൂത്രം രണ്ടാമത് ആവർത്തിക്കുന്നത് മണ്ടത്തരമാണ്. അത്തരം വഞ്ചന രണ്ടുതവണ ഫലപ്രദമാവില്ല. വിരുന്ന് തുടങ്ങിയപ്പോഴേ അവൾക്ക് അദ്ദേഹത്തെ ചൊല്ലി കാമഭ്രാന്ത് ആയിരിക്കുന്നു. മിഗ്നൻ ഇഷ്ടപ്പെട്ടാലും ഇല്ലെങ്കിലും ഇതിൽനിന്ന് അദ്ദേഹം പുതിയ പാഠം പഠിക്കും.

"നീ ഒരു ഏറ്റുമുട്ടലിനൊന്നും പോകുന്നില്ലേ? നിനക്കിതോർത്ത് പേടിയുമില്ലേ? ഒന്നുകിൽ അവൾ അടങ്ങിയിരിക്കണം അല്ലെങ്കിൽ ഞാൻ

തന്നെ കള്ളി വെളിച്ചത്തു കൊണ്ടുവരും" വാന്ദേവ്രസ് ലൂസി സ്റ്റുവർട്ടിന്റെ നേർക്ക് പറഞ്ഞു. എന്നിട്ട് ഫോഷറിയെ ചൂണ്ടിക്കാട്ടിക്കൊണ്ട് ഒരുതരം ആജ്ഞാശക്തിയോടെ പറഞ്ഞു.

"എനിക്ക് നിങ്ങളുടെ ചെരിപ്പുകൾ വീട്ടിൽനിന്ന് ലഭിച്ചിട്ടുണ്ട്. നാളത്തേക്ക് ഞാനത് കരുതി വച്ചിരിക്കയാണ്."

ഇതുമായി ബന്ധപ്പെട്ട ചില തമാശകളൊക്കെ പറയണമെന്ന് അദ്ദേഹത്തിനുണ്ടായിരുന്നു. പക്ഷേ, അവൾ അവിടെനിന്ന് പോയി. ക്ലാരിസ്സ് ഒരു ഭിത്തിക്ക് മറഞ്ഞുനിന്ന് മദ്യപിക്കയാണ്. പുരുഷന്മാരിനി എന്തു ചെയ്യാനാണ്? രണ്ടു സ്ത്രീകൾ അവരുടെ കാമുകന്മാരോടൊപ്പം കണ്ടുമുട്ടുമ്പോൾ ഓരോരുത്തരും പരസ്പരസ്വാധീനത്തിന് ശ്രമിക്കുന്നത് സ്വാഭാവികമാണോ? ഉദാഹരണത്തിന് അവളുടെ കാര്യംതന്നെയെടുക്കുക. അവൾക്ക് ഹെക്ടറുടെ പേരിൽ ഗാഗയെ കരയിപ്പിക്കാമായിരുന്നു. എന്നാൽ അവൾക്ക് അയാളെ അത്ര പോരാ. ഫലോസി കടന്നുപോയപ്പോൾ ആത്മസംതൃപ്തിയോടെ അവൾ അദ്ദേഹത്തോട് പറഞ്ഞു.

"നിങ്ങൾക്കവരെ വളരെ പിടിച്ചിട്ടുണ്ടാവും. എന്നാൽ പച്ചയ്ക്ക് വേണമെന്നില്ല, മൂക്കട്ടെ."

ഫലോസി പൊറുതിമുട്ടിയ നിലയിൽ കാണപ്പെട്ടു. ക്ലാരിസിനെ കണ്ടപ്പോൾ അദ്ദേഹത്തിന്റെ സംശയം വർധിച്ചതേയുള്ളൂ. "നിങ്ങൾ എന്റെ കൈലേസ് എടുത്തു. കൊള്ളാം ഇങ്ങ് തിരികെ തന്നേക്ക്."

"അയാളും അയാളുടെ ഒരു കൈലേസും! ഇങ്ങോട്ട് നോക്ക് കഴുതേ എനിക്കതുകൊണ്ട് എന്തു കിട്ടാനാണ്?"

"എന്റെ ബന്ധുക്കൾക്ക് കൊടുത്ത് വഞ്ചിക്കാമല്ലോ."

ഇതിനിടയിലും ഫൊകാർമണ്ട് മദ്യപാനം തുടരുകയായിരുന്നു. സ്ത്രീകളുടെയിടയിലിരുന്ന് കാപ്പി കുടിക്കുന്ന ലബോർദത്തിനെ വളരെ നിന്ദാസൂചകമായി അദ്ദേഹം നോക്കിക്കൊണ്ടിരുന്നു. എന്നിട്ട് പരസ്പരബന്ധമില്ലാതെ ഓരോന്ന് വിളിച്ച് പറയാൻ തുടങ്ങി: "ഒരു കുതിരക്കച്ചവടക്കാരന്റെ മകൻ, ചിലർ പറയുന്നു ഏതോ പ്രഭുവിന്റെ അവിഹിതസന്തതിയാണെന്ന്. എങ്കിലും ഇരുപത്തിയഞ്ച് ലൂയിസ് എപ്പോഴും കയ്യിൽ കാണും. ഗണികകളുടെ കൂടെ നൃത്തം ചവിട്ടുന്നവൻ. പക്ഷേ, ഒരിക്കലും അവരോടൊപ്പം ഉറങ്ങിയിട്ടില്ല. ഒരിക്കലും ഒരിക്കലുമില്ല." ഓരോ മിനിട്ടിലും അദ്ദേഹത്തിന്റെ കോപം വർധിച്ചുകൊണ്ടിരുന്നു.

"അയാളുടെ ചെവിക്കല്ല് ഞാൻ പൊട്ടിക്കും."

അദ്ദേഹത്തിന്റെ മുൻപിൽ കുപ്പികൾ കാലിയായിക്കൊണ്ടിരുന്നു. ഒടുവിൽ അവിടെ കാല് തെറ്റി വീണു. ലൂയിസ് വയോലൈൻ തന്റെ ദൗർഭാഗ്യത്തെ ശപിച്ചു. ഇനി ശേഷിക്കുന്ന രാത്രി അദ്ദേഹത്തെ നോക്കി അവൾക്കിരിക്കണം. ഗാഗ അവളെ ആശ്വസിപ്പിച്ചു. അവർ ഒരു സ്ത്രീയുടെ അനുഭവജ്ഞാനം വച്ചുകൊണ്ട് അയാളെ നിരീക്ഷിച്ചിട്ട് ഏതാണ്ട് പന്ത്രണ്ട് പതിനഞ്ച് മണിക്കൂറുകൾ അദ്ദേഹം യാതൊരു പ്രയാ

സവുമില്ലാതെ ഉറങ്ങിക്കൊള്ളുമെന്ന് പറഞ്ഞു. ഫൊകാർമണ്ടിനെ അവിടെനിന്ന് എടുത്തുകൊണ്ട് പോയി.

നമ്മുടെ നാന എവിടെയാണ്? വാന്ദേവ്രസ് ചോദിച്ചു. അതേ ഇപ്പോഴാണ് അവർ അവളെപ്പറ്റി ചിന്തിച്ച് തുടങ്ങിയത്. അതിഥികളൊക്കെ അവളെപ്പറ്റി ആലോചന തുടങ്ങി. സ്റ്റീനർ വല്ലാത്ത ആകാംക്ഷയോടെ വാന്ദേവ്രസിനോട് പ്രായമുള്ള മാന്യ അതിഥിയെപ്പറ്റി തിരക്കി. അദ്ദേഹവും നാനയോടൊപ്പം അപ്രത്യക്ഷമായിരിക്കുന്നു. എന്നാൽ പ്രഭു അദ്ദേഹത്തെ ആശ്വസിപ്പിച്ചു. വണ്ടിയിൽവച്ച് ഇപ്പോൾ അദ്ദേഹത്തെ കണ്ടതേയുള്ളൂ. വിരുന്നുകൾക്ക് പണം മുടക്കുന്ന പണക്കാരനായ ഒരു വിദേശിയാണത്. നാന വീണ്ടും വിസ്മൃതയായപ്പോൾ ആംഗ്യം കാട്ടി വിളിക്കുന്ന ദാഗുനെറ്റ് വാന്ദേവ്രസിന്റെ ശ്രദ്ധയിൽപ്പെട്ടു. നാനയാണെങ്കിൽ വിളറി വെളുത്ത് ഒരു കട്ടിലിൽ ഇരിക്കുന്നതും അദ്ദേഹം കണ്ടു. ദാഗുനെറ്റും ജോർജും തെല്ല് ഭീതിയോടെയാണ് നാനയെ നോക്കുന്നത്.

"എന്താണ് പറ്റിയത്?" അദ്ദേഹം ആശ്ചര്യത്തോടെ ചോദിച്ചു. അവൾ മറുപടി പറയുകയോ തല കുലുക്കുകയോ ചെയ്തില്ല. അദ്ദേഹം ചോദ്യം ആവർത്തിച്ചപ്പോൾ അവൾ കരഞ്ഞുകൊണ്ട് പറഞ്ഞു: "എന്നെ വിഡ്ഢിയാക്കാമെന്ന് ആരും നോക്കേണ്ട." തുടർന്ന് അവൾ തോന്നിയതെല്ലാം വിളിച്ചു പറഞ്ഞു. അവൾ മണ്ടിയൊന്നുമല്ല. എല്ലാം മനസിലാക്കാനുള്ള വിവേകം അവൾക്കുണ്ട്. വിരുന്നിനെത്തിയവർ അവളെ ഒരു തരത്തിൽ കഴുതയാക്കുകയായിരുന്നു. എന്തൊക്കെ വൃത്തികേടുകളാണ് അതിഥികൾ കാട്ടിക്കൂട്ടിയത്. അവരെയൊക്കെ പിടിച്ച് പുറത്താക്കാൻ തനിക്ക് തോന്നാതിരുന്നതിൽ അവൾ അത്ഭുതപ്പെട്ടു.

"കുട്ടീ നീ ഇപ്പോൾ ലഹരിയിലാണ്. കുറച്ചുകൂടി യുക്തിപൂർവം ചിന്തിക്കൂ" വാന്ദേവ്രസ് ഇടയ്ക്കു കയറി.

ഇല്ല, നിലപാടൊന്നും മാറ്റാൻ അവൾ തയാറല്ല. "ഞാൻ കുടിച്ചെന്നത് ശരിയാണ്. എന്നാൽ ആളുകൾ എന്നെ ബഹുമാനിക്കണം" പതിനഞ്ച് മിനിട്ട് കഴിഞ്ഞപ്പോഴും നാനയെ സ്വീകരണമുറിയിലേക്ക് മടക്കിക്കൊണ്ടു വരാനുള്ള ദാഗുനേറ്റിന്റെയും ജോർജിന്റെയും യാചന വിഫലമായി. തന്റെ അതിഥികളുടെ ഇടയിലേക്ക് മടങ്ങി വരാനാവാത്ത വിധം അവൾ അവരെ വെറുത്തു പോയി.

എല്ലാത്തിനും കാരണം ആ റോസ് ആണ്. ആ ബഹുമാന്യയായ സ്ത്രീ വരാതിരുന്നതിനും കാരണം അവൾ തന്നെ. മാഡം റോബർട്ടിനെയാണ് അവൾ ഉദ്ദേശിച്ചത്. അവർ പൊടുന്നനെതന്നെ ക്ഷണം നിരസിച്ച വിവരം വാന്ദേവ്രസ് പറഞ്ഞിരുന്നു. അദ്ദേഹം എല്ലാം വളരെ ശ്രദ്ധയോടെ കേട്ടു. സ്ത്രീകൾ ഇത്തരമൊരവസ്ഥയിലാകുമ്പോൾ എപ്രകാരം പെരുമാറണമെന്നും അദ്ദേഹത്തിനറിയാം. എന്നാൽ നാനയെ കൈകളിൽ പിടിച്ച് എഴുന്നേൽപ്പിച്ച് കൊണ്ടുപോകാൻ തുടങ്ങുമ്പോൾ അവൾ കൂടുതൽ ലജ്ജാവതിയായതേയുള്ളൂ. മുഫാത്ത് വരാതിരുന്നതുപോലും ഫോഷറി മൂലമാണെന്ന് അവൾ വിശ്വസിച്ചിരിക്കുന്നു. പെണ്ണിന്റെ

സന്തോഷം തകർക്കുന്ന സർപ്പമാണയാൾ. പ്രഭു തന്നെ ഭ്രാന്തമായി ഇഷ്ടപ്പെടുന്നുവെന്നും അവൾക്കറിയാം.

"അവനോ? അങ്ങനെയൊന്നും കരുതിക്കളയല്ലേ പ്രിയേ" വാന്ദേവ്രസ് തന്നെത്തന്നെ മറന്ന് ചിരിക്കാൻ തുടങ്ങി.

"എന്നാൽ എന്തുകൊണ്ടല്ല" അവൾ ഗൗരവത്തോടെയും അൽപ്പം പ്രശാന്തതയോടെയും ചോദിച്ചു.

"കാരണം അദ്ദേഹം എപ്പോഴും പുരോഹിതന്മാരുടെ ഒപ്പമാണ്. നിന്നെ വിരൽകൊണ്ട് ഒന്നു സ്പർശിച്ചാൽ അദ്ദേഹം അക്കാര്യത്തിന് പിറ്റേന്ന് പോയി കുമ്പസാരിക്കും. ഇപ്പോൾ ഒരു നല്ല ഉപദേശം കേൾക്കുക. മറ്റേയാൾ കടന്നു പോകാതെ നോക്കിക്കോണം."

അവൾ കുറേനേരം മൗനമായിരുന്ന് അദ്ദേഹം പറഞ്ഞതിനെപ്പറ്റിയോർത്തു. എന്നിട്ട് എഴുന്നേറ്റ് കണ്ണുകൾ കഴുകി. എങ്കിലും അവർ ഊണുമുറിയിലേക്ക് അവളെ കൊണ്ടുപോകാൻ ശ്രമിച്ചപ്പോൾ പറ്റില്ല എന്നു തന്നെ അവൾ പറഞ്ഞു. അധികം നിർബന്ധിക്കാൻ മിനക്കെടാതെ ചിരിച്ചുകൊണ്ട് അവർ അവിടെനിന്ന് പോയി. അവൾ കരഞ്ഞുകൊണ്ട് ദാഗുനേറ്റിന്റെ നെഞ്ചിലേക്ക് ചാഞ്ഞുകൊണ്ട് പറഞ്ഞു: "ഓ എന്റെ മിമീ നീ മാത്രമേ എനിക്കുള്ളൂ. ഞാൻ നിന്നെ സ്നേഹിക്കുന്നു. എക്കാലവും നമുക്ക് ഒരുമിച്ചിരിക്കാൻ കഴിഞ്ഞെങ്കിൽ! പെണ്ണുങ്ങൾ ഇത്ര ഭാഗ്യദോഷികളായിപ്പോയല്ലോ."

അവർ പരസ്പരം ചുംബിക്കുന്നതുകണ്ട് ലജ്ജിതനായി തെല്ല് മാറിനിന്ന ജോർജിനെയും അവൾ ചുംബിച്ചു. ഒരു കൊച്ചു പയ്യനെ ഓർത്ത് മിമി അസൂയപ്പെടില്ലല്ലോ. അവർ മൂവരും ഒന്നിച്ചിരിക്കുന്നതിൽ അവൾക്ക് അഹിതമായി ഒന്നുമില്ലല്ലോ. എന്നാൽ ഒരു പ്രത്യേകശബ്ദം അവരെ അലോസരപ്പെടുത്തി. ആരോ അവിടെ കൂർക്കം വലിക്കുന്നു. ചുറ്റും കുറെയൊക്കെ പരതിനോക്കി. ഒടുവിൽ ഉറവിടം കണ്ടെത്തി. ബോർദനേവ് കാപ്പികുടിയെല്ലാംകഴിഞ്ഞ് സുഖമായി ഉറങ്ങുകയാണ്. രണ്ട് കസേരകൾ ചേർത്ത് വച്ചാണ് അദ്ദേഹം കിടക്കുന്നത്. തലയും കാലുമൊക്കെ യഥാസ്ഥാനത്തല്ലവായ തുറന്നു വച്ചാണ് ഉറക്കം. ഓരോ കൂർക്കത്തിലും മൂക്ക് അനങ്ങുന്നുണ്ട്. നാനയ്ക്ക് ഇതൊരു വലിയ തമാശയായി തോന്നി. അവൾ പൊട്ടിച്ചിരിച്ചു. അവൾ ദാഗുനേറ്റിന്റെയും ജോർജിന്റെയും കൂടെ ഉച്ചത്തിൽ ചിരിച്ചുകൊണ്ട് പോയി. റോസിന്റെ തോളിൽ കയ്യിട്ട് അവൾ പറഞ്ഞു:

"വന്നാൽ രസകരമായ ഒരു കാഴ്ച ഞാൻ കാട്ടിത്തരാം."

എല്ലാ സ്ത്രീകളും അവളുടെ പിറകേ ആയി. അവൾ കരചലനത്താൽ അവരെയൊക്കെ ആനയിക്കുന്ന രീതി കണ്ടപ്പോൾ കാര്യമറിയാതെ അവരൊക്കെ ചിരിക്കാൻ തുടങ്ങി. ബോർദനേവ് അലസഭാവത്തിൽ മലർന്നു കിടക്കുന്നത് പരിശോധിച്ച അവർ ഡൈനിങ് റൂമിൽ തിരികെയെത്തി. അവിടെ പൊട്ടിച്ചിരിയുടെ മാലപ്പടക്കം കത്തി. നിശ്ശ

ബ്ദരാകാൻ അവരിലൊരാൾ ആവശ്യപ്പെട്ടപ്പോൾ ബോർദനേവിന്റെ കൂർക്കം ദൂരത്തുനിന്നേ കേൾക്കാൻ കഴിഞ്ഞു.

നാലുമണിയായപ്പോൾ ഊണുമുറിയിൽ വാന്ദേവ്രസും സ്റ്റീനറും മിഗ്നനും ലബോർദത്തും ഒരുകെട്ട് ചീട്ടുമായി കളിക്കാനിരുന്നു. അവർക്ക് പിറകിലായി ലൂസിയും കരോളിനും പന്തയം വച്ചിരിക്കുന്നു. ബ്ലാൻഷേയാണെങ്കിൽ ഉറക്കത്തിലേക്ക് വഴുതുമ്പോൾ തലയാട്ടി ഓരോ അഞ്ച് മിനിട്ടിന്റെ ഇടവേളയിലും വാന്ദേവ്രസിനോട് പോകാറായില്ലേ എന്ന് ചോദിച്ചുകൊണ്ടിരിക്കുന്നു.

സ്വീകരണമുറിയിൽ നൃത്തത്തിനുള്ള ഒരുക്കങ്ങൾ നടക്കുകയാണ്. ദാഗുനേറ്റ് പിയാനോയ്ക്ക് സമീപമുണ്ട്. പിയാനോവിദഗ്ദധനെ വെളിയിൽനിന്ന് വരുത്തിയിരുന്നില്ല. മിമിക്ക് നന്നായി വായിക്കാനറിയാം എന്നതുതന്നെ കാരണം. എന്നാൽ നൃത്തത്തിന് പകുതി സ്വീകാര്യതയേ ഉണ്ടായുള്ളൂ.

സ്ത്രീകൾ സോഫായിലിരുന്ന് സംസാരിക്കുകയായിരുന്നു. പെട്ടെന്ന് അവിടം മുഖരിതമായി. പതിനൊന്ന് ചെറുപ്പക്കാരുടെ ഒരു കൂട്ടം പൊട്ടിച്ചിരിച്ചുകൊണ്ടും സംസാരിച്ചുകൊണ്ടും പെട്ടെന്ന് സ്വീകരണമുറിയിലേക്ക് കടന്നു വന്നു. ആഭ്യന്തരവകുപ്പ് മന്ത്രിയുടെ സൽക്കാരം കഴിഞ്ഞ് സായാഹ്നവേഷത്തിലെത്തിയതാണവർ. ഈ ബഹളത്തിൽ അസന്തുഷ്ടയായ നാന അവരെ പിടിച്ച് പുറത്താക്കാൻ വെയ്റ്റർമാരോട് ആവശ്യപ്പെട്ടു. അവരെ ഇതിന് മുൻപ് താൻ കണ്ടിട്ടേയില്ലെന്ന് അവൾ ആണയിട്ടു പറഞ്ഞു. ഫോഷറിയും ലബോർദത്തും ദാഗുനേറ്റും നാനയുടെ സഹായത്തിനെത്തി. എന്നാൽ ചെറുപ്പക്കാരിൽ ദീനഭാവമുള്ള ഒരാൾ പറഞ്ഞു.

"കഴിഞ്ഞ ദിവസം പീറ്ററുടെ ഭവനത്തിൽവച്ച് ക്ഷണിച്ചതനുസരിച്ചാണ് തങ്ങൾ വന്നത്."

"കഴിഞ്ഞ ദിവസം പീറ്ററുടെ ഭവനത്തിൽവച്ചോ?" ഇല്ല, നാന ഓർക്കുന്നേയില്ല. ബുധനാഴ്ച എന്ന് ചെറുപ്പക്കാരൻ ഓർമിപ്പിച്ചപ്പോൾ പീറ്ററുടെ വീട്ടിലെ അത്താഴത്തെക്കുറിച്ച് നാനയ്ക്ക് ഓർമ വന്നു. എന്നാൽ താൻ ആരെയും ക്ഷണിച്ചിട്ടില്ലല്ലോ എന്ന് അവൾ ഓർത്തു.

"ചിലപ്പോൾ നാന മറന്നു പോയതായിരിക്കണം. നാനയ്ക്ക് ഓർമശക്തി കുറവാണ്" ലബോർദത്ത് അഭിപ്രായപ്പെട്ടു.

നാന പൊട്ടിച്ചിരിക്കാൻ തുടങ്ങി. താൻ ഉറപ്പായും ക്ഷണിച്ചിട്ടില്ല. എങ്കിലും ആ ചെറുപ്പക്കാരെ അകത്തേക്ക് കടത്തി വിടാൻ അവൾ അനുവദിച്ചു. വന്നവരിൽ പലർക്കും സ്വീകരണമുറിയിൽനിന്നുതന്നെ സുഹൃത്തുക്കളെ ലഭിച്ചു. ഇനിയും ചിലർകൂടി വരാനുണ്ടത്രേ. ആഭ്യന്തരമന്ത്രി കൂടി എത്തുമായിരിക്കുമെന്ന് ഫോഷറി തമാശയായി പറഞ്ഞു. നാനയെക്കാളും തരംതാണ പെണ്ണുങ്ങളുടെ വീട്ടിലേ അദ്ദേഹം പോകൂ എന്ന് നാന ഇടയ്ക്ക് കയറി പറഞ്ഞു. വൈകി വരുന്നവരുടെ കൂട്ടത്തിൽ മുഫാത്ത്പ്രഭു ഉണ്ടായിരിക്കുമെന്ന് അവൾ പ്രതീക്ഷിച്ചു. അദ്ദേഹം മനസ്സ് മാറ്റുമായിരിക്കും. റോസിനോട് സംസാരിച്ചുകൊണ്ടിരുന്നപ്പോഴെല്ലാം നാനയുടെ നോട്ടം വാതിൽക്കലായിരുന്നു.

അഞ്ചാംമണി മുഴങ്ങി നൃത്തം അവസാനിച്ചു. ചീട്ടുകളി മാത്രം തുടരുന്നു. ലബോർദത്ത് അവിടെനിന്നും പോയപ്പോഴേക്കും സ്ത്രീകളെല്ലാം സ്വീകരണമുറിയിലേക്ക് മടങ്ങി. നീണ്ടു പോകുന്ന ഒരു വിരുന്നിന്റെ നിദ്രാഭാവം അവിടെ തങ്ങി നിന്നു. വിളക്കുകൾ മങ്ങിയെരിയുന്നുണ്ട്. പെണ്ണുങ്ങൾ അവരുടെ ജീവിതകഥയുടെ ഭാണ്ഡമഴിക്കാൻ തുടങ്ങി. ജനറലായ വല്യച്ഛനെക്കുറിച്ചാണ് ബ്ലാൻഷേ പറഞ്ഞത്. തന്റെ അങ്കിളിന്റെ വീട്ടിൽവച്ച് തന്നെ മാനഭംഗപ്പെടുത്താൻ ശ്രമിച്ച മഹാപ്രഭുവിനെക്കുറിച്ചായിരുന്നു ക്ലാരിസിന് പറയാനുണ്ടായിരുന്നത്. "ഇത്രയും നുണകളൊക്കെ എങ്ങനെയാണ് പറയാൻ കഴിയുക?"

ലൂസി സ്റ്റുവർട്ട് മാത്രം തന്റെ ദരിദ്രമായ ബാല്യകാലം അയവിറക്കി. "ഞാനിനി പറയാം" എന്ന മുഖവുരയോടെ മരിയ ബ്ലോണ്ട് പറഞ്ഞു തുടങ്ങി.

ഞങ്ങൾക്കെതിർവശം താമസിക്കുന്ന റഷ്യക്കാരനായ പണക്കാരൻ വെറുതെയൊരു രസത്തിനുവേണ്ടി കഴിഞ്ഞദിവസം ഒരുപെട്ടി പഴങ്ങൾ തന്നു. വ്യത്യസ്തങ്ങളായ പഴങ്ങൾ. രസമുള്ള കാര്യം അതല്ല. പഴങ്ങളുടെ മധ്യത്തിൽ ആറായിരം ഫ്രാങ്കിന്റെ ബാങ്ക് ചെക്ക് വച്ചിരിക്കുകയാണ്!. ഇത് ആ റഷ്യക്കാരന്റെ പണിയാണ്. ഞാനതെല്ലാം മടക്കിക്കൊടുത്തു. എന്നാൽ ആ പഴങ്ങളെക്കുറിച്ചോർക്കുമ്പോൾ തെല്ല് വിഷമമുണ്ട്.

സ്ത്രീകൾ പുച്ഛഭാവത്തോടെ പരസ്പരം നോക്കി. മരിയ ബ്ലോണ്ടിനെ കാണാൻ കൊള്ളാം. പക്ഷേ ഇത്തരം സംഗതികൾ ഒക്കെ സംഭവിക്കുന്നത് വേശ്യകൾക്കാണ്. അങ്ങേയറ്റത്തെ വെറുപ്പും അവജ്ഞയുമാണ് അവിടെ കൂടിയിരുന്നവർ പ്രദർശിപ്പിച്ചത്. എന്നാൽ ലൂസിയോട് മാത്രം അവർക്കിത്തിരി അസൂയയുണ്ടായിരുന്നു. മൂന്ന് രാജാക്കന്മാരുമായുള്ള ബന്ധം, കുതിരസവാരി തുടങ്ങിയ പലതും അവരുടെ അസൂയ്ക്ക് കാരണമായി.

നേരം ഏറെയായി. നാന വാതിൽക്കൽനിന്ന് കണ്ണ് പിൻവലിച്ചു. അവളുടെ എല്ലാ പ്രതീക്ഷയും അസ്തമിച്ചു. ആ കൂട്ടായ്മയ്ക്കാകട്ടെ യാതൊരു ഉന്മേഷവുമില്ലായിരുന്നു. പാട്ട് പാടുന്നതിന് റോസ് മിഗ്നൻ വിസമ്മതിച്ചു. എന്നിട്ട് സോഫായിൽ ചുരുണ്ടുകൂടി പതിഞ്ഞ സ്വരത്തിൽ ഫോഷറിയോട് സംസാരിച്ചുകൊണ്ടിരുന്നു. വാന്ദേവ്രസിൽനിന്ന് അൻപത് ലൂയിസ് കൈക്കലാക്കിയ മിഗ്നനുവേണ്ടി കാത്തിരിക്കുകയുമായിരുന്നു അവൾ. അലങ്കാരവേഷം ധരിച്ച ഒരു തടിയൻ അലാസ്റ്റിയൻ ഉപഭാഷയിൽ അബ്രഹാമിന്റെ ബലിയെപ്പറ്റി പാടാൻ തുടങ്ങി. എന്നാൽ ആണയിട്ട അവസരത്തിൽ യിസ്ഹാക്ക് ശരി പപ്പാ എന്ന് പറയുന്നുണ്ട്. എന്നാൽ ഈ തമാശയൊന്നും ആർക്കും രസിച്ചില്ല.

തന്റെ കൈലേസ് ഏതെങ്കിലും സ്ത്രീ മുലകൾക്കിടയിൽ ഒളിപ്പിച്ചിട്ടുണ്ടോ എന്നറിയാൻ പതുങ്ങി നടക്കുന്ന ഫലോസിയുടെ കാതിൽ ലബോർദത്ത് ചില പെണ്ണുങ്ങളെപ്പറ്റി നിന്ദാവചനം മന്ത്രിച്ചു. മദ്യക്കുപ്പികൾ വീണ്ടും ഒഴിഞ്ഞുകൊണ്ടിരുന്നു. ലഹരിമൂത്ത ഒരു ചെറുപ്പക്കാരൻ

പിയാനോയിലേക്ക് മദ്യം പകർന്നു. അവന്റെ കൂട്ടുകാർ അപസ്മാരരോഗികളെപ്പോലെ ചിരിക്കാൻ തുടങ്ങി. "പിയാനോയിൽ വീണ്ട് ഒഴിക്കുകയോ? എന്താണിത്?" ഈ കാഴ്ച കണ്ട റ്റാറ്റൻ നിനേ അത്ഭുതപ്പെട്ടു. ലബോർദത്താണ് മറുപടി പറഞ്ഞത്,

"നിനക്കറിയില്ലേ കുട്ടീ ഇതിന്റെ കാരണം? പിയാനോയ്ക്ക് ഇതിലും പറ്റിയ മരുന്നുണ്ടോ? ഈ മരുന്നങ്ങോട്ട് കൊടുത്താൽ അത് നല്ല നാദം പകരും." റ്റാറ്റൻ അതങ്ങ് വിശ്വസിച്ചു. എന്നാൽ ബാക്കിയുള്ളവർ അവളെ കളിയാക്കാൻ തുടങ്ങിയപ്പോൾ അവൾക്ക് കോപം വന്നു. അവരെല്ലാം അവളെ ആശയക്കുഴപ്പത്തിലാക്കി.

തീർച്ചയായും ആ സന്ധ്യ ഒരു പരാജയമായിരുന്നു. ആ രാത്രി വികൃതമായി അവസാനിക്കാറായി. പണമില്ലാത്തവരുമായി കിടക്ക പങ്കിടുന്നുവെന്ന കുറ്റം ചുമത്തിക്കൊണ്ട് മരിയ ബ്ലോണ്ട് ലീ ഹോണുമായി വഴക്കടിക്കാൻ തുടങ്ങി. അവർ പരസ്പരം പഴി ചാരുകയും അവരുടെ സൗന്ദര്യത്തെച്ചൊല്ലി അന്യോന്യം വിമർശിക്കുകയും ചെയ്തു. ലൂസി അവരോട് മിണ്ടാതിരിക്കാൻ ആവശ്യപ്പെട്ടു. പുറമേയുള്ള സൗന്ദര്യത്തിനൊന്നും വലിയ പ്രാധാന്യം കൊടുക്കേണ്ടെന്നാണ് അവളുടെ പക്ഷം. ഇത്തിരി മാറി സോഫായിലിരുന്ന് ഒരു ഉദ്യോഗസ്ഥൻ സിമോണിയുടെ അരക്കെട്ടിൽ കൈ ചുറ്റി അവളുടെ കഴുത്തിൽ ചുംബിക്കാൻ ശ്രമിക്കുന്നുണ്ട്. സിമോണിയാണെങ്കിൽ അയാളെ തള്ളിമാറ്റി മുഖത്ത് ഒരെണ്ണം കൊടുത്തു. ഇക്കാരണത്താൽ ആരും തങ്ങളെ സ്പർശിക്കാതിരിക്കുന്നതിന് സ്ത്രീകൾ പ്രത്യേക മുൻകരുതലെടുത്തു. ആരെങ്കിലും വേശ്യകളായി മുദ്ര കുത്തിയാലോ? എങ്കിലും ഗാഗയുടെ മടിയിലായിരുന്നു ഫലോസി. ക്ലാരിസ്സും രണ്ട് പുരുഷന്മാരോടൊപ്പമാണ് അപ്രത്യക്ഷമായത്. മദ്യപാനവും ഉന്തും തള്ളും വീണ്ടും തുടർന്നു. ഇത്തരം വൃത്തികേടുകളൊന്നും നാന അറിഞ്ഞില്ല. സ്റ്റീനറുടെ ശരീരത്തിലേക്ക് ചാഞ്ഞിരിക്കയാണവൾ. മുഫാത്തിന്റെ അവസരം ഇപ്പോൾ അദ്ദേഹത്തിന് ലഭിച്ചിരിക്കുന്നു. നിപുണയായ ഒരു വേശ്യയുടെ ആത്മാർഥതയോടെ അവൾ തന്നെ മുഴുവനായി അയാൾക്ക് സമർപ്പിച്ചു. അവളുടെ കേശാലങ്കാരമെല്ലാം മാഞ്ഞുപോയി. നാനയുടെ പാവാടയുടെ അടിയിലായിരുന്നു സ്റ്റീനറുടെ കൈ. ശക്തിയോടെ കൈ വലിച്ചപ്പോൾ സൂചിമുനയിൽ കൊണ്ട് അയാളുടെ കൈ മുറിഞ്ഞു. വസ്ത്രത്തിന്റെ കീറൽ മറയ്ക്കാൻ ജോർജ് കുത്തി വച്ച സൂചിയിലാണ് സ്റ്റീനറുടെ കൈ ഉടക്കിയത്. കുറച്ച് രക്തം പൊടിഞ്ഞു, നാനയുടെ വസ്ത്രത്തിലും കുറച്ചായി.

"ഇപ്പോൾ അത് ഉറപ്പിച്ചു കഴിഞ്ഞു." നാന പറഞ്ഞു.

നേരം വെളുത്തു തുടങ്ങി. പ്രസരിപ്പില്ലാത്ത ഒരുതരം മങ്ങിയ വെളിച്ചം ജാലകത്തിലൂടെ അരിച്ചു കയറി. അതിഥികൾ ഒരോരുത്തരായി പിരിഞ്ഞു തുടങ്ങി. ഒരുതരം മുഷിപ്പൻ സൽക്കാരത്തിന്റെ പ്രതീതി. ഒരു രാത്രി നഷ്ടപ്പെടുത്തിയതിൽ കരോളിൻ ഹെകാറ്റ് പരാതിപ്പെട്ടു. തന്നെയല്ല ഇനിയും ഇവിടെ നിന്ന് പോയില്ലെങ്കിൽ പലതിനും സാക്ഷിയാവേണ്ടി

വരും. പരിഭവമില്ലാത്ത ഒരു മാന്യമുഖം നിലനിർത്തുന്ന കാര്യത്തിൽ റോസ് പ്രത്യേകശ്രദ്ധ ചെലുത്തി. പല പെൺകുട്ടികൾക്കും സമൂഹത്തിൽ എങ്ങനെ പെരുമാറണമെന്നുതന്നെ അറിയില്ല.

വാന്ദേവ്രസ് ദമ്പതികളെയും മിഗ്നൻ പുറത്താക്കിക്കഴിഞ്ഞു. അവർ സ്റ്റീനറെ ഓർത്ത് വിഷമിക്കാതെ അടുത്ത ദിവസത്തെ പരിപാടിക്ക് ഫോഷറിയെ ഒരിക്കൽക്കൂടി ക്ഷണിച്ചിട്ടാണ് അവിടെനിന്ന് പോയത്. വീട്ടിൽ കൊണ്ടാക്കാനുള്ള ഫോഷറിയുടെ ഉദ്യമം നിരസിച്ച ലൂസി ഉച്ചത്തിൽ വിളിച്ചു പറഞ്ഞു: "നിങ്ങളാ ചവറ് നടിയോടൊപ്പം പോകൂ..."

ഇതിനിടയിൽ റോസ് തിരിഞ്ഞു നിന്ന് പിറുപിറുത്തു, "വൃത്തികെട്ട കൊടിച്ചിപ്പട്ടി." സ്ത്രീകൾ തമ്മിലുള്ള വഴക്കിൽ പിതൃസമാനമായി ഇടപെടാറുള്ള മിഗ്നൻ അവളെപ്പിടിച്ച് ഫ്ളാറ്റിന് പുറത്താക്കിയിട്ട് മിണ്ടാതിരിക്കാൻ ആവശ്യപ്പെട്ടു. അവൾക്ക് പിറകിൽ ഒറ്റയ്ക്ക് ലൂസി പടികളിറങ്ങി വന്നു. തുടർന്ന് ഗാഗയുടെ കൈകളിൽ താങ്ങപ്പെട്ട് ഒരു കൊച്ചു കുട്ടിയെപ്പോലെ കിണുങ്ങിക്കൊണ്ട് ഫലോസി ഇറങ്ങി വന്നു. ക്ലാരിസിനെ വിളിച്ചുകൊണ്ടാണ് വരവ്. അവളാണെങ്കിൽ രണ്ട് മാന്യന്മാരോടൊപ്പം മറഞ്ഞിട്ട് നേരം കുറേയായി. സിമോണിയെയും കാണാറില്ല. എന്നാൽ ലബോർദത്തിന്റെ ചിറകിൻകീഴിൽ അനുസരണയോടെ റ്റാറ്റനും ലീയും മരിയയും ഉണ്ടായിരുന്നു.

"എനിക്ക് തീരെ ഉറക്കം വരുന്നില്ല. സമയം പോക്കാൻ എന്തെങ്കിലും ചെയ്യണം" ജാലകത്തിലൂടെ നാന ആകാശത്തിലേക്ക് നോക്കി. കരിമേഘങ്ങൾ പാറുന്നുണ്ട്. ആറുമണിയായി. നിരത്തുവക്കിലുള്ള വീടുകൾ ഇപ്പോഴും നിദ്രയിലാണ്. നിരത്തിൽ തൂപ്പുകാർ ഇറങ്ങിക്കഴിഞ്ഞു. പാരീസിന്റെ ഈ അപ്രസന്നമായ ഉണർച്ച അവളിൽ ഗ്രാമീണജീവിതത്തോട് വല്ലാത്ത ആവേശം ജനിപ്പിച്ചു. ഒരു ചെറിയ പെൺകുട്ടിയുടെ മാനസികോല്ലാസം തോന്നിയ അവൾ സ്റ്റീനറോട് പറഞ്ഞു: "നിങ്ങൾ എന്നെ സോളോങ്ങിലേക്ക് കൊണ്ടുപോകണം, നമുക്ക് അവിടെനിന്നുള്ള കുറച്ച് പാൽ കുടിക്കാം."

ഒരു കൊച്ചു കുട്ടിയെപ്പോലെ ഉല്ലാസവതിയായി അവൾ കയ്യടിച്ചു. സ്റ്റീനറുടെ മറുപടിക്ക് അവൾ കാത്ത് നിന്നതുമില്ല. അദ്ദേഹത്തിന് ഉള്ളിൽ വലിയ താൽപ്പര്യമില്ലായിരുന്നുവെങ്കിലും അറിയാതെയങ്ങ് സമ്മതിക്കുകയും ചെയ്തു. ചെറുപ്പക്കാരുടെ കൂട്ടം ഒഴികെ മറ്റാരും സ്വീകരണമുറിയിൽ സ്റ്റീനറോടൊപ്പം ശേഷിച്ചിരുന്നില്ല. ഈ നേരംകൊണ്ട് കുപ്പിയിൽ ശേഷിച്ചിരുന്ന മദ്യത്തിന്റെ മട്ട് വരെ അവർ പിയാനോയിലേക്ക് കമഴ്ത്തിയിരുന്നു. പോകുന്നതിനെക്കുറിച്ച് അവർ സംസാരിച്ചുകൊണ്ടിരുന്നപ്പോൾ ഒരാൾ ഓടിച്ചെന്ന് അവശേഷിച്ച അവസാനകുപ്പി മദ്യം എടുത്തുകൊണ്ട് വന്ന് പ്രഖ്യാപിച്ചു. "ഒരു നിമിഷം കാത്തിരിക്ക്, ഒരു കുപ്പി മദ്യംകൂടിയുണ്ട്. അത് അയാളെ ഉണർത്തും. നമുക്കിപ്പോൾ പോകാം."

അണിയറയിലെ ഒരു കസേരയിൽ കിടന്നുറങ്ങുകയായിരുന്ന സോയെ നാന വിളിച്ചുണർത്തി. അത്യാവശ്യം ഒരുക്കങ്ങൾക്കുശേഷം അവർ ഇരുവരും കിടക്കമുറിയിൽ ചെന്നപ്പോൾ ബോർദനേവും ജോർജും

നല്ല ഉറക്കത്തിലാണ്. "അവർ ഉറങ്ങിക്കൊള്ളട്ടെ" എന്ന് നാന പറഞ്ഞു. എന്നാൽ ദാഗുനേറ്റ് മുറിയിലേക്ക് വന്നപ്പോൾ അവൾ വീണ്ടും മൃദുലയായി. അയാൾ അവളെ അടുക്കളയിൽനിന്ന് ശ്രദ്ധിക്കുന്നുണ്ടായിരുന്നു. ഇപ്പോൾ അദ്ദേഹം വളരെ ദു:ഖിതനാണ്. നാന ആശ്വസിപ്പിക്കുന്നുണ്ടായിരുന്നു.

"നോക്കൂ മിമി കാര്യങ്ങൾ യുക്തിപൂർവം മനസിലാക്കണം." അദ്ദേഹത്തിന്റെ കരവലയത്തിലേക്ക് ചുംബിച്ചുകൊണ്ട് അവൾ തുടർന്നു "നമ്മൾ തമ്മിലുള്ള ബന്ധത്തിന് മാറ്റമൊന്നും വന്നിട്ടില്ല. ഇങ്ങനെയൊക്കെ ചെയ്യാൻ ഞാൻ നിർബന്ധിതയാവുന്നതാണ്. നമ്മൾ തമ്മിൽ ആനന്ദകരമായ മുഹൂർത്തങ്ങൾ പങ്ക് വയ്ക്കും. നാളെ വന്നാൽ നമുക്കെല്ലാം ആസൂത്രണം ചെയ്യാം. നിനക്കെന്നോടുള്ള സ്നേഹത്തിന്റെ തീവ്രതയനുസരിച്ച് അമർത്തിപ്പിടിച്ച് എന്നെ ചുംബിക്കുക...ങ്ഹ...കുറച്ചുകൂടി...അമർത്തി...പോരാ..കുറച്ചുകൂടി..."

അവൾ അവിടെനിന്നും രക്ഷപ്പെട്ട് സ്റ്റീനറോടൊപ്പംകൂടി. പാൽ കുടിക്കുന്ന ആശയം തികഞ്ഞ സന്തോഷത്തോടെ അവൾ ഒരിക്കൽക്കൂടി താലോലിച്ചു. വാന്ദേവ്രസും അബ്രഹാമിന്റെ ബലിദാനകഥ പാടിയ മനുഷ്യനും അവിടെ ഉണ്ടായിരുന്നു. കുറച്ചൊന്നുറങ്ങാം എന്ന് കരുതി അവിടെ ഒരു സോഫായിലേക്ക് ചാഞ്ഞ ബ്ലാൻഷേയെ വിളിച്ചുണർത്തി നാന പറഞ്ഞു:

"വരൂ നമുക്ക് കുറെ പാൽ വാങ്ങിക്കുടിക്കാം. തിരികെ വരുമ്പോൾ വാന്ദേവ്രസ് ഇവിടെ കാണും."

മടിയോടുകൂടി ബ്ലാൻഷേ എഴുന്നേറ്റു. ഇത് സ്റ്റീനറെ അസ്വസ്ഥനാക്കി. അദ്ദേഹത്തിന്റെ മുഖം വിവർണമായി. ഈ തടിച്ചി അവർക്കിടയിൽ ഒരു തടസമാണല്ലോ എന്ന് അദ്ദേഹം കരുതി. നടക്കുന്നതിനിടയിൽ രണ്ട് പെണ്ണുങ്ങളും അദ്ദേഹത്തിന്റെ കയ്യിൽ പിടിച്ചുകൊണ്ട് പറഞ്ഞു:

"പശുവിനെ കറക്കുന്നത് നമുക്ക് നേരിൽ കാണാം."

അഞ്ച്

വെറൈറ്റി തീയറ്ററിൽ വീനസ് മോഹിനിയുടെ മുപ്പത്തിനാലാം പ്രദർശനം നടക്കുകയാണ്. ഒന്നാമങ്കം അവസാനിച്ചതേയുള്ളൂ. ഒരുക്കമുറിയിൽ സിമോണി അലക്കുകാരിയുടെ വേഷം ധരിച്ച് ഒരു കണ്ണാടിക്കു മുൻപിൽ ഒറ്റയ്ക്ക് നിൽക്കുകയാണ്. അവൾ തന്റെ ചമയത്തിന് അവസാനമിനുക്കുപണികൾ ചെയ്യുകയാണ്. കണ്ണാടിക്ക് ഇരുവശവും എരിയുന്ന ഗ്യാസ് ലൈറ്റുകളുടെ പ്രകാശത്തിൽ അവൾ മുങ്ങിയിരിക്കുന്നു.

വലിയ വാളും വലിയ പാദുകങ്ങളും വിശാലമായ തൂവൽക്കെട്ടും ചേർന്ന് അഡ്മിറലിന്റെ വേഷമണിഞ്ഞെത്തിയ പ്രുള്ളിയർ അവിടേക്ക് കടന്ന് വന്ന് ചോദിച്ചു: "അദ്ദേഹം എത്തിച്ചേർന്നോ?"

"ആരെയാണ് നിങ്ങൾ ഉദ്ദേശിച്ചത്?" അദ്ദേഹത്തെ ശ്രദ്ധിക്കാതെ അവളുടെ ചുണ്ടിന്റെ ഭംഗി കണ്ണാടിയിൽ നോക്കി മനസിൽ ചിരിച്ചുകൊണ്ട് സിമോണി ചോദിച്ചു:

"രാജകുമാരൻ."

"എനിക്കറിയില്ല, ഞാനിപ്പോൾ വന്നതേയുള്ളൂ. ഇന്നു രാത്രി എത്തിച്ചേരാൻ സാധ്യതയുണ്ട്. ഏതായാലും എല്ലാ പ്രാവശ്യവും അദ്ദേഹം വരാറുണ്ട്."

പ്രുള്ളിയർ നെരിപ്പോടിനരികിലേക്ക് പോയി. അദ്ദേഹം കണ്ണുകളുയർത്തി ഇടത്തും വലത്തുമായി സ്ഥാപിച്ചിരിക്കുന്ന ക്ലോക്കിലേക്കും ബാരോമീറ്ററിലേക്കും മാറിമാറി നോക്കി. സ്ഫിങ്സിന്റെ രൂപം കൊത്തിയ പ്രാചീന നിർമിതി. അവിടെയുള്ള വലിയൊരു കസേരയിൽ അദ്ദേഹം ഇരുന്നു. നാല് തലമുറയിലുള്ള നടന്മാർ ഉപയോഗിച്ചതിനാൽ നീല വെൽവറ്റിന്റെ നിറം മങ്ങി അവിടവിടെ മഞ്ഞയായി മാറിയിരിക്കുന്നു. ശൂന്യതയിലേക്ക് നോക്കി ചലനമറ്റ് അദ്ദേഹം അവിടെയിരുന്നു.

കാൽപ്പെരുമാറ്റംകൊണ്ട് ഒച്ചയുണ്ടാക്കി ചുമച്ചുകൊണ്ട് ഓൾഡ് ബോസ്കും അവിടെ എത്തിച്ചേർന്നു. പഴകിയ ഒരു മഞ്ഞക്കോട്ട് അണിഞ്ഞുകൊണ്ടാണ് വരവ്. അതിന്റെ ഒരു വശം തോളിൽനിന്ന് തെന്നിമാറി ഡാഗൊർബർട്ട് രാജാവിന്റെ സ്വർണഖചിതമായ മേലങ്കിയെ വെളിപ്പെടുത്തുന്നുണ്ട്. അദ്ദേഹം കിരീടമൂരി പിയാനോയിൽ വച്ചിട്ട് ഒന്നുരണ്ടു നിമിഷം ഒന്നുമുരിയാടാതെ നിന്നു. ദീർഘനാളത്തെ മദ്യപാനത്തിന്റെ ഫലമായി അദ്ദേഹത്തിന്റെ കൈകൾ വിറയ്ക്കുന്നുണ്ടെങ്കിലും നീണ്ട വെള്ളത്താടി കണ്ടാൽ ഒരു വന്ദ്യവയോധികനാണെന്നേ തോന്നൂ. അവിടത്തെ നിശ്ശബ്ദതയെ ഭഞ്ജിച്ചുകൊണ്ട് പെയ്ത ചെറുമഴ ജാലകത്തിലൂടെ അറിഞ്ഞപ്പോൾ തോന്നിയ രസക്കേട് അദ്ദേഹത്തിന്റെ ചലനങ്ങളിൽ വ്യക്തമായിരുന്നു. "എന്തൊരു വൃത്തികെട്ട കാലാവസ്ഥ" അദ്ദേഹം മുറുമുറുത്തു.

സിമോണിയും പ്രുള്ളിയറും അനങ്ങിയില്ല. ചുവർചിത്രങ്ങൾ ഗ്യാസ്ലൈറ്റിന്റെ ചൂടിൽ കൂടുതൽ മഞ്ഞളിച്ചു വന്നു. പൊടുന്നനെ ഉച്ചത്തിലുള്ള ഒരു സംസാരം മുഴങ്ങി. അത് ഫൊണ്ടാൻ ആയിരുന്നു. ചെറുപ്പക്കാരന്റെ വേഷത്തിലാണ്. കയ്യുറവരെ മഞ്ഞയാണ്. "ഇന്നെന്റെ പേരിലെ പുണ്യവാളന്റെ ദിനമാണ്" തടിയൻ മൂക്കും വലിയ വായും ഉള്ള ഫൊണ്ടാനെ കണ്ട് തെല്ല് ആശ്ചര്യത്തോടെ സിമോണി ചോദിച്ചു: "എന്ത്? അക്കിലസിന്റെ ദിനമാണോ?" "ശരിതന്നെ വീഞ്ഞ് കൊണ്ടുവരുന്നതിന് മാഡം ബ്രോണിനെ പറഞ്ഞയക്കാൻ പോകയാണ്."

അൽപ്പനേരം കഴിഞ്ഞ് അകലെ ഒരു മണി മുഴങ്ങി. നീണ്ട മണിമുഴക്കം അലിഞ്ഞില്ലാതാവുകയും വീണ്ടും മടങ്ങി വരികയും ചെയ്യുന്നു. മണിനാദം നിലച്ചപ്പോൾ കോണിപ്പടിയിൽ അങ്ങോട്ടും ഇങ്ങോട്ടും ഉച്ചത്തിൽ ഇങ്ങനെ പ്രതിധ്വനിച്ചു. രണ്ടാമങ്കം തുടങ്ങാറായിരിക്കുന്നു...രണ്ടാമങ്കം തുടങ്ങാറായിരിക്കുന്നു...ചമയമുറിയുടെ മുന്നിലും ഈ അറിയിപ്പ്

മുഴങ്ങി. വിളറിയ ഒരു ചെറിയ മനുഷ്യൻ അതുവഴി കടന്നു പോയി. അയാളുടെ മൂർച്ചയുള്ള ശബ്ദം വീണ്ടും മുഴങ്ങി. രണ്ടാമങ്കം തുടങ്ങാറായിരിക്കുന്നു...രണ്ടാമങ്കം തുടങ്ങാറായിരിക്കുന്നു...

'വീഞ്ഞോ കൊള്ളാം' ഉച്ചത്തിലുള്ള അറിയിപ്പുകൾക്കൊന്നും ചെവികൊടുക്കാതെ പ്രുള്ളിയർ ആശ്ചര്യപ്പെട്ടു. "നിങ്ങൾ കാശുകാരനല്ലേ? നിങ്ങളുടെ സ്ഥാനത്ത് ഞാനായിരുന്നെങ്കിൽ അത് കഫേയിൽനിന്ന് വാങ്ങുമായിരുന്നു" ഓൾഡ് ബോസ്ക് മൃദുവായി പറഞ്ഞു. നീല നിറത്തിലുള്ള അലങ്കാരത്തുണി മൂടിയ ബഞ്ചിലിരിക്കുകയായിരുന്നു അദ്ദേഹം. എന്നാൽ മാഡം ബ്രോണിന്റെ ചെറിയ ആസ്തിയെപ്പറ്റി വിസ്മരിക്കരുതെന്ന് സിമോണി പറഞ്ഞു. അവർ വളരെ സന്തോഷവതിയായി കരങ്ങളടിച്ച് ഫൊണ്ടാനെ ഏറുകണ്ണിട്ട് നോക്കി. കണ്ണും മൂക്കും വായുമെല്ലാം സജീവമായി ഉൾക്കൊണ്ട് അവർ തന്റെ ആടിൻമുഖം ചലിപ്പിച്ച് ഫൊണ്ടാനെ നോക്കി അടക്കം പറഞ്ഞു: "ഓ ഫൊണ്ടാൻ അദ്ദേഹത്തെപ്പോലെ ആരുമില്ല, ആരും."

രണ്ട് ചമയമുറിയുടെയും വാതിലുകൾ വരാന്തയിലേക്ക് തുറന്നു കിടന്നു. പ്രകാശം ചൊരിയുന്ന മഞ്ഞഭിത്തിയിൽ മുന്നിലൂടെ പോകുന്നവരുടെ നിഴൽ പതിയുന്നുണ്ട്. ചമയമിട്ട പുരുഷന്മാരും ഷാൾകൊണ്ട് പുതച്ചു നീങ്ങുന്ന അർധനഗ്നകളും എന്നുവേണ്ട രണ്ടാമങ്കത്തിലെ കഥാപാത്രങ്ങളെല്ലാം അവിടെ തെളിയുന്നുണ്ട്. അപ്പോഴാണ് ക്ലാരിസ്സ് ഓടിക്കിതച്ച് അതുവഴി വന്നത്. സിമോണി അവളെ അടുത്തേക്ക് വിളിച്ചെങ്കിലും ഒരു മണിക്കൂറിനുശേഷം വരാമെന്ന് അവൾ പറഞ്ഞു. നേർത്ത വസ്ത്രത്തിനുള്ളിൽ വിറച്ചുകൊണ്ടാണ് അവൾ പ്രത്യക്ഷപ്പെട്ടത്. "ദൈവമേ തണുക്കുന്നുണ്ടല്ലോ, എന്റെ സ്ലീവ്ലെസ് കുപ്പായം ഡ്രസിങ് റൂമിൽവച്ച് മറന്നും പോയി:" നെരിപ്പോടിനരികിൽ കാലുകൾ തിരുമ്മിക്കൊണ്ട് അവൾ പറഞ്ഞു. രാജകുമാരൻ എത്തിയ വാർത്തയും ക്ലാരിസ്സ് അറിയിച്ചു, എല്ലാവരും അന്വേഷണതൽപ്പരതയോടെ ആശ്ചര്യപ്പെട്ടു.

"അതേ അതിനാണ് ഞങ്ങൾ ഓടി വന്നത്. ഒന്നാമത്തെ സ്റ്റേജ് ബോക്സിൽ അദ്ദേഹമുണ്ട്. കഴിഞ്ഞ വ്യാഴാഴ്ച ഇരുന്ന അതേ സ്ഥലത്ത്. ആഴ്ചയിൽ മൂന്നുതവണ! നാന ഭാഗ്യവതി തന്നെ, അദ്ദേഹം ഇനി വരില്ലെന്ന് ഞാൻ പന്തയം വയ്ക്കാനിരുന്നതാണ്."

സംസാരിക്കാനായി സിമോണിയുടെ ചുണ്ടുകൾ വിടർന്നപ്പോഴേക്കും ചമയമുറിയുടെ സമീപത്തുകൂടി ഒരു പയ്യൻ കർട്ടൻ ഉയരാറായ വിവരം ഉച്ചത്തിൽ വിളിച്ചുകൊണ്ട് കടന്നു പോയി.

"മൂന്ന് പ്രാവശ്യമോ?" ആശ്ചര്യപൂർവം സിമോണി വീണ്ടും സംസാരിക്കാൻ തുടങ്ങി. "വിശ്വസിക്കാനാവുന്നില്ല. അദ്ദേഹം അവളുടെ വീട്ടിൽ പോകാൻ വഴിയില്ല. അവളെ കൂട്ടിക്കൊണ്ട് പോകാനാണ് സാധ്യത. അദ്ദേഹത്തിന് നല്ല തുക ചെലവാകും."

"എന്തുകൊണ്ടില്ല, സുഖിക്കണമെങ്കിൽ പണമിറക്കണം" കണ്ണാടി

യിലേക്ക് ഒരിക്കൽക്കൂടി തന്റെ സുന്ദരമുഖം നോക്കിക്കൊണ്ട് പ്രുള്ളിയർ ഇത്തിരി നീരസത്തോടെ നിരീക്ഷിച്ചു.

"കർട്ടൻ ഉയരാറായി കർട്ടൻ ഉയരാറായി" ഇടനാഴിയിലൂടെ കാൾബോയി ഉച്ചത്തിൽ വിളിച്ചുകൊണ്ട് പോയി.

ആദ്യമായി രാജകുമാരനും നാനയും കണ്ടുമുട്ടിയപ്പോഴത്തെ സംഭവങ്ങൾ ഫൊണ്ടാൻ തന്റെ സമീപത്തുണ്ടായിരുന്ന രണ്ട് സ്ത്രീകളോട് വിവരിക്കാൻ തുടങ്ങി. ചിലതൊക്കെ പറഞ്ഞു കൊടുത്തപ്പോൾ അവരുടെ ചിരി ഉച്ചത്തിലായി. ഓൾഡ് ബോസ്കിനാണെങ്കിൽ യാതൊരു കുലുക്കവുമില്ല. ഇത്തരത്തിലുള്ള തമാശകളിലൊന്നും അദ്ദേഹത്തിന് താൽപ്പര്യമില്ല. ബഞ്ചിൽ ചുരുണ്ടുകൂടിയുറങ്ങിയ ഒരു തടിയൻപൂച്ചയെ തലോടുകയായിരുന്നു അദ്ദേഹം. അതാകട്ടെ, പുറം വളച്ച് നീണ്ട വെള്ളത്താടിയിൽ സൂക്ഷിച്ചൊന്ന് നോക്കിയിട്ട് വീണ്ടും ബഞ്ചിൽ ചുരുണ്ടു കൂടി കിടന്ന് ഉറങ്ങാൻ തുടങ്ങി. ബോസ്ക് ഗൗരവപ്രകൃതിയിലായി കഥ പറഞ്ഞ് തീരാറായ ഫൊണ്ടാനോട് അദ്ദേഹം പൊടുന്നനെ പറഞ്ഞു."കൊള്ളാം നിങ്ങളുടെ സ്ഥാനത്ത് ഞാനായിരുന്നെങ്കിൽ കഫേയിൽനിന്നുതന്നെ മദ്യം കഴിക്കുമായിരുന്നു. കർട്ടൻ ഉയരാറായെന്ന് അറിയിച്ചുകൊണ്ട് കോൾബോയ് വീണ്ടും ഓടി നടന്നു. പാദപതനശബ്ദങ്ങൾ പൊടുന്നനെ ഉയർന്നു. വരാന്തയുടെ അറ്റത്തെ വാതിൽ തുറന്നപ്പോൾ സ്റ്റേജ്സംഗീതം പുറത്തേക്ക് ഒഴുകിയെത്തി. വാതിലടച്ചപ്പോൾ ആൾക്കാരുടെ ആരവം അകന്നകന്നു പോകുന്ന പ്രതീതിയുണ്ടായി. തിങ്ങിക്കൂടിയ പ്രേക്ഷകരിൽനിന്ന് നൂറ് മൈൽ അകലെയെങ്കിലും ആണെന്ന മട്ടിലുള്ള നിശ്ശബ്ദതയായിരുന്നു ചമയമുറിയിൽ. സ്മോണിയും ക്ലാരിസും ഇപ്പോഴും നാനയെക്കുറിച്ച് സംസാരിച്ചുകൊണ്ടിരിക്കുകയായിരുന്നു. ഒരിക്കലും തിരക്കു കൂട്ടാത്ത പെൺകുട്ടി, കഴിഞ്ഞ ദിവസവും വളരെ വൈകിയാണെത്തിയത്. ആരോ അവിടെ വഴിതെറ്റിയെത്തിയെന്ന് വാതിൽപ്പുറക്കാഴ്ചയിലൂടെ അവർക്ക് മനസിലായി. സൂക്ഷിച്ചു നോക്കിയപ്പോഴാണ് അത് സാറ്റിൻ ആണെന്ന് മനസിലായത്.

"കൊള്ളാം നല്ല ഉരുപ്പടി" കഫേയിൽവച്ച് അവളെ കഴിഞ്ഞ ഒരു വർഷമായി സ്ഥിരം കാണാറുള്ള പ്രുള്ളിയർ അടക്കം പറഞ്ഞു. തന്റെ സഹപാഠിയായിരുന്ന അവളെ നാന തിരിച്ചറിഞ്ഞതിനെപ്പറ്റിയും ബോർദനേവിനോട് അവൾക്കൊരു അവസരം ചോദിച്ചതിനെപ്പറ്റിയുമൊക്കെ സിമോണി പറഞ്ഞു.

"സന്ധ്യാവന്ദനം" ചമയമുറിയിലേക്ക് കടന്നു വന്ന പോഷറിയെയും മിഗ്നനെയും ഫൊണ്ടാൻ സ്വീകരിച്ചു. ഓൾഡ് ബോസ്ക് വിരൽത്തുമ്പുകൊണ്ട് ഒരു തണുപ്പൻ ഹസ്തദാനം നടത്തി. എന്നാൽ മിഗ്നനെ രണ്ട് സ്ത്രീകളും ചുംബിച്ചു.

"ഇന്ന് നല്ല ആളാണല്ലേ?" ഫോഷറി അന്വേഷിച്ചു.

"തകർക്കുന്നുണ്ട്, ആളുകൾ പ്രശംസിക്കുന്നത് നിങ്ങൾക്ക് നേരിട്ട് കാണാം."

“പോകാൻ സമയമായെന്ന് തോന്നുന്നു.” മിഗ്നൻ ഇടയ്ക്ക് കയറി പറഞ്ഞു.

“ശരി കുറച്ചു കഴിഞ്ഞിട്ടാവാം” അവൾ നാലാം സീൻ കഴിഞ്ഞേ പ്രത്യക്ഷപ്പെടുകയുള്ളൂ. തന്റെ ഭാഗമായെന്നാണ് തോന്നുന്നതെന്ന് പറഞ്ഞ് ഓൾഡ് ബോസ്ക് അവിടെനിന്നെഴുന്നേറ്റു. അപ്പോൾത്തന്നെ കാൾ ബോയ് വാതിൽ തുറന്നു. “മി. ബോസ്ക്, മാഡം സിമോണി” അവൻ വിളിച്ചു പറഞ്ഞു. സിമോണി പെട്ടെന്ന് ഒരു രോമക്കുപ്പായം തോളിലൂടെ ഇട്ട് അവിടെനിന്ന് പുറത്ത് പോയി. ബോസ്ക് വലിയ ധൃതിയൊന്നും കൂട്ടാതെ കിരീടമെടുത്തു ധരിച്ചു. എന്നിട്ട് പുറംകുപ്പായം നിലത്തുരയുന്നതിൽ അസ്വസ്ഥത പ്രകടിപ്പിച്ചിട്ട് അവിടെനിന്ന് പോയി.

“നിങ്ങളുടെ കഴിഞ്ഞ ലേഖനത്തിൽ കുറച്ചു നല്ല കാര്യങ്ങളൊക്കെ എന്നെക്കുറിച്ച് എഴുതിയിട്ടുണ്ട്. എന്നാൽ ഈ ഹാസ്യനടന്മാരെല്ലാം കാമ്പില്ലാത്തവരാണെന്ന് എഴുതിയതെന്തുകൊണ്ടാണ്?” ഫൊണ്ടാൻ ഫോഷറിയോട് ചോദിച്ചു.

“എന്താ കുഞ്ഞേ അങ്ങനെയൊക്കെ പറഞ്ഞത്?” ഫോഷറിയുടെ തോളിലേക്ക് കൈ ശക്തിയായി തട്ടിക്കൊണ്ട് മിഗ്നൻ ചോദിച്ചു. പ്രുള്ളിയറും ക്ലാരിസും ഉച്ചത്തിൽ ചിരിച്ചു. കുറച്ചു കഴിഞ്ഞാണ് അവിടെയുള്ള പലരും പ്രസ്തുതരംഗത്തിന്റെ ഹാസ്യാത്മകമായ അണിയറരഹസ്യങ്ങൾ അറിഞ്ഞത്. റോസുമായി ഫോഷറിക്കുള്ള അടുപ്പത്തെക്കുറിച്ച് മിഗ്നന് നന്നായി അറിയാമായിരുന്നു. ഫോഷറിയെക്കൊണ്ട് മിഗ്നന് കാര്യമായ പ്രയോജനമൊന്നും ഇല്ലെന്നും മിഗ്നൻ മനസിലാക്കിയിരുന്നു. അതിനുള്ള പ്രതികാരമെന്നോണമാണ് നാടകശാലയിൽവച്ച് കാണുമ്പോഴൊക്കെ സൗഹൃദം നടിച്ച് അദ്ദേഹം ഫോഷറിയെ ശക്തിയായി പ്രഹരിക്കുന്നത്. റോസിന്റെ ഭർത്താവിനെ ബുദ്ധിമുട്ടിക്കേണ്ട എന്നു കരുതി ഒരു ചെറുചിരിയോടെ ഫോഷറി ഇതൊക്കെ സഹിച്ചിരുന്നു.

“നീ ഞങ്ങടെ ഫൊണ്ടാനെ കളിയാക്കും അല്ലേ?” മിഗ്നൻ തന്റെ തമാശ തുടർന്നു. “ശരിക്ക് നിൽക്ക് ഒന്ന്...രണ്ട്...” ഇത്തവണ മിഗ്നൻ ഫോഷറിയുടെ നെഞ്ചിനിട്ടുതന്നെ കൊടുത്തു. ഫോഷറി കുറച്ചു നേരത്തേക്ക് സ്തബ്ധനായിപ്പോയി. അത്രയ്ക്ക് ശക്തിയിലാണ് മിഗ്നൻ പ്രഹരിച്ചത്. ചമയമുറിയിൽ റോസ് നിൽക്കുന്നതായി ക്ലാരിസ്സ് എല്ലാവർക്കും കാട്ടിക്കൊടുത്തു. ഇതെല്ലാം കണ്ടുകൊണ്ട് റോസ് വാതിൽക്കൽ നിൽക്കുന്നുണ്ടായിരുന്നു. ഭർത്താവിന്റെ സാന്നിധ്യം അറിഞ്ഞില്ലെന്നമട്ടിൽ യാതൊരു കൂസലുമില്ലാതെ ഫോഷറിയുടെ അടുത്തുചെന്ന് ചുംബനത്തിനായി അവർ മുഖം അർപ്പിച്ചു. ശിശുവിന്റെ വേഷത്തിൽ നഗ്നമായ കൈകളുമായി നിൽക്കുന്ന അവളെ ഫോഷറി സ്നേഹപൂർവം ചുംബിച്ചു. ഇത് അദ്ദേഹത്തിന്റെ വക പ്രതികാരമായിരുന്നു. മിഗ്നൻ ഇത് അത്ര കാര്യമായെടുത്തില്ല. കാരണം നാടകശാലയിൽവച്ച് പലരും തന്റെ ഭാര്യയെ ചുംബിക്കാറുണ്ട്. എന്നാൽ മിഗ്നൻ പ്രതികാരഭാവത്തിൽ ഒന്നു നോക്കി. തീർച്ചയായും ഫോഷറി ഇതിന് മറുവില നൽകേണ്ടി വരും.

വരാന്തയിലേക്കുള്ള വാതിൽ ഒരുവട്ടം തുറന്നു വീണ്ടും അടഞ്ഞു. ആ ഇടവേളയിൽ സദസിലെ കരഘോഷം ചമയമുറിവരെ കേൾക്കാമായിരുന്നു. സിമോണി അപ്പോഴാണ് തന്റെ രംഗം അഭിനയിച്ച് പുറത്തിറങ്ങിയത്.

“ഓൾഡ് ബോസ്ക് തകർത്തഭിനയിച്ചു. രാജകുമാരൻ ചിരിയോട് ചിരിയായിരുന്നു. രാജകുമാരന്റെ സമീപമുണ്ടായിരുന്ന മാന്യൻ ആരായിരുന്നുവെന്ന് നിങ്ങൾക്കറിയാമോ?”സിമോണി വിവരണം തുടങ്ങി.

“അതാണ് മുഫാത്ത് പ്രഭു” ഫോഷെറി മറുപടി പറഞ്ഞു, “എനിക്ക് അദ്ദേഹത്തെ അറിയാം. മിനിഞ്ഞാന്ന് എന്നെ കണ്ടപ്പോൾ ഇന്ന് നടക്കാൻ പോകുന്ന അത്താഴവിരുന്നിന് അദ്ദേഹം ക്ഷണിച്ചതുമാണ്.”

“അദ്ദേഹത്തിന്റെ അമ്മായിയച്ഛനെ നിങ്ങൾക്ക് അറിയില്ലേ?” റോസ് ഭർത്താവിനോട് ചോദിച്ചു.

“ഓ മാർക്വിസ് പ്രഭുവോ? അദ്ദേഹത്തെ അറിയാമല്ലോ, ബോസ്കിന്റെ പിന്നിലിരുന്ന് ഞാൻ ശ്രദ്ധിച്ചിരുന്നു. എങ്കിലും അയാളൊരു കിഴവനാണല്ലോ.”

പ്രുള്ളിയർ തൂവൽക്കുപ്പായവും ധരിച്ച് ധൃതി കൂട്ടി. “സമയമായി റോസ് ഇപ്പോൾത്തന്നെ പോകാം.” റോസ് അദ്ദേഹത്തിന്റെ പിറകേ സംഭാഷണം മുഴുമിക്കാതെ ഓടി. അപ്പോഴാണ് ദ്വാരപാലിക മാഡം ബ്രോൺ അവിടെ വലിയൊരു ബൊക്കെയുമായി വന്നത്. അതെനിക്കാണോ എന്ന് സിമോണി സന്തോഷത്തോടെ ചോദിച്ചു. എന്നാൽ അവർ അതിന് മറുപടി പറയാതെ നാനയുടെ ഡ്രസിങ്റൂം ചൂണ്ടിക്കാട്ടി. നാന... എല്ലാവരും അവളെ പൂവിട്ട് മൂടുകയാണ്. മടങ്ങി വന്നപ്പോൾ മാഡം ബ്രോൺ ക്ലാരിസിന് ഒരു കത്ത് കൈമാറി രഹസ്യമായി എന്തോ പറഞ്ഞു. വീണ്ടും ഒഴിയാബാധപോലെ ഫലോസി. അയാൾ അവരെ ഒറ്റയ്ക്ക് വിടുന്ന പ്രശ്നമില്ല. അയാൾ ഡോർകീപ്പറുടെ മുറിയിൽ ഒറ്റയ്ക്കിരിക്കുകയാണെന്ന് അറിഞ്ഞപ്പോൾ അവൾ ക്ഷോഭിച്ചു.

“ഞാൻ ഈ അങ്കത്തിന്റെ അവസാനമേ താഴേക്ക് വരികയുള്ളൂ എന്ന് പറഞ്ഞേക്ക്. ഞാനവന്റെ കവിളത്ത് ഒരെണ്ണം കൊടുക്കുന്നുണ്ട്.” ഫൊണ്ടാൻ തിരക്ക് പിടിച്ച് മുന്നോട്ട് വന്നു പറഞ്ഞു.

“മാഡം ബ്രോൺ ഒരു മിനിട്ട് ഇടവേളയിൽ ആറുകുപ്പി മദ്യം കൊടുത്തയയ്ക്കണം.” ഇതിനിടയിൽ കോൾബോയ് വീണ്ടും പ്രത്യക്ഷപ്പെട്ട് വിളിച്ചു പറഞ്ഞു: “എല്ലാവരും സ്റ്റേജിലേക്ക് ഫൊണ്ടാൻ വേഗമാകട്ടെ വേഗമാകട്ടെ.”

സിമോണിയും ക്ലാരിസ്സും തങ്ങളുടെ പുടവ ഉടയുന്ന ശബ്ദം കേൾപ്പിച്ചുകൊണ്ട് അവിടെനിന്ന് പോയി. എല്ലാവരും പോയിക്കഴിഞ്ഞപ്പോൾ വരാന്തയിലേക്കുള്ള വാതിൽ വീണ്ടും അടഞ്ഞു. ജാലകത്തിൽ പതിക്കുന്ന ചെറുമഴയുടെ ശബ്ദം ചമയമുറിയിൽനിന്ന് കേൾക്കാമായിരുന്നു. കഴിഞ്ഞ മുപ്പത് വർഷമായി അവിടത്തെ പരിചാരകനായിരുന്ന ബാരിലറ്റ് മിഗ്നന് സൗഹാർദപൂർവം തന്റെ മൂക്കിൽപ്പൊടി സമ്മാനിച്ചു.

ഇത് അയാളെ സംബന്ധിച്ചിടത്തോളം നിരന്തരമായ ജോലിക്കിടയിലുള്ള നിമിഷനേരത്തെ വിശ്രമംതന്നെയായിരുന്നു. മാഡം നാനയെ കാത്തിരിക്കയാണയാൾ. അവർ തന്നിഷ്ടക്കാരിയാണ്. ചിലപ്പോൾ വളരെ വൈകിയേ സ്റ്റേജിലെത്തുകയുള്ളൂ. എന്നാൽ അയാൾക്ക് അത്ഭുതം തോന്നി. അതാ നാന എത്തിക്കഴിഞ്ഞു. മുക്കുവത്തിയുടെ വേഷത്തിലാണ്. രാജകുമാരൻ ഇവിടെയുണ്ടെന്ന് അവൾ അറിഞ്ഞിരിക്കണം. അവളുടെ കയ്യിലും കാലിലും എല്ലാം വെളുത്ത ചായം പൂശിയിരിക്കുന്നു. കണ്ണുകൾക്ക് താഴെ ചുവന്ന കുത്തുകൾ. ചമയമുറിയിലേക്ക് വന്നില്ലെങ്കിലും തലയാട്ടിക്കൊണ്ട് മിഗ്നനോടും ഫോഷറിയോടും അവൾ സുഖാന്വേഷണം നടത്തി. മിഗ്നൻ മാത്രം അവൾക്ക് ഹസ്തദാനം നൽകി. തുടർന്ന് നാന ആഡംബരപൂർവം ചമയക്കാരന്റെ അകമ്പടിയോടെ നടന്നു നീങ്ങി. പാവാടയുടെ മടക്കുകൾ നേരെയാക്കാൻ അയാൾ എപ്പോഴും കൂടെ കാണും.

"സ്റ്റീനറെവിടെ കാണും?" മിഗ്നൻ അന്വേഷിച്ചു.

"അദ്ദേഹം ലോയ്റ്ററ്റിലേക്ക് കഴിഞ്ഞ ദിവസം പോയി. ഗ്രാമത്തിലൊരു വീട് വാങ്ങാനാണെന്നാണ് എനിക്ക് തോന്നുന്നത്" ബാരിലറ്റാണ് മറുപടി പറഞ്ഞത്.

"ഓ ശരി ശരി എനിക്കറിയാം, നാനയ്ക്കൊരു എസ്റ്റേറ്റ് വാങ്ങുന്നതിനാണ്" മിഗ്നൻ ഗൗരവത്തിലായി. റോസിന് നല്ലയൊരു വില നൽകാമെന്ന് അദ്ദേഹം നേരത്തേ വാഗ്ദാനം നൽകിയിരുന്നതാണ്. ഇനി വഴക്കുണ്ടാക്കിയിട്ടൊന്നും കാര്യമില്ല. ആ അവസരം നഷ്ടപ്പെട്ടിരിക്കുന്നു. ചിന്താധീനനായി മിഗ്നൻ അങ്ങോട്ടും ഇങ്ങോട്ടും നടക്കുകയാണ്. ഫോഷറി മാത്രമേ അവിടെ ശേഷിച്ചിരുന്നുള്ളൂ. അദ്ദേഹം വളരെ ക്ഷീണിതനാണ്. പാതിയടഞ്ഞ മിഴികളുമായി അദ്ദേഹം കസേരയിൽ കിടന്നു. മിഗ്നൻ അങ്ങോട്ടുമിങ്ങോട്ടും ഉലാത്തുന്നതിനിടയിൽ ഇടയ്ക്കിടെ ഫോഷറിയെ നോക്കുന്നുണ്ട്. ഓരോ തവണയും മിഗ്നൻ അദ്ദേഹത്തിന്റെ പിന്നിൽ തട്ടുന്നുമുണ്ട്. എന്നാൽ ഈ കാഴ്ച ആസ്വദിക്കാൻ ആരുമില്ല.

അൽപ്പനേരത്തെ വിശ്രമത്തിനുശേഷം ഫോഷറി നെരിപ്പോടിനരികിലേക്ക് കാലും നീട്ടിയിരുന്നു. ബാരോമീറ്ററിൽനിന്ന് അദ്ദേഹത്തിന്റെ നോട്ടം ക്ലോക്കിലേക്കായി. മിഗ്നൻ വെറുതേ ജാലകപ്പുറത്തേക്ക് നോക്കി. മഴ മാറിക്കഴിഞ്ഞു. മുറിയിലാകെ കനത്ത നിശ്ശബ്ദത. കോണിപ്പടിയും വരാന്തയും എല്ലാം നിശ്ചലം. ചമയമുറിയിൽനിന്ന് ഒരു നിശ്വാസംപോലും ഉതിരുന്നില്ല.

തന്റെ പരുക്കൻ ശബ്ദത്തിൽ അട്ടഹസിച്ചുകൊണ്ട് ബോർദനേവ് അതുവഴി വന്നു. കോറസ് പാടുന്ന രണ്ട് പെൺകുട്ടികൾ പരസ്പരം ശണ്ഠ കൂടി സ്റ്റേജിൽ വീണതിനെ ചൊല്ലി പരാതിപ്പെട്ടുകൊണ്ടാണ് അദ്ദേഹത്തിന്റെ വരവ്.

ഫോഷറിയെയും മിഗ്നനെയും കണ്ടപ്പോൾ ചിലതൊക്കെ കാണിച്ചുകൊടുക്കാൻ അദ്ദേഹം അവരെ വിളിച്ചു. രാജകുമാരന് നാനയെ നേരിട്ട്

ഒരുക്കമുറിയിൽ ചെന്ന് അഭിനന്ദിക്കണമത്രേ. അവർ സംസാരിച്ചുകൊണ്ടിരുന്നപ്പോൾ സ്റ്റേജ്മാനേജർ അതുവഴി കടന്നു പോയി.

"ആ വൃത്തികെട്ട പെണ്ണുങ്ങളെ നോക്ക്, ഫെർനാൻഡിനെയും മരിയയെയും" ബോർദനേവ് പ്രകൃതമായി പറഞ്ഞു. എന്നിട്ട് തന്നത്താൻ ഒന്നടങ്ങി. ഒരു പിതാവിന്റെ മാന്യത കാഴ്ചയിൽ വരുത്തി കൈലേസുകൊണ്ട് മുഖം മറച്ച് കൂട്ടിച്ചേർത്തു. ഞാൻ രാജകുമാരനെ സ്വീകരിക്കാൻ പോവുകയാണ്.

ഇടിമുഴങ്ങുന്നതുപോലെയുള്ള കരഘോഷങ്ങൾക്കിടയിൽ തിരശ്ശീല വീണു. സ്റ്റേജ് പശ്ചാത്തലങ്ങൾ മാറ്റുന്നതിന്റെയും നടീനടന്മാർ അണിയറയിലേക്ക് ഓടുന്നതിന്റെയും ശബ്ദം ഇടകലർന്ന് കേൾക്കാം. എങ്കിലും സിമോണിയും ക്ലാരിസും പരസ്പര സംസാരിച്ചുകൊണ്ട് സ്റ്റേജിന് പിന്നിലുണ്ട്. അവസാനരംഗത്തിനിടയിൽ അവൾ ചില കാര്യങ്ങളൊക്കെ ആസൂത്രണം ചെയ്തിരുന്നു. താൻ ഗാഗയോടൊപ്പം പോകുന്നതിൽ വിമുഖത കാട്ടുന്ന ഫലോസിയെ കാണേണ്ടതില്ലെന്നും അക്കാര്യം സിമോണിയെക്കൊണ്ട് പറയിപ്പിക്കാമെന്നും ക്ലാരിസ്സ് കരുതി. ഒടുവിൽ അവൾ ദൗത്യം ഏറ്റെടുത്തു. സിമോണി അലക്കുകാരിയുടെ വേഷത്തിൽ എണ്ണമയമുള്ള ഇടുങ്ങിയ പിരിയൻ കോവണി ഓടിയിറങ്ങി. കോവണി അവസാനിക്കുന്നത് ദ്വാരപാലികയുടെ മുറിയിലാണ്. നടീനടന്മാരുടെയും മാനേജരുടെയും കോണിപ്പടികൾക്ക് ഇടയിൽ ഗ്ലാസുകൊണ്ട് വേർതിരിക്കപ്പെട്ട ഇടമാണത്. കത്തുകളും പത്രങ്ങളും കിളിവാതിലുകളിൽ തിരുകി വച്ചിരിക്കുന്നു. നടീനടന്മാർക്കുള്ള പൂച്ചെണ്ടുകൾ ഒരു വശത്ത്. അവിടെ കുറെ മാന്യന്മാർ ഇരിപ്പുണ്ട്. ഓരോ സന്ദേശവുമായി ഇറങ്ങി വരുന്ന മാഡം ബ്രോണിന് നേരെ അവർ കഴുത്ത് വെട്ടിച്ച് ഇടയ്ക്കിടെ നോക്കുന്നുണ്ട്. അവർ അവിടെയുണ്ടായിരുന്ന ചെറുപ്പക്കാരന് നൽകിയ കത്ത് അയാൾ തിടുക്കത്തോടെ തുറന്ന് ഗ്യാസ് ലൈറ്റിന്റെ വെളിച്ചത്തിൽ വായിച്ചു. മറ്റു പലർക്കും ഈ സന്ദേശം വായിക്കാൻ കഴിഞ്ഞു.

"പ്രിയപ്പെട്ടവനേ ഇന്ന് രാത്രി വരാൻ കഴിയില്ല. എനിക്ക് മറ്റൊരു ഇടപാടുണ്ട്." മേശയ്ക്കും നെരിപ്പോടിനും ഇടയിലുള്ള ഒരു കസേരയിൽ ഫലോസി കാലുകളുയർത്തി ഇരിക്കുകയാണ്. കുറെ പൂച്ചക്കുട്ടികൾ കസേരയ്ക്കടിയിൽ ഓടി നടക്കുന്നുണ്ട്. തള്ളപ്പൂച്ച അതിന്റെ മഞ്ഞക്കണ്ണുകൾകൊണ്ട് അദ്ദേഹത്തെ തുറിച്ച് നോക്കുന്നുണ്ട്.

"ഓ നിങ്ങളാണോ സിമോണി, എന്താണ് ഞാൻ നിങ്ങൾക്ക് ചെയ്യേണ്ടത്" ദ്വാരപാലിക ചോദിച്ചു.

ഫലോസിയെ പുറത്തേക്ക് അയക്കണമെന്ന് അവരോട് സിമോണി ഒത്തിരി അപേക്ഷിച്ചു. എന്നാൽ ബ്രോണിന് ആ ആവശ്യം പരിഗണിക്കാനായില്ല.

സ്റ്റെയറിനു ചുവട്ടിലെ അലമാരയിൽ അവർ ഒരു ബാർതന്നെ ക്രമീകരിച്ചിട്ടുണ്ട്. രണ്ട് അങ്കങ്ങൾക്കിടയിൽ അപ്രധാനനടന്മാർ കുടിക്കുന്നതിനുവേണ്ടി അവിടെ എത്താറുണ്ട്. നാലോ അഞ്ചോ മുഖംമൂടികൾ

തിരക്ക് പിടിച്ച് അവിടെ കുടിക്കുന്നതിനെത്തി. ഭാഗികമായി തീർന്ന കുപ്പികൾ മങ്ങിയ വെളിച്ചത്തിലും തിരിച്ചറിയാമായിരുന്നു. മദ്യത്തിന്റെയും ഭക്ഷണത്തിന്റെയും ഗന്ധങ്ങൾക്കൊപ്പം പൂക്കളുടെ സുഗന്ധവും അവിടെ വ്യാപിച്ചിരുന്നു. പിൻനിര നടന്മാർക്ക് മദ്യം വിളമ്പിയശേഷം ദ്വാരപാലിക തുടർന്നു:

"ആ കറുത്ത മനുഷ്യനോടാണോ നിങ്ങൾക്ക് സംസാരിക്കേണ്ടത്?"

"ചുമ്മാതെ അസംബന്ധം പറയാതെ, ആ നെരിപ്പോടിനരികെ ഇരിക്കുന്ന കനം കുറഞ്ഞ ആളെപ്പറ്റിയാണ് ഞാൻ പറഞ്ഞത്."

അവർ ഫലോസിയെ ഹാളിലേക്ക് കൊണ്ടുപോയി. മറ്റുള്ള മാന്യന്മാരൊക്കെ പാതി ലഹരിയിലായിരുന്നു. ഇപ്പോഴും പശ്ചാത്തലം മാറ്റുന്ന പണി പൂർത്തിയാവാത്തതിനാൽ ബോർദനേവ് എന്തൊക്കെയോ ആക്രോശിച്ച് പറയുന്നുണ്ട്. രംഗസംവിധായകൻ തിരക്കുപിടിച്ച് അണികൾക്ക് നിർദേശം നൽകുന്നുണ്ട്. ഒടുവിൽ സ്റ്റേജ് സജ്ജീകൃതമായി. മിഗ്നൻ ഫോഷറിയെ നിരീക്ഷിച്ചുകൊണ്ടിരുന്നു. അയാൾ അദ്ദേഹത്തെ പൊക്കിയെടുത്ത് പറഞ്ഞു: "സൂക്ഷിക്കണം അടി വീഴാൻ പോകുന്നത് നിന്റെ പുറത്താണ്." നിലത്തു നിർത്തുന്നതിന് മുൻപ് മിഗ്നൻ അദ്ദേഹത്തെ ഒന്ന് പിടിച്ചു കുലുക്കാനും നോക്കി. കൂലിക്കാരൊക്കെ ചിരിക്കുന്നത് കണ്ട് ഫോഷറി വിളറിപ്പോയി. എന്നാൽ മിഗ്നൻ സൗഹൃദഭാവം നടിച്ച് തോളിൽ ശക്തിയായി പ്രഹരിച്ചുകൊണ്ട് തുടർന്നു: "നിങ്ങൾക്കില്ലെങ്കിലും എനിക്ക് നിങ്ങളുടെ ആരോഗ്യത്തെപ്പറ്റി ആശങ്കയുണ്ട്. വല്ല അപകടവും പറ്റിയാൽ ഞാനൊരു വഴിയാകും."

അവിടെ കാതുകളിൽനിന്ന് കാതുകളിലേക്ക് ഒരു വാർത്ത കടന്നുപോയി. രാജകുമാരൻ! രാജകുമാരൻ! കോരിത്തരിപ്പോടെ എല്ലാവരും കൂടി ഓടി വാതിൽക്കലേക്ക് പോയി. അമിതമായ വിനയം നടിച്ചുകൊണ്ട് വരുന്ന ബോർദനേവിനെ എല്ലാവർക്കും കാണാം. അതിനുശേഷം രാജകുമാരന്റെ വരവാണ്. മനോഹരമായ താടിരോമം, കടും റോസാപ്പൂവിന്റെ നിറം, ബലിഷ്ഠമായ ശരീരം. മുഫാത്ത് പ്രഭുവും മാർക്വിസും അദ്ദേഹത്തെ അനുഗമിക്കുന്നുണ്ട്. അവർ തീയറ്ററിലെ നിഴലുകളിൽ അപ്രത്യക്ഷരായി. രാജ്ഞിയുടെ മകൻ! കിരീടാവകാശി! രാജകുമാരനോട് സംസാരിക്കുന്നതിൽ ബോർദനേവ് കൃത്രിമവൈകാരികത പ്രകടിപ്പിച്ചു.

"ആദരണീയനായ രാജകുമാരാ ഇതിലേ ഇതിലേ... എഴുന്നള്ളിയാലും..." രാജകുമാരൻ യാതൊരു തിടുക്കവും കാണിച്ചില്ല. രംഗസജ്ജീകരണം ചെയ്യുന്നവരുടെ ചലനങ്ങൾ അദ്ദേഹം കൗതുകപൂർവം വീക്ഷിച്ചു. സ്റ്റേജ് കാഴ്ചകൾ ആദ്യമായി കാണുന്ന മുഫാത്ത്പ്രഭുവും വിസ്മയാധീനനായി. കൊച്ചു നീലനക്ഷത്രങ്ങളെപ്പോലെ തിളങ്ങുന്ന അലങ്കാരങ്ങൾ. അലക്കാനിട്ട കൂറ്റൻ വസ്ത്രങ്ങളെപ്പോലെയാണ് കർട്ടനുകൾ തൂങ്ങുന്നുത്.

പരിചാരകന്മാർ ഉച്ചത്തിൽ ഓരോന്ന് പറഞ്ഞുകൊണ്ട് മൂന്നാമങ്കത്തിനുവേണ്ട പശ്ചാത്തലമൊരുക്കുകയാണ്. ചിലർ അരികുകൾ ശരി

യാക്കുന്നതിൽ ശ്രദ്ധ കേന്ദ്രീകരിച്ചിരിക്കുന്നു. മറ്റു ചിലർ സ്റ്റേജിനു പിന്നിലായി ചുവന്ന ലൈറ്റുകൾ ക്രമീകരിക്കുന്നു.

നമ്രശിരസ്കനായി ബോർദനേവ് ഇപ്പോഴും സംഘത്തിലുണ്ട്. "ചെറിയൊരു തീയറ്ററാണ്. എങ്കിലും ഞങ്ങൾ കഴിവിന്റെ പരമാവധി ക്രമീകരിക്കുന്നുണ്ട്. രാജകുമാരൻ ഇതിലേ എഴുന്നള്ളിയാലും."

ചമയമുറിയിലേക്ക് നീളുന്ന വരാന്തയെ ലക്ഷ്യമാക്കി മുഫാത്ത്പ്രഭു നീങ്ങിക്കഴിഞ്ഞു. സ്റ്റേജിന്റെ കുത്തനെയുള്ള ചരിവ് അദ്ദേഹത്തെ ആശ്ചര്യപ്പെടുത്തി. അതിന്റെ പലകകൾ തന്റെ കാലിന്റെ അടിയിലൂടെ നീങ്ങുന്ന പ്രതീതിയാണ് അദ്ദേഹത്തിനുണ്ടായത്. നിലത്തെ ദ്വാരങ്ങളിൽനിന്ന് താഴെ പ്രകാശിക്കുന്ന ഗ്യാസ് വിളക്കുകളുടെ വെളിച്ചം കാണാം. കൂടാതെ മനുഷ്യരുടെ ശബ്ദവും ഉയർന്നു കേൾക്കാം. ആകെക്കൂടി ഭൂഗർഭ അറയെ അനുസ്മരിപ്പിക്കുന്നുണ്ട്. എന്നാൽ പ്രഭു സ്റ്റേജിലേക്ക് കയറിയപ്പോൾ ഒരു കാഴ്ച കണ്ട് നിന്നു പോയി. തിരശ്ശീലയുടെ ദ്വാരത്തിലൂടെ മൂന്നാമങ്കത്തിന് വേഷമിട്ടിരിക്കുന്ന രണ്ട് സ്ത്രീകൾ കൊച്ചുവർത്തമാനത്തിലാണ്. അതിലൊരാൾ വിരൽത്തുമ്പുകൊണ്ട് തിരശ്ശീലയുടെ ദ്വാരം വികസിപ്പിച്ച് ആഡിറ്റോറിയമാകെ നിരീക്ഷിക്കുന്നുമുണ്ട്.

"എനിക്കദ്ദേഹത്തെ കാണാം, ദൈവമേ ഒരു പോക്കിരി തന്നെ!" അവൾ പൊടുന്നനെ പറഞ്ഞു.

അവളുടെ ചന്തിക്കിട്ട് ഒരെണ്ണം കൊടുക്കണമെന്ന് ബോർദനേവിന് ഉണ്ടായിരുന്നു. എന്നാൽ രാജകുമാരൻ ഇങ്ങനെ കേട്ടതിൽ പരിഭവിച്ചില്ല; ചിരിച്ചതേയുള്ളൂ. എന്നിരുന്നാലും അവളെ അദ്ദേഹം സാകൂതമൊന്ന് നോക്കി. ബോർദനേവ് രാജകുമാരനെ ഇപ്പോഴും അനുഗമിക്കുന്നുണ്ട്. വിയർക്കാൻ തുടങ്ങിയപ്പോൾ മുഫാത്ത്പ്രഭു തൊപ്പി എടുത്ത് മാറ്റി. പശ്ചാത്തലമൊരുക്കുന്നതിന് ഉപയോഗിച്ച പശയും സുഗന്ധദ്രവ്യങ്ങളും സ്ത്രീകളുടെ അടിവസ്ത്രങ്ങളും എല്ലാം ചേർന്ന ഗന്ധം അദ്ദേഹത്തിന് ചില്ലറ ബുദ്ധിമുട്ടുണ്ടാക്കി. ഇടനാഴിയിലും ഇതുതന്നെ കഥ. ബാത്ത്റൂം വെള്ളത്തിന്റെ ഗന്ധവും സോപ്പിന്റെ മണവും മനുഷ്യരുടെ നിശ്വാസവും എല്ലാം അവിടെ തങ്ങിനിന്നു. ഇതിന് മുൻപ് ഇത്തരം അണിയറക്കാഴ്ചകൾ കണ്ടിട്ടില്ലാത്തതിനാൽ മുഫാത്ത് ആശ്ചര്യഭരിതനായിരുന്നു. ബോർദനേവ് ഒടുവിൽ നാനയുടെ ചമയമുറിയുടെ മുൻപിൽ എത്തിച്ചേർന്നു. അയാൾ ശാന്തനായി വാതിൽപ്പടിയിൽപ്പിടിച്ച് തിരിഞ്ഞ് നിന്നുകൊണ്ട് "തിരുമനസ്സേ ഇതിലേ എഴുന്നള്ളിയാലും" എന്ന് പറഞ്ഞു. പൊടുന്നനെ ഒരു സ്ത്രീശബ്ദം പാളിപ്പോയി.

നാന അപ്പോൾ വസ്ത്രം ധരിച്ചിരുന്നില്ല. അവൾ ഒരു കർട്ടന് പിന്നിലൊളിച്ചു. അവളെ തുടയ്ക്കുന്നതിന് തോർത്തുമായി നിന്ന ചമയക്കാരൻ അന്തംവിട്ടു പോയി.

"ഇങ്ങോട്ടു വരരുത് ഇതിത്തിരി കടന്ന കയ്യാണ്" മറവിൽ നിന്നുകൊണ്ട് നഗ്നയായ നാന ഉറക്കെ വിളിച്ചു പറഞ്ഞു. എന്നാൽ ബോർദനേവ് വളരെ മൃദുവായി പറഞ്ഞു:

"ഇതെന്താ കൊച്ചു കുട്ടികളെപ്പോലെ. ഇങ്ങോട്ടിറങ്ങി വാ മോളേ, നമ്മുടെ തിരുമനസല്ലേ എഴുന്നള്ളിയിരിക്കുന്നത്" അവൾ പുറത്തേക്ക് വരാൻ മടിച്ചപ്പോൾ അദ്ദേഹം പിതൃവാത്സല്യത്തോടെ കൂട്ടിച്ചേർത്തു.

"പെണ്ണുങ്ങളുടെ ശരീരം എങ്ങനെയിരിക്കുമെന്ന് ഈ വന്നവർക്കെല്ലാം നന്നായി അറിയാം. ഇവരാരും പിടിച്ച് വിഴുങ്ങുകയൊന്നുമില്ല."

"വിഴുങ്ങുകയില്ലെന്നതിന് എന്താ ഉറപ്പ്" രാജകുമാരൻ തമാശമട്ടിൽ പ്രതികരിച്ചു. എല്ലാവരും പൊട്ടിച്ചിരിക്കാൻ തുടങ്ങി. പാരീസിന്റെ നർമബോധമാണിതെന്ന് ബോർദനേവ് വിലയിരുത്തി.

നാന മറുപടിയൊന്നും പറഞ്ഞില്ല. കർട്ടൻ ചെറുതായൊന്നനങ്ങി. പുറത്തേക്ക് വരാൻ അവൾ തീരുമാനിച്ചിരിക്കുന്നു! മുഫാത്തിന്റെ കവിൾ തുടുത്തു. താഴ്ന്ന തട്ടുള്ള ആ മുറിക്ക് ചതുരാകൃതിയാണ്. ഇളം ബ്രൗൺ നിറത്തിലുള്ള കർട്ടനുകളാൽ അലംകൃതമായ മുറി. ഡ്രസിങ് ടേബിളിന് എതിരായി വലിയൊരു നിലക്കണ്ണാടിയുണ്ട്. നെറ്റിയിൽ വിയർപ്പ് പൊടിഞ്ഞ വികാരഭരിതമായ തന്റെ മുഖം മുഫാത്ത് കണ്ണാടിയിൽ പ്രതിഫലിക്കുന്നത് നോക്കി. കണ്ണുകൾ താഴ്ത്തി അദ്ദേഹം സൗന്ദര്യവർധക വസ്തുക്കൾ നിരത്തിയ ഡ്രസിങ്ടേബിളിന് മുൻപിൽ നിന്നു. നാനയെ ആദ്യമായി കണ്ട നിമിഷങ്ങൾ അയാളിലെ ഓർമകളെ ജ്വലിപ്പിച്ചു. കട്ടിയുള്ള പരവതാനി അലിഞ്ഞില്ലാതാകുന്നതുപോലെ അദ്ദേഹത്തിന് തോന്നി. അസഹ്യമായ ചൂടിനോടൊപ്പം സ്ത്രീകളുടെ ഗന്ധവുംകൂടിയായപ്പോൾ തളർന്നുപോയ അദ്ദേഹം ജാലകത്തിനടുത്തുള്ള സോഫയുടെ ഒരരികിൽ ഇരുന്നു. എന്നാൽ പൊടുന്നനെ പൂക്കളുടെ ഗന്ധവാഹകശക്തിയാലെന്നോണം അദ്ദേഹം എഴുന്നേറ്റ് ഡ്രസിങ് ടേബിളിനരികിലെത്തി.

"വേഗമാകട്ടെ" ബോർദനേവ് തിരശ്ശീലയ്ക്ക് പിന്നിലേക്ക് കണ്ണ് നീട്ടി തല ചായ്ച് തിടുക്കം കാട്ടി. സ്ത്രീകളെ ഒരുക്കുന്നതിന്റെ വിവിധവശങ്ങൾ മാർക്വിസ് ഷുവാർദ് വിവരിക്കുന്നതുകേട്ട് രാജകുമാരൻ രസിച്ചങ്ങനെ നിൽക്കയാണ്. മുറിയുടെ ഒരു കോണിൽ സാറ്റിൻ കന്യകാത്വം തുളുമ്പുന്ന മുഖവുമായി മാന്യദേഹത്തെ സൂക്ഷിച്ച് നോക്കി നിൽക്കയാണ്. ചമയക്കാരി ജൂൾസ്മാഡം വീനസിന്റെ കുപ്പായം തയാറാക്കുന്ന തിരക്കിലാണ്. അവർ ധരിച്ചിരിക്കുന്നത് മങ്ങിയ ഒരു കറുത്ത കുപ്പായമാണ്. അവളുടെ കാമം വറ്റിയ പരന്ന നെഞ്ചിൽ ഹൃദയഭാഗത്തായി കുറെ സേഫ്ടി പിന്നുകൾ തിരുകി വച്ചിട്ടുണ്ട്.

"ക്ഷമിക്കണം" കർട്ടൻ ഒരു വശത്തേക്ക് നീക്കിക്കൊണ്ട് നാന പറഞ്ഞു: "പ്രതീക്ഷിക്കാതെയാണ് നിങ്ങൾ വന്നത്" എല്ലാവരുടെയും നോട്ടം നാനയുടെ നേർക്കായി. അവൾ ഏതാണ്ട് മുഴുവനായും നഗ്നയായിരുന്നു. മുക്കുവത്തിയുടെ വേഷം അഴിച്ചു വച്ചപ്പോഴാണ് അവരെല്ലാംകൂടി കയറി വന്നത്. ഒരു കൈ കർട്ടനിൽ പിടിച്ചുകൊണ്ട് നഗ്നമായ കൈക

ളോടെ, നഗ്നമായ ചുമലുകളോടെ, നഗ്നമായ മുലകൾ പ്രദർശിപ്പിച്ച് തിള യ്ക്കുന്ന യൗവനവുമായി അവൾ അങ്ങനെ നിന്നു.

"നിങ്ങൾ അപ്രതീക്ഷിതമായാണ് വന്നത്. എനിക്കൊന്നിനും ധൈര്യം വരുന്നില്ല." ലജ്ജ നടിച്ച് ചെറുപുഞ്ചിരി വരുത്തി നാന പറ ഞ്ഞു.

"ഓ ക്ഷമാപണമൊന്നും വേണ്ട, ഇവരൊക്കെ നിന്റെ സൗന്ദര്യത്തെ അംഗീകരിക്കുന്നവരാണ്" ബോർദനേവ് പ്രതികരിച്ചു. എങ്കിലും നേരിയ വിറയലോടെയും വിമുഖതയോടെയും നാന തുടർന്നു: "തിരുമനസ്സ് എനി ക്ക് വലിയൊരു അംഗീകാരമാണ് നൽകിയിരിക്കുന്നത്. എങ്കിലും ഇങ്ങനെ അങ്ങയെ സ്വീകരിക്കേണ്ടി വന്നതിൽ....."

"ഞാനാണതിന് കുറ്റക്കാരൻ. അടക്കാനാവാത്ത ആഗ്രഹംകൊ ണ്ടാണ് ഇവിടെ വന്ന് അനുമോദിക്കുന്നത്" രാജകുമാരൻ പറഞ്ഞു. ഡ്രസിങ് ടേബിളിനരികിലേക്ക് നഗ്നയായിത്തന്നെ അവൾ ആ പുരുഷ ന്മാരുടെയിടയിലൂടെ നടന്ന് നീങ്ങി. കൊഴുത്ത ചന്തിയും റോസ് ഞെട്ടു കളുള്ള തടിച്ച മുലകളും കാണിച്ചുകൊണ്ടാണെങ്കിലും ആദരപൂർവം നമിച്ചുകൊണ്ടും പുഞ്ചിരിച്ചുകൊണ്ടുമാണ് അവൾ ആണുങ്ങളുടെ ഇട യിൽ നിന്നത്. അപ്പോഴാണ് അവൾ മുഫാത്ത് പ്രഭുവിനെ തിരിച്ചറിഞ്ഞ ത്. ഒരു സുഹൃത്തിനെന്നപോലെ അവൾ അദ്ദേഹത്തിന് ഹസ്തദാനം നൽകി. എന്നിട്ട് തന്റെ വിരുന്നിന് വരാതിരുന്നതിലുള്ള പരിഭവം അറിയി ച്ചു. രാജകുമാരനും ഏതാണ്ട് കളിമട്ടിലായിരുന്നു. അവർ ഇരുവരും ഇത്തിരി മദ്യപിച്ചിരുന്നു. എന്നാൽ അത് വെളിയിൽ പ്രകടമാകാതിരി ക്കാനും ശ്രദ്ധിച്ചു. തന്റെ വിഭ്രമം മറയ്ക്കാനായി മുഫാത്ത് സംസാരവി ഷയംതന്നെ മാറ്റിക്കളഞ്ഞു.

"എന്തൊരു ചൂടാണിവിടെ. മാഡം എങ്ങനെ ഇത് സഹിക്കുന്നു...."

പുറത്ത് ചില ശബ്ദങ്ങൾ കേട്ടു തുടങ്ങിയപ്പോൾ ബോർദനേവ് വാതിൽ അൽപ്പമൊന്ന് തുറന്നു നോക്കി. അത് ഫൊണ്ടാനായിരുന്നു. പ്രുള്ളിയറും ബോസ്കും പിറകേയുണ്ട്. മദ്യക്കുപ്പികളുമായാണ് മൂവരു ടെയും വരവ്. ഫൊണ്ടാൻ കതകിൽ തട്ടി പറഞ്ഞു:

"ഇന്നെന്റെ പിറന്നാളാണ്, എല്ലാവർക്കും മദ്യം വിളമ്പി ഞാനിത് ആഘോഷിക്കും."

നാന രാജകുമാരനെ ഒന്നു നോക്കി. രാജകുമാരൻ പ്രതികൂലഭാവ മൊന്നും പ്രകടിപ്പിച്ചില്ല. അനുവാദത്തിന് കാത്ത് നിൽക്കാതെ ഫൊണ്ടാൻ അകത്ത് തള്ളിക്കയറി.

"ഞാൻ കൊള്ളരുതായ്മയൊന്നും കാട്ടില്ല. പണം മുടക്കുന്നത് ഞാനാണ്." രാജകുമാരൻ അവിടെ നിൽക്കുന്നത് അപ്പോൾ മാത്രമാണ് ഫൊണ്ടാൻ അറിഞ്ഞത്. തെല്ല് ഹാസ്യാത്മകമായി അയാൾ തുടർന്നു: "ഡാഗൊർബർട്ട് രാജാവ് രാജകുമാരനുമൊത്ത് മദ്യപിക്കുന്നതിന് ഇതാ വെളിയിൽ കാത്ത് നിൽക്കുന്നു."

രാജകുമാരൻ ഇതിനുള്ള മറുപടി ഒരു ചിരിയിലൊതുക്കി. മറ്റുള്ളവ

രിലേക്ക് ഈ ചിരി പടർന്നു. എന്നാൽ ചമയമുറി വളരെ ചെറുതായിരുന്നതിനാൽ എല്ലാവർക്കും യഥേഷ്ടം അവിടെ നിൽക്കാനാവുമായിരുന്നില്ല. സാറ്റിനും ജൂൾസ് മാഡവും കർട്ടന്റെ വശത്തുണ്ട്. ആണുങ്ങളെല്ലാം ഇപ്പോൾ നഗ്നയായി നിൽക്കുന്ന നാനയ്ക്ക് ചുറ്റുമാണ്. മൂന്ന് നടന്മാരും രണ്ടാം അങ്കത്തിലെ ചമയസാമഗ്രികളൊന്നും അഴിച്ചു വച്ചിരുന്നില്ല. ഗ്ലാസുകളിൽ മദ്യം പലതവണ പകരപ്പെട്ടു. "രാജകുമാരനുവേണ്ടിയാണ് ഞാൻ കുടിക്കുന്നത്." ബോസ്ക് പറഞ്ഞു. പ്രുള്ളിയറാണെങ്കിൽ സൈന്യത്തിനു വേണ്ടി. ഫൊണ്ടാന്റെ മദ്യപാനം വീനസിനുവേണ്ടിയാണ്.

രാജകുമാരൻ അനുനയപൂർവം ഗ്ലാസ്സ് ഉയർത്തിപ്പിടിച്ച് അൽപ്പം കഴിഞ്ഞ് മൂന്ന് പ്രാവശ്യം നമിച്ച് മൃദുവായി പറഞ്ഞു: "മാഡം, അഡ്മിറൽ, പ്രഭോ" എന്നിട്ട് ഒറ്റ വലിക്ക് വീഞ്ഞ് അകത്താക്കി. മുഫാത്ത്പ്രഭുവും മാർക്വിസ് ഷുവാർദും അദ്ദേഹത്തിന്റെ ശൈലി പിന്തുടർന്നു. ഇപ്പോൾ തമാശകളൊന്നുമില്ല. എല്ലാവരും കോടതിയിലെന്നപോലെയാണ്. നാടകശാലയിലെ പ്രത്യേകലോകം യഥാർഥജീവിതത്തെ പുനർസൃഷ്ടിച്ചിരിക്കുന്നു.

താൻ നഗ്നയാണെന്നുള്ള സംഗതിയെല്ലാം മറന്ന് വീനസിന്റെ ഗൗരവത്തോടെയാണ് നാന ഇപ്പോൾ അവരുടെയിടയിൽ നിൽക്കുന്നത്. മുഖംമൂടിയണിഞ്ഞു നിൽക്കുന്ന ബോസ്കിനോടും പ്രുള്ളിയറിനോടും രാജാവിനോടും മന്ത്രിയോടും എന്ന നിലയിൽ ശിരസ്സ് നമിച്ച് ഓരോ വാചകത്തിനും രാജകീയപ്രഭോ എന്ന് ഉച്ചരിച്ചുകൊണ്ടാണ് നാന സംസാരിച്ചത്. മുഖംമൂടി ധാരികളുടെയും രാജവേഷം കെട്ടിയവരുടെയും സ്ത്രീകളുടെയും എല്ലാം ഇടയിൽ മദ്യപിച്ചുകൊണ്ട് ഒരു യഥാർഥരാജകുമാരൻ നിൽക്കുന്നു. ഈ അവസരത്തിൽ ആരും ചിരിച്ചില്ല. വീനസ് മോഹിനിയുടെ രണ്ടാമങ്കത്തിൽ രാജകുമാരൻ അങ്ങനെതന്നെ പ്രത്യക്ഷപ്പെടാമെന്ന് സമ്മതം നൽകിയിരുന്നുവെങ്കിൽ ഉണ്ടാകുമായിരുന്ന സാമ്പത്തികനേട്ടത്തെപ്പറ്റി സ്വപ്നം കണ്ടുകൊണ്ടാണ് ബോർദനേവ് നിൽക്കുന്നത്. ആത്മവിസ്മൃതിയുടെ തലത്തിലെത്തിയ നാന ഇതൊന്നും അറിയാനേ കൂട്ടാക്കിയില്ല. ഹാസ്യാത്മക വേഷംകൊണ്ട് ഫൊണ്ടാൻ അവളെ വല്ലാതെ ആകർഷിച്ചു. മോഹിപ്പിക്കുന്ന നോട്ടവുമായി അവൾ അയാളോട് ചേർന്നുനിന്നു. എന്നിട്ട് വളരെ അടുപ്പത്തോടെ പറഞ്ഞു: "വീണ്ടും നിറയ്ക്ക്."

ഫൊണ്ടാൻ ഗ്ലാസ്സ് നിറച്ചു. അവർ മുഴുവനും ഇപ്പോൾ കുടി തുടങ്ങി; രാജകുമാരനുവേണ്ടി, സൈന്യത്തിനുവേണ്ടി, വീനസിനുവേണ്ടി... എന്നാൽ നാന തന്റെ ഗ്ലാസ് ഉയർത്തിപ്പിടിച്ച് പറഞ്ഞു: "അല്ല ഇന്ന് ഫൊണ്ടാന്റെ ജന്മദിനമാണ്, ഫൊണ്ടാനുവേണ്ടി നമുക്ക് കുടിക്കാം."

ഫൊണ്ടാനുവേണ്ടിയായി പിന്നെ എല്ലാവരുടെയും മദ്യപാനം. രാജകുമാരന്റെ മേൽക്കുപ്പായത്തിന്റെ ചുവട് ഡ്രസിങ്ടേബിളിന്റെ മാർബിൾഫലകത്തിലുരസി. ചൂടുവെള്ളവും സ്പോഞ്ചും നിറച്ചു വച്ച

ഒരു ബാത്ത്റൂമിനെ അനുസ്മരിപ്പിക്കുന്ന ഇടമായിരുന്നു അത്. മുഫാത്ത് പ്രഭുവിന്റെയും രാജകുമാരന്റെയും മധ്യഭാഗത്താണ് ഇപ്പോൾ നാന നിൽക്കുന്നത്. രാജകുമാരനും മുഫാത്തും കൈകൾ പൊക്കിപ്പിടിച്ചിരിക്കുകയാണ്. അവർ കൈ താഴേക്കിട്ടാൽ നാനയുടെ ചന്തിയിലോ തള്ളി നിൽക്കുന്ന മുലകളിലോ സ്പർശിക്കുമെന്നുറപ്പാണ്.

ജൂൾ മാഡം തണുപ്പൻമട്ടിൽ അവിടെയുണ്ട്. സാറ്റിനാണെങ്കിൽ കറുത്ത കോട്ടണിഞ്ഞ മാന്യന്മാർ നഗ്നയായ ഒരു പെണ്ണിന്റെ ചുറ്റും കൂടി നിന്ന് കാട്ടുന്ന പ്രകടനങ്ങൾ കണ്ട് അത്ഭുതപ്പെട്ട് നിൽക്കയാണ്.

ഓൾഡ് ബാരിലറ്റ് അപ്പോൾ അതുവഴി മണിയും മുഴക്കി വന്നു. ചമയമുറിയിൽ മൂന്ന് നടന്മാർ രണ്ടാമങ്കത്തിലെ വേഷവുമായി നിൽക്കുന്നത് കണ്ട് അവർ സ്തബ്ധയായിപ്പോയി.

"ഒന്നു വേഗമാകട്ടെ, അവിടെ മണി മുഴങ്ങി."

"ഓ അതൊന്നും കാര്യമാക്കേണ്ടതില്ല. പ്രേക്ഷകർ കാത്തിരുന്നു കൊള്ളും" ബോർദനേവ് തണുപ്പൻമട്ടിൽ പ്രതികരിച്ചു. എന്നിരുന്നാലും ഗ്ലാസുകൾ കാലിയായതോടെ ഹാസ്യനടന്മാർ വേഷം മാറുന്നതിന് മുകളിലേക്ക് പോയി. തന്റെ താടിമീശ മുഴുവൻ വീഞ്ഞിൽ കുതിർന്നു പോയതിനാൽ ബോസ്ക് അതെടുത്തുമാറ്റുന്നത് കാണാമായിരുന്നു. അയാളുടെ ചുവന്നു തുടുത്ത മുഖം കണ്ടാൽ കുടിക്കാൻ മാത്രം വന്ന ഒരു പഴയ നടനാണെന്ന് തോന്നും. ഫൊണ്ടാനോട് അയാൾ കുഴഞ്ഞ സ്വരത്തിൽ രാജകുമാരനെ പരാമർശിച്ച് ഇങ്ങനെ പറഞ്ഞു: "ഞാനദ്ദേഹത്തെ ഇരുത്തിക്കളഞ്ഞു."

നാനയുടെ ചമയമുറിയിൽ ഇപ്പോൾ രാജകുമാരനും പ്രഭുവും മാർകിസും മാത്രമേ ശേഷിച്ചിരുന്നുള്ളൂ. മാഡത്തിന്റെ സൗകര്യം അറിഞ്ഞിട്ടേ വാതിലിൽ മുട്ടാവൂ എന്ന് ബാരിലറ്റിന് നിർദേശം നൽകി പറഞ്ഞു വിടുകയായിരുന്നു ബോർദനേവ്. മൂന്നാമങ്കത്തിലെ നഗ്നകഥാപാത്രത്തെ അവതരിപ്പിക്കുന്നതിന് കയ്യിലും മുഖത്തും ആവശ്യമായ ചമയക്കൂട്ടണിയുന്ന തിരക്കിലായിരുന്നു നാന.

രാജകുമാരനും മാർകിസും ഷുവാർദും ദിവാനിലിരുന്നു. മുഫാത്ത്പ്രഭു മാത്രമേ ഇപ്പോൾ നിൽക്കുന്നതായുള്ളൂ. ചൂടേറിയ അന്തരീക്ഷവും വീഞ്ഞിന്റെ ലഹരിയും അവരെ ഉന്മത്തരാക്കി. കർട്ടന് പിന്നിലൊളിക്കുന്നതാണ് ബുദ്ധി എന്ന് സാറ്റിന് തോന്നി. ജൂൾസ്മാഡമാണെങ്കിൽ ഒരക്ഷരം മിണ്ടാതെ അങ്ങോട്ട് നോക്കുകപോലുമോ ചെയ്യാതെ തലങ്ങും വിലങ്ങും നടക്കുകയാണ്. നാന ഒരുങ്ങുന്നത് ശ്രദ്ധിച്ചുകൊണ്ടിരുന്ന രാജകുമാരൻ പറഞ്ഞു:

"നിങ്ങളുടെ ഗാനം അതിമനോഹരമായിരിക്കുന്നു" അതോടെ അവരുടെ സംഭാഷണം വീണ്ടും തുടങ്ങുകയായി. എന്നാൽ അത് ചെറുവാചകങ്ങളിൽ ഒതുങ്ങി. നാനയ്ക്ക് എല്ലാത്തിനും മറുപടി പറയാനും കഴിഞ്ഞില്ല. മുഖത്തും കയ്യിലുമെല്ലാം കോൾഡ്ക്രീം പുരട്ടിയശേഷം നാന തൂവാലയുടെ കോണുകൊണ്ട് ഗ്രീസ്പെയിന്റ് എടുത്തു. ഒരുനിമിഷം

കണ്ണാടിയിലുള്ള തന്റെ പ്രതിച്ഛായ വിസ്മരിച്ച നാന പുഞ്ചിരിച്ചുകൊണ്ട് രാജകുമാരനെ ഒന്നു നോക്കി പറഞ്ഞു:

"തിരുമനസുകൊണ്ട് മുഖസ്തുതി പറയുകയാണോ?" മാർകിസ് ഷുവാർദ് തന്റെ നിരീക്ഷണം കൂട്ടിച്ചേർത്തു.

"ഓർക്കസ്ട്രാക്കാർക്കും വേണ്ട വിധത്തിൽ ഗാനത്തെ പിന്തുടരാൻ കഴിയുന്നില്ല. തന്നെയല്ല, അത് ഗാനത്തെ മുക്കിക്കളയുകയും ചെയ്തു. ഇത് കടുത്ത അനീതിയാണ്."

നാന തിരിഞ്ഞു നോക്കിയില്ല. മുടി സാവധാനം പിടിച്ച് മുഖത്തേക്കിട്ടു. അവളുടെ നിക്കറിന്റെ വെളുത്ത വളവുകൾ അടിക്കുപ്പായത്തിന്റെ ചുവട്ടിൽ കാണാൻ പറ്റുന്നത്ര മുന്നോട്ടേക്ക് അവൾ ചാഞ്ഞു. ഷുവാർദിന്റെ പ്രശംസ താൻ സ്വീകരിച്ചെന്ന് അവൾ അരക്കെട്ടിളക്കി ബോധ്യപ്പെടുത്തി. ശാന്തമായ ചുറ്റുപാട്, ജൂൾസ് മാഡം നാനയുടെ നിക്കറിന്റെ വലതുവശത്ത് ഒരു ചെറിയ കീറൽ കണ്ടു. അവൾ ഒരു പിൻ എടുത്ത് കുറച്ചുനേരം നിലത്ത് മുട്ടുകുത്തിയിരുന്ന് അത് കൊളുത്തി വയ്ക്കാൻ ശ്രമിക്കുന്നു. ഇതിനിടയിലും ചമയസാമഗ്രികൾ തേച്ചു പിടിപ്പിക്കുന്ന ജോലികൾ നടക്കുന്നുണ്ട്. നാന ഇംഗ്ലണ്ടിൽ പാടാൻ വന്നാൽ അവിടത്തെ ജനത മുഴുവനും ഹർഷാരവം മുഴക്കുമെന്ന് രാജകുമാരൻ പറഞ്ഞപ്പോൾ അവൾ പുഞ്ചിരിയോടെ ഒന്നു തിരിഞ്ഞു നോക്കി. വീണ്ടും ഗൗരവപ്രകൃതിയായി മുഖം കണ്ണാടിയോട് ചേർത്ത് വച്ചു. എന്നിട്ട് വിരൽ ചെപ്പിൽ മുക്കി ഇത്തിരി മിനുക്കുപൊടിയെടുത്ത് കണ്ണിന് താഴെ പുരട്ടി ചെന്നിയിലേക്ക് വ്യാപിപ്പിച്ചു. പുരുഷന്മാരെല്ലാം ബഹുമാനപൂർവം നിശബ്ദരായി.

മുഫാത്ത്പ്രഭു ഇപ്പോഴും അധരം ചലിപ്പിച്ചിട്ടില്ല. അദ്ദേഹത്തിന്റെ ഓർമകൾ ചെറുപ്പകാലങ്ങളിലേക്ക് പോയി. തണുപ്പുള്ള കിടക്കമുറിയിൽ ചെലവഴിച്ച കുട്ടിക്കാലം. പതിനാറു വയസായപ്പോഴും ഉറങ്ങാൻ പോകുമ്പോൾ അമ്മയ്ക്ക് ചുംബനം നൽകുമായിരുന്നു. ഒരിക്കൽ തുറന്നു കിടന്ന മുറിയുടെ മുൻപിലൂടെ പോകുമ്പോൾ ഒരു വേലക്കാരി കുളിക്കുന്നത് കാണാനിടയായി. വിവാഹം കഴിക്കുന്നതിന് മുൻപ് അദ്ദേഹം കണ്ടിട്ടുള്ള വികാരോത്തേജകമായ ദൃശ്യം അതു മാത്രമായിരുന്നു. അതിനുശേഷം ദാമ്പത്യത്തെ ഔദ്യോഗികജീവിതംപോലെ കാണുന്ന ഒരു ഭാര്യയെ അദ്ദേഹത്തിന് ലഭിച്ചു. ശരീരത്തിന്റെ പ്രലോഭനങ്ങൾ പരിഗണിക്കപ്പെടാതെ ധാർമികചിന്തകളിൽ മുഴുകിയ ദാമ്പത്യമായിരുന്നു അദ്ദേഹത്തിന്റേത്. ആ മുഫാത്ത്പ്രഭുവാണ് ഇപ്പോൾ ഏതാണ്ട് നഗ്നയായി നിൽക്കുന്ന നടിയുടെ മുറിയിൽ സമയം ചെലവഴിക്കുന്നത്. തന്റെ പ്രഭ്വിയെപ്പോലും അദ്ദേഹം ഈറനുടുത്ത് കണ്ടിട്ടില്ല. ഇപ്പോഴിതാ സ്ത്രീയുടെ അങ്ങേയറ്റം രഹസ്യാത്മകതയ്ക്ക് മുൻപിൽ അദ്ദേഹം സാക്ഷിയായി നിൽക്കുന്നു. അവളുടെ മുലകളും അരക്കെട്ടും എല്ലാം അദ്ദേഹത്തെ കീഴ്പ്പെടുത്തിയിരിക്കുന്നു. എങ്കിലും അതിനെ അതിജീവിക്കാനുള്ള ശ്രമങ്ങളും അതോടൊപ്പം തന്നെയുണ്ട്.

“നിങ്ങൾ ലണ്ടനിലേക്ക് വരിക, പിന്നെ തിരികെ ഫ്രാൻസിലേക്ക് വരവുണ്ടാവില്ല... നിങ്ങൾ ഇവിടെ സുന്ദരിമാർക്ക് വേണ്ടത്ര പരിഗണന യൊന്നും നൽകാറില്ല. ഞങ്ങൾ ഇവരെയെല്ലാം അങ്ങോട്ട് കൊണ്ടുപോവുകയാണ്” രാജകുമാരൻ പറഞ്ഞു.

“എന്നാൽ ഇതൊന്നും അദ്ദേഹത്തെ കുലുക്കില്ല. സന്മാർഗമൂല്യങ്ങളുടെ ആൾരൂപമാണ് മുഫാത്ത്പ്രഭു” മാർക്വിസ് ഷുവാർദ് പ്രസ്താവിച്ചു. സന്മാർഗത്തെക്കുറിച്ച് പറഞ്ഞപ്പോൾ നാന മുഫാത്തിനെ തിരിഞ്ഞൊന്നു നോക്കി. ഇത് അദ്ദേഹത്തെ അസ്വസ്ഥനാക്കി. കോപാകുലനായെന്നുതന്നെ പറയാം. ‘സന്മാർഗ്ഗമെന്ന് പറയുമ്പോൾ അദ്ദേഹം ഇങ്ങനെ വല്ലായ്മ കാട്ടുന്നതെന്തിനാണ്?’ നാന കരുതി. ഇതിനിടയിൽ നാനയുടെ കയ്യിൽനിന്ന് ഒരു സൂചി താഴേക്ക് വീണു. അതെടുക്കാൻ അവൾ കുനിഞ്ഞപ്പോൾ മുഫാത്തും മുന്നോട്ടാഞ്ഞു. ഇപ്പോൾ അവരുടെ നിശ്വാസങ്ങൾ ഇട കലർന്നു. അവളുടെ മുടിയിഴകൾ അദ്ദേഹത്തിന്റെ കൈകളിലേക്ക് വീണു. പാപബോധംകൊണ്ട് വിഷമിക്കുന്ന ഒരു കത്തോലിക്കന്റെ മനോഭാവം അപ്പോഴുണ്ടായെങ്കിലും ആ അനുഭവം അദ്ദേഹത്തിന് പ്രത്യേകതരത്തിലുള്ള ആനന്ദം പകർന്നു.

ബാരിലറ്റിന്റെ ശബ്ദം വാതിലിന് വെളിയിൽ മുഴങ്ങി. “കാണികൾ അക്ഷമരായിക്കഴിഞ്ഞിരിക്കുന്നു. നാടകം തുടങ്ങാനുള്ള മണി മുഴക്കട്ടെയോ?” അദ്ദേഹം ചോദിച്ചു.

“എല്ലാം അതിന്റെ സമയത്തുതന്നെ നടക്കും” നാന ശാന്തമായി മറുപടി പറഞ്ഞു. കണ്ണാടിയോട് ചേർന്നുനിന്ന് അവൾ കണ്ണെഴുതുന്നതിൽ ശ്രദ്ധാലുവാണിപ്പോൾ. മുഫാത്ത് അവൾക്ക് പിന്നിലായി ഇതൊക്കെ ശ്രദ്ധിച്ചുകൊണ്ട് നിൽക്കുകയാണ്. റോസ് നിറത്തിലുള്ള അരിപ്പുവസ്ത്രം കൊണ്ട് മാറിടം പാതി മറച്ച അവളുടെ പ്രതിബിംബം അദ്ദേഹം കണ്ണാടിയിൽ പ്രതിഫലിച്ചു കണ്ടു. ഇത്തരമൊരു കാഴ്ചയുടെ ആനന്ദാതിരേകത്താൽ അയാൾക്ക് കണ്ണുകളെ പിൻവലിക്കാനായില്ല. അവൾ വലംകണ്ണൊന്ന് അടച്ചപ്പോൾ അദ്ദേഹം കരുതി അവൾ തനിക്കുള്ളതാണെന്ന്.

ആളുകൾ എല്ലാം ചവുട്ടി പൊളിക്കുന്ന ലക്ഷണമാണ്. കസേര എടുത്ത് പെരുമാറുന്ന ഘട്ടത്തിലേ അത് അവസാനിക്കൂ. “മണി മുഴക്കട്ടെയോ?” കാൾബോയ് വീണ്ടും ചോദിച്ചു.

നാന അക്ഷമയോടെയാണ് പ്രതികരിച്ചത്. “വേണമെങ്കിൽ...” അവൾ വീണ്ടും ശാന്തമായി അവിടെ കൂടിയിരിക്കുന്ന മാന്യന്മാരോട് പുഞ്ചിരിയോടെ പറഞ്ഞു: “ശരിക്കൊന്ന് വർത്തമാനം പറയാൻപോലും നമുക്ക് സമയം ലഭിച്ചില്ല. മുഖത്തും കയ്യിലുമെല്ലാം അവൾ ചമയമിട്ട് കഴിഞ്ഞു. ചുണ്ടിൽ ചെഞ്ചായവും പൂശിക്കഴിഞ്ഞു. മുഫാത്ത് പ്രഭു ഇപ്പോൾ കൂടുതൽ അസ്വസ്ഥനായി കാണപ്പെട്ടു.

അഭൗമമായ രീതിയിൽ അണിഞ്ഞൊരുങ്ങിയ നാനയ്ക്ക് സംഭവിച്ച രൂപമാറ്റം അയാളെ വിസ്മയാധീനനാക്കി. വെളുത്ത മുഖവും ചുവന്ന അധരങ്ങളും സ്നേഹത്തിനുവേണ്ടി മരിക്കുന്ന കണ്ണുകളും അദ്ദേഹത്തെ

വല്ലാതെ മഥിച്ചു. നിക്കർ ഊരിമാറ്റി വീനസിന്റെ കാലുറ ധരിക്കുന്നതിനായി അവൾ കർട്ടനു പിന്നിലേക്ക് മാറി. എന്നിട്ട് തെല്ലും നാണമില്ലാതെ ബ്രേസിയർ അഴിച്ചു മാറ്റി ജൂൾസിന് മുൻപിൽ കൈ ഉയർത്തി നിന്നു. അവൾ നേർത്ത ഒരു കുപ്പായം ധരിപ്പിച്ചു.

പാതിയടഞ്ഞ മിഴികളുമായി അവളുടെ മുലമടക്കുകളിലേക്ക് കലാഭിരസജ്ഞതയോടെ നോക്കിക്കൊണ്ടാണ് രാജകുമാരന്റെ നിൽപ്പ്. മാർക്വിസ് ആണെങ്കിൽ അറിയാതെതന്നെ തലയാട്ടിക്കൊണ്ട് നിൽപ്പാണ്. മുഫാത്തിന്റെ നോട്ടം ഇപ്പോൾ കാർപ്പറ്റിലേക്കാണ്. വീനസ് സ്റ്റേജിലെത്താനായി ഒരുങ്ങിക്കഴിഞ്ഞു. ഒരു മരപ്പാവയെപ്പോലെ വൃദ്ധയായ ജൂൾസ് അവൾക്ക് ചുറ്റും കറങ്ങിക്കൊണ്ടിരിക്കുകയാണ്. അവർ ഒരു വൈകാരികതയുമില്ലാതെ അവളുടെ നഗ്നമേനിയിലൂടെ കൈകളോടിച്ച് നേർത്ത അരിപ്പുവസ്ത്രത്തിൽ അങ്ങിങ്ങായി പിന്നുകൾ കുത്തി വയ്ക്കുന്നതിൽ ശ്രദ്ധാലുവായി. 'എല്ലാം ശരിയായി ' നാന അവസാനമായി കണ്ണാടിയിലേക്കൊന്നു നോക്കി.

ബോർദനേവ് വളരെ ദു:ഖിതനായി മടങ്ങി വന്ന് മൂന്നാമങ്കം തുടങ്ങിയ വിവരമറിയിച്ചു.

"ശരി ഞാനെത്തിക്കഴിഞ്ഞു" നാന പറഞ്ഞു: "ഇതൊരു മനോഹരമായ തിരക്കാണ്. സാധാരണ മറ്റുള്ളവർക്കുവേണ്ടി ഞാനാണ് കാത്തിരിക്കാറുണ്ടായിരുന്നത്."

മാന്യന്മാർ മുറി വിട്ടു എങ്കിലും വിടവാങ്ങൽ നടത്തിയില്ല. സ്റ്റേജിന്റെ ഒരു വശത്തിരുന്ന് മൂന്നാമങ്കത്തിലെ രംഗങ്ങൾ കാണാനാണ് അവർ ആഗ്രഹിച്ചത്. ഒറ്റയ്ക്കായപ്പോൾ നാന സാറ്റിനെ അന്വേഷിച്ചു. ഒടുവിൽ അവൾ കർട്ടനു പിന്നിലായി ഒരു പെട്ടിയുടെ മുകളിൽ ഇരിക്കുന്നത് കണ്ടു. അവൾ ശാന്തയായി മറുപടി പറഞ്ഞു.

"ഈ ആണുങ്ങളുടെയെല്ലാംകൂടെ വരുന്നത് എനിക്ക് ഇഷ്ടമല്ല. അതുകൊണ്ട് നിങ്ങളുടെ വഴിയിൽ ഞാനില്ല." താനിപ്പോൾ പോവുകയാണെന്നും അവൾ പറഞ്ഞു. എന്നാൽ നാന അവളെ തിരികെ വിളിച്ചു പറഞ്ഞു: "നാടകത്തിൽ ബോർദനേവ് അവസരം നൽകിയപ്പോൾ ഇതൊക്കെ ചിന്തിക്കണമായിരുന്നു. പ്രകടനം നന്നായാലേ മറ്റ് കാര്യങ്ങൾ ഉറപ്പിക്കാൻ സാധിക്കയുള്ളൂ." എന്നാൽ സാറ്റിൻ ഇപ്പോഴും മടിച്ചു നിൽപ്പാണ്.

തടിയിൽ തീർത്ത കോവണിയിറങ്ങുമ്പോൾ രാജകുമാരൻ പല അപശബ്ദങ്ങളും കേട്ടു. കാലുകൊണ്ടുള്ള സമ്മർദത്തിന്റെ ഒപ്പം ചീത്ത വിളിക്കുന്നതിന്റെ ഒച്ചയും അവിടെ മുഴങ്ങി. അവിടെ നിന്നിരുന്ന നടീനടന്മാരെ ഇത് അമ്പരിപ്പിച്ചു. സംഗതി ഇതാണ്, കുറച്ചു നേരമായി മിഗ്നൻ ഫോഷറിയോട് 'ലാളന' കാട്ടുകയാണ്. ഇത്തവണ പുതിയൊരു വിനോദത്തിലാണ് മിഗ്നൻ ഏർപ്പെട്ടത്. ഫോഷറിയുടെ മൂക്കിന് നേരെ ഈച്ച വന്നിരിക്കുന്നു എന്ന സങ്കൽപ്പത്തിൽ വിരൽ ഞൊടിച്ചു രസിക്കുകയാണ് മിഗ്നൻ. അവിടെയുണ്ടായിരുന്നവരെയെല്ലാം ഈ കാഴ്ച രസിപ്പിച്ചു.

ആളുകൾ രസിക്കുന്നു എന്ന് അറിഞ്ഞപ്പോൾ മിഗ്നൻ അതിരു വിട്ട പ്രകടനമാണ് കാഴ്ച വച്ചത്. ഇത്തവണ നൽകിയത് പത്രപ്രവർത്തകന്റെ കരണത്തിനിട്ട് ഒരു അടിയാണ്. ആളുകളുടെ മുൻപിൽവച്ച് ഇത്തരം പെരുമാറ്റം ഫോഷറിയെ സംബന്ധിച്ചിടത്തോളം സഹിക്കാവുന്നതിലും അപ്പുറമായിരുന്നു. അവർ തമ്മിൽ അടിപിടിയായി, പരസ്പരം കഴുത്തിന് പിടിച്ച് അസഭ്യം പറയാൻ തുടങ്ങി. ബോർദനേവ് അവിടെ എത്തിയപ്പോൾ നിലത്ത് കിടന്ന് മൽപ്പിടുത്തം നടത്തുന്നത് മിഗ്നനും ഫോഷറിയുമാണെന്നറിഞ്ഞു. നാടകശാല മുഴുവൻ ഇത് അറിഞ്ഞിരിക്കണം. കഥാപാത്രത്തിനായി ചമയമിട്ടെത്തിയ റോസ് മിഗ്നൻ ഈ കാഴ്ചകണ്ട് സ്തബ്ധയായിപ്പോയി. ഭർത്താവും കാമുകനുംകൂടി അടിപിടി കൂടുന്നു. നിലത്ത് കിടന്ന് അവർ തമ്മിൽ മണ്ണ് പുരണ്ട് ഇങ്ങനെ ഉരുളുമ്പോൾ രംഗപ്രവേശം എങ്ങനെയാണ് സാധിക്കുന്നത്?

"ഇതൊന്നും കാര്യമാക്കേണ്ട, സ്റ്റേജിലേക്ക് പോകൂ. രംഗപ്രവേശം താമസിപ്പിക്കരുത്" കോപാകുലനായ ബോർദനേവ് അവളോട് ആജ്ഞാപിച്ചു. പരസ്പരം കെട്ടുപിണഞ്ഞു കിടക്കുന്ന അവരുടെ മുകളിലൂടെ ചാടിക്കടന്ന് അവൾ സ്റ്റേജിലെത്തി, പ്രേക്ഷകർക്ക് അഭിമുഖമായി നിന്നു. അവർ തമ്മിൽ വഴക്കടിക്കുന്നതിന്റെ കാരണം റോസിന് ഇപ്പോഴും പിടികിട്ടിയിട്ടില്ല. മധുരമനോഹരമായ പുഞ്ചിരിയോടെ ഡയാനയുടെ വേഷം രംഗത്ത് അവതരിപ്പിച്ച് പ്രേക്ഷകന്റെ ഹൃദയം കവരുമ്പോഴും പുറത്തെ ബഹളം അവൾക്ക് കേൾക്കാമായിരുന്നു. അവർ ഉരുണ്ടുരുണ്ട് സ്റ്റേജിന്റെ വശത്തുള്ള ഇടനാഴിയിലെത്തിയെങ്കിലും ഭാഗ്യവശാൽ പശ്ചാത്തലസംഗീതം അവരുടെ അടിപിടിശബ്ദത്തെ മുക്കിക്കളഞ്ഞു.

"ദൈവമേ" ബോർദനേവ് ഓടിക്കിതച്ചെത്തി രണ്ടുപേരെയും പിടിച്ചുമാറ്റി ചോദിച്ചു:

"നിങ്ങൾക്ക് വീട്ടിലിരുന്ന് വഴക്കുണ്ടാക്കിക്കൂടേ?"

മിഗ്നനും ഫോഷറിക്കും അദ്ദേഹം താക്കീത് നൽകി.

"ഇത്തരം നടപടികളൊന്നും എനിക്ക് തീരെ പിടിക്കുന്നില്ല. ഇനിയും ഇത് തുടർന്നാൽ കഴുത്തിന് പിടിച്ച് പുറത്താക്കും" എന്ന് ഫോഷറിയോട് പറഞ്ഞു. "ഇനിയും ഇത് ആവർത്തിച്ചാൽ നാടകശാലയിലേക്ക് കൊണ്ടുവരരു"തെന്ന് മിഗ്നനും മുന്നറിയിപ്പ് നൽകി.

രാജകുമാരന്റെ അടുത്ത് മടങ്ങിയെത്തിയ ബോർദനേവ് ശാന്തനായി പറഞ്ഞു: "ഏയ് ഒന്നുമില്ല" തന്റെ ഊഴം കാത്ത് നിൽക്കുന്ന നാന ആമാന്യന്മാരോട് ഇപ്പോഴും സംസാരിച്ചുകൊണ്ടിരിക്കുകയാണ്. സ്റ്റേജിലേക്ക് നോക്കി നടന്നു വരുന്ന മുഫാത്തിനോട് സൂക്ഷിക്കണമെന്ന നിർദേശം സ്റ്റേജ്മാനേജർ നൽകുന്നുണ്ട്. സ്റ്റേജിന്റെ ഇരുവശത്തുമുള്ള ഇടങ്ങളിൽ ചിലർ കുശലം പറഞ്ഞുകൊണ്ട് നിൽക്കുന്നു. ഗ്യാസ് വിളക്കുകൾ പ്രകാശിപ്പിക്കുന്നവരും ഫയർമാനും എല്ലാം തങ്ങളുടെ ജോലിക്കിടയിലും സ്റ്റേജിലെ പ്രകടനങ്ങളിലേക്ക് ഒരു കണ്ണ് അയക്കുന്നുണ്ട്. ചെറിയ ചെറിയ കാൽപ്പെരുമാറ്റങ്ങളും അടക്കംപറച്ചിലും പ്രേക്ഷകനിശ്വാസവും

എല്ലാം ഇപ്പോഴും കേൾക്കാമായിരുന്നു. ആൾക്കൂട്ടത്തെ കാണാതെതന്നെ ആൾപ്പെരുപ്പത്തിന്റെ സാന്നിധ്യം ആർക്കും മനസിലാക്കാവുന്ന അന്തരീക്ഷമായിരുന്നു അത്.

എവിടെയോ തുറന്നു കിടപ്പുണ്ട്. മൂടിപ്പുതച്ചുകൊണ്ട് നാന പറഞ്ഞു. "പോയി നോക്കൂ ബാരിലറ്റ്, ആരോ ജനാല തുറന്നിട്ടുണ്ടെന്ന് ഞാൻ പന്തയം വയ്ക്കുന്നു. കൊല്ലുന്ന തണുപ്പുതന്നെ" എല്ലാ ജാലകങ്ങളും താൻ അടച്ചതാണെന്ന് ബാരിലറ്റ് ആണയിട്ടു. എന്നാൽ എവിടെയോ പാളികൾ ഇളകിയിട്ടുണ്ടാവാം. ഗ്യാസ് വിളക്കുകൾ പകരുന്ന ചൂടിനിടയിലും തണുത്ത കാറ്റ് വീശിക്കൊണ്ടിരുന്നു. 'നിങ്ങൾ ഒറ്റത്തുണിയുമുടുത്ത് ഇവിടെ നിൽക്കുന്നത് എനിക്കൊന്ന് കാണണമായിരുന്നു' നാനയ്ക്ക് ദേഷ്യം വന്നു.

"വേഗമാകട്ടെ" ബോർദനേവ് പ്രോത്സാഹിപ്പിച്ചു. കാണികളൊന്നടങ്കം കരഘോഷമുയർത്തുന്ന ഗാനവുമായി റോസ് സ്റ്റേജിൽ തിളങ്ങുന്നു. നാനയുടെ മുഖത്ത് ഗൗരവം പടർന്നു. മുഫാത്ത്പ്രഭു ഇടനാഴി ഇറങ്ങി വരുമ്പോൾ അവിടെ നിന്നാൽത്തന്നെ അദ്ദേഹത്തിന് എല്ലാം കാണാമെന്ന് ബാരിലറ്റ് പറഞ്ഞു. സ്റ്റേജിലെ രംഗസജ്ജീകരണങ്ങളുടെ പിറകുവശം അദ്ദേഹം നന്നായി കണ്ടു. ഇറ്റ്നാപർവതത്തിലെ വെള്ളിഖനിയും വൾകാന്റെ ആലയും കറുത്ത പാറക്കൂട്ടങ്ങളും എല്ലാം കൃത്രിമമായി ക്രമീകരിച്ചിരിക്കുന്നതിന്റെ പിന്നിലെ യാഥാർഥ്യങ്ങൾ അദ്ദേഹം മനസിലാക്കി. ജൂനോയുടെ വേഷം ചെയ്യുന്ന മാഡം ഡ്രുവാർഡ് ഉറക്കം തൂങ്ങി തന്റെ ഊഴം കാത്ത് നിൽക്കുന്നു.

അവിടെ പൊടുന്നനെ ചെറിയൊരു ബഹളം നടന്നു. ക്ലാരിസ്സ് പറഞ്ഞ ഒരു കഥ കേട്ടുകൊണ്ടിരുന്ന സിമോണി ഒച്ച വയ്ക്കാൻ തുടങ്ങി. "നോക്കൂ അത് ട്രൈക്കോൺ ആണ്."

വാസ്തവത്തിൽ അത് ട്രൈക്കോൺതന്നെ ആയിരുന്നു. അതേ കുറുനിരകൾ, ഒരു മഹതിയെപ്പോലെയുണ്ട്. നാനയെ കണ്ടപ്പോൾ അവർ നേരെ അവളുടെ അടുത്തേക്ക് ചെന്നു. എന്തൊക്കെയോ വിവരങ്ങൾ അവർ തമ്മിൽ കൈമാറിയശേഷം നാന പറഞ്ഞു: "ഇല്ല ഇപ്പോൾ സാധ്യമല്ല" ട്രൈക്കോൺ ഉൽക്കണ്ഠാകുലയായി. അതുവഴി വന്ന പ്രുള്ളിയർ അവർക്ക് ഹസ്തദാനം നൽകി. രണ്ടായികമാർ വൈകാരികതയോടെ അവരെ നോക്കി. ഒരു നിമിഷം അവർ ഇതികർത്തവ്യാമൂഢയായി. എന്നിട്ട് സിമോണിയെ കൈകാട്ടി വിളിച്ച് എന്തൊക്കെയോ വിവരങ്ങൾ അതിവേഗം കൈമാറി. "ശരി അര മണിക്കൂറിനുള്ളിൽ" സിമോണി ഒടുവിൽ പറഞ്ഞു.

എന്നാൽ അവർ ചമയമുറിയിലേക്കുള്ള കോവണി കയറുമ്പോൾ മാഡം ബ്രോൺ കത്തുമായി കറങ്ങി നടക്കുന്നതിനിടയിൽ ഒരെണ്ണം അവർക്ക് കൊടുത്തു. ട്രൈക്കോണിനെ അകത്തേക്ക് കടത്തി വിട്ടതിൽ ബോർദനേവ് ശബ്ദം താഴ്ത്തി അവരെ ശകാരിച്ചു. രാജകുമാരൻകൂടി അവിടെ സന്നിഹിതമായതുകൊണ്ടാണ് അദ്ദേഹത്തിന് ഇത്രയും അരിശം

വന്നത്. മുപ്പത് വർഷമായി ആ നാടകശാലയുമായി ബന്ധപ്പെട്ട് പ്രവർത്തിക്കുന്ന മാഡം ബ്രോൺ തെല്ല് മുഷിച്ചിലോടെയാണ് മറുപടി പറഞ്ഞത്. അവൾ എങ്ങനെയാണ് കാര്യങ്ങളെല്ലാം മനസിലാക്കുന്നത്? ട്രൈക്കോൺ നാടകശാലയിലുള്ള എല്ലാ സ്ത്രീകളുമായും ബന്ധപ്പെടാറുണ്ട്. അവരെക്കുറിച്ച് പരാതിയൊന്നും കിട്ടിയിട്ടുമില്ല.

ബോർദനേവ് പിറുപിറുക്കുമ്പോഴും ട്രൈക്കോൺ ശാന്തമായി നിന്ന് രാജകുമാരനെ സൂക്ഷ്മനിരീക്ഷണം ചെയ്യുകയായിരുന്നു. അവരുടെ മഞ്ഞകലർന്ന മുഖത്ത് ഒരു പുഞ്ചിരി വിടർന്നു. എന്നിട്ട് അവർ മാന്യരായ സ്ത്രീകളുടെയിടയിലൂടെ നടന്ന് നീങ്ങി.

"വേഗംതന്നെ വേണം," അവർ തിരിഞ്ഞ് സിമോണിയോട് പറഞ്ഞു. സിമോണി ഇപ്പോൾ കൂടുതൽ ആശയക്കുഴപ്പത്തിലായി. അന്ന് വൈകുന്നേനേരം സന്ധിക്കുന്നതിനായി ഒരു ചെറുപ്പക്കാരൻ കൊടുത്തയച്ച കത്തായിരുന്നു അത്. അവൾ മാഡം ബ്രോണിന് പെട്ടെന്ന് കത്ത് കുത്തിക്കുറിച്ചു നൽകി. "പ്രിയപ്പെട്ടവനേ ഇന്ന് രാത്രി പറ്റില്ല, വേറെ പരിപാടി ഉറപ്പിച്ചു കഴിഞ്ഞു." ആ ചെറുപ്പക്കാരൻ ഇപ്പോഴും കാത്തിരിക്കുന്നുവെന്ന തോന്നലിൽ അവൾക്ക് ചെറിയൊരു ആശങ്ക തോന്നി. മൂന്നാമങ്കത്തിൽ അഭിനയിക്കുന്നില്ലാത്തതിനാൽ പോകാനുള്ള തയാറെടുപ്പിൽ ക്ലാരിസിനോട് ആ മനുഷ്യൻ അവിടെ ഉണ്ടോ എന്ന് അറിഞ്ഞു വരാൻ പറഞ്ഞു. ക്ലാരിസിന് അവസാനരംഗം അഭിനയിക്കേണ്ടതുകൊണ്ട് താഴത്തെ നിലയിലേക്ക് പോയി. സിമോണിയാണെങ്കിൽ ചമയമുറിയെ ലക്ഷ്യമാക്കി മുകളിലോട്ട് പോയി.

മാഡം ബ്രോണിന്റെ ചെറിയ ബാറിൽ പ്ലൂട്ടോ ആയി വേഷമിടുന്ന ഒരാൾ ചമയമിട്ട് ഒറ്റയ്ക്കിരുന്ന് മദ്യപിക്കുന്നുണ്ടായിരുന്നു. സ്റ്റെയർകെയ്സിന്റെ ചുവടായിരുന്നെങ്കിലും ദ്വാരപാലികയുടെ കച്ചവടം നന്നായി നടക്കുന്നുണ്ടായിരുന്നു. നിലത്ത് വലിയുന്ന കുപ്പായം ഉയർത്തിപ്പിടിച്ച് ക്ലാരിസ്സ് അതുവഴി പോയപ്പോൾ സ്റ്റെയർകെയ്സിന്റെ വളവിൽവച്ച് മുറിയിലേക്കൊന്നു നോക്കി. മേശയ്ക്കും നെരിപ്പോടിനും ഇടയിലുള്ള കസേരയിൽ ഫലോസി ഇപ്പോഴും ഇരിപ്പുണ്ട്. സിമോണിയുടെ കണ്ണ് വെട്ടിച്ച് അദ്ദേഹം അവിടെ ഇരിപ്പാണ്. മറ്റു പല മാന്യന്മാരും അവിടെ ഉണ്ടായിരുന്നു. കറുത്ത പൂച്ചയ്ക്കരികെ ഒരു റോസാപ്പൂ വീണ് കിടപ്പുണ്ട്. പൂച്ചക്കുട്ടികളാണെങ്കിൽ ആളുകൾക്കിടയിലൂടെ തലങ്ങും വിലങ്ങും ഓടിക്കളിക്കുന്നു. ഫലോസിയെ അവിടെനിന്ന് പുറത്താക്കണമെന്ന് ക്ലാരിസിന് ഉണ്ടായിരുന്നു. ജീവികളെ ഇഷ്ടപ്പെടാത്ത മണ്ടൻ, പൂച്ചയെ തൊടാതിരിക്കാനായി പേടിയോടെ കൈകൾ വശത്തേക്ക് ഒതുക്കി വച്ചിരിക്കയാണ്. കൈകൾകൊണ്ട് ചുണ്ട് തുടച്ച് കോണിപ്പടി കയറുമ്പോൾ പ്ലൂട്ടോ പറഞ്ഞു: "അവൻ നിന്നെ പിടിക്കും സൂക്ഷിച്ചോ."

ഫലോസിയെ പ്രകോപിപ്പിക്കാനുള്ള നീക്കം ക്ലാരിസ്സ് ഉപേക്ഷിച്ചു. സിമോണിയുടെ ചെറുപ്പക്കാരന് മാഡം ബ്രോൺ കത്ത് നൽകുന്നതും ഗ്യാസ് വെളിച്ചത്തിൽ അവൻ അത് തുറന്ന് വായിക്കുന്നതുമെല്ലാം അവൾ

കണ്ടു. "പ്രിയമുള്ളവനേ ഈ രാത്രി പറ്റില്ല. എനിക്ക് വേറെ ഇടപാടുണ്ട്." ഇതോടെ പരിഭവമൊന്നും കൂടാതെ അയാൾ പോയി. എങ്ങനെ പെരുമാറണമെന്ന് അറിയാവുന്ന മനുഷ്യൻ. എന്നാൽ അവിടെ തങ്ങുന്ന മറ്റു പുരുഷന്മാരൊന്നും അങ്ങനെയല്ല. സിമോണിക്ക് മറുപടി നൽകുന്നതിനായി ക്ലാരിസ്സ് പടികൾ കടന്ന് ചമയമുറിയിലേക്ക് പോയി.

താഴെ എല്ലാവരിൽനിന്നുമകന്ന് രാജകുമാരൻ നാനയുമായി സംസാരിച്ചുകൊണ്ടിരിക്കുകയാണ്. പാതിയടഞ്ഞ മിഴികളുമായി വികാരനിർഭരനായി അദ്ദേഹം നാനയുടെ അടുത്തുതന്നെയുണ്ട്. നാന അദ്ദേഹത്തെ നോക്കുന്നില്ലെങ്കിലും പുഞ്ചിരിച്ചുകൊണ്ട് സമ്മതം മൂളുന്നുണ്ട്. അവരുടെ സംഭാഷണത്തിന് തടസമുണ്ടാക്കിക്കൊണ്ട് മുഫാത്ത്പ്രഭു അവിടേക്ക് വന്നു. ബോർദനേവിന്റെ സംസാരം മടുത്തിട്ടാണ് അദ്ദേഹം അവിടേക്ക് വന്നത്. രാജകുമാരനെ ചിരിച്ചു കാണിച്ച അതേ മട്ടിൽ നാന മുഫാത്തിനെയും പുഞ്ചിരിച്ചു കാണിച്ചു. അതേസമയംതന്നെ നാടകത്തിന്റെ മണിമുഴക്കത്തിനായും അവൾ കാത് കൂർപ്പിച്ചിരുന്നു.

"മൂന്നാമങ്കം ഉടൻതന്നെ തുടങ്ങുമായിരിക്കും" മുഫാത്തിന്റെ സാന്നിധ്യം അത്ര പിടിക്കാതിരുന്ന രാജകുമാരൻ പറഞ്ഞു.

നാന മറുപടിയൊന്നും പറഞ്ഞില്ലെങ്കിലും അവളുടെ മുഖഭാവം മാറി. അവൾ പൊടുന്നനെ തന്റെ കുപ്പായം ഊരി മാഡം ജൂൾസിനെ ഏൽപ്പിച്ചു. ഏതാണ്ട് നഗ്നയായിത്തന്നെ അവൾ സ്റ്റേജിലേക്ക് നീങ്ങി. 'നിശ്ശബ്ദമാകൂ, നിശ്ശബ്ദമാകൂ' എന്ന് ബോർദനേവ് ആളുകളോട് പറയുന്നത് കേൾക്കാം. പ്രഭുവും രാജകുമാരനും ആശ്ചര്യഭരിതരായി. ആ നിശ്ശബ്ദതയിലും ജനക്കൂട്ടത്തിന്റെ അടക്കംപറച്ചിൽ വിദൂരശബ്ദമായി കേൾക്കാമായിരുന്നു. എല്ലാ സന്ധ്യകളിലും വീനസിന്റെ വിശുദ്ധമായ ഈ നഗ്നത കാണുമ്പോൾ പ്രേക്ഷകർ ഇങ്ങനെതന്നെയാണ് പ്രതികരിച്ചിട്ടുള്ളത്. മുഫാത്ത് കാഴ്ചക്കുഴലിലൂടെ ഈ ദൃശ്യം കണ്ടു. അർധവൃത്താകൃതിയിൽ സജ്ജീകരിക്കപ്പെട്ട ഗ്യാസ് വിളക്കുകളോടുകൂടി ഏറെക്കുറെ ഇരുണ്ട ഓഡിറ്റോറിയം ചുവപ്പു പുക വ്യാപിച്ചതുപോലെ കാണപ്പെട്ടു. നാനയുടെ പിൻഭാഗമാണ് മുഫാത്തിന് കാണാൻ കഴിഞ്ഞത്. അവളുടെ തടിച്ച അരക്കെട്ടും വിടർത്തിയ കൈകളും കണ്ട് അദ്ദേഹത്തിന്റെ മുഖം വിവർണമായി. പ്രോംപ്റ്ററുടെ തലയ്ക്കുമീതേ ഈ ദൃശ്യം കാണുമ്പോൾ അയാളുടെ ശിരസിൽനിന്ന് ഛേദിക്കപ്പെട്ട ഭാഗമാണെന്നേ തോന്നുകയുള്ളൂ. ഇടത്തോട്ടും വലത്തോട്ടും മുകളിലേക്കും താഴേക്കുമുള്ള ചലനങ്ങളോടെ നാന ഒന്നുരണ്ടു വരികൾ മൂളിയപ്പോൾ കരഘോഷമുയർന്നു. അവൾ പിറകിലേക്ക് ഒടിഞ്ഞു വളഞ്ഞു. തള്ളി നിൽക്കുന്ന അരക്കെട്ടുമായി നാന, മുഫാത്ത് ഒളിഞ്ഞു നോക്കുന്ന പഴുതിന് നേരെയായപ്പോൾ അദ്ദേഹത്തിന്റെ മുഖം കൂടുതൽ വിവർണമായി. ഇപ്പോൾ അദ്ദേഹം പശ്ചാത്തലത്തിന്റെ പിൻവശമേ കാണുന്നുള്ളൂ. ഇപ്പോഴും ഉറങ്ങിക്കിടക്കുന്ന മാഡം ഡ്രുവാർഡിന്റെ അടുത്തേക്ക് ഒളിമ്പസിലെ ദേവഗണങ്ങളെല്ലാം എത്തി. അവർ അങ്കം അവസാനിപ്പിക്കാനായി കാത്തിരിക്കയാ

ണ്. മുട്ടിനിടയിൽ തല തിരുകി ബോസ്കും ഫൊണ്ടാനും നിലത്ത് കിടക്കുന്നു. അവസാനവേഷത്തിനായി പ്രുള്ളിയർ വേണ്ട ഒരുക്കങ്ങളൊക്കെ നടത്തുന്നു. എല്ലാവരുടെയും കണ്ണുകൾ ചുവന്നിട്ടുണ്ട്. കിടക്കയിലാണ് എല്ലാവരുടെയും മനസ്സ്.

ഒറ്റയ്ക്ക് ചുറ്റിക്കറങ്ങിക്കൊണ്ടിരുന്ന ഫോഷറി മുഫാത്തിനെ കണ്ടപ്പോൾ ഒരു കൂട്ട് കിട്ടിയ സന്തോഷത്തിലായി. മുഫാത്താണെങ്കിൽ സ്വേച്ഛാശക്തി നഷ്ടപ്പെട്ടവനെപ്പോലെ പത്രപ്രവർത്തകനെ പിന്തുടർന്നു. ഷുവാർദിനെ അവിടെയെങ്ങും നോക്കിയിട്ട് കണ്ടുമില്ല. എങ്കിലും സ്റ്റേജ്കാഴ്ചകളിൽനിന്ന് അകന്നപ്പോൾ മുഫാത്തിന് വല്ലാത്ത ആശ്വാസം തോന്നി.

ഫോഷറി അദ്ദേഹത്തിന് മുൻപായി നടന്ന് കോണിപ്പടി കയറി. ഒന്നും രണ്ടും നിലകളെത്തുന്നിടത്ത് ചെറുവാതിലുകൾ ഉണ്ട്. ശരാശരി നിലവാരമുള്ള ഇടങ്ങളിലേ ഇത്തരം കോണിപ്പടികൾ ഉണ്ടാവൂ. സന്നദ്ധ സംഘടനയിൽ അംഗമായിരുന്നപ്പോൾ മുഫാത്ത്പ്രഭു ഇത്തരം നിർമിതികൾ ധാരാളം കണ്ടിട്ടുണ്ട്. അലങ്കാരങ്ങളൊന്നുമില്ലാത്തതാണത്. ഭാഗികമായി നശിക്കാനും തുടങ്ങിയിട്ടുണ്ട്. നിരന്തരപാദപതനങ്ങളാൽ തേഞ്ഞ പടികളും ആളുകളുടെ കൈകൾ പതിഞ്ഞതിനാൽ മിനുസമായിത്തീർന്ന കൈവരികളുമാണ് അതിനുള്ളത്. തറനിലയിലെത്തുന്നിടത്തെല്ലാം രക്ഷാമാർഗമെന്നോണം ചെറിയ ജാലകമുണ്ട്. കോണിപ്പടികളിൽ ചൂട് ഇത്തിരി വർധിച്ചിട്ടുണ്ട്.

കോണിപ്പടിയുടെ ചുവട്ടിലെത്തിയപ്പോൾ പ്രഭുവിന്റെ പിൻകഴുത്തിലും ചുമലിലും ചുട്നിശ്വാസം വന്ന് തട്ടി. വെളിച്ചത്തിന്റെയും ശബ്ദത്തിന്റെയും പ്രളയത്തിനിടയിൽ ചമയമുറിയിൽനിന്നുള്ള പെൺഗന്ധവും കൂടിച്ചേർന്നു. സുഗന്ധദ്രവ്യങ്ങളുടെയും ശുചീകരണലായനിയുടെയും ഗന്ധങ്ങൾ അന്തരീക്ഷത്തിലുണ്ട്. വാതിൽ പാതി തുറന്നിരുന്ന ഒരു മുറിയിലേക്ക് മുഫാത്ത് എത്തി നോക്കി. ബാർബർഷോപ്പിനെ അനുസ്മരിപ്പിക്കുന്നതുപോലെ വൃത്തിഹീനമായ മുറി. രണ്ട് കസേരയും ഒരു കണ്ണാടിയും ചായക്കൂട്ടുകൾ പറ്റിപ്പിടിച്ച ചെറിയ മേശയും അവിടെയുണ്ട്. വിയർത്തു കുളിച്ച ഒരാൾ അവിടെനിന്ന് വസ്ത്രം മാറുന്നുണ്ട്. അടുത്തുള്ള മറ്റൊരു മുറിയിൽ പോകാനുള്ള തിടുക്കത്തിൽ ഒരുവൾ കയ്യുറകൾ അഴിച്ചു മാറ്റുന്നു. ഒരു കുളി കഴിഞ്ഞ മട്ടിൽ അവളുടെ മുടിയിഴകൾ ചുരുണ്ട് വീണ് കിടക്കുന്നു.

ഫോഷെറി പ്രഭുവിനെ വിളിച്ചപ്പോൾത്തന്നെ അദ്ദേഹം കുതിച്ചെത്തി. എന്നാൽ ഇടനാഴിയുടെ വലതുഭാഗത്തായി പെട്ടെന്നൊരു ഒച്ചപ്പാടുണ്ടായി. മാതിൽഡേ എന്ന അഴിഞ്ഞാട്ടക്കാരിയുടെ വാഷ്ബേസിൻ പൊട്ടി സോപ്പു കലർന്ന വെള്ളം മുകളിൽനിന്ന് താഴേക്കൊഴുകുന്നു. ഒരു ചമയമുറിയുടെ വാതിൽ ശക്തിയോടെ അടയ്ക്കപ്പെട്ടു. രണ്ട് സ്ത്രീകൾ ഇടനാഴി ചാടിക്കടന്നു പോയി. ബ്രേസിയർ കടിച്ചു പിടിച്ചുകൊണ്ടാണ് ഒരാൾ ഓടുന്നത്. ചിരിയുടെ ചെറിയൊരു തിരയും ബഹ

ളവും അവിടെ ഉയർന്നു. പ്രവേശനവാതിലുകളുടെ വിടവിലൂടെ നഗ്നശരീരങ്ങളും വെളുത്ത മേനിമിനുപ്പും അടിവസ്ത്രങ്ങളും എല്ലാം മിന്നി മറഞ്ഞു. രണ്ട് പെൺകുട്ടികൾ തങ്ങളുടെ മറുകുകൾ കാട്ടി രസിക്കുന്നുണ്ട്. അതിൽ ചെറിയവൾ അവളുടെ പാവാട പൊക്കി നിക്കറിന്റെ കീറലുകൾ കാണിക്കുന്നു. രണ്ടു പുരുഷന്മാർ കാണുന്നുവെന്നായപ്പോൾ അവൾ മാന്യതയെ കരുതി കർട്ടൻ വലിച്ചിട്ടു.

നാടകാവതരണത്തിന്റെ ഒടുവിൽ ചമയക്കൂട്ട് കഴുകി കളയുന്നതിന്റെ തിരക്കിലാണെല്ലാവരും. വെള്ള പെയിന്റും മുഖരാഗവും എല്ലാം അവർ കഴുകിക്കളയുന്നു. അവിടെ വ്യാപിച്ചിരുന്ന രൂക്ഷഗന്ധം ഇപ്പോൾ ഒന്നുകൂടി തീവ്രമായി. മുഫാത്ത് അദ്ദേഹത്തെ ശക്തിപ്പെടുത്തിയ മദ്യലഹരിയിൽ തളച്ചിടപ്പെട്ടു. കോറസ് പാടുന്ന പെണ്ണുങ്ങളുടെ ഡ്രസിങ്റൂം അവിടെയാണ്. കുറഞ്ഞത് ഇരുപത് പെണ്ണുങ്ങളെങ്കിലും അവിടെയുണ്ട്. സോപ്പിന്റെയും പുൽത്തൈലത്തിന്റെയും ഗന്ധം തെരുവിലെ തരംതാണ സത്രത്തെ അനുസ്മരിപ്പിച്ചു. അതുവഴി കടന്നു പോയപ്പോൾ അടഞ്ഞു കിടന്ന ഒരു മുറിയിൽനിന്ന് തുണി അലക്കുന്നതിന്റെ ഒച്ച കേട്ടു. ഏറ്റവും മുകളിലത്തെ നിലയിലേക്ക് അദ്ദേഹം കയറി ഒരു വാതിൽപ്പഴുതിലൂടെ ആകാംക്ഷയോടെ നോക്കിയപ്പോൾ ആ മുറി ശൂന്യമാണെന്ന് മനസിലായി. നിലത്ത് അലക്ഷ്യമായി ഇട്ടിരിക്കുന്ന അടിയുടുപ്പുകളുടെ ഇടയിൽ ഒരു മൂത്രപ്പാത്രം ആരോ മറന്നു വച്ചിരിക്കുന്നു. അദ്ദേഹം മനസിൽ വയ്ക്കാനാഗ്രഹിച്ച അവസാനക്കാഴ്ച അതായിരുന്നു. നാലാംനിലയുടെ പടികൾ കയറുമ്പോൾ അദ്ദേഹത്തിന് ശ്വാസംമുട്ടൽ അനുഭവപ്പെട്ടു. ചൂടും ഗന്ധവും അവിടെ തീവ്രമായിരുന്നു. മഞ്ഞ മേൽത്തട്ട് ചുട്ടെടുത്ത മട്ടിലുണ്ട്. ചുവപ്പു കലർന്ന മഞ്ഞിൻപടലത്തിനിടയിൽ ഒരു വിളക്ക് പ്രകാശിച്ച് നിൽക്കുന്നുണ്ട്. അദ്ദേഹം കണ്ണുകളടച്ച് ഒരു ദീർഘനിശ്വാസമുതിർത്തു. ആ അന്തരീക്ഷം പകരുന്ന ലൈംഗികാനന്ദത്തിൽ അദ്ദേഹം മുഴുകിപ്പോയി. അൽപ്പം മുൻപ് അവിടെനിന്ന് പോയ ഫോഷറി മടങ്ങി വന്ന് ഉച്ചത്തിൽ പറഞ്ഞു:

“ഇങ്ങോട്ട് വരിക നിങ്ങളെ ആരോ തിരക്കുന്നുണ്ട്.”

ആ ഇടനാഴിയുടെ ഒടുക്കം സിമോണിയുടെയും ക്ലാരിസിന്റെയും ചമയമുറിയാണ്. തട്ടിൻപുറത്തോടുകൂടിയ വൃത്തികെട്ട ഒരു നീളൻമുറിയാണത്. മുകളിലേക്ക് തുറക്കാവുന്ന രണ്ട് കവാടങ്ങൾ അവിടെയുണ്ടെങ്കിലും രാത്രിയായതിനാൽ ഗ്യാസ് വിളക്കിന്റെ പ്രകാശമുണ്ട്. പിങ്ക് പൂക്കൾ പടർന്ന് കയറുന്ന ചിത്രമുള്ള വിലകുറഞ്ഞ പേപ്പർ ഒട്ടിച്ച ചുവര്. തുണിവിരിച്ച പലകയാണ് ഡ്രസിങ്ടേബിളിന്റെ ധർമം നിർവഹിക്കുന്നത്. വെള്ളം കവിഞ്ഞൊഴുകി കറുത്ത നിറത്തിലാണത് കാണുന്നത്. ചളുങ്ങിയ ഏതാനും നാകപ്പാത്രങ്ങളും മൺപാത്രങ്ങളും അവിടെയുണ്ട്. തകർന്നതോ ഉപയോഗിച്ച് പഴകിയതോ ആയ വസ്തുക്കൾ ധാരാളമായി അവിടെ ചിതറിക്കിടക്കുന്നു. പൊട്ടിയ പാത്രങ്ങളും പല്ലടർന്ന ചീർപ്പും എല്ലാം അതിൽപ്പെടും. ഇതെല്ലാം രണ്ട് സ്ത്രീകളുടെ അലസത മൂല

മാണ്. അവർ വരും വസ്ത്രം മാറും മേല് കഴുകും, എന്നിട്ടൊരു പോക്കാണ്. അവരുടെ വൃത്തികേടിന്റെ ഭാഗം അനുഭവിക്കാൻ അവർ അവിടെ അധികനേരം തങ്ങാറുമില്ല.

"ക്ലാരിസിന് നിങ്ങളെ ചുംബിക്കണമെന്ന്, ഇങ്ങോട്ട് വരിക" ഫോഷറി വീണ്ടും വിളി തുടർന്നു. ഗണികകളുടെ ഇടയിൽ പുരുഷന്മാർ സ്വീകരിക്കാറുള്ള ഒരുതരം സമീപനം ആ വിളിയിലുണ്ടായിരുന്നു.

മുഫാത്ത് ഒടുവിൽ ആ മുറിയിൽ പ്രവേശിച്ചു. എന്നാൽ അവിടെ മാർക്വിസ് ഷുവാർദ് ഇരിപ്പുണ്ടായിരുന്നു. അൽപ്പം മുൻപേ അദ്ദേഹം ഇവിടം വിട്ട് പോയിരുന്നതാണ്. ഒരു പാത്രം ചോർന്ന് സോപ്പുവെള്ളം അവിടെ പരന്നൊഴുകിയതിനാൽ അദ്ദേഹം കാലുകൾ ഒരോ വശത്തേക്ക് പരമാവധി അകത്തി വച്ചിരിക്കുകയാണ്. പെൺമയമായ ആ ഒരുക്കമുറിയുടെ പരാധീനതയുടെയിടയിലും ചിരപരിചിതത്വംകൊണ്ട് അദ്ദേഹം സന്തോഷവാനായി കാണപ്പെട്ടു.

"നിങ്ങൾ ആ കിളവന്റെ കൂടെ പോകുന്നോ?" സിമോണി ക്ലാരിസിന്റെ ചെവിയിൽ മന്ത്രിച്ചു.

"ഇഷ്ടംകൊണ്ടൊന്നുമല്ല" അവൾ ഉച്ചത്തിൽ മറുപടി പറഞ്ഞു. വൃത്തിഹീനയാണെങ്കിലും ഏവർക്കും പരിചിതയായ ഒരു പെൺകുട്ടി സിമോണിയെ വസ്ത്രം ധരിപ്പിക്കാൻ സഹായിക്കുന്നുണ്ടായിരുന്നു. അവൾ ഇതുകേട്ട് കുലുങ്ങിച്ചിരിച്ചു. കൊച്ചുവർത്തമാനത്തോടെ അവർ മൂവരും പരസ്പരം മുട്ടിയുരുമ്മി.

"ക്ലാരിസ്സ് വന്ന് ചുംബിക്കൂ, അദ്ദേഹത്തിന് കാണ്ടാമൃഗത്തിന്റെ തൊലിയാണ്" ഫോഷറി പറഞ്ഞു. എന്നിട്ട് പ്രഭുവിനെ നോക്കി പറഞ്ഞു "നിങ്ങൾ നോക്കിക്കോ അവൾ നല്ലവളാണ് ഇപ്പോൾ നിങ്ങളെ ചുംബിക്കാൻ പോകുന്നു."

ആണുങ്ങളുടെ ഈ പെരുമാറ്റത്തിൽ ക്ലാരിസിന് ജുഗുപ്സ തോന്നി. ദ്വാരപാലികയുടെ മുറിക്കുവെളിയിൽ കാത്തു നിൽക്കുന്ന ആൾക്കൂട്ടത്തെ കടുത്ത ഭാഷയിൽ വിശേഷിപ്പിച്ചുകൊണ്ട് അവൾ വികാരാധീനയായി. എന്നിരുന്നാലും അവൾ താഴേക്ക് പോകാൻ തിരക്ക് കൂട്ടി. ഫോഷറി അവളെ വാതിൽക്കൽ തടഞ്ഞതുകൊണ്ട് മുഫാത്തിന്റെ മേൽമീശമേൽ അവൾ തുടരെത്തുടരെ ചുംബിച്ചു. എന്നാൽ ഇതുകൂടി അവൾ പറഞ്ഞു:

"ഇത് നിങ്ങളെ ഇഷ്ടപ്പെട്ടതുകൊണ്ടൊന്നുമല്ല. ഫോഷറി ഇങ്ങനെ ശല്യം ചെയ്യുന്നതുകൊണ്ടാണ്" അതോടെ അവൾ പുറത്ത് പോയി. തന്റെ അമ്മായച്ഛന്റെ മുൻപിൽ വച്ച് ഇങ്ങനെയൊക്കെ സംഭവിച്ചതിൽ അദ്ദേഹം അസ്വസ്ഥനായി. മുഖം വിവർണമായി. എങ്കിലും നിലക്കണ്ണാടിയും മറ്റു സൗകര്യങ്ങളുമുള്ള നാനയുടെ ഒരുക്കമുറിയിൽപ്പോലും അലങ്കോലമായി കിടക്കുന്ന ദരിദ്രമായ ഈ മേലറയിൽ കിട്ടിയ അത്ര ശാരീരികാനന്ദം ഉണ്ടായിട്ടില്ല. ഇതിനിടയിൽ മാർക്വിസ് സിമോണിയുടെ പിറകേ പോയി. അദ്ദേഹം കാതിൽ ഓരോന്ന് മന്ത്രിക്കുമ്പോൾ അവൾ നിഷേധാത്മകമായി തലയാട്ടുന്നുണ്ട്. ഫോഷറി ചിരിച്ചുകൊണ്ട് അവ

രുടെ പിറകേയുണ്ട്. മുഫാത്ത്പ്രഭു ഇപ്പോൾ പാത്രം കഴുകുന്ന പരിചാരികയോടൊപ്പമായി. തുടർന്ന് മുഫാത്തും അവിടെനിന്ന് പോയി. പോകും വഴി അദ്ദേഹം നഗ്നയായ പെണ്ണുങ്ങളിലേക്ക് നോട്ടം എറിയുകയും വാതിലുകൾ അടയുകയും ചെയ്തു. തിരക്ക്പിടിച്ചോടുന്ന ഈ പെൺകുട്ടികൾക്കിടയിലും അദ്ദേഹം വ്യക്തമായി കണ്ടത് ആ കറുത്ത പൂച്ചയെ മാത്രമാണ്. കോവണിയുടെ കൈവരിയിൽ പുറമിട്ട് ഉരസി വാലുയർത്തി അത് മുകളിലേക്ക് പോവുകയാണ്.

ഞാൻ ഉറച്ചു കഴിഞ്ഞു. ഈ രാത്രി മുഴുവൻ തങ്ങളെ അവർ മറക്കാൻ പോകുന്നില്ല. താരപരിചയത്തിനുവേണ്ടിയുള്ള അവരുടെ മുറവിളി എന്തൊരു ശല്യമാണ്. ഒരു സ്ത്രീ അട്ടഹസിച്ചു.

നാടകം തീർന്നു. തിരശ്ശീല വീണതേയുള്ളൂ. കോണിപ്പടിയിൽ വലിയ തിരക്കാണ്. അനിയന്ത്രിതമായ വെപ്രാളത്തോടെ വേഷം മാറാൻ അഭിനേതാക്കൾ ഓട്ടമാണ്. മുഫാത്ത് കോണിപ്പടിയുടെ ചുവട്ടിലെത്തിയപ്പോൾ നാനയും രാജകുമാരനും സാവധാനം നടക്കുന്നത് കണ്ടു. നാന ശബ്ദം താഴ്ത്തി രാജകുമാരനോട് പറഞ്ഞു: "ശരി പിന്നെ കാണാം."

രാജകുമാരൻ സ്റ്റേജിലേക്ക് മടങ്ങി. ബോർദനേവ് അവിടെ കാത്ത് നിൽക്കുന്നുണ്ടായിരുന്നു. നാനയുമായി തനിച്ചായപ്പോൾ മുഫാത്ത് കോപാനുരാഗവിവശനായി. അവൾ തന്റെ ഒരുക്കമുറിയിലേക്ക് പ്രവേശിക്കാൻ തുടങ്ങിയപ്പോൾ സ്വർണച്ചുരുൾമുടി വീണ് കിടക്കുന്ന കഴുത്തിൽ അവൾ അമർത്തി ചുംബിച്ചു. മുകളിൽവച്ച് മുൻപ് ലഭിച്ച ചുംബനം തിരിച്ചു നൽകുന്ന മട്ടിലാണ് മുഫാത്ത് ഇത് ചെയ്തത്. നാന കോപിച്ചുകൊണ്ട് കൈകളുയർത്തി തിരിഞ്ഞു നോക്കിയപ്പോൾ അത് മുഫാത്താണെന്ന് തിരിച്ചറിഞ്ഞു.

"പേടിപ്പിച്ചു കളഞ്ഞല്ലോ" അവൾ ചിരിച്ചുകൊണ്ട് പ്രതികരിച്ചു.

ആഗ്രഹിച്ചത് കിട്ടാതിരുന്നിട്ട് കിട്ടുമ്പോഴത്തെ സംതൃപ്തി അവളുടെ മുഖത്ത് വായിക്കാമായിരുന്നു. എന്നാൽ അദ്ദേഹത്തിനുവേണ്ടി അന്ന് വൈകുന്നേരമോ പിറ്റേദിവസമോ സമയം മാറ്റി വയ്ക്കാൻ അവൾക്ക് കഴിഞ്ഞില്ല. അദ്ദേഹം കാത്തിരുന്നേ പറ്റൂ. അഥവാ അവൾ തിരക്കൊഴിഞ്ഞാൽത്തന്നെ അദ്ദേഹത്തിന്റെ കാമത്തിളപ്പിനുവേണ്ടി കാത്തിരിപ്പിനുള്ള അവസരം അവൾ ഉണ്ടാക്കും. ഒടുവിൽ അവൾ പറഞ്ഞു:

"ഞാനിപ്പോൾ ഒരു ഭൂവുടമയാണ്. ഓർലിയൻസിനടുത്തുള്ള ഗ്രാമത്തിൽ ഞാൻ ചെറിയ വീട് വാങ്ങിയിട്ടുണ്ട്. താങ്കൾ അവിടെ ചെല്ലാറുണ്ടെന്ന് ജോർജ് പറഞ്ഞിരുന്നു. അവിടെ വന്ന് എന്നെ കണ്ടുകൊള്ളുക."

തന്റെ പരുക്കൻ പെരുമാറ്റത്തിൽ തെല്ലൊന്ന് പേടിച്ച് കാട്ടിയ വിക്രിയയിൽ ലജ്ജിതനായി മുഫാത്ത്പ്രഭു ശിരസ്സ് നമിച്ചു. എന്നിട്ട് ഒരു സ്വപ്നാടകനെപ്പോലെ അവിടെനിന്ന് പോയി.

കാണികൾക്കുള്ള വിശ്രമമുറിയിലൂടെ കടന്നു പോയപ്പോൾ അദ്ദേഹം രാജകുമാരനെ കണ്ടുമുട്ടി. അവിടെനിന്ന് സാറ്റിന്റെ നിലവിളി ഉയർന്നു.

"വൃത്തികെട്ട കിളവാ എന്നെ വിടൂ" സാറ്റിനെ ഇങ്ങനെ കോപവ

തിയാക്കിയത് മാർക്വിസ് ഷുവാർദ് ആണ്. ഈ പരിഷ്കാരികളെക്കൊണ്ട് അവൾക്ക് മതിയായി. അവളെക്കൂടി നാടകത്തിലെടുക്കണമെന്ന് ബോർദനേവിനോട് ശുപാർശ ചെയ്തത് നാനയായിരുന്നു. എന്നാൽ അതിന്റെ പേരിൽ മണ്ടത്തരങ്ങൾ എഴുന്നെള്ളിക്കുമോ എന്ന് ഭയന്ന് വായും പൂട്ടിയിരിക്കുക അവൾക്ക് ദുഷ്ക്കരമാണ്. ഇപ്പോൾ ഇതാ വെറുമൊരു നാടകക്കാരിയോടെന്നപോലെ ഷുവാർദ് അവളോട് അടുത്ത് കൂടിയിരിക്കുന്നു. അവൾ ഉറക്കെ വിളിച്ചു പറഞ്ഞു:

"എന്റെ ഭർത്താവിങ്ങ് വരട്ടെ കാണിച്ചു തരാം."

ക്ഷീണിതരായ നടീനടന്മാർ പുറംകുപ്പായമണിഞ്ഞ് പുറത്തേക്ക് ഇറങ്ങിത്തുടങ്ങി. പുരുഷന്മാരുടെയും സ്ത്രീകളുടെയും ചെറുസംഘങ്ങൾ കോണിപ്പടികളിറങ്ങുമ്പോൾ അവരുടെ തൊപ്പിയും ഷാളുകളും ആ ഇരുട്ടിനിടയിലും തിളങ്ങിക്കണ്ടു. മുഖരാഗങ്ങളൊന്നുമില്ലാതെ അവരെ കാണുമ്പോൾ പാവംപിടിച്ച നാടടക്കാർ എന്നൊരു പ്രതീതിയാണുണ്ടാകുന്നത്.

ബോർദനേവ് പറയുന്ന രസകരമായ ഒരു കഥ കേട്ടുകൊണ്ട് സ്റ്റേജിൽ നിൽക്കുകയാണ് രാജകുമാരൻ. അദ്ദേഹം നാനയ്ക്കുവേണ്ടിയുള്ള കാത്തിരിപ്പിലാണ്. ഒടുവിൽ അകലെയായി അവൾ പ്രത്യക്ഷപ്പെട്ടു. സ്റ്റേജ് ഇരുണ്ടു. വിളക്കുകൾ ഓരോന്നായി അണഞ്ഞു. പരമാരാധ്യനായ രാജാവിന് പോകാനുള്ള വഴി ഒരുക്കുന്ന തത്രപ്പാടിലാണ് ബോർദനേവ്. പ്രവേശനദ്വാരത്തിലേക്കുള്ള ആ വഴി നന്നേ ഇടുങ്ങിയതാണ്. പുറത്ത് കാത്തുനിൽക്കുന്ന ഭർത്താക്കന്മാരുടെ കണ്ണ് വെട്ടിച്ച് സ്ത്രീകൾ പ്രിയപ്പെട്ടവരുടെകൂടെ പുറത്തു കടക്കാൻ ഉപയോഗിക്കുന്ന മാർഗംകൂടിയാണത്. പരസ്പരം കളിയാക്കിയും തോളുരുമ്മിയും അവർ അതുവഴി പുറത്തു കടക്കും. വെളിയിലെത്തിയിട്ടേ ശ്വാസം നേരേ വിടാൻ കഴിയൂ. പെണ്ണുങ്ങൾ പ്രിയപ്പെട്ടവരുമൊത്ത് പുറത്തു കടക്കുന്ന ഈ വഴിയിലൂടെയാണ് ഫൊണ്ടാനും ബോസ്കും പ്രുള്ളിയറും എല്ലാം മടങ്ങിയത്. എന്നാൽ ക്ലാരിസ്സ് വളരെ തന്ത്രശാലി ആയിരുന്നു. ഫലോസിയെ ഓർത്ത് അവൾ ജാഗ്രത്തായി. മാഡം ബ്രോണിന്റെ കസേരയിൽ ഒട്ടിപ്പിടിച്ച മാന്യന്മാരുടെ ഇടയിൽ ഇപ്പോഴും അദ്ദേഹം ഉണ്ടായിരിക്കണം. ഒരു സുഹൃത്തിന്റെ പിന്നാലെ കൂടി അവളും പുറത്തു കടന്നു. കോണിപ്പടികളിറങ്ങി വരുന്ന പെണ്ണുങ്ങളുടെ പാവാടയിലേക്ക് കണ്ണ് ചിമ്മി നിന്ന പുരുഷന്മാർക്ക് ഇരുട്ടിലേക്ക് ഇറങ്ങിപ്പോകുന്ന അവരെ ആരെന്ന് തിരിച്ചറിയാൻ കഴിഞ്ഞില്ല. തങ്ങളുടെ ഇണകൾക്കുവേണ്ടി അവർ വളരെ നേരമായി കാത്തിരിപ്പ് തുടങ്ങിയിട്ട്. കറുത്ത പൂച്ചക്കുട്ടികൾ തള്ളപ്പൂച്ചയെ സന്തോഷത്തോടെ നോക്കിക്കൊണ്ട് ഒരു തുണിയുടെ പുറത്ത് കിടക്കുന്നു. തടിയൻപൂച്ചയാകട്ടെ, തന്റെ മഞ്ഞക്കണ്ണുകൾകൊണ്ട്, തിരക്കിട്ടിറങ്ങുന്ന പെണ്ണുങ്ങളെ നിരീക്ഷിക്കുകയാണ്.

"തിരുമനസ്സ് ഇതിലേ എഴുന്നള്ളിയാലും" കോണിപ്പടിയുടെ ചുവട്ടിൽനിന്ന് ഇടനാഴി ചൂണ്ടിക്കാട്ടി ബോർദനേവ് പറഞ്ഞു. ഇപ്പോഴും ചില

ഗായികമാർ അവിടെ നിന്ന് വട്ടം കറങ്ങുന്നുണ്ട്. രാജകുമാരൻ നാനയെ പിന്തുടർന്നു. തൊട്ടു പിറകേ മുഫാത്തും മാർക്വിസും ഉണ്ട്. തീയറ്ററിനെയും തൊട്ടടുത്ത കെട്ടിടത്തെയും തമ്മിൽ ബന്ധിപ്പിക്കുന്ന ഒരു നീളൻ ഇടനാഴിയാണത്. ചെരിഞ്ഞ മേൽപ്പുര ഇട്ടിട്ടുണ്ടെങ്കിലും രണ്ടോ മൂന്നോ ഇടങ്ങളിൽനിന്ന് ആകാശവെളിച്ചം കടന്നു വരുന്നുണ്ട്. കാലടിശബ്ദത്തിന്റെ മുഴക്കമാണെങ്കിൽ ഒരു തുരങ്കയാത്രയെ അനുസ്മരിപ്പിക്കുന്നുണ്ട്. ക്രമരഹിതമായ ഒരു ഇടമാണത്. ആശാരിയുടെ ഒരു ബഞ്ച് അവിടെ കിടപ്പുണ്ട്. ആളുകളുടെ അനിയന്ത്രിതപ്രവാഹത്തെ നിയന്ത്രിക്കാനുപയോഗിക്കുന്ന ചില തടിക്കഷണങ്ങളും അങ്ങിങ്ങായുണ്ട്. പൂർണമായി അടയ്ക്കാത്ത വാട്ടർടാപ്പിനടുത്തെത്തിയപ്പോൾ നാന തന്റെ പാവാട ഉയർത്തിപ്പിടിച്ചു. പൂമുഖമായപ്പോൾ എല്ലാവരും ശിരസ്സ് കുനിച്ചു. എല്ലാവരും പോയിക്കഴിഞ്ഞപ്പോൾ രാജകുമാരനെപ്പറ്റിയുള്ള തന്റെ വിലയിരുത്തൽ ബോർദനേവ് ഒരുതരം പുച്ഛഭാവപ്രകടനത്തോടെ നടത്തുകയുണ്ടായി. “ലക്ഷണം കെട്ടവൻ” കൂടുതൽ വിശദീകരണത്തിനൊന്നും മുതിരാതെ അദ്ദേഹം ഫോഷറിയോട് പറഞ്ഞു. റോസ് മിഗ്നൻ പത്രപ്രവർത്തകനെ ഭർത്താവിനോടൊപ്പം കൂട്ടിക്കൊണ്ട് പോയി. വീട്ടിൽ ചെന്ന് അവരെ രമ്യതയിലാക്കാം എന്ന് അവർ കരുതിയിരിക്കണം.

മുഫാത്ത് മാത്രം നടപ്പാതയിൽ ഒറ്റയ്ക്ക് നിന്നു. രാജകുമാരൻ നാനയെ വണ്ടിയിൽ കയറ്റി അവിടെനിന്ന് പോയി. സാറ്റിനും കാമുകനും പോയ വഴിയാണ് മാർക്വിസ് ഷുവാർദ് തെരഞ്ഞെടുത്തത്. കുറച്ചു നേരം ആലോചിച്ച് നിന്നിട്ട് മുഫാത്ത് വീട്ടിലേക്കുതന്നെ പോകാൻ തീരുമാനിച്ചു. അദ്ദേഹം മനസ്സംഘർഷത്തിൽനിന്ന് ഇപ്പോൾ പൂർണമായും മോചിതനായി. നാൽപ്പത് വർഷക്കാലം കൊണ്ടുനടന്ന ആശയങ്ങളെല്ലാം ഒരു പുതുമഴയിൽ ഒലിച്ചു പോയിരിക്കുന്നു. ചോലമരപ്പാതയിലൂടെ നടക്കുമ്പോൾ നാനയുടെ നഗ്നമായ ശരീരത്തിന്റെ ചലനങ്ങളായിരുന്നു അദ്ദേഹത്തിന്റെ മനസ്സിൽ. ഹൊ! പ്രകാശം തട്ടി തിളങ്ങുന്ന നഗ്നമായ കൈകൾ, ചുമലുകൾ... ആ രാത്രിയിൽ കുറച്ചു നേരത്തേക്കെങ്കിലും നാനയെ കിട്ടിയിരുന്നെങ്കിൽ തനിക്കുള്ളതെല്ലാം തീറെഴുതി കൊടുക്കാമായിരുന്നു എന്നു വരെ അദ്ദേഹം കരുതി. ലൈംഗികമരവിപ്പ് ബാധിച്ച മധ്യവയസ്കന്റെ സദാചാരബോധം മാറിയിട്ട് കൗമാരത്തിന്റെ ആവേശം അദ്ദേഹത്തിന്റെ സിരകളിൽ പടർന്നു.

ആറ്

ഭാര്യയോടും മകളോടുമൊപ്പം മുഫാത്ത് പ്രഭു തലേന്നുതന്നെ ഫൊണ്ടേട്ടസിൽ എത്തിച്ചേർന്നു. അവിടെയാണ് യുഗോൺമാഡം തന്റെ മകൻ ജോർജുമൊത്ത് താമസിക്കുന്നത്. അവരുടെ ക്ഷണമനുസരിച്ച് ഒരാഴ്ച അവിടെ ചെലവഴിക്കാനാണ് അവർ എത്തിയത്. പതിനെട്ടാം നൂറ്റാണ്ടിന്റെ അവസാനം പണി കഴിപ്പിച്ച ഒരു വലിയ കെട്ടിടമായിരുന്നു

അത്. ചതുരാകൃതിയിലുള്ള വലിയൊരു മതിൽക്കെട്ടിന്റെ ഒത്ത മധ്യ ത്തിലായിരുന്നു ആ കെട്ടിടം. കെട്ടിടത്തിന് ചുറ്റും നിരവധി വൃക്ഷങ്ങൾ തണലേകുന്നുണ്ട്. ജലധാരായന്ത്രങ്ങളും അവിടെ കാണാം. ഓർലീൻസിൽനിന്ന് പാരീസിലേക്ക് പോകുന്ന വഴിയുടെ ഓരത്താണ് ഇത് സ്ഥിതി ചെയ്യുന്നത്. കണ്ണെത്താതെ കിടക്കുന്ന നെൽപ്പാടങ്ങളുടെ ഗ്രാമീണദൃശ്യങ്ങളെ മറയ്ക്കുന്ന തരത്തിൽ പച്ചപ്പാർന്ന വൃക്ഷങ്ങൾ റോഡിന്റെ വശങ്ങളിലുണ്ട്.

പതിനൊന്നാംമണി നേരമായപ്പോൾ ഉച്ചഭക്ഷണത്തിനായി എല്ലാ വരും ഒന്നിച്ചു. യുഗോൺ മാഡം സബീൻ പ്രഭ്വിയുടെ ഇരുകവിളുകളിലും ചുംബിച്ചുകൊണ്ട് പറഞ്ഞു:

"ഇതിവിടത്തെ ആചാരമാണ്. നിന്നെ കാണുമ്പോൾ എനിക്ക് ഇരു പത് വയസെങ്കിലും കുറഞ്ഞ പ്രതീതിയാണ്. നിങ്ങളുടെ പഴയ മുറി യിൽ ഉറക്കം ശരിയായോ?" മറുപടിക്ക് കാത്തുനിൽക്കാതെ എസ്റ്റിലയുടെ നേരെ തിരിഞ്ഞ് "ഈ പെൺകുട്ടി സുഖമായി ഉറങ്ങിയെന്നതിന് സംശ യമില്ല. വന്ന് ചുംബിക്കൂ കുട്ടീ."

അവർ വിശാലമായ ഊണുമുറിയിൽ ഇരുന്നാണ് സംസാരിക്കുന്നത്. അതിന്റെ ജാലകങ്ങൾ തുറക്കുന്നത് പൂന്തോട്ടത്തിലേക്കാണ്. എന്നിരു ന്നാലും വലിയ മേശയുടെ ഒരറ്റത്താണ് എല്ലാവരും കൂടിയിരിക്കുന്നത്. സബീൻ പ്രഭ്വി സന്തോഷപൂർവം തന്റെ പൂർവസ്മരണകൾ അയവിറക്കി. ഫൊണ്ടേട്ടസിൽ താമസിക്കുമ്പോഴുണ്ടായിരുന്ന നീണ്ട കാൽനട സഞ്ചാരം, വേനൽക്കാലത്ത് അരുവിയിൽ വീണുപോയ സംഭവം, പഴ യൊരു പ്രണയകഥ അലമാരിയിൽനിന്നെടുത്ത് തണുപ്പുകാലത്ത് നെരി പ്പോടിനരികിലിരുന്ന് വായിച്ചത്... പ്രഭ്വിയെ കുറെ നാളായി കാണാതിരു ന്നതിന്റെ ആകാംക്ഷ, ജോർജിന്റെ നോട്ടത്തിലുണ്ട്. ആ ഉണക്കക്കൊള്ളി എസ്റ്റിലെയാണെങ്കിൽ മുമ്പത്തേക്കാളും പരാങ്മുഖിയായി വികൃതമായി കാണപ്പെട്ടു.

ഭക്ഷണം കഴിക്കുന്നതിനിടയിൽ ഒരു സാധാരണ വീട്ടമ്മയെപ്പോലെ യുഗോൺമാഡം നിത്യോപയോഗസാധനങ്ങളുടെ വിലക്കയറ്റത്തെക്കുറി ച്ചൊരു സംഭാഷണം തുടങ്ങി: ഇറച്ചിക്കടക്കാരുടെ കാര്യം പറയാതിരി ക്കുന്നതാണ് നല്ലത്. ചോദിക്കുന്ന ഭാഗം അവർ ഇതുവരെ നൽകിയിട്ടില്ല. ഇനി ഭക്ഷണമെങ്ങാനും കൊള്ളാതെ വന്നാലോ കുറ്റം അതിഥികൾക്കും. സീസൺ വൈകിയാണ് അവർ എത്തിയിരിക്കുന്നത്. എന്തൊരു അസം ബന്ധമാണിത്. ഞാൻ ജൂൺ മുതലേ ഇവരെ പ്രതീക്ഷിക്കുന്നതാണ്. എന്നാൽ ഇപ്പോൾ സെപ്റ്റംബർ മധ്യഭാഗം ആകാറായി. പുറത്തേക്കൊന്ന് നോക്കിയാലെ അറിയാം അത്ര സുഖദമായ കാലാവസ്ഥയല്ല. പുൽത്ത കിടിയിലേ വൃക്ഷങ്ങളിലേക്ക് വിരൽ ചൂണ്ടിയാണ് അവർ ഇത് പറഞ്ഞ ത്. ഇലകളിൽ മഞ്ഞളിപ്പ് പടർന്നിരിക്കുന്നു. ആകാശം മേഘാവൃതമാ യിരുന്നു. അവ്യക്തനീലിമ പടർന്ന ചക്രവാളം. ആകെക്കൂടി വിഷാദച്ഛാ യയുള്ള ഒരുതരം അന്തരീക്ഷം. ഒറ്റയ്ക്കിരുന്നു മടുത്തു. തനിക്ക്

സൗഹൃദം വേണം. അവർ സംസാരം തുടർന്നു: ഫോഷറിയെയും ദാഗു നേറ്റിനെയും ജോർജാണ് ക്ഷണിച്ചിരിക്കുന്നത്. വാന്ദേവ്രസാണെങ്കിൽ കഴിഞ്ഞ അഞ്ചുവർഷമായി വരും വരും എന്ന് പറയുന്നുണ്ട്. ഏതായാലും ഇത്തവണ അദ്ദേഹം വരും. ചിരിച്ചുകൊണ്ട് അവർ തുടർന്നു:

"ആരുമില്ലെങ്കിലും വാന്ദേവ്രസ് വന്നാൽ മതിയായിരുന്നു. അദ്ദേഹം വലിയ തിരക്കുള്ള ആളാണ്."

ഫിലിപ്പിനെപ്പറ്റിയുള്ള വിവരങ്ങളൊക്കെ മുഫാത്ത് അന്വേഷിച്ചു. "ഫിലിപ്പ് ഒരാഴ്ചത്തെ അവധിക്ക് അപേക്ഷിച്ചിട്ടുണ്ട്. എന്നാൽ ഫൊണ്ടേട്ടസ് വിട്ടുപോകുമ്പൊഴൊക്കേ അവൻ എത്തിച്ചേരുകയുള്ളൂ" വൃദ്ധയാണ് മറുപടി പറഞ്ഞത്.

ഇതിനിടെ കാപ്പി കൊണ്ടുവന്നു. സംഭാഷണം പാരീസിനെക്കുറിച്ചായപ്പോൾ സ്റ്റീനറുടെ കാര്യം ആരോ സൂചിപ്പിച്ചു. മാഡം യുഗോൺ തെല്ലൊരു പരിഭവത്തോടെ പറഞ്ഞു.

"സ്റ്റീനർ! നിങ്ങളുടെ വീട്ടിൽ വച്ച് കണ്ട തടിയനായ ബാങ്കുടമയല്ലേ അത്. ആളൊരു ഭീകരൻ തന്നെ. ഏതോ നാടകക്കാരിക്കുവേണ്ടി ചൗ നദീതീരത്ത് എസ്റ്റേറ്റ് വാങ്ങിയിരിക്കുകയാണ്. താങ്കൾ അതേപ്പറ്റി വല്ലതും അറിഞ്ഞോ?"

"ഏയ് ഞാനൊന്നുമറിഞ്ഞില്ല" മുഫാത്ത് മറുപടി പറഞ്ഞു.

"അതിനടുത്ത് സ്റ്റീനറും സ്ഥലം വാങ്ങിയിട്ടുണ്ടാവും അല്ലേ?"

തന്റെ അമ്മ ഈ വിഷയം സംസാരിക്കുന്നതുകേട്ട് ജോർജ് കുനിഞ്ഞിരുന്ന് കാപ്പി കുടിക്കാൻ തുടങ്ങി. എന്നാൽ പ്രഭുവിന്റെ ഇത്തരത്തിലുള്ള മറുപടി അവനെ അത്ഭുതപ്പെടുത്തി. അവൻ തലയുയർത്തി അദ്ദേഹത്തെ സൂക്ഷിച്ച് നോക്കി. എന്തിനാണിങ്ങനെ പച്ചക്കള്ളം പറയുന്നത്? ജോർജിന്റെ ശരീരചലനങ്ങൾ പ്രഭുവിലും സംശയമുണർത്തി. യുഗോൺ മാഡം അതിഥികൾക്കായി കൂടുതൽ വിവരങ്ങൾ നൽകിത്തുടങ്ങി. ലാമിനോട്ട് എന്നാണ് ആ സ്ഥലത്തിന്റെ പേര്. ചൗ നദീതീരത്തുകൂടി അടുത്ത ഗ്രാമം വരെ നടക്കേണ്ടതുണ്ട്. പാലമുള്ള വേറൊരു വഴിയുണ്ട്. അതുവഴി പോയാൽ ദൂരം കൂടുതലാണ്. എന്നാൽ നനഞ്ഞ് കുളിച്ച് പുഴ കടക്കാമെന്നുണ്ടെങ്കിൽ വളരെ അടുത്താണ് താനും.

"ആ നടിയുടെ പേരെന്താണ്?" പ്രഭ്വി ചോദിച്ചു.

"ഓ ആരോ എന്നോട് പറഞ്ഞതാണ്. നാവിൻതുമ്പത്തുണ്ട്. അല്ല ജോർജ് തോട്ടക്കാരൻ ഇതേപ്പറ്റി പറഞ്ഞപ്പോൾ നീ അവിടെ ഉണ്ടായിരുന്നില്ലേ?"

പേര് ഓർമിച്ചെടുക്കുന്നതായി ജോർജ് ഭാവിച്ചു. വിരലുകൾകൊണ്ട് സ്പൂൺ കറക്കിക്കൊണ്ട് മുഫാത്ത് കാത്തിരുന്നു. പ്രഭ്വി പിന്നെ ഭർത്താവിനോടായി പറഞ്ഞു:

"സ്റ്റീനറോടൊപ്പമുണ്ടായിരുന്ന ആ പാട്ടുകാരി നാനയല്ലേ. ഓ നാന അതുതന്നെ. വല്ലാത്തൊരു സാധനംതന്നെ!" യുഗോൺമാഡം ആശ്ചര്യത്തോടെ പറഞ്ഞു. ലാമിനോട്ടിൽ എല്ലാവരും അവളെ പ്രതീക്ഷിക്കുന്നു

ണ്ട്. തോട്ടക്കാരനിൽനിന്നാണ് ഞാൻ എല്ലാം അറിഞ്ഞത്. ഇന്ന് വൈകിട്ട് അവൾ എത്തുമെന്നല്ലേ തോട്ടക്കാരൻ പറഞ്ഞത്, അല്ലേ ജോർജ്?"

മുഫാത്ത് വിസ്മയചിത്തനായി. എന്നാൽ ജോർജ് പൊടുന്നനെ പറഞ്ഞു:

"കാര്യങ്ങളറിയാതെയാണമ്മേ തോട്ടക്കാരൻ ഓരോന്ന് പറയുന്നത്. ആ വണ്ടിക്കാരൻ പറഞ്ഞത് അതിന് നേരെ വിപരീതമാണ്. മറ്റന്നാളിന് മുൻപ് ആരും ലാമിനോട്ടിൽ എത്തിച്ചേരില്ലത്രേ."

തന്റെ പ്രതികരണം വളരെ സ്വാഭാവികമാണെന്ന് വരുത്തിത്തീർക്കാൻ ജോർജ് ശ്രമിക്കുന്നുണ്ടായിരുന്നു. മാത്രമല്ല, മുഫാത്ത്പ്രഭുവിന്റെ ഭാവഭേദങ്ങളറിയാൻ അദ്ദേഹത്തെ അവൻ നിരീക്ഷിക്കുന്നുണ്ടായിരുന്നു. എന്നാൽ അദ്ദേഹം ഇപ്പോഴും സ്പൂൺ കറക്കിക്കൊണ്ടിരിക്കുകയാണ്. പ്രഭ്വി തന്റെ കണ്ണുകൾ അനന്തനീലിമയിലേക്ക് നട്ടുകൊണ്ട് സംഭാഷണത്തിൽ താൽപ്പര്യമില്ലാതെയിരുന്നു. ചുണ്ടിൽ പടർന്ന ചിരിയുടെ നിഴൽ അവരിൽ ഉണർന്ന രഹസ്യചിന്തയുടെ അടയാളമായി. എസ്റ്റിലെയാണെങ്കിൽ കസേരയിൽത്തന്നെ ഉറച്ചു പോയി. നാനയെക്കുറിച്ചുള്ള സംഭാഷണങ്ങളെല്ലാം അവൾ കേട്ടെങ്കിലും അവളുടെ കന്യകാത്വം നിറഞ്ഞ മുഖത്ത് യാതൊരു വികാരവും പ്രതിഫലിച്ചില്ല. യുഗോൺ മാഡം അവസാനം ഇടപെട്ടു.

"എനിക്കിതിൽ കോപിക്കാനുള്ള അവകാശമൊന്നുമില്ല. എങ്കിലും പറയുകയാണ്. ജീവിക്കാനുള്ള സ്വാതന്ത്ര്യം എല്ലാവർക്കുമുണ്ട്. നമ്മുടെ വഴിയിൽ അവളെ കാണുകയാണെങ്കിൽ നമ്മൾ തല കുനിക്കാനൊന്നും പോകേണ്ടതില്ല. അത്രതന്നെ."

മേശയ്ക്കരികിൽനിന്ന് എല്ലാവരും എഴുന്നേൽക്കാൻ തുടങ്ങിയപ്പോൾ ദീർഘനാൾ അവിടെ എത്താതിരുന്നതിന് യുഗോൺ പ്രഭ്വിയെ ഒരിക്കൽക്കൂടി ശാസിച്ചു. എന്നാൽ പ്രഭ്വി അതിന്റെ കുറ്റം തന്റെ ഭർത്താവിന്റെ ചുമലിലാക്കി. രണ്ടുതവണ അവർ യാത്രയ്ക്കൊരുങ്ങിയതാണ്. ഇരുവട്ടവും പ്രഭുതന്നെയാണ് ഓരോ അത്യാവശ്യം പറഞ്ഞ് യാത്ര മുടക്കിയത്. ഇത്തവണ പെട്ടെന്നൊരു തീരുമാനമെടുത്ത് ഇങ്ങുപോരുകയും ചെയ്തു. ജോർജും അതേപോലെ അപ്രതീക്ഷിതമായാണ് എത്തിയത്. രണ്ടുപ്രാവശ്യം വരവ് അറിയിച്ചിട്ടും വന്നിരുന്നില്ല. അവർ തോട്ടത്തിലേക്ക് നടക്കാനിറങ്ങി. പുരുഷന്മാർ രണ്ടുപേരും ഗൗരവമായ ഒരുതരം മൗനത്തിലാണ്ട് സ്ത്രീകളുടെ ഇരുവശത്തുമായി അവരുടെ സംഭാഷണം ശ്രദ്ധിച്ചുകൊണ്ട് നടന്നു.

"സന്തോഷമായിരിക്ക്" യുഗോൺ മാഡം മകന്റെ മനോഹരമായ മുടിയിൽ ഉമ്മ വച്ചുകൊണ്ട് പറഞ്ഞു. വയസായ അമ്മയോടൊപ്പം കഴിയാനെത്തിയ കുട്ടിയാണവൻ.

ഒരു ചെറിയ തലവേദനയെന്നു പറഞ്ഞാണ് ജോർജ് മേശയ്ക്കരികിൽനിന്ന് എഴുന്നേറ്റ് പോയത്. ഇത് എല്ലാവരെയും വിഷമിപ്പിച്ചു. ചെറിയ തലവേദന കടുത്ത മൈഗ്രേനായി മാറി. നാലുമണിയായപ്പോൾ അവൻ

കിടക്കയിലേക്ക് പോയി. അല്ലാതെ വേറെ മാർഗമില്ല. പിറ്റേന്ന് പ്രഭാതം വരെ ഉറങ്ങിയാൽ എല്ലാം ശരിയാകും. അവനെ മുറിയിലാക്കി അമ്മ വെളി യിലിറങ്ങാൻ തുടങ്ങിയതും അവൻ ഓടി വന്ന് വാതിൽ അടച്ചു പൂട്ടി. ആരും ശല്യപ്പെടുത്താൻ വരരുതെന്നാണ് അവന്റെ ആഗ്രഹം. അമ്മയ്ക്ക് ശുഭരാത്രി നേർന്നെങ്കിലും ഉറങ്ങിക്കൊള്ളാമെന്ന് വാക്ക് കൊടുത്തെ ങ്കിലും അവൻ കിടക്കയിലേക്ക് പോയില്ല. അവൻ ഷർട്ട് ധരിച്ച് നന്നാ യൊന്ന് ഒരുങ്ങി. എന്നിട്ട് കുറേനേരം കാത്തിരുന്നു. അത്താഴത്തിനുള്ള മണി മുഴങ്ങിയപ്പോൾ മുഫാത്ത്പ്രഭു പോകുന്നത് അവൻ കണ്ടു. പത്ത് മിനിട്ട് കഴിഞ്ഞ് ആരും കാണുന്നില്ലെന്ന് ഉറപ്പു വരുത്തി ജനാലവഴി ചാടി അവൻ വീടിന്റെ പിൻവശത്ത് ഏതാണ്ട് ഒന്നാംനിലയുടെ ഭാഗത്തായി എത്തി. എന്നിട്ട് വാട്ടർപൈപ്പിലൂടെ ഊർന്ന് നിലത്തിറങ്ങി. പിന്നീട് അവൻ ചൗ നദിയുടെ തീരം ലക്ഷ്യമാക്കി പാഞ്ഞു. ഇരുട്ട് കനത്ത് തുടങ്ങി, ചെറുമഴ ചാറാനും തുടങ്ങി.

ലാമിനോട്ടിൽ അന്ന് വൈകുന്നേരം എത്തിച്ചേരണമെന്നാണ് നാന കരുതിയിരുന്നത്. സ്റ്റീനർ അവൾക്കുവേണ്ടി വാങ്ങിയ വീട്ടിൽ എത്തണ മെന്ന് കുറെ നാളുകളായി അവൾ ആഗ്രഹിക്കുന്നുണ്ട്. എന്നാൽ ബോർദ നേവ് അവധി അനുവദിക്കുമായിരുന്നില്ല. എക്സിബിഷൻ നടക്കുന്നതി നാൽ സെപ്റ്റംബർവരെ അവൾ എല്ലാ വൈകുന്നേരവും സ്ഥലത്തുണ്ടാ വണമെന്ന് ബോർദനേവ് നിർദേശിച്ചിരുന്നു. ആഗസ്റ്റ് അവസാനിക്കു മ്പോൾ ഒക്ടോബറിനെക്കുറിച്ചാവും അദ്ദേഹം പറയുന്നത്. എന്നാൽ സെപ്റ്റംബർ മധ്യത്തോടെ ലാമിനോട്ടിൽ താൻ ഉണ്ടാവുമെന്ന് നാന തീർച്ചപ്പെടുത്തി. ബോർദനേവിന്റെ മുമ്പിൽവച്ചുതന്നെ അവൾ കുറെ ആളുകളെ ക്ഷണിക്കുകയുണ്ടായി. സെപ്റ്റംബർ പകുതിയോടെ ലാമി നോട്ടിൽ താൻ എത്തുമെന്നും അവിടെവച്ച് സ്വീകരിക്കാമെന്നും മുഫാ ത്ത്പ്രഭുവിനോട് അവൾ പറഞ്ഞിരുന്നു. അവളുടെ യാത്ര നീട്ടി വയ്ക്കു ന്നതിന് മുഫാത്ത്പ്രഭു വല്ല സൂത്രവും ഒപ്പിച്ചാലോ എന്ന് ഭയന്ന് പന്ത്ര ണ്ടാംതീയതിതന്നെ അവൾ സോയേയുമൊത്ത് ലാമിനോട്ടിലേക്ക് പോകാൻ തീരുമാനിച്ചു. ഒരു മെഡിക്കൽ സർട്ടിഫിക്കറ്റ് നൽകി ബോർദ നേവിനെ സമാധാനിപ്പിക്കാം എന്നുവരെ അവൾ പദ്ധതിയിട്ടു. അവൾ സോയേയെ ഉന്തി തള്ളി സാമാനങ്ങൾ കെട്ടിയെടുത്ത് വണ്ടിയിൽ കയ റ്റി. സ്റ്റേഷനിൽ എത്തിയപ്പോൾ മാത്രമാണ് സ്റ്റീനറിന് കത്തെഴുതുന്ന കാര്യം അവൾ ഓർമിച്ചത്. രണ്ടുദിവസം കഴിഞ്ഞേ എത്താവൂ എന്ന് അദ്ദേഹത്തോട് അവൾ അപേക്ഷിച്ചു. അതുപോലെതന്നെ മറ്റൊരു കത്തും അവൾ അയച്ചു. കൊച്ചു ലൂയിസിനെ ഉടനെ ലാമിനോട്ടിലേക്ക് കൊണ്ടുവരണമെന്നതായിരുന്നു അതിന്റെ ഉള്ളടക്കം. മരത്തണലിൽ തന്റെ കുട്ടിയുമായി ഒത്തു കൂടുന്നത് എത്ര സന്തോഷകരമായിരിക്കും. പാരീസിനും ഓർലീൻസിനും ഇടയിൽ അവൾ മറ്റൊന്നും സംസാരിച്ചി ല്ല. അവളുടെ കണ്ണ് നിറഞ്ഞിരുന്നു. മാതൃത്വത്തിന്റെ തരളത അപ്രതീ

ക്ഷിതമായി അവളെ ബാധിച്ചിരിക്കുന്നു. അവളുടെ സംസാരത്തിലെല്ലാം പൂക്കളും കിളികളും കുട്ടികളും നിറഞ്ഞു നിന്നു.

ലാമിനോട്ട്, സ്റ്റേഷനിൽനിന്ന് എട്ട് മൈൽ അകലെയാണ്. അവിടേക്ക് ഒരു വണ്ടി പിടിക്കുന്നതിന്റെ ഭാഗമായിത്തന്നെ വിലപ്പെട്ട ഒരു മണിക്കൂർ അവൾക്ക് നഷ്ടമായി. വണ്ടിക്കാരനോട് അവൾ ഇടമുറിയാതെ ചോദ്യങ്ങളാണ്. അയാൾ സാധാരണയായി ലാമിനട്ടിൽ പോകാറുണ്ടോ? ആ കുന്നിന്റെ പിറകിലാണോ അത്? ആ വീട് ദൂരെ നിന്ന് കാണാനാവുമോ? ചോദ്യങ്ങൾ ഇങ്ങനെ മാലപോലെ നീളുമ്പോഴും പന്നി മൂളുന്നതുപോലെയുള്ള പ്രതികരണമേ വൃദ്ധനായ വണ്ടിക്കാരനിൽനിന്നുമുണ്ടായുള്ളൂ. വണ്ടി വേഗത്തിലെത്താതിരുന്നതിലുള്ള അസഹിഷ്ണുതയായിരുന്നു നാനയ്ക്കെങ്കിൽ ഇത്ര ധൃതിവച്ച് പുറപ്പെട്ടതിലുള്ള ബുദ്ധിമുട്ടായിരുന്നു സോയേക്ക്. കുതിര പൊടുന്നനെ ഇത്തിരി നേരത്തേക്കൊന്നു നിന്നാൽ വീടെത്തിക്കാണുമെന്ന് നാന കരുതും. തല വെളിയിലേക്കിട്ട് അവൾ ചോദിച്ചു: “എത്തിയോ?” മറുപടി പറയുന്നതിനിടയ്ക്ക് കുന്ന് കയറാൻ മടി കാണിച്ച കുതിരയെ വണ്ടിക്കാരൻ ശക്തിയായി അടിച്ചു. നാന വിസ്മയാതിരേകത്തോടെ വിശാലമായ കാഴ്ചകൾ കണ്ടു.

“സോയേ നോക്കൂ, എത്ര മനോഹരമായ പച്ചപ്പ്! അതെല്ലാം ഗോതമ്പാണല്ലോ, ദൈവമേ എത്ര മനോഹരമായിരിക്കുന്നു!”

“ഗ്രാമത്തിൽനിന്ന് വന്നതാണെന്ന് മാഡത്തെ കണ്ടാൽത്തന്നെ അറിയാം” സോയേ കൂട്ടിച്ചേർത്തു. “ഞാനാണെങ്കിൽ ദന്തഡോക്ടറുടെകൂടെ ആയിരുന്നപ്പോൾ ഗ്രാമത്തെക്കുറിച്ച് നന്നായി അറിഞ്ഞിരുന്നു. ഒരു വൃക്ഷത്തിന്റെ അടിയിലൂടെ അവരുടെ വാഹനം പൊയ്ക്കൊണ്ടിരുന്നപ്പോൾ നാന ഇലകളുടെ ഗന്ധം ഒരു നായ്ക്കുട്ടിയെപ്പോലെ വലിച്ചെടുക്കാൻ ശ്രമിച്ചു. പെട്ടെന്ന് ഒരു വളവായപ്പോൾ മരങ്ങളുടെ ഇടയിൽ ഒരു വീട് കാണപ്പെട്ടു. “അവിടെത്തന്നെയായിരിക്കണം.” അവൾ വണ്ടിക്കാരനോട് വീണ്ടും സംസാരമായി. അയാളാണെങ്കിൽ നിഷേധസൂചനയായി തലയാട്ടുക മാത്രം ചെയ്തു.

കുന്നിന്റെ മറ്റേ ചെരിവിലെത്തിയപ്പോൾ വണ്ടിക്കാരൻ തന്റെ ചാട്ടവാർ അകലേക്ക് ചൂണ്ടി പറഞ്ഞു. “ദാ അവിടെയാണ്” അവൾ എഴുന്നേറ്റ് നിന്ന് ആകാംക്ഷയോടെ ചോദിച്ചു: “എവിടെയാണ്? എവിടെയാണ്?” എന്നാൽ ഒന്നും കാണാൻ അവൾക്ക് കഴിഞ്ഞില്ല. അവസാനം ഒരു മതിലിന്റെ ഭാഗം അവളുടെ ശ്രദ്ധയിൽപ്പെട്ടു. തുടർന്ന് പുത്തൻ അനുഭവങ്ങളാൽ ചാഞ്ചാടുന്ന ഒരു പെൺകുട്ടിയുടെ ശീലങ്ങളെല്ലാം അവൾ പ്രകടിപ്പിച്ചു.

“എനിക്ക് കാണാം, എനിക്ക് കാണാം സോയേ ആ വശത്തേക്ക് നോക്ക്. ഓടിട്ടലങ്കരിച്ച മേൽപ്പുര കണ്ടോ? താഴെക്കാണുന്നത് ഉദ്യാനമാണ്.എന്നാൽ വീട് വളരെ വലുതാണ്. ഞാനെത്ര ഭാഗ്യവതിയാണ്! നോക്കൂ സോയേ...നോക്കൂ...”

വണ്ടി ഇപ്പോൾ ഗേറ്റിന് മുൻപിലെത്തി. വാതിൽ തുറന്ന് തൊപ്പി

കയ്യിലെടുത്ത് തോട്ടക്കാരൻ ഇറങ്ങി വന്നു. തന്റെ മാന്യത നിലനിർത്താൻ നാന നന്നേ പരിശ്രമിച്ചു. വണ്ടിക്കാരന്റെ വരണ്ട മൗനപ്രായമായ ചുണ്ടുകൾക്ക് പിന്നിൽ ഇപ്പോൾ ഒരു ചിരി ഒതുക്കി വച്ചിട്ടുണ്ട്. ഓട്ടം കഴിഞ്ഞതിന്റെ ക്ഷീണം അകറ്റുന്ന മട്ടിലായിരുന്ന അയാൾ തോട്ടക്കാരനെ ശ്രദ്ധിച്ചു.

അന്നുരാവിലെ മാത്രമാണ് അയാൾക്ക് കത്ത് കിട്ടിയത്. അതുകൊണ്ട് കാര്യമായ ഒരുക്കങ്ങളൊന്നും നടത്താൻ കഴിഞ്ഞില്ല. അതിനയാൾ ക്ഷമാപണവും നടത്തി. സോയേക്ക് ഒപ്പമെത്താൻ സാധിക്കാത്ത തരത്തിൽ അത്ര വേഗത്തിലാണ് നാന വീട് ലക്ഷ്യമാക്കി ഓടിയത്. അവൾ വീട് സമഗ്രമായൊന്ന് നോക്കി. ഇറ്റാലിയൻ മാതൃകയിലാണ് അത് പണിതിരിക്കുന്നത്. രണ്ടുവർഷം ഒരു ഇംഗ്ലീഷുകാരൻ അവിടെ താമസിച്ചിട്ട് ഉപേക്ഷിച്ച് പോയതാണ്.

"വരൂ മാഡം ഞാൻ എല്ലാം കാണിച്ചു തരാം" തോട്ടക്കാരൻ പറഞ്ഞു. എന്നാൽ ആവേശംകൊണ്ട് അവൾ ഓടുകയായിരുന്നു. തനിയെ വീട് കണ്ടുകൊള്ളാമെന്ന് അവൾ തോട്ടക്കാരനോട് പറഞ്ഞു. തൊപ്പി പോലും മാറാതെ അവൾ എല്ലാ മുറികളിലും തുള്ളിച്ചാടി നടന്നു. നീണ്ട മാസങ്ങൾ താമസമില്ലാതിരുന്ന വീട്ടിൽ ചിരിയും ആകാംക്ഷയും നിറഞ്ഞു തുളുമ്പി.

ആദ്യം കാണുന്നത് ഹാൾ ആണ്. അവിടെ ഇത്തിരി ഈർപ്പം കൂടുതലാണ്. എന്നാൽ അത് കിടക്കമുറിയൊന്നുമല്ലല്ലോ. പിന്നെ സ്വീകരണ മുറിയാണ്. പുൽത്തകിടിയിലേക്ക് തുറക്കുന്ന ജാലകങ്ങളാണ് അതിന്. ഇരിപ്പിടങ്ങളുടെ കവറുകളെല്ലാം കണ്ണഞ്ചിപ്പിക്കുന്ന തരത്തിലുള്ളതാണ്. അത് വേണമെങ്കിൽ അവൾക്ക് മാറ്റാവുന്നതേയുള്ളൂ. ഊണുമുറി എത്ര മനോഹരമാണ്. മുകളിലത്തെ നിലയിലേക്ക് ചെന്നപ്പോഴാണ് അടുക്കള കണ്ടില്ലെന്ന കാര്യം അവൾ ഓർത്തത്. വീണ്ടും ആശ്ചര്യദ്യോതകമായ ഭാവപ്രകടനങ്ങളോടെ അവൾ താഴേക്കിറങ്ങി വന്നു. ഒരു ആടിനെ ഒന്നിച്ച് പൊരിക്കുന്നതിന് കഴിയുന്നത്ര വലിപ്പമുള്ള അടുപ്പിനെപ്പറ്റിയും വലിയ സിങ്കിനെപ്പറ്റിയും പുകഴ്ത്തി പറയുന്നതിന് സോയേ നിർബന്ധിതയായി. വീണ്ടും മുകളിലേക്ക് പോയപ്പോൾ കിടക്കമുറി കണ്ട് അവൾ ആഹ്ലാദചിത്തയായി. റോസ് നിറത്തിലുള്ള തുണിത്തരങ്ങൾ ഓർലീൻസിൽ നിന്നുള്ളതാണ്. ആർക്കും ഗാഢനിദ്ര പകരുന്ന സുന്ദരമായ കിടക്കമുറി. അതിഥികൾക്കായി നാലോ അഞ്ചോ കിടക്കമുറികളുണ്ട്. മേലറകളാണ് മറ്റൊരു ആകർഷണം. എത്ര പെട്ടികൾ വേണമെങ്കിലും അവിടെ വയ്ക്കാൻ കഴിയും.

സോയേക്ക് തണുപ്പൻ പ്രതികരണമായിരുന്നു. നാന ടെറസിന് മുകളിലേക്ക് ഓടിക്കയറി അപ്രത്യക്ഷയായി. കുറച്ചു കഴിഞ്ഞ് ഉച്ചത്തിലുള്ള നാനയുടെ വിളി കേട്ടു.

"സോയേ സോയേ... നീ എവിടെയാണ്? വേഗം വരൂ, ഇതാ പുതിയൊരു ലോകം."

സോയേ മുകളിലേക്ക് ഓടിക്കയറി. മുകളിലത്തെ അരഭിത്തിയിൽ പിടിച്ചുകൊണ്ട് താഴ്‌വരയിലേക്ക് നോക്കി നിൽക്കുന്ന നാനയെയാണ് അവൾ കാണുന്നത്. മൂടൽമഞ്ഞ് അണിഞ്ഞ ചക്രവാളം. കാറ്റിൽ പറന്ന് പോകാതിരിക്കാൻ തൊപ്പി അവൾ കയ്യിലെടുത്തിട്ടുണ്ട്. അവളുടെ പെറ്റിക്കോട്ടാണെങ്കിൽ കൊടിപോലെ പാറിക്കളിക്കുന്നു. സോയേ ഇതിലൊന്നും താൽപ്പര്യം കാണിച്ചില്ല. വല്ലാത്ത കാലാവസ്ഥ. എന്നാൽ സോയേയുടെ അതൃപ്തിപ്രകടനത്തിന് നാന ചെവികൊടുത്തില്ല. അവൾ താഴ്‌വരയുടെ ഭംഗി നോക്കി. മതിൽക്കെട്ടോടുകൂടിയ ഏഴോ എട്ടോ ഏക്കർ ഭൂമിയുണ്ടത്. കാബേജും ഉള്ളിയും എല്ലാം വിളഞ്ഞു നിൽക്കുന്ന അടുക്കളത്തോട്ടം അവളെ ആകർഷിച്ചു. ഇപ്പോൾ മഴ ശക്തമായി. അവൾ തന്റെ പട്ടുകുട നിവർത്തി താഴേക്കിറങ്ങി. മഴ നനഞ്ഞാൽ പനി പിടിക്കുമെന്ന് സോയേ ഉറക്കെ വിളിച്ചു പറഞ്ഞെങ്കിലും നാന അതൊന്നും ചെവിക്കൊണ്ടില്ല. അവൾ കാഴ്ചയുടെ രസത്തിലാണ്ടു. ഓരോ ചെടികളുടെയും പേര് വിളിച്ചു പറഞ്ഞാണ് അവൾ ആഹ്ലാദം പ്രകടിപ്പിച്ചത്. സോയേ അനങ്ങിയില്ല. മാഡത്തിന് ഭ്രാന്ത് പിടിച്ചു കാണുമോ എന്നുവരെ അവൾ സംശയിച്ചു. മഴ കുറച്ചുകൂടി ശക്തിയായി. നാനയുടെ ചെറുകുട ഇപ്പോൾ നനഞ്ഞ് കുതിർന്ന് കറുത്ത നിറമായി. അവളുടെ പാവാടയാണെങ്കിൽ നനഞ്ഞ് കാലിൽ ഒട്ടാൻ തുടങ്ങി. എന്നാൽ ഇതൊന്നും തന്നെ ബാധിക്കുന്ന ഭാവമേ അവൾ പ്രകടിപ്പിച്ചില്ല. ഓരോ വൃക്ഷത്തിന്റെയും അരികിൽ പോയി നിൽക്കും. കിണറ്റിലേക്കൊന്നു നോക്കും. കിണറിന്റെ ആഴമറിയാൻ എന്തെങ്കിലും ഒടിച്ച് കിണറ്റിലിടും. ഇത് അവളുടെ സ്വപ്നഭൂമിയാണ്. മഴ ഇരട്ടി ശക്തിയായി. അതൊന്നും അവൾക്കൊരു പ്രശ്നമല്ല. പകൽവെളിച്ചത്തിന്റെ തീക്ഷ്ണത കുറഞ്ഞതിലുള്ള സങ്കടമേ അവൾക്കുള്ളൂ. പൊടുന്നനെ സ്ട്രോബറി കണ്ടപ്പോൾ അവൾ ബാലിശമായ രീതിയിൽ കൂടുതൽ ഉത്സാഹം കാട്ടി.

"ഹായ് സ്ട്രോബറി... സോയേ ഒരു പാത്രം കൊണ്ടുവരൂ..." ശക്തമായ മഴയിൽ കുട തെറിച്ച് പോയിട്ടും അവൾ അതെടുക്കാൻ കൂട്ടാക്കാതെ നനഞ്ഞുകൊണ്ട് സ്ട്രോബറി പഴങ്ങൾ ശേഖരിച്ചു. എന്നാൽ സോയേ പാത്രവുമായി വരുന്ന ലക്ഷണമൊന്നുമില്ല. പെട്ടെന്ന് ഇലയനക്കം കണ്ട് ഭയന്ന് അവൾ പിറകിലേക്ക് മാറി. ഒരു നിഴൽ... വല്ല ഇഴജന്തുക്കളുമാണോ?... ഓ മനുഷ്യൻ തന്നെ. ഒടുവിൽ അവൾ ആളെ തിരിച്ചറിഞ്ഞു.

"ഓ നമ്മുടെ പയ്യൻസ് അല്ലേ അത്? എന്താ കുട്ടീ അവിടെ ചെയ്യുന്നത്?"

"ഞാൻ നിങ്ങളെ കാണാൻവേണ്ടി വന്നതാണ്" ജോർജ് മറുപടി പറഞ്ഞു. ഇപ്പോഴും അവൾക്ക് വിശ്വസിക്കാനാവുന്നില്ല. താൻ വരുമെന്ന് ഒരുപക്ഷേ, അവൻ തോട്ടക്കാരനിൽനിന്ന് അറിഞ്ഞു കാണും. പാവം കുട്ടി, ആകെ തണുത്ത് കുളിച്ചല്ലോ.

"എല്ലാം പിന്നീട് പറയാം. പാതിവഴിയിലെത്തിയപ്പോഴാണ് മഴ തുട

ങ്ങിയത്. റോഡ്മാർഗം എത്താനുള്ള ക്ഷമയില്ലാത്തതുകൊണ്ട് ഞാൻ ചൗ നദി നീന്തിക്കടന്നാണ് വരുന്നത്. ഇടയ്ക്ക് ഒരു വെള്ളച്ചുഴിയിൽപ്പെടുകയും ചെയ്തു."

നാന ഇപ്പോൾ സ്ട്രോബെറിപ്പഴങ്ങളുടെ കാര്യം വിട്ടുകളഞ്ഞു. അവൾ ദയാലുവായി. പാവം സിസി ചുഴിയിൽ വീണല്ലോ. ആഴി കൂട്ടുന്നതിനെക്കുറിച്ച് സംസാരിച്ച് ജോർജിനെ കൂട്ടി അവൾ വീട്ടിലേക്ക് പോയി.

"നിങ്ങൾക്കറിയാമോ, പാരീസിൽവച്ച് എന്നെ വഴക്ക് പറഞ്ഞത് മാതിരി ഇവിടെയും ഉണ്ടാവുമെന്ന് ഞാൻ കരുതി ഒളിച്ചിരിക്കുകയായിരുന്നു" ഇരുട്ടിൽ അവളെ പിടിച്ച് നിർത്തിക്കൊണ്ട് അവൻ പറഞ്ഞു. നാന മറുപടിയൊന്നും പറഞ്ഞില്ല. ചിരിച്ചുകൊണ്ട് അവന്റെ നെറ്റിയിൽ ഉമ്മ വച്ചു. ഒരു ചെറിയ കുട്ടിയോടെന്ന നിലയിലാണ് നാന അവനോട് പെരുമാറിയത്. അവന്റെ ആശയങ്ങളൊന്നും അവൾ അത്ര ഗൗരവമായി എടുത്തില്ല. അവനെ സ്വീകരിക്കുന്നതിന് തന്റെ കിടക്കമുറിയിൽത്തന്നെ അവൾ നെരിപ്പോട് ഒരുക്കി. ജോർജിന്റെ ആഗമനം സോയേയെ വിസ്മയിപ്പിച്ചില്ലെങ്കിലും വിറകുമായി മുകളിലേക്ക് വന്ന തോട്ടക്കാരനിൽ ഈ കാഴ്ച അത്ഭുതമുളവാക്കി. നാനയ്ക്ക് കൂട്ടിരിക്കുന്ന ഈ പയ്യനെ ഗേറ്റിൽവച്ച് താൻ തടഞ്ഞതാണ്.

അടുപ്പിൽ നല്ലതുപോലെ തീ ആളി. വിറച്ചുകൊണ്ടിരിക്കുന്ന ജോർജിനെ നോക്കി നാന പറഞ്ഞു: "ഇവന്റെ ശരീരം ഇന്നൊന്നും ഉണങ്ങാൻ പോകുന്നില്ല." ആണുങ്ങൾക്കുള്ള പാന്റ് അവിടെയില്ലായിരുന്നു. ഒടുക്കം നാനയുടെ വസ്ത്രങ്ങൾതന്നെ സോയേക്കൊണ്ട് വരുത്തിച്ചു. പെറ്റിക്കോട്ടും മേൽക്കുപ്പായവും എല്ലാം അതിൽ ഉണ്ടായിരുന്നു.

"സിസി തന്നെ ധരിക്കൂ, മടിക്കേണ്ടതില്ല. നിന്റെ വസ്ത്രം ഉണങ്ങിക്കഴിയുമ്പോൾ വീണ്ടും അത് ധരിക്കാം. അതേ വേഷത്തിൽത്തന്നെ വീട്ടിലെത്തുമ്പോൾ അമ്മ വഴക്ക് പറയുകയുമില്ല. വേഗമാകട്ടെ ഞാനും വസ്ത്രം മാറാൻ പോവുകയാണ്." ഇതുപറഞ്ഞ് പോയ നാന പത്ത് മിനിട്ടിനുശേഷം തിരികെയെത്തി. ജോർജിന്റെ വേഷം കണ്ട് അവൾ കൈകൊട്ടി ചിരിച്ചുകൊണ്ട് പറഞ്ഞു: "ഒരു കൊച്ചു പെൺകുട്ടിയെപ്പോലെയുണ്ട്." അലുക്കുകളുള്ള നീളൻ കുപ്പായവും നഗ്നമായ ഇളംകൈകളും തോളിലേക്ക് വീണ് കിടക്കുന്ന നനഞ്ഞ മുടിയും എല്ലാം കണ്ടാൽ ശരിക്കും ഒരു പെൺകുട്ടിയെപ്പോലെയുണ്ട്.

"ഇവൻ എന്നെപ്പോലെ സ്ലിംബ്യൂട്ടിയാണല്ലോ" അവന്റെ അരക്കെട്ടിന് ചുറ്റിപ്പിടിച്ച് അവൾ പറഞ്ഞു. "സോയേ വന്ന് നോക്കൂ ഇത് ഇവന് എങ്ങനെ ചേരുന്നുണ്ട്, തയ്പിച്ചതുപോലെയിരിക്കുന്നു. നെഞ്ചിന്റെ ഭാഗം മാത്രം ഇത്തിരി വലുതായിപ്പോയി. എന്റെ അത്ര മാറിടം അവനില്ല. പാവം സിസി."

"നിങ്ങൾ പറഞ്ഞത് ശരിയാണ്. അവിടെ ഇത്തിരിക്കൂടി വലിപ്പം വേണമായിരുന്നു" ജോർജ് ചിരിച്ചുകൊണ്ട് പറഞ്ഞു. കുപ്പായത്തിന്റെ

ബട്ടൻ നാനതന്നെയാണ് ഇട്ടു കൊടുത്തത്. തുടർന്ന് ഒരു പാവയെ എന്ന പോലെ അവനെ പിടിച്ച് തിരിച്ച് പാവാടയുടെ അരികുകൾ ശരിയാക്കി. എന്നിട്ട് കുറെ ചോദ്യങ്ങളായി. നിനക്കിത് പാകമാണോ? ചൂട് അനുഭവ പ്പെടുന്നുണ്ടോ? ഒരു സ്ത്രീയുടെ വസ്ത്രം ധരിക്കുമ്പോൾ അതുവഴി പകരപ്പെടുന്ന ചൂട് ഒന്നു വേറെതന്നെയാണല്ലോ.

പൗരുഷമില്ലാത്ത ആ വസ്ത്രത്തിന്റെ മൃദുലത അവനെ സന്തോ ഷിപ്പിച്ചു. നാനയുടെ ചൂടൻ ജീവിതത്തിന്റെ സുഖം അവൻ അറിയുന്ന തുപോലെ...ഇതിനിടയിൽ സോയേ വന്ന് നനഞ്ഞ വസ്ത്രങ്ങൾ ഉണ ക്കുന്നതിനായി എടുത്തുകൊണ്ട് പോയി.

"എനിക്കിന്ന് കഴിക്കാൻ ഒന്നുമില്ലെന്നാണോ? ഞാൻ വിശന്ന് ചാകും. ഇന്ന് ഊണ് കഴിച്ചിട്ടേ ഇല്ല." ജോർജ് ചിണുങ്ങാൻ തുടങ്ങി.

നാന കുഴങ്ങിപ്പോയി. അമ്മയുടെ വീട്ടിൽനിന്ന് ഒഴിഞ്ഞ വയറുമായി ഇറങ്ങി, പാവം വെള്ളത്തിലും വീണു, കഷ്ടംതന്നെ. എന്നാൽ അവൾക്കും ഒരു വേട്ടക്കാരന്റെ വിശപ്പുണ്ട്. അവർക്കിരുവർക്കും കഴിച്ചേ പറ്റൂ. കിട്ടുന്നതെന്തും തിന്നേ മതിയാവുകയുള്ളൂ.നെരിപ്പോടിനരികിൽ ഒരു മേശ വലിച്ചിട്ട് അവർ ഇരുവരും ഭക്ഷണം കഴിച്ചു. തോട്ടക്കാരൻ കാബേജ് സൂപ്പ് ഉണ്ടാക്കി വച്ചിരുന്നു. ഒരുപക്ഷേ, മാഡം ഓർലീൻസിൽനിന്ന് കഴി ച്ചിട്ടല്ല വരുന്നതെങ്കിൽ കൊടുക്കുന്നതിനുവേണ്ടിയാവണം അതുണ്ടാ ക്കിയത്. ഉണക്കിയ പന്നിയിറച്ചി പാകമാക്കിയതും കാബേജ്സൂപ്പും അവർ കഴിച്ചു. നാനയുടെ കയ്യിലുണ്ടായിരുന്ന ഓറഞ്ചും അവർ സൗഹൃദപൂർവം പങ്കിട്ടു. ഒടുവിൽ ഐസ്ക്രീം കഴിക്കുന്നതിന് സ്പൂണിനായി സോയേയെ ബുദ്ധിമുട്ടിക്കേണ്ട എന്ന് കരുതി അവർ അലമാരയിൽക്കണ്ട ഒരു സ്പൂൺ മാറിമാറി ഉപയോഗിച്ചു.

"എന്റെ പെണ്ണേ" മേശ തള്ളി നീക്കിക്കൊണ്ട് നാന പറഞ്ഞു: "ഇതു പോലൊരു വിരുന്ന് കഴിഞ്ഞ പത്ത് വർഷമായി എന്റെ ഓർമയിലില്ല."

നേരം വളരെ വൈകിയതിനാൽ അവനെ പറഞ്ഞയയ്ക്കണമെന്ന് നാനയ്ക്ക് തോന്നി. അവനെ വെറുതെ കുഴപ്പത്തിൽ ചാടിക്കേണ്ടല്ലോ. ജോർജാണെങ്കിൽ യാതൊരു തിടുക്കവും കാട്ടിയില്ല. തുണി ഉണങ്ങാൻ അര മണിക്കൂർ ഇനിയും വേണ്ടതുകൊണ്ട് അവൾ സോയേയെ കിട ക്കാനായി പറഞ്ഞയച്ചു. നാനയും ജോർജും ഇപ്പോൾ ആ മുറിയിൽ തനി ച്ചായി.

ഉജ്വലമായ ഒരു സന്ധ്യയായിരുന്നു അത്. മുറിയിൽ ചൂട് അൽപ്പം കൂടി വന്നതിനാൽ അവൾ ഒരു ജാലകം തുറന്ന് ആകാശക്കാഴ്ചകളിൽ വിസ്മയം പൂണ്ടു. "ഓ എത്ര മനോഹരം എന്റെ പെണ്ണേ വന്നു നോക്ക്."

ജോർജ് എഴുന്നേറ്റ് നാനയുടെ അരികിൽ വന്നു. ജാലകം വിശാലമ ല്ലാത്തതിനാൽ നാനയുടെ അരക്കെട്ടിൽ ചുറ്റിപ്പിടിച്ച് അവളുടെ ചുമ ലിൽ തലവച്ച് അവനും വെളിയിലേക്ക് നോക്കി. അന്തരീക്ഷം തെളിഞ്ഞു. നക്ഷത്രാകീർണമായ ആകാശം. ചന്ദ്രൻ സ്വർണപ്രഭ ചൊരിഞ്ഞു. തിര കളടങ്ങിയ തടാകത്തിന്റെ മധ്യത്തിലെ പച്ചത്തുരുത്തുപോലെ ആ പറമ്പ്

തിളങ്ങി. നാനയുടെ ഹൃദയം തരളിതമായി. അവൾ ഒരു കുട്ടിയായി മാറിയിരിക്കുന്നു. ഇതുപോലൊരു രാത്രി അവൾ തീർച്ചയായും സ്വപ്നം കണ്ടിരിക്കണം. ഗ്രാമത്തിന്റെ വിശാലതയും പൂക്കളുടെ ഗന്ധവും വീടും പച്ചക്കറികളും എല്ലാം അവർ സ്വപ്നം കണ്ടിരുന്നതാണ്. പാരീസിൽനിന്ന് ഏതാണ്ട് ഇരുപത് വർഷം മുൻപേ എത്തിയ അനുഭവം, ഏതാനും മണിക്കൂറുകൾകൊണ്ട്. ഇതിന് മുൻപ് ഇത്തരമൊരനുഭവത്തിലൂടെ അവൾ കടന്നു പോയിട്ടില്ല. ഇതിനിടയിലും ജോർജ് അവളോട് പറ്റി നിന്ന് പിൻകഴുത്തിൽ ചുംബിക്കുന്നുണ്ടായിരുന്നു. അപ്പോഴെല്ലാം അവനെ പിടിച്ചു മാറ്റാൻ നാന ശ്രമിച്ചിരുന്നു. പൊയ്ക്കൊള്ളാൻ വരെ പറഞ്ഞു. എന്നാൽ ജോർജ് മറുത്തൊന്നും പറഞ്ഞില്ല. അവൻ പോകേണ്ട സമയത്തുതന്നെ പോകും. തോട്ടത്തിൽ ഒരു രാക്കിളി പാടുന്നുണ്ടായിരുന്നു.

"ഒരുനിമിഷം നിൽക്ക് ഞാൻ വിളക്കണച്ചിട്ട് വരാം."

വിളക്കണച്ച് തിരികെ വന്ന് നാനയുടെ അരക്കെട്ടിൽ ചുറ്റിപ്പിടിച്ച് അവൻ കൂട്ടിച്ചേർത്തു "അൽപ്പം കഴിഞ്ഞ് വിളക്ക് കൊളുത്താം."

ഇത്തരം കാഴ്ചകളൊക്കെ നോവലിലും മറ്റുമേ കാണാൻ കഴിയൂ എന്ന് ജോർജിനെ മുട്ടിയുരുമ്മി നിന്ന് രാക്കിളിപ്പാട്ട് ആസ്വദിച്ച നാന കരുതി. പൂർണചന്ദ്രൻ... രാക്കിളി... പ്രണയത്തിനുവേണ്ടി മരിക്കാൻ തയാറായി നിൽക്കുന്ന പയ്യൻ... അർഥവത്തായ ജീവിതം ജീവിച്ചു തന്നെ തീർക്കേണ്ടവളാണ് താൻ എന്ന് നാന കരുതി. അവൾ കൂടുതൽ ധൈര്യശാലിയായി. പെട്ടെന്ന് ജോർജിനെ തള്ളിമാറ്റി അവൾ പറഞ്ഞു:

"പാടില്ല, എന്നെ വെറുതെ വിടൂ. ഇത്ര ചെറിയ പ്രായത്തിൽ ഇങ്ങനെയൊക്കെ... എന്നെയൊന്നു മനസിലാക്ക്, ഞാൻ നിന്റെ അമ്മയുടെ സ്ഥാനത്ത് നിന്നുകൊള്ളാം."

ഇങ്ങനെയൊക്കെ പറഞ്ഞെങ്കിലും അവൾ പൊടുന്നനെ ലജ്ജാവതിയായി. മുഖം വിവർണമായി. ചേതനയറ്റതുപോൽ നിശ്ശബ്ദത മൂടിയ ഗ്രാമം. ഇത്രമാത്രം ലജ്ജ അവൾ ഇതിന് മുൻപ് അനുഭവിച്ചിട്ടില്ല. അവളുടെ ധൈര്യം അൽപ്പാൽപ്പമായി ചോർന്നു പോയി. പ്രണയത്തരിപ്പിന്റെ ഇക്കിളിക്കിടയിലും ജോർജിന്റെ വേഷംകണ്ട് അവൾക്ക് ചിരി വന്നു. ആകപ്പാടെ ഒരു പെൺസുഹൃത്തിനെ കളിയാക്കുന്ന പ്രതീതി. അവസാന ശ്രമമെന്ന നിലയിൽ "ഇത് ശരിയല്ല, ഇത് ശരിയല്ല" എന്ന് അവൾ ആവർത്തിച്ചു. എങ്കിലും ആ പയ്യന്റെ കരവലയത്തിനുള്ളിൽ ഒരു ഇളം കന്യകയെപ്പോലെ അവൾ ഒതുങ്ങി നിന്നു. എല്ലാവരും ഉറങ്ങി.

അടുത്ത ദിവസം ഫൊണ്ടേട്ടസിലെ ഊണുമുറിയിൽ നല്ല തിരക്കായിരുന്നു. ഫോഷറിയും ദാഗുനേറ്റും ഒരു വണ്ടിയിൽത്തന്നെ എത്തിയിരുന്നു. അടുത്ത ട്രെയിനിൽ വാന്ദേവ്രസും വന്നു. ഏറ്റവും ഒടുവിലായി താഴേക്കിറങ്ങി വന്നത് ജോർജ് ആണ്. വിളറിയ മുഖം, കലങ്ങി വീങ്ങിയ കണ്ണുകൾ. എങ്കിലും മറ്റുള്ളവരുടെ ചോദ്യങ്ങൾക്ക് മറുപടിയായി അവൻ പറഞ്ഞത് നല്ല സുഖമുണ്ടെന്നാണ്. എങ്കിലും തലേന്നത്തെ അസുഖം തന്നെ വല്ലാതെ ഉലച്ചു കളഞ്ഞെന്നാണ് അവൻ വെളിപ്പെടുത്തിയത്.

യുഗോൺമാഡം അവന്റെ കണ്ണുകളിലേക്ക് ആകാംക്ഷ നിറഞ്ഞ പുഞ്ചിരിയോടെ നോക്കി. അലസമായി കിടന്ന അവന്റെ മുടി അവർ മാടിയൊതുക്കി. എന്നാൽ ഇത്തരം പക്വതയില്ലാത്ത നടപടികാരണം ലജ്ജിതനായ അവൻ ഇത്തിരി പിറകിലോട്ട് മാറി.

ഭക്ഷണത്തിനിടെ യുഗോൺ വാന്ദേവ്രസിനെ ഒന്നു കളിയാക്കാനും മുതിർന്നു. കഴിഞ്ഞ അഞ്ച് വർഷമായി അദ്ദേഹത്തിന്റെ വരവും പ്രതീക്ഷിച്ച് ഇരിക്കയാണവർ. "കൊള്ളാം, ഇപ്പോൾ അത് സാധിച്ചിരിക്കുന്നു. എങ്ങനെ ഇത് ശരിയാക്കിയെടുത്തു." വാന്ദേവ്രസ് തന്റെ പ്രതികരണവും ഉരുളയ്ക്കുപ്പേരി കണക്കെ നൽകി. തലേന്ന് ചീട്ടുകളിയിൽ വലിയൊരു തുക നഷ്ടപ്പെട്ടതിനാൽ ഗ്രാമീണജീവിതം കുറച്ചു ദിവസത്തേക്ക് ആസ്വദിക്കാമെന്ന് അദ്ദേഹം തീരുമാനിച്ചിരിക്കുകയാണത്രേ.

"എന്റെ വാക്ക് വിശ്വസിക്ക്, നിങ്ങൾക്ക് മാത്രമേ എനിക്കൊരു പെണ്ണവകാശിയെ കണ്ടു പിടിച്ച് തരാൻ കഴിയൂ. ഇവിടെയാണെങ്കിൽ നല്ല സുന്ദരിപ്പെണ്ണുങ്ങൾ ഉണ്ടല്ലോ."

"വാന്ദേവ്രസിന് മാത്രമല്ല, ഫോഷറിക്കും" വൃദ്ധ നന്ദി പറഞ്ഞു. പ്രത്യേകിച്ചും തന്റെ മകന്റെ ക്ഷണം സ്വീകരിച്ചതിന്. ഉടനെ അവരെ അത്ഭുതപ്പെടുത്തിക്കൊണ്ട് മൂന്നാമത്തെ വണ്ടിയിൽ മാർക്വിസും എത്തിച്ചേർന്നു.

ആശ്ചര്യമായിരിക്കുന്നു ഇന്നൊരു മഹാസമ്മേളനംതന്നെ ഇവിടെ നടക്കും. എല്ലാവരെയും ഒരുമിച്ചൊന്നു കാണാൻ വർഷങ്ങളെടുത്തു. യുഗോൺ തന്റെ ആഹ്ലാദം മറച്ചു വച്ചില്ല.

ഒരു ഇരിപ്പിടംകൂടി തയാറായി. ഫോഷറി സബീൻപ്രഭ്വിയുടെ അരികിൽത്തന്നെ ഇരിപ്പിടം കണ്ടെത്തി. ഇപ്പോൾ അവർ പ്രസന്നവതിയാണ്. മുമ്പ് അങ്ങനെയായിരുന്നില്ല. ദാഗുനേറ്റ് എസ്റ്റിലേയുടെ ഇടതുവശത്തായി ഇരുന്നു. കോലിപ്പെണ്ണിനോട് ചേർന്നിരുന്നതിന്റെ ആകാംക്ഷ അദ്ദേഹത്തിന്റെ മുഖത്ത് കാണാം. മുഫാത്തും ഷുവാർദും അർഥവത്തായ ഒരു നോട്ടം പരസ്പരം എറിഞ്ഞു. ഉടനെ നടക്കാൻ പോകുന്ന തന്റെ കല്യാണത്തെക്കുറിച്ച് വാന്ദേവ്രസ് തമാശ പറയാനും തുടങ്ങി.

പെണ്ണുങ്ങളെക്കുറിച്ച് പറഞ്ഞ് വന്നപ്പോൾ യുഗോൺമാഡം ഇടയ്ക്കു കയറി. "എനിക്കൊരു പുതിയ അയൽക്കാരിയെ കിട്ടിയിട്ടുണ്ട്. നിങ്ങൾ ചിലപ്പോൾ അറിഞ്ഞുകാണും. പേര് നാന."

വാന്ദേവ്രസ് അത്ഭുതപ്പെട്ടു പോയി. "കൊള്ളാം നാനയുടെ സ്വത്ത് ഇതിനു സമീപമോ?" ഫോഷറിയും ദാഗുനേറ്റും അതുപോലെതന്നെ ആശ്ചര്യം പ്രകടിപ്പിച്ചു. ഇതൊന്നും മനസിലാകാത്ത മട്ടിൽ മാർക്വിസ് ഒരു കോഴിക്കാലും കടിച്ചുകൊണ്ടിരിക്കുകയാണ്. എന്നാൽ ആരും ഇത് കണ്ട് ചിരിക്കാനൊന്നും പോയില്ല.

യുഗോൺ തുടർന്നു: "അവർ ലാമിനോട്ടിൽ ഇന്നലെ വൈകുന്നേരം എത്തിച്ചേർന്നെന്ന് തോട്ടക്കാരനിൽനിന്ന് ഞാനറിഞ്ഞു. ഇത്രയുമായപ്പോൾ ആണുങ്ങൾക്ക് തങ്ങളുടെ വിസ്മയം മറച്ചു വയ്ക്കാതിരിക്കാനാ

യില്ല. എല്ലാവരും മേൽപ്പോട്ട് കണ്ണുകളുയർത്തി "എന്ത്? നാന വന്നെന്നോ?" എന്ന് അത്ഭുതപൂർവം ചോദിച്ചു. അടുത്ത ദിവസം മാത്രമേ അവൾ എത്തുകയുള്ളൂ എന്നാണ് അവർ കരുതിയിരുന്നത്. നാനയെക്കാൾ മുമ്പേ തങ്ങൾ എത്തിയെന്ന് അവർ അഭിമാനിച്ചിരിക്കുകയായിരുന്നു. ഇതെല്ലാംകേട്ട് ജോർജ് തല കുനിച്ചിരുന്നു. ചുണ്ടിൽ മങ്ങിയ ചിരിയോടെയുള്ള ഉറക്കംനടിക്കലായിരുന്നു അത്. "ഇപ്പോഴും വേദനയാണോ മോനേ?" അവനെത്തന്നെ തുറിച്ചു നോക്കിക്കൊണ്ടിരുന്ന അമ്മ ചോദിച്ചു.

ഇപ്പോൾ നല്ല സുഖമുണ്ടെന്ന് പറയാൻ തുടങ്ങിയപ്പോഴേ അവന്റെ മുഖം വിവർണമായി. നടനമാടിത്തളർന്ന പെണ്ണിന്റെ ഭാവം അവന്റെ മുഖത്ത് മായാതെ നിന്നു.

"നിന്റെ കഴുത്തിനെന്താണ് പറ്റിയത്? ആകെ ചുവന്നിരിക്കുന്നല്ലോ" യുഗോൺ ഇത്തിരി ഒച്ചയെടുത്താണ് ചോദിച്ചത്.

"വല്ല പ്രാണികളും കടിച്ചതായിരിക്കും" അവൻ അസ്വസ്ഥതയോടെ വിക്കിവിക്കി പറഞ്ഞു. മാർക്വിസ് ഷുവാർദ് ആ ചുവന്ന പാട് ഒളിഞ്ഞു നോക്കി. മുഫാത്തിന്റെ നോട്ടവും ജോർജിനെത്തന്നെയായിരുന്നു.

ഭക്ഷണശേഷം അവർ ചെറിയൊരു ഉല്ലാസയാത്രയ്ക്ക് പദ്ധതിയിട്ടു. സബീന്റെ ചിരിയുടെ ഒച്ച ഇത്തിരി കടന്നു പോകുന്നുവെന്ന് ഫോഷറി അഭിപ്രായപ്പെട്ടു. ഒരു പാത്രം പഴങ്ങൾ അദ്ദേഹം അവരുടെ മുൻപിലേക്ക് കൈമാറിയപ്പോൾ ഇരുവരുടെയും കൈകൾ സ്പർശിച്ചു. സബീൻ ഫോഷറിയെ വല്ലാതെയൊന്ന് നോക്കിയപ്പോൾ മദ്യപനായ സുഹൃത്ത് പണ്ട് പറഞ്ഞ രഹസ്യം അദ്ദേഹം ഓർത്തു. ചുമലിൽ അയഞ്ഞു തൂങ്ങിയ കുപ്പായം അവരുടെ മൃദുലഭംഗിക്ക് അലസഭാവം പകർന്നു.

അവിടെനിന്ന് പിരിയുന്നതിന് മുൻപ് ദാഗുനേറ്റ് ഫോഷറിയുടെ പിറകിൽനിന്ന് എസ്റ്റിലെയെപ്പറ്റി ചില ക്രൂരഫലിതങ്ങൾ വിളമ്പാൻ തുടങ്ങി. പുരുഷന്റെ കൈകളിലേക്ക് തള്ളപ്പെടുന്ന മനോഹരമായ ഒരു ചൂലാണത്രേ അവൾ. എന്നാൽ ഫോഷറി അവളുടെ സ്ത്രീധനത്തെക്കുറിച്ച് ഗൗരവത്തോടെയാണ് സംസാരിച്ചത്. നാല് ലക്ഷം ഫ്രാങ്കാണത്രേ സ്ത്രീധനത്തുക. "അമ്മയെപ്പറ്റി എന്താണഭിപ്രായം?"ഫോഷറി അന്വേഷിച്ചു.

"കൊള്ളില്ലെന്നൊന്നും ഞാൻ പറയില്ല... എങ്കിലും..."

"കൊള്ളാത്തത് പിന്നെ ആർക്കാണ്? നിങ്ങൾ തന്നെയങ്ങ് നോക്ക്."

പുറത്തേക്കിറങ്ങാൻ പറ്റാത്ത വിധത്തിൽ കനത്ത മഴയായിരുന്നു അന്ന്. ജോർജ് ആളുകളിൽനിന്ന് അകന്ന് മുറിയിൽ കയറി കതകടച്ച് ഇരിപ്പായി. തങ്ങളുടെയെല്ലാം ആഗമനത്തിന്റെ കാരണം ആണുങ്ങൾക്കെല്ലാം അറിയാമായിരുന്നെങ്കിലും ആരും അതേപ്പറ്റി ഒന്നും പറഞ്ഞില്ല. ചൂതിൽ പണം നഷ്ടപ്പെട്ട വാന്ദേവ്രസ് സംസാരിച്ചത് കാലാവസ്ഥയെപ്പറ്റിയൊക്കെയാണ്. നാനയുടെ സാമീപ്യം തന്റെ വിരസത അകറ്റുമെന്നും അദ്ദേഹം കണക്കുകൂട്ടിയിരുന്നു. ഫോഷറിയാണെങ്കിൽ റോസ് വാഗ്ദാനം ചെയ്ത അവധി മുതലെടുത്ത് നാനയെക്കുറിച്ച് രണ്ടാമത്തെ

ലേഖനം എഴുതണമെന്ന ഉദ്ദേശ്യത്തിലാണ്. സ്റ്റീനർ രംഗത്തേക്ക് വന്നതു മുതൽ ദാഗുനെറ്റ് അവളുമായി അത്ര രസത്തിലല്ലാത്തതിനാൽ ഇനിയും കിട്ടുന്ന അവസരം മുതലാക്കി പുതിയ ബന്ധം സ്ഥാപിക്കണമെന്ന് ആഗ്രഹിക്കുന്നുണ്ട്. മാർക്വിസ് ഷുവാർദാണെങ്കിൽ തന്റെ സമയത്തിനായി കാത്തിരിക്കുകയാണ്. ഈ പുരുഷന്മാരിൽവച്ച് വീനസിന്റെ വഴിയിൽ ഏറെ മുന്നേറിയത് മുഫാത്ത് ആണ്. അഭിലാഷത്തിന്റെയും ഭയത്തിന്റെയും കോപത്തിന്റെയുമെല്ലാം പുത്തൻ അനുഭവത്തിലൂടെ അദ്ദേഹം കടന്നു പോയതേയുള്ളൂ. മാത്രമല്ല, ഔദ്യോഗികക്ഷണം അദ്ദേഹത്തിന് മാത്രമാണ് ലഭിച്ചിരുന്നത്. പ്രതീക്ഷിച്ചതിനും രണ്ടുദിവസം മുൻപ് അവൾ എത്തിച്ചേർന്നതെന്തിനാണാവോ? അന്ന് രാത്രിയിൽത്തന്നെ ലാമിനോട്ടിൽ പോകണമെന്ന് അദ്ദേഹം തീരുമാനിച്ചു.

അന്ന് രാത്രിയിൽ മുഫാത്ത് അവിടെനിന്ന് പോകുന്നത് കണ്ട ജോർജ് അദ്ദേഹത്തിന് പിന്നാലെ കൂടി. കുറച്ചുദൂരം അവൻ മുഫാത്തിന് പിന്നാലെ നടന്നെങ്കിലും പിന്നീട് ചൗ നദി കടന്ന് നാനയുടെ വീട്ടിലേക്ക് ശ്വാസമടക്കി നിറകണ്ണുകളോടെ ഓടി. അവന് എല്ലാം മനസിലായിരിക്കുന്നു. നാനയുമായുള്ള കൂടിക്കാഴ്ചയ്ക്ക് മുൻധാരണപ്രകാരമാണ് കിളവൻ എത്തുന്നതെന്ന് അവൻ വിശ്വസിച്ചു. അസൂയയുടെ ഈ വേലിയേറ്റം കണ്ട് നാന സ്തബ്ധയായി. അവൾ ജോർജിനെ കൈകളിലൊതുക്കി ആശ്വസിപ്പിച്ചു. അവൾ ആരെയും പ്രതീക്ഷിക്കുന്നില്ല. കിളവൻ വരുന്നുണ്ടെങ്കിൽത്തന്നെ അത് എന്റെ കുറ്റമല്ല. തന്റെ സ്വന്തം ജോർജിനെയല്ലാതെ മറ്റാരെയും താൻ സ്നേഹിക്കില്ലെന്ന് അവൾ ആണയിട്ടു. തുടർന്ന് ചുംബിച്ചുകൊണ്ട് അവന്റെ കണ്ണീർ തുടച്ചു. "നോക്കൂ ഇതെല്ലാം നിനക്കുവേണ്ടിയാണ് ഞാൻ ചെയ്യുന്നത്. എന്നാൽ സ്റ്റീനർ എത്തിയിട്ടുണ്ട്. അദ്ദേഹം മുകളിലുണ്ട്. എനിക്ക് അദ്ദേഹത്തെ പുറത്താക്കാൻ പറ്റുമോ?"

"ശരിയാണ് എനിക്കറിയാം അയാളെക്കുറിച്ച് ഞാനൊന്നും പറയുന്നില്ല." ജോർജ് പിറുപിറുത്തു.

"കൊള്ളാം, ഞാൻ അദ്ദേഹത്തെ അങ്ങേയറ്റത്തുള്ള മുറിയിലിരുത്തിയിരിക്കയാണ്. അദ്ദേഹം പെട്ടി പായ്ക്ക് ചെയ്യുകയാണ്. നിന്നെ ആരും കാണില്ല. എന്റെ മുറിയിൽ പോയി ഒളിച്ചിരുന്നോളൂ. ഞാൻ വരുന്നതുവരെ കാത്തിരിക്കുക" നാന പറഞ്ഞു.

ജോർജ് തന്റെ കൈകൾ നാനയുടെ കഴുത്തിലൂടെ ചുറ്റി. തീർച്ചയായും കുറച്ചെങ്കിലും അവൾ അവനെ സ്നേഹിക്കുന്നുണ്ട്. അവർ വിളക്കണച്ച് ആ ഇരുട്ടിൽ തലേന്നാൾ ചെയ്തതുപോലെ നേരം വെളുക്കുന്നതുവരെ ഇരുന്നു.

കോളിങ് ബെൽ മുഴങ്ങിയതോടെ അവൻ അവിടെനിന്ന് മുങ്ങി മുകളിലത്തെ കിടപ്പുമുറിയിലെത്തി. ഒച്ചയുണ്ടാകാതിരിക്കാൻ ഷൂസ് കൂടി അഴിച്ചു മാറ്റി ഒരു കർട്ടന് പിന്നിലൊളിച്ചു.

നാന മുഫാത്ത് പ്രഭുവിനെ സ്വീകരിച്ചു. ഇപ്പോഴും അവൾ ഇത്തിരി അസ്വസ്ഥയാണ്. പ്രഭുവിന് അവൾ ചിലതൊക്കെ വാക്ക് കൊടുത്തിട്ടു

ണ്ട്. ആ വാക്ക് പാലിക്കണമെന്നും അവൾക്കുണ്ട്. എന്നാൽ തലേന്ന് നടന്നത് ആർക്കെങ്കിലും മുൻകൂട്ടി കാണാൻ കഴിയുമായിരുന്നോ? പുതിയ വീട്ടിലേക്കുള്ള യാത്ര, നനഞ്ഞെത്തിയ പയ്യൻ... എല്ലാം എത്ര മനോ ഹരം! അതിന്റെ തുടർച്ചയിൽ ഒരു ഇടർച്ച അവൾ ഇഷ്ടപ്പെടുമോ? കഴിഞ്ഞ മൂന്ന് മാസമായി അവന്റെ ക്ഷമ പരീക്ഷിക്കയാണവൾ. ഒരു മാന്യസ്ത്രീയുടെ പരിവേഷത്തിൽ നാന അവനെ കൂടുതൽ കൂടുതൽ ചിന്താക്കുഴപ്പത്തിലാക്കുകയായിരുന്നു. ഈ കാത്തിരിപ്പ് അവൻ തുടര ട്ടെ. പക്ഷേ, അത് അവന് ഇഷ്ടമല്ലെങ്കിലോ? ജോർജിനോട് അവിശ്വ സ്ഥത കാട്ടാതിരിക്കുന്നതിന് ഏതു കാര്യം ഉപേക്ഷിക്കാനും അവൾ ത യാറാണ്.

വിവരങ്ങൾ അന്വേഷിക്കാനെത്തിയ ഒരു അയൽക്കാരന്റെ മട്ടിലാണ് മുഫാത്ത് അവിടെ ചെലവഴിച്ചത്. അദ്ദേഹത്തിന്റെ കൈകൾക്ക് മാത്രം നേരിയ വിറയലുണ്ടായിരുന്നു. എങ്കിലും നാനയുടെ പ്രകടനങ്ങളും മറ്റും നീക്കുപോക്കില്ലാത്ത ഒരുതരം അഭിലാഷത്തിൽ അദ്ദേഹത്തെ കൊണ്ടു ചെന്നെത്തിച്ചു. പരിശുദ്ധമായ ഹൃദയത്തിൽ വേണ്ടാത്ത ചിന്തകൾ കടന്നുകൂടി. നിയമസഭയുടെ പടികൾ സാവധാനം ചവിട്ടിയിറങ്ങിയ മനു ഷ്യൻ ഇപ്പോൾ നിശാചാരിയായി വികാരവിവശനായി നിൽക്കുകയാണ്. ഇനിയും മാറി നിന്നിട്ട് കാര്യമില്ല. നാനയുടെ സ്നേഹം ബലമായി വാങ്ങു കതന്നെ. നാനയെ കടന്നു പിടിക്കാൻവരെ അദ്ദേഹം തുനിഞ്ഞു. അ വൾ പുഞ്ചിരിച്ചുകൊണ്ട് അദ്ദേഹത്തെ വിലക്കി. വീണ്ടും ബലമായി ത്തന്നെ അദ്ദേഹം അവളെ കടന്നുപിടിച്ചു. സ്വതന്ത്രയാവാൻ നാന കുത റിയപ്പോൾ അദ്ദേഹം അന്നു രാത്രി കിടക്ക പങ്കിടാനെത്തിയതാണെന്ന് വെളിപ്പെടുത്തുകയും ചെയ്തു. ഇത്രയുമായപ്പോൾ കൂടുതൽ അസ്വസ്ഥ യായെങ്കിലും നാന ചിരി കൈവിട്ടില്ല. തന്റെ നിരാസത്തിന്റെ കാർക്കശ്യ മൊന്ന് മൃദുലമാക്കാൻ അദ്ദേഹത്തിന്റെ കൈകൾ പിടിച്ചുകൊണ്ട് അവൾ പറഞ്ഞു:

“നോക്കൂ പ്രിയപ്പെട്ടവനേ ഇന്നെനിക്ക് ഒന്നും ചെയ്യാൻ കഴിയില്ല. സ്റ്റീനർ മുകളിലുണ്ട്.”

എന്നാൽ മുഫാത്ത് ഭ്രാന്തമായ ഒരു അവസ്ഥയിലായിരുന്നു. അവൾ ഇതിന് മുൻപ് ഒരു പുരുഷനെയും ഇത്തരമൊരു സാഹചര്യത്തിൽ കണ്ടി ട്ടില്ല. അവൾക്ക് ചെറിയൊരു പേടിയുമുണ്ടായി. അദ്ദേഹത്തിന്റെ വായ് മൂടിക്കൊണ്ടുതന്നെ വെറുതെ ശബ്ദം താഴ്ത്തി അവൾ യാചിച്ചു. അപ്പോൾ സ്റ്റീനർ കോണിപ്പടികളിറങ്ങി താഴേക്ക് വരികയായിരുന്നു. കാര്യ ങ്ങൾ ആകെ പരിഹാസ്യമാകുമെന്ന മട്ടിലായി. സ്റ്റീനർ കടന്നു വരുമ്പോൾ കണ്ടത് ഒരു ചാരുകസേരയിൽ സുഖമായി കിടന്നുകൊണ്ട് ഇങ്ങനെ പറ യുന്ന നാനയെയാണ്.

“ഈ ഗ്രാമീണ ജീവിതം ഞാൻ നന്നേ ഇഷ്ടപ്പെടുന്നു” എന്നിട്ട് സ്റ്റീനറെ നോക്കി പറഞ്ഞു.

"ഇതാണ് മുഫാത്ത് പ്രഭു, ഇതുവഴി കടന്നു പോകുമ്പോൾ വെളിച്ചം കണ്ടുകൊണ്ട് നമ്മെ സ്വാഗതം ചെയ്യാൻ വന്നതാണ്."

ഇരുവരും ഹസ്തദാനം ചെയ്തു. അൽപ്പസമയത്തേക്ക് മുഫാത്ത് ഒന്നും മിണ്ടിയില്ല. സ്റ്റീനർ ഇത്തിരി കാർക്കശ്യത്തോടെയാണ് നിലകൊണ്ടത്. പിന്നെ അവർ പാരീസിനെപ്പറ്റിയും കച്ചവടമാന്ദ്യത്തെപ്പറ്റിയും ചിലതൊക്കെ സംസാരിച്ചു. പതിനഞ്ച് മിനിട്ടിനുശേഷം മുഫാത്ത് അഭിലാഷം പൂർത്തീകരിക്കാതെ മടങ്ങിപ്പോയി. പെണ്ണുങ്ങളുടെ അസ്ഥിരചിത്തത്തെ പരിഹസിച്ചുകൊണ്ട് സ്റ്റീനറും കിടക്കമുറിയിലേക്ക് പോയി. അങ്ങനെ രണ്ട് കിളവന്മാരും പോയിക്കിട്ടി. മുറിയിലെത്തിയപ്പോൾ ഒരു കർട്ടന് പിറകിൽ മറഞ്ഞിരിക്കുന്ന ജോർജിനെ കണ്ടു. മുറിയിൽ ഇരുട്ട് വ്യാപിച്ചിരുന്നു. അവൻ നാനയെ നിലത്ത് കിടത്തി. അവർ കളിമട്ടിൽ ഉരുണ്ടും പരസ്പരം ഉമ്മ വച്ചും രസിച്ചു. മുഫാത്ത് ആ പ്രശാന്തനിശീഥിനിയിൽ തെരുവിലൂടെ ഒറ്റയ്ക്ക് വീട്ടിലേക്ക് നടന്നുപോയി....

പിന്നീടങ്ങോട്ട് നാനയ്ക്ക് ജീവിതം ഉത്സവപ്രതീതിയിലായിരുന്നു. ഒരു ആൺകുട്ടിയുടെ കയ്യിൽ അവൾ പതിനഞ്ച് കാരിയായി മാറി. പ്രണയത്തിന്റെ വെൺപൂക്കൾ അവളുടെ ജീവിതത്തെ സുഗന്ധപൂരിതമാക്കി. ആദ്യാനുരാഗത്തിന്റെ ലജ്ജയും വിവശതയും അവളെ തൊട്ടുണർത്തി. പെട്ടെന്നാണ് അവൾ വികാരവതിയാകുന്നത്. തന്റെ കന്യകാത്വം പ്രണയച്ചൂടിൽ ഉടയുന്നതുപോലെയുള്ള അനുഭവം. ഇങ്ങനെയുള്ള തീവ്രാനുഭവം ഇതിനു മുൻപ് അവൾക്കുണ്ടായിട്ടില്ല. അഭിലാഷം അവളിലാകെ മൃദുലവികാരങ്ങൾ നിറച്ചു.

കുട്ടിയായിരുന്നപ്പോൾ പുൽമേട്ടിൽ ആടിനെ മേയ്ച് നടക്കാൻ അവൾ ഇഷ്ടപ്പെട്ടിരുന്നു. ഇപ്പോഴിതാ ഈ തോട്ടം മുഴുവൻ അവൾക്കുള്ളതാണ്. അവളുടെ ബാല്യകാല സ്വപ്നങ്ങളൊക്കെ യാഥാർഥ്യമായിത്തീർന്നിരിക്കുന്നു. പ്രഥമാനുരാഗവൈവശ്യത്തിന്റെ വൈദ്യുതാഘാതം അവൾ നന്നായി അറിഞ്ഞു. രാത്രിയായപ്പോൾ അവൾ മുകളിലേക്ക് പോയി. ഇലകളുടെ രൂക്ഷഗന്ധം ലഹരി പകർന്ന ആ രാത്രിയിൽ തന്റെ സിസിയോട് ചേരുന്നതിന് ഒളിച്ചോട്ടക്കാരിയായ ഒരു സ്കൂൾക്കുട്ടിയുടെ ശൈലിയാണ് അവൾ സ്വീകരിച്ചത്. മാതാപിതാക്കളറിഞ്ഞാൽ വഴക്കു പറയും എന്ന് ഭയപ്പെടുന്ന ഒരു പെൺകുട്ടിയുടെ നിഗൂഢചര്യകളാണ് അവളിൽനിന്നുണ്ടായത്. അവൾ മിക്കവാറും കാൽപ്പനികതയുടെ മാസ്മരികലോകത്തിലായി. ചന്ദ്രനെ നോക്കി മണിക്കൂറുകൾ അങ്ങനെ നിൽക്കും.

എല്ലാവരും ഉറങ്ങുന്ന ഒരു രാത്രിയിൽ അവൾ ജോർജിനെയും കൂട്ടി ഉദ്യാനത്തിലേക്ക് പോയി. അവർ പരസ്പരം അരക്കെട്ടിൽ ചുറ്റിപ്പിടിച്ച് വൃക്ഷങ്ങൾക്കിടയിലൂടെ നടന്നു. പിന്നെ പുൽത്തകിടിയിലേക്ക് വീണ് കിടന്ന് ഉരുണ്ട് കളിച്ചു. മഞ്ഞിൻകണങ്ങളാൽ വസ്ത്രങ്ങൾ നനഞ്ഞ് കുതിർന്നു. മറ്റൊരു ദിവസം കിടക്കമുറിയിലെ നിശ്ശബ്ദതയെ ഭഞ്ജിച്ചുകൊണ്ട് അവൾ ജോർജിന്റെ തോളിൽ തലചായ്ച്ചുകൊണ്ട് മരണഭീതിയോടെ തേങ്ങിക്കരഞ്ഞു. പൂക്കളും കിളികളും നിറഞ്ഞു നിൽക്കുന്ന ഒരു

കവിതാശകലം അവൾ മിക്കവാറും ആലപിക്കുമായിരുന്നു. പാട്ടിന്റെ ഒടുവിൽ അവൾ ജോർജിനെക്കൊണ്ട് 'ജീവിച്ചിരിക്കുന്നതു വരെ നിന്നെ മാത്രമേ ഞാൻ പ്രണയിക്കൂ എന്ന് സത്യം ചെയ്യിക്കുമായിരുന്നു. ചുരുക്കിപ്പറഞ്ഞാൽ ഒരു മണ്ടിയെപ്പോലെയാണ് അവൾ പെരുമാറിയിരുന്നത്. എങ്കിലും ഇടയ്ക്ക് കട്ടിലിലിരുന്ന് കാലുകളിളക്കി സിഗരറ്റ് പുകച്ചു കൊണ്ട് സൗഹൃദം പങ്കിടുന്ന ശീലം മാറിയില്ല. എന്നാൽ അവൾക്ക് മനസലിവുണ്ടാക്കിയ സംഭവം ഇതൊന്നുമല്ല; കൊച്ചു ലൂയിസിന്റെ വരവാണ്. മാതൃത്വത്തിന്റെ സ്നേഹവായ്പ്പ് ഭ്രാന്തമായ രീതിയിൽ അവളെ ബാധിച്ചു. അവൾ അവന്റെ കുതിച്ചുചാട്ടം കാണാൻ പുറത്തേക്കൊക്കെ കൊണ്ടുപോകുമായിരുന്നു. ഒരു രാജകുമാരനെപ്പോലെയാണ് അവൾ അവനെ വസ്ത്രം ധരിപ്പിച്ചിരുന്നത്. അവനോടൊപ്പം പുല്ലിൽ കിടന്ന് മറിയാനും അവൾക്ക് മടിയുണ്ടായിരുന്നില്ല.

തന്റെ മുറിയോട് ചേർന്നുള്ള മുറിയിൽ ലൂയിസിനെ കിടത്തി ഉറക്കണമെന്ന് അവനെ കൊണ്ടുവന്നപ്പോഴേ അവൾ തീരുമാനിച്ചതാണ്. ഗ്രാമീണ വശ്യതയിൽ ആകൃഷ്ടയായി ലെറാറ്റ് മാഡം തലയണ കണ്ടു പോയാൽ കൂർക്കം വലിക്കുന്ന ഇടമാണത്. എന്നാൽ ലൂയിസ്സിന്റെ വരവ് ജോർജിന്റെ സ്ഥാനത്തിന് ഇളക്കമൊന്നും വരുത്തിയില്ല. ഒരുതരത്തിൽ പറഞ്ഞാൽ നാനയ്ക്കിപ്പോൾ രണ്ട് കുട്ടികളാണ്. രണ്ട് കുട്ടികളെയും അവൾ മൃദുവായി പരിപാലിക്കുന്നു. രാത്രിയിൽ പത്ത് പ്രാവശ്യമെങ്കിലും നാന സിസിയുടെ അടുത്തുനിന്ന് എഴുന്നേറ്റ് ലൂയിസിന്റെ മുറിയിൽ ചെന്ന് അവന്റെ ശ്വാസനില പരിശോധിക്കാറുണ്ട്. എന്നാൽ മടങ്ങി വന്നാലുടനെ ജോർജിനെ കെട്ടിപ്പിടിച്ചു കിടക്കും. ഒരു അമ്മയോടെന്നവണ്ണമുള്ള അത്രയും അടുപ്പം അവനും കാട്ടി. ഒരു വലിയ പെൺകുട്ടിയുടെ കയ്യിലെ ശിശു എന്നപോലെ അവൾ അവനെ താരാട്ടി ഉറക്കി. നാന തന്റെ വർത്തമാനകാല അവസ്ഥയിൽ അതിരറ്റ് സന്തോഷിച്ചു. ആ ഗ്രാമം വിട്ട് പോകരുതെന്ന് ഗൗരവമായിത്തന്നെ അവൾ അവനോട് നിർദേശിക്കുകയും ചെയ്തു. അവൾ മറ്റെല്ലാവരെയും അകറ്റി നിർത്തും. ജോർജും ലൂയിസും നാനയും മാത്രം അവിടെ ശേഷിക്കും. പുലരുന്നതുവരെ അവർ പുതുമയുള്ള പലതരം പരിപാടികളിൽ ഏർപ്പെടും. പൂക്കൾ ശേഖരിച്ച് തളർന്ന് ഉറങ്ങുന്ന ലെറാറ്റ് ഇതൊന്നും അറിയുകയില്ല.

അവളുടെ ജീവിതം ആനന്ദപൂർണമായി ഒരാഴ്ചയോളം നീണ്ടു നിന്നു. മുഫാത്ത്പ്രഭു എല്ലാ വൈകുന്നേരങ്ങളിലും അവിടെ വരും. നൈരാശ്യത്തോടെ വിഷണ്ണനായി തിരിച്ചു പോകും. സ്റ്റീനർ പാരീസിലേക്കുപോയ ഒരു ദിവസത്തെ ഇടവേളയിൽപ്പോലും അദ്ദേഹത്തെ വീട്ടിലേക്ക് സ്വീകരിച്ചില്ല. മാഡത്തിന് നല്ല സുഖമില്ലെന്നാണ് സോയേ അന്ന് അദ്ദേഹത്തോട് പറഞ്ഞത്. ജോർജിനെ കബളിപ്പിക്കുന്ന കാര്യം നാനയെ സംബന്ധിച്ചിടത്തോളം ഓരോ ദിവസവും വിഷമം പിടിച്ച ഒന്നായി മാറി. അവൻ അത്രയ്ക്ക് നിഷ്കളങ്കനാണ്. നാനയെ അവൻ അത്രമാത്രം വിശ്വസിക്കുന്നുണ്ട്. അവനോട് വിശ്വാസവഞ്ചന കാട്ടുന്നത് തീരെ തരംതാണ

ഏർപ്പാടാണെന്നാണ് അവൾ വിശ്വസിക്കുന്നത്. ഇവരുടെ പ്രണയത്തിന്റെ വളർച്ച നിരീക്ഷിച്ചുകൊണ്ടിരുന്ന സോയേയാകട്ടെ തന്റെ കൊച്ചമ്മയ്ക്ക് ഭ്രാന്താണെന്ന് വരെ കരുതി.

കുറച്ചു ദിവസങ്ങൾക്കുശേഷം കുറെ സന്ദർശകർ അവിടെയെത്തി. ആരും വരില്ലെന്ന ധാരണയിൽ നാന നിരവധി ആളുകളെ അവിടേക്ക് ക്ഷണിച്ചിരുന്നു. അതുകൊണ്ടുതന്നെ ലാമിനോട്ടിന്റെ ഇരുമ്പ് ഗേറ്റ് തുറന്നെത്തിയ ആളുകളെ കണ്ട് അവൾ വിഷണ്ണയായിപ്പോയി. തന്റെ മക്കളായ ഹെൻറിയോടും ചാൾസിനോടുമൊപ്പം മിഗനനാണ് ആദ്യമേ വാഹനത്തിൽനിന്ന് ഇറങ്ങിയത്. തുടർന്ന് സ്ത്രീകളുടെ ഒരു കൂട്ടംതന്നെ ഉണ്ടായിരുന്നു. ലൂസി സ്റ്റുവർട്ട്, കരോളിൻ ഹെക്വറ്റ്, റ്റാറ്റൻ നിനേ, മരിയ ബ്ലോണ്ട്... ഗാഗയെയും മകൾ അമീലിയെയും സ്വീകരിക്കാൻ ഫലോസി പുറത്തേക്ക് ചാടി. അവർ പതിനൊന്ന് പേരുണ്ടായിരുന്നു. എല്ലാവർക്കുമുള്ള സ്ഥലസൗകര്യം അവിടെയില്ലായിരുന്നു.

ലാമിനോട്ടിൽ അതിഥികൾക്കായി അഞ്ച് മുറികളേ ഉണ്ടായിരുന്നുള്ളൂ. അതിലൊന്നിൽ ലെറാറ്റ് മാഡവും ലൂയിസും ഇപ്പോൾത്തന്നെയുണ്ട്. ഏറ്റവും വലിയ മുറി ഗാഗയ്ക്കും ഫലോസിക്കും കുടുംബത്തിനുമായി നൽകി. ഡ്രസിങ്റൂമിലുള്ള ഉരുട്ടുകട്ടിലിൽ അമീലിയെ കിടത്താമെന്ന് തീരുമാനിച്ചു. മിഗനനും രണ്ട് കുട്ടികൾക്കും മൂന്നാമത്തെ മുറി നൽകി. ലബോർദത്തിന് നാലാമത്തേത്. നാല് കട്ടിലുകളുള്ള ഡോർമിറ്ററിയാക്കി മാറ്റിയ കിടക്കമുറിയാണ് ലൂസി, കരോളിൻ, റ്റാറ്റൻ, മരിയ എന്നിവർക്ക് നൽകിയിട്ടുള്ളത്. സ്റ്റീനർ സ്വീകരണമുറിയിലെ ദിവാനിൽ കിടന്ന് ഉറങ്ങിക്കൊള്ളും. ഇത്രയുമാളുകൾക്ക് ഇടം കണ്ടെത്തിയെങ്കിലും അവരെയൊക്കെ സൽക്കരിക്കുന്ന കാര്യമോർത്ത് ആതിഥേയ എന്ന നിലയിൽ നാനയ്ക്ക് ഭീതി തോന്നി.

സ്ത്രീകൾ ലാമിനോട്ടിനെ പുകഴ്ത്തിപ്പറഞ്ഞു."അത്യാകർഷകമായ സ്ഥലംതന്നെ" പാരീസിനെ ചുറ്റിപ്പറ്റിയുള്ള പരദൂഷണവും തമാശകളും ഒക്കെ അവർ വിളമ്പി. നാനയുടെ ഒളിച്ചോട്ടത്തെക്കുറിച്ച് ബോർദനേവ് അറിഞ്ഞപ്പോൾ കോടതി ഇടപെട്ട് അവളെ തിരികെ കൊണ്ടുവരുമെന്നാണ് പ്രതികരിച്ചത്. എന്നാൽ വീനസ് മോഹിനിയിൽ നാനയുടെ ഭാഗമഭിനയിക്കാൻ അദ്ദേഹം വയോലൈനിനെ ചുമതലപ്പെടുത്തുകയുണ്ടായി. വയോലൈനിന്റെ അഭിനയം വിജയമായിരുന്നുവത്രേ. ഇതുകൂടി കേട്ടപ്പോൾ നാന ഗൗരവപ്രകൃതിയായി. അപ്പോൾ നാലുമണിയേ ആയിരുന്നുള്ളൂ. ചുറ്റുപാടുമൊക്കെ ഒന്നു കറങ്ങി കണ്ടാൽ കൊള്ളാമെന്ന് ചിലർ അഭിപ്രായപ്പെട്ടു.

"ഓ അത് ഞാൻ പറഞ്ഞില്ല, കുറച്ച് ഉരുളക്കിഴങ്ങ് എടുക്കാൻ പോകുന്നതിന് തുടങ്ങുമ്പോഴാണ് നിങ്ങൾ എത്തിയത്." നാന പറഞ്ഞു. അപ്പോൾ എല്ലാവരുംകൂടി ഉരുളക്കിഴങ്ങ് കുഴിച്ചെടുക്കുന്നതിന് വസ്ത്രം പോലും മാറാതെ പുറത്തേക്ക് പോയി. തോട്ടക്കാരനും രണ്ട് സഹായിയും നേരത്തേതന്നെ കിഴങ്ങുതോട്ടത്തിൽ ഉണ്ടായിരുന്നു.

പെണ്ണുങ്ങളെല്ലാം മുട്ടുകുത്തിയിരുന്ന് ഉരുളക്കിഴങ്ങ് മാന്തിയെടുക്കാൻ തുടങ്ങി. വലിപ്പംകൂടിയ കിഴങ്ങുകൾ കിട്ടുമ്പോഴെല്ലാം അവർ വലിയ ആഹ്ലാദം പ്രകടിപ്പിച്ചു. ഏതോ മത്സരം നടക്കുന്ന വാശിയിലാണ് റ്റാറ്റൻ നിനേ ഉരുളക്കിഴങ്ങുകൾ എടുക്കുന്നത്. മറ്റുള്ളവരെല്ലാം വിഡ്ഢികളാണെന്ന് കരുതി അവൾ എല്ലാവർക്കും ഉപദേശങ്ങളും നൽകുന്നുണ്ട്. ആണുങ്ങളാകട്ടെ കിഴങ്ങു കണ്ടെത്തുന്ന കാര്യത്തിൽ വലിയ ഉത്സാഹമൊന്നും കാണിച്ചില്ല. ഒരു നല്ല പൗരന്റെയും ഉത്തരവാദിത്വമുള്ള അച്ഛന്റെയും നിലയിലാണ് മിഗനൻ പെരുമാറിയത്.

ഭക്ഷണം വളരെ കേമമായിരുന്നു. എല്ലാവർക്കും നല്ല വിശപ്പും ഉണ്ടായിരുന്നു. ഓർലീൻസിലെ ബിഷപ്പിന്റെ അരമനയിൽ ഉണ്ടായിരുന്ന പാചകക്കാരനുമായി ചില്ലറ അഭിപ്രായ വ്യത്യാസം നാനയ്ക്കുണ്ടായി. കാപ്പികുടിക്കു പുറമേ പെണ്ണുങ്ങൾ പുകവലിയും തുടങ്ങി. കാതടപ്പിക്കുന്ന തരത്തിലാണ് ആശംസാവചനങ്ങൾ അന്തരീക്ഷത്തിൽ മുഴങ്ങിയത്.

മറ്റന്നാൾ ആണ് ഏറ്റവും സന്തോഷകരമായ ദിനമെന്ന് നാന പ്രഖ്യാപിച്ചു. എല്ലാവരുംകൂടി അന്ന് ഒരു ഉല്ലാസയാത്രയ്ക്കു പോകും. പ്രഭാതത്തിൽ പോയിട്ട് വൈകിട്ട് ഏഴുമണിക്ക് ലാമിനോട്ടിൽ തിരിച്ചെത്താനാണ് പദ്ധതി. ഓർലീൻസിൽനിന്ന് അഞ്ച് വണ്ടികൾ വരുത്താനുള്ള ഏർപ്പാടും അവൾ ചെയ്തു.

പതിവുപോലെ മുഫാത്ത്പ്രഭു പുറംഗേറ്റിനടുത്ത് എത്തി. എന്നാൽ പ്രകാശം ചിതറുന്ന ജാലകങ്ങളും പൊട്ടിച്ചിരികളും അദ്ദേഹത്തെ അത്ഭുതപ്പെടുത്തി. മിഗനന്റെ ശബ്ദം തിരിച്ചറിഞ്ഞതോടെ അദ്ദേഹത്തിന് കാര്യങ്ങളെല്ലാം പിടികിട്ടി. പ്രതികാരചിന്തയോടെയാണ് അന്ന് അദ്ദേഹം അവിടെനിന്ന് മടങ്ങിയത്. ഒരു പാർശ്വവാതിലിലൂടെ അകത്ത് കയറിയ ജോർജ് മുകളിലുള്ള നാനയുടെ മുറിയിലേക്ക് നീങ്ങി. ഭിത്തിയുടെ ഓരം ചേർന്ന മാർജാരഗമനമായിരുന്നു അത്. ഏതാണ്ട് പാതിരാത്രി വരെ അവന് നാനയെ കാത്തിരിക്കേണ്ടി വന്നു. ഒടുവിൽ നാന എത്തിയതാവട്ടെ നല്ല ഫോമിലും. തലേന്നത്തെക്കാളും മാതൃസ്നേഹം പ്രകടിപ്പിച്ചാണ് ഇത്തവണത്തെ വരവ്. മദ്യപിക്കുന്ന അവസരത്തിലൊക്കെ അവൾ അസംബന്ധം പറയാറുണ്ട്. വരുന്ന ദിവസം നടക്കാൻ പോകുന്ന ഉല്ലാസയാത്രയിൽ ജോർജും ഉണ്ടാവണമെന്ന് അവൾ നിർബന്ധിച്ചു. എന്നാൽ ആരെങ്കിലും കാണുമോ എന്ന ഭയമാണ് അവന്. അവൾ കരഞ്ഞുകൊണ്ട് അപേക്ഷിച്ചപ്പോൾ അവൻ വരാമെന്ന് സമ്മതിച്ചു. സ്നേഹത്തിന്റെ പേരിൽ അവനെ അവൾ ആണയിടുവിച്ചു.

ഫൊണ്ടേട്ടസിൽ നാനയുടെ അയൽബന്ധം അസ്വസ്ഥത പടർത്തിയിട്ടുണ്ട്. രാവിലെയും ഉച്ചയ്ക്കും എല്ലാം യുഗോൺ മാഡം നാനയുടെ വിഷയം എടുത്തിടുമായിരുന്നു. തോട്ടക്കാരൻ നൽകുന്ന വിവരങ്ങളെല്ലാം അവർ അവിടെ പരസ്യപ്പെടുത്തും. ഏതോ വന്യജീവി കാടിറങ്ങി നാട്ടിൻപുറത്തുകൂടി അലയുന്നു എന്ന മട്ടിലാണ് അവരുടെ സംസാരം. ലാമിനോട്ടിന് ചുറ്റും കറങ്ങി നടക്കുന്ന തന്റെ ചില അതിഥികളെ ഉന്നം

വച്ച് ചില്ലറ ശണ്ഠ കൂടാനും അവൾ മടിച്ചില്ല. വാന്ദേവ്രസ്പ്രഭു സ്വർണത്തലമുടിയുള്ള ഒരു പെണ്ണുമായി പോകുന്നത് കണ്ടത്രേ. എന്നാൽ നാനയല്ലായിരുന്നുവെന്നും തന്നോട് വർത്തമാനം പറഞ്ഞ് അടുത്തുകൂടിയ ലൂസിയായിരുന്നുവെന്നും അദ്ദേഹം വെളിപ്പെടുത്തി. മാർക്വിസും ഷുവാർദും എല്ലാ ദിവസവും പുറത്തു പോകുമായിരുന്നു. എന്നാൽ ഡോക്ടറുടെ നിർദേശപ്രകാരമുള്ള നടത്തമായിരുന്നു അതെന്നാണ് അവർ പറയുന്നത്. ദാഗുനേറ്റിനോടും ഫോഷറിയോടും യുഗോൺമാഡം നീതിപൂർവകമല്ല പെരുമാറിയത്. തന്റെ പഴയ ബന്ധങ്ങൾ പുതുക്കുന്ന കാര്യം ഉപേക്ഷിച്ചതിൽപ്പിന്നെ ദാഗുനേറ്റ് ഫൊണ്ടേട്ടസ് വിട്ടു പോയിട്ടേയില്ല. എസ്റ്റിലേയുടെ കാര്യത്തിലാണ് അദ്ദേഹത്തിന്റെ മുഴുവൻ ശ്രദ്ധയും. ഫോഷറിയാണെങ്കിലും മുഫാത്ത് സ്ത്രീകളോടൊപ്പമാണ്. തന്റെ മകന് വഴിയരികിൽവച്ച് സസ്യശാസ്ത്രത്തെക്കുറിച്ച് പറഞ്ഞ് കൊടുക്കുമ്പോൾ കൈ നിറയെ പൂക്കളുമായി ഒരിക്കൽ മാത്രമാണ് മിഗ്നനെ അവരും കണ്ടിട്ടുള്ളത്. അവർ പരസ്പരം ഹസ്തദാനം ചെയ്യുകയും റോസിനെക്കുറിച്ചുള്ള വാർത്തകൾ കൈമാറുകയും ചെയ്തു. അവൾ സുഖമായിരിക്കുന്നു. ഗ്രാമീണജീവിതം ആവോളം ആസ്വദിച്ചുകൊള്ളൂ എന്ന് സൂചിപ്പിക്കുന്ന കത്തും അവർക്കിരുവർക്കും അന്ന് അതിരാവിലെ ലഭിക്കുകയും ചെയ്തു. അവരുടെ അതിഥികളിൽ അവർ വെറുതെ വിട്ടത് മുഫാത്ത്പ്രഭുവിനെയും ജോർജിനെയും മാത്രമാണ്. ഓർലീൻസിൽ ഗൗരവമായ ചുമതലകളുള്ള മുഫാത്ത്പ്രഭു ഒരു പിഴച്ച പെണ്ണിന്റെ പിറകേ ഏതായാലും പോകില്ല. പാവം ജോർജാണെങ്കിൽ സന്ധ്യക്ക് മുൻപ് തുടങ്ങുന്ന തലവേദനകാരണം മുറിയിൽ കയറി കതകടച്ചിരിപ്പാണ്.

മുഫാത്തിന്റെ അഭാവത്തിൽ ഫോഷറി സബീൻപ്രഭ്വിയുടെ ചുമതല ഏറ്റെടുക്കും. പാർക്കിന്റെ അങ്ങേയറ്റംവരെ മടക്കുകസേരയും കുടയും എല്ലാം എടുത്തുകൊണ്ട് കൂടെപ്പോകും. പത്രപ്രവർത്തകൻ എന്ന നിലയിലുള്ള ഫോഷറിയുടെ നർമപ്രകടനങ്ങൾ അവരെ വല്ലാതെ ആകർഷിച്ചിട്ടുണ്ട്. ഫോഷറിയോടുള്ള ഈ പ്രത്യേക അടുപ്പംകാരണം തന്റെ ചെറുപ്പം വീണ്ടെടുക്കപ്പെട്ടതുപോലെ അവർക്ക് തോന്നിത്തുടങ്ങി. ചില നേരം അവരിരുവരും തനിച്ചാവുമ്പോൾ അർഥംവച്ച നോട്ടങ്ങളും ചില ആത്മപ്പകർച്ചകളും ഉണ്ടാകും.

ശനിയാഴ്ച ഒരു പുതിയ അതിഥികൂടി വന്നു. തിയോഫിലെ വിനോട്ട്. കഴിഞ്ഞ ശീതകാലത്ത് മുഫാത്തിന്റെ വീട്ടിൽവച്ച് അദ്ദേഹത്തെ ക്ഷണിച്ച കാര്യം യുഗോൺ ഓർത്തു. വളരെ വിനയാന്വിതനായി ഒരു അപ്രധാന വ്യക്തിയെപ്പോലെ ഇത്തിരി മധുരം നുണഞ്ഞുകൊണ്ട് അദ്ദേഹം ഇരുന്നു. എസ്റ്റിലേക്ക് സ്ട്രോബറി വിളമ്പുന്ന ദാഗുനേറ്റിനെ അദ്ദേഹം ഒന്നു നോക്കി. കൗണ്ടിനെ കഥകൾ പറഞ്ഞു രസിപ്പിക്കുന്ന ഫോഷറിയെ ഒന്നു ശ്രദ്ധിച്ചു. അദ്ദേഹത്തെ ആരെങ്കിലും ഒന്നു നോക്കിയാൽ പുഞ്ചിരിക്കും, അത്ര തന്നെ. അതിഥികൾ മേശയ്ക്കരികിൽനിന്ന് എഴുന്നേറ്റപ്പോൾ

അദ്ദേഹം പ്രഭുവിന്റെ കരം ഗ്രഹിച്ച് അദ്ദേഹത്തെ പാർക്കിലേക്ക് കൊണ്ടുപോയി. അമ്മയുടെ മരണശേഷം അദ്ദേഹത്തിൽ ഇത്രയും സ്വാധീനം ചെലുത്തിയ മറ്റാരും ഇല്ല. അദ്ദേഹത്തിന്റെ എത്തിച്ചേരൽ ഫോഷറിയെ തെല്ലൊന്ന് അസ്വസ്ഥനാക്കിയിട്ടുണ്ട്. അദ്ദേഹത്തിന്റെ അഭിപ്രായത്തിൽ വിനോട്ടിന്റെ മാന്യതയ്ക്കു പിന്നിൽ ഒരു ഭീകരമുഖമുണ്ട്. അറിയപ്പെടാത്ത ഭീമൻ വിനോട്ടിനെക്കുറിച്ചുള്ള ഈ പുത്തനറിവ് എല്ലാവരിലും അത്ഭുതമുളവാക്കി. പലരും ഇതൊരു തമാശയായി കണക്കാക്കി. എന്നാൽ മുഫാത്ത്പ്രഭു കരഞ്ഞുകൊണ്ട് കടന്നു വന്നപ്പോൾ എല്ലാവരും നിശ്ശബ്ദരായി. "അവർ നരകത്തെക്കുറിച്ചായിരിക്കും സംസാരിച്ചത്" ഫോഷറി പിറുപിറുത്തു. സബീൻപ്രഭി ഇത് നന്നായി കേട്ടു, അവർ തല ഉയർത്തി നോക്കി.

പ്രഭാതഭക്ഷണത്തിനുശേഷം ഉദ്യാനസന്ദർശനം അന്നൊക്കെ പതിവായിരുന്നു. അന്നത്തെ ഞായറാഴ്ച സുഖപ്രദമായ കാലാവസ്ഥയുമായിരുന്നു. പത്തുമണിയായപ്പോഴേക്കും മഴയുടെ ചെറിയ ലക്ഷണമുണ്ടായിരുന്നെങ്കിലും ആകാശം തെളിഞ്ഞിരുന്നു. സൂര്യന്റെ സ്വർണപ്രഭയിൽ പാൽമഞ്ഞ് അലിഞ്ഞില്ലാതായി. ചൗ നദിയുടെ തീരം വരെ നടന്നാലോ എന്നൊരു ആശയം യുഗോൺമാഡത്തിന് തോന്നി. നടത്തം അവർക്ക് വലിയ ഹരമാണ്. പ്രായത്തെ കവിഞ്ഞ പ്രസരിപ്പാണ് അവർക്കതിലുള്ളത്. അവർ പാലത്തിന് സമീപം വരെ നടന്നു.

ഫോഷറിയും ദാഗുനേറ്റും സബീൻപ്രഭിയോടൊപ്പം മുന്നിലായി നടന്നു. യുഗോൺ മാഡത്തിന്റെ ഇരുവശങ്ങളിലായി പ്രഭുവും മാർകിസും അടുത്ത നിരയിലുണ്ടായിരുന്നു. വാന്ദേവ്രസാണെങ്കിൽ സ്റ്റൈലൻ വേഷത്തിൽ ഏറ്റവും പിറകിലായി ഒരു സിഗരറ്റും പുകച്ചുകൊണ്ട് വരുന്നുണ്ട്. വിനോട്ട് എല്ലാ ഗ്രൂപ്പുകളിൽനിന്നുമുള്ള വിവരങ്ങൾ കേൾക്കാൻ പാകത്തിൽ ഇത്തിരി അകലം പാലിച്ച് നടന്നു.

ജോർജിന്റെ കാര്യമാണ് കഷ്ടം. യുഗോൺമാഡത്തിന് വല്ലാത്ത വിഷമമായി. അവനിപ്പോൾ ഓർലീൻസിലാണ്. തലവേദനയ്ക്ക് ചികിത്സിക്കാൻ ഡോക്ടർ താവർണിയറെ കാണാൻ പോയതാണവൻ. "നിങ്ങളൊന്നും ഉണർന്നിരുന്നില്ല. ഏഴ് മണിക്കേ അവൻ പോയി. ഏതായാലും ഈയൊരു മാറ്റം അവന് നല്ലതാണ്. എന്താണ് പാലത്തിന്റെ ഭാഗമായപ്പോൾ അവർ നിന്നുകളഞ്ഞത്?" അവർ ആശ്ചര്യപൂർവം ചോദിച്ചു. സ്ത്രീകൾ ദാഗുനേറ്റിനോടുമൊപ്പം പാലത്തിന്റെ അറ്റത്ത് നിൽക്കുകയായിരുന്നു. മുന്നോട്ടുള്ള യാത്രയ്ക്ക് എന്തോ തടസമുള്ള മട്ടിലാണ് അവരുടെ നിൽപ്പ്. 'നമുക്ക് പോകാം' പ്രഭു ആവശ്യപ്പെട്ടു. എന്നാൽ മറ്റുള്ളവർക്ക് മനസിലാക്കാൻ ബുദ്ധിമുട്ടുള്ള എന്തോ ഒന്ന് സംഭവിക്കുന്ന മട്ടിൽ അവർ അവിടെ നിശ്ചലരായി നിന്നു. പോപ്ലാർമരങ്ങൾ അതിരിടുന്ന വളവുള്ള വഴിയായിരുന്നു അത്. എന്നിരുന്നാലും ഒരു മുരൾച്ച ഉയർന്നുയർന്ന് വരുന്നുണ്ടായിരുന്നു. വണ്ടികളുടെ മുരൾച്ചയോടൊപ്പം തമാശയും പൊട്ടിച്ചിരികളും ഇടകലർന്ന് ഉയർന്നുയർന്ന് കേൾക്കാമായിരുന്നു. അധികം

വൈകാതെ അഞ്ച് വാഹനങ്ങൾ അവരുടെ കണ്ണിൽപ്പെട്ടു. വർണാഭമായ വസ്ത്രങ്ങളോടെ തിങ്ങി നിറഞ്ഞ ആളുകളെയും കാണാം.

യുഗോൺ മാഡം ആശ്ചര്യപ്പെട്ടു. ഒടുവിൽ അവർക്ക് കാര്യം പിടികിട്ടി. 'ഇതവളുതന്നെ, മുന്നോട്ടുതന്നെ പോകൂ അവരെ കണ്ടതായി ഭാവിക്കുകയേ വേണ്ട' എന്നാൽ അതിനുള്ള ഇടവേള കിട്ടിയില്ല. നാനയും കൂട്ടരും ഉള്ള അഞ്ച് വാഹനങ്ങളും ഇടുങ്ങിയ തടിപ്പാലത്തിലൂടെ വന്നു കഴിഞ്ഞു. ഫോഷറിയും ദാഗുനേറ്റും സബീൻപ്രഭ്വിയും ഒരു ചുവട് പിറകിലേക്ക് മാറി. യുഗോൺമാഡവും കൂട്ടരും അവിടെത്തന്നെ ഇത്തിരി മാറി നിന്നു. വാഹനത്തിൽനിന്നും ആകാംക്ഷയോടെ ചില തലകൾ പുറത്തേക്ക് നീണ്ടു. ആദ്യത്തെ വണ്ടിയിൽ മരിയ ബ്ളോണ്ടും റ്റാറ്റൻ നിനേയും പ്രഭ്വികളെപ്പോലെ ഇരിക്കുന്നു. അവരുടെ പാവാട വണ്ടിച്ചക്രങ്ങളിലേക്ക് ഇത്തിരി വീണ് കിടക്കുന്നുണ്ട്. നടക്കാനിറങ്ങിയ മാന്യസ്ത്രീകളെയെല്ലാം അവർ സൂക്ഷിച്ച് നോക്കി. അടുത്തതായി ഗാഗയുണ്ട്. ഏതാണ്ട് ഒരു സീറ്റ് മുഴുവൻ കയ്യടക്കി വച്ചിരിക്കുകയാണവൾ. സമീപത്തുള്ള ഫലോസിയെയാകട്ടെ കണ്ണിൽപ്പെടാനുമില്ല. തുടർന്ന് ലബോർദത്തിനോടൊപ്പം കരോളിൻ ഹെക്വറ്റും മിഗ്നനോടും കുട്ടികളോടുമൊപ്പം ലൂസി സ്റ്റുവർട്ടും ഉണ്ടായിരുന്നു. ഏറ്റവും ഒടുവിലത്തെ വണ്ടിയിലായിരുന്നു നാന. സമീപത്തുതന്നെ സ്റ്റീനറും ഉണ്ടായിരുന്നു. ജോർജിന്റെ ഇരിപ്പ് നാനയുടെ കാൽമുട്ടിനിടയിലാണ്.

"ആ ഒടുവിലത്തെ വണ്ടിയിലാരാണ്?" ഫോഷറിയോട് പ്രഭ്വി അത് നാനയാണെന്ന് തിരിച്ചറിയാത്ത മട്ടിൽ അന്വേഷിച്ചു. നാനയുടെ വാഹനം അടുത്തു വന്നിട്ടും അവർ ഒരിഞ്ചുപോലും മാറിയില്ല. ഇരുവരും ഒരുനിമിഷം സൂക്ഷ്മതയോടെ ഒന്നു നോക്കി. ഫോഷറിയും ദാഗുനേറ്റും അലസമായി നിന്നതേയുള്ളൂ. മാർക്വിസ് ആകാംക്ഷയുള്ള പെണ്ണുങ്ങൾ ചെയ്യുന്നതുപോലെ ഒരു പുൽക്കൊടി പിടിച്ച് തിരിക്കാൻ തുടങ്ങി. വാന്ദേവ്രസ് തന്നെ നോക്കി മാറിക്കളഞ്ഞ ലൂസിയെയോർത്ത് തെല്ല് മാറി നിന്നു. "സൂക്ഷിക്കണം" മുഫാത്തിന്റെ സമീപത്തുനിന്ന വിനോട്ട് പിറുപിറുത്തു. മുഫാത്താകട്ടെ നാനയെ കണ്ടത് മുതൽ അസ്വസ്ഥനാണ്. ഭാര്യ അദ്ദേഹത്തെ നിരീക്ഷിക്കുന്നുണ്ടെങ്കിലും തന്റെ ഇഷ്ടപ്രാണേശ്വരിയെ വഹിക്കുന്ന വാഹനം പാഞ്ഞ വഴി നോക്കി അയാളങ്ങനെ നിൽക്കയാണ്. അദ്ദേഹത്തിന് ഉച്ചത്തിലൊന്ന് നിലവിളിക്കണമെന്ന് തോന്നി. നാനയുടെ പാവാടയ്ക്കടിയിൽ ഒതുങ്ങിക്കൂടിയിരിക്കുന്ന ജോർജിനെ കണ്ടപ്പോഴേ മുഫാത്തിന് കാര്യങ്ങളെല്ലാം പിടികിട്ടി. ആ പയ്യനുവേണ്ടിയാണ് നാന തന്നെ മറന്നുകളയുന്നതെന്ന ചിന്ത അദ്ദേഹത്തെ വേദനിപ്പിച്ചു. സ്റ്റീനറുടെ കാര്യം പോകട്ടെ. എന്നാലും വെറുമൊരു പയ്യനുവേണ്ടി...

യുഗോൺമാഡം ജോർജിനെ ആദ്യം തിരിച്ചറിഞ്ഞില്ല. നാനയുടെ മുട്ടിനിടയിൽ അല്ലായിരുന്നുവെങ്കിൽ പാലം കടന്നപ്പോൾ അവൻ വെള്ളത്തിലേക്ക് എടുത്ത് ചാടുമായിരുന്നു. വെളുത്ത് മരവിച്ച് മഞ്ഞുകട്ടപോലെ ആരെയും നോക്കാതെ അവൻ അവിടെത്തന്നെ ഉറച്ച് ഇരുന്നു. ആ അവസ്ഥയിൽ അവനെ തിരിച്ചറിയുക ദുഷ്കരം തന്നെ.

"ഓ ദൈവമേ അവളുടെ അടുത്തിരിക്കുന്നത് ജോർജാണല്ലോ" യുഗോൺമാഡം വിളിച്ചു പറഞ്ഞു. പരസ്പരം അറിഞ്ഞും അറിയാതെയും വാഹനങ്ങൾ കടന്നു പോയി. നല്ല വഴക്കിനുള്ള സാധ്യത അവശേഷിച്ചിരിക്കുന്നു. ഗ്രാമീണപ്രശാന്തതയിലൂടെ പെണ്ണുങ്ങളെയും വഹിച്ചുകൊണ്ടുള്ള ആ വാഹനങ്ങൾ ഒരു കാറ്റുപോലെ കടന്നുപോയി. റിബണുകൾ കാറ്റിൽ പാറിക്കളിച്ചു. ചിരിയും തമാശകളും വീണ്ടുമുയർന്നു. കാൽനടക്കാരികളെ ചിലർ തിരിഞ്ഞു നോക്കി. പാലം ഒഴിവാക്കാനാണ് നാനയും കൂട്ടരും തിരികെ വന്നത്. യുഗോൺമാഡം മുഫാത്ത്പ്രഭുവിന്റെ തോളിൽ താങ്ങി ദു:ഖിതയായി നിന്നു. ആർക്കും അവരെ ആശ്വസിപ്പിക്കാനാവുമായിരുന്നില്ല.

"ഫോഷറിയെ നീ കണ്ടോ?" വാഹനത്തിലിരുന്ന് തല വെളിയിലേക്കാക്കി കാഴ്ചകൾ കണ്ട ലൂസിയെ നാന ചോദ്യം ചെയ്തു. "അയാൾ എന്തൊരു മൃഗമാണ്. നല്ല വിലതന്നെ അയാൾ നൽകേണ്ടി വരും. പോൾ ആണെങ്കിൽ പാവം, മര്യാദക്കാരൻ എനിക്ക് തീർച്ചയാണ്" തുടർന്ന് സ്റ്റീനറോടായി നാനയുടെ ശകാരം. എന്നാൽ വഴിയിൽ കണ്ട ആണുങ്ങളൊക്കെ വളരെ മര്യാദയ്ക്ക് പെരുമാറിയെന്നാണ് അദ്ദേഹം അഭിപ്രായപ്പെട്ടത്. നാനയുടെ അഭിപ്രായത്തിൽ ഒന്ന് ശിരസ്സ് നമിക്കാൻപോലും കൂട്ടാത്തവരാണ് അവർ.

"ആ നീളമുള്ള ആൾ ആരായിരുന്നു? "ലൂസി തിരക്കി.

"അത് മുഫാത്തിന്റെ പ്രഭിയാണ്" സ്റ്റീനറാണ് മറുപടി നൽകിയത്.

"ഓ! ഞാൻ സംശയിച്ചതുപോലെയുണ്ട്" നാന പറഞ്ഞു: "അവളൊരു പ്രഭിയായിരിക്കും. എന്നാൽ അവളത്ര സാവിത്രിയൊന്നുമല്ല. ആ സർപ്പം ഫോഷറിയോടൊപ്പം അവൾ ഉറങ്ങിയിട്ടുണ്ട്. ഞാൻ വേണമെങ്കിൽ പന്തയം വയ്ക്കാം. അതേ അവന്റെ ഭാര്യയാണവൾ." നാന ഇതു പറഞ്ഞപ്പോൾ സ്റ്റീനർ വിപരീതഭാവത്തിൽ ചുമലിളക്കി. കഴിഞ്ഞദിവസം മുതൽ അദ്ദേഹത്തിന്റെ അസ്വസ്ഥത വർധിച്ചു വരികയാണ്. അടുത്ത ദിവസം ഫോഷറി അവിടം വിട്ട് പോകണമെന്ന് സൂചിപ്പിക്കുന്ന ചില കത്തുകൾ അദ്ദഹത്തിന് ലഭിച്ചിട്ടുണ്ട്. മാത്രമല്ല, സ്വീകരണമുറിയിലെ സോഫായിൽ കിടന്ന് ഉറങ്ങുന്നതിനാണോ ഈ ഗ്രാമത്തിലേക്ക് അദ്ദേഹം വന്നത്?

"ഈ പാവം കുട്ടിയുടെ കാര്യം?" നാന തുടർന്നു. ശ്വാസം വിടാൻപോലും കഴിയാതെ ചുരുണ്ടുകൂടിയിരിക്കുന്ന ജോർജിനെ കണ്ടപ്പോൾ അവൾ വീണ്ടും ആർദ്രചിത്തയായി. ഭീതിയോടെ അവൾ ചോദിച്ചു: "അമ്മ എന്നെ തിരിച്ചറിഞ്ഞു കാണുമോ?"

"തീർച്ചയായും. അവർ ബഹളം കൂട്ടുകയും ചെയ്യും. ഇതെന്റെ തെറ്റു തന്നെ. ഞങ്ങളുടെകൂടെ വരുന്നില്ലെന്ന് പറഞ്ഞിട്ടും നിർബന്ധിച്ച് ഞാനാണ് കൂടെ കൂട്ടിയത്. നോക്കൂ സിസീ ഞാൻ നിന്റെ അമ്മയ്ക്ക് ഒരു കത്തെഴുതട്ടെ. അവർ ഒരു മാന്യവ്യക്തിയാണ്. ഞാൻ നിന്നെ ഇതിന്

മുൻപ് കണ്ടിട്ടില്ലെന്നും സ്റ്റീനർ ആദ്യമായി എന്നെ നിന്റെ അടുക്കൽ കൊണ്ടുവന്നിരിക്കുകയാണെന്നും ഞാൻ അതിൽ എഴുതാം.

“വേണ്ടവേണ്ട എഴുതുകയൊന്നും വേണ്ട” വളരെ ആകാംക്ഷയോടെയും ആശങ്കയോടെയും ജോർജ് പറഞ്ഞു:

“ഞാൻ സ്വയം എല്ലാം വിശദീകരിച്ചുകൊള്ളാം. എന്നാൽ പ്രശ്നം വഷളായാൽ ഞാൻ പിന്നെ വീട്ടിൽ പോവുകയില്ല.”

എന്നാൽ അവൻ വീണ്ടും ചിന്താകുലനായി. അമ്മയുടെ മുൻപിൽ എന്ത് ന്യായീകരണമാണ് താൻ നടത്തേണ്ടത്?

ഇരുവശവും വൃക്ഷങ്ങൾ തിങ്ങിയ ആ ഗ്രാമീണവഴിയിലൂടെ അഞ്ച് വാഹനങ്ങളും നീങ്ങി. മങ്ങിയ വെള്ളിവെളിച്ചത്തിൽ മുങ്ങിയ ഗ്രാമം. പെണ്ണുങ്ങളുടെ കമന്റുകൾ ഓരോ വാഹനത്തിൽനിന്നുമുയരുന്നുണ്ടായിരുന്നു. പെണ്ണുങ്ങൾ ഇടയ്ക്കിടയ്ക്ക് അടുത്തിരിക്കുന്നയാളിന്റെ തോളിലൂന്നിയാണ് വഴിയോരക്കാഴ്ചകൾ കണ്ടത്. വണ്ടി ഏതെങ്കിലും കുഴിയിൽ ചാടുമ്പോൾ അവർ സീറ്റിൽ ഇരുന്നുപോകും. കരോളിൻ ഹെക്വറ്റ് ലബോർദത്തുമായി പൊരിഞ്ഞ സംവാദത്തിലാണ്. നാന തന്റെ ഗ്രാമീണഭവനം മൂന്ന് മാസത്തിനുള്ളിൽ വിൽക്കുമെന്ന് ഇരുവരും വിശ്വസിക്കുന്നു. അത് ചുളുവിലയ്ക്ക് വാങ്ങിത്തരണമെന്ന് അവൾ ലബോർദത്തിനെ പ്രേരിപ്പിക്കുന്നുണ്ടായിരുന്നു. അവർക്ക് മുൻപിലായിരിക്കുന്ന ഫലോസി പ്രണയലോലുപനായി ഗാഗയുടെ കഴുത്തിന് ചുംബിക്കാൻ ശ്രമിച്ച് പരാജയപ്പെട്ട് ഒടുവിൽ വസ്ത്രത്തിന് മുകളിലൂടെയാണെങ്കിലും മുതുകിന് ചുംബിച്ചു. തന്റെ അമ്മയെ ഇങ്ങനെ ചുംബിക്കുന്നതു കണ്ട് അമീലി മരവിച്ചു പോയി. അടുത്ത വാഹനത്തിലിരിക്കുന്ന മിഗ്നനാകട്ടെ ലൂസിയുടെ മതിപ്പ് പിടിച്ച് പറ്റുന്നതിന് അദ്ദേഹത്തിന്റെ മക്കളെക്കൊണ്ട് കവിത ചൊല്ലിക്കുന്നുണ്ട്. മരിയ ബ്ലോണ്ടിന് ബോറടിച്ചു തുടങ്ങി. റ്റാറ്റൻനിനെയെ ഓരോന്ന് പറഞ്ഞ് കബളിപ്പിച്ച് അവൾ ക്ഷീണിതയായിരിക്കുന്നു. പാരീസിലെ പെണ്ണുങ്ങൾ ഒരുതരം പേസ്റ്റും മഞ്ഞളും ഉപയോഗിച്ച് മുട്ട നിർമിക്കുന്നുണ്ടെന്ന് റ്റാറ്റൻനിനെയെ പറഞ്ഞ് വിശ്വസിപ്പിച്ചിരിക്കുകയാണവൾ.

അവരുടെ യാത്ര ലക്ഷ്യസ്ഥാനം കാണാതെ നീണ്ട് പോവുകയാണ്. ഇതെവിടെച്ചന്ന് അവസാനിക്കും? ഓരോ വാഹനങ്ങളിൽനിന്നും പ്രസ്തുതചോദ്യം കൈമാറി ഒടുവിൽ നാനയുടെ അടുത്തെത്തി. അവൾ വണ്ടിക്കാരനോട് ഉച്ചത്തിൽ പറഞ്ഞു.

“ഇനിയൊരു പതിനഞ്ച് മിനിട്ടുകൂടി പോകാൻ നമുക്കില്ല. ആ മരത്തിനിടയിൽ കാണുന്ന പള്ളി കണ്ടോ അവിടെയാണ് ഇറക്കേണ്ടത്.” അവൾ തുടർന്നു: “നെപ്പോളിയന്റെ കാലത്തെ ഒരു വൃദ്ധയുടേതാണവിടം. അവർ ഒരു പ്രത്യേക തരക്കാരിയാണ്. ജോസഫ് പറഞ്ഞതുപോലെ തന്നെയുണ്ട്. ബിഷപ്പിന്റെ അരമനയിൽനിന്നാണ് അവർ ഇതേപ്പറ്റി കേട്ടത്. ഇപ്പോൾ ആർക്കും അവരെ അനുകരിക്കാൻ കഴിയുകയില്ല. എങ്കിലും അവർ വിശ്വാസിയാണ്.

"അവരുടെ പേരെന്താണ്?"ലൂസി തിരക്കി.

"മാഡം ആൻഗ്ലാർസ്,"

"ആൻഗ്ലാർസോ എനിക്കവരെ അറിയാം" ഗാഗ ഉച്ചത്തിൽ പറഞ്ഞു. കുതിരക്കുളമ്പടികളിൽ മാത്രം മുങ്ങിപ്പോകുന്ന ആരവം ഓരോ വണ്ടികളിൽനിന്നുമുയർന്നു. ഓരോരുത്തരും ഗാഗയിലേക്ക് ഒരു നോട്ടം എറിഞ്ഞു. മരിയ ബ്ലോണ്ടും റ്റാറ്റൻ നിനേയും വണ്ടിമേലാപ്പിന്റെ അരികിൽ പിടിച്ച് നിന്നുകൊണ്ട് ആഹ്ലാദം പ്രകടിപ്പിക്കുന്നുണ്ട്. ചോദ്യങ്ങളും തമാശകളും അസൂയ കലർന്ന ആരാധനകളും എല്ലാം അവിടെ വിനിമയം ചെയ്യപ്പെട്ടു. ഗാഗയ്ക്ക് ഓരോന്നിലുമുള്ള അറിവ് എല്ലാവരിലും വിദൂരഭൂതകാലം ആദരവോടെ ഉണർത്തി. 'പ്രിയപ്പെട്ടവരേ ഞാനന്ന് ചെറുപ്പമാണ്' ഗാഗ തുടർന്നു.

"എങ്കിലും എല്ലാം ഞാൻ ഓർക്കുന്നുണ്ട്. എന്തെല്ലാം കഥകളാണ് ആളുകൾ അവരെക്കുറിച്ച് പറഞ്ഞുണ്ടാക്കുന്നത്. എന്തെല്ലാം ഹീനതന്ത്രങ്ങളാണ് അവർ പ്രയോഗിച്ചിട്ടുള്ളത്. അവർക്ക് ഒരു കൊട്ടാരം കിട്ടിയെങ്കിൽ അതിശയിക്കാനൊന്നുമില്ല. ഒരു നോട്ടംകൊണ്ട് അവർ ആണുങ്ങളുടെ കീശ കാലിയാക്കും. ഇർമ ആയിട്ടാണ് ഇപ്പോഴും ജീവിച്ചിരിക്കുന്നത്. അവർക്കൊരു തൊണ്ണൂറെങ്കിലും ആയിക്കാണും."

ഇതുകൂടി കേട്ടപ്പോൾ സ്ത്രീകൾ പെട്ടെന്ന് ഗൗരവപ്രകൃതിയായി. തൊണ്ണൂറ് വയസ്സോ? അവരുടെ കൂട്ടത്തിൽ അത്രയും പ്രായമുള്ള മറ്റൊരാൾ ഇല്ലായിരുന്നു. അല്ലെങ്കിൽത്തന്നെ ലൂസി പറയുന്നത് ഇത്രയും നാളൊക്കെ ആർക്ക് ജീവിച്ചിരിക്കാൻ കഴിയുമെന്നാണ്. എന്നാൽ നാനയ്ക്ക് ഈ വിഷയത്തിൽ വലിയ താൽപ്പര്യമൊന്നുമില്ല. അവർ ലക്ഷ്യസ്ഥാനത്ത് ഏതാണ്ട് എത്തിക്കഴിഞ്ഞു. ക്ഷീണിച്ച കുതിരകളെ ഉത്സാഹിപ്പിക്കാൻ വണ്ടിക്കാരൻ ചാട്ട ചുഴറ്റിയപ്പോൾ അവരുടെ സംഭാഷണം തടസപ്പെട്ടു. എന്നാൽ എല്ലാ ശബ്ദങ്ങളെയും കടത്തിവെട്ടി ലൂസി വർത്തമാനം പറഞ്ഞുകൊണ്ടിരുന്നു. പെട്ടെന്ന് വിഷയം മാറ്റി നാളെ എല്ലാവരെയും കൂട്ടി പട്ടണത്തിലേക്ക് വരണമെന്ന് നാനയെ അവൾ പ്രേരിപ്പിച്ചു. എക്സിബിഷൻ തീരാൻ പോകുന്നതുകൊണ്ട് എല്ലാ സ്ത്രീകളും പാരീസിലേക്ക് തിരികെയെത്തണമത്രേ. എന്നാൽ നാന പാരീസിനെ വെറുത്തിരിക്കുന്നു. അവൾക്ക് ഉടനെ അങ്ങോട്ട് പോകാൻ താൽപ്പര്യമില്ല.

"പ്രിയപ്പെട്ട കുട്ടാ നമ്മളെവിടെയോ അവിടെ താമസിക്കാം." സ്റ്റീനറുടെ സാമീപ്യം കണക്കിലെടുക്കാതെ ജോർജിനെ കാൽമുട്ടുകൊണ്ട് അമർത്തി നാന പറഞ്ഞു.

വണ്ടി പൊടുന്നനെ നിന്നു. കുന്നിന്റെ താഴ്‌വരപോലെയുള്ള ആ സ്ഥലം എല്ലാവരെയും ആകർഷിച്ചു. വണ്ടിക്കാരൻ മരങ്ങൾക്കിടയിൽ കാണുന്ന ആ പുരാതന അവശിഷ്ടങ്ങളിലേക്ക് ചാട്ടവാർ ചൂണ്ടിക്കാട്ടി. 'ഇതൊരു ചതിതന്നെ കുറെ പഴകിയ കല്ലുകളും പാതിയടർന്ന ഗോപുരവും' അവർ മനസിൽ കരുതി. എന്നാൽ തുടർന്ന് വണ്ടിക്കാരൻ വലിയൊരു കെട്ടിടം കാട്ടിക്കൊടുത്തു. ഇനിയും ചെറിയ പാതയാണ്. വാഹനം

അവർക്കുവേണ്ടി അവിടെ കാത്ത് കിടക്കും. കാൽനടയായി പോകാൻ എല്ലാവർക്കും ഉത്സാഹമായി.

പാർക്കിന്റെ മൂലയിലെ ഇരുമ്പ്ഗേറ്റിന്റെ അരികിൽ നിന്നുകൊണ്ട് ഗാഗ പറഞ്ഞു: "ഇമ്രാ നന്നായി ഇരിക്കുന്നുണ്ടാവണം." ഇപ്പോൾ എല്ലാവരും മൗനമായി. മതിൽക്കെട്ടിനുള്ളിൽ കുറ്റിച്ചെടികളും മരങ്ങളും നിറഞ്ഞ പച്ചപ്പിലേക്ക് നോക്കിക്കൊണ്ട് അവർ നടന്നു. മൂന്ന് മിനിട്ട് കഴിഞ്ഞപ്പോഴേക്കും അവർ രണ്ടാമത്തെ ഗേറ്റിന് മുൻപിലെത്തി. ഓക്ക് മരങ്ങളുടെ കറുത്ത നിഴലിനിടയിലും വിശാലമായ ഒരു പുൽപ്പരപ്പ് കാണാമായിരുന്നു. വൃക്ഷങ്ങൾ നിറഞ്ഞ പാതയിലൂടെ മൂന്ന് മിനിട്ടുകൂടി നടന്നപ്പോൾ പ്രകാശബിന്ദു ഒരു നക്ഷത്രംപോലെ തിളങ്ങുന്നത് കണ്ടു. അവർ അത്ഭുതാദരങ്ങളോടെ നിശ്ശബ്ദരായി. ഇമ്രാ വലിയൊരു അത്ഭുതംതന്നെ! ഈ കാണുന്ന വിസ്മയലോകം ഒരു സ്ത്രീയുടേതെന്ന് വിശ്വസിക്കാൻകൂടി പ്രയാസം. വൃക്ഷങ്ങളുടെ നീണ്ട നിര അവസാനിക്കുന്നേ ഇല്ല. ചോലമരപ്പാതയിലൂടെ നടന്നുനടന്ന് അവർ ക്ഷീണിച്ചു കഴിഞ്ഞു. ഇത് അവസാനിക്കുന്ന ഒരു ലക്ഷണവും കാണുന്നുമില്ല. തിരിച്ച് പോകാമെന്നുവരെ പെണ്ണുങ്ങളുടെയിടയിൽ അഭിപ്രായമുണ്ടായി. "ഇതൊരു പാഴ്വേലയാണ്" കരോളിൻ ഹെക്വറ്റ് പല്ല് കടിച്ചുകൊണ്ട് പറഞ്ഞു. നിഷേധഭാവത്തിൽ ചുമലിളക്കി നാന അവളെ ശാസിച്ചു. അൽപ്പനിമിഷങ്ങൾക്കുശേഷം അവൾ കടുത്ത ഗൗരവത്തിൽ മിണ്ടാതിരുന്നു. പൊടുന്നനെ വളവ് തിരിഞ്ഞ് മതിൽ അവസാനിച്ചു. ഒരു ഗ്രാമീണചത്വരത്തിലേക്ക് അവർ കടന്നു. ആഡംബരം വിളിച്ചോതുന്ന കൊത്തുപണികളുള്ള വലിയ കെട്ടിടത്തിന്റെ മുൻപിൽ അവർ ആദരവോടെ നിന്നു. ഹെൻറി നാലാമൻ പണികഴിപ്പിച്ച ആ കെട്ടിടത്തിൽ അദ്ദേഹത്തിന്റെ കിടക്കമുറി ഇപ്പോഴും കാണാം. വെൽവെറ്റ് പിടിപ്പിച്ച കിടക്കപോലും അങ്ങനെതന്നെയുണ്ടത്രേ. നാന ബാലിശമായ ഒരു നെടുവീർപ്പോടെ ആശ്ചര്യപ്പെട്ടു. ഇമ്രാ പള്ളിയുടെ മുൻപിൽ നിൽക്കുന്നുവെന്ന് നാന പറഞ്ഞപ്പോൾ എല്ലാവരും അങ്ങോട്ട് നീങ്ങി. അവൾ അവരെ നല്ലവണ്ണം തിരിച്ചറിഞ്ഞു. നിറം മങ്ങിയ ഇലയുടെ വർണത്തിലുള്ള സിൽക്ക് വസ്ത്രമാണ് അവർ ധരിച്ചിരുന്നത്. മഹാവിപ്ലവകാലത്തെ യാതനകൾ അതിജീവിച്ച ഒരാളിന്റെ മുഖഭാവമായിരുന്നു അവർക്ക്. വലത്കയ്യിൽ വിശുദ്ധ*ബൈബിൾ* പിടിച്ചുകൊണ്ട് അവർ പള്ളിമുറ്റത്തുകൂടി നടക്കുന്നു. പള്ളിയിൽ വന്നവരെല്ലാം വളരെ ബഹുമാനത്തോടെ അവരെ നമസ്കരിച്ചു. ഒരു വൃദ്ധൻ അവരുടെ കൈകളിൽ മുത്തം വയ്ക്കുകകൂടി ചെയ്തു. ഒരു സ്ത്രീയാണെങ്കിൽ അവർക്കു മുൻപിൽ മുട്ടുകുത്തി. വാസ്തവത്തിൽ ഒരു രാജ്ഞി തന്നെ. അടിവച്ച് അടിവച്ച് അവർ നടന്നു നീങ്ങി.

"ചിട്ടയുള്ള ജീവിതമാണെങ്കിൽ ഇതുപോലെയുള്ള ആദരവ് കിട്ടും." മിഗ്നൻ കുട്ടികളെ ഉപദേശിച്ചു. എല്ലാവർക്കും അതേ അഭിപ്രായമായിരുന്നു. അവരുടെ അസാമാന്യസുസ്ഥിതിയും വന്ദ്യവയോധികത്വവും എല്ലാം പെണ്ണുങ്ങൾ അംഗീകരിച്ചു.

ലാമിനോട്ടിലേക്കുള്ള വഴിയിൽ നാന നിശ്ശബ്ദയായിരുന്നു. പോകാൻനേരം രണ്ടുവട്ടം അവർ ആ വീട്ടിലേക്ക് തിരിഞ്ഞു നോക്കിയിരുന്നു. വണ്ടിച്ചക്രത്തിന്റെ താളത്തിൽ തലയാട്ടി അരികിലിരിക്കുന്ന സ്റ്റീനറെയോ മുന്നിലിരിക്കുന്ന ജോർജിനെയോ ഓർക്കാതെ അവൾ ഒരേ ഇരിപ്പാണ്. ഒരു രാജ്ഞിയെപ്പോലെ നടന്നു നീങ്ങുന്ന വൃദ്ധയുടെ ദൃശ്യം അവളുടെ മനസിൽനിന്ന് മായുന്നില്ല.

അത്താഴസമയമായപ്പോൾ ജോർജ് വീണ്ടും ഫൊണ്ടേട്ടസിൽ പ്രവേശിച്ചു. അമ്മയോട് ക്ഷമാപണമറിയിക്കാൻ നാന അവനെ പറഞ്ഞയച്ചതാണ്. ഒരു കുടുംബജീവിതത്തിൽ പാലിക്കേണ്ട മര്യാദകളെപ്പറ്റി നാന അവനെ ഉപദേശിച്ചിരുന്നു. അന്ന് രാത്രി തിരിച്ചു പോരരുതെന്നും താൻ വളരെ ക്ഷീണിതയാണെന്നുംകൂടി അവൾ അവനെ ഓർമിപ്പിച്ചു.

ധാർമികോപദേശത്തോടുള്ള വിരസതയോടെയാണെങ്കിലും കുറ്റബോധത്താൽ നമ്രശിരസ്കനായി അവൻ അമ്മയുടെ മുന്നിലെത്തി. ഭാഗ്യത്തിന് അവന്റെ ജ്യേഷ്ഠസഹോദരൻ ഫിലിപ്പ് അവിടെയുണ്ടായിരുന്നു. നിറകണ്ണുകളോടെ യുഗോൻ അവനെ നോക്കി. ഇനിമുതൽ ഏതെങ്കിലും പെണ്ണിന്റെ പിറകേ പോയെന്നറിഞ്ഞാൽ കഴുത്തിന് പിടിച്ച് വലിച്ചിഴച്ച് വീട്ടിൽ തിരികെ കൊണ്ടാക്കാമെന്ന് ഫിലിപ്പ് അമ്മയ്ക്ക് വാക്ക് കൊടുത്തു. ജോർജിന് ഇത് കുറച്ചൊരു ആശ്വാസം നൽകി. എങ്കിലും അടുത്ത ദിവസം രണ്ട് മണിക്ക് നാനയുടെ അടുത്തെത്തി ഭാവിപരിപാടികൾ ആസൂത്രണം ചെയ്യുന്നതിനെപ്പറ്റിയായിരുന്നു അവന്റെ അടുത്ത ആലോചന.

ഭക്ഷണസമയത്ത് ഫൊണ്ടേട്ടസിൽ പൊതുവെ അസ്വസ്ഥതയായിരുന്നു. ലൂസിയെ പാരീസിലേക്ക് മടക്കിക്കൊണ്ട് പോകേണ്ടതുകൊണ്ട് ഉടൻ പുറപ്പെടുകയാണെന്ന് വാന്ദേവ്രസ് അറിയിച്ചു. പത്തു വർഷമായി അവളെ അദ്ദേഹത്തിനറിയാം. അവളെയങ്ങ് സ്വന്തമാക്കിയാലോ എന്നു വരെ ആലോചനയുണ്ട്. മാർക്വിസ് ഷുവാർദ് ഗാഗയുടെ കൊച്ചുപെണ്ണിനെ മനസിൽ ധ്യാനിച്ച് പാത്രത്തിലേക്ക് കുനിഞ്ഞ് കിടപ്പാണ്. അവളെ മടിയിൽ കിടത്തി ലാളിച്ചത് അയാൾ ഇപ്പോഴും ഓർക്കുന്നുണ്ട്. എത്ര പെട്ടെന്നാണ് കുട്ടികൾ വളരുന്നത്.

മുഫാത്ത് വളരെ ശാന്തനായിരുന്നു. അത്താഴശേഷം അദ്ദേഹം മുറിയിലേക്ക് കയറി കതകടച്ചു. വിനോട്ടും അദ്ദേഹത്തെ പിന്തുടർന്നു. മുഫാത്ത് തലയണയിൽ മുഖമമർത്തി തേങ്ങിക്കരയാൻ തുടങ്ങി. സഹോദരാ എന്ന് മൃദുസ്വരത്തിൽ സംബോധന ചെയ്ത് വിനോട്ട് അദ്ദേഹത്തെ ആശ്വസിപ്പിക്കാൻ ശ്രമിച്ചു. അദ്ദേഹം സങ്കടം സഹിക്കാനാകാതെ പറഞ്ഞു:

"ഞാൻ പോവുകയാണ്. എനിക്ക് പിടിച്ച് നിൽക്കാൻ കഴിയുന്നില്ല"

"കൊള്ളാം ഞാനുംകൂടെ വരാം" വിനോട്ട് മറുപടി നൽകി.

അവർ പുറത്തേക്കിറങ്ങിയപ്പോൾ ഒറ്റയടിപ്പാതയിലൂടെ രണ്ട് നിഴലുകൾ അപ്രത്യക്ഷമാകുന്നതു കണ്ടു. എസ്റ്റിലേയെ ചായയിടാൻ സഹാ

യിക്കുന്നതിന് ദാഗുനേറ്റിനെ നിയോഗിച്ചിട്ട് ഫോഷറിയും സബീൻപ്രഭിയും പുറത്തിറങ്ങിയതാണ്. മുഫാത്തിനെ പിന്തുടർന്ന് ഒപ്പമെത്താൻ വിനോട്ടിന് നന്നേ ബുദ്ധിമുട്ടേണ്ടി വന്നു. ശരീരത്തിന്റെ കാമനകളെ തൃപ്തിപ്പെടുത്തുന്നതുമായി ബന്ധപ്പെട്ട് ഒരു വാദമുഖങ്ങളും അവതരിപ്പിക്കാൻ ആ വൃദ്ധനായില്ല. മുഫാത്താണെങ്കിൽ വായ് മൂടി ഇരുട്ടിലൂടെ പോവുകയായിരുന്നു. ലാമിനോട്ടിൽ എത്തിയപ്പോൾ അദ്ദേഹം പറഞ്ഞു:

"എനിക്കിനി പിടിച്ചു നിൽക്കാൻ കഴിയില്ല."

"ദൈവം എല്ലാം ശരിയാക്കും." വിനോട്ട് ആശ്വസിപ്പിച്ചു.

ഭക്ഷണസമയത്ത് ലാമിനോട്ടിൽ വലിയ ബഹളമായിരുന്നു. ബോർദനേവിന്റെ ഒരു കത്ത് നാനയ്ക്ക് കിട്ടിയിരുന്നു. അവൾ വേണ്ടത്ര വിശ്രമിക്കട്ടെ എന്ന ഉപദേശമാണതിൽ. നാനയുടെ പകരക്കാരി വയോലൈറ്റിന് ജയവിളി മുഴങ്ങുന്നുപോലും. നാന വളരെ അസ്വസ്ഥയായി. ആരുടെ ഉപദേശവും അവൾക്ക് വേണ്ട. അതിനിടയിൽ മാഡം ലെറാറ്റ് പ്രകോപനമായ ഒരു പ്രയോഗം നടത്തിയത് നാനയെ ചൊടിപ്പിച്ചു. അമ്മായിയാണെങ്കിലും അരുതാത്തത് പറഞ്ഞാൽ നാന പൊറുക്കില്ല. തുടർന്ന് അവൾ ധാർമികതയെക്കുറിച്ച് ഒരു പ്രഭാഷണംതന്നെ നടത്തി. ആളുകൾ ചിരിച്ചപ്പോൾ ചിട്ടയായ ജീവിതമേ, ഭാവിയെ ശോഭനമാക്കൂ എന്ന് അവൾ തറപ്പിച്ച് പറഞ്ഞു. ലൂയിസിന് ആധ്യാത്മികവിദ്യാഭ്യാസം നൽകുന്നതിനെപ്പറ്റിയും അവൾ സംസാരിച്ചു.

മുഫാത്ത് എത്തിയപ്പോൾ എല്ലാവരും ഉറങ്ങാനുള്ള ഒരുക്കത്തിലായിരുന്നെങ്കിലും മുഫാത്തിന്റെ മനസിലിരുപ്പ് പിടികിട്ടിയ ലബോർദത്ത് സ്റ്റീനറെ തന്ത്രപൂർവം ഒഴിവാക്കി. ഇരുണ്ട ഇടനാഴിയിലൂടെ മുഫാത്തിന്റെ കൈപിടിച്ച് നാനയുടെ മുറിയിൽ എത്തിക്കുകയും ചെയ്തു. മറ്റുള്ളവരുടെ പ്രകൃതത്തിൽ ആസ്വദിക്കുന്ന പ്രകൃതമാണ് ലബോർദത്തിന്റേത്.

അപ്രതീക്ഷിതമായി മുഫാത്തിനെ കണ്ടിട്ടും നാന അത്ഭുതപ്പെട്ടില്ല. മുഫാത്തിന്റെ ദുര്യോഗത്തിൻ അവൾക്ക് വിഷമമുണ്ട്. ജീവിതമാണ് കാര്യം. പ്രണയംകൊണ്ട് എന്ത് കിട്ടാനാണ്? ജോർജിന്റെ ഇളംപ്രായം കണക്കിലെടുത്ത് ഇങ്ങനെയെല്ലാം കരുതിയെങ്കിലും പ്രഭുവുമായി ഒത്തുപോകാൻതന്നെ അവൾ തീരുമാനിച്ചു.

"പെട്ടികളെല്ലാം പായ്ക്ക് ചെയ്തോളൂ, നാളെ നമ്മൾ പാരീസിലേക്ക് പോവുകയാണ്" സോയേയെ വിളിച്ച് അവൾ നിർദേശം നൽകി. പിന്നീട് മുഫാത്തിനെ കൂട്ടി അവൾ കിടക്കയിലേക്ക് പോയി. എന്നാൽ ഒരു തരത്തിലുമുള്ള ആനന്ദം അവൾക്ക് അനുഭവപ്പെട്ടില്ല.

ഏഴ്

മൂന്ന് മാസത്തിനുശേഷം ഡിസംബറിലെ ഒരു വൈകുന്നേരം. മുഫാത്ത്പ്രഭു വെറൈറ്റി തീയറ്ററിനു മുൻപിലൂടെ ഉലാത്തുകയായിരുന്നു. മഴ കാരണം ആളുകൾ ഇടനാഴിയിലേക്ക് തിങ്ങിക്കൂടി നിൽക്കയാണ്.

നേരെ എതിർവശത്തുള്ള കടയിലേക്ക് പോകാൻ ആളുകൾക്ക് ഇത്തിരി ബുദ്ധിമുട്ടാണ്. അവിടമാകെ അലങ്കാരവിളക്കുകളാൽ പ്രഭാപൂർണമാണ്. കടകളുടെ കണ്ണാടിക്കൂട്ടിൽ തട്ടി പ്രതിഫലിക്കുന്ന വെളിച്ചം വിസ്മയകരമായിട്ടുണ്ട്. സ്വർണത്തിന്റെയും വെള്ളിയുടെയും സിൽക്കിന്റെയും പ്രതിഫലനകാന്തിയിൽ കുളിച്ചു നിൽക്കുന്ന പാതയോരം. കടകളുടെ പരസ്യപ്പലകകളെല്ലാംതന്നെ പ്രഭാപൂർണമാണ്. അവ നിരന്നിരിക്കുന്നത് അകലെനിന്ന് നോക്കിയാൽ രക്തം വാർന്നുപോകുന്ന അറ്റ കൈ ഒരു മഞ്ഞക്കുപ്പായത്തിലേക്ക് കയറുന്നതുപോലെ തോന്നും.

മുഫാത്ത്പ്രഭു തീയറ്ററിന് മുൻപിലെ നടപ്പാതയിലൂടെ നടക്കുകയാണ്. വഴിയോരത്തുള്ള കടകളിലേക്ക് നോക്കിയാണ് നടപ്പ്. അങ്ങേയറ്റമാകുമ്പോൾ തിരിഞ്ഞ് നടക്കും. ആൾത്തിരക്കേറെയുണ്ടെങ്കിലും ശബ്ദം കുറവാണ്. ആളുകൾ അദ്ദേഹത്തെ സംശയദൃഷ്ടിയോടെ നോക്കുന്നുണ്ട്. ആളുകളുടെ തുറിച്ചുനോട്ടത്തിൽനിന്ന് രക്ഷപ്പെടാനായി അദ്ദേഹം കടയിലെ സാധനങ്ങളിലേക്ക് ശ്രദ്ധ തിരിക്കും.

അദ്ദേഹത്തിന് പരിസരബോധം തീരെയില്ലാതായി. നാനയെക്കുറിച്ച് മാത്രമായി അദ്ദേഹത്തിന്റെ ചിന്ത. എന്തിനാണവൾ വീണ്ടും കള്ളം പറഞ്ഞത്? ലൂയിസിന് അസുഖമാണെന്നും അമ്മായിയുടെ അടുത്ത് നിർത്തി അവനെ ശുശ്രൂഷിക്കണമെന്നും അതുകൊണ്ട് അന്ന് വൈകുന്നേരം ശല്യപ്പെടുത്തരുതെന്നും നാന തന്നോട് കള്ളം പറഞ്ഞതെന്തിനാണ്? സംശയമുള്ളതുകൊണ്ടാണ് അദ്ദേഹം വീട്ടിലേക്കുതന്നെയെത്തിയത്. അപ്പോഴാണ് അവൾ തീയറ്ററിലേക്ക് പോയിരിക്കുകയാണെന്നറിഞ്ഞത്. അവൾക്ക് നാടകത്തിൽ പുതിയ വേഷമൊന്നും കിട്ടിയിട്ടുമില്ല. ഇത് അദ്ദേഹത്തിൽ ആശ്ചര്യമുളവാക്കി. ഇത്തരം കള്ളത്തരങ്ങൾ എന്തിനുവേണ്ടിയാണ്? തീയറ്ററിൽ അന്ന് വൈകുന്നേരം അവൾക്ക് എന്തെടുക്കാനാണുള്ളത്? ആരോ അദ്ദേഹത്തെ തള്ളിമാറ്റി കടന്നുപോയപ്പോൾ അദ്ദേഹം തിരിഞ്ഞു നിന്നത് ഒരു കളിപ്പാട്ടക്കടയുടെ മുൻപിലാണ്. നാന ഇപ്പോൾ പഴയ സ്ത്രീയൊന്നുമല്ല. ഗ്രാമത്തിൽനിന്ന് തിരികെയെത്തിയ ആദ്യനാളുകളിലൊക്കെ അവൾ അദ്ദേഹത്തെ ചുംബനംകൊണ്ട് വീർപ്പ് മുട്ടിക്കുമായിരുന്നു. ജോർജ് ഇപ്പോൾ അമ്മയുടെ അടുത്താണ്. അവനെ ഓർത്ത് പേടിക്കേണ്ട. പിന്നെ തന്റെ സ്ഥാനം അപഹരിക്കാനുള്ളത് ആ തടിയൻ സ്റ്റീനറാണ്. എന്നാൽ ഇതേപ്പറ്റി ഒരക്ഷരം അദ്ദേഹം മിണ്ടിയിട്ടില്ല. 'ഇത്രയും പണമിറക്കിയ ഒരാളെ എങ്ങനെയാണ് ഉപേക്ഷിക്കുന്നതെന്നാണ്' അദ്ദേഹത്തെ നാനയുടെ വീട്ടിൽവച്ച് കണ്ടിട്ടുള്ളപ്പോഴൊക്കെ അവൾ പറഞ്ഞിട്ടുള്ളത്.

കഴിഞ്ഞ മൂന്ന് മാസമായി നാനയെ എങ്ങനെയെങ്കിലും സ്വന്തമാക്കണമെന്ന ലക്ഷ്യമാണ് മുഫാത്തിനുണ്ടായിരുന്നത്. ഒരു ശിശുവിന്റെ ആനന്ദവാസനപോലെയാണ് അദ്ദേഹത്തിൽ ശരീരത്തിന്റെ പ്രേരണകൾ വളർന്നു വന്നത്. പഴയതുപോലെയുള്ള പരിഗണന ഇപ്പോൾ നാന കാട്ടുന്നില്ലെന്നോർത്ത് അദ്ദേഹം ഏറെ വിഷമിച്ചു. അവൾ തന്റെ താടിയിൽ

ഇതുവരെ ചുംബിച്ചിട്ടില്ല. താനെന്ത് തെറ്റാണ് അവളോട് ചെയ്തിട്ടുണ്ടാവുക? മുഫാത്ത് തല പുകച്ചു. ജനക്കൂട്ടത്തിന്റെ തള്ളലിൽ അദ്ദേഹം പിന്നെയും മുന്നോട്ട് നീങ്ങി. ഇപ്പോൾ അദ്ദേഹം ഒരു റസ്റ്റോറന്റിന് അഭിമുഖമായി.

ഒടുവിൽ അദ്ദേഹം ഈ കാഴ്ചകളിൽനിന്നെല്ലാം പിൻവലിഞ്ഞു. ഏതാണ്ട് ഒൻപതുമണിയാവുന്നു. നാന തീയറ്ററിൽനിന്നും ഇപ്പോൾ പുറത്തു വരും. സത്യം അവളിൽനിന്നുതന്നെ അറിയാം. മുൻപ് ഇതേ സ്ഥലത്ത് സായന്തനങ്ങളിൽ അവളെ കണ്ടുമുട്ടിയ മനോഹരനിമിഷങ്ങൾ അനുസ്മരിച്ചുകൊണ്ട് മുഫാത്ത് അവിടെ ഉലാത്തി. അവിടെയുള്ള എല്ലാ കടകളും അദ്ദേഹത്തിന് സുപരിചിതമാണ്. ഓരോ ഗന്ധങ്ങളും അദ്ദേഹത്തിന് നന്നായറിയാം. റഷ്യൻ ലതറിന്റെ രൂക്ഷഗന്ധം, വാനിലയുടെ സുഗന്ധം... എന്നാൽ കടക്കാരിയുടെ വിളറിയ മുഖത്ത് നോക്കാൻ അദ്ദേഹം ധൈര്യപ്പെട്ടില്ല. അദ്ദേഹത്തിന്റെ നിൽപ്പ് കണ്ടാൽ കടകൾക്ക് മുകളിലുള്ള ചെറുജാലകങ്ങൾ നിരീക്ഷിക്കുകയാണോ എന്ന് തോന്നും. ഒരിക്കൽക്കൂടി അദ്ദേഹം ചോലമരങ്ങളുടെ നടപ്പാതയിലേക്ക് നീങ്ങി. അവിടെ ഒന്നുരണ്ട് മിനിട്ട് നിന്നു. നല്ലൊരു മഴ പെയ്തു. കയ്യിലേക്ക് അരിച്ചു കയറിയ തണുപ്പ് അദ്ദേഹത്തെ തെല്ലൊന്ന് ശാന്തനാക്കി. ഗ്രാമത്തിൽ താമസിക്കുന്ന തന്റെ ഭാര്യയെ അദ്ദേഹം ഓർത്തു. ചെളി തെറിപ്പിച്ച് വാഹനങ്ങൾ കടന്നുപോയി. ഗ്രാമത്തിലെ അസുഖകരമായ കാഴ്ചകളും അദ്ദേഹത്തിന്റെ ഓർമയിലെത്തി. വീണ്ടും അദ്ദേഹം ആൾക്കൂട്ടത്തിലേക്ക് പ്രവേശിച്ചു. അത്തരമൊരു സ്ഥലത്ത് കാത്ത് നിൽക്കുന്നതിലൂടെ നാന തന്നെ സംശയിക്കുമോ എന്നു വരെ അദ്ദേഹം ഭയപ്പെട്ടു.

മുഫാത്ത് തന്റെ നോട്ടത്തിന്റെ ദിശ തീയറ്ററിന്റെ പ്രധാനവാതിലിലേക്കാക്കി. ഇടനാഴിയിലെ കാത്തുനിൽപ്പിൽ അദ്ദേഹത്തിന് പന്തികേട് തോന്നിയിരുന്നു. ചെറുകടകൾ ഏറെയുള്ള ഒരു മൂലയായിരുന്നു അത്. ഏറ്റവും ഒടുവിലായുണ്ടായിരുന്നത് ആരും എത്താൻ സാധ്യത കാണാത്ത ഒരു ചെരിപ്പുകടയാണ്. പൊടിപിടിച്ച ചില ഫർണിച്ചർകടകളും നിറം മങ്ങിയ വായനശാലയും അപ്പുറത്തുണ്ട്. അവിടെ വലിയ ആൾത്തിരക്കില്ലെങ്കിലും കുടിയന്മാരായ സ്റ്റേജ്തൊഴിലാളികളുടെയും കോറസ് ഗായികമാരുടെയും ഇടയിലൂടെ ചുറ്റിക്കറങ്ങുന്ന ചില മാന്യന്മാരെ കാണാം. നാനയെപ്പറ്റി മാഡം ബ്രോണിനോട് ഒന്ന് അന്വേഷിച്ചാലോ എന്ന് മുഫാത്തിന് ഒരു നിമിഷം തോന്നി. എന്നാൽ പിന്നീട് അത് വേണ്ടെന്ന് വച്ചു. താൻ ഇവിടെ അന്വേഷിച്ച് നിൽക്കുന്നുണ്ടെന്ന് അറിഞ്ഞാൽ വേറെ വാതിലിലൂടെ അവൾ പുറത്തു കടന്നാലോ എന്നു വരെ അദ്ദേഹം ഭയപ്പെട്ടു. വീട്ടിലെ ഏകാന്തമായ കിടക്കയിലേക്ക് പോകുന്ന കാര്യമോർത്തപ്പോൾ അദ്ദേഹത്തിന്റെ ഹൃദയമൊന്ന് പിടഞ്ഞു. ഓരോ തവണയും സ്വർണത്തലമുടിയുള്ള പെണ്ണുങ്ങളും മുഷിഞ്ഞ വേഷം ധരിച്ച പുരുഷന്മാരും അദ്ദേഹത്തെ തുറിച്ചു നോക്കി. വായനമുറിയുടെ മുന്നിലേക്ക്തന്നെ അദ്ദേഹം മാറിനിന്ന് പരസ്യങ്ങളിലൂടെ കണ്ണോടിച്ചു.

വലിപ്പം കുറഞ്ഞ ഒരു വൃദ്ധൻ വിശാലമായ ഒരു മേശയുടെ അരികിൽ ഒറ്റയ്ക്ക് പച്ചവെളിച്ചത്തിനരികിലിരുന്ന് പത്രം വായിക്കുന്നത് കാണാം. പത്തുമണിയാവാൻ കുറച്ച് മിനിട്ടുകൾ ബാക്കി നിൽക്കുമ്പോൾ ഒത്ത നീളമുള്ള സുമുഖനായ ഒരു മാന്യൻ തീയറ്ററിന് പുറത്ത് നടക്കുന്നത് കണ്ടു. അതിനുശേഷം അവർ ഇരുവരും സംശയാസ്പദമായ പാർശ്വ നോട്ടത്താൽ അങ്ങോട്ടുമിങ്ങോട്ടും നടന്നു. രണ്ട് ഗാലറികളുടെ മൂലയി ലേക്ക് പ്രഭു നീങ്ങിയപ്പോൾ വലിയ കണ്ണാടിയിൽ തന്റെ ഉൽക്കണ്ഠ നിറഞ്ഞ മനോഹരമുഖം പ്രതിഫലിക്കുന്നത് കണ്ട് അദ്ദേഹത്തിന്റെ ലജ്ജയും ആകാംക്ഷയും വർധിച്ചു.

പത്തുമണിയായിക്കഴിഞ്ഞു. ചമയമുറിയിൽ നാന ചിലപ്പോൾ കണ്ടേ ക്കുമെന്ന് മുഫാത്തിന് തോന്നി. മഞ്ഞ പെയിന്റടിച്ച ഒരു വാതിലിലൂടെ കടന്ന് അദ്ദേഹം നടുമുറ്റത്തെത്തി. ഇടുങ്ങിയ കിണറിനെ അനുസ്മരി പ്പിക്കുന്ന ഇടമായിരുന്നു അത്. ബാത്ത്റൂമിന്റെയും അടുക്കളയുടെയും ഗന്ധങ്ങൾ അവിടെ തങ്ങി നിന്നു. മഞ്ഞിന്റെ കറുത്ത ആവരണംപോലെ യുള്ള കാഴ്ച. ഒരു ഡ്രസിങ്ങ്റൂമിന്റെ ജാലകത്തിലൂടെ വെളിച്ചം കടന്നുവരു ന്നത് കണ്ട് മുഫാത്തിന് സന്തോഷമായി. അസുഖകരമായ ദുർഗന്ധവാ യുവും ശ്വസിച്ചുകൊണ്ട് അദ്ദേഹം ആ പഴയ കെട്ടിടത്തിന്റെ പിന്നാമ്പു റത്ത് നിന്നു. പൊട്ടിയ പൈപ്പിൽനിന്ന് വെള്ളത്തുള്ളികൾ ഇറ്റിറ്റ് വീണു കൊണ്ടിരുന്നു. മാഡം ബ്രോണിന്റെ മുറിയിൽനിന്നും പുറത്തു വന്ന ഇത്തിരി വെളിച്ചം പായൽ പൊതിഞ്ഞ നടവഴിക്ക് മഞ്ഞനിറം പകരു ന്നു. പൊട്ടിയ പാത്രങ്ങളും മറ്റും ഒരു കുറ്റിച്ചെടിയുടെ ചുവട്ടിൽ കൂട്ടിയി ട്ടിരിക്കുന്നു. ഒരു ജാലകം തുറക്കുന്ന ശബ്ദം കേട്ടപ്പോൾ പ്രഭു അവിടെ നിന്ന് പെട്ടെന്ന് മാറി. നാന തീർച്ചയായും താഴേക്ക് വരുമെന്ന് കരുതി അദ്ദേഹം വീണ്ടും വായനശാലയുടെ മുൻപിലെത്തി. പത്രം വായിക്കുന്ന ആൾ ഇപ്പോഴും അവിടെയുണ്ട്. അവിടെയും ഉറയ്ക്കാതെ തീയറ്ററിന്റെ ഇരുണ്ട മൂലകളിലെല്ലാം അദ്ദേഹം നടന്നു. എന്നാൽ ചുറ്റിക്കറങ്ങുമ്പോഴും മുഫാത്തിന് ചെറിയൊരു പേടി തോന്നാതിരുന്നില്ല. പിൻവശത്തുകൂടി യെങ്ങാനും നാന കടന്നു കളഞ്ഞാലോ? മുമ്പ് അവിടെയുണ്ടായിരുന്ന സുന്ദരനായ മാന്യനും അവിടെ കറങ്ങുന്നുണ്ടായിരുന്നു. സഹോദരനിർവി ശേഷമായ ഭാവത്തിലാണെങ്കിലും ശത്രുതാപരമായ സംശയത്തോടെ അവർ പരസ്പരം ഒന്നു നോക്കി. രംഗസജ്ജീകരണജോലിക്കാർ ഇട യ്ക്കിടയ്ക്ക് പുകവലിച്ചുകൊണ്ട് അവരെ തട്ടിമുട്ടി കടന്നു പോയി. ഇരു വരും പരാതിപ്പെട്ടില്ല. മലിനവേഷധാരികളായ മൂന്ന് പെണ്ണുങ്ങൾ അപ്പോൾ ആപ്പിൾ ചവച്ചുകൊണ്ട് വാതിൽക്കലെത്തി. ആണുങ്ങൾ ശിരസ്സ് നമിച്ചു കൊണ്ട് അവരെ തുറിച്ചൊന്ന് നോക്കി. അപ്പോഴേക്കും നാന പടികളി റങ്ങി വന്നു. മുഫാത്തിനെ കണ്ടപ്പോഴേ അവളാകെ വിളറിപ്പോയി.

“ഓ താങ്കളായിരുന്നോ?”

അടക്കിച്ചിരിച്ചുകൊണ്ടിരുന്ന മറ്റു പെണ്ണുങ്ങൾ നാനയെ തിരിച്ചറി ഞ്ഞപ്പോൾ കൊച്ചമ്മയാൽ പിടിക്കപ്പെട്ട വേലക്കാരിയെപ്പോലെ അവ

ളൊന്ന് പേടിച്ചു പോയി. ദീർഘകായനായ മാന്യൻ സങ്കടത്തോടെ അവിടെനിന്ന് മാറിപ്പോയി.

"കൈ തരൂ" നാന അക്ഷമയോടെ തുടർന്നു. അവർ സാവധാനം ഇത്തിരി നടന്നു. മുഫാത്തിന് നാനയെ ചോദ്യം ചെയ്യണമെന്നുണ്ടായിരുന്നു. എന്നാൽ ഒന്നും പറയാൻ അദ്ദേഹത്തിനായില്ല. എങ്കിലും നാന സംസാരം തുടർന്നുകൊണ്ടിരുന്നു. "എട്ടുമണിവരെ അമ്മായിയുടെ വീട്ടിലായിരുന്നു ഞാൻ. ലൂയിസിന് അൽപ്പം ഭേദമായപ്പോൾ കുറച്ചുനേരത്തേക്ക് തീയറ്ററിൽ വരാമെന്ന് കരുതി.

"പ്രത്യേകിച്ച് വല്ലതുമുണ്ടോ?" അദ്ദേഹം അന്വേഷിച്ചു.

"അതേ പുതിയൊരു നാടകം വരുന്നു. എന്റെ ഉപദേശം അവർക്ക് വേണമത്രെ."

അവൾ പറയുന്നത് കള്ളമാണെന്ന് അദ്ദേഹത്തിന് അറിയാമായിരുന്നെങ്കിലും നാനയുടെ ചൂടൻസ്പർശത്തിൽ അയാളുടെ ശക്തി ചോർന്നുപോയി. അദ്ദേഹം കോപമോ അസ്വസ്ഥതയോ ഒന്നും പ്രകടിപ്പിച്ചില്ല. ഇപ്പോൾ അവൾ തന്റെ കൈകളിലാണല്ലോ എന്ന ആശ്വാസത്തിലായിരുന്നു അദ്ദേഹം. നാളെയോ മറ്റോ കാര്യങ്ങളുടെ നിജസ്ഥിതി ചോദിച്ചറിയാം. നാനയുടെ വിമുഖത ഇപ്പോഴും പൂർണമായി മാറിയിട്ടില്ല. നാടകശാലയുടെ മൂല തിരിയുന്ന വഴിയിലെത്തിയപ്പോൾ ഫാൻകടയുടെ മുൻപിൽ അവൾ നിന്നു. "ഓ എത്ര സുന്ദരമായിരിക്കുന്നു. പവിഴപ്പുറ്റ് ചിറക് വിടർത്തിയതുപോലെയുണ്ട്. പരസ്പരബന്ധമില്ലാതെ അവൾ തുടർന്നു:

"വീട്ടിൽ വരുന്നുണ്ടല്ലേ."

"തീർച്ചയായും."

കുഞ്ഞിന് സുഖമായ സ്ഥിതിക്ക് കെട്ടുകഥ പറഞ്ഞതിൽ അവൾക്ക് കുണ്ഠിതം തോന്നി. എന്നിരുന്നാലും കൊച്ചുലൂയിസിന് മറ്റൊരു കുഴപ്പമുണ്ടെന്നും ബാറ്റിങ്ലസിലേക്ക് മടങ്ങണമെന്നും അവൾ അറിയിച്ചു. എന്നാൽ മുഫാത്തും കൂടെ വരാമെന്ന് പറഞ്ഞപ്പോൾ അവൾ അത് വേണ്ടെന്നുവച്ചു. ഒരു നിമിഷത്തിലേക്ക് അവൾ കോപാകുലയായെങ്കിലും പിന്നീട് ബുദ്ധിപൂർവം പ്രവർത്തിക്കാൻ തീരുമാനിച്ചു. പാതിരാത്രി ആകുമ്പോഴേക്കും മുഫാത്തിനെ ഒഴിവാക്കിയാൽ മതിയാവും. കാര്യങ്ങളൊക്കെ അവൾ ആഗ്രഹിച്ചതുപോലെ നടക്കുകയും ചെയ്യും.

"ശരി, ഇന്നത്തെ രാത്രി താങ്കൾ അവിവാഹിതനാണല്ലോ. ഭാര്യ നാളെയല്ലേ മടങ്ങി വരികയുള്ളൂ" നാന ചോദിച്ചു.

"അതെ" മുഫാത്ത് ലജ്ജാവിവശതയോടെ പറഞ്ഞു. എന്നാൽ അവർ എപ്പോഴാണ് വരുന്നതെന്നും സ്റ്റേഷനിൽ അവരെ കൊണ്ടുവരാൻ പോകുന്നുണ്ടോ എന്നുമൊക്കെ അവൾ നിർബന്ധപൂർവം ആരാഞ്ഞു. കടകളിലെ സാമഗ്രികളിൽ ആകൃഷ്ടയായി എന്നതുപോലെ അവൾ മുൻപത്തേതിലും സാവധാനം നടക്കാൻ തുടങ്ങി. "ദാ അങ്ങോട്ട് നോക്ക്" അവൾ സ്വർണക്കട ചൂണ്ടി പറഞ്ഞു. "എന്ത് രസമുള്ള

ബ്രെയ്സ്ലറ്റ്" ആ കച്ചവടത്തെരുവ് അവൾക്ക് നന്നേ ഇഷ്ടപ്പെട്ടു. കുട്ടിയായിരുന്നപ്പോഴേ അവിടത്തെ കാക്കപ്പൊന്ന് കടയും അനുകരണവസ്തുക്കളും അവളെ ആകർഷിച്ചിരുന്നു. അവിടെനിന്ന് അത്ര പെട്ടെന്നൊന്നും ഒഴിഞ്ഞ് മാറാൻ അവൾക്കാകില്ല. മധുരപലഹാരങ്ങളും കടകളിൽനിന്നുള്ള സംഗീതവും എല്ലാം അവൾക്ക് എന്നും പ്രിയപ്പെട്ടതായിരുന്നു. എന്നാൽ അന്ന് രാത്രി നിരാശ അവളെ ബാധിച്ചിരിക്കുന്നു. ഒരുതരം വല്ലാത്ത നിസ്സംഗത. തന്റെ അസ്വാതന്ത്ര്യത്തെ അവൾ പഴിച്ചു. അവളുടെ ഉള്ളിൽ മയങ്ങിക്കിടന്ന ധിക്കാരത്തിനിടയിലും ചില വന്യമായ അഭിലാഷങ്ങൾ ഉണർന്നു വന്നു. നല്ല വിലയും നിലയുമുള്ള ഒരാളെ കിട്ടുന്നത് അത്ര ചെറിയ കാര്യമൊന്നുമല്ലല്ലോ. രാജകുമാരനെയും സ്റ്റീനറെയുമൊക്കെ അവൾ ഒരർഥത്തിൽ പിഴിഞ്ഞെടുക്കുകയായിരുന്നു. എങ്കിലും ഈ പണമെല്ലാം എവിടെപ്പോയെന്ന് അവൾക്ക് തിട്ടമില്ല. ഈ അവസരത്തിലും ഹസൻമാനിലുള്ള അവളുടെ ഫ്ളാറ്റ് വേണ്ട വിധത്തിൽ സജ്ജീകരിച്ചിട്ടില്ല. എന്തെങ്കിലുമൊക്കെ സാമഗ്രികൾ ഉള്ളത് സ്വീകരണമുറിയിൽ മാത്രമാണ്. അതാകട്ടെ, വിലകുറഞ്ഞ വസ്തുക്കളാൽ അലംകൃതവുമാണ്. പണം കയ്യിലില്ലാത്ത തക്കംനോക്കി ശല്യപ്പെടുത്തുന്ന കടക്കാരും മറ്റൊരു ദുരനുഭവമാണ് നൽകുന്നത്. ഒരുമാസം മുൻപ് സ്റ്റീനറെ ഭീഷണിപ്പെടുത്തിയപ്പോഴാണ് ആയിരം ഫ്രാങ്കെങ്കിലും നൽകിയത്. മുഫാത്ത് ആണെങ്കിൽ ഒരു വിഡ്ഢിയാണ്. പെണ്ണുങ്ങൾക്ക് എന്ത് കൊടുക്കണമെന്ന് അദ്ദേഹത്തിന് അറിയില്ല. അതുകൊണ്ടുതന്നെ അദ്ദേഹത്തിന്റെ പിശുക്കിനെ നാന പരിഹസിച്ചിരുന്നില്ല. വലിയ സാമ്പത്തികപ്രശ്നങ്ങളൊക്കെ ഉരുവിട്ടുകൊണ്ടിരുന്നില്ലെങ്കിൽ എന്നേ ഇവരെയൊക്കെ അവൾ പറഞ്ഞയച്ചേനെ.

തികഞ്ഞ ബോധത്തോടെ മാത്രമേ പെരുമാറാവൂ എന്ന് എന്നും പ്രഭാതത്തിൽ സോയേ ഉപയോഗിക്കാറുള്ളതാണ്. തന്നെയല്ല രാജ്ഞിയെപ്പോലെ ജീവിക്കുന്ന ഇർമായെ കണ്ടതു മുതൽ നാന കൂടുതൽ പ്രചോദിതയായിട്ടുണ്ട്. മനസിൽ അടക്കിവച്ച കോപനില ഉയരുന്നുണ്ടെങ്കിലും അവൾ മുഫാത്തിന്റെ കൈ പിടിച്ച് കടകൾക്ക് മുൻപിലൂടെ നടന്നു. പുറത്തെ നടപ്പാത ഉണങ്ങിത്തുടങ്ങി. ഒരു തണുത്ത കാറ്റ് ഗാലറിയിലൂടെ വീശി. ചൂട് വായുവിനെ നീക്കുന്നത് ഗ്ലാസുകളിൽ പ്രതിഫലിച്ചു. വർണവിളക്കുകൾ ചെറുതായി ഇളകി. ഭീമൻ ഫാൻ വർണോജ്ജ്വലമായി തിളങ്ങി. റസ്റ്റോറന്റിന്റെ വാതിൽക്കൽ ഒരു വെയ്റ്റർ വിളക്ക് അണയ്ക്കുന്നു. ആളൊഴിഞ്ഞ കടകളിലെ ജീവനക്കാർ കണ്ണ് തുറന്ന് വച്ച് ഉറങ്ങുന്നതുപോലെ കാണപ്പെട്ടു. അവസാനത്തെ കടയിലേക്ക് അവൾ നോക്കി. കൂട്ടിലേക്ക് കൈകളുയർത്തി നിൽക്കുന്ന വേട്ടനായുടെ കളിമൺപ്രതിമ കണ്ട് അവൾ അൽപ്പം പിന്നോട്ട് നടന്ന് ആശ്ചര്യത്തോടെ പറഞ്ഞു: "എന്തു മനോഹരം."

ഏറെ നടക്കാനുണ്ടായിരുന്നിട്ടും അവൾ ഒരു വണ്ടി പിടിക്കാൻ കൂട്ടാക്കിയില്ല. പുറത്തെ കാലാവസ്ഥ നല്ലതായിരുന്നു. തന്നെയല്ല ഇപ്പോൾ

വലിയ തിടുക്കവുമില്ല. കാൽനടയായിത്തന്നെ വീട്ടിൽ പോകുന്നത് രസമുള്ള കാര്യമാണ്. പോകുംവഴി കണ്ട ഒരു ഹോട്ടലിന്റെ മുൻപിൽ അവൾ നിന്നു. കല്ലുമ്മക്കായ തിന്നാൻ അവൾക്ക് കൊതിതോന്നി. ലൂയിസിന്റെ അസുഖം കണക്കിലെടുത്ത് രാവിലെ മുതൽ അവൾ ഒന്നും കഴിച്ചിരുന്നില്ല. മുഫാത്ത് എതിർപ്പൊന്നും പ്രകടിപ്പിച്ചില്ല. മുമ്പൊക്കെ അവളുമായി പൊതുസ്ഥലത്ത് പ്രത്യക്ഷപ്പെടാൻ മടിച്ചിരുന്ന അദ്ദേഹം ഇപ്പോൾ ഒരു സ്വകാര്യമുറി ചോദിച്ചു വാങ്ങി ഇടനാഴിയിലൂടെ അങ്ങോട്ട് പാഞ്ഞു. ചിരപരിചിതഭാവത്തോടെ തൊട്ടുപിന്നാലെ നാനയും. എന്നാൽ സ്വകാര്യമുറിയിലേക്ക് പ്രവേശിക്കാൻ തുടങ്ങിയപ്പോൾ അതാ വാതിൽക്കൽ ദാഗുനേറ്റ് നിൽക്കുന്നു. 'നാന നാന'എന്ന് അദ്ദേഹം ഉറക്കെ വിളിക്കുന്നുമുണ്ട്. മുഫാത്ത് ഈ സമയംകൊണ്ട് മുറിയിൽ കടന്നതും വാതിൽ അടഞ്ഞു. മുഫാത്ത് കൺവെട്ടത്തുനിന്ന് മറഞ്ഞപ്പോൾ ദാഗുനേറ്റ് കളിയായി പറഞ്ഞു തുടങ്ങി: "എല്ലാം ദൈവത്തിന്റെ ഒരു കളി."

നാന ചിരിച്ചുകൊണ്ട് വിരൽ ചുണ്ടിൽ തൊട്ട് മിണ്ടാതിരിക്കാൻ ആവശ്യപ്പെട്ടു. മറ്റ് മാന്യസ്ത്രീകളെ കാണുമ്പോഴുള്ള അയാളുടെ ഇളക്കം അവൾക്കത്ര ഇഷ്ടമല്ലെങ്കിലും അയാളോട് ഉള്ളുകൊണ്ട് നാനയ്ക്ക് ചെറിയൊരു താൽപ്പര്യമുണ്ട്. "താങ്കളുടെ അടുത്ത പദ്ധതിയെന്താണ്?" നാന ചോദിച്ചു.

"വിവാഹം കഴിച്ച് ജീവിക്കണമെന്നാണ് ഞാൻ കരുതുന്നത്." വിശ്വാസം വരാത്ത മട്ടിൽ ചുമലിളക്കി നാന പ്രതികരിച്ചു. തമാശയായിത്തന്നെ അദ്ദേഹം തുടർന്നു: "ഇപ്പോൾ കിട്ടുന്ന പണം പെണ്ണുങ്ങൾക്ക് ബൊക്കെ വാങ്ങാൻപോലും തികയുന്നില്ല. മുന്നൂറായിരം ഫ്രാങ്കാണ് പതിനെട്ട് മാസംകൊണ്ട് പൊടിച്ചത്. അതുകൊണ്ട് ഇനി കുറച്ചുകൂടി പ്രായോഗികമാകണം. നല്ല സ്ത്രീധനം വാങ്ങി കല്യാണംകഴിച്ച് മാന്യമായി ജീവിക്കാം."

"വിശ്വസിക്കാൻ പ്രയാസം, അതിരിക്കട്ടെ ആരൊക്കെയുണ്ട് കൂടെ?" നാന ചിരിച്ചുകൊണ്ട് ചോദിച്ചു.

"ഒരു കൂട്ടംതന്നെയുണ്ടായിരുന്നു" ലഹരിയുടെ പിടിയിൽ അദ്ദേഹം തുടർന്നു: "ഈജിപ്റ്റ് യാത്രയെക്കുറിച്ച് ലിയാ പറയുന്നത് കേൾക്കണം. എന്തു രസമാണെന്നോ? ഹൊ! ഒരു കുളിസീൻകൂടി അതിലുണ്ട്."

ഈ കഥകളെല്ലാം നാന വളരെ താൽപ്പര്യപൂർവം കേട്ടുകൊണ്ടിരുന്നു. ഇടനാഴിയുടെ ചുവരിനോട് ചേർന്ന് അടുത്തടുത്ത് നിന്നാണ് അവരുടെ സംസാരം പുരോഗമിച്ചത്. താഴ്ന്ന മേൽത്തട്ടിലെ ഗ്യാസ് വിളക്കുകൾ പ്രകാശം ചൊരിഞ്ഞു. പാചകത്തിന്റെ ഗന്ധം അവിടെ ഇടയ്ക്കിടെ ചുറ്റിയടിച്ചു. അവിടെയുള്ള ആളുകളുടെ സംസാരം ഉച്ചത്തിലായപ്പോൾ അവർ കൂടുതൽ അടുത്തുനിന്ന് സംസാരിക്കാൻ തുടങ്ങി. ഇടയ്ക്കിടെ വെയ്റ്റർമാർ കൈനിറയെ വിഭവങ്ങളുമായി കടന്ന് പോകുന്നത് അവർക്ക് ചില്ലറ ശല്യമായി. എങ്കിലും അവർ ഭാഷണം അവസാനിപ്പിച്ചില്ല. വെയ്റ്റർമാരുടെ തട്ടലും മുട്ടലും ഒക്കെ സഹിച്ചുകൊണ്ടാണെങ്കിലും

സ്വന്തം വീട്ടിലെ നെരിപ്പോടിനരികിലെന്നവണ്ണം അവർ കൊച്ചുവർത്തമാനം തുടർന്നു. മുഫാത്ത് കയറിപ്പോയ മുറിയുടെ വാതിൽ ചൂണ്ടിക്കാട്ടി ദാഗുനേറ്റ് കളിയാക്കി. ഒറ്റയ്ക്ക് മുറിയിലിരുന്ന് വിഷമിക്കുന്ന മുഫാത്തിന്റെ അവസ്ഥയോർത്ത് ഇരുവരും ചിരിച്ചു.

"അതിരിക്കട്ടെ ഫോഷറി എന്നെക്കുറിച്ചെഴുതിയ ലേഖനം വായിച്ചോ?" നാന അന്വേഷിച്ചു.

"അതെ വായിച്ചു, നിങ്ങളെ അത് വിഷമിപ്പിക്കുമെന്ന് കരുതിയാണ് പറയാതിരുന്നത്" ദാഗുനേറ്റ് പറഞ്ഞു.

"എന്തിന് വിഷമിക്കണം, അതൊരു വലിയ ലേഖനമായിരുന്നല്ലോ" ഫിഗാറോ പത്രത്തിൽ വന്ന ലേഖനത്തെക്കുറിച്ച് അവൾക്ക് അഭിമാനമായിരുന്നു. കേശാലങ്കാരവിദഗ്ധൻ വിശദീകരണമൊന്നുമില്ലാതെയാണ് പത്രം അവൾക്ക് നൽകിയത്. അതിൽ പരോക്ഷമായി പരാമർശിച്ചിരുന്നത് തന്നെക്കുറിച്ചാണെന്ന് അവൾ അറിഞ്ഞിരുന്നില്ല. ദാഗുനേറ്റ് നാനയെ ഒളികണ്ണിട്ട് പരിഹാസമട്ടിലൊന്ന് നോക്കി.

"ക്ഷമിക്കണം ഒന്നു മാറൂ" ഐസ്ക്രീമുമായി വന്ന വെയ്റ്റർമാർ ഉച്ചത്തിൽ പറഞ്ഞു.

മുഫാത്തിന്റെ മുറിയെ ലക്ഷ്യമാക്കി നാന നടന്നു.

"ഗുഡ്ബൈ" ദാഗുനേറ്റ് പറഞ്ഞു. "ആ വ്യഭിചാരിണീപതിയുടെ അടുത്തേക്കുതന്നെ പൊയ്ക്കോളൂ" അയാൾ കൂട്ടിച്ചേർത്തു.

"അതെന്താ അങ്ങനെ നിങ്ങൾ പറഞ്ഞത്?" നാനയ്ക്ക് ആകാംക്ഷയായി.

"നിങ്ങൾക്കറിയില്ലേ? അവൾ ഫോഷറിയുടെ സ്വന്തമായിക്കഴിഞ്ഞു. ഫോഷറി ഇന്ന് അവളുടെകൂടെയായിരിക്കുമെന്ന് ഞാൻ ബലമായി സംശയിക്കുന്നു. എന്തെങ്കിലും യാത്രയെപ്പറ്റി ഒരു കഥയുണ്ടാക്കിയാൽ പോരേ."

നാന ഗൗരവപ്രകൃതിയായി പറഞ്ഞു: "മാന്യയായ ഒരു സ്ത്രീ ഭർത്താവിനെ വഞ്ചിക്കുകയോ? അയാൾ അവർക്ക് പല സംഗതികളും പഠിപ്പിച്ചു കൊടുത്തു കാണും."

"ഓ ഇങ്ങനെ ആദ്യത്തേതൊന്നുമല്ല. അയാൾക്കറിയാവുന്നതൊക്കെ അവൾക്കുമറിയാം" ദാഗുനേറ്റ് പറഞ്ഞു.

"ശരിതന്നെയോ? കഷ്ടം തന്നെ!"

ദാഗുനെറ്റ് അവളുടെ കൈപിടിച്ച് മൃദുസ്വരത്തിൽ പറഞ്ഞു: "പോയ് വരട്ടെ നിനക്കറിയാമോ ഞാൻ ഇപ്പോഴും നിന്നെ സ്നേഹിക്കുന്നു."

സ്വീകരണമുറിയിൽനിന്നുയർന്ന ഒച്ചയിലും ബഹളത്തിലും മുങ്ങിപ്പോയെങ്കിലും പുഞ്ചിരിയോടെ നാന പറഞ്ഞു.

"എങ്കിൽ ശരി, ഏതെങ്കിലും ഒരുദിവസം വീട്ടിലേക്ക് വരിക. നമുക്ക് വർത്തമാനം പറഞ്ഞിരിക്കാം."

നാന വീണ്ടും ഗൗരവപൂർവം ഓർത്തു. അയാളൊരു വ്യഭിചാരിണീപതിയാണല്ലോ. അത്തരക്കാരുമായി രമ്യതപ്പെടാൻ എനിക്കൊരിക്കലും ആവില്ല.

മുറിയിലേക്ക് നാന പ്രവേശിച്ചപ്പോൾ വിളറിയ മുഖവുമായി വിറയ്ക്കുന്ന കൈകളുമായിരിക്കുന്ന മുഫാത്തിനെ കണ്ടു. അവൾക്ക് അയാളോട് വല്ലാത്തൊരു ദയ തോന്നി. പാവം മനുഷ്യൻ ഭാര്യയാൽ വഞ്ചിക്കപ്പെട്ടവൻ! തോളിൽ കൈവച്ച് അദ്ദേഹത്തെ ആശ്വസിപ്പിച്ചാൽ കൊള്ളാമെന്ന് അവൾക്കുണ്ട്. എന്നിരുന്നാലും ഈ വഞ്ചനയിൽനിന്ന് അയാളൊരു പാഠവും പഠിക്കണം. എന്നാൽ ഭക്ഷണാനന്തരം പറഞ്ഞയയ്ക്കണമെന്ന് കരുതിയതുപോലെ അവൾ ചെയ്തില്ല. സഹതാപാർദ്രമായ അവളുടെ മനസ്സ് അത് അനുവദിക്കുമായിരുന്നില്ല. പതിനഞ്ച് മിനിട്ടുകൂടി കഫേയിൽ ചെലവഴിച്ച് അവർ നാനയുടെ വീട്ടിലേക്ക് പോയി. ഏതാണ്ട് പതിനൊന്ന് മണിയായിക്കാണും. അർധരാത്രിയാകുമ്പോഴേക്കും എന്തെങ്കിലും കാരണം പറഞ്ഞ് അദ്ദേഹത്തെ ഒഴിവാക്കാൻ അവൾക്കാകും.

അവൾ മുൻകരുതലെന്നോണം സോയേക്ക് ചില നിർദേശങ്ങൾ നൽകി. “നീ അവനെ വേണ്ടവണ്ണം നോക്കിക്കോണം. എന്റെകൂടെ മറ്റേയാൾ ഉണ്ടെങ്കിൽ ശബ്ദമുണ്ടാക്കരുതെന്നും അവനോട് പറഞ്ഞേക്കണം.”

“എന്നാൽ കൊച്ചമ്മേ ഞാൻ അവനെ എവിടെ ഒളിപ്പിക്കും” എന്നായി സോയേ. “അടുക്കളയിലാണ് ഏറ്റവും സുരക്ഷിതം” എന്ന് നാന പറഞ്ഞു.

മുഫാത്ത് മുറിയിൽ കയറി വസ്ത്രമഴിച്ച് മാറ്റി. വലിയൊരു നെരിപ്പോട് അവിടെ എരിയുന്നുണ്ടായിരുന്നു. കരിന്തകരകൊണ്ടുള്ള സാമഗ്രികൾ നിറച്ച ആ പഴയ മുറിതന്നെയായിരുന്നു അത്. വലിയ നീലപ്പൂക്കൾ തുന്നിയ ചെമ്പട്ടുകൊണ്ട് കസേരയും ജാലകങ്ങളും അലംകൃതമായിരിക്കുന്നു. രണ്ട് അവസരത്തിൽ മാത്രമേ അവൾ അലങ്കാരത്തുണികൾ മാറ്റാൻ ആഗ്രഹിച്ചിട്ടുള്ളൂ. ഒരിക്കൽ എല്ലാം കറുത്ത വെൽവറ്റ് ആക്കാൻ ആഗ്രഹിച്ചു. പിന്നെയൊരിക്കൽ ചുവന്ന റിബണുകൾ കെട്ടിയ വെളുത്ത സാറ്റിൻ ആക്കണമെന്നും കരുതി. എന്നാൽ അതിന് ലഭിച്ച പണം സ്റ്റീനറിന്റെ സമ്മതത്തോടെ അവൾ ധൂർത്തടിച്ചു. ആകെ അവൾ ചെയ്തത് നെരിപ്പോടിനരികിൽ പുലിത്തോൽ വച്ചതും മേൽത്തട്ടിൽനിന്ന് ഒരു സ്ഫടികവിളക്ക് തൂക്കിയതുമാണ്.

“എനിക്കുറക്കം വരുന്നില്ല, അതുകൊണ്ടിപ്പോൾ കിടക്കുന്നില്ല. അവളുടെ ഇഷ്ടംപോലെ നടക്കട്ടെ എന്ന് മുഫാത്ത് ആഗ്രഹിച്ചു. ഒരു തരത്തിലും നാനയ്ക്ക് ഇഷ്ടക്കേട് ഉണ്ടാവരുതെന്നേ അദ്ദേഹത്തിനുള്ളൂ. എങ്കിലും നെരിപ്പോടിനരികിൽ ഇരുന്നപ്പോൾ അദ്ദേഹം ചെരിപ്പുകൾകൂടി അഴിച്ചു മാറ്റി.

നിലക്കണ്ണാടിയുടെ മുൻപിൽനിന്ന് വസ്ത്രങ്ങൾ അഴിച്ചു മാറ്റുമ്പോൾ തന്റെ നഗ്നശരീരം മുഴുവനായി പ്രതിഫലിച്ചു കാണുന്നത് നാനയ്ക്ക് ഒരു ഹരമാണ്. അവൾ ഓരോ വസ്ത്രം അഴിച്ചു മാറ്റുമ്പോളും അവളിൽ ആത്മഹർഷം പെരുകി. എന്നാൽ ഇടയ്ക്കിടെ കേശാലങ്കാരകൻ അവിടെ കയറിയിറങ്ങുന്നുണ്ട്. മുഫാത്തിന് ഇത് തീരെ ഇഷ്ടപ്പെടുന്നില്ല. എന്നാൽ ആ കോപവും നാനയെ സന്തോഷിപ്പിക്കുന്നതിലേക്ക്

മുതൽക്കൂട്ടാൻ അദ്ദേഹത്തിനായി. അവൾ അങ്ങനെ കണ്ണാടിയുടെ മുമ്പിൽ നിന്ന് വസ്ത്രം മാറുന്നത് സ്വന്തം സന്തോഷത്തിനല്ലേ; കാഴ്ചക്കാർക്കുവേണ്ടിയാണോ?

അന്ന് വൈകുന്നേരം അവൾ നിലക്കണ്ണാടിയുടെ മുൻപിൽ ആറ് മെഴുകുതിരികൾ കത്തിച്ചു വച്ചിരുന്നു. അവസാനത്തെ വസ്ത്രവും അഴിച്ചു മാറ്റാൻ തടങ്ങിയപ്പോൾ അവൾ മുഫാത്തിനോട് ചോദിച്ചു:

"*ഫിഗാറോ* പത്രത്തിൽ വന്ന ലേഖനം വായിച്ചിരുന്നുവോ? അത് ആ മേശയിൽ ഇരിപ്പുണ്ട്." ദാഗുനെറ്റിന്റെ പരിഹാസച്ചിരി ഓർത്തപ്പോൾ അവളിൽ പ്രതികാരബുദ്ധി ഉണർന്നു.

"അവർ പറയുന്നത് ലേഖനം എന്നെക്കുറിച്ചാണെന്നാണ്. പ്രിയപ്പെട്ടവനേ താങ്കളുടെ അഭിപ്രായം എന്താണ്?"

അടിവസ്ത്രംവരെ അഴിച്ച് മാറ്റി പൂർണനഗ്നയായി നിന്നുകൊണ്ടാണ് നാന മുഫാത്തിനോട് സംസാരിക്കുന്നത്. സ്വർണശലഭം എന്ന ശീർഷകത്തിൽ വന്ന ലേഖനം മുഫാത്ത് സാവധാനം വായിച്ചു. തലമുറകളായി കൊള്ളരുതാത്ത ജീവിതം നയിച്ചവരുടെ മകളെപ്പറ്റിയുള്ള കഥയാണത്. കഷ്ടപ്പാടും മദ്യപാനവും അപഥസഞ്ചാരവും കളങ്കപ്പെടുത്തിയ ഒരു ജീവിതമായിരുന്നു അവളുടേത്. പാരീസിലെ അഴുക്കുചാലിൽ ജനിച്ചു വളർന്ന അവൾ ചെളിക്കുഴിയിൽ വളരുന്ന പൂച്ചെടിയെപ്പോലെ ആകർഷകത്വമുള്ളവളായിരുന്നു. ഒട്ടേറെ പ്രഭുക്കന്മാരെയും മറ്റും അവൾ മലിനപ്പെടുത്തി. ചുരുക്കിപ്പറഞ്ഞാൽ പാരീസ് മുഴുവൻ അവളാൽ കളങ്കപ്പെട്ടു. ലേഖനത്തിന്റെ അവസാനം മാത്രമാണ് ശലഭത്തിന്റെ ഉപമ കടന്നു വരുന്നത്. അഴുക്കുചാലിൽനിന്ന് ഉയർന്നു വന്ന ഈ ശലഭം മരണം വലിച്ചെടുത്ത് പലയിടങ്ങളിൽ വിതറുന്നു. രത്നക്കല്ലിന്റെ ശോഭ ചിതറി നാലുപാടും പാറിക്കളിക്കുന്ന ആ ശലഭം ആണുങ്ങളുടെമേൽ വിഷം കുത്തിവച്ച് രസിക്കുന്നു. കൊട്ടാരങ്ങളുടെ കിളിവാതിലുകൾപോലും അതിന് അന്യമായിരുന്നില്ല.

മുഫാത്ത് ശിരസുയർത്തി നെരിപ്പോടിലേക്ക് നോക്കി.

"എങ്ങനെയുണ്ട് ലേഖനം?" നാന ചോദിച്ചു.

അദ്ദേഹം മറുപടിയൊന്നും പറഞ്ഞില്ല. ലേഖനം ഒന്നുകൂടി വായിച്ചു നോക്കണമെന്ന ഭാവമായിരുന്നു അദ്ദേഹത്തിന്റെ മുഖത്ത്. അടിയിൽനിന്ന് മുകളിലേക്ക് ഒരു വിറയൽ പടരുന്നതായി മുഫാത്തിന് അനുഭവപ്പെട്ടു. എന്തൊക്കെയാണെങ്കിലും വളരെ ഹീനമായ രീതിയിൽ എഴുതപ്പെട്ട ഒരു ലേഖനമാണിത്. ഗൂഢാർഥപ്രയോഗങ്ങളും സഭ്യതയുടെ പരിധി ലംഘിക്കുന്ന പദങ്ങളും അതിൽ സർവത്രയുണ്ടായിരുന്നു. അദ്ദേഹം മുകളിലേക്ക് കണ്ണുകളുയർത്തി. നാന ഇപ്പോഴും തന്റെ നഗ്നചാരുതയിൽ രസം കൊള്ളുകയാണ്. അവൾ കണ്ണാടിക്ക് മുൻപിൽനിന്ന് കഴുത്ത് തിരിച്ച് ഒരു വശത്തുള്ള മറുക് ശ്രദ്ധിക്കുകയാണ്. വിരൽകൊണ്ട് ആ മറുകിൽ തൊട്ട് അവൾ താലോലിച്ചു. സ്ഥാനത്തോ അസ്ഥാനത്തോ എന്നതൊന്നും ഇവിടെ പ്രസക്തമല്ല എവിടെയായിരുന്നാലും ആ മറുക് അവ

ളുടെ സൗന്ദര്യത്തിന് മാറ്റ് കൂട്ടുന്നുണ്ട്. ശരീരത്തിന്റെ ഓരോ ഭാഗങ്ങളും ഒരു കൊച്ചു കുട്ടിയെപ്പോലെ അവൾ നിരീക്ഷിച്ചു. ആദ്യമായി ഋതുവാകുന്ന പെൺകുട്ടിയുടെ അത്ഭുതവും അവളിൽ പ്രകടമായി. കൈകൾ വിടർത്തി അവൾ തന്റെ ശരീരം മുഴുവനായി ആസ്വദിച്ചു. നഗ്നമായ മുലകളുടെ വശക്കാഴ്ചയ്ക്കായി അവൾ തിരിഞ്ഞുനിന്ന് രസിച്ചു. പിന്നെ പിന്നെ...മറ്റു ഭാഗങ്ങൾ... കണ്ണാടിക്കു മുമ്പിൽ കാമക്കൊഴുപ്പിന്റെ ലാസ്യ നടനം.

മുഫാത്ത് അവളെത്തന്നെ നോക്കുകയായിരുന്നു. അയാൾക്കിപ്പോൾ നല്ല ഭയമുണ്ട്. പത്രം അയാളുടെ കയ്യിൽനിന്ന് താഴെ വീണുപോയി. അതേ, അവൾ തന്റെ ജീവിതം മലിനമാക്കിയിരിക്കുന്നു! ഒരു നിമിഷം അദ്ദേഹം പാപത്തെക്കുറിച്ച് ബോധവാനായി. ഒരു സമൂഹം മുഴുവൻ നാശത്തിലേക്ക് വീഴുന്നതായി അദ്ദേഹത്തിന് തോന്നി. എന്നാൽ നാനയുടെ നഗ്നമേനിയിൽനിന്ന് കണ്ണുകൾ പിൻവലിക്കാൻ അദ്ദേഹത്തിനായില്ല.

നാന അവിടെനിന്ന് മാറിയില്ല. കൈകൾ തലയ്ക്ക് പിന്നിൽ കോർത്ത് പിടിച്ച് തല പിന്നിലേക്കാക്കി കാലുകൾ അകത്തി നിൽക്കയാണവൾ. പാതിയടഞ്ഞ മിഴികൾ, അൽപ്പം തുറന്ന വായ, വശ്യമായ പുഞ്ചിരി, തടിച്ച മുലകൾ, പട്ടുപോലെയുള്ള ചർമം, സിംഹിയുടേതുപോലെ അഴിഞ്ഞ് കിടക്കുന്ന മുടി, റോസാപ്പൂ പോലെയുള്ള മാംസം... എല്ലാം മുഫാത്ത് സൂക്ഷ്മമായി നിരീക്ഷിച്ചു. മെഴുകുതിരിനാളത്തിന്റെ പശ്ചാത്തലത്തിൽ ശരീരവളവുകൾ എല്ലാം എടുത്തു കാണപ്പെട്ടു. ഗന്ധംകൊണ്ടുപോലും ലോകത്തെ നശിപ്പിക്കുന്ന സ്വർണശലഭം അവൾതന്നെ. മുഫാത്ത് അഭിനിവേശത്തോടെ അവളെ വീണ്ടുവീണ്ടും നോക്കി. ഒടുവിൽ മോചനശ്രമമെന്നോണം കണ്ണുകൾ അടച്ചു. എന്നാൽ അവിടെയും ആ മൃഗം സട കുടഞ്ഞെഴുന്നേറ്റു. ഇല്ല, ഇനിയൊരു മോചനം തനിക്കില്ലെന്ന് അദ്ദേഹം മനസിലാക്കി.

നാന കണ്ണാടിയോട് കൂടുതൽ അടുത്തു. അവൾ വികാരാധീനയായി. അവൾ ശിരസ്സും മാറിടവും പിറകിലേക്ക് വളച്ച് ചരിച്ച് കവിൾ തോളിലുരസി. കക്ഷത്തിനടുത്തുള്ള മൃദുലമായ ഭാഗത്ത് അവൾ തുടരെത്തുടരെ ചുംബിച്ചു. സ്വയം ഉമ്മവച്ച് രസിക്കുന്ന നാനയെ കണ്ണാടിയിൽ കണ്ടപ്പോൾ അവൾക്കും ചിരി വന്നു. അവൾ അഭിലാഷത്തിന്റെ നിശ്വാസമുതിർത്തു. അവളുടെ ആത്മരതിപ്രകടനങ്ങൾ അദ്ദേഹത്തെ പ്രകോപിപ്പിച്ചു. മുഫാത്ത് ദീർഘനിശ്വാസമുതിർത്തു. ആത്മനിയന്ത്രണത്തിന്റെ കെട്ട് പൊട്ടി. തീവ്രമായ അഭിനിവേശത്തോടെ നാനയെ തന്റെ നഗ്നമായ മാറിടത്തോട് ചേർത്തുപിടിച്ച് കാർപ്പറ്റിലേക്ക് തള്ളിയിട്ടു. “ഒന്നു പോകുന്നുണ്ടോ” അവൾ നിലവിളിച്ചു. കളങ്കിതയാണെങ്കിലും അവളോടുള്ള പെരുമാറ്റത്തിന്റെ അരുതായ്മകളെപ്പറ്റി അദ്ദേഹത്തിന് നല്ല ബോധമുണ്ടായിരുന്നു. എങ്കിലും നാന ശാന്തയായി. അദ്ദേഹത്തിന് പോകാനുള്ളതാണല്ലോ. അവൾ അകത്തേക്കുപോയി ഒരു നിശാവസ്ത്രം മാത്രമണിഞ്ഞ് വന്ന് നെരിപ്പോടിനരികെ സ്വസ്ഥയായി ഇരുന്നു.

ഫോഷറിയുടെ ലേഖനത്തെക്കുറിച്ച് നാന വീണ്ടും ചോദിച്ചപ്പോൾ പ്രശ്നം വഷളായിപ്പോകുമെന്ന് കരുതി എങ്ങും തൊടാതെയാണ് മുഫാത്ത് മറുപടി പറഞ്ഞത്. ഫോഷറിയുടെ ദൗർബല്യം എന്താണെന്ന് നാനയ്ക്കറിയാം. മുഫാത്തിനെ എങ്ങനെ ഒഴിവാക്കാമെന്ന ചിന്തയാണവൾക്ക് മുഖ്യമായുള്ളത്. എന്നാൽ സ്വന്തം ഭാര്യയാൽ വഞ്ചിക്കപ്പെട്ട പുരുഷൻ എന്ന നിലയിൽ മുഫാത്തിനോട് അവൾക്ക് സഹതാപമുണ്ട്.

"നിങ്ങളുടെ ഭാര്യ നാളെ എത്തുമെന്നാണോ?" നാന ചോദിച്ചു. മുഫാത്ത് കൈകാലുകൾ അലസമാക്കി കസേരയിൽ ഇരുന്നു. നാന ഗൗരവത്തോടെ അദ്ദേഹത്തെ നോക്കി. തന്റെ നഗ്നമായ കാലുകൾ അവൾ യാന്ത്രികമായി ചലിപ്പിച്ചുകൊണ്ടിരുന്നു.

"താങ്കൾ വിവാഹം കഴിഞ്ഞിട്ട് എത്ര വർഷമായി?" നാന ചോദിച്ചു.

"പത്തൊൻപത് വർഷം."

"ഭാര്യ എങ്ങനെ, കൊള്ളാമോ? നിങ്ങൾ രമ്യതയിലാണോ?"

അദ്ദേഹം ആദ്യം മറുപടി പറഞ്ഞില്ല. പിന്നീട് ഒരു വല്ലായ്മയോടെ പറഞ്ഞു: "ഇത്തരം ചോദ്യങ്ങളൊന്നും ചോദിക്കരുതെന്ന് ഞാൻ പറഞ്ഞിട്ടില്ലേ?"

"കാര്യമെന്താ, അവരെക്കുറിച്ച് പറഞ്ഞാൽ ഞാനങ്ങ് തിന്നു കളയുമോ? സ്ത്രീകളെല്ലാം ഒരു വണ്ടിയിൽ കെട്ടാവുന്ന ഇനമാ."

എന്നാൽ കൂടുതൽ സംസാരിക്കുന്നതിൽ അവൾ ഭയപ്പെട്ടു. താൻ വലിയൊരു ദയാലുവാണെന്ന് അവൾ സ്വയം കരുതുന്നതുകൊണ്ടുതന്നെ അത്തരത്തിലുള്ള സംസാരമങ്ങ് നിർത്തി. പാവം, അവൾ അദ്ദേഹത്തെയൊന്ന് സൂക്ഷിച്ച് നോക്കിയിട്ട് പറഞ്ഞു:

"ഫോഷറി താങ്കളെപ്പറ്റി എന്തൊക്കെയോ പറഞ്ഞു നടക്കുന്നുണ്ടല്ലോ, അയാളൊരു മൂർഖൻ തന്നെ എനിക്കയാളോട് അസുഖമൊന്നുമില്ല. എന്നിരുന്നാലും അയാളൊരു മൂർഖൻ തന്നെ."

നാന ചിരിച്ചുകൊണ്ട് മുട്ടിലിഴഞ്ഞു ചെന്ന് മുഫാത്തിന്റെ കാൽമുട്ടിൽ തന്റെ മുലകൾ ഉരസിക്കൊണ്ട് ചോദിച്ചു:

"ആദ്യരാത്രിയിൽ നിങ്ങൾ വെറുമൊരു ശിശു ആയിരുന്നു അല്ലേ? ഇപ്പോഴും അങ്ങനെതന്നെയാണെന്ന് അയാൾ പറയുകയാണ്. ഇതൊക്കെ ഉള്ളതാണോ?"

ഒരു മറുപടിക്കുവേണ്ടി അവളുടെ കണ്ണുകൾ അദ്ദേഹത്തെ നിർബന്ധിച്ചു. നാന തന്റെ കൈകൾ അദ്ദേഹത്തിന്റെ ചുമലിൽ വച്ച് കുലുക്കിക്കൊണ്ട് ഉത്തരത്തിന് തിടുക്കം കൂട്ടി.

"തീർച്ചയായും" അൽപ്പനേരത്തിന് ശേഷമാണെങ്കിലും തികഞ്ഞ ഗൗരവത്തോടെയാണ് അദ്ദേഹമിത് പറഞ്ഞത്.

നാനയുടെ ചിരി ഉച്ചത്തിലായി. മുഫാത്തിന്റെ തുടകളിൽ ഉരസിക്കൊണ്ട് തുടർന്നു.

"വിശ്വസിക്കാനാവുന്നില്ല, താങ്കൾക്ക് മുഖമുണ്ടാകുമെന്ന് തോന്നുന്നേയില്ല. ഒരു പുരുഷന് അത്തരം കാര്യങ്ങൾ അറിയില്ലെന്ന് പറയുന്ന

തിൽ കൂടുതൽ തമാശ എന്തിരിക്കുന്നു? അന്ന് താങ്കളെ എനിക്കൊന്ന് കാണാൻ കഴിഞ്ഞില്ലല്ലോ. അതിരിക്കട്ടെ, എന്തെങ്കിലും അന്ന് നടന്നോ? എല്ലാം തുറന്ന് പറയൂ."

എല്ലാം പൂർണമായും അവൾക്കറിയാം. എങ്കിലും മുഫാത്തിനെ ചോദ്യശരങ്ങൾകൊണ്ട് നാന വീർപ്പ് മുട്ടിച്ചു. അവളുടെ ചിരി ഉച്ചത്തിലായി. കുലുങ്ങിക്കുലുങ്ങി ചിരിച്ചതിനാൽ അവളുടെ അടിക്കുപ്പായം തോളിൽനിന്ന് വഴുതിപ്പോയി. നെരിപ്പോടിന്റെ വെളിച്ചത്തിൽ അവളുടെ ചർമം സ്വർണപ്രഭയാർന്നു. ലജ്ജിക്കാതെതന്നെ മുഫാത്ത് തന്റെ ആദ്യരാത്രിയിലെ സംഭവങ്ങളെല്ലാം വിവരിച്ചു കൊടുത്തു. എങ്കിലും വളരെ കരുതലോടെയാണ് ഓരോ വാക്കുകളും അദ്ദേഹം പ്രയോഗിച്ചത്. നാനയ്ക്ക് പ്രഭ്വിയെക്കുറിച്ചും അറിയാൻ ആകാംക്ഷയായി. മുഫാത്തിന്റെ കാഴ്ചപ്പാടിൽ അവർ വളരെ ആകർഷകമുള്ളവളായിരുന്നു. എങ്കിലും ഒരുതരം മരവിപ്പ് ബാധിച്ചതുപോലെ.

നാന ചിരി നിർത്തി. മുമ്പത്തേതുപോലെ ഗൗരവപ്രകൃതിയായി. കാൽമുട്ട് കവിളിൽ തൊട്ട് കൈകൾ പിണച്ച് അവൾ തുടർന്നു:

"ആദ്യരാത്രിയിൽ ഭാര്യയുടെ അരികിൽ എട്ടും പൊട്ടും തിരിയാത്ത കുട്ടിയെപ്പോലെ പെരുമാറുന്നത് ശരിയല്ല."

"എന്തുകൊണ്ട്?" മുഫാത്ത് ആശ്ചര്യത്തോടെ ചോദിച്ചു. അവൾ ഒരു ജ്ഞാനിയെപ്പോലെ അദ്ദേഹത്തെ ഉപദേശിക്കാൻ തുടങ്ങി. "സംഭവിച്ചതെന്തെന്ന് ഞാൻ പറയാം. ഒന്നും അറിയാത്തവരെ സ്ത്രീകൾക്ക് ഇഷ്ടമില്ല. അവർ എതിർപ്പൊന്നും പ്രകടിപ്പിക്കാതിരിക്കുന്നത് അവരുടെ മാന്യതകൊണ്ടാണ്. പുറത്ത് പറഞ്ഞില്ലെങ്കിലും അക്കാര്യം അവർ കൂടുതൽ ചിന്തിച്ചെന്നിരിക്കും. ഭർത്താവിൽനിന്ന് കിട്ടാത്ത സുഖം തേടി അവർ മറ്റിടങ്ങളിൽ പോവുകയും ചെയ്യും."

ഇതൊന്നും മനസിലാകാത്തമട്ടിൽ മുഫാത്ത് കാണപ്പെട്ടു. നാനയാണെങ്കിൽ നന്മ നിറഞ്ഞ അമ്മയുടെ ദാസഭാവത്തിലാണിപ്പോൾ. വഞ്ചിക്കപ്പെട്ട ഒരു ഭർത്താവാണയാൾ എന്ന് അറിഞ്ഞപ്പോൾ മുതലാണ് ഈ വിഷയം അദ്ദേഹത്തോടുതന്നെ ചോദിക്കണമെന്ന് നാനയ്ക്ക് താൽപ്പര്യം തുടങ്ങിയത്.

"അല്ലെങ്കിൽത്തന്നെ എന്നെ ബാധിക്കുന്ന കാര്യമൊന്നുമല്ലിത്. എന്നാൽ എല്ലാവരും സന്തോഷമായിരിക്കണം എന്ന് ഞാൻ കരുതുന്നു. അതുകൊണ്ട് ഇതെല്ലാം പങ്കുവെച്ചു എന്നേയുള്ളൂ. ഉത്തരങ്ങളൊക്കെ കൃത്യമായിരിക്കണം."

ചൂട് കൂടിയതിനാൽ അവൾ ഇരിപ്പുനില അൽപ്പമൊന്നു മാറ്റി. "ഹൊ! എന്റെ പുറം പൊള്ളി. നെരിപ്പോടിന് അഭിമുഖമായിരുന്നുകൊണ്ട് അവൾ സംസാരം തുടർന്നു: "അപ്പോൾ നിങ്ങളും ഭാര്യയും ഒരുമിച്ചല്ലേ കിടക്കുന്നത്?"

"അല്ല, തീർച്ചയായും അല്ല" കൂടുതൽ പറയാൻ അദ്ദേഹം ഭയപ്പെട്ടു.

"അപ്പോൾ അവർ ലൈംഗികമരവിപ്പ് ബാധിച്ചവരാണല്ലേ?"

അതേയെന്ന മട്ടിൽ അദ്ദേഹം തലയാട്ടി.

"അപ്പോൾ എന്നോട് നിങ്ങൾ അടുക്കുന്നത് അതുകൊണ്ടാണല്ലേ?"

അദ്ദേഹം വീണ്ടും തലയാട്ടി.

"ശരി, ഇതുതന്നെയാണ് ഞാനും കരുതിയത് പാവം! എന്റെ അമ്മായി ലെറാറ്റിനെ അറിയില്ലേ, അടുത്തതവണ അവർ വരുമ്പോൾ തെരുവിൽ താമസിക്കുന്ന പച്ചക്കറിക്കാരന്റെ കഥ അവൾ പറയും. അയാളെ സമ്മതിക്കണം. ഹൊ! എന്തൊരു ചൂട്."

നെരിപ്പോടിന്റെ വെളിച്ചത്തിൽ തന്റെ ചുവന്നു തുടുത്ത ശരീരത്തെക്കുറിച്ചുള്ള ചിന്ത അവളെ കൂടുതൽ ഉല്ലാസവതിയാക്കി. താനൊരു താറാവ് പോലെയാണല്ലോ എന്ന് അവൾക്ക് തോന്നി. സ്വന്തം ജീവരക്തത്താൽ പാകം ചെയ്യപ്പെടുന്ന താറാവ്. അവൾ വീണ്ടും ഉച്ചത്തിൽ ചിരിച്ചു. പെട്ടെന്ന് വാതിലടയുന്ന ശബ്ദം കേട്ടു. അത്ഭുതപ്പെട്ട മുഫാത്ത് അവളെ അർഥംവച്ച് ഒന്നു നോക്കി. അവളാകട്ടെ, കൂടുതൽ ഗൗരവത്തിലായി. വല്ലാത്ത ആകാംക്ഷയും അവളുടെ മുഖത്തുണ്ടായിരുന്നു. സോയേയുടെ അടയാളമായിരുന്നു അത്. സമയം പന്ത്രണ്ടുമായി. വഞ്ചിതനായ ഭർത്താവിനുവേണ്ടി അവൾ എത്ര സമയം പാഴാക്കണം. തന്നെയുമല്ല, മറ്റൊരാൾ കാത്തിരിക്കുന്നു. എങ്ങനെയെങ്കിലും ഇദ്ദേഹത്തെ ഒഴിവാക്കുകയും വേണം. അതുകൊണ്ടുതന്നെ അവൾ നർമബോധം വെടിഞ്ഞു. വീണ്ടുവിചാരം തീരെയില്ലാതെയാണ് അവൾ സംസാരിച്ചത്.

"പച്ചക്കറിക്കാരന്റെ ഭാര്യയും കൊള്ളാം. അവർ പരസ്പരം ഒന്നു തൊട്ടിട്ടുപോലുമില്ല. അവൾക്ക് ആഗ്രഹമുണ്ടായിരുന്നെങ്കിലും ആ മണ്ടന് അത്തരം കാര്യങ്ങളെപ്പറ്റി അറിവുണ്ടായിരുന്നില്ല. അതേസമയം ഭാര്യയെ ഒന്നിനും കൊള്ളില്ല എന്നുകരുതി അയാൾ ഓരോ ഇടങ്ങൾ തേടി. അവളും ഓരോരുത്തരെ അന്വേഷിച്ച് പോയി. പരസ്പരം മനസിലാക്കിയില്ലെങ്കിൽ ഇങ്ങനെയൊക്കെയേ സംഭവിക്കൂ."

മുഫാത്ത് ആകെ വിളറിപ്പോയി അവളുടെ സൂചനകളെല്ലാം അയാൾക്ക് പിടി കിട്ടി. വായടക്കാൻ അദ്ദേഹം ശ്രമിച്ചെങ്കിലും അവൾ തുടർന്നുകൊണ്ടിരുന്നു. "നിങ്ങളൊക്കെ മണ്ടന്മാരായതുകൊണ്ടാണ് ഞങ്ങളോടൊപ്പം കഴിയുന്നതുപോലെ ഭാര്യമാരോടൊപ്പം സമയം ചെലവഴിക്കാത്തത്. അവരും കൊള്ളാം. നിങ്ങളെ സമീപത്തുതന്നെ നിർത്താൻ അവരും ശ്രമിക്കണം. അതെങ്ങനെ? നിങ്ങൾ വലിയ കുടുംബനാഥൻ കളിക്കും. മുഫാത്തിന് ദേഷ്യം അടക്കാനായില്ല.

"മാന്യസ്ത്രീകളെക്കുറിച്ചാണോ ഇത്തരത്തിൽ സംസാരിക്കുന്നത്?"

"നിങ്ങൾക്ക് അവരെ അറിയില്ല" നാന ചാടിയെഴുന്നേറ്റ് മറുപടി പറഞ്ഞു: "എനിക്ക് നിങ്ങടെ മാന്യന്മാരെ അറിയില്ലപോലും! വൃത്തികെട്ടവർ. ഞാൻ വെല്ലുവിളിക്കുന്നു എന്നെപ്പോലെ ധൈര്യമുള്ള ഒരാളെയെങ്കിലും നിങ്ങടെ കൂട്ടത്തീന്ന് കാണിച്ചു തരാമോ? മാന്യതയെക്കുറിച്ച് നിങ്ങളിങ്ങനെ പറയുമ്പോൾ എനിക്ക് ചിരിയാണ് വരുന്നത്. നിങ്ങടെ

ഭാര്യ നിങ്ങളെ ചതിക്കുകയാണെങ്കിൽ നിങ്ങൾ എന്തു ചെയ്യും?"

അദ്ദേഹം ഭീതിദമായ ഭാവത്തിൽ പറഞ്ഞു: "കൊള്ളാം എന്നോടും തുടങ്ങിയോ നിന്റെ..." അദ്ദേഹം അരിശംകൊണ്ട് ചുമലിളക്കി.

നാനയ്ക്ക് വാസ്തവത്തിൽ അദ്ദേഹത്തോട് വിദ്വേഷമൊന്നുമുണ്ടായിരുന്നില്ല. എങ്കിലും ഭാര്യയാൽ വഞ്ചിക്കപ്പെട്ടവനാണ് താങ്കൾ എന്ന് മുഫാത്തിനോട് പറയണമെന്ന് ആദ്യമേതന്നെ അവൾക്കുണ്ടായിരുന്നു. എന്നാൽ മുഫാത്തിന്റെ പെരുമാറ്റം അവളെ നിരാശയിലാക്കി. ഈ ഇടപാട് എങ്ങനെയെങ്കിലും ഒന്ന് അവസാനിപ്പിച്ചാൽ മതിയെന്നായി അവൾക്ക്.

"പ്രിയപ്പെട്ടവനെ, എന്റെയടുക്കൽനിന്ന് എന്താണ് പ്രതീക്ഷിക്കുന്നതെന്ന് മനസിലാകുന്നില്ല. കഴിഞ്ഞ രണ്ട് മണിക്കൂറായി നിങ്ങൾ എന്റെ സമയം പാഴാക്കുന്നു. ഇപ്പോൾ നിങ്ങൾ ഭാര്യയുടെ അടുത്തേക്ക് പോവുക. അവർ ഫോഷറിയോടൊപ്പമുണ്ട്. ഞാൻ മേൽവിലാസം തരാം. പോയി നോക്ക്."

അടിയേറ്റ കാളയെപ്പോലെ മുഫാത്ത് അതുവഴി ഓടിനടന്നു. നാനയുടെ വിമർശനം തീർന്നില്ല. "നിങ്ങളുടെ മാന്യസ്ത്രീകൾ ഒരിടത്ത് സുഖമായി കഴിയുന്നു. അതങ്ങ് പോട്ടെന്ന് വയ്ക്കാം. ഇപ്പോൾ ഞങ്ങളുടെ പ്രിയപ്പെട്ടവനെയും അവർ തട്ടിയെടുക്കുകയാണ്."

ഇത്രയുമായപ്പോൾ മുഫാത്തിന് സഹിക്കാനായില്ല. അയാൾ നാനയെ തള്ളി താഴെയിട്ടു. അവളെ നിശ്ശബ്ദയാക്കാൻ കാലുയർത്തി മുഖത്ത് ചവിട്ടാൻകൂടി തുടങ്ങിയതാണ്. കോപാന്ധനായി അയാൾ ആ മുറിയിലൂടെ ഭ്രാന്തനെപ്പോലെ ഓടിത്തുടങ്ങി. അവൾ ഒരുവിധത്തിൽ ഉരുണ്ടുപിരണ്ടെഴുന്നേറ്റ് നെരിപ്പോടിനരികിൽ വന്നു. മുഫാത്തിന്റെ അവസ്ഥ നാനയെ തെല്ലൊന്ന് വിഷമിപ്പിക്കുകയും ചെയ്തു.

"പ്രിയനേ സംഭവമെല്ലാം താങ്കൾ അറിഞ്ഞുകാണുമെന്ന് കരുതിയാണ് ഞാൻ ഇതെല്ലാം പറഞ്ഞത്. മറിച്ചായിരുന്നെങ്കിൽ ഇതൊന്നും ഞാൻ വെളിപ്പെടുത്തുകയില്ലായിരുന്നു, ആളുകൾ ഇങ്ങനെയൊക്കെ പറയുന്നുണ്ട്. അത് സത്യമാകണമെന്നൊന്നുമില്ല. ഇതോർത്ത് കോപിച്ചിട്ടും കാര്യമില്ല. സ്ത്രീകളൊക്കെ കെട്ട മീൻപോലെയാണ്."

നാന സ്ത്രീകളെ പൊതുവെ അധിക്ഷേപിച്ചുകൊണ്ട് സംസാരിക്കാൻ തുടങ്ങി. എന്നാൽ മുഫാത്ത് ഇതൊന്നും ചെവിക്കൊണ്ടില്ല. വളരെ പെട്ടെന്ന് വസ്ത്രവും ചെരിപ്പും ധരിച്ച് കുറച്ചുനേരം ചുറ്റിത്തിരിഞ്ഞ് കണ്ട വാതിലിലൂടെ ഇറങ്ങിയോടി.

നാന വല്ലാതെ അസ്വസ്ഥയായി. അവിടെ മറ്റാരും കേൾക്കാനില്ലെങ്കിലും "കെളവൻ പോട്ടെ" എന്ന് അവൾ ഉറക്കെ പറഞ്ഞു. എന്നാൽ അവൾ സ്വയം സമാധാനിച്ചു.

"അദ്ദേഹം മര്യാദക്കാരനായിരുന്നു. ഞാൻ കുറച്ചുകൂടി നിയന്ത്രിക്കേണ്ടതായിരുന്നു. എങ്കിലും നാശംതന്നെ! അദ്ദേഹം വഞ്ചിക്കപ്പെട്ടതിന് ഞാനെന്ത് പിഴച്ചു? ശരീരം ഒന്നുകൂടി ചൂടാക്കിയിട്ട് അവൾ കട്ടി

ലിൽക്കയറി പുതപ്പിനടിയിലായി. അവൾ സോയേയെ വിളിച്ചിട്ട് അടുക്കളയിൽ ഒളിച്ചിരിക്കുന്നവനെ വിളിക്കാൻ പറഞ്ഞു.

വെളിയിലിറങ്ങിയ മുഫാത്ത് അതിവേഗത്തിൽ നടന്നു. ഒരു പുതുമഴ തോർന്നതേയുള്ളൂ. ആ എണ്ണമയമുള്ള നടപ്പാതയിൽ അദ്ദേഹം തെന്നിപ്പോയി. യാദൃച്ഛികമായി ആകാശത്തേക്കൊന്നു നോക്കിയപ്പോൾ അദ്ദേഹം കണ്ടത് കരിമേഘങ്ങളാൽ മറയ്ക്കപ്പെടുന്ന ചന്ദ്രനെയാണ്. ഈ സമയം ഹസ്സാമാൻ ഏറെക്കുറെ ശൂന്യമായിരുന്നു. എന്തൊക്കെയോ പിറുപിറുത്തുകൊണ്ടാണ് അദ്ദേഹം പോകുന്നത്. നാന ഒരുപക്ഷേ, കള്ളം പറഞ്ഞതായിരിക്കും. എന്നെ വിഷമിപ്പിക്കുന്നതിനുവേണ്ടിയാണ് അവൾ ഈ ക്രൂരതയൊക്കെ കാട്ടുന്നത്. ഹൊ! എന്തൊരു നാണക്കേട് ഇനി അവളെ തൊടുകയോ കാണുകയോ ഇല്ല. നാൽപ്പത് വർഷമായി താൻ പരിപാവനമായി കരുതിയ സങ്കൽപ്പനങ്ങളാണ് ആ നഗ്നയായ തേവിടിശ്ശി ചവിട്ടിമെതിച്ചത്. കരിമേഘം നീങ്ങി നിലാവെളിച്ചം തെരുവിൽ പടർന്നു. വിഷാദക്കയത്തിലേക്ക് അദ്ദേഹം വീണ്ടും മുങ്ങി.

"ദൈവമേ എല്ലാം അവസാനിച്ചു ഒന്നും ശേഷിക്കുന്നില്ല" അദ്ദേഹം പിറുപിറുത്തു.

സമയം വൈകിയതിനാൽ നടപ്പാതയിലൂടെ ചിലർ തിരക്കിട്ട് പോകുന്നുണ്ട്. അദ്ദേഹം കുറച്ചുകൂടി യുക്തിപൂർവം ചിന്തിക്കാൻ തുടങ്ങി. മാഡം ഷെസെല്ലിയുടെ ഗ്രാമീണഭവനത്തിൽനിന്ന് പ്രഭ്വി നാളെയാണ് തിരിച്ച് വരേണ്ടത്. എന്നിരുന്നാലും വൈകുന്നേരം വേണമെങ്കിലും എത്തിച്ചേരാം. അയാളോടൊപ്പം കഴിയാനുള്ള പദ്ധതിയാവാനും സാധ്യതയുണ്ട്. ഫൊണ്ടേട്ടസിൽ താമസിച്ചുകൊണ്ടിരുന്നപ്പോഴത്തെ ചില അനുഭവങ്ങൾ അദ്ദേഹം അനുസ്മരിച്ചു. ഒരു വൈകുന്നേരം സബീൻപ്രഭ്വി മരങ്ങളുടെ തണൽപറ്റി നിൽക്കുന്ന സംശയാസ്പദമായ രംഗം അദ്ദേഹം ഓർത്തു. അന്ന് തന്റെ ചോദ്യങ്ങൾക്കൊന്നും മറുപടി പറയാൻ അദ്ദേഹത്തിനായില്ല. ഇപ്പോഴും അവൾ അയാളോടൊപ്പമാവില്ലെന്നതിന് എന്താണുറപ്പ്. കൂടുതൽ ചിന്തിച്ചപ്പോൾ നാന പറഞ്ഞ വാക്കുകളിൽ കഴമ്പുണ്ടെന്ന് അദ്ദേഹത്തിന് തോന്നി. അദ്ദേഹം ഒരു വേശ്യയുടെ മുറിയിൽ ഷർട്ട് ഊരിയിട്ടപ്പോൾ ഭാര്യ മറ്റൊരാളുടെ മുൻപിൽ വസ്ത്രമുരിയുന്നു. ഇതിൽ യുക്തിക്ക് നിരക്കാത്തതായൊന്നുമില്ല. അതുകൊണ്ട് ശാന്തനായിരിക്കാൻ അദ്ദേഹം നിർബന്ധിതനായി. വളർന്നു വലുതായ മാംസദാഹത്തിന്റെ ഒടുവിൽ ലോകം മുഴുവൻ തനിക്ക് ചുറ്റും കറങ്ങുന്നതായി തോന്നി. നഗ്നയായി നിൽക്കുന്ന നാനയുടെ സ്ഥാനത്ത് സബീൻപ്രഭ്വിയുട രൂപം അദ്ദേഹത്തിന് മുൻപിൽ തെളിഞ്ഞു വന്നു. ഈ നാണംകെട്ട ബന്ധത്തിന്റെ ഓർമയിൽ അദ്ദേഹം സ്തബ്ധനായി. ഒരു വാഹനം തൊട്ടു തൊട്ടില്ല എന്ന മട്ടിൽ കടന്നുപോയി. കഫേയിൽനിന്ന് ഇറങ്ങിയ കുറേ പെണ്ണുങ്ങൾ അദ്ദേഹത്തെ ഉറക്കെ കളിയാക്കി കടന്നുപോയി. അദ്ദേഹത്തിന് കരച്ചിൽ വന്നു. മറ്റുള്ളവരുടെ മുൻപിൽ കരച്ചിലടക്കാൻ ശ്രമിക്കാറുള്ള അദ്ദേഹം തെരു

വിന്റെ ഇരുണ്ട മൂലയിലേക്ക് മാറി. ആ നിശ്ശബ്ദതയിൽ ഒരു കൊച്ചു കുട്ടിയെപ്പോലെ അദ്ദേഹം കരഞ്ഞു.

"എല്ലാം കഴിഞ്ഞിരിക്കുന്നു, ഒന്നും ശേഷിക്കുന്നില്ല." അസഹ്യമായ ദു:ഖംകാരണം ഒരു വാതിലിൽ ചാരിനിന്ന് അദ്ദേഹം തന്റെ നനഞ്ഞ കൈകൾകൊണ്ട് മുഖം പൊത്തി കരഞ്ഞു. ഒരു കാലൊച്ച അദ്ദേഹത്തെ അവിടെനിന്നും ഓടിച്ചു. ഭയവും ലജ്ജയുംകാരണം എല്ലാത്തിൽനിന്നും ഓടിയൊളിക്കാൻ അദ്ദേഹം ആഗ്രഹിച്ചു. ആളുകൾ എല്ലാം മനസിലാക്കുമെന്ന ഉൾഭയം അദ്ദേഹത്തിനുണ്ടായിരുന്നതു കാരണം വഴിയിൽവച്ച് കണ്ടവരുടെ മുൻപിലൂടെ വളരെ അലസമായാണ് നടന്ന് നീങ്ങിയത്. ഇരുണ്ട മൂലകൾ താണ്ടി വളവുകളും തിരിവുകളും പിന്നിട്ട് അദ്ദേഹം ലക്ഷ്യസ്ഥാനം കണ്ടു. കടുത്ത മനോവ്യഥകാരണം വെറും അഞ്ച് മിനിട്ടുകൊണ്ട് എത്താവുന്ന ഇടത്ത് എത്താൻ ഒരു മണിക്കൂർ എടുത്തു. മുൻപൊരിക്കൽ ഫോഷറിയുടെ മുറിയിൽ പോയത് അദ്ദേഹം ഓർത്തു. മുറിയുടെ ജാലകങ്ങൾ കടകളുടെ പരസ്യപ്പലകകൾകൊണ്ട് മറയ്ക്കപ്പെട്ടിരിക്കുന്നു. അകത്ത് വെളിച്ചം കാണാം. പ്രഭി അവിടെ കാണുമെന്ന പ്രതീക്ഷയിൽ തുറന്നിട്ട ജാലകത്തിലേക്ക് ദൃഷ്ടിയുറപ്പിച്ച് അദ്ദേഹം അവിടെത്തന്നെ നിന്നു. ചന്ദ്രൻ കരിമേഘത്തിലൊളിച്ചു. തണുത്ത ചാറ്റൽമഴയുണ്ട്. പള്ളിയിൽ രണ്ടാംമണി മുഴങ്ങി. മുഫാത്ത് നിൽക്കുന്നിടത്തുനിന്ന് അനങ്ങിയില്ല. അതേ, ആ മുറി തന്നെ അദ്ദേഹം ഓർത്തു. പിൻഭിത്തിയിൽ ലൂയി പതിമൂന്നാമന്റെ ചിത്രം. പുകക്കുഴലിന്റെ വലതു വശത്തായി വിളക്കുണ്ടായിരിക്കണം. ഒരു സംശയവുമില്ല അവർ കിടക്കാൻ പോയിക്കാണും. ജാലകത്തിലൂടെ നിഴലുകളുടെ ചലനമൊന്നും കാണാനില്ല. കണ്ണുകൾ മുകളിലേക്ക് ഉയർത്തി അദ്ദേഹം ചില പദ്ധതിയൊക്കെ ആലോചിച്ചു. ഫ്ളാറ്റിന്റെ വെളിയിൽനിന്ന് കോളിങ് ബെൽ മുഴക്കണം. പരിചാരിക വാതിൽ തുറന്നാലുടനെ അകത്തുകയറി അവരുടെ മുറിയുടെ വാതിൽ ചവിട്ടി തുറന്ന് ഉള്ളിൽ കടക്കണം. ആലിംഗനത്തിൽനിന്ന് വേർപെടാൻപോലും സമയം കൊടുക്കാതെ അവരുടെമേൽ ചാടി വീണ് കഴുത്ത് ഞെരിച്ച് കൊല്ലണം. എങ്കിലും സബീൻ അവിടെത്തന്നെയുണ്ടെന്നതിന് എന്തെങ്കിലുമൊരു സൂചന ലഭിക്കുന്നതിനായി അദ്ദേഹം അവിടെ കാത്തുനിന്നു. ഒരു സ്ത്രീയുടെ നിഴൽ കാണുന്ന പക്ഷം അദ്ദേഹം ഓടിച്ചെല്ലും. എന്നാൽ ഇതെല്ലാം തന്റെ വെറും തോന്നലുകളാണ് എന്ന ചിന്തയിൽ അദ്ദേഹം മരവിച്ചുപോയി. സബീൻ ആ മനുഷ്യനൊപ്പം ആയിരിക്കില്ല. അത് അസാധ്യംതന്നെ. എങ്കിലും മതിഭ്രമം ബാധിച്ചവനെപ്പോലെ അദ്ദേഹം ഏറെനേരം ജാലകത്തിലേക്ക് നോക്കിക്കൊണ്ട് നിന്നു. മഴ നന്നായി പെയ്യുന്നുണ്ട്. രണ്ട് പൊലീസുകാർ അതിലേ വന്നപ്പോൾ വാതിലിൽനിന്ന് അൽപ്പം ഒഴിഞ്ഞു മാറി. പൊലീസുകാർ പോയപ്പോൾ പഴയ സ്ഥാനത്തേക്ക് വന്ന് നനഞ്ഞ് തണുത്ത് വിറച്ച് നിന്നു. അവിടെനിന്ന് മാറിയേക്കാമെന്ന് കരുതിയപ്പോഴാണ് ചില നിഴലുകൾ അങ്ങോട്ടും ഇങ്ങോട്ടും തുടർച്ചയായി ചലി

ക്കുന്നത് കണ്ടത്. അസഹനീയമായി അദ്ദേഹത്തിന്റെ ഉള്ളെരിഞ്ഞു. കൈകാലുകൾ ചലിക്കുന്നത് ഒരു രേഖാചിത്രംപോലെ അദ്ദേഹം കണ്ടു. ഒരു വലിയ കൈ പാത്രം നിറച്ച് വെള്ളവുമായി പോകുന്നതായും കാണാൻ കഴിഞ്ഞു. ഒരു സ്ത്രീയുടെ മുടിക്കെട്ട് അദ്ദേഹം തിരിച്ചറിഞ്ഞു. ഒരുപക്ഷേ, അത് സബീന്റെ മുടിയായിരിക്കാം. എങ്കിലും കഴുത്ത് അത്രയും മെലിഞ്ഞതല്ല. തിരിച്ചറിവും ചലനശേഷിയും നഷ്ടപ്പെട്ടവനായി ആ രാത്രിയുടെ യാമത്തിൽ മുഫാത്ത് അവിടെ നിന്നു. അനിശ്ചിതത്വത്തിന്റെ ആ ഭീകരാവസ്ഥയിൽ വാതിലിൽ ചാരി നിന്നുകൊണ്ട് അദ്ദേഹം വിറയ്ക്കുകയായിരുന്നു. ഇപ്പോഴും അദ്ദേഹം ജാലകത്തിൽ ദൃഷ്ടിയുറപ്പിച്ച് നിൽക്കുകയാണ്. ധാർമികബോധത്തിൽ അദ്ദേഹത്തിന്റെ കോപം അലിഞ്ഞില്ലാതെയായി. ദുരാചാരത്തിനെതിരെ വാദിച്ചുകൊണ്ടും മഹാവിപത്തുകൾ പ്രവചിച്ചുകൊണ്ടും സഭയിൽ പ്രഭാഷണം നടത്തുന്ന മട്ടിലാണ് അദ്ദേഹം നിലകൊണ്ടത്. ഫോഷറിയുടെ ലേഖനത്തിലെ വിഷശലഭത്തെക്കുറിച്ചുള്ള വാദമുഖങ്ങളെ അടിസ്ഥാനമാക്കി, ആചാരമര്യാദകൾ നഷ്ടപ്പെട്ട ഒരു സമൂഹത്തെ ഓർത്ത് അദ്ദേഹം വിലപിച്ചു. നിഴലുകൾ ഇപ്പോൾ അപ്രത്യക്ഷമായി. ഒരു സംശയവുമില്ല, അവർ കിടക്കയിലേക്ക് പോയിക്കാണണം. എങ്കിലും എന്തെങ്കിലും സൂചന കിട്ടും എന്ന് കരുതി അദ്ദേഹം കാത്തുനിൽപ്പ് തുടരുകയാണ്.

നാലുമണിയായി ഇപ്പോഴും അദ്ദേഹം അവിടെത്തന്നെ നിൽക്കുകയാണ്. മഴ പെയ്തപ്പോൾ നിൽപ്പ് ഒരു വാതിലിനോട് ചേർന്നായി. അദ്ദേഹത്തിന്റെ കാലുകൾ നനഞ്ഞിട്ടുണ്ട്. ഇപ്പോൾ പഥികരുമില്ല. ശക്തമായ വെളിച്ചത്തിലേക്ക് തുറിച്ച് നോക്കുന്നതിനാൽ കണ്ണുകൾ ഇടയ്ക്കിടെ അടയുന്നുണ്ട്. മുമ്പ് കണ്ട അതേ മാതിരി ഒന്നുരണ്ടു തവണ മുറിയിൽ നിഴലുകൾ ചലിക്കുന്നത് കണാൻ കഴിഞ്ഞു. ഈ നിഴലുകൾ അദ്ദേഹത്തിന്റെ ആശങ്കയെ അനിശ്ചിതത്വത്തിലാക്കി. പൊടുന്നനെ ഒരു ആശയം അദ്ദേഹത്തിന് തോന്നി. മുറിയിൽ ഉണ്ടെന്ന് താൻ കരുതുന്ന സ്ത്രീ ഇറങ്ങി വരുന്നതുവരെ അവിടെത്തന്നെ നിൽക്കാം. സബീനാണെങ്കിൽ തിരിച്ചറിയാമല്ലോ. ഏതായാലും കാര്യത്തിന്റെ നിജഃസ്ഥിതി അറിഞ്ഞിട്ടുതന്നെ കാര്യം എന്ന് അദ്ദേഹം മനസിൽ ഉറപ്പിച്ചു. എങ്കിലും ഉറക്കത്തിലേക്ക് വഴുതി പോകാതിരിക്കാൻ അദ്ദേഹം ചില കണക്കുകൂട്ടലുകളൊക്കെ നടത്തി. സബീൻ സ്റ്റേഷനിൽ എത്തുമ്പോൾ ഒൻപതുമണിയെങ്കിലും ആകും. ഇനിയും നാലര മണിക്കൂർ കൂടിയുണ്ട്. ഈ കാത്തിരിപ്പ് അനന്തമാകുമെന്നമട്ടിൽ അദ്ദേഹം അവിടെത്തന്നെ അനങ്ങാതെനിന്നു. പെട്ടെന്ന് ഒരു വെളിച്ചം ജാലകത്തിൽ മിന്നി മറഞ്ഞു. അവർ വിളക്കണച്ച് ഉറങ്ങാൻ പോയതാവണം. ഇരുട്ടു നിറഞ്ഞതിനാൽ ആജാലകത്തിലേക്കുള്ള ആകാംക്ഷാഭരിതമായ നോട്ടത്തിന് ഇനി പ്രസക്തിയില്ല. അദ്ദേഹം വരാന്തയിലൂടെ അങ്ങോട്ടുമിങ്ങോട്ടും നടന്നു. അഞ്ച് മണിവരെ ഇത് തുടർന്നു. നിഴലുകൾ ചലിക്കുന്നത് കണ്ടത് വെറുമൊരു സ്വപ്നമായിരുന്നുവോ എന്ന് അദ്ദേഹം ചിന്തിച്ചു. വല്ലാത്ത ക്ഷീണത്താൽ

പരിസരബോധം നഷ്ടപ്പെട്ടതുപോലെ അദ്ദേഹത്തിന് തോന്നി. ഇതേക്കുറിച്ച് ചിന്തിച്ചാൽത്തന്നെ ഇനി എന്ത് കിട്ടാനാണ്? അവർ ഉറങ്ങാൻ പോയെങ്കിൽ സമാധാനമായി കിടന്നുറങ്ങട്ടെ. താൻ എന്തിനാണ് അവരുടെ സ്വകാര്യതയിൽ ഇടപെടുന്നത്? ആ രാത്രിയിൽ അദ്ദേഹം ഇങ്ങനെ കാത്തു നിൽക്കുന്നത് ആരും അറിയുന്നില്ല. എവിടെയെങ്കിലും പോയി സമാധാനത്തോടെ കഴിയാം. രണ്ട് പ്രാവശ്യം അദ്ദേഹം പോവാൻ തുടങ്ങിയെങ്കിലും വീണ്ടും പൂർവസ്ഥാനത്ത് വന്നു. കുറച്ചു കഴിഞ്ഞ് അദ്ദേഹം ചോലമരപ്പാതയിലൂടെ നടന്നു പോയി. തെരുവിലൂടെ അദ്ദേഹം ഒരേ വേഗത്തിൽ സാവധാനം നടന്നു നീങ്ങി. ഓരോ വിളക്കിന്റെയും അരികിലെത്തുമ്പോൾ തന്റെ നിഴൽ കുറുകുന്നതും പിന്നെ നീളം കൂടുന്നതും ഒക്കെ മുഫാത്തിനെ രസിപ്പിച്ചു. താൻ എവിടെയാണെന്നുപോലും അദ്ദേഹത്തിന് അറിയാൻ കഴിയുന്നില്ല. മണിക്കൂറുകളെപ്പോലും ആരോ വലിച്ചിഴച്ച് വട്ടം ചുറ്റിക്കുന്ന അവസ്ഥ. അവിടെ കണ്ട ഒരു കെട്ടിടത്തിന്റെ ഗേറ്റ് അഴിയിൽ പിടിച്ചുകൊണ്ട് അദ്ദേഹം കുറച്ചുനേരം നിന്നു. മുഖത്ത് പാടുകൾ വീഴത്തക്കവണ്ണം ഗേറ്റിന്റെ അഴികളിൽ മുഖമമർത്തി അദ്ദേഹം ആശ്ചര്യപൂർവം ചിന്തിച്ചു. താൻ എന്തിനാണ് ഈ മട്ടിൽ ഇവിടെ നിൽക്കുന്നത്? അദ്ദേഹം പ്രതീക്ഷ നശിച്ചവനായി, ഹൃദയഭാരത്തോടെ, ഏകാന്തവ്യഥയോടെ മുന്നോട്ടുനടന്ന് നീങ്ങി.

പ്രഭാതമായി. പാരീസിലെ ചെളി നിറഞ്ഞ നടവഴികളിൽ മങ്ങിയ പ്രകാശം പരന്നു. ഇരുവശവും നിർമാണപ്രവർത്തനങ്ങൾ നടക്കുന്ന രാജവീഥിയിലേക്ക് മുഫാത്ത് നടന്നു. മഴ നനഞ്ഞ റോഡിലൂടെ തെന്നിയും കാലിടറിയും പ്രയാസപ്പെട്ട് അദ്ദേഹം മുന്നോട്ട് നീങ്ങി. തൂപ്പുകാരുടെയും തൊഴിലാളികളുടെയും ബഹളത്തോടെ പാരീസ് ഉണർന്നു തുടങ്ങി. നനഞ്ഞ് കുതിർന്ന് ചെളി പുരണ്ട വസ്ത്രവുമായി നടക്കുന്ന അദ്ദേഹത്തെ ആളുകൾ ആശ്ചര്യത്തോടെ തുറിച്ചു നോക്കി. അസഹനീയമായ വേദനയാണല്ലോ താൻ അനുഭവിക്കുന്നത് എന്ന ചിന്ത മാത്രമേ അദ്ദേഹത്തിൽ ശേഷിച്ചിരുന്നുള്ളൂ. ക്രമേണ അദ്ദേഹത്തിന്റെ മനസ്സ് ഈശ്വരചിന്തയാൽ നിറഞ്ഞു. അദൃശ്യവും അസാധാരണത്വമുള്ളതുമായ ദൈവിക ഇടപെടലിനെക്കുറിച്ചുള്ള ചിന്ത അദ്ദേഹത്തിന് വലിയ ആശ്വാസമായി. വിനോട്ടിന്റെ മുഖമാണ് അദ്ദേഹത്തിന് പിന്നെ ഓർമ വന്നത്. വിനോട്ടിന്റെ അടുത്തേക്ക് പോവാൻ താൻ കൂട്ടാക്കാതായിട്ട് കുറേ നാളുകളായി. അദ്ദേഹത്തെ വീട്ടിൽ ചെന്ന് കണ്ട് ആ ചുമലിൽ തല ചായ്ച് ഒന്ന് കരയണമെന്നും മുഫാത്തിന് തോന്നി. മുൻകാലങ്ങളിലെല്ലാം ദൈവം മഹാദയ തന്നോട് കാട്ടിയിട്ടുണ്ട്, അന്നൊക്കെ ചെറിയ സങ്കടമെങ്കിലുമുണ്ടായാൽ പള്ളിയിൽ ചെന്ന് മുട്ടുകുത്തി സർവശക്തനോട് പ്രാർഥിക്കുമായിരുന്നു. അവിടെനിന്ന് മടങ്ങുന്നത് നിത്യതയെക്കുറിച്ചുള്ള ചിന്തയുമായി സന്തുഷ്ടമാനസനായിട്ടായിരിക്കും. എന്നാൽ ഇപ്പോൾ നരകഭയമുള്ളപ്പോൾ മാത്രമായി പ്രാർഥന ചുരുങ്ങി. എന്നാൽ നാന അദ്ദേഹത്തിന്റെ ധ്യാനചിന്തയ്ക്ക് കളങ്കം വരുത്തിയിരിക്കുന്നു. ഇത്ര ഭീകരമായ നാശത്തിലേക്ക് വഴുതിയിട്ടും എന്തുകൊണ്ടാണ് അദ്ദേഹം ഈശ്വരനെ വിളിക്കാതിരുന്നത്?

വേദനിപ്പിക്കുന്ന കാലടിയോടെ മുന്നോട്ട് നീങ്ങുമ്പോൾ അദ്ദേഹം ഒരു പള്ളി കണ്ടിരുന്നെങ്കിൽ എന്ന് ആഗ്രഹിച്ചു. പ്രഭാതം തെരുവിന്റെ മുഖച്ഛായ മാറ്റിക്കഴിഞ്ഞു. മഞ്ഞിൻ മറയാൽ അവ്യക്തമായ ട്രിനിറ്റി ചർച്ചിന്റെ ഗോപുരം അദ്ദേഹം കണ്ടു. ഗാർഡനിലെ നഗ്നമായ വെൺപ്രതിമകൾ വെള്ളിനക്ഷത്രങ്ങളെപ്പോലെ തിളങ്ങി. അദ്ദേഹം പള്ളിയുടെ അകത്ത് കടന്നു. നെരിപ്പോടിൽ അഗ്നിയില്ലാതിരുന്നതിനാൽ പള്ളിയുടെ ഉൾവശം നല്ല തണുപ്പായിരുന്നു. നിഴൽവീണ അകത്തളം, ആളനക്കമേയില്ല. വ്യഥിതചിത്തനായി മുട്ടുകുത്തി പ്രാർഥിക്കാൻ അദ്ദേഹം ശ്രമിച്ചു. എന്നാൽ മനസ്സാന്നിധ്യം തീരെയില്ല. അദ്ദേഹം ആവർത്തിച്ചു:

“ദൈവമേ രക്ഷിക്കൂ ശത്രുക്കളുടെ കൈകളിൽ എന്നെ ഉപേക്ഷിച്ച് കളയരുതേ.” ദൈവം വിളി കേട്ടില്ലെങ്കിലും അകലെ പരിചാരകന്റെ ചെരിപ്പ് ഞരങ്ങുന്ന ശബ്ദം കേൾക്കാമായിരുന്നു. അദ്ദേഹത്തിന്റെ പ്രാർഥന തടസപ്പെട്ടു. പ്രശാന്തമായ പള്ളിയിലെ അപശബ്ദം അദ്ദേഹത്തിൽ വല്ലാത്ത രസക്കേടുണ്ടാക്കി. ദൈവം വിളി കേൾക്കുന്നില്ല. ഇത്തരമൊരു സാഹചര്യത്തിൽ എന്തിനാണ് വിനോട്ടിന്റെ അടുക്കൽ പോകുന്നത്? അയാൾക്ക് എന്ത് ചെയ്യാൻ കഴിയും? മുഫാത്ത് ചിന്താക്കുഴപ്പത്തിലായി.

മുഫാത്ത് വളരെ യാന്ത്രികമായി നടന്നുനടന്ന് നാനയുടെ അടുത്തുതന്നെ എത്തി. അസ്വസ്ഥനായി നിറകണ്ണുകളോടെ അദ്ദേഹം കാണപ്പെട്ടു. അദ്ദേഹം ശരിക്കും ക്ഷീണിതനായിരുന്നു.വളരെനേരം മഴ നനഞ്ഞതിനാൽ തണുത്തു വിറച്ച അവസ്ഥയിലുമായിരുന്നു. പരിചാരകന്മാർ വരുന്നതുവരെ വളരെ നേരം നാനയുടെ വീട്ടുവാതിൽക്കൽ മുഫാത്തിന് നിൽക്കേണ്ടതായും വന്നു. ഉള്ളിലേക്ക് കടന്ന് കോണിപ്പടികൾ കയറുമ്പോൾ അവിടത്തെ ചൂട് നിറഞ്ഞ അന്തരീക്ഷം അദ്ദേഹത്തിന് ഹിതകരമായി തോന്നി. നന്നായി ഒന്നുറങ്ങണമെന്ന് അദ്ദേഹത്തിന് ആഗ്രഹമുണ്ടായി.

മുഫാത്തിനെ കണ്ടപ്പോൾ സോയേക്ക് വിസ്മയവും അസ്വാസ്ഥ്യവും അനുഭവപ്പെട്ടു. മാഡത്തിനാണെങ്കിൽ കടുത്ത തലവേദനയാണ്. രാത്രിയിൽ ഒരുപോള കണ്ണടച്ചിട്ടില്ല. എന്നിരുന്നാലും ഒന്നു പോയി നോക്കാമെന്ന് സോയേ കരുതി. മുഫാത്ത് സ്വീകരണമുറിയിലെ ചാരുകസേരയിൽ കിടന്നു. അതേസമയം നാന പൊടുന്നനെതന്നെ സ്വീകരണമുറിയിലെത്തി. ചുളിവുകളും കീറലുകളുമുള്ള അവളുടെ നിശാവസ്ത്രം പ്രണയരാത്രിയുടെ സൂചനകൾ നൽകി.

“എന്ത്? താങ്കൾ വീണ്ടും വന്നോ?” കോപത്തിന്റെ ചുവപ്പ് പടർന്നെങ്കിലും ഈ അവസ്ഥയിൽ അദ്ദേഹത്തെ കണ്ടതിൽ അവൾ പെട്ടെന്ന് ദയാലുവായി. കുറച്ചുകൂടി മൃദുവായി അവൾ തുടർന്നു: “എന്താണ് നിങ്ങൾക്ക് പറ്റിയത്? അവരെ നിരീക്ഷിച്ചുകൊണ്ടിരിക്കുകയായിരുന്നോ? സുഖമുള്ള പരിപാടിയായിരുന്നോ?”

അദ്ദേഹം ഒന്നും പറഞ്ഞില്ല. മുറിവേറ്റ മൃഗത്തെപ്പോലെയായിരുന്നു

അദ്ദേഹം. എന്നിരുന്നാലും അദ്ദേഹത്തിന് തെളിവുകളൊന്നും ലഭിച്ചിട്ടില്ലെന്ന് അവൾ മനസിലാക്കി.

"ചിലപ്പോൾ എനിക്ക് തെറ്റിയതായിരിക്കും. നിങ്ങളുടെ ഭാര്യ നല്ലവൾ തന്നെയാണ്. എന്റെ കുട്ടി വീട്ടിൽ പോയിക്കിടന്നുറങ്ങ്. നിങ്ങൾക്ക് അതിന്റെ കുറവ് നല്ലവണ്ണമുണ്ട്."

ഇപ്പോഴും മുഫാത്ത് പ്രതികരിച്ചില്ല. "ദയവായി പോവുക, എനിക്ക് നിങ്ങളെ ഇവിടെ താമസിപ്പിക്കാൻ കഴിയില്ല. ഈ പകൽ ഇവിടെ തങ്ങാൻ കഴിയില്ലെന്ന് താങ്കൾക്കും അറിയാവുന്ന കാര്യമാണല്ലോ."

"ശരി നമുക്കൊരുമിച്ച് പോയി ഉറങ്ങാം" അദ്ദേഹം പിറുപിറുത്തു. നാന ഇതുകേട്ട് അക്രമാസക്തയായി. അവളുടെ ക്ഷമ കെട്ടു. "എന്താ ഇയാൾക്ക് ഭ്രാന്തായോ? ഒന്നു പോയിത്തരാമോ?" അവൾ വീണ്ടും അഭ്യർഥിച്ചു.

"സാധ്യമല്ല" മുഫാത്ത് ഉറപ്പിച്ചു പറഞ്ഞു.

നാനയുടെ ക്ഷമ കെട്ടു. അവൾ എതിർപ്പിന്റെ ശൈലിയിൽ പറഞ്ഞു.

"നാശംതന്നെ! നിങ്ങളുമായി ഞാൻ സൗഹൃദം കാണിച്ചെന്നത് ശരി, നിങ്ങളെ വഞ്ചിക്കുന്ന ഭാര്യയെ പോയി കണ്ടുപിടിക്ക്. അതേ അവർ ഇപ്പോഴും അന്യന്റെ കിടക്ക പങ്കിടുകയാണ്. എന്നെ വെറുതെ വിട്ടിട്ട് പോകുന്നതാണ് നിങ്ങൾക്ക് നല്ലത്."

മുഫാത്തിന്റെ കണ്ണുകൾ നിറഞ്ഞു. അദ്ദേഹം കൈകൾ തിരുമ്മിക്കൊണ്ടു പറഞ്ഞു:

"നമുക്ക് കിടക്കയിലേക്ക് പോകാം."

ഇത്രയുമായപ്പോൾ നാനയ്ക്ക് നിയന്ത്രണംതന്നെ നഷ്ടപ്പെട്ടതുപോലായി. താൻ പറഞ്ഞതിനും ചെയ്തതിനുമെല്ലാം താൻതന്നെ ഉത്തരവാദിയാവുന്നതുപോലെ നാനയ്ക്ക് തോന്നി. ഇതൊക്കെ പറയുന്നതിന് മുൻപ് വേണ്ട മുൻകരുതലുകളൊക്കെ സ്വീകരിക്കേണ്ടതായിരുന്നു. എല്ലാം കുളമായി."

"ഞാനിപ്പോൾ മുമ്പത്തേക്കാളും സമ്പന്നനാണ്. ഒരു വാക്ക് പറഞ്ഞാൽ..."

മുഫാത്ത് പണത്തെയും നാനയെയും ബന്ധിപ്പിച്ചിരിക്കുന്നു.അവൾ ഒരാഗ്രഹം പ്രകടിപ്പിച്ചാൽ അത് നടത്താൻ അയാൾ തയാറാണ്. എന്നാൽ നാന ഭീതിയോടെയാണെങ്കിലും പറഞ്ഞു:

"ചോദിക്കാതെ തരുന്ന പുരുഷന്മാരെയാണ് എനിക്കിഷ്ടം.എന്നെയൊന്നു കെട്ടിപ്പിടിക്കാമെങ്കിൽ ഒരുകോടി തരാമെന്ന് പറഞ്ഞാൽപ്പോലും എനിക്കിഷ്ടമാവില്ല. പോവുന്നത് തന്നെയാണ് നിങ്ങൾക്ക് നല്ലത്."

ദയാലുവായ പെൺകുട്ടി ഇങ്ങനെ തീവ്രകോപത്തിന്റെ വക്കോളമെത്തി നിൽക്കുന്ന ഈ സാഹചര്യത്തിൽ സ്റ്റീനർ വാതിൽ തുറന്ന് അവിടെയെത്തി. ഇപ്പോഴാണ് അവളുടെ പ്രതികരണം പൂർണമായത്. അവൾ ഉച്ചത്തിൽ നിലവിളിച്ചു.

"ഇതാ ഒരുത്തനുംകൂടി വന്നിരിക്കുന്നു."

നാന ഇങ്ങനെ ഒച്ച വച്ചതിനാൽ സ്റ്റീനർ സ്തബ്ധനായിപ്പോയി. മുഫാത്തിന്റെ അപ്രതീക്ഷിതമായ സാന്നിധ്യം അദ്ദേഹത്തെ കൂടുതൽ അസ്വസ്ഥനാക്കി. കണ്ണുകൾ ചിമ്മിക്കൊണ്ട് കാലുകൾ മാറിമാറി ചവിട്ടി മുഫാത്തിനെ അഭിമുഖീകരിക്കാൻ ബുദ്ധിമുട്ടിക്കൊണ്ട് സ്റ്റീനർ അവിടെ നിന്നു. പാരീസിലെ സദ്വാർത്ത പറയാൻ പാഞ്ഞ് വന്നതാണ് സ്റ്റീനർ. .എന്നാൽ ഇപ്പോഴോ? പ്രശ്നത്തിന്റെ നടുക്കയത്തിൽ വീണതുപോലെ ശ്വാസംമുട്ടി വികൃതമായ മുഖത്തോടെ നിൽക്കുകയാണ്. മുഫാത്തിന്റെ സാന്നിധ്യം കണക്കിലെടുക്കാതെ നാന വളരെ പരുക്കനായി ചോദിച്ചു:

"ങും, എന്താ നിങ്ങൾക്ക് വേണ്ടത്?"

"ഞാൻ... ഞാൻ..." സ്റ്റീനർ വിക്കി വിക്കി തുടർന്നു: "ഞാനത് കൊണ്ടുവന്നിട്ടുണ്ട്."

"എന്ത് കുന്തം?" ആയിരം ഫ്രാങ്കുകൊണ്ടല്ലാതെ തന്നെ കാണാൻ വരേണ്ടെന്ന് രണ്ടുദിവസം മുൻപ് നാന പറഞ്ഞിരുന്നു. രണ്ട് ദിവസമായി അദ്ദേഹം പണം അന്വേഷിച്ച് നടക്കുകയായിരുന്നു. അന്ന് പ്രഭാതത്തിലാണ് പണം മുഴുവനും ലഭിച്ചത്."ആയിരം ഫ്രാങ്ക്" തന്റെ പോക്കറ്റിൽനിന്ന് ഒരു കവർ വലിച്ചെടുത്ത് സ്റ്റീനർ പറഞ്ഞു.

നാന ഇതേപ്പറ്റി മറന്നിരിക്കുകയായിരുന്നു"ആയിരം ഫ്രാങ്കോ? ഞാനെന്താ വല്ല സംഭാവനേം ചോദിച്ചോ? തന്റെ ആയിരം ഫ്രാങ്ക്കൊണ്ട് ഞാനെന്താ ചെയ്യുന്നതെന്ന് നോക്കൂ"

അവൾ ആ പണപ്പൊതി വാങ്ങി അയാളുടെ മുഖത്തേക്കെറിഞ്ഞു. ഒരു ബുദ്ധിമാനായ കച്ചവടക്കാരൻ എന്ന നിലയിൽ വേദനയോടെയാണെങ്കിലും അയാൾ ആ പൊതി കൈക്കലാക്കി. എന്നിട്ട് അവളുടെ മുഖത്തേക്ക് ജാള്യതയോടെ ഒന്നു നോക്കി. മുഫാത്തും നാനയെ ഹതാശനായി ഒന്നു നോക്കി. നാനയാകട്ടെ കൈകൾ അരക്കെട്ടിൽ താങ്ങി ഉച്ചത്തിൽ പറഞ്ഞു: "നിങ്ങൾ എന്നെ അപമാനിക്കാൻ വന്നതാണ്. രണ്ടുപേരും വന്നതിൽ എനിക്ക് സന്തോഷമുണ്ട്. ഒരുമിച്ച് പുറത്താക്കാമല്ലോ, ങ്ഹും കടക്ക് വെളിയിൽ." ധൃതിയൊന്നും കാട്ടാതെ അവർ തളർന്ന് നിന്നപ്പോൾ അവൾ ക്ഷുഭിതയായി. "എന്ത്? നിങ്ങൾ എന്നെ ഒരു വിഡ്ഢിയായി കണക്കാക്കുന്നോ? അതൊക്കെ കഴിഞ്ഞു. നിങ്ങൾ എന്നെ വളരെയധികം കബളിപ്പിച്ചു. പോയി തുലയ്. ഞാൻ ചത്താലങ്ങ് ചാകട്ടെ എനിക്ക് മടുത്തു."

അവർ അവളെ ആശ്വസിപ്പിക്കാൻ ശ്രമിച്ചു. കാര്യങ്ങൾ വേണ്ടവിധം മനസിലാക്കണമെന്ന് അവർ യാചിച്ചു. എന്നാൽ അതൊന്നും കണക്കിലെടുക്കാതെയുള്ള പ്രതികരണമായിരുന്നു അവളുടേത്. "നിങ്ങൾ പോകുന്നോ ഇല്ലയോ?" "എന്നിട്ട് എണ്ണാൻ തുടങ്ങി. ഒന്ന്... രണ്ട്... കൊള്ളാം എനിക്ക് ഒരു കൂട്ടുകാരനുണ്ട്.." വേഗത്തിൽ അവൾ കിടക്കമുറിയുടെ വാതിൽ തള്ളിത്തുറന്നു. ഉടഞ്ഞ കിടക്കയിൽ ഫൊണ്ടോൻ ഇരിക്കുന്നത് അവർ ഇരുവരും കണ്ടു. ഈയൊരു സാഹചര്യത്തിൽ അദ്ദേഹം അത്ഭുതപ്പെട്ടൊന്നുമില്ല. ഇത്തരം വിസ്മയങ്ങൾ സ്റ്റേജിൽ കണ്ട് പഴകിയ

വ്യക്തിയാണദ്ദേഹം. ആദ്യത്തെ നടുക്കത്തിനുശേഷം ഒരു യുദ്ധത്തിന് തയാറെടുക്കുന്നവന്റെ മുഖഭാവം അദ്ദേഹം വരുത്തി. മൂക്ക് വിറപ്പിച്ചു കൊണ്ട് മുഖപേശികളെല്ലാം ഒരേ സമയത്ത് ചലിപ്പിച്ച് അദ്ദേഹത്തിന്റെ ഭാഷയിൽ പറഞ്ഞാൽ ഒരു മുയലായി മാറി. ഗണികകൾക്ക് തരംതാണ വിദൂഷകന്മാരെ ചിലപ്പോൾ വേണ്ടി വരും.

"അങ്ങോട്ട് നോക്ക്" ഫൊണ്ടാനെ ചൂണ്ടിക്കാട്ടി നാന പറഞ്ഞു. ഇത് കണ്ട് മുഫാത്തിന് അരിശം സഹിക്കാനായില്ല. "തേവിടിശ്ശീ." നാന കിടക്കമുറിയിൽ കടന്നു കഴിഞ്ഞിരുന്നെങ്കിലും ഈ പ്രയോഗം കേട്ട് തിരികെ വന്നു. "ഞാൻ തേവിടിശ്ശിയാണെങ്കിൽ നിങ്ങളുടെ ഭാര്യ എന്താണാവോ?" ഇതുപറഞ്ഞ് അവൾ മുറിയിൽ കയറി ശക്തിയായി വാതിലടച്ചു. രണ്ടുപേരും നിശ്ശബ്ദമായി പരസ്പരമൊന്നു നോക്കി. സോയേ അവിടെ വന്നെങ്കിലും അവരെ പുറത്താക്കിയില്ല. വളരെ ബുദ്ധിപൂർവമാണ് അവൾ അവരോട് സംസാരിച്ചത്, "ആ നാടകക്കാരോട് മാഡത്തിനുള്ള താൽപ്പര്യം താൽക്കാലികം മാത്രമാണ്. ഈ കിറുക്ക് അവസാനിക്കാൻ അൽപ്പമൊന്ന് കാത്തിരിക്കണം."

ഒരക്ഷരം മിണ്ടാതെ ഇരുവരും അവിടെനിന്ന് പോയി. നടപ്പാതയിൽ പരസ്പരം കൈ കൊടുത്ത് അവർ തുല്യദു:ഖം പങ്കിട്ട് വിപരീതദിശയിൽ പിരിഞ്ഞു.

മുഫാത്ത് വീട്ടിലെത്തിയപ്പോൾ പ്രഭ്വി തിരിച്ചെത്തുന്നതേയുണ്ടായിരുന്നുള്ളൂ. കോവണിയുടെ സമീപം അവർ കണ്ടുമുട്ടി. കണ്ണുകൾ ഉയർത്തി അവർ പരസ്പരം നോക്കി. ചെളിപുരണ്ട വസ്ത്രമാണ് ഇപ്പോഴും അദ്ദേഹം ധരിച്ചിരിക്കുന്നത്. വിളറിയ മുഖത്ത് സംഭ്രമം പ്രകടമാണ്. ജീവിതം സുഖിച്ച് മുടിച്ച് മടങ്ങുന്നവന്റെ ഭാവമാണ് മുഖത്ത്. ദീർഘമായ ട്രെയിൻയാത്രയുടെ ക്ഷീണം പ്രഭ്വിയുടെ മുഖത്തുണ്ട്. മയക്കത്തിലേക്ക് വഴുതി വീഴുമെന്ന ഭാവം. മുടി പാറിപ്പറന്ന് കിടക്കുന്നു.

എട്ട്

മോൺട്മാർത്രിലെ റൂംവെറോൺ തെരുവിലുള്ള കെട്ടിടത്തിലെ നാലാംനിലയിലെ ചെറിയ മുറി. ഫൊണ്ടാനും നാനയും ചില സുഹൃത്തുക്കളെ സൽക്കാരത്തിന് ക്ഷണിച്ചിട്ടുണ്ട്. പുതിയ വീട്ടിലേക്കുള്ള കയറിത്താമസമാണ്. അവിടെ എത്തിയിട്ട് മൂന്ന് ദിവസമേ ആയിട്ടുള്ളൂ.

മുൻകൂട്ടിയുള്ള ക്രമീകരണമൊന്നുമില്ലാത്തതിനാൽ അവരുടെ മധുവിധു തിരക്കിട്ടാണ് നടത്തിയിരുന്നത്. മുഫാത്തിനെയും സ്റ്റീനറെയും പുറത്താക്കിയതിനുശേഷം സ്ഥിതിഗതികൾ ആകെ മാറിമറിഞ്ഞു. അവളുടെ അവസ്ഥ അവൾ അവലോകനം ചെയ്തു. കടക്കാരെക്കൊണ്ട് വീട് നിറഞ്ഞു. സ്വകാര്യവിഷയങ്ങളിൽ അവർ തലയിടാൻ തുടങ്ങി. അവസാനിക്കാത്ത വഴക്കുകൾ, മാറ്റമില്ലാത്ത ദു:ഖങ്ങൾ... എല്ലാം ഉപേക്ഷിച്ചു കളഞ്ഞാലോ എന്ന് അവൾക്ക് തോന്നി. ഹസമ്മാനിലുള്ള കെട്ടിടവും

അവൾക്ക് ഹിതകരമല്ല. സ്വർണച്ഛായം പൂശിയ ആ മുറികൾ അവൾക്ക് അസഹനീയമായി തോന്നി. ഫൊണ്ടാനുമായി പെട്ടെന്നുതോന്നിയ അടുപ്പം അവൾക്ക് കുട്ടിക്കാലത്തിന്റെ ഉത്സാഹം പകർന്നു. ഈട്ടിത്തടിയിലുള്ള അലമാരി സ്വപ്നം കണ്ട ആ പൂക്കാരിപെൺകുട്ടിയുടെ പ്രതീക്ഷാനിർഭരമായ ഊർജം അവളിൽ നിറഞ്ഞു. രണ്ട് ദിവസംകൊണ്ട് വിൽക്കാൻ കഴിയുന്ന സകല സാധനങ്ങളും അവൾ വിറ്റു. എന്നിട്ട് പതിനായിരം ഫ്രാങ്കുമായി പരിചാരികയോടുപോലും പറയാതെ ഇരുവരും അവിടെനിന്ന് പോയി. തന്റെ പിറകേ നടക്കുന്ന പുരുഷന്മാരിൽനിന്നെല്ലാം ഒരു മോചനം അവൾക്ക് ലഭിച്ചു.

ഫൊണ്ടാന്റെ പെരുമാറ്റം നന്നായിരുന്നു. ഒന്നിനും അയാൾ എതിര് പറഞ്ഞില്ല. നാനയുടെ ഇഷ്ടംതന്നെ അയാളുടേയും. തികച്ചും സൗഹാർദപൂർണമായ പെരുമാറ്റം. ഫൊണ്ടാന്റെ സമ്പാദ്യമായ ഏഴായിരം ഫ്രാങ്കും നാനയുടെ കൈവശമുണ്ടായിരുന്ന പതിനായിരം ഫ്രാങ്കും ചേർത്ത് അവർ പൊതുഖജനാവുണ്ടാക്കി. അതിൽനിന്ന് ഇരുവർക്കും ഇഷ്ടംപോലെയെടുത്ത് വീട്ടുകാര്യങ്ങൾ നടത്താം. അങ്ങനെയാണ് വെറോണിൽ രണ്ട് മുറി അവർ ഒരുക്കിയെടുത്തിട്ടുള്ളത്. പഴയ സുഹൃത്തുക്കളെപ്പോലെ അവർ പങ്കുവയ്ക്കലിന്റെ മധുരാനുഭൂതിയറിഞ്ഞു.

ലെറാറ്റ് മാഡവും ലൂയിസുമാണ് അവരുടെ പാർപ്പിടത്തിൽ ആദ്യം എത്തിയത്. അന്ന് ഫൊണ്ടാൻ വളരെ വൈകിയും വീട്ടിൽ എത്തിയിരുന്നില്ല. ഇതുമായി ബന്ധിപ്പിച്ച് ലെറാറ്റ് ചില ആശങ്കകളൊക്കെ പങ്കുവയ്ക്കുമ്പോൾ നാന കൈകൾ നെഞ്ചിലമർത്തി പറഞ്ഞു: "അമ്മായീ അദ്ദേഹത്തെ ഞാൻ അത്രമാത്രം സ്നേഹിക്കുന്നു." അസാധാരണമായ വികാരവായ്പ്പോടെയാണ് ലെറാറ്റ് ഇതിനോട് പ്രതികരിച്ചത്. അവരുടെ കണ്ണുകൾ നിറഞ്ഞു.

"ശരിതന്നെ എല്ലാറ്റിലും പ്രധാനപ്പെട്ടത് സ്നേഹമാണല്ലോ" തുടർന്ന് അവർ മുറിയുടെ മനോഹാരിതയെപ്പറ്റി പുകഴ്ത്തിപ്പറഞ്ഞു. കിടക്കമുറി, ഊണുമുറി, അടുക്കള എല്ലാം നാന അവർക്ക് കാട്ടിക്കൊടുത്തു. വലിപ്പം അധികമില്ലെങ്കിലും പുതുതായി പെയിന്റടിച്ചതും ചുവർപ്പേപ്പർ ഒട്ടിച്ചതുമായ ഭിത്തികൾ. വേണ്ടുവോളം സൂര്യപ്രകാശം ഉള്ളിൽ കടക്കുന്നുണ്ട്.

ലെറാറ്റും നാനയും കിടക്കമുറിയിലായിരുന്നപ്പോൾ ലൂയിസ് അടുക്കളയിൽ കയറി കോഴിയെ പൊരിക്കുന്നത് നോക്കിയിരിപ്പാണ്. നാനയുടെ മനസ്സ് തുറക്കാൻ ലെറാറ്റ് പ്രേരിപ്പിച്ചു.

സോയേ അവരുടെ വീട്ടിൽ എത്തിയതേയുള്ളൂ. യജമാനഭക്തിയുള്ളവളും ധൈര്യശാലിയുമായിരുന്നു അവൾ. കടക്കാരോടും മറ്റും അവർ ഇടപെട്ടത് എത്ര ധീരതയോടെയാണ്. നാനയെ അന്വേഷിച്ചെത്തിയ കടക്കാർക്കൊന്നും നാനയുടെ വിലാസം സോയേ നൽകിയില്ല. അന്ന് രാവിലെ അവർ ലെറാറ്റ്മാഡത്തിനരികെ എത്തിയത് പ്രത്യേകിച്ചൊരു വാർത്തയുമായാണ്. കടക്കാരൊക്കെ അവരെ വിളിച്ചെന്നും കടം വീട്ടു

ന്നതിന് അവർ സാവകാശം നൽകാമെന്നും ഒളിച്ചോട്ടം മതിയാക്കി മാഡം തിരികെ വന്നാൽ ഇനിയും നല്ല തുക തരാമെന്നുമുള്ള വാർത്ത സോയേ ലെറാറ്റിനെ അറിയിച്ചിരുന്നു. നാന ബുദ്ധിപൂർവം പെരുമാറണം എന്നൊരു ഉപാധിയേ അവർക്കുള്ളൂ. സോയേയുടെ വാക്കുകൾ അമ്മായി ആവർത്തിച്ചു. ഏതായാലും ഈ വാഗ്ദാനത്തിന് പിന്നിൽ ഏതോ പണ ച്ചാക്കുണ്ടെന്ന് നാന കരുതി. “ഇല്ല” നാന തീർത്ത് പറഞ്ഞു.

“ആ കച്ചവടക്കാർ വൃത്തികെട്ടവരാണ്. അവരുടെ കടം വീട്ടുന്നതിന് താൻ എന്നെ വിൽക്കുമെന്നാണോ അവർ കരുതുന്നത്? ഫൊണ്ടാനെ ചതിക്കുന്നതിലും നല്ലത് പട്ടിണി കിടന്ന് ചാകുന്നതാണ്.”

“ഞാൻ പറഞ്ഞെന്നേയുള്ളൂ. നാന മനസിനിണങ്ങിയതുപോലെയേ പ്രവർത്തിക്കുകയുള്ളൂ എന്ന് ഞാൻ അവളോടും പറഞ്ഞിട്ടുണ്ട്” ലെറാറ്റ് പറഞ്ഞു.

എന്നാൽ ലാമിനോട്ട് വിറ്റെന്നും കരോളിൻ ഹെക്വറ്റിനുവേണ്ടി ലബോർദത്ത് അത് വാങ്ങിയെന്നും കേട്ടപ്പോൾ നാനയ്ക്ക് ദേഷ്യമായി. “അവർക്ക് എത്ര വേണമെങ്കിലും ചിരിച്ച് രസിക്കാം” അവൾ ഉപസംഹ രിച്ചു.

“എന്നാൽ പണം യഥാർഥസന്തോഷം തരികയില്ല. അമ്മായീ, അവ രൊക്കെ ഇപ്പോൾ ജീവനോടെ ഉണ്ടോ എന്നുപോലും പറയാനാവില്ല. ഏതായാലും ഞാനിപ്പോൾ അതിരറ്റ ആനന്ദത്തിലാണ്.”

അപ്പോഴാണ് മലോയിർമാഡം പ്രത്യേകതരത്തിലുള്ള ഒരു തൊപ്പി യണിഞ്ഞ് അവിടേക്ക് വന്നത്. അവരെ വീണ്ടും കാണാൻ കഴിഞ്ഞത് നാനയെ സംബന്ധിച്ചിടത്തോളം സന്തോഷകരമായിരുന്നു. വലിയ കൂട്ടു കെട്ടുകൾ തനിക്ക് നഷ്ടമായെന്നും അതുകൊണ്ട് ചീട്ടുകളിയിലേക്ക് മട ങ്ങാനാണ് താൻ എത്തിയതെന്നും അവർ വിശദീകരിച്ചു. തുടർന്ന് വലി യൊരു ബഹളം കേട്ടു. ഫൊണ്ടാൻ ബോസ്കിനെയും പ്രുള്ളിയറെയും സ്വീകരിച്ച് മേശയ്ക്ക് ചുറ്റുമിരുത്തി. അതിഥികളെ നാന വീട് കാണി ക്കുന്ന നേരംകൊണ്ട് സൂപ്പ് വിളമ്പിക്കഴിഞ്ഞു. സാമ്പത്തികനിയന്ത്രണ ത്തിന്റെ ആവശ്യകതയെപ്പറ്റി അടുക്കളയിൽനിന്ന് നാന സംസാരിക്കു ന്നുണ്ട്.

“കുട്ടികളേ, നമ്മൾ എത്ര സുരക്ഷിതരാണിവിടെ” അവിടെ കൂടി നിന്നവരെ വെറുതെയൊന്ന് രസിപ്പിക്കാൻ ബോസ്ക് വിളിച്ച് പറഞ്ഞു. കിടക്കമുറിയിൽവച്ച് തന്റെ മാന്യത പ്രകടിപ്പിക്കാൻ വാക്കുകൾക്കുവേണ്ടി അയാൾ ഉഴറി. സാധാരണയായി കന്നുകാലിമട്ടിലുള്ള പരോക്ഷസൂചന യാണ് അദ്ദേഹത്തെക്കുറിച്ച് പെണ്ണുങ്ങൾ നൽകാറുള്ളത്. ആകെ ധൈര്യം കാണിക്കുന്നത് മദ്യപിച്ചിരിക്കുമ്പോൾ മാത്രമാണ്. കണ്ണ് ചിമ്മി ക്കൊണ്ട് അദ്ദേഹം തുടർന്നു: “അവർ ഇതെല്ലാം ചതിപ്രയോഗത്തിലൂടെ നേടിയതാണ്. നിങ്ങൾക്ക് വേണമെങ്കിൽ ഞാൻ എല്ലാം തകർത്ത് കളയാം.”

ലൂയിസ് അവിടേക്ക് വന്നപ്പോൾ അർഥംവച്ച ചിരിയോടെ പ്രുള്ളി യർ ചോദിച്ചു:

"നിങ്ങൾക്ക് ഒരു കുട്ടിയും ഉണ്ടായിക്കഴിഞ്ഞോ?"

അതിഥികൾക്ക് ഇതങ്ങ് പിടിച്ചു പോയി. ലെറാറ്റും മാലിയോറും കുലുങ്ങിച്ചിരിച്ചു. സംഗതി ഇതൊന്നുമല്ലെന്ന് നാന വിശദീകരിച്ചു. ഫൊണ്ടാൻ കുട്ടിയെയെടുത്ത് ഓമനിച്ച് പറഞ്ഞു:

"അവന് അവന്റെ ഡാഡിയെ ഇഷ്ടമാണ്. പപ്പാന്ന് വിളിക്കൂ കുട്ടാ..."

"പപ്പാ...പപ്പാ" എന്ന് കുട്ടി ഉച്ചരിച്ചു.

എല്ലാവരും അവനെ മുത്തം നൽകി ഓമനിച്ചു. ബോസ്ക് മാത്രം ഭക്ഷണത്തിലാണ് കൂടുതൽ താൽപ്പര്യം പ്രകടിപ്പിച്ചത്.

ലൂയിസിനുള്ള കസേര തന്റെ അരികിൽത്തന്നെ ഇടണമെന്ന് നാന താൽപ്പര്യപ്പെട്ടു. ഭക്ഷണം വളരെ നന്നായിരുന്നു. എന്നാൽ ലൂയിസിന്റെ കയ്യിൽനിന്ന് ഭക്ഷണപ്പാത്രം സംരക്ഷിക്കാൻ ബോസ്കിന് ഏറെ പണി പ്പെടേണ്ടി വന്നു. ലെറാറ്റും അയാൾക്കൊരു ബുദ്ധിമുട്ടായിത്തീർന്നു. കാരണം, നാനയുടെ പിറകേ നടക്കുന്ന ഉന്നതനെക്കുറിച്ചുള്ള കഥകൾ അവർ വിളമ്പി. രണ്ടുപ്രാവശ്യം അയാൾ അവരെ തട്ടിമാറ്റി. പ്രുള്ളിയർ മലോയിറിനോട് വളരെ മോശമായാണ് പെരുമാറിയത്. നാനയും ഫൊണ്ടാനും ചുംബനാദിചാപല്യങ്ങൾ കാട്ടിത്തുടങ്ങിയത് പലർക്കും ഇഷ്ടപ്പെട്ടില്ല.

വായിൽ നിറച്ച് ആഹാരവുമായി ബോസ്ക് പറഞ്ഞു:

"ഭക്ഷണം കഴിക്ക്, മറ്റു കാര്യങ്ങൾക്ക് ധാരാളം സമയം ഇനിയും കിട്ടും ഞങ്ങൾ പോകുന്നതുവരെ ഒന്നു ക്ഷമിക്ക്."

എങ്കിലും നാനയ്ക്ക് അവളെ നിയന്ത്രിക്കാനായില്ല. അവൾ വല്ലാത്ത പ്രണയാനുഭൂതിയിലായിരുന്നു. അവളുടെ ചിരിയും നോട്ടവുമെല്ലാം ഒരു സ്കൂൾകുട്ടിയുടേതുപോലെ നിഷ്കളങ്കത കരകവിയുന്ന തരത്തിലുള്ള തായിരുന്നു. ഫൊണ്ടാനെ അവൾ ഓമനപ്പേരുകൾ വിളിക്കാൻ തുടങ്ങി. മറ്റുള്ളവർ വഴക്ക് പറയുമ്പോൾ അവർ പൂർവസ്ഥാനത്തേക്ക് ഒതുങ്ങും. എന്നാൽ അടികിട്ടിയ പൂച്ചയെപ്പോലെ തൽക്കാലത്തേക്കുള്ള അടക്കം മാത്രമാണത്. ഫൊണ്ടാന്റെ തടിയൻമൂക്ക് വികാരംകൊണ്ട് വിജൃംഭിത മായി. അയാൾ നാനയെ തിരിച്ചും ചുംബിക്കാൻ തുടങ്ങി. പ്രുള്ളിയറിന് ഇത് സഹിച്ചില്ല. "നിങ്ങൾക്ക് ഭ്രാന്താണെന്നാണ് തോന്നുന്നത്, എഴു ന്നേൽക്ക് അവിടുന്ന്" ഫൊണ്ടാനെ അവിടെനിന്ന് എഴുന്നേൽപ്പിച്ചിട്ട് പ്രുള്ളിയർ തൽസ്ഥാനത്ത് കയറിയിരുന്നു. ഇത് കാണികളിലെല്ലാം ചിരി പരത്തി. ഫൊണ്ടാൻ മുഖത്ത് നിരാശത പ്രകടിപ്പിച്ചു. വീനസിനുവേണ്ടി കരയുന്ന വൾകാന്റെ ഭാവം ഹാസ്യാത്മകമായി കാണപ്പെട്ടു. മേശയ്ക്ക ടിയിലൂടെ കാലുകളിൽ സ്പർശിച്ച പ്രുള്ളിയറിന് നാന ഒരു തട്ട് കൊടു ത്തു. ഏതായാലും നാന അദ്ദേഹത്തിന്റെ സഹധർമിണിയാവാൻ പോവു ന്നില്ല. സുമുഖനായതുകൊണ്ട് ഒരുമാസം മുൻപ് അയാളോട് ചെറിയൊരു താൽപ്പര്യമുണ്ടായിരുന്നു. എന്നാൽ ഇപ്പോൾ അത് ഉപേക്ഷിച്ചു.

ഏതാണ്ട് നല്ല രീതിയിൽത്തന്നെ ആ സായാഹ്നസൽക്കാരം മുന്നോട്ടു പോയി. സ്വാഭാവികമായും അവരുടെ സംഭാഷണം വെറൈറ്റി

തീയറ്ററിനെക്കുറിച്ചും ബോർദനേവിന്റെ പ്രവർത്തനങ്ങളെക്കുറിച്ചും ഒക്കെ യായി. അദ്ദേഹത്തിന്റെ രഹസ്യരോഗം വീണ്ടും പ്രത്യക്ഷപ്പെട്ടിരിക്കുന്നു. ഇപ്പോൾ അദ്ദേഹത്തിന്റെ അടുത്ത് പോകാൻപ്പോലും കഴിയാത്ത അവ സ്ഥയാണ്. തലേന്നത്തെ കളിയൊരുക്കത്തിന് സിമോണിയോട് അദ്ദേഹം ആക്രോശിക്കുകയുണ്ടായി. വേറൊരുഭാഗം വല്ലതും തരാം എന്ന് തന്നോട് പറഞ്ഞാൽ അയാളെ കാലപുരിക്ക് അയയ്ക്കുമെന്ന മട്ടിലാണ് നാന നിൽക്കുന്നത്. ക്രമേണ അവർ തീയറ്ററിൽനിന്ന് വിഷയം മാറ്റി. വേഷ ങ്ങളൊന്നും ഇല്ലാത്തതിനാൽ ഫൊണ്ടാന്റെ വൈകുന്നേരങ്ങളധികവും ഇപ്പോൾ സ്വതന്ത്രങ്ങളാണ്. അവരുടെ ഈ സ്വതന്ത്രജീവിതത്തിൽ ചിലർ അസൂയാലുക്കളാണുതാനും.

ലഹരി വിളമ്പുന്നതിന്റെ ആർപ്പുവിളി ഉയർന്നു. വിരുന്ന് കെങ്കേമമാ യി. ഈ തക്കംനോക്കി നാന ഫൊണ്ടാന്റെ തോളിൽ കയ്യിട്ട് ചുംബിച്ചു കൊണ്ട് കാതിൽ പ്രണയമന്ത്രങ്ങളുരുവിട്ടു. എന്നാൽ പ്രുള്ളിയറിന് ഇതത്ര പിടിച്ചില്ല. ലൂയിസ് ഒരു കസേരയിൽ കിടന്ന് ഉറക്കമായി. വെളു പ്പിന് ഒരുമണിവരെ സൽക്കാരം നീണ്ടു. അതിഥികൾ ശുഭരാത്രി പറഞ്ഞ് കോണിപ്പടികളിറങ്ങി.

ഏതാണ്ട് മൂന്നാഴ്ചക്കാലമായി ആ കമിതാക്കളുടെ മധുരജീവിതം നീണ്ടു. നാന താൻ കലാജീവിതത്തിലേക്ക് പ്രവേശിച്ച ഘട്ടം ഓർക്കു മായിരുന്നു. പുറത്തൊക്കെ പോകാറുണ്ടായിരുന്നെങ്കിലും അവൾക്ക് വല്ലാത്ത ഒറ്റപ്പെടൽ അനുഭവപ്പെട്ടു. ഒരിക്കൽ ചന്തയിൽ മീൻ വാങ്ങാൻ പോയപ്പോൾ കേശാലങ്കാരവിദഗ്ധൻ ഫ്രാൻസിസിനെ കാണുകയുണ്ടാ യി. അദ്ദേഹം വൃത്തിയുള്ള ലിനൻവസ്ത്രം ചിട്ടയായി ധരിച്ചിരിക്കുന്നു. എന്നാൽ നാനയുടെ സ്ഥിതി ഇത്തിരി കഷ്ടമാണ്. പഴഞ്ചൻ ചെരിപ്പു കളും മുഷിഞ്ഞ പ്രഭാതകുപ്പായവും പാറിപ്പറന്ന മുടികളും...അവൾക്ക് ലജ്ജ തോന്നാതിരുന്നില്ല. അതിമര്യാദ കാട്ടുന്ന നയചാതുര്യം ഫ്രാൻസി സിനുണ്ടായിരുന്നു. വല്ലാത്ത ആകാംക്ഷയോടെ നാന ഫ്രാൻസിസിനോട് വിവരങ്ങളെല്ലാം അന്വേഷിച്ചു. ആളുകൾ ശ്രദ്ധിക്കുന്നുവെന്നായപ്പോൾ സഞ്ചിയുംപിടിച്ച് ഒരു കെട്ടിടത്തിന്റെ വരാന്തയിലേക്ക് ഒതുങ്ങിനിന്ന് അവൾ സംസാരം തുടർന്നു. സ്റ്റീനറും ദാഗുനേറ്റുമെല്ലാം അവളുടെ ഭാഷ ണത്തിൽ നിറഞ്ഞു. എന്നാൽ മുഫാത്തിന്റെ പേരുതന്നെ ഉച്ചരിക്കുന്ന തിൽ അവൾ പിശുക്ക് കാണിച്ചു. എന്നാൽ ഫ്രാൻസിസ് അത് പൂരി പ്പിച്ചു.

"മാഡം ഉപേക്ഷിച്ചതിൽപ്പിന്നെ അയാളുടെ കാര്യം കഷ്ടമാണ്. അടക്കം ചെയ്യാത്ത മൃതശരീരത്തിന്റെ പ്രേതംപോലെയാണയാൾ. നാന യുമായി ബന്ധപ്പെട്ട സ്ഥലങ്ങളിലെല്ലാം അലഞ്ഞ് നടക്കുകയാണ് അദ്ദേ ഹം. എന്നാൽ മിഗ്നൻ അദ്ദേഹത്തെ വീട്ടിൽ കൊണ്ടുചെന്നാക്കി."

ഈ വാർത്ത നാനയെ ഒന്നുണർത്തി, "ഓ അദ്ദേഹമിപ്പോൾ റോസിന്റെ കൂടെയാണല്ലേ? കൊള്ളാം, ഫ്രാൻസിസ് നിങ്ങളെന്തറിഞ്ഞെ ന്നാണ്? എനിക്ക് അയാളെക്കൊണ്ട് മടുത്തു. കെളവൻ ദുഷ്പ്രഭു ആണ യിട്ട് പറയുവാ ഞാനല്ലാതെ ഒരു പെണ്ണിന്റേം കൂടെ പോയിട്ടില്ലെന്ന്."

അവളുടെ ഉള്ളിൽ വല്ലാത്ത അമർഷമുണ്ട്. ആ റോസ്, സ്റ്റീനറെ ഞാൻ കൈക്കലാക്കിയതിന്റെ പ്രതികാരം തീർക്കയാണവൾ. ഞാൻ തള്ളിവിട്ട ആൾ അവളുടെ സംരക്ഷണയിലാവുന്നത് പ്രതികാരംതന്നെ.

"മിഗ്നൻ ഈ കഥകളൊന്നും എന്നോട് പറഞ്ഞില്ലല്ലോ." ഫ്രാൻസിസ് തുടർന്നു: "മുഫാത്ത് മാഡത്തിനെ തള്ളി പുറത്താക്കിയെന്നാണല്ലോ മിഗ്നൻ പറഞ്ഞത്. പോരാത്തതിന് പിന്നിലൊരു ചവിട്ടും തന്നെന്നാണ് പറഞ്ഞിരിക്കുന്നത്."

നാന വിളറിപ്പോയി "എന്ത്? എനിക്കിട്ട് തൊഴി തന്നെന്നോ. നോക്കൂ സുഹൃത്തേ, ഞാനാണയാളെ വ്യഭിചാരിണീപതി എന്ന് വിളിച്ച് കോണിപ്പടിയിൽനിന്ന് താഴെയിട്ട് പുറത്താക്കിയത്. അയാളുടെ ഭാര്യയ്ക്ക് അവിഹിതബന്ധം ഏറെയുണ്ട്. ആ ഫോഷറിയോടുപോലും! മിഗ്നന്റെ ഭാര്യ മെലിഞ്ഞ ആ കുരങ്ങച്ചിയെ ആർക്കു വേണം?" അവൾക്ക് തൊണ്ടയിടറി, ഒന്ന് നിശ്വസിച്ചിട്ട് തുടർന്നു: "ഓ അവരങ്ങനെയാണോ പറയുന്നത്? അവരെ ഞാനൊന്ന് കാണുന്നുണ്ട്. നമുക്കിരുവർക്കും അവിടെയൊന്ന് പോയാലോ? ഞാനെന്തായാലും പോകും എന്റെ പുറത്ത് തൊഴിച്ചെന്ന് പറയാനുള്ള ധൈര്യമുണ്ടോ എന്ന് നമുക്കു നോക്കാം. ഇന്നുവരെ ആരും എന്നെ തൊട്ടിട്ടില്ല. എനിക്കുനേരെ ഒരു ചെറുവിരലെങ്കിലും ഉയർന്നാൽ ഞാനവനെ തകർത്ത് കളയും."

ഒടുവിൽ കൊടുങ്കാറ്റൊന്നടങ്ങി. "അല്ലെങ്കിൽത്തന്നെ ആളുകൾ തോന്നിയത് പറയട്ടെ. ചെരിപ്പിനടിയിലെ ചെളിക്കട്ടകൾ!" എന്നാൽ ഫ്രാൻസിസ് നാനയെ ഉപദേശിക്കാനുള്ള ധൈര്യം കാട്ടി. അവൾ എല്ലാം കൂടി ഇങ്ങനെ ഉപേക്ഷിക്കുന്നത് ശരിയല്ല. നിലനിൽപ്പിനെക്കൂടി അത് അപകടത്തിലാക്കും. കുനിഞ്ഞ ശിരസോടെ നാന ഇതെല്ലാം ശ്രദ്ധിച്ചു കേട്ടു. എന്നിട്ട് ഒടുവിൽ പറഞ്ഞ: "കൊള്ളാം അതൊക്കെ എന്റെ വ്യക്തിപരമായ കാര്യം. ഉപദേശത്തിന് നന്ദി."

അവൾ ഹസ്തദാനം നടത്തി എന്നിട്ട് മത്സ്യം വാങ്ങുന്നതിനായി പോയി. പിന്നിൽ ചവിട്ട് കിട്ടിയെന്ന കിംവദന്തിയെപ്പറ്റി ആ ദിവസം മുഴുവൻ അവൾ ഓർത്തു. ഫൊണ്ടാനോടും അവൾ ഈ വിവരം പറഞ്ഞു. എങ്കിലും കായബലമുള്ള സ്ത്രീയുടെ ഭാവത്തിൽത്തന്നെ അവൾ ഇരുന്നു. ഫൊണ്ടാൻ ആകട്ടെ, ഒരു ദാർശനികനെപ്പോലെ മാന്യന്മാരെല്ലാം മന്ദബുദ്ധികളാണെന്നൊരു നിരീക്ഷണം നടത്തി. ആ നിമിഷം മുതൽ നാനയുടെ ഉള്ളിൽ അവജ്ഞ നിറഞ്ഞു കവിഞ്ഞു.

അന്ന് വൈകുന്നേരം ബൊഫെസപാരീസിയൻസ് തീയറ്ററിൽ ഒരു നാടകം കാണാൻ അവർ പോയി. ഫൊണ്ടാന്റെ കൂട്ടുകാരി രംഗപ്രവേശം ചെയ്യുന്ന നാടകമാണ്. നാടകം കഴിഞ്ഞ് അത്യാവശ്യം ഭക്ഷണവും കഴിഞ്ഞ് അവർ വീട്ടിലെത്തി. അധികം ചൂടില്ലാതിരുന്നതിനാൽ തീ കത്തിച്ചില്ല. കട്ടിലിൽ അടുത്തടുത്തിരുന്ന് അവർ പുതിയ നടിയെപ്പറ്റി സംസാരിച്ചുകൊണ്ടിരുന്നു. നാനയുടെ അഭിപ്രായത്തിൽ അവൾ വൃത്തികെട്ട ഒരു സാധാരണക്കാരി മാത്രമാണ്. എന്നാൽ അവരുടെ ഈ സംഭാഷണം

വഴക്കിലാണ് കലാശിച്ചത്. "ആ കണ്ണും മുടിയും... അവൾ ഒരു ഭീകരജീവിതന്നെ"നാന പറഞ്ഞു.

"മിണ്ടിപ്പോകരുത്" ഫൊണ്ടാൻ എതിർത്തു. "അവളുടെ മുടി ഗാംഭീര്യമുള്ളതാണ്. കണ്ണുകളിൽ അഗ്നിനാളം, നിങ്ങൾ പരസ്പരം കടിച്ചുകീറുന്നവരാണ്" ഫൊണ്ടാൻ വളരെ അസ്വസ്ഥനായിരുന്നു. ഒടുവിൽ പറഞ്ഞു: "എനിക്കു മതിയായി. ഇത്തരം വഴക്കുകളൊന്നും എനിക്ക് ഇഷ്ടമില്ല, നമുക്കുറങ്ങാം."

അയാൾ മെഴുകുതിരി ഊതിക്കെടുത്തി. എന്നാൽ നാന സംസാരം തുടർന്നുകൊണ്ടിരുന്നു. എന്നാൽ ഫൊണ്ടാൻ അതിൽ താൽപ്പര്യമൊന്നും കാട്ടാതിരുന്നു. പിന്നെ അവൾ മിണ്ടാതെ കട്ടിലിൽക്കിടന്ന് അങ്ങോട്ടുമിങ്ങോട്ടും ഉരുളാൻ തുടങ്ങി.

"ഹൊ! കഷ്ടം നീയെന്താ ഉരുണ്ടു കളിക്കുകയാണോ?" ഫൊണ്ടാൻ ചാടിയെണീറ്റ് ചോദിച്ചു.

"അതെന്റെ കുറ്റമല്ല. ഭക്ഷണത്തരി കട്ടിലിൽ കിടന്നതുകൊണ്ടാണ്" നാന പറഞ്ഞു. വാസ്തവത്തിൽ കട്ടിലിൽ ഭക്ഷണത്തരികൾ കിടപ്പുണ്ടായിരുന്നു. കേക്ക് കഴിക്കുമ്പോൾ പൊടി വീണിട്ടുണ്ടെങ്കിൽ അത് കൊട്ടിക്കളഞ്ഞിട്ടല്ലേ കിടക്കേണ്ടത്. ഫൊണ്ടാൻ വിവർണമായ മുഖത്തോടെ കോപിഷ്ഠനായി എഴുന്നേറ്റ് മെഴുകുതിരി കൊളുത്തി. അവർ രണ്ടുപേരുംകൂടി പൊടിതട്ടി കിടക്ക വൃത്തിയാക്കി. കാലുകൂടി വൃത്തിയാക്കിയിട്ടേ കിടക്കാവൂ എന്ന ഉപദേശം ഫൊണ്ടാന് രസിച്ചില്ല. അയാൾ വീണ്ടും കയറിക്കിടന്നു. വീണ്ടും ഭക്ഷണത്തരികൾ! ഫൊണ്ടാന്റെ കാലുകൾക്കടിയിൽനിന്നാണ് അത് വീണതെന്ന് നാന.

"എനിക്കിങ്ങനെയൊന്നും പറ്റില്ല ഇങ്ങനെ മുന്നോട്ടു പോവാനേ പറ്റില്ല" നാന തുടർന്നു. ഫൊണ്ടാന് ഒന്നുറങ്ങണമെന്നുണ്ടായിരുന്നു. എന്നാൽ വീണ്ടും അവൾ കട്ടിലിൽനിന്നും ചാടിയെഴുന്നേറ്റു. സഹികെട്ട ഫൊണ്ടാൻ അവളുടെ ചെവിക്കല്ല് നോക്കി ഒന്നു കൊടുത്തു. നാന തലയണയിൽ മുഖമമർത്തി കരയാൻ തുടങ്ങി. "ഇനി അനങ്ങിപ്പോയാൽ" എന്ന് വിരട്ടിക്കൊണ്ട് ഒരെണ്ണംകൂടി ഫൊണ്ടാൻ നൽകി. എന്നിട്ട് കിടന്ന് കൂർക്കം വലിച്ച് ഉറങ്ങാൻ തുടങ്ങി. ഫൊണ്ടാന്റെ ഈ പെരുമാറ്റം വാസ്തവത്തിൽ അവൾക്ക് വീണ്ടുവിചാരം നൽകി. അയാളോട് ഒരുതരം ബഹുമാനം അവൾക്ക് തോന്നിത്തുടങ്ങി. നേരം വെളുത്താലും അവൾ തന്റെ നഗ്നമായ കൈകൾകൊണ്ട് ഫൊണ്ടാനെ കെട്ടിപ്പിടിച്ച് മുലകൾകൊണ്ട് അമർത്തി കിടക്കുമായിരുന്നു. അവൾ ഫൊണ്ടാനെ മുൻപത്തേതിലും അധികമായി സ്നേഹിച്ചു. ഫൊണ്ടാന്റെ അടികൊള്ളുന്നതുതന്നെ എത്ര സുഖകരമാണെന്നാണ് അവൾ കരുതിയത്.

ആ രാത്രിക്കുശേഷം അവരെ സംബന്ധിച്ചിടത്തോളം പുതിയൊരു ജീവിതത്തിന്റെ തുടക്കമായിരുന്നു. ചെറിയൊരു കാര്യത്തിനുപോലും ഫൊണ്ടാൻ അവളുടെ കവിളത്ത് അടിക്കും. ചിലപ്പോൾ അവൾ കണ്ണുനീർ തൂകി പേടിപ്പിക്കാൻ നോക്കും. അപ്പോൾ ഫൊണ്ടാൻ അവളെ ഭിത്തി

യോട് ചേർത്ത് നിർത്തി വീർപ്പ് മുട്ടിച്ച് അനുസരണയുള്ളവളാക്കും. കൂടിപ്പോയാൽ അഞ്ച് മിനിട്ട് ഏങ്ങലടിച്ചെന്നിരിക്കും. പിന്നെ കളിയും ചിരിയും പാട്ടുമായി അതങ്ങ് മറക്കും. എന്നാൽ കുഴപ്പംപിടിച്ച സംഗതി ഇതൊന്നുമായിരുന്നില്ല. ഫൊണ്ടാൻ ദിവസം മുഴുവനും പുറത്തായിരിക്കും. പാതിരാത്രിക്കുശേഷമേ മടങ്ങി വരികയുള്ളൂ. കഫേയിലും പഴയ സുഹൃത്തുക്കളുടെ വീട്ടിലും എല്ലാം കറങ്ങി നടപ്പാണ്. നാനയ്ക്ക് ഈ സ്വഭാവം തീരെ പിടിച്ചില്ല. അവൾക്ക് മടുപ്പായി. എന്നാൽ അവൾ അനിഷ്ടമൊന്നും കാട്ടിയില്ല. അദ്ദേഹം എന്നെന്നേക്കുമായി അങ്ങ് പോയാലോ എന്നാണ് അവളുടെ ഭയം. എന്നാൽ മലോയിർമാഡമോ അമ്മായിയോ ലൂയിസോ ആരും ഇല്ലാത്ത ചില ദിവസങ്ങളിൽ അക്ഷരാർഥത്തിൽ അവൾക്ക് മടുപ്പുണ്ടായി. എന്നാൽ ചന്തയിൽവച്ച് ഒരു ഞായറാഴ്ച അവൾ സാറ്റിനെ കണ്ടു. അന്ന് രാജകുമാരൻ പങ്കെടുത്ത ചടങ്ങിന് ശേഷം ഇപ്പോഴാണ് അവർ തമ്മിൽ കാണുന്നത്. സാധാരണ ചെരിപ്പണിഞ്ഞ് ആ തെരുവിൽ നാനയെ കണ്ട് അത്ഭുതത്തോടെ സാറ്റിൻ ചോദിച്ചു:

"എന്ത്? നിങ്ങളോ? ഞങ്ങളുടെ സ്ഥലത്ത് തന്നെയാണോ നിങ്ങളും താമസമാക്കിയിരിക്കുന്നത്?"

മറ്റ് സ്ത്രീകൾ ധാരാളമായി ആ ചുറ്റുപാടിൽ ഉണ്ടായിരുന്നതിനാൽ നാന പുരികങ്ങളുയർത്തി അവളോട് നാവടക്കാൻ ആവശ്യപ്പെട്ടു. എല്ലാ പ്രഭാതങ്ങളിലും ഗണികകൾ അടിവസ്ത്രങ്ങളില്ലാതെ ഉറക്കച്ചടവോടെ ആ ചന്തയിൽ സാധനങ്ങൾ വാങ്ങാനെത്താറുണ്ട്. തെരുവിൽനിന്ന് ചന്തയിലേക്കുള്ള എല്ലാ വഴികളിലും അവരെ കാണാം. പ്രലോഭിപ്പിക്കുന്ന സൗന്ദര്യമുള്ള ചെറുപ്പക്കാരികളും പ്രായംചെന്ന തടിച്ചികളും എല്ലാം ആ കൂട്ടത്തിലുണ്ട്. അതുവഴി പോകുന്നവർ ഒന്നു നോക്കിയാൽ ആണുങ്ങളുമായി ഞങ്ങൾക്ക് ബന്ധമൊന്നുമില്ല എന്ന മട്ടിൽ അക്കൂട്ടർ അവജ്ഞയോടെ പ്രതികരിക്കും. ഇപ്പോൾ സാറ്റിനെ നോക്കി ഒരു പയ്യൻ പ്രഭാതവന്ദനം ചെയ്തതേയുള്ളൂ. അവളാകട്ടെ, ഗർവിഷ്ടയായ ഒരു രാജ്ഞിയെപ്പോലെ തലയുയർത്തി ചോദിച്ചത്, ആ പന്നിക്കെന്താ അവിടെ കാര്യമെന്നാണ്. എന്നാൽ പിന്നീട് മാത്രമാണ് അവനെ അറിയാമല്ലോ എന്ന് അവൾ ചിന്തിച്ചത്. മൂന്നുദിവസം മുൻപ് അർധരാത്രിയോടടുത്ത് ലാബൂയറിന്റെ മൂലയിൽവച്ച് ഏതാണ്ട് അരമണിക്കൂർനേരം അവനുമായി സംസാരിച്ചതാണ്. എന്നാൽ ഈ ഓർമകൾ അവളെ കൂടുതൽ കോപിഷ്ഠയാക്കി. സ്വകാര്യാവശ്യത്തിന് പുറത്ത് പോകുമ്പോൾ ബഹുമാനത്തോടെ പെരുമാറണമെന്നത് സാമാന്യമര്യാദയല്ലേ? നാന സാധനം വാങ്ങിയെങ്കിലും അവയുടെ പഴക്കത്തെക്കുറിച്ച് തെല്ല് ആശങ്ക അവൾക്കുണ്ടായി.

സാറ്റിന്റെ താമസസ്ഥലം ഏതെന്ന് അവൾ ചോദിച്ചറിഞ്ഞു. അവരിരുവരും തനിച്ചായപ്പോൾ ഫൊണ്ടാനുമായുള്ള തന്റെ സ്നേഹബന്ധത്തെക്കുറിച്ച് നാന പറഞ്ഞു. വീടിന്റെ മുൻപിലെത്തിയപ്പോൾ അവർ നിന്നു. താൻ മുഫാത്തിനെ ചവിട്ടി പുറത്താക്കിയെന്നൊക്കെ നാന സാറ്റിനോട് പറഞ്ഞു.

"ഹൊ! എന്തൊരു തന്റേടം" സാറ്റിൻ ആശ്ചര്യപ്പെട്ടു. "ചവുട്ടിയെന്നോ? എന്നിട്ട് അദ്ദേഹത്തിന് ഒരു വാക്കുപോലും പറയാൻ ധൈര്യം വന്നില്ലെന്നോ? ഈ ആണുങ്ങൾ ഭീരുക്കൾ തന്നെ. ആ മോന്തയൊന്നു കാണാൻ ഞാനവിടെ ഉണ്ടായിരുന്നെങ്കിൽ! ഏതായാലും എന്റെ വീട്ടിൽ ഒന്നു വരണം. ഇടതു വശത്താണ്. വാതിലിൽ മൂന്ന് പ്രാവശ്യം മുട്ടണം. പലരും ആവശ്യമില്ലാതെ വരുന്ന ഇടമായതുകൊണ്ടാണ്."

പിന്നീട് ജീവിതത്തിൽ പ്രയാസങ്ങൾ ഉണ്ടാകുമ്പോഴൊക്കെ സാറ്റിനെ കാണുന്നത് നാന പതിവാക്കി. വൈകുന്നേരം ആറുമണിക്ക് മുൻപ് പുറത്ത് പോകാതിരുന്നാൽ അവൾ അവിടെ ഉണ്ടാകുമെന്നുറപ്പാണ്. പൊലീസിന്റെ കയ്യിൽ അകപ്പെടാതിരിക്കാൻ ഒരു കെമിസ്റ്റ് ക്രമീകരിച്ച് നൽകിയ വീടാണ് അവളുടേത്. എന്നാൽ ഒരു വർഷത്തിനുള്ളിൽത്തന്നെ വീട്ടുസാമഗ്രികളെല്ലാം അവൾ വൃത്തികേടാക്കി. ചെളി പുരണ്ട കർട്ടനുകൾ. കുറെ ഭ്രാന്തൻ പൂച്ചകൾ താമസിക്കുന്ന ഇടംപോലെ അലങ്കോലമാണ് അവിടം. പ്രഭാതങ്ങളിൽ വീട് വൃത്തിയാക്കുന്നത് അവളെ സംബന്ധിച്ചിടത്തോളം ഒരു പോരാട്ടം തന്നെയാണ്. അത്തരം അവസരത്തിൽ അവിടേക്ക് പ്രവേശിക്കുന്നതുതന്നെ ദുഷ്ക്കരമാണ്. ഒടുവിൽ അവൾ വൃത്തിയുടെ കാര്യം അവഗണിക്കുകതന്നെ ചെയ്തു. വിളക്കിന്റെ പ്രകാശത്തിൽ അലമാരയും ക്ലോക്കും എല്ലാം ഒരുവിധം നന്നായി കാണപ്പെട്ടു. അവളെ കാണാനെത്തുന്ന ആളുകൾക്ക് അതുതന്നെ ധാരാളം. എന്നാൽ കഴിഞ്ഞ ആറുമാസമായി ഉടമ അവളെ ഇറക്കി വിടുമെന്ന ഭീഷണിയിലാണ്. ഓരോ ദിവസവും മടുപ്പോടെ ഉണരുന്നതിനാൽ അലമാരിയുടെ വശങ്ങളിലും മേശവലിപ്പിലും എല്ലാം അവൾ ചവിട്ടാറുണ്ടായിരുന്നു. എല്ലാത്തിലും പൊട്ടൽ വീണിരിക്കുന്നു.

നാന ചെല്ലുമ്പോഴെല്ലാം നാന കിടക്കയിലായിരിക്കും. പകൽസമയം കടയിൽപോയി തിരികെ വന്നാലുടൻ ക്ഷീണിതയായി കട്ടിലിലേക്ക് വീഴുകയാണ് പതിവ്. വൈകുന്നേരം വിളക്ക് കൊളുത്തുന്നതുവരെ ഇതുതന്നെയാണ് ഗതി. വെള്ളംനിറച്ച പാത്രം തറയിൽ ഇരുന്നാലും കസേരക്കാലുകളിൽ അടിവസ്ത്രങ്ങൾ തൂങ്ങിക്കിടന്നാലും നാനയെ സംബന്ധിച്ചിടത്തോളം സാറ്റിന്റെ പാർപ്പിടം കൊള്ളാവുന്നതുതന്നെ. അവർ പരദൂഷണം പറഞ്ഞുകൊണ്ട് വളരെനേരം ഇരിക്കും. സാറ്റിൻ ഒരു സിഗരറ്റ് പുകച്ചുകൊണ്ട് അലസമായി അങ്ങനെ കിടക്കും. വിഷമങ്ങൾ വരുമ്പോൾ എല്ലാം മറക്കാൻ എന്ന പേരിൽ അവർ ഇത്തിരി ലഹരി ഉപയോഗിക്കും. സാറ്റിൻ താഴേക്കിറങ്ങാനോ ഒരു പെറ്റിക്കോട്ടെങ്കിലും ധരിക്കാനോ ഉള്ള ക്ഷമ കാണിക്കാതെ പരിചാരികയുടെ പത്ത് വയസുള്ള കുട്ടിയോട് മുകളിൽനിന്ന് കുനിഞ്ഞ് ഉച്ചത്തിൽ വിളിച്ചുപറഞ്ഞ് ഓരോന്ന് മുകളിലെത്തിക്കും. ഫൊണ്ടാനുമൊത്തുള്ള തന്റെ പ്രണയാനുഭവങ്ങളെല്ലാം അവൾ സാറ്റിന് വിവരിച്ചുകൊടുത്തു. കാത്തിരിപ്പ്, അടുക്കളക്കാര്യം എന്നുവേണ്ട അവസാനിക്കാത്ത ഈ കഥകളെല്ലാം സാറ്റിൻ ശ്രദ്ധയോടെ കേട്ടിരിക്കും. കഴിഞ്ഞയാഴ്ച ചെരിപ്പ് കാണുന്നില്ലെന്ന് പറഞ്ഞ് കരണക്കുറ്റിക്കാണ്

ഫൊണ്ടാൻ സമ്മാനിച്ചത്. എന്നാൽ ഇതുകേട്ട് സാറ്റിൻ അത്ര വലിയ അത്ഭുതമൊന്നും കാട്ടിയില്ല. അവൾ അലസമട്ടിൽ സിഗരറ്റ് പുകച്ചുകൊണ്ടിരുന്നു. എങ്കിലും ഇത്തരം തല്ലുകഥകൾ പങ്കു വയ്ക്കുന്നത് ഇരുവരെയും സന്തോഷിപ്പിച്ചു. ഫൊണ്ടാന്റെ ഓരോ വികൃതികൾ ആവർത്തിച്ച് പറയുന്നതിന് സാറ്റിന്റെ അടുക്കൽ നാന പതിവായെത്തുമായിരുന്നു. സാറ്റിൻ അവളുടെ കഥകളും പങ്കുവയ്ക്കുമായിരുന്നു. മിക്ക ദിവസവും നാനയെ സാറ്റിനാണ് നാനയെ വീടിന്റെ അടുത്തു വരെ കൊണ്ടുചെന്നാക്കുന്നത്. ഫൊണ്ടാൻ അവളെ കൊല്ലുന്നില്ലെന്ന് ഉറപ്പാക്കുന്നതുവരെ അവൾ തെരുവിൽ കാത്ത് നിൽക്കുമായിരുന്നു. അങ്ങനെ അവരുടെ സൗഹൃദം വേർപിരിയാത്ത നിലയിൽ വളർന്നു. എന്നാൽ നാനയുടെ വീട്ടിനുള്ളിലേക്ക് സാറ്റിൻ ഇതേവരെ പ്രവേശിച്ചിട്ടില്ല. തേവിടിശ്ശികളെ തന്റെ വീട്ടിൽ പ്രവേശിപ്പിക്കയില്ലെന്ന് ഫൊണ്ടാൻ ശപഥം ചെയ്തിരിക്കുകയാണത്രേ.

അവർ ഒരുമിച്ചാണ് പുറത്തു കറങ്ങുന്നത്. ഒരിക്കൽ സാറ്റിൻ നാനയെ മറ്റൊരു സ്ത്രീയുടെ അരികിലേക്ക് കൊണ്ടുപോയി. അത് മാഡം റോബർട്ട് ആയിരുന്നു. തന്റെ അത്താഴവിരുന്ന് നിരസിച്ചതു മുതൽ അവരോട് നാനയ്ക്ക് ഇത്തിരി ബഹുമാനമുണ്ടായിരുന്നു. കടകളൊന്നുമില്ലാത്തതും മനോഹരമായ വീടുകളുള്ളതുമായ ഒരു നിശ്ശബ്ദതെരുവിലാണ് മാഡം റോബർട്ട് താമസിക്കുന്നത്. സ്റ്റോക്ക് എക്സ്ചേഞ്ചിലെ ആൾക്കാരും കച്ചവടക്കാരുമായ പുരുഷന്മാർ തിരക്കുപിടിച്ച് നടന്നുപോകുന്നത് കിളിവാതിലിലൂടെ ശ്രദ്ധിക്കുന്ന സ്ത്രീകളെ വഴിവക്കിലെ സൗധങ്ങളിൽ കാണാം. സ്ത്രീകളുമായുള്ള കൂട്ടായ്മയിൽ വലിയ താൽപ്പര്യമില്ലെന്നുപറഞ്ഞ് നാന ആദ്യം ഒഴിയാൻ ശ്രമിച്ചതാണ്. സാറ്റിൻ എന്നാൽ അത് അംഗീകരിച്ചില്ല. വെറും ഒരുദിവസത്തെ പരിചയംകൊണ്ട് മാഡം റോബർട്ട് സാറ്റിനെ ക്ഷണിച്ചതുകൊണ്ടാണ് നാന ഒടുവിൽ പോകാമെന്ന് തീരുമാനിച്ചത്. റോബർട്ട് മാഡം എത്തിയിട്ടില്ലെന്ന് കോണിപ്പടികൾ കയറുമ്പോൾ ഒരു പരിചാരിക പറഞ്ഞു.

പാരീസിന്റെ പരമ്പരാഗതഭംഗി പേറുന്ന ആ മുറി സാറ്റിനെ വിസ്മയിപ്പിച്ചു. നാനയ്ക്കും മുറി നന്നായി പിടിച്ചു. "ദാ നോക്ക്" ചുവരിലെ ഘടികാരത്തിന് മുകളിലെ ഫോട്ടോയിലേക്ക് ചൂണ്ടിക്കൊണ്ട് സാറ്റിൻ പറഞ്ഞു. നാന ആ ചിത്രത്തിലേക്ക് സൂക്ഷിച്ച് നോക്കി. കുലീനത്വമുള്ള ചിരി, നീണ്ട മുഖം "എനിക്ക് തിരിച്ചറിയാൻ കഴിയുന്നില്ല." നാന ഒടുവിൽ പറഞ്ഞു.

"എങ്കിലും എവിടെയോ കണ്ടിട്ടുള്ളതുപോലെ. എനിക്കോർമയില്ല. അതും നല്ല സ്ഥലത്താവാൻ വഴിയില്ല." ഇത് പറഞ്ഞിട്ട് സാറ്റിന് നേരെ തിരിഞ്ഞ് ചോദിച്ചു:

"അവർ നിന്നെ കാണാൻ ആവശ്യപ്പെട്ടെന്നോ?"

"ഓ അതവരുടെ മര്യാദ" സാറ്റിൻ മറുപടി പറഞ്ഞു. നാന സാറ്റിനെ തറപ്പിച്ചൊന്നു നോക്കി. തങ്ങളെ ഇത്രയുംനേരം കാത്തിരിപ്പിക്കുന്നതി

നാൽ ഇനിയും അവിടെ അധികം തങ്ങേണ്ടെന്ന് അവൾ തീരുമാനിച്ചു. തുടർന്ന് ഇരുവരും അവിടം വിട്ടു.

നാന സാറ്റിനെ ഒരു റസ്റ്റോറന്റിൽ കൊണ്ടുപോയി സൽക്കരിക്കാൻ തീരുമാനിച്ചു. റസ്റ്റോറന്റ് തെരഞ്ഞെടുത്തതുതന്നെ നീണ്ട ഒരു തർക്കത്തിന് ശേഷമാണ്. ലാറിയുടെ ഹോട്ടലിൽത്തന്നെ പോകാമെന്ന് ഒടുവിൽ ധാരണയായി. മൂന്ന് ഫ്രാങ്കിന് അവിടെ ഭക്ഷണം ലഭിക്കും. ഭക്ഷണത്തിന് കാത്തിരിപ്പ് വേണ്ടതിനാലും ആ തെരുവിൽ എന്ത് ചെയ്യണമെന്ന് അറിയാത്തതിനാലും ഇരുപത് മിനിട്ട് നേരത്തേതന്നെ അവർ ഉള്ളിൽ പ്രവേശിച്ചു. മൂന്ന് മുറികളും ശൂന്യമായിരുന്നു. ലാറി അൻപത് വയസുള്ള സ്ത്രീയാണ്. അവിടെ വരുന്ന സ്ത്രീകളൊക്കെ പരിചിതഭാവത്തിൽ അവരെ ഉമ്മ വയ്ക്കാറുണ്ട്. മെലിഞ്ഞ് നീളമുള്ള ഒരു സ്ത്രീയാണ് പരിചാരിക.

വളരെ പെട്ടെന്നാണ് മൂന്ന് മുറികളും നിറഞ്ഞത്. ഒഴിവുണ്ടായിരുന്ന ഇടങ്ങളിലെല്ലാം ആളുകളായി. ഏറിയവരും നാൽപ്പതിനടുത്ത് പ്രായമുള്ളവരാണ്. അവർക്കിടയിൽ മെലിഞ്ഞ കുറെ സുന്ദരിപ്പെണ്ണുങ്ങൾ ഉണ്ടായിരുന്നു. അവർ കാര്യങ്ങളൊക്കെ പഠിച്ചു വരുന്നതേയുള്ളൂ. നൂറോളം വരുന്ന പെണ്ണുങ്ങളുടെയിടയിൽ ആണുങ്ങൾ കുറച്ചേയുള്ളൂ. ഉള്ളവരാകട്ടെ, മിക്കവരും വെളിയിലാണ്. പെറ്റിക്കോട്ടുകളുടെ പ്രളയത്തിനിടയിൽ വിനയപൂർവം പെരുമാറുന്ന മൂന്നോ നാലോ പുരുഷന്മാരെ കാണാം. അവിവാഹിതകളായ യുവതികളുടെ കൂട്ടം പരസ്പരം കളിയാക്കിയും മറ്റും രംഗത്തിന് ഊർജസ്വലത പകർന്നു. കറി ബഹു കേമമായിരിക്കുന്നുവെന്ന് സാറ്റിൻ അഭിപ്രായപ്പെട്ടു. നാന സംതൃപ്തിയോടെ തലയാട്ടി. കോഴിക്കറി, ചോറ്, വാനില ഐസ്ക്രീം, ഐസിങ് ഷുഗർ തുടങ്ങി ഗ്രാമീണഹോട്ടലുകളിൽ കിട്ടുന്ന എല്ലാ വിഭവങ്ങളും അവിടെയുണ്ടായിരുന്നു. പരിചയക്കാർ ആരെങ്കിലും ഉണ്ടാകുമെന്ന് അവൾ ആദ്യമൊന്ന് ഭയപ്പെട്ടു. ഒരു ചെറുപ്പക്കാരനിലേക്ക് നാനയുടെ ശ്രദ്ധ ആകർഷിക്കപ്പെട്ടു. മേശയ്ക്ക് ചുറ്റുമുള്ള പെണ്ണുങ്ങളുടെയിടയിൽ ഒറ്റയ്ക്കിരുന്ന് ചിരിക്കുമ്പോൾ അയാളുടെ മാറിടം ഉയർന്നുയർന്ന് വരുന്നു. "എന്ത് അതൊരു സ്ത്രീയാണോ?" സാറ്റിൻ തലയൊന്നുയർത്തി നോക്കിയിട്ട് പറഞ്ഞു.

"എനിക്കവളെ അറിയാം എല്ലാവരുംകൂടി അവളുടെ പിറകേയാണ്."

നാനയ്ക്ക് കാര്യം മനസിലായില്ല. സാറ്റിന്റെ വലിയ നീലക്കണ്ണുകൾ ചുറ്റുമുള്ള മേശകളിൽ ആകർഷണമുണ്ടാക്കുന്നുവെന്നറിഞ്ഞതോടെ നാന ദാർശനികഭാവത്തിലിരുന്ന് ഐസ്ക്രീം നുണഞ്ഞു. അവളുടെയടുത്ത് ലക്ഷണയുക്തയായ ഒരു മാന്യസ്ത്രീ ഇരിപ്പുണ്ട്. എന്നാൽ ആ സമയം അവിടേക്ക് കയറിവന്ന മറ്റൊരു സ്ത്രീ അവളിൽ ആശ്ചര്യമുളവാക്കി. അവൾ റോബർട്ട് മാഡത്തെ തിരിച്ചറിഞ്ഞു. അവർ പരിചാരികയെ കണ്ട് ചിരപരിചിതയെന്നവണ്ണം തലയാട്ടി. റോബർട്ട് മാഡം സാറ്റിനെ കണ്ടതും ലാറിയുടെ അടുത്തുനിന്ന് ഓടിവന്ന് തലേന്ന് വൈകി

യതിന് ക്ഷമ ചോദിച്ചു. അവർക്ക് ഇടം കണ്ടെത്താനായി സാറ്റിൻ ശ്രമിച്ചു. എന്നാൽ താൻ ഭക്ഷണം കഴിച്ചെന്ന് അവർ അറിയിച്ചു. നിർഭാഗ്യവശാൽ അവരുടെ സംഭാഷണം അധികം കേൾക്കാൻ നാനയ്ക്കായില്ല. എന്നാൽ പരിഷ്ക്കാരികളായ കുറെ സ്ത്രീകൾ അവിടേക്ക് കയറി വന്നത് നാനയെ തളർത്തിക്കളഞ്ഞു. ലാറിയുടെ മൂന്ന് ഫ്രാങ്ക് വിലവരുന്ന ഭക്ഷണത്തിന് വന്നതാണവർ. കാതുകളിൽ രത്നങ്ങൾ അണിഞ്ഞവർ. പാവപ്പെട്ട വേശ്യകളുടെ ആശ്ചര്യദ്യോതകമായ കണ്ണുകളായിരുന്നു അവരുടേത്. തുളച്ചുകയറുന്ന ശബ്ദത്തോടെ വർത്തമാനം പറഞ്ഞും ചിരിച്ചും അവർ കടന്ന് വന്നപ്പോൾ അവരോടൊപ്പം സൂര്യപ്രകാശവും അകത്തേക്ക് വന്ന പ്രതീതിയായിരുന്നു. നാന മുഖംതിരിച്ചുകളഞ്ഞു. ലൂസി സ്റ്റുവർട്ടും മരിയ ബ്ലോണ്ടും അക്കൂട്ടത്തിലുണ്ടായിരുന്നു. അവർ ഓരോ മുറിയിലും കയറുന്നതിന് മുൻപ് ലാറിയുമായി കൊച്ചുവർത്തമാനം പറയുന്നുണ്ട്. “എന്ത്? സാറ്റിനെ കാണാനില്ല അവൾ അപ്രത്യക്ഷയായിരിക്കുന്നു.” നാന ഉച്ചത്തിൽ സാറ്റിനെ വിളിച്ചത് മറ്റുള്ളവരിൽ ചിരിയുളവാക്കി. നാന കോപിഷ്ഠയായി പറഞ്ഞു: “ഞാനല്ലാ ഇവളാണെല്ലാം ചെയ്തത്.” എന്നാൽ ആളുകൾ തന്നെ കളിയാക്കുകയാണ് എന്ന് ബോധ്യമായതോടെ നാന മൗനം പാലിച്ചു. തന്റെ കോപനില മറ്റുള്ളവരെ വെളിപ്പെടുത്തേണ്ട എന്ന് കരുതി അവൾ കസേരയിൽത്തന്നെ കുറേ നേരം ഇരുന്നു. ലൂസി സ്റ്റുവർട്ട് അടുത്ത മുറിയിലാണ്. മോണ്ട്മാത്രയിൽനിന്നെത്തിയ പെൺകുട്ടികളെ സൽക്കരിക്കുന്നതിന്റെ ശബ്ദം അടുത്ത മുറിയിൽനിന്ന് അവൾക്ക് കേൾക്കാമായിരുന്നു. ചൂട് കൂടുതലാണ്. പരിചാരികമാർ ഉപയോഗിച്ച പാത്രങ്ങളൊക്കെ നീക്കം ചെയ്യുന്നു. നാല് പുരുഷന്മാർ വീഞ്ഞുകുടിച്ച് ഭക്ഷണം അവസാനിപ്പിക്കുകയാണ്.

മൂന്ന് ഫ്രാങ്കേ ഉള്ളുവെങ്കിലും എന്റെ ചെലവാണല്ലോ. എന്നിട്ട് ഒരു വാക്കുപോലും പറയാതെ പോയിരിക്കുന്നു. സാറ്റിനെപ്പറ്റി നാന ഓർത്തു. അവളുടെ കോപം വർധിച്ചുവന്നു. എന്നു കരുതി സാറ്റിന്റെ പിറകേ ഓടാനൊന്നും നാനയെ കിട്ടില്ല. എങ്കിലും അവളുടെ സന്ധ്യ വികൃതമാക്കപ്പെട്ടു. അവൾ സാവധാനം മോണ്ട്മാത്രയിലേക്ക് പോയി. അവൾ മാഡം റോബർട്ടിനെ പഴിക്കുന്നുണ്ടായിരുന്നു. ചവറ്റുകൊട്ടയിലെ സ്ത്രീ! അത്ര വൃത്തികെട്ട സ്ഥലത്തുതന്നെയാണ് അവരെ കണ്ടുമുട്ടിയത്. വലിയ കൊമ്പത്തെയാണെന്ന് കാണിക്കാനാണ് സൽക്കാരം നിരസിച്ചത്.

ഇത്തരം കാര്യങ്ങളെല്ലാം ശ്രദ്ധിച്ചുകൊണ്ട് അവൾ വെറോണിലുള്ള വീട്ടിൽ എത്തിച്ചേർന്നു. ജാലകത്തിലൂടെ വെളിച്ചം കണ്ട് അവൾ തെല്ലൊന്ന് നിന്നു. സുഹൃത്തിന്റെ സൽക്കാരംകഴിഞ്ഞ് ഫൊണ്ടാൻ നേരത്തേ എത്തിയിരുന്നു. വൈകിയതിന്റെ വിശദീകരണമെല്ലാം ഫൊണ്ടാൻ തണുപ്പൻ പ്രതികരണത്തോടെ കേട്ടിരുന്നു. പുലർച്ചെ ഒരു മണിക്ക് മുൻപ് ഫൊണ്ടാനെ അവൾ പ്രതീക്ഷിച്ചിരുന്നില്ല. അവൾ ഒരു കള്ളമങ്ങ് പറഞ്ഞു. മാഡം മലോയിറുമൊത്ത് പോയി, ആറ് ഫ്രാങ്ക് ചെല

വഴിച്ചു. തുറന്ന് വായിച്ചതിന് ശേഷമാണെങ്കിലും നാനയ്ക്ക് വന്ന ഒരു കത്ത് അയാൾ കൊടുത്തു. തന്റെ പ്രണയാനുഭൂതികൾ പകർന്നുകൊണ്ട് ജോർജ് അയച്ച കത്തായിരുന്നു അത്. നാനയ്ക്ക് കത്ത് നന്നേ ഇഷ്ട പ്പെട്ടു. അവൾ അത് എല്ലാവരെയും വായിച്ച് കേൾപ്പിച്ചു. ജോർജിന്റെ ശൈലി ഫൊണ്ടാന് നന്നേ പിടിച്ചു. അയാൾ അത് അഭിനന്ദിക്കുകയും ചെയ്തു. എന്നാൽ അന്ന് വൈകുന്നേരം അവൾ ഏറെ ഭയപ്പെട്ടു. അവൾ ആ കത്ത് ഒരു വശത്തേക്ക് വലിച്ചെറിഞ്ഞു. കിടക്കയിലേക്ക് പോകാൻ കൂട്ടാക്കാതെ ഫൊണ്ടാൻ ജനൽപ്പാളിയിൽ താളം പിടിച്ചുകൊണ്ടിരിക്കു കയാണ്. ഇടയ്ക്ക് ഫൊണ്ടാന്റെ ശബ്ദം മുഴങ്ങി.

"ആ പയ്യന് നേരിട്ടുതന്നെ മറുപടി കൊടുക്കാം" മറുപടിക്കത്തുകൾ ഫൊണ്ടാൻതന്നെ എഴുതുകയാണ് പതിവ്. കത്ത് പൂർണമാകുമ്പോൾ മറ്റാരും പറയാത്തതുപോലെ എഴുതാൻ അയാൾക്കേ പറ്റൂ എന്ന് പറ ഞ്ഞുകൊണ്ട് അവൾ ഫൊണ്ടാനെ ചുംബിക്കും. കത്തെഴുതാനാരംഭിച്ച പ്പോൾ ചായയുണ്ടാക്കാമെന്നും പിന്നീട് കിടക്കാമെന്നും പറഞ്ഞ് നാന അടുക്കളയിലേക്ക് പോയി. പേനയും പേപ്പറുമായി ഫൊണ്ടാൻ മേശയ്ക്ക രികിൽ ഇരിപ്പാണ്. ഒടുവിൽ തുടങ്ങി, "എന്റെ പ്രിയപ്പെട്ട...."

അവിടെയും ഇവിടെയും ചില്ലറ മിനുക്കുപണികളൊക്കെ വരുത്തി. ഏതാണ്ട് ഒരു മണിക്കൂർ സമയം ഫൊണ്ടാൻ കത്തെഴുതുന്നതിനായി വിനിയോഗിച്ചു. കത്ത് അഞ്ച് പേജെങ്കിലുമുണ്ട്. നാന ചായയുണ്ടാക്കി ക്കൊണ്ട് വന്നപ്പോൾ ഫൊണ്ടാൻ കത്ത് ഉറക്കെ വായിച്ചു: "...വിനോ ട്ടിലെ സുവർണനിമിഷങ്ങൾ ഓർമയിൽ സുഗന്ധം പരത്തുന്നു...." സന്തോ ഷദിവസങ്ങൾ വീണ്ടും ആരംഭിക്കാം എന്ന സൂചനയോടെ കത്ത് അവ സാനിപ്പിച്ചു. "ഞാൻ എല്ലാം മര്യാദ വിട്ടാണ് എഴുതാറുള്ളത്. എല്ലാം ഒരു തമാശപോലെ. എന്താ കൊള്ളില്ലേ?" അയാൾ വിജയാഹ്ളാദത്തിന്റെ മട്ടിലായിരുന്നു. എന്നാൽ പതിവുപോലെ കെട്ടിപ്പിടിക്കാനും പുകഴ്ത്താ നുമൊന്നും നാന കൂട്ടാക്കിയില്ല. ഫൊണ്ടാൻ ക്രമേണ അസ്വസ്ഥനായി ത്തുടങ്ങി. മരവിച്ച മനസുമായി അവർ മേശയ്ക്കിരുവശവും ഇരുന്നു. ഇതിനിടയിൽ നാന ഫൊണ്ടാന് ചായ പകർന്ന് നൽകി. ചുണ്ട് തൊട്ടതും ഫൊണ്ടാൻ അലറി.

"നീയെന്താ ഇതിൽ ഉപ്പ് വാരിയിട്ടോ?" ഇതോടുകൂടി വഴക്ക് ആരം ഭിച്ചു. പത്ത്മണിയേ ആയിട്ടുള്ളൂ. എതിർത്ത് നിൽക്കാൻ പഴുത് നൽകാത്ത വിധത്തിൽ ഫൊണ്ടാൻ കോപിഷ്ഠനായി ശകാരിക്കാൻ തുട ങ്ങി. വൃത്തികെട്ടവൾ, മരക്കഴുത, തരംതാണ സ്ഥലങ്ങളിൽ പോകുന്ന വൾ, ധൂർത്തപുത്രി ആറു ഫ്രാങ്ക് വീതം ചെലവഴിക്കാൻ തുടങ്ങിയാൽ എങ്ങനെ ജീവിക്കും? ആരെങ്കിലും എന്നെ സൽക്കരിച്ചാലായി അല്ലെ ങ്കിൽ ഞാൻ വീട്ടിലെ സാധാരണ ഭക്ഷണം കഴിക്കും. എനിക്ക് കണക്ക് കാണണം. ബാഗ് കൊണ്ടുവരൂ. എത്രയുണ്ടെന്ന് നോക്കട്ടെ."

ഫൊണ്ടാൻ പൊതുപണപ്പെട്ടിയുടെ താക്കോൽ എടുത്ത് തുറന്ന് അവ എണ്ണി നോക്കി.

"എന്ത്? ഏഴായിരം ഫ്രാങ്കോ? പതിനായിരമുണ്ടായിരുന്നത് മൂന്ന് മാസംകൊണ്ട് ഇത്രയുമാക്കിയോ? അസാധ്യംതന്നെ! നിന്റെ അമ്മായിയമ്മയ്ക്ക് കൊടുത്തതാണോടീ പിശാചേ? അല്ലപിന്നെ കണ്ട ആണുങ്ങളുടെ കൂടാണല്ലോ പൊറുതി. നിന്റെ നാവിറങ്ങിപ്പോയോടീ."

കോപിക്കാതെയാണ് നാന മറുപടി പറഞ്ഞ് തുടങ്ങിയത്, "കണക്കുകളൊക്കെ ലളിതം. നിങ്ങൾ ഫർണിച്ചറുകൾ വാങ്ങാൻ അനുമതി നൽകി. എന്നാൽ എനിക്ക് കുറെ അടിയുടുപ്പുകൾ വാങ്ങണമായിരുന്നു. പുതിയൊരു താമസസ്ഥലത്ത് വരുമ്പോൾ പണം പെട്ടെന്ന് ചെലവാകും." നാനയുടെ ഇത്തരം വിശദീകരണങ്ങൾക്കൊന്നും ഫൊണ്ടാൻ ചെവികൊടുത്തില്ല.

ഫൊണ്ടാൻ ഇത്തിരി ശാന്തനായി. "നോക്കൂ പെണ്ണേ, നമ്മുടെ ഈ പരസ്പരധാരണ എനിക്ക് മതിയായി. നിനക്കറിയാം ആ ഏഴായിരം ഫ്രാങ്ക് എന്റേതാണ്. ഇനി ഞാനത് സൂക്ഷിക്കാം." നാന സ്തബ്ധയായി നിൽക്കുമ്പോൾ ഫൊണ്ടാൻ ഇത്തിരി വിനീതനായി തുടർന്നു.

"നീയൊന്നു മനസിലാക്കണം, വല്ലോരുടേം അമ്മായിയെയും മക്കളെയും ഒക്കെ തീറ്റിപ്പോറ്റാൻ ഞാനൊരു മണ്ടനൊന്നുമല്ല. നിന്റെ പണം ചെലവാക്കുന്നത് നിന്റെ കാര്യം. നീയൊരു കഷണം ഇറച്ചി പാകം ചെയ്താൽ പകുതി ചെലവ് ഞാൻ വഹിക്കും."

ഇതുകേട്ടപ്പോൾ നാന ചെറുത്തു നിൽക്കാൻ ശ്രമിച്ചു. "ഇത് ചതിയാണ് ആ പതിനായിരം ഫ്രാങ്ക് ചെലവായതിൽ നിങ്ങൾക്കും പങ്കില്ലേ?" എന്നാൽ കൂടുതൽ ചർച്ച ചെയ്ത് സമയം പാഴാക്കാൻ ഫൊണ്ടാൻ കൂട്ടാക്കിയില്ല. മേശമേലേക്ക് ചാഞ്ഞ് അയാൾ നാനയുടെ ചെവിക്കല്ല് നോക്കി പതിവുപോലൊന്ന് കൊടുത്തിട്ട് പറഞ്ഞു: "ഒരിക്കൽക്കൂടി പറയെടീ" അടികിട്ടിയിട്ടും അവൾ പറഞ്ഞതുതന്നെ പുലമ്പി. വസ്ത്രംപോലും മാറാതെ അവൾ കട്ടിലിലേക്ക് വീണുകിടന്ന് കരയാൻ തുടങ്ങി. ഫൊണ്ടാനും ശ്വാസം നിലച്ചവനെപ്പോലെയായി. കിടക്കയിലേക്ക് പോകാൻ തിരിഞ്ഞപ്പോൾ ജോർജിനെഴുതിയ കത്ത് മേശമേൽ കിടക്കുന്നത് അയാൾ കണ്ടു. അതെടുത്ത് ഭദ്രമായി മടക്കി കിടക്കയ്ക്കരികിലേക്ക് ചെന്ന് ഭീഷണിയുടെ സ്വരത്തിൽ പറഞ്ഞു:

"കത്ത് നന്നായി. ഇത് ഞാൻതന്നെയാണ് അയക്കാൻ പോകുന്നത്."

കരഞ്ഞുകരഞ്ഞ് നാനയ്ക്ക് ശ്വാസംപോലും തടസപ്പെട്ടു. അവൾ ഫൊണ്ടാന്റെ മാറിടത്തിലേക്ക് തല ചായ്ച് കരയാൻ തുടങ്ങി. അവരുടെ വഴക്ക് തൽക്കാലമൊന്ന് തീർന്നു. തനിക്ക് ഫൊണ്ടാനെ നഷ്ടപ്പെടുമോ എന്നുവരെ അവൾ ഭയപ്പെട്ടു. രണ്ട് പ്രാവശ്യം ഫൊണ്ടാൻ അവളെ തള്ളി മാറ്റിയതാണ്. എന്നാൽ കാരുണ്യം യാചിക്കുന്ന ആർദ്രമായ കണ്ണുകളോടെയുള്ള അവളുടെ ചൂടൻ ആലിംഗനം അയാളിൽ അഭിലാഷത്തിന്റെ തിരികൊളുത്തി. ഒരു ജേതാവിനെപ്പോലെ അയാൾ അഭിമാനിച്ചു. എങ്കിലും അയാൾ സ്വയം ശാസിച്ചു. ക്ഷമിക്കാനും പഠിക്കേണ്ടതല്ലേ? അതേസമയം വീണ്ടും പണം കിട്ടാനുള്ള നാനയുടെ അഭിനയമാണോ

ആ പ്രകടനത്തിന് മുൻപിലെന്നും ഫൊണ്ടാൻ സംശയിക്കാതിരുന്നില്ല. തന്റെ ആധിപത്യം ഉറപ്പിക്കണമെന്ന് തോന്നിയപ്പോൾ ഫൊണ്ടാൻ ലൈറ്റ് അണച്ചു.

“നോക്കൂ കുട്ടീ പണത്തിന്റെ കാര്യം ഞാൻ തന്നെ നോക്കിക്കോളാം.” ഫൊണ്ടാന്റെ തോളിലൂടെ കയ്യിട്ട് ഉറക്കത്തിലേക്ക് വഴുതിക്കൊണ്ട് നാന പറഞ്ഞു: “നിങ്ങൾ പേടിക്കേണ്ട, ഞാൻ നമ്മളിരുവർക്കു വേണ്ടിയും സമ്പാദിക്കുന്നതാണ്.”

എങ്കിലും അന്ന് രാത്രി മുതൽ അവരുടെ ജീവിതം കൂടുതൽ കൂടുതൽ ദുഷ്കരമായി. ഓരോ ആഴ്ചയിലും ക്ലോക്കിന്റെ ടിക് ടിക് ശബ്ദത്തെ അനുസ്മരിപ്പിക്കുന്നതുപോലെ ചെകിട്ടത്തടി ആ വീട്ടിൽ മുഴങ്ങി. തുടരെത്തുടരെ അടി കിട്ടിയിട്ടും അവളുടെ മുഖശോഭ വർധിച്ചു വന്നതേയുള്ളൂ. എന്നാൽ അത് മുതലെടുക്കാനും ആളുകളുണ്ടായി. ഫൊണ്ടാൻ ഇല്ലാത്ത തക്കംനോക്കി പ്രുള്ളിയർ അവിടെയെത്തുമായിരുന്നു. വീടിന്റെ മൂലയിലേക്ക് അവളെ തള്ളിക്കൊണ്ടുപോയി ചുംബിക്കുന്നതിൽ അയാൾ രസിച്ചു. ആ പിടിയിൽനിന്ന് കുതറിമാറാൻ അവൾ ലജ്ജാപൂർവം ശ്രമിക്കുമായിരുന്നു. കൂട്ടുകാരെ ചതിക്കുന്നവരോട് അവൾക്ക് വെറുപ്പാണ് തോന്നിയത്. പ്രുള്ളിയർ അവളെ കോപിഷ്ഠയായി തുറിച്ചുനോക്കും. അവൾക്ക് ഭ്രാന്തായിരിക്കും. അല്ലെങ്കിൽപ്പിന്നെ ആ കുരങ്ങന്റെ കൂടെ തല്ലും വാങ്ങി അവൾ കഴിയുമോ? “നിങ്ങൾ പറയുന്നത് ശരിയായിരിക്കും. അദ്ദേഹം ആയിരിക്കുന്ന അവസ്ഥയിൽത്തന്നെ ഞാൻ ഇഷ്ടപ്പെടുന്നു.” ഒരിക്കൽ അവൾ ശാന്തമായി മറുപടി പറഞ്ഞു. ബോസ്ക് സംതൃപ്തിയടയുന്നത് അവരോടൊപ്പം ഭക്ഷണം കഴിച്ചുകൊണ്ടായിരുന്നു. അയാൾ പ്രുള്ളിയറിന് പിറകിലായിരിക്കും, പലപ്പോഴും. അത്താഴത്തിനിടയിൽ ഫൊണ്ടാൻ നാനയെ തല്ലുമ്പോൾ ഇതിലെന്തിരിക്കുന്നു എന്ന മട്ടിൽ അയാൾ എന്തെങ്കിലും ചവച്ചുകൊണ്ടിരിക്കും. ഫൊണ്ടാനും പ്രുള്ളിയറും അത്താഴം കഴിഞ്ഞും ചിലപ്പോൾ ശൂന്യമായ മേശയ്ക്കരികിലിരിക്കും. പഴങ്കഥകൾ പറഞ്ഞുള്ള ആ ഇരിപ്പ് ചിലപ്പോൾ പുലർച്ചെ രണ്ടുമണിവരെ നീളും. ബ്രാണ്ടിക്കുപ്പികളും അതോടെ കാലിയാകും.

ഒരു രാത്രിയിൽ പ്രുള്ളിയർ നാനയെ കരയുന്ന അവസ്ഥയിൽ കണ്ടു. അവൾ തന്റെ വസ്ത്രം അഴിച്ചു മാറ്റിയിട്ട് പുറത്തും കൈകളിലുമെല്ലാമുള്ള കരിനീലിച്ച പാടുകൾ ചൂണ്ടിക്കാട്ടി. പ്രുള്ളിയർ ആ സാഹചര്യത്തിൽനിന്ന് നേട്ടമുണ്ടാക്കാതെ പ്രലോഭനം തെല്ലുമില്ലാതെ ആ ശരീരത്തിലേക്ക് നോക്കി പറഞ്ഞു:

“എന്റെ കുട്ടീ പെണ്ണേവിടെയുണ്ടോ അവിടെ അടിയുണ്ട്. നെപ്പോളിയനാണെന്ന് തോന്നുന്നു അത് പറഞ്ഞത്. നീ ഉപ്പുവെള്ളത്തിൽ കഴുക്. കൊച്ചുകൊച്ചു തട്ടുകൾക്ക് അത് നല്ലതാണ്. എല്ലൊടിയുന്നതുവരെ പരാതിയൊന്നും വേണ്ടാ. പിന്നെ ഞാൻ അത്താഴത്തിന് വന്നത് എന്തിനാണെന്നായിരിക്കും, ഒന്നാന്തരം ആട്ടിൻകാലല്ലേ വിളമ്പുന്നത്?”

ലെറാറ്റ് മാഡം കാര്യങ്ങൾ നോക്കിക്കാണുന്നത് മറ്റൊരു രീതിയി

ലാണ്. ഓരോ തവണയും നാന തന്റെ പുത്തൻ മുറിവുകൾ അവരെ കാണിക്കും. അവൻ തന്റെ അനന്തരവളെ കൊല്ലുകയാണെന്നാണ് അവരുടെ പക്ഷം. ഇതങ്ങനങ്ങ് വിട്ടാൽ പറ്റില്ലെന്ന് അവർ എപ്പോഴും പറയും. എന്നാൽ ഇനി അവിടെ കണ്ടുപോകരുതെന്ന് പറഞ്ഞ് ഫൊണ്ടാൻ അവരെ പുറത്താക്കിയതാണ്. അന്നുമുതൽ ഫൊണ്ടാൻ തിരികെയെത്തുന്ന തക്കംനോക്കി അവർ പിന്നാമ്പുറംവഴി രക്ഷപ്പെടും. ഫൊണ്ടാന്റെ ക്രൂരതയെ കടുത്ത ഭാഷയിൽ വിമർശിക്കുന്നത് ലെറാറ്റ് അവസാനിപ്പിച്ചില്ല. അയാളുടെ വിമാന്യമായ പെരുമാറ്റത്തെയാണ് അവർ നിരന്തരം പഴിച്ചത്. മാന്യത എന്താണെന്ന് തന്നെ ആരും പഠിപ്പിക്കേണ്ട എന്ന ധാരണയിലാണ് അവരിത് പറയുന്നത്. ഫൊണ്ടാന്റെ മര്യാദകേടിനെപ്പറ്റി എത്ര പറഞ്ഞാലും അവർക്ക് മതിയാവില്ല. അയാളുടെ അമ്മ വെറുമൊരു സാധാരണക്കാരിയാണത്രെ. അവരെപ്പോലെ പ്രായമുള്ളവരോടൊക്കെ കുറച്ചുകൂടി ബഹുമാനത്തോടെയല്ലേ പെരുമാറേണ്ടത്. നമ്മുടെ കൂട്ടത്തിലുള്ളവരിൽനിന്നുതന്നെ നീ എല്ലായ്പ്പോഴും നല്ല ഉപദേശങ്ങൾ സ്വീകരിച്ചിട്ടുണ്ട്. നാന ഒരിക്കലും എതിർത്ത് പറഞ്ഞിട്ടില്ല. തലകുനിച്ച് എല്ലാം കേൾക്കും. അവർ തുടർന്നു: “കൊള്ളാവുന്നവരുമായായിരുന്നു ഇതേവരെ നിന്റെ ഇടപെടലുകൾ. സോയേയുമായി ഇക്കാര്യം കഴിഞ്ഞ രാത്രി സംസാരിച്ചതേയുള്ളൂ. നിങ്ങൾ എന്താണ് ഇതുപോലെ ഒരാളെ ഉപദേശിക്കാത്തതെന്ന് അവളും ആശ്ചര്യപ്പെട്ടു. നിന്റെ സ്ഥാനത്ത് ഞാനായിരുന്നെങ്കിൽ മോശമായി പെരുമാറുമ്പോഴേ അയാളെ അയാളുടെ പാട്ടിന് വിടുമായിരുന്നു.” എന്നാൽ നാന കണ്ണീരോടെ വിതുമ്പി.

“അമ്മായീ ഞാൻ അദ്ദേഹത്തെ സ്നേഹിക്കുന്നു.”

കൊച്ചു ലൂയിസിന്റെ താമസത്തിനും ഭക്ഷണത്തിനുമായി ചില്ലറ ഫ്രാങ്ക് നാന സ്വരൂപിച്ച് നിശ്ചിത ഇടവേളകളിൽ തരുന്നത് എത്ര പ്രയാസപ്പെട്ടാണെന്നോർത്തപ്പോൾ ലെറാറ്റിന്റെ അമർഷം കൂടി വന്നു. ഏതായാലും കുട്ടിയെ പരിപാലിക്കുന്ന കാര്യത്തിൽ ലെറാറ്റും സാമ്പത്തികമൊന്നും നോക്കാറില്ലായിരുന്നു. ക്ഷമ നശിച്ച് ലെറാറ്റ് ഒരിക്കൽ പറഞ്ഞു:

“നോക്കൂ, ഒരുദിവസം അവൻ നിന്റെ തൊലിയുരിക്കും. അന്ന് നീ എന്റെ കതകിൽ മുട്ടും. അത് ഞാൻ നിനക്കായി തുറന്നിടുകയും ചെയ്യും.”

നാനയുടെ മുൻപിലുള്ള ഇപ്പോഴത്തെ പ്രശ്നം പണമായിരുന്നു. ഫൊണ്ടാൻ എടുത്ത ഏഴായിരം ഫ്രാങ്ക് കാണാനില്ല. എവിടെയെങ്കിലും സുരക്ഷിതമായ ഇടത്ത് അത് വെച്ചിട്ടുണ്ടാവണം. എന്നാൽ അത് ചോദിക്കാൻ അവൾ ധൈര്യപ്പെട്ടില്ല. വീട്ടാവശ്യത്തിന് എന്തെങ്കിലും നൽകാമെന്ന് ഫൊണ്ടാൻ വാഗ്ദാനം നൽകിയിരുന്നു. എല്ലാ ദിവസവും രാവിലെ മൂന്ന് ഫ്രാങ്ക് വീതം നൽകുന്ന പതിവും തുടങ്ങി. മൂന്ന് ഫ്രാങ്കിന് എല്ലാ കാര്യങ്ങളും നടക്കണം. അതായത് വെണ്ണ, ഇറച്ചി, പഴങ്ങൾ, പച്ചക്കറികൾ... എന്നാൽ മൂന്ന് ഫ്രാങ്കിന് ഇതെല്ലാംകൂടി കിട്ടില്ല എന്നെങ്ങാനും പറഞ്ഞു പോയാൽ ഒരു കഴുതയോടെന്നവണ്ണമാണ് പിന്നെ അവളോട്

ഫൊണ്ടാൻ പെരുമാറുന്നത്. മറ്റെവിടെയെങ്കിലും താമസിക്കും എന്ന് ഭീഷണി മുഴക്കാനും അയാൾ തയാറായി. മാസാവസാനം ചിലപ്പോൾ പണം വയ്ക്കാൻ അയാൾ മറന്നു പോകുമായിരുന്നു. എന്നാൽ അതേപ്പറ്റി വളച്ചുകെട്ടി ചോദിക്കാനുള്ള ധൈര്യമേ അവൾക്കുണ്ടായുള്ളൂ. തന്റെ ജീവിതത്തെ ക്ലേശകരമാക്കുന്ന ഇത്തരം പ്രവൃത്തികളുടെ പേരിൽ ഫൊണ്ടാനെതിരെ കണക്കിടാനൊന്നും നാന തുനിഞ്ഞില്ല. പണം കൊടുക്കാതിരിക്കുമ്പോഴും നല്ല ഭക്ഷണം നാന ഉണ്ടാക്കുന്നുവെന്ന് മനസിലാക്കി ഫൊണ്ടാൻ സന്തോഷംകൊണ്ട് തുള്ളിച്ചാടും. പണമില്ലാതെ ജീവിതത്തിന്റെ രണ്ടറ്റങ്ങളും കൂട്ടിമുട്ടിക്കാൻ പാടുപെടുമ്പോഴും ഫൊണ്ടാന്റെ ഈ പ്രകൃതത്തിലൊന്നും നാന പരിഭവിച്ചില്ല. ഒരുദിവസം അവൾ അയാളുടെ മൂന്ന് ഫ്രാങ്ക് തിരികെ നൽകുകകൂടി ചെയ്തു. സംഗതി ഇതായിരുന്നു. രണ്ടുദിവസം പണം കൊടുക്കാതിരുന്നപ്പോൾ ഫൊണ്ടാനൊരു പരുങ്ങൽ. അവൾ സ്നേഹപൂർവമൊന്ന് നോക്കി. എന്നിട്ട് കെട്ടിപ്പിടിച്ച് പണം പോക്കറ്റിൽ തിരികെ ഇട്ടുകൊടുത്തു. അന്നുമുതൽ പണം എവിടെനിന്ന് വരുന്നു എന്ന് ചോദിക്കാൻപോലും ഫൊണ്ടാൻ കൂട്ടാക്കിയില്ല. ഉരുളക്കിഴങ്ങ് കണ്ടാൽ മുഖം കറുക്കും ആട്ടിൻകാലാണെങ്കിൽ താടിയെല്ല് തെറിക്കുന്ന മട്ടിൽ ചിരിക്കും.

എല്ലാ ആവശ്യത്തിനും പണം കണ്ടെത്തേണ്ട ചുമതല നാനയ്ക്കായി. ചില ദിവസങ്ങളിൽ ഭക്ഷണം നിറഞ്ഞ് കവിയുമായിരുന്നു. ബോസ്കിനാണെങ്കിൽ ആഴ്ചയിൽ രണ്ടുദിവസം പതിവായി ദഹനക്കേട് വരുമായിരുന്നു. ഒരു വൈകുന്നേരം ഭീമൻ സദ്യ അവിടെ ഒരുങ്ങുന്നത് കണ്ട് ലെറാറ്റ് മാഡം കോപിച്ചുപോയി. ആരാണിതിനൊക്കെ പണമിറക്കിയതെന്ന് ചോദിച്ചപ്പോൾ ഒരു ചമ്മലോടെ നാന കരഞ്ഞതേയുള്ളൂ. "കൊള്ളാം നല്ല കാര്യം തന്നെ!" അമ്മായി തന്റെ അഭിപ്രായത്തിന് വെള്ള പൂശി. തന്റെ കുടുംബത്തിൽ സമാധാനമുണ്ടാക്കുന്നതിനാണ് നാന ഇതെല്ലാം ചെയ്യുന്നത്. ട്രൈക്കോണിനും ഇതിൽ പങ്കുണ്ട്. ഭക്ഷണത്തെ ചൊല്ലിയുള്ള തർക്കം മൂത്ത് ഫൊണ്ടാൻ വെളിയിൽപ്പോയ ഒരുദിവസം അവൾ ട്രൈക്കോണിനെ കണ്ടുമുട്ടി. സാമ്പത്തികബുദ്ധിമുട്ട് പരിഹരിക്കുന്നതിന് ട്രൈക്കോൺ മുന്നോട്ടുവച്ച ഉപാധികൾ പലതും അവൾക്ക് അംഗീകരിക്കേണ്ടിവന്നു. ഫൊണ്ടാൻ ആറുമണിക്ക് വരില്ല എന്ന് ഉറപ്പുള്ളതിനാൽ ഉച്ച തരിഞ്ഞുള്ള സമയം നാനയ്ക്ക് അറുപതും ചിലപ്പോൾ അതിൽ കൂടുതലും ഫ്രാങ്ക് ഉണ്ടാക്കാനുള്ള ക്രമീകരണങ്ങൾ ട്രൈക്കോൺ ചെയ്തുകൊടുത്തു. കഞ്ഞിക്കലം തിളയ്ക്കാനുള്ള വകയുള്ളതിൽ അവൾ സന്തോഷിച്ചു. ഫൊണ്ടാനും ബോസ്കും അത്താഴ സമയത്തുള്ളപ്പോൾ അവൾ തന്റെ ദു:ഖങ്ങളെല്ലാം മറക്കും. സംതൃപ്തിയോടെ അവൾ ഫൊണ്ടാന്റെ കൺപീലികളിൽ ചുംബിക്കുമായിരുന്നു.

ഒറ്റയ്ക്ക് സാമ്പത്തികകാര്യങ്ങളെല്ലാം നോക്കേണ്ടി വന്നതിനാൽ അധികംനാൾ നാനയ്ക്ക് പിടിച്ച് നിൽക്കാനായില്ല. പണ്ടത്തേതു പോലെ വെറും അഞ്ച് ഫ്രാങ്കിനായി അവൾ തെരുവിൽ ചുറ്റിക്കറങ്ങി. ഒരിക്കൽ

റോഷിഫൊകാൾഡ് ചന്തയിൽ വച്ച് അവൾ സാറ്റിനെ കണ്ടുമുട്ടി. അന്ന് ലാറിയുടെ ഹോട്ടലിൽവച്ച് പിരിഞ്ഞതിൽപ്പിന്നെ ഇന്നാണവർ കാണുന്നത്. ഒരാളിന്റെ രീതികൾ നമുക്ക് ഇഷ്ടമില്ലെന്ന് കരുതി അവരെയതിന് കുറ്റപ്പെടുത്താൻ എങ്ങനെ കഴിയും എന്ന് സാറ്റിൻ ചോദിച്ചു. കാര്യങ്ങൾ വിശാലമായി കാണാൻ തുനിഞ്ഞുകൊണ്ട് നാന അത് ശരി വച്ചു. അവർ വീണ്ടും കളിയും ചിരിയുമായി പഴയ കൂട്ടുകാരായി. എങ്കിലും നാന സാറ്റിനെ അവളുടെ ദുരൂഹമായ ചെയ്തികളിൽ ആശ്ചര്യം പൂണ്ട് ചോദ്യം ചെയ്യുകയുണ്ടായി. തന്നെയല്ല, സാറ്റിന്റെ പേടിപ്പിക്കുന്ന തമാശകൾ കേട്ട് ചിരിക്കുമ്പോഴും തന്റെ ശീലമല്ലാത്ത എല്ലാത്തിനെയും തള്ളിപ്പറയുന്ന അവളുടെ പ്രകൃതത്തിൽ നാന ഭയപ്പെട്ടിരുന്നു. ഫൊണ്ടാൻ പോയതിന് ശേഷമേ അവൾ ലാറിയുടെ റസ്റ്റോറന്റിൽ എത്തുമായിരുന്നുള്ളൂ. അവിടെ കേട്ട കഥകളിൽനിന്ന് പ്രണയത്തിന്റെയും അസൂയയുടെയും ഒക്കെ സ്ത്രീപാഠങ്ങൾ അവൾ ഉൾക്കൊണ്ടു. ലാറിയാണെങ്കിൽ ഗ്രാമത്തിലുള്ള വീട്ടിലേക്ക് അവളെ മാതൃസഹജമായ സ്നേഹത്തോടെ ക്ഷണിക്കുമായിരുന്നു. അവിടെ കുറഞ്ഞത് ഏഴ് സ്ത്രീകൾക്കെങ്കിലും താമസിക്കാനുള്ള സൗകര്യമുണ്ട്. എന്നാൽ ക്ഷണം നാന നിരസിക്കുകയാണ് ചെയ്തത്. അതേസമയം ഭാവിയിൽ വന്നുകൊള്ളാമെന്ന് സാറ്റിൻ അവർക്ക് വാക്കുകൊടുത്തു. കാരണം നാന ഇപ്പോൾ ഒരു കെണിയിൽ അകപ്പെട്ടിരിക്കുകയാണ്. അയാൾ അവളെ ഇട്ട് വട്ട് തട്ടുകയാണത്രെ.

നാന ആ അവസരത്തിലൊക്കെ തികഞ്ഞ ഗൗരവത്തിലായിരുന്നു. ട്രൈക്കോണിന്റെ സഹായം എത്താത്ത അവസരങ്ങളിൽ അവൾ നന്നേ ബുദ്ധിമുട്ടിയിരുന്നു. അപ്പോഴെല്ലാം സാറ്റിനെയും കൂട്ടി പാരീസിന്റെ തെരുവിലെ അഴുക്കുചാലുകളിൽ അലഞ്ഞു നടക്കും. പഴയ നൃത്തശാലയിലേക്ക് നാന വീണ്ടുമെത്തി. പുറംപോക്കിലെ ഇരുണ്ട മൂലകൾ അവളുടെ സങ്കേതമായി. അവരിരുവരും എല്ലാ നൃത്തശാലകളിലും കഫേകളിലും എത്തിപ്പെട്ടു. സാറ്റിൻ അവൾക്ക് പരിചിതമായ ഇടങ്ങളിലെല്ലാം നാനയെയും പരിചയപ്പെടുത്തി. പട്ടണം മുഴുവൻ അവർ പായുകയായിരുന്നു. മഴയുള്ള സന്ധ്യകളിൽ അവരുടെ ചെരിപ്പുകൾ ചെളിയിലാണ്ടു. ചൂടുള്ള വൈകുന്നേരങ്ങളിൽ അവരുടെ അടിവസ്ത്രം വിയർത്ത ശരീരത്തിൽ ഒട്ടിപ്പിടിച്ചു. നീണ്ട കാത്തിരിപ്പുകൾ, അവസാനിക്കാത്ത നടത്തം, കളിയാക്കലുകൾ, വഴക്കുകൾ... ഒടുവിൽ ആരുടെയൊക്കെയോ താവളങ്ങളിൽ...

കൊടുങ്കാറ്റുള്ള ചുടുരാത്രികളുടെ വേനൽക്കാലം അടുത്തു വന്നു. നാനയും സാറ്റിനും അത്താഴം കഴിഞ്ഞ് ഒൻപതുമണിയായപ്പോൾ നടക്കാനിറങ്ങി. നടപ്പാതയിലൂടെ ഇരുനിരകളായി സ്ത്രീകൾ പാവാട ചെരിച്ചു കയറ്റി തലകുനിച്ച് നടന്നു പോകുന്നു. കടകളുടെ അടുത്തുകൂടിയാണ് പോകുന്നതെങ്കിലും ആരുംതന്നെ കടകളിലേക്ക് നോക്കുന്നില്ല. രാത്രിയിലെ വിശപ്പിന്റെ പുറപ്പാടാണിത്. നാനയും സാറ്റിനും പള്ളിയെ വലംവച്ച് തെരുവിലൂടെ നടന്നുപോയി. കഫേയുടെ നൂറടി മുമ്പായി പരി

ശീലന ഗ്രൗണ്ട് അടുത്തപ്പോൾ അവർ പൊക്കിപ്പിടിച്ച പാവാട നിലത്തേക്കിട്ടു. നിരത്തിലെ പൊടിയും മണ്ണും വകവയ്ക്കാതെ അവ നിലത്തുകൂടി വലിച്ചിഴച്ചു. വലിയ കഫേകളിൽനിന്ന് വെളിച്ചം ഒഴുകിയെത്തുമ്പോഴെല്ലാം അവർ അരക്കെട്ടിളക്കി നടത്തത്തിന് മന്ദചാരുത പകർന്നു.ഉയർത്തിപ്പിടിച്ച ശിരസുമായി ഉച്ചത്തിൽ ചിരിച്ച് തങ്ങളെ തുറിച്ച് നോക്കുന്ന പുരുഷന്മാരിലേക്ക് കടക്കണ്ണെറിഞ്ഞ് അവർ ആഘോഷപൂർവം നടന്നു. കൃത്രിമമായ വെള്ളച്ചായം പൂശിയ മുഖവും ചുവപ്പിച്ച ചുണ്ടുകളും കരിമഷിയിട്ട കൺപീലികളും കണ്ടാൽ ഓറിയന്റൽ ബസാറിലെ അലങ്കാര മോഡലുകളെയെല്ലാം ഒന്നായി തെരുവിലേക്ക് തുറന്ന് വിട്ടതുപോലെയുണ്ട്. ആൾക്കൂട്ടത്തിന്റെ കളിയാക്കലുകൾക്കിടയിലും പന്ത്രണ്ട് മണിവരെ അവർ ഉല്ലാസയാത്ര നടത്തും. തങ്ങളെ ഉപദ്രവിക്കുന്നവരെ വൃത്തികെട്ട കഴുതകൾ എന്ന് പിറുപിറുത്തുകൊണ്ട് അവർ പോയി. ഇടയ്ക്ക് കഫേയിലെ ചെറുമേശയ്ക്ക് ചുറ്റുമിരുന്ന് പാനീയം കുടിച്ചുകൊണ്ട് കൊച്ചുവർത്തമാനം പറയുന്നതും അവർക്ക് രസകരമായിരുന്നു. എന്നാൽ രാത്രി മുന്നേറുമ്പോഴേക്കും പുരുഷന്മാർക്കായുള്ള അവരുടെ വേട്ട കൂടുതൽ ഭീതിജനകമായി വന്നു. മരങ്ങളുടെ താഴെ ഇരുണ്ട നടപ്പാതകളിൽ വിലപേശലുകളും വില ഉറപ്പാക്കലുകളുമൊക്കെ നടന്നു. അമ്മയും പുത്രിമാരും അടങ്ങുന്ന ബഹുമാന്യകുടുംബങ്ങൾ ഇത്തരം കാഴ്ചകൾ കണ്ട് പതിവുള്ളതിനാൽ അവർ നടത്തത്തിന് വേഗതയൊന്നും കൂട്ടുമായിരുന്നില്ല.

ആണുങ്ങളെല്ലാം സ്ഥലം വിടാനുള്ള തത്രപ്പാടായി. നാനയും സാറ്റിനും മോണ്ട്മാത്രയുടെ നടപ്പാതയിലേക്ക് ഒതുങ്ങി നിന്നു. റസ്റ്റോറന്റും മദ്യശാലയും അറവുശാലയും നിറഞ്ഞ ഈ തെരുവ് പുലർച്ച രണ്ടുമണിവരെ വിലപേശലുകളാൽ ഉണർന്നിരിക്കും. വൈകുന്നേരങ്ങളിൽ ചിലപ്പോൾ ഈ രണ്ട് പെണ്ണുങ്ങളും പരാജിതരായി മടങ്ങിയെത്തി പരസ്പരം വഴക്കടിച്ചുകൊണ്ടിരിക്കും. ലക്ഷ്യം കാണാത്ത ചില സ്ത്രീകളെ തെരുവിൽ ചിതറി കാണാം. സ്വയം പഴിച്ചുകൊണ്ട് ഒടുവിൽ വല്ല കുടിയന്മാരുടെയും കൂടെ കൂടിയെന്നുവരാം. ഇതിനിടയിലും ചില്ലറ തടയുന്ന അനുഭവങ്ങളുണ്ട്. കോണിപ്പടികൾ കയറുമ്പോൾ ചില മാന്യന്മാർ അവരുടെ അലങ്കാരങ്ങൾ ചിലത് പോക്കറ്റിലാക്കും. സാറ്റിന് ഇത്തരം ഇടപാടുകാരെ മണത്തറിയാനുള്ള കഴിവുണ്ട്. മഴക്കാലങ്ങളിലെ വൃത്തികെട്ട കിടക്കയുടെ മണവും കുതിർന്ന അന്തരീക്ഷവും ആണുങ്ങളെ ഭ്രാന്ത് പിടിപ്പിക്കുമെന്ന് അവൾക്കറിയാം. നന്നായി വസ്ത്രധാരണം ചെയ്ത പുരുഷന്മാരുടെ വിളറിയ കണ്ണുകളിലേക്ക് നോക്കി അവരുടെ അവസ്ഥ വിലയിരുത്താൻ അവൾക്കാകും. ചില രാത്രികളിൽ മാംസദാഹത്തിന്റെ ഭ്രാന്തൻ കാറ്റ് പാരീസിൽ വീശിയടിക്കും. ചില സവിശേഷ വ്യക്തികളെ കാണുമ്പോൾ അവൾക്ക് ചെറിയ തോതിൽ വൈകാരികത തോന്നാറുമുണ്ട്. മാന്യന്മാരുടെ മിനുക്കങ്ങൾക്ക് പിന്നിലെ വൈകൃതാവസ്ഥയെപ്പറ്റി അവൾക്ക് നന്നായറിയാം. അതുകൊണ്ട് വാഹനങ്ങളിലിരി

ക്കുന്ന മാന്യജനങ്ങളോട് അവൾക്ക് വലിയ മതിപ്പൊന്നുമില്ല. വണ്ടിക്കാരനാണ് അതിലും എന്ന മട്ടിലാണ് അവളുടെ പെരുമാറ്റം. അതിന് കാരണമുണ്ട്. അവർ വളരെ ബഹുമാനത്തോടെയേ സ്ത്രീകളോട് പെരുമാറൂ. അല്ലാതെ ഇവരെപ്പോലെ ദ്വയാർഥപ്രയോഗങ്ങളും വേലത്തരങ്ങളും കൊണ്ട് കൊല്ലാതെ കൊല്ലില്ല. ആ കേമന്മാർ കാണിക്കുന്ന കാര്യങ്ങൾ കണ്ട് നാനയും വിസ്മയിച്ചു. അവരെപ്പറ്റിയുള്ള മുൻവിധികൾ സാറ്റിൻ വളരെ വേഗംതന്നെ തകർത്തുകളഞ്ഞു.

“ഓ കൊള്ളാം അവർക്കൊന്നും വലിയ മാന്യതയൊന്നും ഇല്ല അല്ലേ?” നാന വിലയിരുത്തി.

സമൂഹത്തിന്റെ ഒരറ്റം മുതൽ മറ്റേയറ്റം വരെ എല്ലാ ശ്രേണിയിലും പെട്ടവർക്ക് ഭ്രാന്ത് തന്നെ. വൈകിട്ട് ഒൻപത് മണി മുതൽ പുലർച്ചെ മൂന്ന് മണിവരെ പാരീസിൽ നടക്കുന്നത് നല്ല കാര്യങ്ങൾതന്നെ! ഓരോ മുറികളിലും എത്തി നോക്കിയാൽ ഒട്ടേറെ തമാശകൾ കാണാം. ചെറിയ മനുഷ്യർ വലിയ വേഷം കെട്ടുന്നു.

ഒരുദിവസം സാറ്റിനെ വിളിക്കാൻ നാന ചെന്നപ്പോൾ മാർകിസ് ഷുവാർദിനെ തിരിച്ചറിഞ്ഞു. അദ്ദേഹം താറാവ്നടത്തവുമായി കോണിപ്പടികൾ ഇറങ്ങി വരികയാണ്. മുഖം വിളറിയിട്ടുണ്ട്. നാന മൂക്ക് ചൊറിയുന്നതുപോലെ നടിച്ചു. മുകളിൽ ചെന്നപ്പോൾ വൃത്തികേടിന്റെ നടുവിലാണ് സാറ്റിൻ. ഒരാഴ്ചയായി വീട് വൃത്തിയാക്കിയിട്ടില്ല. കിടക്ക അലങ്കോലമാണ്. പാത്രങ്ങളും മറ്റും ചിതറിക്കിടക്കുന്നു. മാർകിസിനെ അവൾക്കറിയാമെന്ന വസ്തുതയിലുള്ള വിസ്മയം അവൾ പ്രകടിപ്പിച്ചു. ‘ഓ അവൾക്കറിയാം അവളും പാചകക്കാരനുമൊത്ത് താമസിച്ചപ്പോൾ അയാൾ ഒരു ശല്യമായിരുന്നു.’ ചെരുപ്പുകളോടുപോലും അയാൾക്ക് കാമമാണ്. തരംതാണ ഇത്തരം കാമാസക്തി നാനയെ വല്ലാതെ ആശ്ചര്യപ്പെടുത്തിയിരുന്നു. ആനന്ദത്തിന്റെ അനുഭവങ്ങൾ അയവിറക്കുമ്പോഴും തനിക്കു ചുറ്റുമുള്ള ഗണികകൾ ഇഞ്ചിഞ്ചായി മരിക്കുന്നത് അവളെ അസ്വസ്ഥയാക്കിയിരുന്നു. പൊലീസിനെ പേടിക്കേണ്ടി വരുന്ന സാഹചര്യത്തിലും സാറ്റിൻ തന്നെയാണ് നാനയുടെ ഗുരു. അതുമായി ബന്ധപ്പെട്ട് അവൾക്ക് ഒത്തിരി കള്ളക്കഥകളും പറയാനുണ്ട്. ഒരിക്കൽ പൊലീസുകാരന്റെ കൂടെ അവൾ കിടക്ക പങ്കിട്ടത്രെ. രണ്ടുതവണ അവൾ അഭിസാരികാപ്പട്ടികയിൽനിന്ന് ഒഴിവാക്കപ്പെടുകയും ചെയ്തു. എന്നാൽ ഇപ്പോൾ അവൾ പിടിക്കപ്പെടുമോ എന്ന ഭയത്തിലാണ്. തൊഴിലഭിവൃദ്ധിക്കുവേണ്ടി പൊലീസുകാർ ഇപ്പോൾ ധാരാളമായി അനാശാസ്യത്തിന് സ്ത്രീകളെ പിടിക്കാറുണ്ടത്രേ. വേനൽക്കാലത്ത് ചോലമരപ്പാതകളിൽ അവർ റെയ്ഡ് നടത്തും. മുപ്പതെണ്ണമെങ്കിലും അകത്താകും. എന്നാൽ സാറ്റിൻ ഇത്തരം കാര്യങ്ങൾ അടുത്തറിയുമ്പോൾത്തന്നെ ആൾക്കൂട്ടത്തിനിടയിലൂടെ ഓടി മറഞ്ഞിരിക്കും. സാറ്റിന്റെ പേടി, ആ പാചകക്കാരനെങ്ങാനും ഒറ്റിക്കൊടുക്കുമോ എന്നതാണ്. നാന ഇത്തരം പൊലീസ് കഥകൾ ഭീതിയോടെയാണ് ഉൾക്കൊണ്ടത്. നിയമത്തിന്റെ അജ്ഞാത

ശക്തി അവളെ എന്നും പേടിപ്പിച്ചിരുന്നു. മുടി മുറിച്ചശേഷം സ്ത്രീകളെ ജീവനോടെ കുഴിച്ചു മൂടുന്ന സെന്റ് ലാസറി ജയിൽ അവളുടെ മനസിൽ ഒരു ശവകുടീരംപോലെ തെളിഞ്ഞു വന്നു. ഔദ്യോഗികമായ മെഡിക്കൽപ്പരിശോധന ഓർത്തപ്പോൾ അവൾക്ക് ദു:ഖവും നാണവും വന്നു.

സെപ്റ്റംബർ അവസാനത്തെ ഒരു രാത്രിയിൽ സാറ്റിനോടൊപ്പം അവൾ പോയ്സനോയിറിലെ തണൽവഴികളിലൂടെ നടക്കുമ്പോൾ സാറ്റിൻ പെട്ടെന്ന് ഓടാൻ തുടങ്ങി. കാര്യം തിരക്കിയപ്പോൾ അവൾ ഉച്ചത്തിൽ പറഞ്ഞു:

"ഓടിക്കോ വേഗമാകട്ടെ പൊലീസ്... പൊലീസ്..."

മറുപടി കേട്ടതും ആൾക്കൂട്ടത്തിനിടയിലൂടെ തലങ്ങും വിലങ്ങും ചിലർ പായുന്നു. ചിലർ നിലത്ത് വീഴുന്നുണ്ട്. കരച്ചിലും ബഹളവും കേൾക്കാം. പൊലീസിന്റെ ഈ വേട്ട കണ്ട് ചിലർ കൗതുകപൂർവം നിൽക്കുന്നുണ്ട്. നാനയുടെ കാഴ്ചവട്ടത്തിൽനിന്ന് സാറ്റിൻ മറഞ്ഞു. സ്വന്തം കാലുകൾ നാനയെ പരാജയപ്പെടുത്തി. ആരും അവളുടെ സഹായത്തിനെത്തിയില്ല. ഏതായാലും പ്രുള്ളിയർ അവളെ തിരിച്ചറിഞ്ഞു. ഒരു വാക്കുപോലും ഉരിയാടാതെ റോഗ്മണ്ടിലേക്ക് അവളെയും കൂട്ടി പോയി. അവിടം വിജനമായിരുന്നു. അവൾക്ക് ശ്വാസം തിരിച്ചു കിട്ടി. അവൾ ഒരു നന്ദിവാക്കുപോലും പറഞ്ഞില്ല. അയാൾ പറഞ്ഞു:

"നോക്ക്, തലനാരിഴയ്ക്ക് രക്ഷപ്പെട്ടതാണ്. ഏതായാലും എന്റെ മുറിയിലേക്ക് വരിക" അവിടെ അടുത്ത് ബർഗറിയിലാണ് അയാൾ താമസിക്കുന്നത്. എന്നാൽ അവൾ തുറന്നടിച്ചു. "ഇല്ല, സാധ്യമല്ല."

"എല്ലാവർക്കും ആകാമെങ്കിൽ നിനക്കു മാത്രം എന്തുകൊണ്ട് വന്നുകൂടാ?" പ്രുള്ളിയർ തുടർന്നു.

"എനിക്കിഷ്ടമല്ല, അത്രതന്നെ" അവളുടെ മറുപടിയിൽ എല്ലാ വിശദീകരണങ്ങളും ഉണ്ടായിരുന്നു.

ഒരു സുഹൃത്തിനെ ഉപയോഗിച്ച് ചതിക്കുകയോ? ഇല്ല, ഫൊണ്ടാനോട് അവൾക്ക് അത്രയ്ക്ക് സ്നേഹമായിരുന്നു. ആവശ്യകത അവളെ അവിടെ കൊണ്ടെത്തിച്ചുവെന്നേയുള്ളൂ. പ്രുള്ളിയറിന് ആനന്ദത്തിനുള്ള ഒരു വകയും നാനയിൽനിന്ന് ലഭിച്ചില്ല. തന്റെ അഭിമാനത്തിന് മുറിവേറ്റ മട്ടിലാണ് അയാൾ പെരുമാറിയത്. "ശരി, നിന്റെ ഇഷ്ടംപോലെ ഇനി നിന്നെത്തന്നെ നീ രക്ഷിക്ക്." ഇത് പറഞ്ഞതിനുശേഷം അയാൾ അവിടം വിട്ട് പോയി. ഭയം അവളെ വീണ്ടും കീഴ്പ്പെടുത്തി. അവൾക്ക് മോണ്ട്മാത്രയിലേക്ക് പോകാനുള്ള തിടുക്കമായി. അവളെ പുരുഷന്മാർ സമീപിക്കുമ്പോഴൊക്കെ അവളുടെ മുഖം വിവർണമായി.

അടുത്തദിവസം തലേന്നത്തെ പേടിപ്പിക്കുന്ന ഓർമകളുമായി അവൾ അമ്മായിയുടെ വീട്ടിലേക്ക് പോകാനൊരുങ്ങുകയായിരുന്നു. ബാറ്റിഞ്ഞലിൽവച്ച് അവൾ യാദൃച്ഛികമായി ലബോർദത്തിനെ കണ്ടു. ആദ്യം അവൾക്ക് ഇത്തിരി ജാള്യത തോന്നി. എന്നിരുന്നാലും കണ്ടതിലുള്ള സന്തോഷം ലബോർദത്ത് പ്രകടിപ്പിച്ചു. നാനയുടെ ജീവിതത്തിലെ ഗ്രഹ

ണത്തെക്കുറിച്ചാണ് എല്ലാവരുടെയും സംഭാഷണമെന്ന് അദ്ദേഹം വെളിപ്പെടുത്തി. പിതൃസ്ഥാനത്ത് നിന്നുകൊണ്ട് അദ്ദേഹം തുടർന്നു:

"ഞാൻ തുറന്നു പറയുകയാണ്. കാര്യങ്ങൾ വളരെ കുഴപ്പംപിടിച്ച അവസ്ഥയിലാണ്. നീ ഇങ്ങനെ രക്തം വെള്ളമാക്കുന്നത് ചവിട്ടും അടിയും കിട്ടാനാണോ? നിത്യതയിലെ കിരീടം കാംക്ഷിക്കുകയാണോ നീ?"

ലജ്ജയോടുള്ള നോട്ടവുമായി അവൾ എല്ലാം കേട്ടു. എന്നാൽ മുഫാത്തുമായി ചങ്ങാത്തംകൂടുന്ന റോസിനെപ്പറ്റി പറഞ്ഞപ്പോൾ അവളുടെ കണ്ണുകൾ ജ്വലിച്ചു. "ഓ ഞാൻ മനസൊന്നു വച്ചാൽ..." നാന പിറുപിറുത്തു. വിധേയത്വത്തിന്റെയും ധ്യാനത്തിന്റെയും വഴി അദ്ദേഹം ഉപദേശിച്ചെങ്കിലും അവൾ അത് നിരസിച്ചു. അദ്ദേഹം മറ്റൊരു വിഷയവും എടുത്തിട്ടു.

"ഫോഷറിയുടെ ഒരു നാടകം ബോർദനേവ് അവതരണത്തിന് എടുക്കുന്നുണ്ട്. നിനക്ക് സാധ്യതയുള്ള കഥാപാത്രവും അതിലുണ്ട്."

"എന്ത്? എനിക്ക് പങ്കാളിത്തമുള്ള നാടകമോ? എങ്കിൽ അദ്ദേഹത്തിനും റോൾ കാണുമല്ലോ എന്നിട്ട് എന്നോട് ഇതേവരെ പറഞ്ഞിട്ടില്ല." അവൾ പേരെടുത്ത് ഫൊണ്ടാനെ സൂചിപ്പിച്ചില്ല എന്നേയുള്ളൂ. എങ്കിലും അവൾ ശാന്തയായി പറഞ്ഞു:

"സ്റ്റേജിലേക്ക് ഇനി ഇല്ല എന്ന് ഞാൻ തീരുമാനിച്ചിരിക്കുകയാണ്."ചിരിച്ചുകൊണ്ട് ലബോർദത്ത് തുടർന്നു:

"നീ എന്നെ അവിശ്വസിക്കേണ്ട. വീണ്ടും സ്റ്റേജിലെത്തിയാൽ മുഫാത്ത് നിന്റെ വരുതിയിലാകും. ഒരു പട്ടിക്കുട്ടിയെപ്പോലെ അദ്ദേഹം നിന്റെയടുക്കൽ വാലും ചുരുട്ടിയെത്തും."

"ഇല്ല" അവൾ ഉറപ്പിച്ച് പറഞ്ഞു.

അവൾ അവിടെനിന്ന് പോയി. തന്റെ നായികാത്വം അവളിൽ അഭിമാനബോധമുണർത്തി. സത്യം മറച്ചു വയ്ക്കാൻ ആർക്കാണിങ്ങനെ കഴിയുക? എങ്കിലും ഒരു കാര്യം അവളെ സ്പർശിച്ചു. ഫ്രാൻസിസ് നൽകിയ ഉപദേശം തന്നെയാണ് ലബോർദത്തും നൽകിയത്. അന്ന് വൈകിട്ട് ഫൊണ്ടാൻ വീട്ടിലെത്തിയപ്പോൾ ഫോഷറിയുടെ നാടകത്തെപ്പറ്റി അവൾ അന്വേഷിച്ചു. കഴിഞ്ഞ രണ്ടുമാസമായി അയാൾ വെറൈറ്റി തീയറ്ററിലാണ്. എന്നിട്ടും ഇതേവരെ തന്റെ റോളിനെപ്പറ്റി മിണ്ടാതിരുന്നത് എന്താണ്? പരിഹസിക്കുന്ന മട്ടിലായിരുന്നു ഫൊണ്ടാന്റെ മറുപടി.

"മാന്യസ്ത്രീയുടെ ഭാഗം നിനക്ക് തരാനോ? നിനക്കെന്താ വല്ല വരവും കിട്ടിയോ? തമാശ കൊള്ളാം." ഇതവളെ വല്ലാതെ മുറിപ്പെടുത്തി. അന്ന് രാത്രി മുഴുവൻ നാനയെ അയാൾ പരിഹസിച്ചുകൊണ്ടിരുന്നു. എന്നാൽ അയാൾ പരിഹാസത്തിന്റെ മൂർച്ച കൂട്ടുന്നതനുസരിച്ച് അവൾ സ്വയം ബലപ്പെടുത്തിക്കൊണ്ടിരുന്നു. അയാളെ തീറ്റിപ്പോറ്റുന്നതിനുവേണ്ടി മറ്റ് പുരുഷന്മാരോടൊപ്പം പോകുമ്പോഴും അവളുടെ ഭർതൃസ്നേഹം വർധിച്ചു വന്നതേയുള്ളൂ. അയാളുടെ ഓരോ തല്ലും അവളുടെ അഭിലാഷങ്ങൾക്ക് നിറം വയ്പ്പിച്ചു. അയാളാണെങ്കിൽ അവൾ എല്ലാ

ത്തിനും വഴങ്ങുന്നു എന്ന് കണ്ട് അത് മുതലെടുത്തു. അയാൾക്ക് ഭീകരമായ ഒരുതരം വെറുപ്പും അവളോട് തോന്നിത്തുടങ്ങി. തനിക്കവളെ മതിയായെന്നും മറ്റൊരു പെണ്ണിനുവേണ്ടി അവളെ അടിച്ച് പുറത്താക്കുമെന്നും ബോസ്കിനോട് അയാൾ പറയുകയുണ്ടായി. ആ കൂട്ടുകെട്ട് അവസാനിച്ചതും അങ്ങനെതന്നെയാണ്.

ഒരിക്കൽ രാത്രി പതിനൊന്നുമണിക്ക് അവൾ വീട്ടിലെത്തിയപ്പോൾ അകത്തുനിന്ന് വാതിൽ കുറ്റിയിട്ടിട്ടുണ്ടായിരുന്നു. ഒന്നു മുട്ടിയിട്ടും പ്രതികരണമുണ്ടായില്ല. രണ്ടാമതും മുട്ടി നോക്കി ഒരു ഫലവുമില്ല. മുറിക്കകത്ത് പ്രകാശമുണ്ടെങ്കിലും ഫൊണ്ടാന്റെ അനക്കമില്ല. ഉച്ചത്തിൽ വിളിച്ച് ശക്തിയോടെ അവൾ വാതിലിൽ തട്ടി. ഒടുവിൽ ഒരലർച്ചയോടെ ഫൊണ്ടാൻ കനത്ത ശബ്ദത്തിൽ പറഞ്ഞു:

"പോയിത്തുലയെടീ..."

അവൾ കൂടുതൽ കൂടുതൽ ഉച്ചത്തിൽ വാതിലിൽ മുട്ടിയിട്ടും പൈശാചികമായ സംബോധന മാത്രമേ ഫൊണ്ടാന്റെ ഭാഗത്തുനിന്നുണ്ടായുള്ളൂ. ഏകദേശം പതിനഞ്ച് മിനിട്ടോളം അവൾ അവിടെ കാത്തുനിന്നു. അവൾ ക്ഷീണിതയായി മടങ്ങുന്നില്ലെന്നായപ്പോൾ ഫൊണ്ടാൻ വാതിൽ തുറന്നു. എന്നിട്ട് ക്രൂരമായ ശബ്ദത്തിൽ അലറി...

"നാശം നിങ്ങൾക്കെന്താ വേണ്ടത്? ഞങ്ങൾക്കൊന്ന് ഉറങ്ങണം. ഞാനൊറ്റയ്ക്കാണോ എന്ന് കണ്ണുതുറന്നൊന്ന് മനസിലാക്ക്..."

അതെ, അയാൾ ഒറ്റയ്ക്കല്ല. നാന വില കൊടുത്ത് വാങ്ങിയ വീട്ടുപകരണങ്ങളുടെയിടയിൽ ബോഫെസ് തീയറ്ററിലെ ആ വൃത്തികെട്ട സ്ത്രീ നിശാവസ്ത്രവുമണിഞ്ഞ് നിൽക്കുന്നു. നിവർത്തിയ കൈകളുമായി ഫൊണ്ടാൻ വരാന്തയിലേക്ക് ഇറങ്ങി അലറി.

"പൊയ്ക്കോണം അല്ലെങ്കിൽ ഞാൻ നിന്നെ കഴുത്തുഞെരിച്ച് കൊല്ലും."

നാന വിതുമ്പി കരഞ്ഞു. പേടിച്ച് അവൾ അവിടം വിട്ടു. അല്ല, അവളെ അവിടെനിന്ന് ആട്ടിപ്പുറത്താക്കിയിരിക്കുകയാണ്. മുഫാത്തിനെ പുറത്താക്കിയ സംഭവം ആ ഭീതിദമായ അവസ്ഥയിൽ അവൾ ഓർത്തു. എന്നാൽ അതിന് ഫൊണ്ടാനല്ലല്ലോ പ്രതികരിക്കേണ്ടത്. തെരുവിലൂടെ നടക്കുമ്പോൾ അവളുടെ ചിന്തയിൽ സാറ്റിനായിരുന്നു. എങ്ങനെയെങ്കിലും അവളെ കണ്ടെത്തി അവളുടെ കൂടെയൊന്ന് ഉറങ്ങണം. അവിടെ ചെന്നപ്പോൾ സാറ്റിൻ വീടിന് വെളിയിൽത്തന്നെയുണ്ട്. അവളുടെ മുതലാളി മുറി പൂട്ടിയിരിക്കുകയാണ്. നിയമവിരുദ്ധമായാണ് അയാൾ അങ്ങനെ ചെയ്തിരിക്കുന്നത്. വീട്ടുപകരണങ്ങളാവട്ടെ അവളുടെ സ്വന്തവുമാണ്. അയാളെ പൊലീസിൽ ഏൽപ്പിക്കണമെന്നുതന്നെ അവൾ ഉറച്ചു. അർധരാത്രിയാകാറായി, എവിടെയെങ്കിലും ഒരു കിടക്ക തരപ്പെടുത്തണം. എന്നാൽ തന്റെ രഹസ്യങ്ങൾ പൊലീസിന് വെളിപ്പെടുത്തുന്നത് ബുദ്ധിയല്ല എന്ന് അവൾക്ക് തോന്നി. ഒടുവിൽ റൂലാവലിൽ ഒരു സ്ത്രീ നടത്തുന്ന ഹോട്ടലിൽ നാനയുമൊത്ത് ഒരു മുറിയെടുത്തു. ഒന്നാം നിലയി

ലുള്ള ഇടുങ്ങിയ ഒരു മുറിയാണ് അവൾക്ക് ലഭിച്ചത്. അതിന്റെ ജാലകം മുറ്റത്തേക്കാണ് തുറക്കുന്നത്.

"ഞാൻ റോബർട്ട് മാഡത്തിന്റെ അടുത്തേക്ക് പോവുകയാണ്. എനിക്ക് അവിടെ എപ്പോഴും ഒരു ഇടമുണ്ടാകും. എന്നാൽ നിന്നെ അവിടെ കൊണ്ടുപോകുന്നതെങ്ങനെയാണ്? അവരൊരു മൂത്ത കുശുമ്പിയാണ്. കഴിഞ്ഞദിവസം എന്നെ തല്ലുക വരെ ചെയ്തു" സാറ്റിൻ പറഞ്ഞു. എന്നാൽ സാറ്റിൻ തന്റെ വേദനാജനകമായ ഓർമകളിൽനിന്ന് മോചിതയായിരുന്നില്ല. ഫൊണ്ടാന്റെ വൃത്തികെട്ട പെരുമാറ്റം അവളെ വീണ്ടും കണ്ണീരിലാഴ്ത്തി. ആണുങ്ങളുടെ ചെയ്തികളുടെ ഹീനതയെപ്പറ്റി പറഞ്ഞുകൊണ്ട് സാറ്റിൻ അവളെ ആശ്വസിപ്പിക്കാൻ ശ്രമിച്ചു.

"വെറും പന്നികൾ, അവരുമായി ഇതിൽക്കൂടുതൽ എങ്ങനെ ഒത്തുപോകാനാണ്?"

നാനയുടെ വസ്ത്രം മാറുന്നതിന് അവൾ സഹായിച്ചു. ഒരു വിനീതസുഹൃത്തെന്ന നിലയിലാണ് അവൾ നാനയോട് പെരുമാറിയത്.

"നമുക്ക് നേരത്തേ കിടക്കാൻ പോകാം. അങ്ങനെയാണെങ്കിൽ നേരത്തേ സ്ഥലവും വിടാം. നീ ആ വൃത്തികെട്ട ആൾക്കാരെക്കുറിച്ച് ഇനി ഓർക്കരുത്. ഞാൻ നിന്നെ അങ്ങേയറ്റം സ്നേഹിക്കുന്നു. കരയരുത്" സാറ്റിൻ അവളെ ആശ്വസിപ്പിച്ചു.

കിടക്കയിൽ അവർ കെട്ടിപ്പിടിച്ചാണ് കിടന്നത്. ഫൊണ്ടാന്റെ പേരുപോലും ഉച്ചരിക്കാൻ സാറ്റിൻ സമ്മതിച്ചില്ല. ആ നാമധേയം ഉച്ചരിക്കാൻ തുടങ്ങിയപ്പോഴെല്ലാം അവൾ തന്റെ കൂട്ടുകാരിയുടെ ചുണ്ടുകളിൽ ചുംബിച്ചുകൊണ്ട് അത് അവസാനിപ്പിച്ചു. സാറ്റിന്റെ സ്നേഹമസൃണമായ ലാളനയിൽ നാന ദു:ഖമെല്ലാം മറന്നു. രണ്ടുമണിയായിട്ടും മെഴുകുതിരിനാളം പ്രകാശിക്കുന്നുണ്ട്. ചിരിയും പ്രണയസീൽക്കാരങ്ങളും മുറികളിൽനിന്ന് കേൾക്കാം.

എന്നാൽ പെട്ടെന്ന് ഉച്ചത്തിലുള്ള ശബ്ദം മുഴങ്ങി.

'പൊലീസ്... പൊലീസ്...'

അവളാകെ വിളറിപ്പോയി. 'നമ്മുടെ കഷ്ടകാലം, എന്തെങ്കിലും ചെയ്തേ പറ്റൂ.'

പലപ്പോഴും പൊലീസ് റെയ്ഡിന്റെ കഥകൾ അവൾ പറയാറുണ്ടായിരുന്നതാണ്. എന്നാൽ അന്ന് രാത്രി അവരുടെ താവളത്തിൽ അത് ഒട്ടും പ്രതീക്ഷിച്ചിരുന്നില്ല.

പൊലീസ് എന്ന് കേട്ടപ്പോഴേ നാനയ്ക്ക് തല പെരുത്തുപോയി. ജാലകത്തിലൂടെ ചാടുന്നതിന് തുനിയുന്ന ഒരു ഭ്രാന്തിയെപ്പോലെ അവൾ കട്ടിലിൽനിന്ന് ചാടിയെഴുന്നേറ്റ് അങ്ങോട്ടുമിങ്ങോട്ടും പാഞ്ഞു. ഭാഗ്യത്തിന് നടുമുറ്റത്തിന് ഗ്ലാസ്റൂഫ് ഇട്ടിട്ടുണ്ട്. ഇരുമ്പുവലയും മൂടിയിട്ടുണ്ട്. അവൾ ജാലകത്തിലൂടെ ഇറങ്ങി ശൂന്യതയിൽ കാലുകളാട്ടി ഇരുട്ടിൽ മറഞ്ഞു.

"നിൽക്കൂ നിൽക്കൂ" പേടിയോടെ സാറ്റിൻ വിലക്കുന്നുണ്ട്.

"ചത്തു കളയരുത്."

വാതിലിൽ മുട്ട് കേട്ടപ്പോൾ അവൾ ജാലകം അടച്ചു. നാനയുടെ വസ്ത്രങ്ങൾ അവൾ അലമാരയിൽ ഒളിപ്പിച്ചു. അവൾ വിധിക്ക് കീഴട ങ്ങാമെന്ന് വച്ചു. ലിസ്റ്റിൽ പേരു വന്നാൽപ്പിന്നെ ആ വൃത്തികെട്ട ഭയം ഉണ്ടാവില്ലല്ലോ. ഗാഢനിദ്രയിലായിരുന്നതായി അഭിനയിച്ചുകൊണ്ടാണ് അവൾ വാതിൽ തുറന്നത്.

"കൈകൾ കാണിക്ക്, നിന്റെ കൈകളിൽ സൂചിപ്പാടുകളില്ല, നീ ജോലിക്കാരിയല്ലേ? ഏതായാലും വസ്ത്രം ധരിക്ക്."

"ഞാൻ തുന്നൽക്കാരിയല്ല, പോളിഷിങ് ആണ് എന്റെ പണി" സാറ്റിൻ അറിയിച്ചു.

ഇതിനിടയ്ക്ക് അവൾ വസ്ത്രം ധരിച്ചു. തർക്കിച്ചിട്ട് കാര്യമില്ലെന്ന് അവൾക്ക് ബോധ്യമായി. നിലവിളികൾ കെട്ടിടത്തിന്റെ പല ഭാഗത്തുനി ന്നുമുയർന്നു. ഒരു പെൺകുട്ടി പോകാൻ വിസമ്മതിച്ചുകൊണ്ട് വാതിൽക്കൽ നിൽക്കുന്നുണ്ട്. കാമുകന്റെകൂടെ ഉറങ്ങിയിരുന്ന ഒരു പെൺകുട്ടി ശീലാവതി ചമഞ്ഞുകൊണ്ട് മാന്യയുവതികളെ അപമാനി ക്കുന്ന പൊലീസ്നടപടിയെ ചോദ്യം ചെയ്തു. ഒരു മണിക്കൂറോളം കോണിപ്പടിയിൽ തട്ടി പ്രതിധ്വനിക്കുന്ന ഷൂസുകളുടെ ശബ്ദവും വാതിൽഞരക്കവും നിലവിളിയും എല്ലാം ഇടകലർന്ന് കേൾക്കാമായിരു ന്നു. പൊലീസുകാർ സ്ത്രീകളെയെല്ലാം അവിടെനിന്ന് കൊണ്ടുപോയി. ഹോട്ടൽ ഇപ്പോൾ പൂർണനിശ്ശബ്ദതയിലാണ്.

നാന വിറച്ചുകൊണ്ട് മുറിയിലേക്ക് വീണ്ടും നടന്നു കയറി. അവ ളുടെ നഗ്നമായ കാലുകൾ മുറിഞ്ഞ് രക്തം കിനിയുന്നുണ്ടായിരുന്നു. കുറേ നേരം അവൾ കട്ടിലിൽ നിതാന്തജാഗ്രതയോടിരുന്നു. പ്രഭാതംവരെ അവൾ വീണ്ടും ഉറങ്ങി. എട്ടുമണിയായപ്പോൾ ഉണർന്ന് പോയത് അമ്മാ യിയുടെ വീട്ടിലേക്കാണ്. ലെറാറ്റ് സോയേയുമൊത്ത് പ്രഭാതഭക്ഷണം കഴിച്ചുകൊണ്ടിരിക്കുമ്പോഴാണ് നാന കയറിച്ചെല്ലുന്നത്.

"ഞാൻ പറഞ്ഞതുപോലെതന്നെ സംഭവിച്ചു. അവൻ നിന്റെ തൊലിയുരിക്കുമെന്ന് ഞാൻ അന്നേ പറഞ്ഞതല്ലേ? ഏതായാലും നിന ക്കിവിടെ എപ്പോൾ വേണമെങ്കിലും പ്രവേശിക്കാം." സോയേ കസേര യിൽനിന്നെഴുന്നേറ്റ് ആദരവോടെ പറഞ്ഞു:

"മാഡത്തിനെ ഞങ്ങൾക്ക് തിരിച്ച് കിട്ടി. ഞാൻ കാത്തിരിക്കുകയാ യിരുന്നു."

നാന കൊച്ചു ലൂയിസിനെ ഒന്നു ചുംബിച്ചിട്ട് മതി ബാക്കി കാര്യ മെന്ന് ലെറാറ്റ് മാഡം ആഗ്രഹിച്ചു. കാരണം കുട്ടിയുടെ സന്തോഷം അമ്മ യുടെ പെരുമാറ്റമനുസരിച്ചായിരിക്കും. ലൂയിസ് അപ്പോഴും ഉറങ്ങുകയാ യിരുന്നു. രക്തക്കുറവു മൂലമുള്ള വിളർച്ച അവന്റെ മുഖത്ത് പ്രകടമാ ണ്. കൺഠമുഴയുള്ള അവന്റെ വെളുത്ത മുഖത്തേക്ക് കുനിഞ്ഞ് നോക്കി യപ്പോൾ കഴിഞ്ഞ കുറേ മാസങ്ങളായി അവൾ അനുഭവിച്ച വേദനക ളെല്ലാം തൊണ്ടയിൽ ഒരു വിതുമ്പലായി തടഞ്ഞു. "ഓ എന്റെ പാവം കുട്ടീ" അവൾ ഏങ്ങലടിച്ചു കരഞ്ഞു.

ഒൻപത്

ദ ലിറ്റിൽ ഡച്ചസ് എന്ന നാടകത്തിന്റെ കളിയൊരുക്കം വെറൈറ്റി തീയറ്ററിൽ നടക്കുകയാണ്. ഒന്നാമങ്കം കഴിഞ്ഞതേയുള്ളൂ. അടുത്തത് തുടങ്ങാൻ പോവുകയാണ്. സ്റ്റേജിന് മുൻപിലുള്ള പഴയ ചാരുകസേരയിൽ ഇരുന്നുകൊണ്ട് ഫോഷറിയും ബോർദനേവും നാടകത്തിന്റെ വിവിധ വശങ്ങൾ ചർച്ച ചെയ്യുകയാണ്. പ്രോംപ്റ്ററായ കൊസാർഡിന് തെല്ല് കൂനുണ്ട്. അയാൾ ചുണ്ടിലൊരു പെൻസിലും കടിച്ചു പിടിച്ച് കയ്യെഴുത്തുപ്രതി മറിച്ചു നോക്കുന്നു.

“കൊള്ളാം, ആർക്കുവേണ്ടിയാണവർ കാത്തിരിക്കുന്നത്?” തന്റെ ഊന്നുവടി ശക്തിയായി നിലത്തു തട്ടി ബോർദനേവ് ചോദിച്ചു: “ബാരിലറ്റ് എന്താണ് തുടങ്ങാത്തത്?

“ബോസ്കിനെ കാണാനില്ല.” അസിസ്റ്റന്റ് സ്റ്റേജ് മാനേജരുടെ ചുമതല വഹിക്കുന്ന ബാരിലറ്റ് മറുപടി പറഞ്ഞു. പിന്നെയൊരു കൊടുങ്കാറ്റുപോലെ എല്ലാവരും ബോസ്കിനെ അന്വേഷിക്കയായി. ബോർദനേവിന് അരിശം വന്നു.

“നാശം, തുലയട്ടെ! എപ്പോഴും വിളിക്കുന്ന സമയത്ത് ഒന്നിനേം കാണാനില്ല. എന്നിട്ട് നാലുമണിയാകുമ്പോഴേക്കും പിറുപിറുക്കാൻ തുടങ്ങും.”

എന്നാൽ ബോസ്ക് വളരെ പ്രശാന്തതയോടെ അവിടെയെത്തി. “എന്ത്? എന്താണ് എന്നെക്കൊണ്ടാവശ്യം? ഓ എന്റെ ഊഴമാണല്ലേ? നേരത്തേ പറയേണ്ടേ, ശരി സിമോണി, വഴി തരൂ, ഇതാ എത്തിക്കഴിഞ്ഞു. എന്നാലും ഏതു വഴിയാണാവോ ഞാൻ അങ്ങോട്ട് വരേണ്ടത്?”

“വാതിലിൽക്കൂടിത്തന്നെ” ഫോഷറി അസഹ്യതയോടെ പറഞ്ഞു.

“ശരി ശരി പക്ഷേ, വാതിലെവിടെ?”

ബോർദനേവ് ബാരിലറ്റിന്റെ മേൽ വീണ്ടും ചാടി വീണു. അദ്ദേഹം ഊന്നുവടികൊണ്ട് വീണ്ടും ശബ്ദമുണ്ടാക്കി.

“വാതിലിന്റെ സ്ഥാനത്ത് ഒരു കസേര ഇടണമെന്ന് ഞാൻ നേരത്തേ പറഞ്ഞതാണ്. എല്ലാ ദിവസവും ഓരോന്നും ആവർത്തിക്കണമെന്നുവച്ചാൽ... ബാരിലറ്റ്... എവിടെ അയാൾ? അത് മറ്റൊരു സാധനം. ആവശ്യമുള്ളപ്പോൾ കാണില്ല.”

എന്നിരുന്നാലും ബാരിലറ്റ് യഥാസ്ഥാനത്തുതന്നെ കസേര കൊണ്ടുവന്ന് വച്ചു. ബോർദനേവിന്റെ കോപമൊന്ന് തണുത്തു. കളിയൊരുക്കം വീണ്ടും തുടങ്ങി. സിമോണി തൊപ്പിയുമണിഞ്ഞ് നടക്കുന്നത് കണ്ടാൽ ഒരു പരിചാരിക സാധനസാമഗ്രികൾ ക്രമീകരിക്കുന്നതുപോലെയുണ്ട്. “എനിക്ക് തണുക്കുന്നു. കൈ ഉറയിൽത്തന്നെയിരിക്കട്ടെ” അവൾ പറഞ്ഞു. എന്നിട്ട് വല്ലാത്തൊരു ശബ്ദത്തിൽ ബോസ്കിനെ സ്വാഗതം ചെയ്തു.

“പ്രഭോ നിങ്ങളാണ് ആദ്യം വന്നത്. കൊച്ചമ്മയ്ക്ക് സന്തോഷമായിക്കാണും.”

ബോസ്ക് ചെളിപുരണ്ട പാന്റും മഞ്ഞ നിറമുള്ള വലിയ ഒരു പുറം കുപ്പായവും കഴുത്തിൽ മഫ്ളറും ഒക്കെയായി പോക്കറ്റിൽ കൈ തിരുകി പഴയൊരു തൊപ്പിയുംവച്ച് വലിഞ്ഞ് വലിഞ്ഞ് പറഞ്ഞു:

“നിങ്ങളുടെ പ്രിയപ്പെട്ട ഇസബെല്ലയെ ബുദ്ധിമുട്ടിക്കരുത് ഞാനവളെ ഒന്ന് വിസ്മയിപ്പിക്കാൻ പോകയാണ്.”

കളിയൊരുക്കം തുടർന്നു. ബോർദനേവ് വളരെ ക്ഷീണിതനായി ഇരുന്ന് ഇതൊക്കെ ശ്രദ്ധിക്കുന്നുണ്ട്. ഫോഷറി വീക്ഷണകോൺ മാറ്റി മാറ്റി ആവശ്യത്തിന് ഭേദഗതികൾ നിർദേശിക്കുന്നുണ്ട്. നാടകശാലയിലെ ഇരുളിൽനിന്ന് ചില കുശുകുശുപ്പുകൾ ഉയർന്നു കേൾക്കാം.

“അവൾ അവിടെയുണ്ടോ?” ഫോഷറി ബോർദനേവിനോട് ചോദിച്ചു. അദ്ദേഹം തലയാട്ടി. പുതിയ നാടകത്തിലെ ജെറാൾഡിന്റെ ഭാഗം കൊടുക്കാമെന്നാണ് അവളോട് വാഗ്ദാനം ചെയ്തിരുന്നത്. എന്നാൽ വേഷം സ്വീകരിക്കുന്നതിന് മുൻപുതന്നെ പ്രസ്തുതഭാഗം ഒന്ന് കാണണമെന്ന് അവൾ താൽപ്പര്യപ്പെട്ടു. നാന നല്ലയൊരു സ്ത്രീവേഷം നേരത്തേതന്നെ ആഗ്രഹിക്കുന്നുണ്ടായിരുന്നു. അവളുടെ നാടകപ്രവേശനവുമായി ബന്ധപ്പെട്ടതായ കാര്യങ്ങൾ സംസാരിക്കുകയായിരുന്ന ബോർദനേവിനൊപ്പം അണിയറയുടെ ഇരുണ്ടഭാഗത്ത് മറഞ്ഞിരിക്കുകയായിരുന്നു അവൾ. ഫോഷറി അങ്ങോട്ടൊന്ന് എത്തി നോക്കിയിട്ട് കളിയൊരുക്കത്തിനുള്ള നിർദേശങ്ങൾ നൽകി.

സ്റ്റേജിന്റെ മുൻവശത്തുമാത്രമേ പ്രകാശമുണ്ടായിരുന്നുള്ളൂ. ഫുട്ലൈറ്റുകളുടെ സംഗമസ്ഥാനത്തുനിന്ന് പുറപ്പെടുന്ന കുഴലുമായി ബന്ധിച്ച ഒരു വലിയ ഗ്യാസ് വിളക്ക് റിഫ്ളക്ടറിന്റെ മുൻപിൽ കത്തിനിൽക്കുന്നുണ്ടായിരുന്നു. അതുകാരണം നല്ല പ്രകാശം സ്റ്റേജിന് തൊട്ടു മുൻവശത്തുണ്ടായിരുന്നു. കൊസാർഡ് കയ്യെഴുത്തുപ്രതിയുമായി ഈ വിളക്കിന് സമീപം നിൽക്കുന്നതുകൊണ്ട് അയാളുടെ മുതുകിന്റെ വളവ് ഇപ്പോൾ തെളിഞ്ഞ് കാണാം. ബോർദനേവും ഫോഷറിയും ഇപ്പോൾ ഇരുളിൽ മറഞ്ഞിരിക്കുകയാണ്. പ്രകാശസജ്ജീകരണത്തിന്റെ പ്രത്യേകതകാരണം നടീനടന്മാരുടെ നിഴലുകൾ അവരുടെ മുന്നിൽ നൃത്തം ചെയ്യുന്ന പ്രതീതിയുണ്ടാക്കുന്നു. സ്റ്റേജിന്റെ മറ്റു ഭാഗങ്ങൾ പൊടി തങ്ങി നിൽക്കുന്നത് കണ്ടാൽ തകർത്തുകൊണ്ടിരിക്കുന്ന ഒരു പഴയ കെട്ടിടത്തിന്റെ പ്രതീതിയുണ്ട്. ചിതറിക്കിടക്കുന്ന കോവണികൾ, രംഗസാമഗ്രികൾ, രംഗപശ്ചാത്തലം, മങ്ങിയ പെയിന്റിങ്ങുകൾ തുടങ്ങിയവയെല്ലാം ഒരുതരം ജീർണാവശിഷ്ടങ്ങളെ അനുസ്മരിപ്പിക്കുന്നു. വളരെ പൊക്കത്തിൽ തൂക്കിയിട്ടിരിക്കുന്ന സീനറികൾ തുണിക്കടയെ ഓർമിപ്പിക്കും. ജാലകത്തിലൂടെ കടന്നുവരുന്ന സൂര്യപ്രകാശം ഇരുട്ടിനെ മുറിക്കുന്ന സ്വർണക്കമ്പിപോലെയുണ്ട്. തങ്ങളുടെ ഊഴം കാത്തുനിൽക്കുന്ന നടീ

നടന്മാർ സ്റ്റേജിന് പിന്നിൽവച്ച് കൊച്ചുവർത്തമാനമാണ്. സാവധാനം അവരുടെ ഒച്ച ഉയർന്നുയർന്നു വന്നു.

"നാശം മിണ്ടാതിരിക്കുന്നുണ്ടോ" ബോർദനേവ് കസേരയിൽനിന്ന് ചാടിയെഴുന്നേറ്റ് ശകാരിച്ചു. "ഒരു വാക്കുപോലും കേട്ടുപോകരുത്, സംസാരിക്കണമെങ്കിൽ പുറത്തു പോയിട്ടാവാം. ഞങ്ങളിവിടെ ഓരോ പണിയിലാണ്. ബാരിലറ്റ്, ഇനിയും സംസാരിച്ചാൽ പിഴയടിച്ചേക്കണം."

എല്ലാവരും ഒന്നോ രണ്ടോ നിമിഷത്തേക്ക് നിശ്ശബ്ദരായി. ഏതാനും കസേരകളിലും ബഞ്ചുകളിലുമായി അവർ ഇരിക്കുകയാണ്. ഫോലിയസ് ഡ്രമാറ്റിക്സ് തീയറ്ററിൽനിന്നുള്ള തിളക്കമാർന്ന വാഗ്ദാനത്തെപ്പറ്റി പറയുന്ന റോസ് മിഗ്നനെ ശ്രദ്ധിച്ചുകൊണ്ടിരിക്കുകയാണ് പ്രുള്ളിയറും ഫൊണ്ടാനും. പെട്ടെന്ന് ഒരു ഒച്ച മുഴങ്ങി.

"ഡച്ചസും ഫിർമിനും വേഗമാകട്ടെ."

വിളി ആവർത്തിച്ചപ്പോൾ മാത്രമാണ് സെന്റ് ഫിർമിനായി അഭിനയിക്കേണ്ടത് താനാണല്ലോ എന്ന് പ്രുള്ളിയർ ഓർത്തത്. ഹെലൻപ്രഭ്വിയായി അഭിനയിക്കേണ്ട റോസ് അദ്ദേഹത്തോടൊപ്പം പോകാനായി തയാറായി നിൽക്കുകയാണ്. ബോസ്ക് തന്റെ സീറ്റിലേക്ക് മടങ്ങി. ക്ലാരിസ് തന്റെ സമീപത്തിരിക്കാനുള്ള ഇടം അദ്ദേഹത്തിന് നൽകി. ബോർദനേവിനെ ഉദ്ദേശിച്ച് അവൾ പറഞ്ഞു:

"എന്തിനാണ് അയാൾ ഇങ്ങനെ ആക്രോശിക്കുന്നത്? ഇത് വല്ലാത്ത കാര്യംതന്നെ ഇത്തരം കാര്യങ്ങളൊന്നുമില്ലാതെ അദ്ദേഹത്തിന് നാടകമെടുക്കാൻ പറ്റില്ലെന്നായിരിക്കുന്നു."

ബോസ്ക് ചുമലുകളൊന്നിളക്കി.

"അയാൾ മറ്റൊരു ലോകത്താണ്" ഫൊണ്ടാൻ പിറുപിറുത്തു.

"നാടകം തറപറ്റുമെന്ന് അദ്ദേഹത്തിനറിയാം. വിഡ്ഢിത്തം നിറഞ്ഞ ഒരു ഭാഗമായിരിക്കും അത്."

എന്നിട്ട് ക്ലാരിസിന് നേരെ നോക്കി റോസ് പറഞ്ഞ വിഷയങ്ങളെക്കുറിച്ചായി സംസാരം.

"നൂറ് കളിക്ക് മുന്നൂറ് ഫ്രാങ്ക് കിട്ടുമെന്ന് റോസ് പറഞ്ഞത് വിശ്വസിക്കാൻ പറ്റുമോ? അത് നേരാണെങ്കിൽ ബോർദനേവിനെ തട്ടിമാറ്റി മിഗ്നൻ ഭാര്യയെയുംകൊണ്ട് പറക്കില്ലായിരുന്നോ?"

മുന്നൂറ് ഫ്രാങ്ക് കിട്ടുമെന്ന കാര്യത്തിൽ ക്ലാരിസിന് സംശയമില്ലായിരുന്നു. തന്റെ സുഹൃത്തിന്റെ പരാജയമാണ് ഫൊണ്ടാൻ ആഗ്രഹിക്കുന്നത്. സിമോണി അവരുടെ സംഭാഷണത്തിൽ തടസമായി. അവൾ വിറയ്ക്കുകയായിരുന്നു. തണുപ്പിനെ പ്രതിരോധിക്കാനായി എല്ലാവരും മുഴുനീളൻവസ്ത്രമാണ് ധരിച്ചിരുന്നത്. അവരൊക്കെ അവർക്ക് മുകളിൽ തിളങ്ങുന്ന സൂര്യകിരണങ്ങളിലേക്ക് നോക്കുന്നുണ്ടെങ്കിലും തിയേറ്ററിന്റെ തണുപ്പിന് കുറവൊന്നുമില്ല. തെരുവുപോലും മഞ്ഞ് മൂടി കിടക്കുകയാണ്. ചമയമുറിയിലാണെങ്കിൽ നെരിപ്പോടുമില്ല. സിമോണി പറഞ്ഞു:

"അയാൾ ഇത്ര പിശുക്കനാണോ? ഞാൻ പോവുകയാണ്. ഇവിടിരുന്നാൽ രോഗിയായിപ്പോകും."

"മിണ്ടാതിരിക്കാനാണ് പറഞ്ഞത്" ബോർദനേവിന്റെ ശബ്ദം ഒരിക്കൽക്കൂടി മുഴങ്ങി. നടീനടന്മാരുടെ സംശയാസ്പദമായ മുരൾച്ചകളല്ലാതെ മറ്റൊന്നും കുറച്ചു നേരത്തേക്ക് കേൾക്കാനായില്ല. ആംഗ്യഭാഷയിലൂടെയുള്ള വിനിമയം മടുപ്പുണ്ടാക്കാതിരിക്കാൻ അവർ ചില മുക്കലും മൂളലുമൊക്കെ ഉണ്ടാക്കി. അടഞ്ഞ മേൽപ്പുരച്ചുവട്ടിൽ പൊടി തങ്ങി നിൽക്കുന്ന മാതിരി നിഴലുകൾ നിറഞ്ഞ ഓഡിറ്റോറിയത്തിലേക്ക് കണ്ണ് പായിച്ച് ചിലർ പ്രത്യേക ആശയങ്ങൾക്ക് അർഥം പകർന്നു. സ്റ്റേജിൽനിന്നുള്ള വെളിച്ചം ഒഴിച്ചാൽ നാടകശാല മുഴുവൻ വിഷാദച്ഛായ കലർന്ന് ഇരുണ്ട് കിടക്കുകയാണ്. മേൽത്തട്ടിലെ പെയിന്റിങ്ങുകൾ അവ്യക്തമാണ്. ഭിത്തിയുടെ സംരക്ഷണത്തിനായി നിർമിച്ച ചാരനിറത്തിലുള്ള ഉറകളോടുകൂടിയാണ് സ്റ്റേജ് ബോക്സുകൾ മുകളിൽനിന്ന് താഴേക്ക് ഇട്ടിരിക്കുന്നത്. എന്നാൽ ഓഡിറ്റോറിയത്തിലെ അലങ്കാരങ്ങളെല്ലാം സ്റ്റേജ്ബോക്സിലെ ഇരുണ്ട കാഴ്ചയെ വേർതിരിച്ചു കാണിക്കുകയേ ചെയ്യുന്നുള്ളൂ. പരമാവധി താഴ്ത്തിയിട്ടിരിക്കുന്ന കൂറ്റൻ സ്ഫടികവിളക്കിന്റെ പ്രകാശം സ്റ്റാളുകളിലെല്ലാം പ്രതിഫലിക്കുന്നുണ്ട്. ആളുകളെല്ലാംകൂടി ഒരിക്കലും തിരിച്ചുവരാത്ത യാത്രയ്ക്ക് പോയിരിക്കുന്നു എന്ന പ്രതീതി ജനിപ്പിച്ചുകൊണ്ട് വിലാപഭവനംപോലെ ശോകമൂകമായ ആ ഓഡിറ്റോറിയത്തിൽ, ഗണികാവിഭാഗത്തിലേക്ക് എത്തിപ്പെടുന്ന കൊച്ചുപ്രഭ്വിയുടെ വേഷമിടുന്ന റോസ് ഫുട്ലൈറ്റിന്റെ പ്രകാശത്തിൽ കൈകളുയർത്തി ചുണ്ടുകൾ കൂർപ്പിച്ച് ആനന്ദപ്രകടനം നടത്തി. "ദൈവമേ എന്തൊരു മനുഷ്യരാണിത്?" വലിയൊരു തമാശയാണ് പറഞ്ഞതെന്ന മട്ടിൽ ആത്മവിശ്വാസത്തോടെ അവൾ പറഞ്ഞു. പിറകിലായി മൂലയിലുള്ള ഒരു കസേരയിൽ മറഞ്ഞിരുന്ന് ആർത്തിയോടെ റോസിനെ നോക്കിക്കൊണ്ട് നാന നാടകം ശ്രദ്ധിക്കുകയായിരുന്നു. ലബോർദത്തിനുനേരെ തിരിഞ്ഞുകൊണ്ട് അവൾ ശബ്ദം താഴ്ത്തി ചോദിച്ചു:

"അദ്ദേഹം വരുമെന്ന് താങ്കൾക്കുറപ്പാണോ?"

"തീർച്ചയായും മിഗനുമൊത്തായിരിക്കും വരുന്നത്. വന്നാലുടനേ മാത്തിൽഡേയുടെ ഒരുക്കമുറിയിലേക്ക് പോകണം. അദ്ദേഹത്തെ ഞാൻ അവിടെ കൊണ്ടുവരാം."

അവർ മുഫാത്തിനെക്കുറിച്ചാണ് സംസാരിക്കുന്നത്. ലബോർദത്ത് വളരെ ബുദ്ധിപൂർവം ആസൂത്രണം ചെയ്തതാണ് ഈ കൂടിക്കാഴ്ച. തുടർച്ചയായ രണ്ട് പരാജയങ്ങൾകൊണ്ട് സാമ്പത്തികമായി തകർന്ന ബോർദനേവുമായുള്ള ഗൗരവമായ ഒരു ചർച്ചയ്ക്ക് ശേഷമാണിങ്ങനെ പദ്ധതിയിട്ടത്. നാനയ്ക്ക് ഒരു ഭാഗം നൽകാമെന്ന് അദ്ദേഹം സമ്മതം മൂളിയത് മുഫാത്തിനെ ഉപയോഗപ്പെടുത്തി സാമ്പത്തികപരാധീനത പരിഹരിക്കാമെന്ന് കരുതിയാണ്.

"ജറാൾഡിന്റെ ഈ ഭാഗത്തെപ്പറ്റി നീ എന്ത് പറയുന്നു?" ലബോർദത്ത് സംഭാഷണം തുടർന്നു.

നാന മറുപടിയൊന്നും പറയാതെ അനക്കമറ്റിരുന്നു. ബീറിവേജ് തന്റെ ഭാര്യയെ നടിയായ ജറാൾഡിനുവേണ്ടി വഞ്ചിക്കുന്ന കഥ പറയുന്ന ഒന്നാമങ്കം കഴിഞ്ഞു.

ഹെലൻപ്രഭ്വി നടിയുടെ വീട്ടിലെത്തി പുരുഷവശീകരണമന്ത്രം അറിയാൻ ശ്രമിക്കുന്നതാണ് രണ്ടാമങ്കത്തിലെ വിഷയം. സുമുഖനായ ബന്ധു ഫിർമിനൻ ആണ് അവളെ നടപ്പുദൂഷ്യത്തിന് പ്രേരിപ്പിക്കുന്നത്. ജറാൾഡിൻ ആദ്യപാഠം വളരെ വിസ്മയത്തോടെയാണ് കേൾക്കുന്നത്. ഓ ഇങ്ങനെയാണ് ആണുങ്ങളോട് സംസാരിക്കേണ്ടത് അല്ലേ? എന്നൊരു ചോദ്യമല്ലാതെ മറ്റൊന്നും ജറാൾഡിന് അഭിനയിക്കാനില്ലായിരുന്നു. പ്രഭ്വിക്കാണെങ്കിൽ അവരുടെ ജിജ്ഞാസയ്ക്ക് മതിയായ ശിക്ഷ കിട്ടുന്നുമുണ്ട്. താർഡിവ്യൂ എന്ന കിഴവൻ അവളെ ഗണികയായി കണക്കാക്കി വല്ലാതെ പീഡിപ്പിക്കുന്നുണ്ട്. എന്നാൽ ബ്യൂറിവേജ് ജെറാൾഡിനുമായാണ് ചുംബനാദികാര്യങ്ങളിൽ ഏർപ്പെട്ടത്. ഈ കഥാപാത്രങ്ങളുടെ കാര്യത്തിൽ മാത്രം നടിയെ ഉറപ്പിച്ചിരുന്നില്ല. കൊറാൾഡ് ആ ഭാഗം വായിച്ചു. കളിയൊരുക്കം ഇഴഞ്ഞ് നീങ്ങിയപ്പോൾ ബോർദനേവ് എഴുന്നേറ്റ് ക്ഷോഭിച്ചുകൊണ്ട് പറഞ്ഞു:

"ഇങ്ങനെയൊന്നുമല്ല."

"എന്താണ്? ആരാണ് തെറ്റായി ചെയ്യുന്നത്?" ഫൊണ്ടാൻ ചോദിച്ചു.

"ആരുമില്ലപോലും! നിങ്ങൾ ചെയ്യുന്നതെല്ലാം തെറ്റാണ്. ശുദ്ധ അബദ്ധം" ഫോഷറി തുടർന്നു. അദ്ദേഹം സ്റ്റേജിലേക്ക് വന്ന് ആ ഭാഗം സ്വയം അഭിനയിച്ചു കാണിക്കാൻ തുടങ്ങി.

"ഇങ്ങോട്ടു നോക്കൂ ഫൊണ്ടാൻ, താർഡിവ്യൂ പോകുന്ന രംഗം മനസിലാക്കൂ. താങ്കൾ മുന്നോട്ട് പോകുന്നരംഗം മനസിലാക്കൂ. താങ്കൾ പ്രഭ്വിയെ പിടിക്കുമ്പോൾ ഇങ്ങനെ മുന്നോട്ട് കുനിയണം. പിന്നെ റോസിന്റെ കാര്യം, നിങ്ങളുടെ സ്ഥാനം ഇത്തിരി മാറ്റണം. എന്നാൽ വളരെ പെട്ടെന്നാവരുത്. ചുംബനം കേൾക്കുന്ന അവസരത്തിൽ മാത്രം." ഇത്തരം വിവരണത്തിന്റെ ചൂടിൽ കൊസാർഡിനുനേരെ ഉച്ചത്തിൽ പറഞ്ഞു:

"ജറാൾഡിൻ ചുംബിക്കൂ, കേൾക്കാൻ കഴിയുന്നതുപോലെ ഉച്ചത്തിൽ." കൊസാർഡ് ബോസ്കിനുനേരെ തിരിഞ്ഞ് ശബ്ദമുണ്ടാക്കി ചുംബിച്ചു.

"കൊള്ളാം അതാണ് ചുംബനം" ഫോഷറി വിജയാഹ്ലാദത്തോടെ പറഞ്ഞു. "ആട്ടെ ഒരിക്കൽക്കൂടി ആവാം. റോസ് എനിക്ക് നീങ്ങാൻ സമയമെടുക്കും. എന്നിട്ട് ഞാൻ 'ഓ അവൾ അവനെ ചുംബിച്ചു' എന്ന് വിലപിക്കും. എന്നാൽ ഞാൻ അത് ചെയ്യുന്നതിന് മുൻപ് താർഡിവ്യൂ സ്റ്റേജിലേക്ക് പോകണം. ഫൊണ്ടാൻ കേൾക്കുന്നുണ്ടോ? എല്ലാവരും ഒരിക്കൽക്കൂടി ചെയ്യൂ."

അഭിനേതാക്കൾ ആ രംഗം ഒന്നുകൂടി ചെയ്തു. എന്നാൽ ഒരു പരാജയമെന്ന മട്ടിൽത്തന്നെയാണ് ഫൊണ്ടാൻ അഭിനയിച്ചത്. രണ്ടുപ്രാവശ്യം ഫോഷറി വിവരണം നൽകി. മുൻപത്തേതിലും ഒന്നുകൂടി ശക്തമായി

അദ്ദേഹം പല ഭാഗങ്ങളും അഭിനയിച്ചു കാണിച്ചു. ഇനി തലയുംകുത്തി നടക്കാൻ പറയുമോ എന്ന ഭാവത്തിൽ അഭിനേതാക്കൾ നൈരാശ്യ ത്തോടെ പരസ്പരം നോക്കി.

"എനിക്കിതൊന്നും മനസിലാകുന്നേയില്ല. ഫൊണ്ടാൻ സ്വതസിദ്ധ മായ ശൈലിയിൽ പ്രതികരിച്ചു. ബോർദനേവ് മിണ്ടാതിരിക്കുകയായിരു ന്നു. അദ്ദേഹം ചാടിയെണീറ്റു. അദ്ദേഹത്തിന്റെ തൊപ്പിയുടെ മുകൾഭാഗം മാത്രമേ ഇപ്പോൾ കാഴ്ചയിലുള്ളൂ. ഊന്നുവടിയാണെങ്കിൽ ഊർന്നുപോ യി വയറിന് കുറുകെ വീണിരിക്കുകയാണ്." ഉറക്കച്ചടവൊക്കെ മാറ്റി അദ്ദേഹം പറഞ്ഞു:

"ഇത് മണ്ടത്തരമാണ്."

"മണ്ടത്തരമെന്ന് നിങ്ങൾ ഉദ്ദേശിക്കുന്നത് എന്താണ്?" ഫോഷറി ചോദിച്ചു.

"നിങ്ങളാണ് മണ്ടത്തരങ്ങളുടെ ആശാൻ."

ബോർദനേവിന് കോപം വന്നു. അദ്ദേഹം മോശം ശൈലികൾ ഉപ യോഗിച്ച് ഫോഷറിയുടെ വിവരക്കേടുകൾ ചികഞ്ഞു. ബോർദനേവിന്റെ ക്രൂരമായ പ്രയോഗങ്ങൾ ഫോഷറിയെ മുറിപ്പെടുത്തി. ചീത്തവിളി മുറു കി. ബോർദനേവ് തന്റെ വടി വായുവിൽ ചുഴറ്റി ആക്രോശിച്ചു.

"കൊള്ളാം മണ്ടത്തരങ്ങൾ എഴുന്നള്ളിച്ചത് മതി. പതിനഞ്ച് മിനിട്ട് വെറുതെ തുലച്ചു. അബദ്ധങ്ങൾ! പ്രതിഭയുടെ സ്പർശലേശമില്ല. കാര്യം വളരെ ലളിതമാണ്. ഫൊണ്ടാൻ നിങ്ങൾ നീങ്ങരുത്. റോസ് അൽപ്പമൊന്ന് ചലിക്കണം. ഓ അത്രയും മതി, എന്നിട്ട് നിങ്ങൾ താഴേക്ക് വരണം. ഇതാണ് സമയം, കൊസാർഡ് ചുംബനം നൽകൂ."

ഇപ്പോൾ ആകെ ആശയക്കുഴപ്പമായി. മുൻപത്തേതിലും മികച്ച തായി ഒന്നും ഉണ്ടായില്ല. ഓരോ ഭാവങ്ങളും ബോർദനേവ് ഒരു ഗജവീ രന്റെ ചലനങ്ങളോടെ അവതരിപ്പിച്ചു. ഫോഷറി സഹതാപത്തോടെ ചുമ ലിളക്കി. ഫൊണ്ടാനുശേഷം ബോസ്കുപോലും ഉപദേശിക്കാനുള്ള ധൈര്യം കാട്ടി. നന്നേ ക്ഷീണിതയായ റോസ് വാതിലിന്റെ അടയാള മായി ഇട്ടിരുന്ന കസേരയിൽ ഇരുന്നു. തന്റെ ഊഴമായി എന്ന് കരുതി സിമോണി എത്തിയത് കൂടുതൽ ആശയക്കുഴപ്പമുണ്ടാക്കി. ഇതിൽ ക്ഷുഭി തനായ ബോർദനേവ് തന്റെ വടി ആഞ്ഞ് വീശി അവളുടെ ചന്തിക്കിട്ട് നല്ല ഒരെണ്ണം കൊടുത്തു. കളിയൊരുക്കസമയത്ത് പെണ്ണുങ്ങളോട് അദ്ദേഹം ഇങ്ങനെയൊക്കെയാണ് പെരുമാറുന്നത്. താനീപ്പണി നിർത്തു കയാണെന്ന് വിലപിച്ചുകൊണ്ട് സിമോണി അവിടംവിട്ട് ഓടിപ്പോയി. ഫോഷറി തൊപ്പി താഴ്ത്തി തീയറ്റർ വിട്ട് പോവുകയാണെന്ന് സൂചന നൽകി. എന്നാൽ ബോർദനേവ് കസേരയിൽ ഇരിപ്പുറപ്പിച്ചതോടെ അദ്ദേഹം വീണ്ടും മടങ്ങി വന്ന് യഥാസ്ഥാനത്ത് ഇരുന്നു. കുറച്ചു നേര ത്തേക്ക് ഇരുവശങ്ങളിലായി അവർ നിശ്ശബ്ദരായി ഇരുന്നു. അഭിനേതാ ക്കൾ രണ്ട് മിനിട്ടോളം കാത്തിരുന്നു. ശ്രമകരമായ ഒരു ജോലി ചെയ്ത മട്ടിലാണ് അവരുടെ നില.

ബോർദനേവ് സമചിത്തത വീണ്ടെടുത്ത് പറഞ്ഞു: "ശരി തുടർന്നോളൂ." "ശരി തുടങ്ങിക്കോളൂ" ഫോഷറി അത് ഏറ്റു പറഞ്ഞു. "പശ്ചാത്തലമൊക്കെ നാളെ ക്രമീകരിക്കാം." എല്ലാവരും തങ്ങളുടെ ഭാഗം ഉത്സാഹരഹിതമായി ഒരിക്കൽക്കൂടി ചെയ്തു. എഴുത്തുകാരനും മാനേജരും തമ്മിലുള്ള ഏറ്റുമുട്ടലിന്റെ ഇടവേളയിൽ ഗാർഡൻബഞ്ചിലിരുന്ന് ഫൊണ്ടാനും കൂട്ടരും തമാശകൾ പറയുകയായിരുന്നു. എന്നാൽ സിമോണി കരഞ്ഞ് വിളിച്ചുകൊണ്ട് വന്നപ്പോൾ അവർ ഗൗരവമുള്ളവരായി. അവളുടെ സ്ഥാനത്ത് തങ്ങളായിരുന്നുവെങ്കിൽ ആ പന്നിയെ ശ്വാസംമുട്ടിച്ച് കൊല്ലുമായിരുന്നത്രേ. കരഞ്ഞുകൊണ്ട് സിമോണി തലയാട്ടി. അവൾ എല്ലാം മതിയാക്കാൻ പോവുകയാണ്. തലേന്ന് സ്റ്റീനർ നല്ല ഒരു വാഗ്ദാനം നൽകിയിരുന്നതുമാണ്. ബാങ്കർ ഇപ്പോൾ അധഃപ്പതിച്ച അവസ്ഥയിലായതിനാൽ ക്ലാരിസ് ഇതുകേട്ട് ആശ്ചര്യപ്പെട്ടു. എന്നാൽ പ്രുള്ളിയർ ചിരിച്ചുകൊണ്ട് സ്റ്റീനർ റോസുമായി ചേർന്ന് ഉപ്പു ഖനനം നടത്തിയ കാര്യം ഓർമിപ്പിച്ചു. അടുത്തതായി അദ്ദേഹം പുതിയൊരു പദ്ധതിക്ക് തുടക്കമിട്ടു. ബോസ്ഫ്രസിന് താഴെക്കൂടി ഒരു തുരങ്കം. ഈ പുതിയ വിവരം വളരെ താൽപ്പര്യത്തോടെയാണ് സിമോണി ശ്രദ്ധിച്ചുകൊണ്ടിരുന്നത്. ക്ലാരിസാണെങ്കിൽ കഴിഞ്ഞ ഒരാഴ്ചയായി കോപാകുലയാണ്. ആ കാമാന്ധൻ ഫലോസിയെ താൻ ഗാഗയുടെ വിവേകമുള്ള കൈയിലേക്ക് എറിഞ്ഞു കൊടുത്തതാണ്. ജറാൾഡിന്റെ ഭാഗം നന്നായി അഭിനയിക്കാൻ കഴിയുമെങ്കിലും ആ ദുഷ്ടനായ ബോർദനേവ് കൊള്ളരുതാത്ത ഒരു ഭാഗമാണ് തനിക്ക് തന്നിരിക്കുന്നത്. എങ്കിലും നാന പ്രസ്തുതവേഷം നിരസിക്കുമെന്ന പ്രതീക്ഷയും അവൾക്കുണ്ട്.

"കൊള്ളാം, എന്റെ സ്ഥിതിയോ?" പ്രുള്ളിയറും ഇത്തിരി അഹിതമായ സ്വരത്തിൽ ചോദിച്ചു: "എനിക്കും ചെറിയ റോളാണ് കിട്ടിയിരിക്കുന്നത്. സെന്റ് ഫെർമിൻ ആയി അഭിനയിക്കുന്നത് തീരെ ശരിയാവില്ല. ഇതൊരു പരാജയംതന്നെയായിരിക്കും. എന്റെ പൊന്നേ എങ്ങനെയാണിങ്ങനെയൊക്കെ എഴുതിപ്പിടിപ്പിക്കുന്നത്?"

ബാരിലറ്റുമായി വർത്തമാനം പറഞ്ഞുകൊണ്ടിരുന്ന സിമോണി വന്ന് നാന നാടകശാലയിലെത്തിയ വിവരം ശ്വാസമടക്കി പറഞ്ഞു.

"എവിടെ? എവിടെ?" ക്ലാരിസ് ആകാംക്ഷയോടെ തിരക്കി. വാർത്ത പെട്ടെന്ന് പരന്നു. കളിയൊരുക്കംതന്നെ തടസപ്പെട്ടു. ബോർദനേവ് വീണ്ടും ക്ഷുഭിതനായി.

"എന്ത്? അഭിനയം മതിയാക്കീട്ട് പുറത്തുകൂടി നടക്കുന്നോ? ഇത് സഹിക്കാവുന്നതിനും അപ്പുറമാണ്."

നാന ഇപ്പോഴും പിന്നിലിരുന്ന് നാടകം കാണുന്നുണ്ട്. ലബോർദത്ത് രണ്ടുതവണ അവളെ സംഭാഷണത്തിന് പ്രേരിപ്പിച്ചതാണ്. എന്നാൽ അവൾ അദ്ദേഹത്തെ നിശ്ശബ്ദനാക്കി. രണ്ടാമങ്കവും തീരാറായി. രണ്ട് നിഴലുകൾ തീയറ്ററിന് പിറകിൽ അവ്യക്തമായി കാണപ്പെട്ടു. അവർ സാവധാനം വരികയാണ്. നാന അവരെ തിരിച്ചറിഞ്ഞു. മിഗ്നനും മുഫാത് പ്രഭുവുമാണ്. അവർ മുന്നോട്ടുവന്ന് ബോർദനേവിന് ഹസ്തദാനം നൽകി.

റോസ് മിഗ്നൻ ആണ് അവസാനസംഭാഷണം ഉരുവിട്ടത്. മൂന്നാമങ്കം തുടങ്ങുന്നതിനുമുൻപ് രണ്ടാമത്തേത് ഒന്നുകൂടി ആവർത്തിക്കണമെന്ന് ബോർദനേവ് ആവശ്യപ്പെട്ടു. എന്നിട്ട് അദ്ദേഹം അതിരു കവിഞ്ഞ വിനയം തുടിക്കുന്ന നോട്ടത്തോടെ മുഫാത്തിനോട് ആതിഥ്യമര്യാദ കാട്ടുകയാണ്. ഫോഷറി അഭിനേതാക്കൾക്കൊപ്പം കൂടിയിരിക്കുകയാണ്. മിഗ്നൻ വല്ലാത്ത ആകാംക്ഷയോടെ ഭാര്യയെ നിരീക്ഷിക്കുന്നുണ്ട്. "എന്നാൽ നമുക്ക് മുകളിലേക്ക് പോകാം" ലബോർദത്ത് നാനയോട് ചോദിച്ചു. ഒരുക്കമുറിയിൽ നിന്നെ ആക്കിയിട്ട് വീണ്ടും താഴെ വന്ന് അദ്ദേഹത്തെ കൂട്ടിക്കൊണ്ട് വരാം.

നാന മൂലയിലുള്ള ബോക്സിൽനിന്നിറങ്ങി. അവൾ സ്റ്റാളുകൾക്ക് വെളിയിലുള്ള ഇടനാഴിയിലൂടെ പോകാനാണ് താൽപ്പര്യപ്പെട്ടത്. ബോർദനേവ് ഇത് ഊഹിച്ച് മനസിലാക്കി ഇടനാഴിയുടെ ഒരറ്റത്തു വന്ന് ഗണികയുടെ വേഷത്തെപ്പറ്റി സംസാരമായി.

"എന്തൊരു വേഷമായിരിക്കും മത്! നിനക്കു ചേരുന്നതു തന്നെ. ഏതായാലും നാളെ വാ."

നാന പ്രതികരിച്ചില്ല. അവൾക്ക് മൂന്നാമങ്കത്തെക്കുറിച്ച് അറിയണമെന്നുണ്ടായിരുന്നു. "മൂന്നാമങ്കം തകർക്കും. പ്രഭ്വി സ്വന്തം വീട്ടിൽ ഗണികയായി കളിച്ചുകൊണ്ട് ബ്യൂറിവേജിനെ ഒരു പാഠം പഠിപ്പിക്കുന്നു. തുടർന്ന് കാര്യങ്ങൾ വളരെ രസകരമാണ്. താദിർവ്യൂ എത്തിയപ്പോൾ വിചാരിക്കുന്നത് അത് ഏതോ നർത്തകിയുടെ വീടാണെന്നാണ്."

"ജറാൾഡിന് എന്താണ് പങ്ക്?" നാന ഇടയ്ക്കുകയറി ചോദിച്ചു.

"ജറാൾഡിൻ" ബോർദനേവ് ഇത്തിരി ലജ്ജയോടെ ആ പേര് ആവർത്തിച്ചു.

"അധികം ദൈർഘ്യമില്ലാത്ത രംഗമാണ്. അതൊരു വലിയ വിജയമായിരിക്കും. അത് നിനക്കുവേണ്ടി ഉള്ളതാണ്. ഞാൻ ഉറപ്പു തരാം. എന്താ കരാർ ഒപ്പു വയ്ക്കുന്നോ?" നാന അദ്ദേഹത്തെ സൂക്ഷിച്ചുനോക്കിയിട്ട് പറഞ്ഞു:

"നോക്കാം പിന്നെയൊരു തീരുമാനമെടുക്കാം."

കോണിപ്പടിയിൽ കാത്തുനിന്ന ലബോർദത്തുമായി അവൾ കൂടിച്ചേർന്നു. തീയേറ്ററിലുള്ള എല്ലാവരും അവളെ തിരിച്ചറിഞ്ഞു. ഇപ്പോൾ കുശുകുശുപ്പുകൾ അങ്ങിങ്ങായി ഉയരുന്നുണ്ട്. നാനയുടെ മടങ്ങിവരവിനെപ്പറ്റി പലരും അപവാദം പറയുന്നുണ്ട്. ക്ലാരിസാണെങ്കിൽ നാനയ്ക്കുദ്ദേശിച്ചിരിക്കുന്ന വേഷം കിട്ടുമെന്ന് പ്രതീക്ഷിക്കുന്നുണ്ട്. ഫൊണ്ടാന്റെ പെരുമാറ്റം വല്ലാത്ത വിമുഖതയോടെയാണ്. അയാളുടെ ഹൃദയത്തിൽ മുമ്പ് അവളോടുണ്ടായിരുന്ന സ്നേഹമൊക്കെ ഇപ്പോൾ വെറുപ്പായി മാറി.

ഇതിനിടയിൽ ലബോർദത്ത് വീണ്ടുമെത്തി. പ്രഭുവിന്റെ അടുത്തേക്ക് പോയപ്പോൾ നാനയുടെ സാന്നിധ്യത്തിൽ സംശയം വർധിച്ച റോസ്മിഗ്നൻ വരാനിരിക്കുന്ന കാര്യങ്ങളൊക്കെ വേണ്ടവണ്ണം മനസിലാക്കി. മുഫാത്ത് അവളെ വല്ലാതെ മുഷിപ്പിച്ചിരുന്നു. എങ്കിലും അവൾ അത്തരം

കാര്യങ്ങളിൽ ഭർത്താവിന്റെ സാമീപ്യത്തിൽവച്ച് പതിവുപോലെ നിശ്ശബ്ദത ഭഞ്ജിച്ച് മണ്ടത്തരം എഴുന്നള്ളിച്ചു.

"നിങ്ങൾക്കറിയാമോ എന്താണ് നടക്കുന്നതെന്ന്? കൊള്ളാം, നാണമാകരുത്. സ്റ്റീനറുടെ അടുത്തെടുത്ത തന്ത്രം അവൾ വീണ്ടും പ്രയോഗിക്കുകയാണെങ്കിൽ അവളുടെ കണ്ണുകൾ ഞാൻ ചൂഴ്ന്നെടുക്കും."

മിഗ്നൻ ശാന്തതയോടെയും അതേസമയം ഔദ്ധത്യത്തോടെയും എല്ലാം അറിയാവുന്നവനെപ്പോലെ ചുമലിളക്കി പറഞ്ഞു: "ഒരക്ഷരം മിണ്ടിപ്പോകരുത് ഞാൻ പറയുന്നതങ്ങ് കേട്ടാൽ മതി." വാസ്തവത്തിൽ കാര്യങ്ങളുടെ കിടപ്പെല്ലാം അദ്ദേഹത്തിനറിയാമായിരുന്നു. നാനയുടെ കാൽച്ചുവട്ടിലെ ഒരു പരവതാനിയാവാൻപോലും മുഫാത്ത് ഒരുക്കമാണെന്ന സൂചന നാനയിൽനിന്ന് അയാൾക്ക് ലഭിച്ചിരുന്നു. ആണുങ്ങളെയൊക്കെ അദ്ദേഹത്തിന് നന്നായറിയുകയും ചെയ്യാം. സാഹചര്യത്തിനനുസരിച്ച് പ്രവർത്തിച്ചാലേ പ്രയോജനമുള്ളൂ. അതുകൊണ്ട് സംഭവങ്ങൾ മാറിമറിയുന്നതുവരെ കാത്തിരിക്കണം.

"റോസ് ഇനി നിന്റെ ഊഴമാണ്" ബോർദനേവ് അട്ടഹസിച്ചു.

"രണ്ടാമങ്കം വീണ്ടും തുടങ്ങി, പോകൂ ഞാൻ കാര്യങ്ങളൊക്കെയൊന്ന് ശരിയാക്കട്ടെ" മിഗ്നൻ പറഞ്ഞു.

തന്റെ പ്രശ്നങ്ങളെല്ലാം മറന്നുകൊണ്ട് അദ്ദേഹം കളിമട്ടിൽ ഫോഷറിയെ അഭിനന്ദിച്ചു.

"കൊള്ളാം, ഒന്നാന്തരം ഭാഗം! എങ്കിലും തമ്പുരാട്ടിക്ക് ഇത്രയും വലിയ ബഹുമാനമൊക്കെ വേണോ? അതൊട്ടും സ്വാഭാവികമല്ല." ബ്യൂറിവേജ് പ്രഭുവിന്റെ ഛായാപടത്തിനുവേണ്ടി ഇരക്കുന്നത് ആരായിരുന്നുവെന്ന് ചോദിച്ചപ്പോൾ അസ്വസ്ഥത കാട്ടുന്നതിനുപകരം ഫോഷറി ചിരിച്ചതേയുള്ളൂ. എന്നാൽ ബോർദനേവ് മുഫാത്തിനുനേരെ അസ്വസ്ഥനായി പോകുന്നത് കണ്ടപ്പോൾ മിഗ്നൻ വീണ്ടും ഗൗരവപ്രകൃതിയായി.

ദൈവത്തെയോർത്തൊന്ന് തുടങ്ങെന്ന് ബോർദനേവ് വീണ്ടും പറഞ്ഞു: "ബാരിലറ്റ്, എന്ത്? ബോസ്ക് അവിടില്ലേ? നാശം, എനിക്ക് പണിയുണ്ടാക്കുകയാണോ?"

എന്നിരുന്നാലും ബോസ്ക് ബഹളമൊന്നും വയ്ക്കാതെ എത്തി കളിയൊരുക്കം തുടർന്നു. ലബോർദത്തും മുഫാത്തും അപ്പോൾ മാറിനിന്ന് സംസാരിക്കുകയാണ്. നാനയെ ഒരിക്കൽക്കൂടി കണ്ടതിൽ മുഫാത്തിന് ആശ്ചര്യവും ആശങ്കയുമായിരുന്നു. അവർ തമ്മിലുള്ള ഉരസലിനുശേഷം മുഫാത്തിന് ജീവിതത്തിൽ വല്ലാത്ത ശൂന്യത അനുഭവപ്പെട്ടിരുന്നു.

തന്റെ പെരുമാറ്റത്തിൽ പെട്ടെന്നുണ്ടായ മാറ്റങ്ങളോട് പൊരുത്തപ്പെടുന്നുതിനായി റോസിനെ കാണണമെന്ന താൽപ്പര്യം അദ്ദേഹം പ്രകടിപ്പിച്ചു. ഇത്തരമൊരു സാഹചര്യത്തിൽ എല്ലാം മറക്കാൻ അദ്ദേഹം ശ്രമിച്ചിരുന്നു. പ്രഭ്വിക്ക് ഒരു വിശദീകരണം കൊടുക്കുന്നതിൽനിന്ന് ഒഴിയുന്നതിന് നാനയെപ്പറ്റിയുള്ള അന്വേഷണവും അദ്ദേഹം മതിയാക്കിയതാണ്. എന്നാൽ ദുരൂഹമായ ചില ആന്തരികസമ്മർദങ്ങൾ, അവളെപ്പറ്റിയുള്ള

ഓർമകളിലൂടെയും ശാരീരികമായ ചില പ്രേരണകളിലൂടെയും പിതൃസഹജമായ ചില താൽപ്പര്യങ്ങളിലൂടെയും ഒക്കെ അദ്ദേഹത്തിൽ ഉണർന്നുവന്നു. താൻകൂടിയുൾപ്പെട്ട സങ്കടകരമായ രംഗങ്ങൾ വിസ്മൃതിയിലാണ്ടിരിക്കുന്നു എന്ന് അദ്ദേഹം കരുതി. നാന, തന്റെ ഭാര്യയെ പഴിച്ചുകൊണ്ട് തന്നെ പുറത്താക്കിയ അന്നത്തെ വാക്കുകളൊന്നും പിന്നീട് കേട്ടിട്ടില്ല. എന്നാൽ അതൊക്കെ വാക്കുകൾ മാത്രമായിരുന്നുവല്ലോ. ഉച്ചരിക്കുമ്പോൾത്തന്നെ ഇല്ലാതാവുന്ന വാക്കുകൾ. എങ്കിലും ഹൃദയത്തിന്റെ ആഴത്തിൽ പതിഞ്ഞ പൂർവവേദനകൾ വർധിച്ചു വർധിച്ചു വന്നു. താൻ നാനയെ വേണ്ടവിധത്തിൽ സ്നേഹിക്കാതിരുന്നതുകൊണ്ടാണ് നാന തന്നെ വഞ്ചിച്ചതെന്നുവരെ അദ്ദേഹം കരുതി. അസഹ്യമായ വേദനയാൽ അദ്ദേഹം വീണ്ടും അസ്വസ്ഥനായി. ഒരു പഴയ മുറിവ് വീണ്ടും വേദനിപ്പിക്കുന്നു. ഒന്നുകൊണ്ടും തൃപ്തിപ്പെടുവാനാവാത്ത അനുഭവം. എന്തൊക്കെയാണെങ്കിലും അവളോടുമാത്രമുള്ള ആ അടുപ്പം! അവളുടെ മുടി, അവളുടെ വായ, ശരീരം... അവളുടെ മൃദുവായ ശബ്ദത്തെക്കുറിച്ച് ഓർത്തപ്പോൾ അദ്ദേഹത്തിന്റെ വിരലുകളിൽ ഒരു വിറയൽ പടർന്നു. ഒരു പിശുക്കന്റെ അവസാനമില്ലാത്ത ആർത്തിയോടെ അവൾക്കായി അദ്ദേഹം കൊതിച്ചു. ലബോർദത്ത് ഇത്തരമൊരു കൂടിക്കാഴ്ചയെപ്പറ്റി പറഞ്ഞപ്പോൾത്തന്നെ തന്റെ നിലയും വിലയും എല്ലാം മറന്ന് അദ്ദേഹം അയാളുടെ കൈകളിലേക്ക് വീഴുകയായിരുന്നു. പിന്നീട് അദ്ദേഹം ഇതേപ്പറ്റി ചിന്തിച്ച് ലജ്ജിച്ചിരിക്കാം. എന്നാൽ ലബോർദത്തിന് എന്ത് കാണണമെന്നും എന്ത് കാണാതിരിക്കണമെന്നും ഒക്കെ നന്നായറിയാം. കോണിപ്പടിയുടെ ചുവട്ടിലെത്തിയപ്പോഴേ അദ്ദേഹം നിർദേശങ്ങൾ നൽകി:

“രണ്ടാംനിലയിൽ വലത്തുവശത്തുള്ള ഇടനാഴിയിൽ. വാതിൽ തഴുതിട്ടിട്ടില്ല.”

മുഫാത്ത് ആ നാടകശാലയുടെ ആളൊഴിഞ്ഞ മൂലയിൽ ഒറ്റയ്ക്ക് നിന്നു. അണിയറയുടെ മുൻപിലൂടെ പോകുമ്പോൾ തുറന്നിട്ട വാതിലിലൂടെ അദ്ദേഹം ആ കെട്ടിടത്തിന്റെ ജീർണാവസ്ഥ പകൽവെളിച്ചത്തിൽ തടയുന്നത് ശ്രദ്ധിച്ചു. സ്റ്റേജിലെ ശബ്ദങ്ങൾക്കും പാതിമങ്ങിയ കാഴ്ചകൾക്കും അപ്പുറം കോണിപ്പടി കയറുമ്പോൾ അദ്ദേഹം ഓർത്തത് ഗ്യാസ് വിളക്കുകളുടെ പുകനിറഞ്ഞ ഒരു രാത്രിയാണ്. കോണിപ്പടി കയറാൻ തിരക്കുകൂട്ടുന്ന പെണ്ണുങ്ങളുടെ ബഹളംനിറഞ്ഞ രാത്രി. ഇന്ന് ചമയമുറികൾ ശൂന്യമായിക്കിടക്കുന്നു. ഇടനാഴി ശൂന്യം. നവംബറിലെ വിളറിയ സൂര്യന്റെ പ്രകാശം ജാലകത്തിലൂടെ കടന്നു വരുന്നു. ശ്മശാനമൂകത മാത്രം! അദ്ദേഹം കോണിപ്പടികൾ സാവധാനം കയറി. ഈ നിശ്ശബ്ദത അദ്ദേഹത്തെ സന്തോഷിപ്പിച്ചു. വല്ലാത്ത ഒരുതരം പിരിമുറുക്കം. തന്റെ പെരുമാറ്റം തീരെ ബാലിശമാകുമോ എന്ന ഭയവും അദ്ദേഹത്തിനുണ്ട്.

ഒന്നാംനിലയുടെ നിരപ്പുതട്ടിൽവച്ച് ഭിത്തിക്ക് എതിരേ നിന്ന് അദ്ദേഹം ചുറ്റും പരതി. ആരും ഇല്ലെന്ന് ഉറപ്പുവരുത്തി കൈലേസുകൊണ്ട് മുഖം

മറച്ചു. കോണിപ്പടിയിലേക്കും അനേകരുടെ കൈപ്പാട് പതിഞ്ഞ കൈവരിയിലേക്കും നോക്കി. ഗണികകൾ ഉറങ്ങുന്ന ഉച്ചതിരിഞ്ഞുള്ള ആ സമയത്ത് പ്രസ്തുതകെട്ടിടം നഗ്നമായ ഒരു വേശ്യാലയംപോലെ അയാൾക്ക് തോന്നി. രണ്ടാമത്തെ നിലയുടെ നിരപ്പുതട്ടിലെത്തിയപ്പോൾ ആമത്തൊലിയൻപൂച്ച ചുരുണ്ടുകൂടി കോണിപ്പടിയിൽ ഉറങ്ങുന്നതു കണ്ടു. പാതിയടഞ്ഞ കണ്ണുകൾകൊണ്ട് അത് ആ കെട്ടിടം മുഴുവൻ നിരീക്ഷിക്കുന്നുണ്ട്. രാത്രിയിൽ ഉപേക്ഷിക്കപ്പെട്ട പെൺഗന്ധം തങ്ങി നിൽക്കുന്ന ആ കെട്ടിടത്തിൽ നിന്നപ്പോൾ അദ്ദേഹത്തിന് നേരിയ മയക്കം അനുഭവപ്പെട്ടു.

വലതുവശത്തുള്ള ഇടനാഴിയിലെ ചമയമുറിയുടെ വാതിൽ പൂർണമായും അടച്ചിട്ടില്ല. മാതിൽഡെയിലെ ഒരു കൊച്ചു തേവിടിശ്ശിപ്പെണ്ണിന്റെ ഒരുക്കമുറി ആകെ വൃത്തികേടായിക്കിടപ്പുണ്ട്. വൃത്തികെട്ട വാഷ്ബേസിനും സീറ്റുകളിൽ രക്തസ്രാവം വീണതുപോലെ തോന്നിപ്പിക്കുന്ന ചായംപുരണ്ട കസേരകളും ചിതറിക്കിടക്കുന്ന പൊട്ടപ്പാത്രങ്ങളും എല്ലാം അവിടെ കാണാം. ഭിത്തിയിൽ ഒട്ടിച്ചിരിക്കുന്ന പേപ്പർ സോപ്പുവെള്ളം വീണ് കുതിർന്നിരിക്കുന്നു.

നാന വാതിൽ തുറന്നപ്പോൾ ബാത്ത്റൂം ഗന്ധം തെല്ലൊന്ന് കുറഞ്ഞു. പുരികം ചുളിച്ച് അവൾ ഇത്തിരി ശുദ്ധവായു ശ്വസിച്ചു. താഴത്തെ നിലയിൽ നിന്നിരുന്ന മാഡം ബ്രോണിനെ അവൾ എത്തിവലിഞ്ഞ് നോക്കി. ഒരു മൈന കാതടപ്പിക്കുന്ന ശബ്ദത്തിൽ ചിലയ്ക്കുന്നുണ്ട്. ചോലമരപ്പാതയിലോ നഗരപ്രാന്തത്തിലോ ഉള്ള വാഹനങ്ങളുടെ ശബ്ദം കേൾക്കാനില്ല. ഒരു ഗ്രാമത്തിന്റെ അന്തരീക്ഷമാണവിടെ. പല നിരപ്പുകളിലായി ഉയർന്നും താഴ്ന്നുമുള്ള മേൽക്കൂരകളിലേക്ക് നാന കണ്ണ് പായിച്ചു. വാതിലിൽ മുട്ടു കേട്ടപ്പോൾ നാന തിരിഞ്ഞുനിന്ന് ഉച്ചത്തിൽ പറഞ്ഞു: “അകത്തേക്ക് വരൂ.”

മുഫാത്തിനെ കണ്ടതും അവൾ ജാലകമടച്ചു. ചൂടുകാലവുമല്ലല്ലോ. മാഡം ബ്രോണിനെ രഹസ്യമായി വീക്ഷിക്കേണ്ട ആവശ്യവുമില്ല. ഇരുവരും ഗൗരവപൂർവമൊന്നു നോക്കി. മുഫാത്ത് ഇപ്പോഴും വടിപോലെ വികാരംകൊണ്ട് ശ്വാസംമുട്ടുന്ന അവസ്ഥയിൽ നിൽക്കുമ്പോൾ പൊട്ടിച്ചിരിച്ചുകൊണ്ട് നാന പറഞ്ഞു.

“വീണ്ടും ഇവിടെ വന്നോ മണ്ടച്ചാരേ” മഞ്ഞുകട്ടപോലെ മരവിച്ചവനെപ്പോലെയാണ് മുഫാത്തിന്റെ നിൽപ്പ്. നാനയെ മാഡം എന്നാണ് അദ്ദേഹം സംബോധന ചെയ്തത്. നാനയും അതോടെ കൂടുതൽ അടുപ്പം കാട്ടി.

“കാര്യങ്ങൾ അന്തസ്സോടെ ചെയ്യരുതോ? നിങ്ങൾ എന്നെ കാണും അല്ലേ? എങ്കിൽപ്പിന്നെ വെറും കളിപ്പാവയെപ്പോലെ നിൽക്കുന്നതെന്തിനാണ്? നമുക്ക് ഇരുവർക്കും തെറ്റുപറ്റി, ഞാൻ എല്ലാം പൊറുത്തിരിക്കുന്നു.”

ഇതോടെ അവർ പഴയ കാര്യങ്ങളെക്കുറിച്ച് സംസാരിക്കേണ്ടെന്ന് തീരുമാനിച്ചു. ഒരായിരം കാര്യങ്ങൾ നാവിൻതുമ്പിലേക്ക് ഇരമ്പി വരു

ന്നുണ്ടെങ്കിലും ഒന്നും സംസാരിക്കാൻ അദ്ദേഹത്തിനായില്ല. അദ്ദേഹത്തിന്റെ ഈ തണുപ്പൻമട്ട് കണ്ട് നാന തന്നെ മുൻകൈയെടുത്തു.

“വരൂ” അവൾ ഒരു വിളറിയ ചിരിയോടെ തുടർന്നു: “നിങ്ങൾ നല്ല വകതിരിവുള്ള മനുഷ്യനാണ്. പഴയതെല്ലാം മറന്ന് നമുക്ക് നല്ല സുഹൃത്തുക്കളാകാം.”

“എന്ത്? നല്ല സുഹൃത്തുക്കളോ?” അദ്ദേഹം അറിയാതെ പറഞ്ഞുപോയി.

“മണ്ടത്തരങ്ങൾ നമുക്ക് അവസാനിപ്പിക്കാം. എനിക്ക് നിങ്ങളുടെ ക്ഷേമത്തിൽ വളരെ ശ്രദ്ധയുണ്ട്.” എന്നാൽ അദ്ദേഹം അവളെ തടസപ്പെടുത്താൻ പോകുന്നതുപോലെയുണ്ട്.

“ശരി ഞാനൊന്ന് പറഞ്ഞുകൊള്ളട്ടെ. ഒരു പുരുഷനും എന്നോടൊത്ത് പോകാൻ കഴിഞ്ഞിട്ടില്ല. നിങ്ങളുടെ ബന്ധത്തിൽ അതുണ്ടാവാതിരിക്കട്ടെ.”

“അതൊന്നുമല്ല ഞാൻ ഉദ്ദേശിക്കുന്നത്.” അദ്ദേഹം അക്രമാസക്തനെപ്പോലെ അലറി. “അവിടിരുന്ന് ഞാൻ പറയുന്നതൊന്ന് കേൾക്ക്.”

നാന പൊയ്ക്കളയരുതെന്ന് ഒരു വിചാരമേ മുഫാത്തിന് ഉണ്ടായിരുന്നുള്ളൂ. അദ്ദേഹം അവളെ ഒരു കസേരയിലേക്ക് തള്ളിയിട്ടു. അദ്ദേഹത്തിന്റെ പ്രയാസം കൂടിക്കൂടി വന്നു. ആ ചെറിയ ഒരുക്കമുറി നിറയെ സൂര്യപ്രകാശമാണ്. നല്ല ചൂടുള്ള അന്തരീക്ഷം. പുറത്തുനിന്ന് ഒരു ശബ്ദവും കടന്നുവരുന്നില്ല. മൈനയുടെ മൂർച്ചയുള്ള ചിലയ്ക്കൽ മാത്രം ഓടക്കുഴൽനാദംപോലെ കേൾക്കാം.

“ശ്രദ്ധിക്കൂ”അവളുടെ മുമ്പിൽ നിന്നുകൊണ്ട് അദ്ദേഹം പറഞ്ഞു. “ഞാൻ നിന്നെ കൂട്ടിക്കൊണ്ട് പോകാൻ വന്നതാണ്. അതെ, എല്ലാം വീണ്ടും തുടങ്ങണം. നിനക്കത് നന്നായറിയാം. എന്നിട്ടും ഈ മട്ടിലെന്താണ് നീ സംസാരിക്കുന്നത്? എനിക്ക് വാക്ക് താ.”

അവൾ മുഖം താഴ്ത്തി രക്തസ്രാവം വീണതുപോലെ തോന്നിപ്പിക്കുന്ന ചുവന്ന കസേരയിൽ നഖംകൊണ്ട് നുള്ളിക്കൊണ്ടിരുന്നു. കുറച്ചു സമയത്തിനുശേഷം മുഖമുയർത്തി ഗൗരവത്തോടെ, എങ്കിലും കണ്ണുകളിൽ ഇത്തിരി ദു:ഖഭാവം കലർത്തി പറഞ്ഞു: “സാധ്യമല്ല, താങ്കളോടൊത്തൊരു ജീവിതം സാധ്യമേയല്ല. എന്തുകൊണ്ടാണെന്നായിരിക്കും. കൊള്ളാം സാധ്യമല്ല, അത്രതന്നെ ഞാൻ അത് ആഗ്രഹിക്കുന്നില്ല.”

അദ്ദേഹം കുറച്ചുനേരം അത്യാസക്തിയോടെ അവളെ നോക്കി. എന്നിട്ട് നാനയുടെ കാലിനരികെ വന്ന് നിലത്തിരുന്നു. അവൾ ഇതുകൂടി കൂട്ടിച്ചേർത്തു, “കൊച്ചു കുട്ടികളെപ്പോലെ ആവാതിരിക്കൂ” എന്നാൽ അദ്ദേഹം അങ്ങനെതന്നെ ആയിപ്പോയി. അവളുടെ പാദങ്ങളിലേക്ക് വീണ് അരക്കെട്ടിൽ ചുറ്റിപ്പിടിച്ച് അവളുടെ മുട്ടുകളിൽ മുഖമമർത്തി അവളുടെ നേർത്ത വസ്ത്രത്തിലെ ഭാഗമാകാൻ കൊതിക്കുന്നതുപോലെ അത്ര അമർത്തിയാണ് അദ്ദേഹം ചുംബിച്ചത്. പഴഞ്ചൻ കസേര ഞരങ്ങുന്നുണ്ടായിരുന്നു. അഭിലാഷത്തിന്റെ സീൽക്കാരങ്ങൾ ഇപ്പോൾ കേൾക്കാ

വുന്ന മട്ടിലായി. "കൊള്ളാം ഇനിയെന്താണ്?" അദ്ദേഹം ചെയ്യുന്ന തൊക്കെ ചെയ്യാനനുവദിച്ചുകൊണ്ട് നാന ചോദിച്ചു തുടങ്ങി.

"ഇതൊന്നും നിങ്ങളെ അൽപ്പംപോലും സഹായിക്കില്ല ഇതൊക്കെ വെറും കുട്ടിക്കളി മാത്രം."

തന്റെ ഊർജം കുറഞ്ഞെങ്കിലും ഇപ്പോഴും അദ്ദേഹം നിലത്തിരുന്ന് അവളെ പിടിച്ചുകൊണ്ട് തകർന്ന സ്വരത്തിൽ പറഞ്ഞു:

"കുറഞ്ഞപക്ഷം എന്റെ വാഗ്ദാനങ്ങളെങ്കിലും ഒന്നു ശ്രദ്ധിക്കെ. പട്ടണത്തിൽ നല്ലയൊരു വീട് നിനക്കായി ഞാൻ കണ്ടുവച്ചിട്ടുണ്ട്. ഏത് കൊച്ച് ആഗ്രഹംപോലും ഞാൻ സാധിച്ചു തരും. എന്റെ എല്ലാ ഭാഗ്യ ങ്ങൾക്കും നീ പങ്കാളി ആയിരിക്കും. ഒരു ഉപാധി മാത്രം. നീ എന്റേത് മാത്രമായിരിക്കണം. അതെനിക്ക് വാക്ക് തരണം. നീ ലോകത്തിലെ ഏറ്റവും സ്നേഹവതിയും സമ്പന്നവതിയും ആയിരിക്കണമെന്ന് ഞാൻ ആഗ്രഹിക്കുന്നു. നിനക്ക് വാഹനങ്ങൾ, രത്നങ്ങൾ, വസ്ത്രങ്ങൾ... എല്ലാം ഞാൻ തരും."

ഓരോ വാഗ്ദാനങ്ങൾക്കും അവൾ അഭിമാനപൂർവം തലയാട്ടി. എന്നിട്ടും അദ്ദേഹം അവസാനിപ്പിക്കുന്നില്ല എന്ന് കണ്ടതിനാലും പണം കൊണ്ട് തന്നെ കീഴ്പ്പെടുത്താൻ ശ്രമിക്കുന്നു എന്ന് തോന്നിയതിനാലും ക്ഷമ നശിച്ച് അവൾ പറഞ്ഞു.

"താങ്കൾ വിലപേശാൻ വന്നതാണോ? എനിക്കിപ്പോൾ വലിയ പരാധീനതയൊന്നുമില്ല. നിങ്ങൾ ഇത്രമാത്രം ഭീകരാവസ്ഥയിലായിപ്പോയെങ്കിലും അതൊന്നും എന്നെ ഏശുകയില്ല. എന്നെയൊന്ന് എഴുന്നേൽക്കാൻ അനുവദിക്ക്. നിങ്ങൾകാരണം ഞാൻ ക്ഷീണിതയായിരിക്കുന്നു." അദ്ദേഹത്തിന്റെ പിടിയിൽനിന്ന് കുതറിമാറാൻ ശ്രമിച്ചുകൊണ്ട് അവൾ പറഞ്ഞു.

"വേണ്ട, വേണ്ട, വേണ്ട...എനിക്കിത് സാധ്യമല്ല."

അതോടെ അദ്ദേഹം വേദനയോടെ എഴുന്നേറ്റ് ഒരു കസേരയിലേക്ക് വീണ് കൈകൾകൊണ്ട് മുഖം പൊത്തി ഇരുന്നു. നാന അങ്ങോട്ടും ഇങ്ങോട്ടും നടന്നു. കറപിടിച്ച വാൾപേപ്പറും ഗ്രീസ് പിടിച്ച മേശപ്പുറവും ആകെ വൃത്തികെട്ട ചെറിയ മുറിയും വിളറിയ പകൽവെളിച്ചത്തിൽ അവൾ ഒരു നിമിഷം നോക്കി നിന്നു. എന്നിട്ട് മുഫാത്തിന് അഭിമുഖമായി നിന്ന് അവൾ പറഞ്ഞു:

"ഈ പണക്കാരുടെ വിചാരമെന്താണ്? എല്ലാം പണംകൊണ്ട് നേടാമെന്ന് അവർ കരുതുന്നു. എനിക്കിതിലൊന്നും സമ്മതമില്ലെങ്കിലോ? നിങ്ങളുടെ സമ്മാനങ്ങളൊന്നും ഞാൻ വിലമതിക്കുന്നില്ല. പാരീസ് മുഴുവൻ തന്നാലും ഞാൻ വേണ്ടെന്ന് വയ്ക്കും. ഇങ്ങോട്ടു നോക്ക് ഇതൊരു വൃത്തികെട്ട മുറിയാണ്. എന്നാൽ നിങ്ങളോടൊത്ത് ജീവിക്കുന്നത് ഇഷ്ടമാണെങ്കിൽ ഞാൻ ഇവിടംപോലും സുന്ദരമായി കരുതും. എന്നു കരുതി സ്നേഹമില്ലെങ്കിൽ കൊട്ടാരംപോലും വിലമതിക്കപ്പെടില്ല. പണം എനിക്ക് ഒന്നുമല്ല. ഞാൻ ചവിട്ടി മെതിച്ചു കളയും."

തുടർന്ന് അവൾ ഇത്തിരി സഹാനുഭൂതിപരമായി സംസാരിച്ചു.

"പണത്തേക്കാൾ വലിയ ചിലതുണ്ടെന്ന് ഞാൻ കരുതുന്നു. ഞാൻ അഭിലഷിക്കുന്നത് തരാൻ ആർക്കാണ് കഴിയുക?"

അദ്ദേഹം മെല്ലെ കണ്ണുകളുയർത്തി. പ്രതീക്ഷയുടെ കിരണങ്ങൾ ആ കണ്ണുകളിൽ കാണാമായിരുന്നു.

"ഓ നിങ്ങൾക്കത് തരാൻ കഴിയില്ല അല്ലേ?" അവൾ തുടർന്നു: "നിങ്ങളുമായി ബന്ധപ്പെട്ടതല്ലെങ്കിലും ഞാനത് പറയാം. എനിക്ക് അവരുടെ നാടകത്തിൽ ബഹുമാന്യയായ ഒരു സ്ത്രീയുടെ ഭാഗം അഭിനയിക്കണമെന്നുണ്ട്."

"എന്ത്? ബഹുമാന്യസ്ത്രീയുടെയോ?" അദ്ദേഹം ആശ്ചര്യത്തോടെ തിരക്കി.

"എന്തുകൊണ്ട് ഹെലനാപ്രഭ്വിയുടെ ഭാഗം ഞാൻ അഭിനയിച്ചു കൂടാ? അവർ എനിക്ക് ജറാൾഡിന്റെ വേഷമാണ് നിശ്ചയിച്ചിരിക്കുന്നത്. അതിൽ കാര്യമായി ഒന്നുമില്ല. ഒരു രംഗം അത്രമാത്രം. ഞാൻ ഒത്തിരി ഗണികാവേഷങ്ങൾ ചെയ്തിട്ടുണ്ട്. അതിനൊരു അവസാനം വേണ്ടേ? എനിക്ക് ആ മാന്യസ്ത്രീയുടെ ഭാഗം അഭിനയിക്കാൻ ലഭിച്ചാൽ ഞാനത് ഭംഗിയായി നിർവഹിക്കും. എന്നെ വിദ്യാഭ്യാസമില്ലാത്തവളായി അവർ കരുതിയിരിക്കുകയാണ്. പ്രഭ്വിയുടെ ഭാഗം ഞാൻ ഒരു തെറ്റും കൂടാതെ അഭിനയിക്കും. അല്ലെങ്കിൽ ഇങ്ങോട്ട് നോക്ക്."

അവൾ ജനലിന്റെ അടുത്ത് പോയി. തന്റെ തൂവൽ ചെളിയാകുമെന്ന് കരുതുന്ന ഒരു തടിച്ചിക്കോഴിയെപ്പോലെ അവൾ മുഫാത്തിന് മുൻപിലൂടെ അങ്ങോട്ടുമിങ്ങോട്ടും നടന്നു. നിറകണ്ണുകളോടെയാണെങ്കിലും അവളുടെ ഹാസ്യാത്മകമായ ഈ നടത്തം മുഫാത്ത് ശ്രദ്ധിച്ചു. കണ്ണ് ചിമ്മിച്ചുകൊണ്ട് പുഞ്ചിരിയോടെ അവൾ മുഫാത്തിന്റെ മുന്നിൽ നിന്ന് ചോദിച്ചു:

"എന്താ അഭിനയം കലക്കിയോ?"

"അതെ, നന്നായിരുന്നു" തൊണ്ടയിൽ എന്തോ തടഞ്ഞ മട്ടിൽ മുഫാത്ത് പറഞ്ഞു.

"മാന്യസ്ത്രീയുടെ ഭാഗം അഭിനയിക്കണമെന്ന് ഞാൻ കുറേ നാളായി വിചാരിക്കുന്നു. വീട്ടിലിരുന്ന് ഞാൻ നല്ലവണ്ണം പരിശീലിച്ചിട്ടുണ്ട്. താങ്കളുടെ മുന്നിലൂടെ ഞാൻ നടന്നപ്പോൾ അത് ബോധ്യമായില്ലേ? ഇതെന്റെ സ്വപ്നമാണ്. എനിക്ക് ആ റോൾ കിട്ടിയേ പറ്റൂ."

മുഫാത്ത് ഇപ്പോഴും അവളുടെ പഴയ നിരാസമോർത്ത് വിഷാദിച്ചിരിക്കുകയാണ്. നിശ്ശബ്ദതയെ ഭഞ്ജിച്ചുകൊണ്ട് അവൾ തുടർന്നു:

"നിങ്ങൾ എനിക്ക് ആ ഭാഗം വാങ്ങിത്തരണം."

മുഫാത്ത് സ്തബ്ധനായിപ്പോയി. "സാധ്യമല്ല ഞാനുമായി ബന്ധപ്പെട്ട കാര്യമല്ല ഇതെന്ന് നീതന്നെ പറഞ്ഞതല്ലേ?"

ചുമലിളക്കിക്കൊണ്ട് അവൾ ഇടയ്ക്ക് കയറി, "താങ്കൾ ഇത്രയും ചെയ്താൽ മതി, ബോർദനേവിന്റെ അടുത്തു ചെന്ന് ആവശ്യപ്പെടുക.

ഇതൊരു ചെറിയ കാര്യമായി കരുതേണ്ട. അദ്ദേഹത്തിന് പണം വേണം താങ്കൾ പണം കൊടുത്താൽ കാര്യം ശരിയാകും."

ഇപ്പോഴും അദ്ദേഹം അടുക്കുന്ന ലക്ഷണമൊന്നും ഇല്ലെന്ന് കണ്ടപ്പോൾ അവൾക്ക് കോപം വന്നു.

"കൊള്ളാം എല്ലാം എനിക്ക് മനസിലായി. റോസിനെ പിണക്കാൻ കഴിയില്ല അല്ലേ? താങ്കൾ നിലംതൊട്ട് കരഞ്ഞപ്പോൾ ഞാൻ അവളെപ്പറ്റി പറഞ്ഞില്ല. അവളെപ്പറ്റി പറയാൻ എനിക്ക് ധാരാളമുണ്ടായിരുന്നു. നിങ്ങൾ ഒരു സ്ത്രീയുമായുള്ള സ്നേഹബന്ധം ഉറപ്പിക്കുമ്പോൾ അടുത്തദിവസം ആദ്യത്തെ ആൾ കയറി വരരുത്. എന്റെ കാൽക്കീഴിൽവന്ന് കരയുന്നതിന് മുൻപ് ആദ്യത്തെ ബന്ധം ഉപേക്ഷിക്കണമായിരുന്നു."

അദ്ദേഹം എതിർക്കാൻ ശ്രമിച്ചു. ഒടുവിൽ കഷ്ടിച്ച് ഇത്രയും പറഞ്ഞു: "റോസ് എന്റെ പരിഗണനയിലുള്ളതല്ല. അവളെ ഒരിക്കൽ ഞാൻ പുറത്താക്കും."

നാനയ്ക്ക് സംതൃപ്തിയായി. അവൾ തുടർന്നു. "പിന്നെ എന്താണ് കുഴപ്പം? ബോർദനേവാണിവിടെ പ്രധാനി. ഫോഷറിയുടെ സമ്മതവും പ്രശ്നമാണെന്ന് താങ്കൾ പറഞ്ഞു."

അവൾ വളരെ സാവധാനമാണ് സംസാരിച്ചത്. മുഫാത്ത് നിശ്ശബ്ദനായി കണ്ണുകൾ താഴ്ത്തിയിരുന്നു. ഫോഷറിക്ക് പ്രഭിയോടുള്ള പ്രത്യേക മമതയുടെ കാര്യത്തിൽ നിർബന്ധപൂർവമായ ഒരു അജ്ഞത അദ്ദേഹം ശീലിച്ചു. സംശയം ഉണർന്നു വരുമ്പോൾ തായിറ്റ്ബടിലെ ഭീകരരാത്രിയിൽ താൻ സ്വയം കബളിപ്പിക്കുകയായിരുന്നുവെന്നും അദ്ദേഹം കരുതി. എങ്കിലും ഒരുതരം മങ്ങിയ പ്രതികാരബുദ്ധി ഉണർന്നു വരാറുണ്ട്.

"ഇനിയെന്താണ് കുഴപ്പം? ഫോഷറി ഒരു പ്രശ്നമാവില്ല. നാന ആവർത്തിച്ചു. ഭർത്താവിനും കാമുകനും ഇടയിൽ കാര്യങ്ങൾ എങ്ങനെ നിലകൊള്ളും എന്ന് വളരെ കരുതലോടെ മനസിലാക്കിയാണ് നാന ഇത് പറഞ്ഞത്. ഫോഷറിയെ സ്വാധീനിക്കുന്നത് വളരെ എളുപ്പമാണ്. അയാൾ അടിസ്ഥാനപരമായി നല്ലവനാണ്. എന്റെ നന്മയ്ക്കുവേണ്ടിയാണെന്ന് അദ്ദേഹത്തിനോട് പറ."

"ഇല്ല, ഇല്ല ഒരിക്കലും സാധ്യമല്ല" മുഫാത്ത് പറഞ്ഞു. അവൾ അൽപ്പം കാത്തിരുന്നു ഒടുവിൽ വേണ്ട ശൈലിതന്നെ നാവിൻതുമ്പിൽ വന്നു.

"ഫോഷറിക്ക് നിങ്ങളോട് ഒന്നും നിരസിക്കാൻ കഴിയില്ല." വാക്കുകൾക്ക് അതീതമായി അവൾ ഒന്നു ചിരിച്ചു. മുഫാത്ത് കണ്ണുകളുയർത്തി അവളെ ഒന്നു നോക്കി. വീണ്ടും കണ്ണുകൾ താഴ്ത്തി. ലജ്ജയും വിളർച്ചയും അയാളെ ബാധിച്ചിരുന്നു.

"ഓ താങ്കൾ വഴങ്ങുന്ന ലക്ഷണമില്ല അല്ലേ" നാന പറഞ്ഞു. "എന്നെക്കൊണ്ട് കഴിയില്ല" വളരെ ദു:ഖത്തോടെ മുഫാത്ത് വെളിപ്പെടുത്തി.

"നിനക്കുവേണ്ടി ഞാൻ മറ്റെന്ത് വേണമെങ്കിലും ചെയ്തു തരാം. ഇതുമാത്രം നിർബന്ധിക്കരുത്."

ഇനിയും കൂടുതൽ തർക്കിച്ച് സമയം പാഴാക്കിയിട്ട് കാര്യമില്ലെന്ന് അവൾക്ക് മനസിലായി. അവളുടെ ചെറിയ കൈകൾകൊണ്ട് അദ്ദേഹത്തിന്റെ ശിരസ്സ് ഇത്തിരി പിറകിലേക്ക് ഉയർത്തി. എന്നിട്ട് കുനിഞ്ഞുകൊണ്ട് അവളുടെ ചുണ്ടുകൾ മുഫാത്തിന്റെ ചുണ്ടുകളോട് ചേർത്ത് അമർത്തി അമർത്തി ആലിംഗനം ചെയ്തു. അയാളുടെ ശരീരം വിറച്ചു. കണ്ണുകൾ അടഞ്ഞു. അവൾ അദ്ദേഹത്തെ കസേരയിൽനിന്ന് പിടിച്ചെഴുന്നേൽപ്പിച്ചു.

"പോവുക" അവൾ നിർദേശിച്ചു. അയാൾ വാതിൽ വരെ നടന്നു. എന്നാൽ വെളിയിലേക്ക് പോകാൻ തുടങ്ങിയപ്പോൾ അവൾ തിരികെ വന്ന് അദ്ദേഹത്തെ ശക്തമായി ആലിംഗനം ചെയ്തു. അവളുടെ കവിൾ ഒരു പൂച്ച ചെയ്യുന്നതുപോലെ കുപ്പായത്തിലുരസി.

"എവിടെ എന്റെ കൊട്ടാരം?" കൊച്ചു കുട്ടികൾ ആദ്യം നിരസിച്ചത് പിന്നീട് ആവശ്യപ്പെടുന്നതുപോലെ അവൾ ചിരിച്ചുകൊണ്ട് ചോദിച്ചു.

"ദ വില്ലിയേഴ്സ് രാജവീഥിയിലാണ്."

"അവിടെ വാഹനങ്ങളുണ്ടോ?"

"ഉണ്ടല്ലോ."

"ആഭരണങ്ങൾ, രത്നങ്ങൾ?"

"ഉണ്ടല്ലോ."

"ഓ എത്ര നല്ലവനാണ് നിങ്ങൾ?"

"ഇതൊക്കെ സ്വാർഥത തന്നെയാണെന്ന് നിങ്ങൾക്ക് തോന്നാം. ഇപ്പോൾ ഞാൻ പറയുന്നത് മുമ്പത്തേതുപോലെയല്ല. കാരണം നിങ്ങൾക്കറിയാം. ഒരു സ്ത്രീക്ക് വേണ്ടത് എന്താണെന്നത് അറിഞ്ഞിരിക്കണം. താങ്കൾ എനിക്ക് എല്ലാം തരുമെന്നാണല്ലോ പറഞ്ഞത്. അതുപോലെ എനിക്ക് മറ്റാരെയും വേണ്ട. എല്ലാം താങ്കൾക്ക് മാത്രം. വിചാരിക്കുന്നതിലും അധികമായി എല്ലാം എല്ലാം..."

മുഖത്തും കൈകളിലുമെല്ലാം ചുംബനമഴ പെയ്യിച്ച് അദ്ദേഹത്തിന്റെ സിരകളിൽ അഗ്നി പടർത്തിയാണ് മുഫാത്തിനെ അവൾ അവിടെനിന്ന് പറഞ്ഞയച്ചത്. അവൾ ഒന്ന് ദീർഘമായി നിശ്വസിച്ചു. 'ദൈവമേ'... എന്തൊരു വൃത്തികെട്ട ഗന്ധമാണിവിടെ. അവൾ വീണ്ടും ജാലകം തുറന്നു. സമയം കൊല്ലുന്നതിനുവേണ്ടി ഇടനാഴിയിലെ ഗ്ലാസ് മേൽക്കൂരയിലേക്ക് നോക്കിക്കൊണ്ട് നിന്നു.

മുഫാത്ത് വിറച്ചുകൊണ്ട് പടികളിറങ്ങി. തല പുകയുന്നുണ്ട്. 'അദ്ദേഹം എന്തു പറയും? എങ്ങനെയാണ് തനിക്ക് പരിചയമില്ലാത്ത ഒരു മേഖലയിൽ ഇടപെടുന്നത്?'

സ്റ്റേജിന് അടുത്തെത്തിയപ്പോഴേ അദ്ദേഹം ചില കശപിശകൾ കേട്ടു. രണ്ടാമങ്കം അവസാനിച്ചതേയുള്ളൂ. തന്റെ സംഭാഷണഭാഗം മുറിച്ചു മാറ്റു

ന്നതിനുള്ള ഫോഷറിയുടെ ശ്രമത്തിന് എതിരായി പ്രുള്ളിയർ കോപിച്ചു കൊണ്ട് നിൽക്കുകയാണ്.

"എല്ലാം കട്ട് ചെയ്തേക്ക് നാശം! ഇരുനൂറ് ലൈനിൽ കുറവേ എനിക്ക് ലഭിച്ചിട്ടുള്ളൂ. അതിൽ നിന്ന് ഇനിയും കുറയ്ക്കണമല്ലേ. എനിക്ക് മതിയായി. ഈ ഭാഗം വേറെ വല്ലവരെയും ഏൽപ്പിച്ചോളൂ."

അദ്ദേഹം പോക്കറ്റിൽനിന്ന് ചുരുണ്ടുകൂടിയ കയ്യെഴുഴുത്തുപ്രതി വലിച്ചെടുത്ത് കൊസാർഡിന്റെ മടിയിലേക്ക് എറിഞ്ഞു കൊടുക്കാൻ പോകുന്ന മട്ടിൽ അതിന്റെ താളുകൾ മറിച്ചു. അയാളുടെ വിളറിയ മുഖത്ത് നിഷ്ഠൂരമായ അഹന്തയാലുള്ള ക്ഷോഭം പ്രകടമായി. കണ്ണുകൾ എരിഞ്ഞു. സമ്മർദം മറച്ചുപിടിക്കാനുള്ള ശ്രമംകൂടി പരാജയപ്പെട്ടു. പൊതുജനങ്ങളുടെ ആരാധനാപാത്രം പ്രുള്ളിയർ ഇരുനൂറ് ലൈൻ മാത്രം അഭിനയിക്കുകയോ?

"വരൂ പ്രുള്ളിയർ ശാന്തമായിരിക്ക്" അദ്ദേഹത്തിന്റെ ജനപ്രിയത കണക്കിലെടുത്ത് ബോർദനേവ് വളരെ മൃദുവായി പറഞ്ഞു. "വഴക്കിനി നീട്ടേണ്ട കുറച്ചു നല്ല മാറ്റങ്ങൾ വരുത്താം. അല്ലേ ഫോഷറീ. മൂന്നാമങ്കത്തിൽ രംഗം ഇത്തിരി നീട്ടുകയും ചെയ്യാം."

"അങ്ങനെയാണെങ്കിൽ തിരശ്ശീല പിടിക്കുന്നതിന് മുൻപുള്ള അവസാനഭാഷണം എന്റേതായിരിക്കണം" പ്രുള്ളിയർ വാശി പിടിച്ചു.

ഫോഷറിയുടെ മൗനം സമ്മതമായി വ്യാഖ്യാനിക്കപ്പെട്ടു. എങ്കിലും പ്രുള്ളിയറിന്റെ അസംതൃപ്തി മാറിയിട്ടില്ല. കയ്യെഴുത്തുപ്രതി പോക്കറ്റിൽ അദ്ദേഹം തിരികെയിട്ടു. ഫൊണ്ടാനും ബോസ്കും ഇതിൽ വലിയ താൽപ്പര്യം കാണിച്ചില്ല അവരുടെ അഭിപ്രായത്തിൽ ഇതൊക്കെ തികച്ചും വ്യക്തിപരമാണ്. എല്ലാ അഭിനേതാക്കളും അഭിനന്ദനങ്ങൾ കിട്ടുന്നതിനും പരാതി ബോധിപ്പിക്കുന്നതിനുമായി ഫോഷറിയുടെ ചുറ്റും കൂടി. മുഫാത്തിന്റെ വരവ് കണ്ടുകൊണ്ടുതന്നെ മിഗ്നൻ പ്രുള്ളിയറിന്റെ അവസാന പരാതി ശ്രദ്ധിച്ചു. വഴക്കിനിടയിൽ പെടേണ്ടതില്ല എന്ന് കരുതി മുഫാത്ത് സ്റ്റേജിന് പിന്നിലായി മാറി നിന്നു. എന്നാൽ അദ്ദേഹത്തെ കണ്ട മാത്രയിൽ ബോർദനേവ് അടുത്തേക്ക് ഓടിച്ചെന്നു. 'മുറുമുറുക്കുന്ന ഒരു കൂട്ടം തന്നെ' അദ്ദേഹം പിറുപിറുത്തു.

"അല്ല പ്രഭോ എനിക്ക് ഇവരെക്കൊണ്ട് എന്തെല്ലാം പ്രശ്നങ്ങളാണെന്നറിയാമോ? അഹന്തയുടെ കാര്യത്തിൽ ഒന്ന് ഒന്നിനെ കവിഞ്ഞ് നിൽക്കും. അനുസരണശീലം തീരെയില്ല. ക്ഷമിക്കണം എനിക്ക് മനോനില തെറ്റുന്നു."

അദ്ദേഹം നിർത്തി. അവർക്കിടയിൽ മൗനം തങ്ങി നിന്നു. മുഫാത്താണെങ്കിൽ താൻ എങ്ങനെയാണ് പ്രശ്നം അവതരിപ്പിക്കുക എന്ന ആശങ്കയിലാണ്. ഒടുവിൽ അദ്ദേഹം കാര്യമങ്ങ് തുറന്നടിച്ചു,

"നാനയ്ക്ക് പ്രഭ്വിയുടെ വേഷം അഭിനയിക്കണമെന്നുണ്ട്."

ബോർദനേവ് പൊട്ടിത്തെറിച്ചു പോയി,

"ഇതെന്ത് ഭ്രാന്താണ് പറയുന്നത്."

എന്നാൽ മുഫാത്തിന്റെ ദയനീയ സ്ഥിതി കണ്ട് അദ്ദേഹം പിന്നെ ശാന്തനായി പറഞ്ഞു: "ഓ നിന്ദയായിപ്പോയി" തുടർന്ന് ഒരു നിശ്ശബ്ദതയായിരുന്നു. തടിച്ചിയായ നാന പ്രഭ്വിയായി അഭിനയിക്കുന്നതോർത്ത് അയാൾക്ക് വിസ്മയം തോന്നി. ഏതായാലും ഇത് സംഭവിച്ചാൽ മുഫാത്തിനെ വലയിലാക്കാമെന്ന് അദ്ദേഹം കരുതി. നടപടി പെട്ടെന്നുണ്ടായി. അദ്ദേഹം ഫോഷറിയെ വിളിച്ചു. പ്രഭുവിന് തടയണമെന്നുണ്ടായിരുന്നു. എന്നാൽ ഫോഷറി ആ വിളി കേട്ടിരുന്നില്ല. അദ്ദേഹം താദിർവ്യൂവിന്റെ ഭാഗത്തുനിന്നുള്ള നടന്മാരുടെ വ്യാഖ്യാനം കേൾക്കാൻ നിർബന്ധിതനായിരിക്കുകയായിരുന്നു. പ്രാദേശികഭാഷാഭേദത്തിൽ ഫൊണ്ടാൻ താദിർവ്യൂവിന്റെ സംഭാഷണം ഉച്ചരിച്ചു നോക്കി. തന്റെ നിലപാട് ശരിയാണെന്ന് വരുത്തുകയാണ് ഫൊണ്ടാന്റെ ലക്ഷ്യം. എന്നാൽ ഫോഷറി തടസങ്ങൾ ഉന്നയിച്ചു. ഒരു ഘട്ടത്തിൽ കോപിക്കുകകൂടി ചെയ്തു.

"കൊള്ളാം ഇങ്ങനെയാണെങ്കിൽ അഭിനന്ദിക്കാതിരിക്കുന്നതാണ് മെച്ചം."

"ഫോഷറീ...." ബോർദനേവ് വീണ്ടും ഉച്ചത്തിൽ വിളിച്ചു.

അവിടെനിന്ന് ഒരുവിധത്തിൽ രക്ഷപ്പെട്ട് ഫോഷറി ഓടി വന്നു. "ആരും ഇവിടെ നിൽക്കേണ്ട" ബോർദനേവ് തുടർന്നു. മറ്റുള്ളവരുടെ ശ്രദ്ധയിൽപ്പെടാതിരിക്കാൻ അദ്ദേഹം അവരെ സാമഗ്രിമുറിയിലേക്ക് കൂട്ടിക്കൊണ്ട് പോയി. മിഗ്നൻ ഇതിൽ അത്ഭുതപ്പെട്ടു. ഏതാനും പടികൾ കയറി അവർ ചതുരാകൃതിയിലുള്ള ഒരു മുറിയിലെത്തി. മുറ്റത്തേക്ക് തുറക്കുന്ന രണ്ട് ജാലകങ്ങൾ അതിനുണ്ടായിരുന്നു. ഗിൽറ്റ്, പേസ്റ്റ്, ചുവന്ന പഴഞ്ചൻകുടകൾ, ഇറ്റാലിയൻ ജാറുകൾ, വ്യത്യസ്തതരത്തിലുള്ള ഘടികാരങ്ങൾ തുടങ്ങിയവ പൊടിപിടിച്ചുകിടക്കുന്ന മുറി പഴഞ്ചൻവസ്ത്രങ്ങൾ വിൽക്കുന്ന ഒരു തുണിക്കടയെ അനുസ്മരിപ്പിച്ചു. അര നൂറ്റാണ്ടിന്റെ പഴകിയ ഗന്ധം അവിടെ തങ്ങി നിന്നു. "വരൂ" ബോർദനേവ് ആവർത്തിച്ചു: "നമ്മളല്ലാതെ ആരും ഇവിടെ ഉണ്ടാവരുത്." ബോർദനേവിന് കാര്യങ്ങൾ അവതരിപ്പിക്കാനുള്ള സൗകര്യത്തിന് മുഫാത്ത് ഇത്തിരി മാറി നിന്നു.

ഫോഷറി ആവശ്യപ്പെട്ടു, ബോർദനേവ് കാര്യം അവതരിപ്പിച്ചു, "ഞങ്ങൾക്ക് ഒരു ആശയം ഉദിച്ചിരിക്കുന്നു. ക്ഷമയോടെ കേൾക്കണം. വളരെ ഗൗരവമുള്ള കാര്യമാണ്. നാനയ്ക്ക് പ്രഭ്വിയുടെ വേഷം കൊടുക്കുന്നതിനെ സംബന്ധിച്ച് എന്താണ് അഭിപ്രായം?"

ഫോഷറി അന്ധാളിച്ചു പോയി. "എന്താ തമാശ പറയുകയാണോ? ആളുകൾ ചിരിക്കും."

"ചിരിക്കുമല്ലോ, എങ്കിൽ രണ്ടിലൊന്ന് ആലോചിക്കാനില്ല. പ്രഭുവിന് ഇതിൽ വലിയ താൽപ്പര്യമുണ്ട്."

മുഫാത്ത് തന്റെ വിക്ഷോഭം മറയ്ക്കുന്നതിന് ഷെൽഫിൽ പൊടിപിടിച്ചിരുന്ന ഏതോ വസ്തു കയ്യിലെടുത്തു. അതൊരു മുട്ടപ്പാത്രമായിരുന്നു. അബോധപൂർവകമായി അതും പിടിച്ചുകൊണ്ട് അദ്ദേഹം പിറുപിറുത്തു:

'ശരി ശരി അത് ഗംഭീരമായിരിക്കും' ഫോഷെറിക്ക് ഇതിൽ താൽപ്പര്യമില്ലെങ്കിലും നാനയ്ക്കുവേണ്ടി മുഫാത്ത് ഉറച്ച നിലപാടെടുത്തു.

"ഞാൻ വാക്ക് തരാം, കുറച്ചു മുൻപ് അവൾ തന്നെ പ്രഭ്വിയുടെ ഭാഗം അഭിനയിച്ചു കാണിച്ചതേയുള്ളൂ."

"എവിടെവച്ച്?" ഫോഷറി വല്ലാത്ത അത്ഭുതത്തോടെ ചോദിച്ചു.

"മുകളിലെ തെക്കേമുറിയിൽവച്ച് അവൾ ആ ഭാഗം നന്നായി ചെയ്തു. എന്തു ഗംഭീരമായിരുന്നു ആ പ്രകടനം. ദാ ഇങ്ങനെ..."

മുഫാത്ത്പ്രഭു മുട്ടപ്പാത്രം പിടിച്ചുകൊണ്ട് തന്റെ നിലയും വിലയും മറന്ന് നാനയെ അനുകരിച്ച് കാണിച്ചു. ഫോഷറി അത്ഭുതത്തോടെ നോക്കി. ഇപ്പോൾ അദ്ദേഹത്തിനെല്ലാം മനസിലായി. കോപം വഴിമാറി.

"ശരി അവൾ നന്നായി അഭിനയിക്കുമെന്നുതന്നെ ഇരിക്കട്ടെ. എന്നാൽ ആ ഭാഗം മറ്റൊരാൾക്ക് കൊടുത്തു പോയല്ലോ. റോസിൽനിന്ന് അത് തിരിച്ചെടുക്കുക സാധ്യമല്ല."

"ഓ അത്രയേയുള്ളൂ പ്രശ്നം. അത് ഞാൻ ശരിയാക്കിത്തരാം." ബോർദനേവ് പറഞ്ഞു. രണ്ടുപേരും തനിക്കെതിരാണെന്നും ബോർദനേവിന് ഇതിൽ താൽപ്പര്യമുണ്ടെന്നും മനസിലാക്കിയ ഫോഷറി പറഞ്ഞു:

"ഈ ഭാഗം നേരത്തേ നിശ്ചയിച്ചിരുന്നില്ല എങ്കിൽപ്പോലും അവൾക്കിത് കൊടുക്കില്ലായിരുന്നു. എന്നെ ഒറ്റയ്ക്ക് വിട്ടേക്ക്. എന്റെ നാടകം നശിപ്പിക്കുന്നതിന് ഞാൻ ആഗ്രഹിക്കുന്നില്ല."

ഇതോടെ ജാള്യത കലർന്ന ഒരുതരം നിശ്ശബ്ദത അവിടെ വ്യാപിച്ചു. അൽപ്പം മാറിനിന്ന് ബോർദനേവ് എന്തോ ചിന്തിക്കുന്നുണ്ട്. മുഫാത്ത് തലയും കുനിച്ച് നിൽപ്പാണ്. അൽപ്പം കഴിഞ്ഞ് അദ്ദേഹം തലയുയർത്തി ഇടറിയ ശബ്ദത്തിൽ പറഞ്ഞു:

"എനിക്കുവേണ്ടി ഒരു പ്രത്യേക സഹായമെന്ന നിലയിൽ ഞാൻ ചോദിക്കുകയാണ്."

"എന്നെക്കൊണ്ട് സാധ്യമല്ല" ഫോഷറി ആവർത്തിച്ചു. മുഫാത്തിന്റെ ശബ്ദം കുറച്ചുകൂടി പതറി.

"ഞാൻ യാചിക്കുകയാണ്. ഞാൻ അത് വല്ലാതെ ആഗ്രഹിക്കുന്നു" അദ്ദേഹം ഫോഷറിയുടെ കണ്ണുകളിലേക്ക് നോക്കി. ആ കറുത്ത നോട്ടത്തിന് പിന്നിലെ അപകടം വായിച്ചറിഞ്ഞ ഫോഷറി അനൗപചാരികമായി പറഞ്ഞു:

"കൊള്ളാം ഇഷ്ടം പോലെ ആവട്ടെ പിന്നെ മനസിലായിക്കൊള്ളും."

കൂടുതൽ വല്ലായ്മ അവരെ ബാധിച്ചു. ഫോഷറി അസഹ്യതയോടെ കാലുകൾ നിലത്തുരസി. മുഫാത്ത് മുട്ടപ്പാത്രം നിരീക്ഷിച്ച് കൈകളിൽവച്ച് തിരിക്കുകയാണ്.

"അത് മുട്ടപ്പാത്രമാണ് " ബോർദനേവ് ഭവ്യതയോടെ പറഞ്ഞു.

"എന്തുകൊണ്ടല്ല? ഇത് മുട്ടപ്പാത്രമാണ്" മുഫാത്ത് ആവർത്തിച്ചു.

"ക്ഷമിക്കണം നിങ്ങൾ പൊടിയിൽ കുളിച്ചിരിക്കുകയാണ്. ആ സാധനം. ഷെൽഫിൽ വച്ചേക്കൂ. പൊടിപിടിച്ചാണ് ഇരിക്കുന്നതെങ്കിലും

ഇതൊക്കെ വിലപിടിപ്പുള്ള സാധനങ്ങളാണ്. അദ്ദേഹം മുഫാത്തിന് ഓരോ ഇനങ്ങളും പരിചയപ്പെടുത്തി കൊടുത്തു. കറങ്ങി കറങ്ങി ഫോഷറിയുടെ അടുത്തെത്തിയപ്പോൾ പറഞ്ഞു:

"നമുക്കീ കാര്യം പറഞ്ഞതുപോലെ ഉറപ്പിക്കണം. ദാ അവിടെ മിഗ്നനുണ്ട്."

നടിയെ മാറുന്നത് സംബന്ധിച്ച വിവരം ബോർദനേവ് പറഞ്ഞ മാത്രയിൽത്തന്നെ മിഗ്നൻ നീരസം പ്രകടിപ്പിച്ചു. തന്റെ ഭാര്യയുടെ പെരുമ കളഞ്ഞുകുളിക്കുന്നത് അദ്ദേഹത്തിന് ഇഷ്ടമില്ല. പണത്തിനുവേണ്ടി കലയെ ബലി കഴിക്കയോ? അവളുടെ കലാപരമായ നിലവാരത്തെ അത് തകർത്ത് കളയും. എന്നാൽ ബോർദനേവ് മുന്നോട്ടുവച്ച ഉപാധിക്കനുസരിച്ച് പിന്മാറുകയാണെങ്കിൽ പതിനായിരം ഫ്രാങ്ക് അവൾക്ക് ലഭിക്കും. അങ്ങനെയാണെങ്കിൽ അവൾ ഡ്രമാറ്റിക്സ് തീയറ്ററിലേക്ക് പോവുകയും ചെയ്യും. ഒരു രാത്രിക്ക് മുന്നൂറ് ഫ്രാങ്ക് അവർ വാഗ്ദാനം ചെയ്തിട്ടുള്ളതുമാണ്.

ഇപ്പോൾ മിഗ്നന് പണക്കൊതിയുമായി. അയാൾ മുഫാത്തിന്റെ കണ്ണുകളിലേക്ക് നോക്കി. പണമിറക്കേണ്ടത് അയാളാണല്ലോ.

"എല്ലാം ഉറപ്പിച്ചിരിക്കുന്നു" മുഫാത്ത് പ്രഖ്യാപിച്ചു. ഇത് മണ്ടത്തരമാണ്. പതിനായിരം ഫ്രാങ്ക് നൽകുന്നതിന് പിന്നിൽ ബോർദനേവിന്റെ കച്ചവടമനസ്സ് ഇത്തിരി വേദനിച്ചു. എന്നാൽ കച്ചവടം ഉറപ്പിക്കാൻതന്നെ മുഫാത്ത് താൽപ്പര്യപ്പെട്ടു. തന്റെ പോക്കറ്റിൽനിന്നല്ലല്ലോ പണം പോകുന്നത് എന്ന് ചിന്തിച്ച് ബോർദനേവ് അത് സമ്മതിച്ചു

പതിനഞ്ച് മിനിട്ടോളമായി ഫൊണ്ടാൻ ഇതെല്ലാം ശ്രദ്ധിക്കുന്നുണ്ടായിരുന്നു. റോസിനോട് ഈ വിവരം പറയാൻ അയാൾ മുകളിലേക്ക് പോയി. അയാൾ റോസിന്റെ കാതിൽ സംഗതിയെല്ലാം ധരിപ്പിച്ചു. അവൾ സാമഗ്രിമുറിയിലേക്ക് ഓടിയെത്തി. അവൾ പ്രവേശിച്ചപ്പോൾ അവിടം നിശ്ശബ്ദമായി. അവൾ നാല് പുരുഷന്മാരെയും നോക്കി. മുഫാത്ത് തല കുനിച്ചു. അവളുടെ ചോദ്യരൂപത്തിലുള്ള നോട്ടത്തിന് ഫോഷറി ചുമലിളക്കത്തിലൂടെ മറുപടി നൽകി. മിഗ്നനാണെങ്കിൽ ബോർദനേവുമായി കരാറുണ്ടാക്കുന്നതിൽ ദത്തശ്രദ്ധനാണ്.

"എന്താണുണ്ടായത്?" അവൾ ചുരുക്കി ആവശ്യപ്പെട്ടു.

"ഒന്നുമില്ല" മിഗ്നൻ പറഞ്ഞു. "നിന്റെ ഭാഗം ഉപേക്ഷിക്കുകയാണെങ്കിൽ ബോർദനേവ് പതിനായിരം ഫ്രാങ്ക് തരുമെന്ന്."

അവൾ വിവർണയായി മുഷ്ടി ചുരുട്ടി നിൽക്കുകയായിരുന്നു. പ്രതികാരഭാവത്തോടെ അവൾ അയാളുടെ കണ്ണുകളിലേക്ക് നോക്കി. എല്ലാ ഇടപാടും അദ്ദേഹത്തിന് വിട്ടുകൊടുക്കുന്ന പതിവാണ് അവൾക്കുണ്ടായിരുന്നത്. എന്നാൽ ഇപ്പോൾ അവൾ നിലവിളിക്കുകയാണ്.

"നിങ്ങളൊരു ഭീരുവായിപ്പോയല്ലോ" ഇതും പറഞ്ഞ് അവിടംവിട്ടൊരു പോക്കായിരുന്നു. അലറിവിളിച്ചുകൊണ്ട് മിഗ്നൻ പിറകേ ഓടി. എന്താണാവോ കാര്യം? അവൾക്കിനി ഭ്രാന്ത് വല്ലതും പിടിച്ചോ? ശബ്ദം

താഴ്ത്തി അയാൾ കാര്യം വിശദീകരിച്ചു കൊടുത്തു. ഒരു കൂട്ടരിൽനിന്ന് പതിനായിരം ഫ്രാങ്ക് മറ്റൊരു കൂട്ടരിൽനിന്ന് പതിനയ്യായിരം ഫ്രാങ്ക്. ആകെ ഇരുപത്തി അയ്യായിരം. എത്ര മനോഹരമായ കച്ചവടം. ഏതായാലും മുഫാത്ത് അവളെ കൈവിടാൻ പോകുന്നു. അങ്ങനെയാകുമ്പോൾ അയാളുടെ ചിറകിലെ അവസാനതൂവലും പറിച്ചെടുക്കാൻ കിട്ടുന്ന അവസരമാണിത്. എന്നാൽ കോപിഷ്ഠയായ ആ അവസരത്തിൽ അവൾ മറുപടിയൊന്നും പറഞ്ഞില്ല. മിഗ്നൻ അവളെ അവജ്ഞയോടെ അവഗണിച്ചു. എന്നിട്ട് സ്റ്റേജിലേക്ക് ഫോഷറിയോടും മുഫാത്തിനോടും ഒപ്പം മടങ്ങിവന്ന് ബോർദനേവിനോട് പറഞ്ഞു:

"നാളെ രാവിലെ നമുക്ക് കരാറിൽ ഒപ്പു വയ്ക്കാം. പണം തയാറാണല്ലോ."

ലബോർദത്തിൽനിന്ന് വിവരങ്ങളെല്ലാം അറിഞ്ഞ നാന വിജയോന്മാദിയായി. ഇപ്പോൾ അവൾ മാന്യസ്ത്രീയുടെ പെരുമാറ്റങ്ങളെല്ലാം സ്വാംശീകരിച്ചു കഴിഞ്ഞു. കുറെ വിഡ്ഢികളെയെല്ലാം അവൾക്ക് അത് ബോധ്യപ്പെടുത്തേണ്ടതുണ്ട്. എന്നാൽ റോസ് അവളെ കണ്ടപ്പോൾ നിരുത്സാഹപ്പെടുത്തിക്കളഞ്ഞു.

"നമുക്ക് വീണ്ടും കാണാം. ഇതുപോലെ കാര്യങ്ങളെല്ലാം പോകുമെന്ന് കരുതേണ്ടതില്ല. മനസിലായോ?..."

നാനയ്ക്ക് ഇതൊരു അപ്രതീക്ഷിത അടിയായിപ്പോയി. കുനിച്ച് നിർത്തി ഒരെണ്ണം കൊടുക്കണമെന്നാണ് അവൾക്ക് തോന്നിയത്. എന്നാൽ അവൾ നിയന്ത്രിച്ചു. ഓറഞ്ച് പൊളിക്കുന്ന ആംഗ്യത്തിൽ പ്രഭ്വിക്ക് ചേർന്ന മട്ടിൽ ഓടക്കുഴൽനാദത്തിൽ അവൾ പറഞ്ഞു:

"എന്താണെന്റെ റോസ്, നിങ്ങൾ ഭ്രാന്ത് പറയുകയാണോ?" അതോടുകൂടി അവൾ തന്റെ മഹത്വപ്രകടനങ്ങൾ വീണ്ടും തുടർന്നു. തന്നെ തിരിച്ചറിയാൻ കൂട്ടാക്കാത്ത മിഗ്നനോടൊപ്പം റോസ് അവിടംവിട്ട് പോയി. ജറാൾഡിന്റെ വേഷം കിട്ടിയ ക്ലാരിസ് വലിയ സന്തോഷത്തിലായിരുന്നു. തീയറ്റർ വിട്ടു പോകണമോ എന്നുവരെ ചിന്തിക്കുന്ന ഫോഷറി വളരെ വിഷാദചിത്തനായി ഉലാത്തിക്കൊണ്ടിരുന്നു. നാടകം എങ്ങനെ രക്ഷപ്പെടുത്താം എന്നും അദ്ദേഹം അന്വേഷിക്കുന്നുണ്ടായിരുന്നു. എന്നാൽ നാന വന്ന് അദ്ദേഹത്തിന്റെ ഇരുകൈകളും പിടിച്ച് "താൻ തീരെ പരാജയമായിരിക്കുമെന്ന് അദ്ദേഹം കരുതുന്നുണ്ടോ" എന്ന് ചോദിച്ചു. താൻ നാടകം നശിപ്പിക്കാനൊന്നും പോകുന്നില്ല. മുഫാത്തുമായി തനിക്കുള്ള ബന്ധം കണക്കിലെടുക്കുമ്പോൾ തന്നോട് കോപിക്കുന്നത് മണ്ടത്തരമാണെന്നും അവൾ അദ്ദേഹത്തെ ബോധ്യപ്പെടുത്തി. ഇനി സംഭാഷണം വല്ലതും മറന്നുപോയാൽ പ്രോംപ്റ്ററിൽനിന്നും അത് സ്വീകരിച്ചുകൊള്ളാമെന്നും അവൾ പറഞ്ഞു. ഏതായാലും കയ്യടി ഉറപ്പാണ്. എങ്കിലും ഫോഷറി തെറ്റിദ്ധരിക്കപ്പെട്ടു. പ്രഭ്വിയുടെ ഭാഗം ഇത്തിരി പരിഷ്കരിക്കാമെന്നും പ്രുള്ളിയറിന് കൂടുതൽ ഭാഗം നൽകാമെന്നും ധാരണയായി.

എല്ലാവരും പൊതുവെ സന്തോഷത്തിലായിരുന്നു. ഫൊണ്ടാൻ മാത്ര

മാണ് വിമുഖത കാട്ടിയത്. നാന ലാഘവത്തോടെ അയാളുടെ അടുത്തു ചെന്ന് കൈപിടിച്ച് ചോദിച്ചു:

"എന്താ സുഖമല്ലേ?"

"അതേ നന്നായിരിക്കുന്നു. നിനക്കോ?"

"എനിക്കും സുഖംതന്നെ, നന്ദി."

അവരുടെ സംഭാഷണം ഇതോടെ തീർന്നു. തലേന്ന് രാത്രി തീയേറ്ററിന്റെ വാതിലിൽവച്ച് കണ്ടുപിരിഞ്ഞവരെപ്പോലെയായി. അഭിനേതാക്കളെല്ലാം കാത്തിരിക്കുകയായിരുന്നു. അന്നിനി മൂന്നാമങ്കത്തിന്റെ കളിയൊരുക്കം വേണ്ടെന്ന് ഒടുവിൽ ബോർദനേവ് പ്രഖ്യാപിച്ചു. കൃത്യസമയമായപ്പോൾ ബോസ്ക് ആവശ്യമില്ലാതെ സമയം പാഴാക്കിയതിന് പിറുപിറുത്തുകൊണ്ട് പോയി. ക്രമേണ എല്ലാവരും സ്ഥലംവിട്ടു.

ഒരു തുരങ്കത്തിനകത്തുനിന്ന് പുറംലോകത്തേക്ക് വന്നവരെപ്പോലെ പകൽവെളിച്ചത്തിൽ കണ്ണുചിമ്മിക്കൊണ്ട് അവർ നടവഴിയിലേക്ക് കടന്നു. മുഫാത്ത് ഒരുതരം മന്ദതയോടെ നാനയുടെ വണ്ടിയിൽ കയറി. ലബോർദത്ത് ഫോഷറിയെ സമാധാനിപ്പിച്ചു.

ഒരു മാസത്തിനുശേഷം കൊച്ചുപ്രഭ്വിയുടെ ആദ്യപ്രദർശനം കഴിഞ്ഞു. നാന പരാജയമായിരുന്നു. എങ്കിലും അവളുടെ പ്രകടനങ്ങൾ തമാശയായി കണ്ട് ആളുകൾ സന്തോഷിച്ചു. നാന പ്രത്യക്ഷപ്പെട്ടപ്പോഴെല്ലാം റോസ് ചൂളംവിളിച്ചുകൊണ്ട് ചിരിച്ചു. സദസ്സ് അത് അനുകരിച്ചു. അതവളുടെ ആദ്യത്തെ പ്രതികാരമായിരുന്നു. ഒരു രാത്രിയിൽ അവൾ മുഫാത്തിനോട് പറഞ്ഞു:

"ഇത് ചതിയാണ്. അസൂയയല്ലാതെ ഇതിന് പിന്നിലെന്താണ്? എന്നാൽ ഞാനിതെന്താ കാര്യമാക്കുന്നുണ്ടോ? അവരൊന്നുമില്ലാതേം എനിക്ക് ജീവിക്കാനറിയാം. ഞാൻ പന്തയം വയ്ക്കുന്നു. എന്നെ കളിയാക്കിയവരെക്കൊണ്ട് എന്റെ കാലിന്നടിയിലെ പൊടി നക്കിക്കും. മാന്യയുവതിയാരാണെന്ന് ഞാൻ പാരീസിനെ പഠിപ്പിക്കും."

പത്ത്

ആണുങ്ങളുടെ കാമത്തെയും കൊള്ളരുതായ്മകളെയും മുതലെടുത്ത് ജീവിക്കുന്ന ഒരു പരിഷ്ക്കാരിയായി നാന മാറിയത് വളരെ പെട്ടെന്നായിരുന്നു. പ്രഭ്വിയുടെ സ്ഥാനമായിരുന്നു സമൂഹത്തിൽ അവൾക്ക്. കാമുകന്മാരുടെ ദുർവാസനയും പണത്തിന്റെ ധാരാളിത്തവും താൽക്കാലികമായ സൗന്ദര്യവും എല്ലാം ചേർന്ന് ഉയർച്ചയിലേക്കുള്ള ഒരു തുടക്കമായിരുന്നു അത്. ധാരാളിത്തത്തിന്റെ കാര്യത്തിൽ അവൾ ഒരു രാജ്ഞി തന്നെയായിരുന്നു. അവളുടെ ചിത്രങ്ങൾ കടയുടെ ഭിത്തികളിൽ പ്രദർശിക്കപ്പെട്ടു. പത്രങ്ങളിൽ അവൾ പരാമർശിക്കപ്പെട്ടു. തെരുവിലൂടെ അവൾ വണ്ടിയിൽ പോകുമ്പോൾ ആളുകൾ വിസ്മയത്തോടെ അടുത്തുകൂടി. പ്രജകൾ മഹാറാണിയോടെന്നപോലെ അവളെ അഭിവാദ്യം ചെയ്യും.

സ്വർണച്ചുരുൾമുടികൾക്ക് താഴെയുള്ള നീലക്കണ്ണുകളും ചുവന്ന ചുണ്ടുകളുമായി അവൾ പുഞ്ചിരിയോടെ അവരെ പ്രത്യഭിവാദ്യം ചെയ്യും. സ്റ്റേജിൽ ഒരു തികഞ്ഞ പരാജയമായ തടിച്ചിക്ക് വളരെ എളുപ്പത്തിൽ പുറംലോകത്തെ കീഴ്പ്പെടുത്താൻ കഴിഞ്ഞിരിക്കുന്നു എന്നതാണ് അത്ഭുതങ്ങളിൽ അത്ഭുതം. ഒരു മഹാറാണിയെന്നപോലെ അവൾ പാരീസിനെ തന്റെ കാൽക്കീഴിലൊതുക്കി. നാനയുടെ വസ്ത്രധാരണരീതികളിലെ പുതുമകളെയാണ് എല്ലാവരും ഫാഷനായി കൊണ്ടാടിയത്. വലിയ മഹതികൾപോലും അവളെയാണ് അനുകരിച്ചത്.

നാനയുടെ തകർപ്പൻവീട് വില്ലിയേഴ്സ് രാജവീഥിയിലെ റൂ കാർഡിനറ്റിന്റെ മൂലയിലാണ് സ്ഥിതി ചെയ്യുന്നത്. ചെറുപ്പക്കാരനായ ഒരു പെയിന്റർ ആദ്യവിജയത്തിന്റെ ലഹരിയിൽ പണികഴിപ്പിച്ചതാണ് ആ കെട്ടിടം. താമസയോഗ്യമായപ്പോഴേക്കും അത് വിൽക്കേണ്ടി വന്നു.

നവോത്ഥാനഘട്ടമാതൃകയിൽ പണിത ആ കെട്ടിടത്തിൽ എല്ലാവിധ ആധുനികസജ്ജീകരണങ്ങളുമുണ്ടായിരുന്നു. പൂർണമായും സജ്ജീകരിക്കപ്പെട്ട നിലയിലാണ് മുഫാത്ത്പ്രഭു അത് വാങ്ങിയത്. പുരാതനമായ താമ്രപത്രങ്ങളും വലിയ കസേരകളും അലങ്കാരവസ്തുക്കളും എല്ലാം മനോഹരമായി സജ്ജീകരിച്ചിരിക്കുന്നു. എന്നാൽ മധ്യഭാഗത്തുള്ള സ്റ്റുഡിയോ അവളെ സംബന്ധിച്ചിടത്തോളം യാതൊരു പ്രയോജനവുമുള്ളതല്ല.

നിലവിലുള്ള സംവിധാനങ്ങൾതന്നെ അവളൊന്നു പരിഷ്കരിച്ചു. ഒന്നാംനിലയിൽ തന്റെ കിടക്കമുറിയോടും ഒരുക്കമുറിയോടും ചേർന്ന് ചെറിയൊരു സ്വീകരണമുറി അവൾ ക്രമീകരിച്ചു. താഴത്തെ നിലയിലാണെങ്കിൽ ഒരു സംരക്ഷണാലയം, വലിയൊരു സ്വീകരണമുറി, ഊണുമുറി തുടങ്ങിയവ സജ്ജീകരിച്ചിരുന്നു. തന്റെ ആശയങ്ങൾകൊണ്ട് അവൾ ആർക്കിടെക്റ്റിനെപ്പോലും അതിശയിപ്പിച്ചു. പാരീസിലെ ഒരു കൂലിപ്പണിക്കാരിപ്പെണ്ണ് ആഡംബരജീവിതത്തിന്റെ ശൈലികൾ വേണ്ടവണ്ണം മനസിലാക്കിയിരിക്കുന്നു. എന്നാൽ പ്രൗഢമായ ക്രമീകരണങ്ങൾക്കിടയിലും പഴയ പൂവിൽപ്പനക്കാരിയും അപക്വമായ ചില മണ്ടത്തരങ്ങളും വീട്ടുക്രമീകരണങ്ങളിൽ കടന്നുകൂടിയിട്ടുണ്ട്.

വരാന്തയിൽനിന്നുള്ള പടികളിൽ പരവതാനി വിരിച്ചിട്ടുണ്ട്. ഹാളിലേക്ക് പ്രവേശിക്കുമ്പോഴേ വയലറ്റ്പൂക്കളുടെ സുഗന്ധം നമ്മെ സ്വാഗതം ചെയ്യും. കട്ടിയുള്ള ജാലകത്തിരശ്ശീലകൾകാരണം അന്തരീക്ഷത്തിന് നല്ല ചൂടാണ്. മനുഷ്യശരീരത്തെ അനുസ്മരിപ്പിക്കുന്ന തരത്തിൽ മഞ്ഞയും റോസും കലർന്ന ഗ്ലാസ്ജാലകം വിശാലമായ കോണിപ്പടിക്ക് പ്രകാശം പകരുന്നു. വെള്ളിത്താലത്തിൽ സന്ദർശകകാർഡും പിടിച്ചുകൊണ്ടു നിൽക്കുന്ന ഒരു നീഗ്രോയുടെ രൂപം തടിയിൽ തീർത്ത് അതിന്റെ ചുവട്ടിലായി വച്ചിട്ടുണ്ട്. നഗ്നമായ മുലകളോടുകൂടിയ നാല് പെണ്ണുങ്ങളെ വെളുത്ത മാർബിളിൽ തീർത്തത് വിളക്കുകളെ താങ്ങി നിർത്തുന്നു. പിത്തളയിലും ചൈനീസ്പാത്രങ്ങളിലും തീർത്ത പൂക്കുടകൾ, പുരാ

തന പേർഷ്യയിൽനിന്നുള്ള തുണിത്തരങ്ങൾ, അലങ്കാര കസേരകൾ തുടങ്ങിയവ പ്രവേശനഹാളിലെ ആകർഷണങ്ങളാണ്. ഒന്നാംനിലയുടെനിരപ്പുതട്ടിൽ ആണുങ്ങളുടെ കോട്ടുകളും മറ്റും ഊരിയിടാനുള്ള സംവിധാനമുണ്ട്. ആകെക്കൂടി മാസ്മരികതയും ദിവ്യതയും പകരുന്ന അന്തരീക്ഷമാണെന്ന് പറയാം.

വിശാലമായ സ്വീകരണമുറി നാന തുറക്കുന്നത് അതിവിശിഷ്ടവ്യക്തികൾ വരുമ്പോൾ മാത്രമാണ്. സാധാരണയായി നാന താഴേക്ക് വരുന്നത് ഉച്ചഭക്ഷണസമയത്ത് മാത്രമാണ്. അവളുടെ കിടക്കമുറിയും ഒരുക്കമുറിയും ചെറിയ ഊണുമുറിയും എല്ലാം മുകളിലാണ്. അതുകൊണ്ട് ഉച്ചഭക്ഷണം കഴിഞ്ഞാൽ എത്രയുംവേഗം അവൾ മുകളിലേക്ക് പോകും. രണ്ട് പ്രാവശ്യം കിടക്കമുറി അവൾ പുനരലങ്കരിക്കും. സാറ്റിനും സിൽക്കും ഒക്കെ ഉപയോഗിച്ചാലും ചിലപ്പോൾ അവൾക്ക് തൃപ്തി വരികയില്ല. ചില പുതുമകൾ ഒക്കെ വരുത്തിയാലോ എന്ന് അവൾ ആലോചിക്കും. എന്നാൽ അതൊന്നും വിജയിക്കുകയുമില്ല. സോഫയോളം താഴ്ചയുള്ള ആഡംബരക്കിടക്ക ഇരുപതിനായിരം ഫ്രാങ്ക് വിലയുള്ള വെനീഷ്യൻതൊങ്ങൽ പിടിപ്പിച്ചതാണ്. വീട്ടുപകരണങ്ങളെല്ലാം വെട്ടിത്തിളങ്ങുന്നുണ്ട്. കിടക്കമുറിയോട് ചേർന്ന് വിസ്മയിപ്പിക്കുന്ന അലങ്കാരവസ്തുക്കൾകൊണ്ട് നിറഞ്ഞ ചെറിയൊരു സ്വീകരണമുറിയുണ്ട്. ഇളം റോസ് നിറത്തിലുള്ള സിൽക്ക് കർട്ടനുകളിൽ സ്വർണനൂലിഴകളാൽ അലങ്കാരത്തുന്നൽ ചെയ്തിട്ടുണ്ട്. എല്ലാ രാജ്യങ്ങളിൽനിന്നുമുള്ള ശൈലികൾ അലങ്കാരങ്ങളിൽ കാണാം. ഇറ്റാലിയൻ കാബിനറ്റുകൾ, സ്പാനിഷ് പോർട്ടുഗീസ് പണപ്പെട്ടികൾ, ചൈനീസ് ദേവാലയങ്ങളുടെ മാതൃകകൾ, ജാപ്പനീസ് ചൈനീസ് കരകൗശലവസ്തുക്കൾ, തുന്നൽപ്പണികളുള്ള ജാലകത്തിരശ്ശീലകൾ, കിടക്കയോളം വലിപ്പമുള്ള കസേരകൾ എന്നിങ്ങനെ ആ പട്ടിക നീളുന്നു. ചെമപ്പും പച്ചയും കലർന്ന് പഴകിയ സ്വർണത്തിന്റെ നിറമായിരുന്നു മുറികൾക്ക്. രണ്ട് പ്രതിമകൾ അവിടെയുണ്ടായിരുന്നു. ഒന്ന് ഒരു സ്ത്രീ പറവകളെ പിടിക്കുന്നത്. മറ്റൊന്ന് വായുവിൽ കാലുയർത്തി നിൽക്കുന്ന നഗ്നയായ സ്ത്രീയുടേതാണ്. എപ്പോഴും തുറന്നു കിടക്കുന്ന ഒരു വാതിലിലൂടെ ഒരുക്കമുറി കാണാൻ കഴിയും. അത് മുഴുവൻ മാർബിളും ഗ്ലാസും ആണ്. വെള്ളിപ്പാത്രങ്ങളും സ്ഫടികത്താലവും ആനക്കൊമ്പിൽ നിർമിച്ച ഉപകരണങ്ങളും അവിടത്തെ ആകർഷണങ്ങളാണ്. നാനയ്ക്ക് പ്രിയപ്പെട്ട സുഗന്ധം വീട് മുഴുവൻ എപ്പോഴും വ്യാപിച്ചിരുന്നു.

വേണ്ട വിധത്തിൽ വീട്ടുപകരണങ്ങൾ ക്രമീകരിക്കുന്നത് വലിയൊരു തലവേദനയാണ്. നാനയുടെ ശുഭഭാവിക്കുവേണ്ടി പ്രവർത്തിക്കുന്ന സോയേയുടെ സാന്നിധ്യം ഒരു അനുഗ്രഹമാണ്. ഇത്തരമൊരു വിജയത്തിനായി അവൾ മാസങ്ങൾ കാത്തിരിക്കുകയായിരുന്നു. ഇന്നവർ ആഹ്ലാദത്തിലാണ്. കൊച്ചമ്മയെ വളരെ സത്യസന്ധമായാണവൾ സേവിക്കുന്നത്. എന്നാൽ ഒരു സ്ത്രീപരിചാരികയെക്കൊണ്ട് മാത്രം എന്താവാനാണ്? ഒരു മുഖ്യപാചകക്കാരൻ, വണ്ടിക്കാരൻ, ചുമട്ടുകാരൻ വെപ്പു

കാരൻ തുടങ്ങിയവരില്ലാതെ പറ്റില്ല. ലബോർദത്തിന്റെ സഹായവും വില മതിക്കത്തക്കതായിരുന്നു. കുതിരകളെ വാങ്ങുക, വണ്ടിപ്പണിക്കാരനെ കാണുക, കൊച്ചമ്മയ്ക്ക് വേണ്ടത് തെരഞ്ഞെടുക്കാൻ സഹായിക്കുക ഇങ്ങനെ അദ്ദേഹത്തിന്റെ സേവനവും വിപുലമായിരുന്നു. ആ കൈകളിൽ തൂങ്ങിയാണ് അവൾ കടകളിൽ പോകുന്നത്. ലബോർദത്തുപോലും പരിചാരകരെ നിയമിച്ചിരുന്നു. വണ്ടിക്കാരനായ നീളമുള്ള ചാൾസ്, പ്രധാനപാചകക്കാരനായ ചുരുണ്ട മുടിയുള്ള ജൂലിയൻ, പാചകക്കാരി-ചുമട്ടു തൊഴിലാളി ദമ്പതികൾ -ഇങ്ങനെ ആ പട്ടിക നീളുന്നു. എല്ലാ കാര്യങ്ങളിലും രാജകീയമായ ഒരുതരം ചിട്ട പാലിക്കപ്പെട്ടിരുന്നു.

രണ്ടാമത്തെ മാസം മുതൽ കാര്യങ്ങളെല്ലാം ക്രമമായി നടന്നുപോന്നു. വാർഷികച്ചെലവ് കണക്കാക്കിയാൽ മുന്നൂറായിരം ഫ്രാങ്ക് വരും. കുതിരാലയത്തിൽ കുതിരകൾ നിറഞ്ഞിരുന്നു. അഞ്ച് കുതിരവണ്ടികളും ഉണ്ടായിരുന്നു. കൊച്ചുപ്രഭ്വിയുടെ രണ്ടാം പ്രദർശനത്തിനുശേഷം അവൾ തീയറ്റർ വിട്ടു. മുഫാത്തിന്റെ സഹായമുണ്ടായിട്ടും കര കയറാൻ പാടുപെട്ട ബോർദനേവിനെ അവൾ ഉപേക്ഷിച്ചു. എങ്കിലും അവളുടെ പരാജയത്തിൽ അവൾക്ക് വിഷമമുണ്ടായിരുന്നു. എന്നാൽ അവൾ എല്ലാ തകർച്ചകളെയും ധീരമനസോടെ നേരിട്ടു. പണം ധൂർത്തടിക്കുന്ന കാര്യത്തിൽ ഒരുതരം വിശപ്പുതന്നെയായിരുന്നു അവൾക്ക്. അതേസമയം തനിക്കുവേണ്ടി പണം മുടക്കുന്ന ആണുങ്ങളോട് അവൾക്ക് വെറുപ്പായിരുന്നു. തന്റെ കാമുകരെ തകർക്കുന്ന കാര്യത്തിൽ അവൾ ഗൂഢാനന്ദം കണ്ടെത്തി.

തന്റെ ആഡംബരജീവിതത്തിന്റെ തുടക്കത്തിൽത്തന്നെ അവൾ പ്രഭുവുമായി ധാരണയിലെത്തിയിരുന്നു. മുഫാത്ത് അവൾക്ക് പ്രതിമാസം പന്ത്രണ്ടായിരം ഫ്രാങ്ക് നൽകണം. പകരം കൊടുക്കുന്നത് വിശ്വാസ്യത മാത്രമായിരിക്കും. വിശ്വാസ്യത വാഗ്ദാനം ചെയ്തെന്ന് കരുതി അവൾ സ്വാതന്ത്ര്യത്തിനൊന്നും കുറവ് വരുത്തിയില്ല. അവളുടെ എല്ലാ ആഗ്രഹങ്ങളും മാനിക്കപ്പെട്ടു. ഉദാഹരണത്തിന് അവൾ സുഹൃത്തുക്കളെ എല്ലാ ദിവസവും സ്വീകരിക്കാറുണ്ടായിരുന്നു. നിർദിഷ്ടസമയത്ത് മാത്രമേ മുഫാത്ത് വരാനും പാടുള്ളൂ. എന്നാൽ മുഫാത്തിന് സംശയം തോന്നിയാൽ അവൾ കൊച്ചു ലൂയിസിന്റെ തലയിൽ കൈവച്ച് തന്റെ വാഗ്ദാനം മാറ്റില്ലെന്ന് സത്യം ചെയ്യും.

എങ്കിലും അവൾ അഭിലഷിച്ചതിലും അധികമായി പ്രാപിച്ചു. അദ്ദേഹം വിഷമിച്ചെത്തുമ്പോൾ അവൾ വേണ്ട ഉപദേശങ്ങൾ നൽകി ധൈര്യപ്പെടുത്തുന്നു. അദ്ദേഹത്തിന്റെ കുടുംബകാര്യങ്ങളിൽ വരെ അവൾ ശ്രദ്ധിച്ചു തുടങ്ങി. ഭാര്യ, മകൾ... എന്തിന് സാമ്പത്തികകാര്യങ്ങളിൽവരെ സത്യസന്ധതയോടെ ഇടപെട്ടു. ഒരിക്കൽ മാത്രമേ അവൾ മുഫാത്തിനോട് ദേഷ്യപ്പെട്ടുള്ളൂ. അതാകട്ടെ, ദാഗുനേറ്റ് തന്റെ മകളെ വിവാഹം ചെയ്യാനാഗ്രഹിക്കുന്നു എന്ന് മുഫാത്ത് പറഞ്ഞപ്പോഴാണ്. മുഫാത്ത് സ്വയം ഒരു കുപ്രസിദ്ധനാവാൻ തുടങ്ങിയപ്പോഴാണ് നാനയുമായുള്ള

പ്രഭുവിന്റെ ബന്ധം മുറിക്കണമെന്ന് ദാഗുനേറ്റിന് തോന്നിയത്. ഇപ്പോഴേ ഒരു ഭർത്താവിന്റെ വേഷമിട്ടിരിക്കുകയാണയാൾ. ഈ നീരാളിപ്പിടുത്ത ത്തിൽനിന്ന് തന്റെ ഭാവി എങ്ങനെയെങ്കിലും രക്ഷിക്കണമെന്ന് അയാൾക്ക് തോന്നി. ഇതെല്ലാം കണക്കിലെടുത്ത് തന്റെ പഴയ സുഹൃത്തായ മിമി യോട് നാന ഇത്തിരി ക്രൂരമായിത്തന്നെയാണ് പെരുമാറിയത്. തലയ്ക്ക് സ്ഥിരതയില്ലാത്ത പെണ്ണുങ്ങളുമായാണത്രേ അയാൾക്ക് ബാന്ധവം. അവർക്ക് പണം കൊടുക്കാൻ അയാൾ കൂട്ടാക്കുകയില്ല. തന്നെയല്ല അവ രുടെ പിച്ചച്ചട്ടി കയ്യിട്ട് വാരുകയും ചെയ്യും. ദാഗുനേറ്റുമായി ഉണ്ടായിരുന്ന അടുപ്പത്തെക്കുറിച്ചെങ്ങാനും പറഞ്ഞു പോയാൽ മുഫാത്തിന്റെ മുഖം വിളറിപ്പോകും.

ഒരു വൈകുന്നേരം മുഫാത്തിനോട് വിശ്വാസ്യത പുലർത്തുമെന്ന് വാഗ്ദാനം ചെയ്തപ്പോൾത്തന്നെ അവൾ വാന്ദേവ്രസ്പ്രഭുവിനെ അവിടെ സ്വീകരിക്കുകയുണ്ടായി. കഴിഞ്ഞ രണ്ടാഴ്ചയായി അദ്ദേഹം വിളിക്കു കയും പൂക്കൾ നൽകുകയും ഒക്കെ ചെയ്യുന്നു. ഇപ്പോൾ താൻ സ്വത ന്ത്രയാണെന്ന് വരുത്താനും അവൾ വഴി കണ്ടെത്തിയിരിക്കുന്നു. നാന മറ്റാരോടും വെളിപ്പെടുത്താൻ കൂട്ടാക്കാതിരുന്ന ഒരു കടം അയാൾ വീട്ടി ക്കൊടുത്തിരുന്നു. വാന്ദേവ്രസിൽനിന്നും അവൾ എണ്ണായിരത്തിനും പതി നായിരത്തിനും ഇടയിൽ ഫ്രാങ്ക് കൈപ്പറ്റിയിരുന്നു. പാരീസിന്റെ കാമദേ വതയ്ക്കുവേണ്ടി കീശയിലെ അവസാനനാണയവും നൽകാൻ അദ്ദേഹം തയാറായിരുന്നു. തന്നെ വന്ന് കാണുന്നതുൾപ്പെടെ നാന മുന്നോട്ട് വച്ച എല്ലാ ഉപാധികളും അയാൾ അംഗീകരിച്ചു. ലൂസിയും അയാളുടെ പന്ത യക്കുതിരകളും ചേർന്ന് മൂന്ന് ഫാമുകൾ വിഴുങ്ങിക്കഴിഞ്ഞു. അമീൻസിന് അടുത്തുള്ള കൊട്ടാരം ഒറ്റ വായിൽ വിഴുങ്ങാൻ നാനയും തയാറായിരി ക്കുകയാണ്. മുഫാത്ത് ഒന്നും സംശയിച്ചില്ല. എന്നാൽ വാന്ദേവ്രസ് എല്ലാം മനസിലാക്കിയിരുന്നു. അതേസമയം അതിന്റെ പരോക്ഷസൂചനപോലും നൽകിയതുമില്ല. അയാൾ വാസ്തവത്തിൽ അജ്ഞത നടിക്കുകയായി രുന്നു.

നാനയുടെ ജീവിതസംവിധാനം കുറേക്കൂടി മെച്ചപ്പെട്ടു. കുതിരലാ യത്തിലോ അടുക്കളയിലോ കിടക്കമുറിയിലോ ഒന്നിനും ഒരു കുറവുമു ണ്ടായില്ല. അപ്രതീക്ഷിതപ്രശ്നങ്ങളെപ്പോലും തരണം ചെയ്യാൻ സോയേക്കും കഴിഞ്ഞു. ആകെക്കൂടി ഒരു തീയേറ്ററിന്റെ സംവിധാനം പോലെയുണ്ട്. എല്ലാ കാര്യങ്ങളും കുറച്ചുമാസം ഭംഗിയായി നടന്നു. പിന്നീടതിന് മാറ്റം വന്നു. നാനയുടെ മണ്ടത്തരംകാരണം വരുന്ന പ്രശ്ന ങ്ങൾക്കൊക്കെ സോയേ പരിഹാരം കാണും. അതിൽനിന്ന് അവർ നേട്ട മുണ്ടാക്കുകയും ചെയ്തു. കലക്കവെള്ളത്തിൽ മീൻ പിടിക്കുന്ന ശൈലി അവർ സ്വീകരിച്ചു. ഒരു ദിവസം രാവിലെ മുഫാത്ത് കിടക്കമുറിയിലുള്ള പ്പോൾ സോയേ ഒരു മനുഷ്യനെ ഒരുക്കമുറിയിലേക്ക് കടത്തി വിട്ടു. നാന അവിടെ അടിവസ്ത്രങ്ങൾ മാറുകയായിരുന്നു. അവൻ വല്ലാതെ വിറയ്ക്കു ന്നുണ്ടായിരുന്നു.

"ദൈവമേ ഇത് സിസിയാണല്ലോ:" നാന വല്ലാതെ ആശ്ചര്യപ്പെട്ടു.

അത് ജോർജ് തന്നെയായിരുന്നു. അവളുടെ നഗ്നമായ ചുമലുകളിലേക്ക് സ്വർണച്ചുരുൾമുടി വീണ് കിടക്കുന്നുണ്ടായിരുന്നു. അവളെ അടിവസ്ത്രത്തിൽ മാത്രമായി കണ്ടത് അവനിൽ അഭിനിവേശത്തിന്റെ തിരി കൊളുത്തി. അവൻ അവളുടെ കഴുത്തിന് ചുറ്റും അരയ്ക്ക് ചുറ്റും കൈകൾ വരിഞ്ഞ് തുരുതുരാ ചുംബിച്ചു. അവന്റെ പിടിയിൽനിന്ന് കുതറിമാറാൻ അവൾ പാടുപെട്ടു. നാന ബഹളം കൂട്ടി.

"കടന്നു പോകുന്നുണ്ടോ? ഇതെന്ത് തരംതാണ പണിയാണ്. സോയേ നിനക്ക് വട്ടാണോ? അവനെ കൊണ്ടുപോയി താഴെയിരുത്ത്. ഞാൻ താഴേക്ക് വന്നുകൊള്ളാം."

സോയേ അവനെ തള്ളിക്കൊണ്ടു പോയി. താഴെയുള്ള സ്വീകരണമുറിയിൽവച്ച് ഇരുവരെയും നാന വഴക്കു പറഞ്ഞു. സോയേ ചുണ്ടുകൾ കൂട്ടി വച്ചതേയുള്ളൂ. "കൊച്ചമ്മയുടെ സന്തോഷത്തിന് ചെയ്തു" എന്ന് മാത്രം പോകാൻനേരം പറഞ്ഞു. നാനയെ വീണ്ടും കണ്ടതിൽ ജോർജ് ആനന്ദാശ്രു പൊഴിച്ചു. മകന് പക്വത ആയെന്ന് കരുതി അമ്മ അവനെ പുറത്ത് പോകാൻ അനുവദിച്ചിരിക്കുകയാണ്. ബസ്റ്റോപ്പിലെത്തിയപ്പോഴേ വണ്ടി കിട്ടിയതിനാൽ തന്റെ പ്രിയപ്പെട്ടവളെ നേരത്തേതന്നെ ചുംബിക്കാൻ അവന് കഴിഞ്ഞു. ലാമിനോട്ടിൽ നഗ്നപാദനായി കഴിഞ്ഞതുപോലെ ഭാവിയിൽ അവളുമൊത്ത് കഴിയാനുള്ള ആഗ്രഹം അവൻ പ്രകടിപ്പിച്ചു. ക്രൂരമായ വിരഹത്തിനുശേഷമുള്ള ഈ കൂടിക്കാഴ്ചയിൽ അവന് തന്നെത്തന്നെ നിയന്ത്രിക്കാനായില്ല. അവളുടെ കുപ്പായത്തിന്റെ അടിയിലൂടെ ചുമലുകൾവരെ അവൻ വിരലുകളോടിച്ചു.

"നീ ഇപ്പോഴും നിന്റെ പയ്യനെ സ്നേഹിക്കുന്നുണ്ടോ?" കുട്ടിത്തം നിറഞ്ഞ സ്വരത്തിൽ അവൻ ചോദിച്ചു.

"തീർച്ചയായും ഞാൻ സ്നേഹിക്കുന്നു" അവന്റെ പിടിയിൽനിന്നും മാറിക്കൊണ്ട് നാന പറഞ്ഞു: "എന്നാൽ നീ വന്നത് യാതൊരു അറിയിപ്പുമില്ലാതെയാണ്. ഞാൻ പൂർണസ്വതന്ത്രയല്ല. നീ നന്നായേ പെരുമാറാവൂ."

വണ്ടിയിൽനിന്ന് ഇറങ്ങുമ്പോഴുള്ള ജോർജിന്റെ ധാരണകളിൽനിന്നെല്ലാം തികച്ചും വ്യത്യസ്തമായ കാഴ്ചകളാണ് അവനിപ്പോൾ കാണുന്നത്. വിശാലമായ മുറികൾ, അലങ്കാരങ്ങൾ...എല്ലാം അവനെ വിസ്മയിപ്പിച്ചു.

"ശരി ശരി" അവൻ വളരെ വിഷാദത്തോടെ പറഞ്ഞു. പ്രഭാതത്തിൽ ഇനി വരുമ്പോഴെല്ലാം ഉച്ചതിരിഞ്ഞ് നാലിനും ആറിനും ഇടയിലേ ആകാവൂ എന്ന് നാന അവനെ ബോധ്യപ്പെടുത്തി. ചോദ്യരൂപത്തിൽ അവനൊന്ന് നോക്കി. എന്നാൽ എന്തെങ്കിലും ചോദിക്കുന്നതിന് മുൻപ് അവൾ അവന്റെ നെറ്റിമേൽ ചുംബിച്ചുകൊണ്ട് പറഞ്ഞു: "നല്ല കുട്ടിയായിരിക്കൂ. ഞാനെന്റെ പരമാവധി ചെയ്യാം."

എന്നാൽ വാസ്തവം മറിച്ചായിരുന്നു. വെറുമൊരു സൗഹൃദം എന്ന

നിലയിലായിരുന്നു ജോർജിനോടുള്ള ഇഷ്ടത്തെ നാന ഉൾക്കൊണ്ടിരുന്നത്. നാലുമണിക്ക് വരുമ്പോഴെല്ലാം അവൻ വളരെ ദു:ഖിതനായിരിക്കും. അവനെ ഏതെങ്കിലും അലമാരയുടെ മറവിൽ ഒളിപ്പിക്കുകയാണ് പതിവ്. അവളുടെ സൗന്ദര്യത്തിന്റെ ഉച്ഛിഷ്ടം മാത്രമാവും കിട്ടുക. ആ ബിജോ എന്ന പട്ടിക്കുട്ടിയെപ്പോലെ അവനും ആ കുടുംബത്തിലെ ഒരു അംഗത്തെപ്പോലെയാണ്. കൊച്ചമ്മയുടെ പാവാടയ്ക്കരികിൽ അവനും ഇത്തിരി ഇടമുണ്ട്. മറ്റു പുരുഷന്മാരുടെ ഇടയിലാണെങ്കിലും മധുരത്തിനൊപ്പം ലാളനയുടെ രൂപത്തിൽ ചില്ലറ തടയുകയും ചെയ്യും.

തന്റെ മകൻ വീണ്ടും ആ ദുഷ്ടസ്ത്രീയുടെ കയ്യിലകപ്പെട്ടു എന്നറിഞ്ഞ യുഗോൻമാഡം തന്റെ മൂത്ത മകൻ ഫിലിപ്പിന്റെ സഹായം ആവശ്യപ്പെട്ടു. ഇത് ജോർജിനെ വല്ലാത്ത വിഷമസന്ധിയിലാക്കി. സഹോദരനിൽനിന്നും അകന്നു കഴിഞ്ഞ ജോർജിനെ സംബന്ധിച്ചിടത്തോളം ഇത് നിരാശതയും സങ്കടവും ഉണ്ടാക്കി. ഫിലിപ്പിന്റെ ഭാഗത്തുനിന്ന് കടുത്ത വല്ല നടപടിയും ഉണ്ടാകുമോ എന്നായിരുന്നു ജോർജിന്റെ പേടി.

"നോക്കൂ മമ്മായ്ക്ക് ഇത്രയും ദൂരം വരാൻ പറ്റാത്തതുകൊണ്ടാണ് എന്റെ സഹോദരനെ അയയ്ക്കുന്നത്. എന്നെ പിടികൂടാൻ തീർച്ചയായും അവർ ഫിലിപ്പിനെ അയയ്ക്കും" അവൻ വിശദീകരിച്ചു. ആദ്യം അവൻ ഇത് പറഞ്ഞപ്പോൾ നാനയ്ക്കും വല്ലാത്ത വിഷമമായി. മരവിപ്പോടെ അവൾ പറഞ്ഞു:

"അവൻ വരുന്നത് ഞാനൊന്നു കാണട്ടെ. ആർമിയിലെ ലഫ്റ്റനന്റ് ഒക്കെ ആയിരിക്കും; ഫ്രാൻകോയിസ് രണ്ട് ചവിട്ട് കൊടുത്ത് പുറത്താക്കിക്കൊള്ളും."

പയ്യൻ പിന്നീട് സഹോദരന്റെ കാര്യം പറയുമ്പോഴെല്ലാം ഫിലിപ്പിന്റെ കാര്യത്തിൽ നാനയ്ക്കും പ്രത്യേകതാൽപ്പര്യമുണ്ടായി. ഒരാഴ്ചകൊണ്ട് അവനെപ്പറ്റിയുള്ള ആപാദചൂഡം വിവരങ്ങളും അവൾ അറിഞ്ഞു കഴിഞ്ഞു. ഒത്ത നീളം, കറുത്ത്, പ്രസന്നത, ഇത്തിരി പാരുഷ്യം...വളരെ സൂക്ഷ്മമായ വിവരങ്ങൾ വരെ അവൾ ചോദിച്ചറിഞ്ഞു. കൈകളിൽ രോമമുണ്ട്, ചുമലിൽ മറുക്. താൻ പുറത്താക്കുമെന്ന് പറഞ്ഞ മനുഷ്യന്റെ പൂർണരൂപം അവൾക്ക് കിട്ടിക്കഴിഞ്ഞു. അവൾ ആശ്ചര്യത്തോടെ പറഞ്ഞു.

"സിസീ നിന്റെ സഹോദരൻ വരുന്ന ലക്ഷണമൊന്നുമില്ല. അയാളൊരു ഒളിച്ചോട്ടക്കാരനാണ്."

എന്നാൽ അടുത്തദിവസം നാനയും ജോർജും മാത്രം ശേഷിക്കുമ്പോൾ ഫ്രാൻകോയിസ് മുകളിലേക്ക് ഓടി വന്നു, "ഫിലിപ്പ് യുഗോനെ മാഡം സ്വീകരിക്കുന്നുണ്ടോ" എന്ന് ചോദിച്ചു. ജോർജ് വിളറിപ്പോയി. താൻ സങ്കൽപ്പിച്ചതുപോലെ സംഭവിച്ചല്ലോ എന്ന് അവനോർത്തു. മമ്മാ ഇന്ന് രാവിലെയും താക്കീത് ചെയ്തതാണ്. തന്റെ സഹോദരനെ സ്വീകരിക്കേണ്ട എന്ന് അവൾ നാനയോട് കേണപേക്ഷിച്ചു. എന്നാൽ അവൾ എഴുന്നേറ്റ് കഴിഞ്ഞിരുന്നു.

"എന്തുകൊണ്ട് ഞാനയാളെ കണ്ടുകൂടാ? ഞാൻ പേടിച്ചിരിക്കുകയാണെന്ന് അവൻ ഓർക്കുമായിരിക്കും. ഇല്ല നല്ലയൊരു ചിരിക്ക് വകയുണ്ട്. ഒരു പതിനഞ്ച് മിനിട്ട് അവൻ സ്വീകരണമുറിയിൽ കാത്തിരിക്കട്ടെ ഫ്രാൻകോയിസ്, അതിനുശേഷം എന്റെ അടുക്കൽ പറഞ്ഞു വിട്."

അവൾ പിന്നെ ഇരുന്നില്ല. നെരിപ്പോടിനും വെനീഷ്യൻ കണ്ണാടിക്കും ഇടയിലൂടെ അങ്ങോട്ടുമിങ്ങോട്ടും നടക്കാൻ തുടങ്ങി. വരാനുള്ള രംഗങ്ങളോർത്ത് ജോർജ് ഭീതിയോടെ ഒരു കസേരയിലിരുന്നു. നടക്കുന്നതിനിടയിൽ ചില കാര്യങ്ങളൊക്കെ നാന പിറുപിറുക്കുന്നുണ്ടായിരുന്നു.

"ഒരു പതിനഞ്ച് മിനിട്ട് അദ്ദേഹമവിടെ ഇരുന്നാൽ ഒന്നു തണുത്തു കിട്ടും. തന്നെയല്ല ആ സ്വീകരണമുറി അയാളെ അമ്പരപ്പിക്കും. ഈ വീടിന്റെ ഉടമസ്ഥയെ ബഹുമാനിക്കണമെന്നും അയാൾക്ക് തോന്നും. പതിനഞ്ച് മിനിട്ടായോ? ഇല്ല... പത്തു മിനിട്ടല്ലേ ആയിട്ടുള്ളൂ... ഓ ഇനിയും ധാരാളം സമയമുണ്ട്."

പതിനഞ്ച് മിനിട്ടാകാറായപ്പോൾ നാന ജോർജിനെ പറഞ്ഞയച്ചു. വാതിലിന് മറഞ്ഞുനിന്ന് പറയുന്ന കാര്യങ്ങൾ കേൾക്കരുതെന്ന് താക്കീതും നൽകി. അവൻ മുറിയിലേക്ക് പ്രവേശിക്കുമ്പോൾ തിരിഞ്ഞു നിന്ന് പറഞ്ഞു: "അതെന്റെ സഹോദരനാണ് ഓർത്തുകൊള്ളണം."

"നീ പേടിക്കേണ്ട, അവൻ മര്യാദക്കാരനാണെങ്കിൽ ഞാനും മര്യാദ."

പ്രഭാതവേഷം ധരിച്ച ഫിലിപ്പ് യുഗോനെ ഫ്രാൻകോയിസ് കൂട്ടിക്കൊണ്ടു വന്നു. നാനയുടെ നിർദേശം പാലിക്കുന്നതിനായി കിടക്കമുറിയുടെ ഒരു കോണിലേക്ക് ജോർജ് ഇഴഞ്ഞു നീങ്ങി. എന്നാൽ അപ്പുറത്തുനിന്ന് ശബ്ദംകേട്ട് തുടങ്ങിയതോടെ അവൻ അവിടെ നിന്നു. അവൻ ചില ഭീകരമായ രംഗങ്ങൾ ഭാവനയിൽ കണ്ടു. വാതിൽക്കൽ വന്ന് എല്ലാം ശ്രദ്ധിക്കണം എന്ന പ്രലോഭനത്തിന് അവൻ വീണ്ടും കീഴ്പ്പെട്ടു. കട്ടിയുള്ള വാതിൽത്തിരശ്ശീലകൾകാരണം ശബ്ദം ശരിക്ക് പുറത്തേക്ക് വ്യക്തമായി വരുന്നില്ല. എങ്കിലും ഫിലിപ്പിന്റെ സംഭാഷണത്തിലെ ചില വാക്കുകൾ അവന്റെ ശ്രദ്ധയിൽപ്പെട്ടു. കുട്ടികൾ, കുടുംബം, പദവി തുടങ്ങിയവയൊക്കെ വ്യക്തമായി കേട്ടു. തന്റെ കാമുകി പറയാൻ പോകുന്ന മറുപടിക്കായി അവൻ ആകാംക്ഷയോടെ നിലകൊണ്ടു. തന്തയില്ലാത്തവനേ ഇതെന്റെ വീടാണ് എന്നൊക്കെ അവൾ പറയുമെന്ന് ജോർജ് കരുതി. എന്നാൽ ഒന്നും സംഭവിച്ചില്ല. നാന അവിടെ ചത്തു കിടക്കുകയാണോ? സഹോദരന്റെ ശബ്ദവും വളരെ മൃദുവായി വരുന്നു. നാനയും തേങ്ങുകയാണോ? താൻ ഓടിപ്പോകണോ? അതോ ഫിലിപ്പിന്റെ മുന്നിൽ വീഴണോ? ഒരു തീരുമാനമെടുക്കാൻ അവനായില്ല. എന്നാൽ സോയേ കിടക്കമുറിയിലേക്ക് വന്നപ്പോൾ അവൻ ലജ്ജയോടെ വാതിൽക്കൽനിന്ന് ഒഴിഞ്ഞു മാറി. അവർ അലമാരയിൽനിന്ന് കുറെ വസ്ത്രങ്ങൾ എടുത്ത് മാറ്റി. അവൻ അനങ്ങാതെ മിണ്ടാതെ നെറ്റി ജാലകത്തിൽ അമർത്തി നിൽക്കയാണ്. അൽപ്പനേരത്തെ ഇടവേളയ്ക്കുശേഷം അവൾ ചോദിച്ചു:

"നിന്റെ സഹോദരനാണോ കൊച്ചമ്മയുടെ കൂടെ നിൽക്കുന്നത്?"

"അതേ" പതർച്ചയോടെ അവൻ പറഞ്ഞു. അവിടെയൊരു കനത്ത നിശ്ശബ്ദത വ്യാപിച്ചു.

"ഓ അതുകൊണ്ടാണല്ലേ വിഷമിച്ചിരിക്കുന്നത് അല്ലേ മി. ജോർജ്"

"അതെ അതെ" വെപ്രാളത്തോടെ അവൻ ആവർത്തിച്ചു. സോയേ ധൃതിയൊന്നും കാണിച്ചില്ല. കുറച്ച് തുണി മടക്കിയെടുത്തുകൊണ്ട് അവൾ സാവധാനം പറഞ്ഞു:

"വിഷമിക്കേണ്ട കാര്യമൊന്നുമില്ല. കൊച്ചമ്മ എല്ലാം ശരിയാക്കിക്കൊള്ളും." മറ്റൊന്നും ഇരുവരും പറഞ്ഞില്ല. എന്നാൽ അവർ മുറി വിട്ട് പോയില്ല. അവന്റെ മുഖത്തെ വൈകാരികചലനങ്ങളൊന്നും ശ്രദ്ധിക്കാതെ അവർ ഏറെ നേരം ആ മുറിയിൽ ഉണ്ടായിരുന്നു. അവൻ ഏറുകണ്ണിട്ട് സ്വീകരണമുറിയുടെ ഭാഗത്തേക്ക് നോക്കുന്നുണ്ട്.

ഒരുപക്ഷേ, നാന ഇപ്പോഴും കരയുകയായിരിക്കും. അവന്റെ സഹോദരൻ ഇപ്പോൾ നാനയുടെ കരണത്തടിച്ചു കാണും. ഇങ്ങനെയുള്ള ചിന്ത കാരണം സോയേ മുറിയിൽനിന്ന് പോയപ്പോൾ അവൻ വാതിൽക്കലേക്ക് ഓടി കാതുകൾ കൂർപ്പിച്ചു. എന്നാൽ അവൻ അക്ഷരാർഥത്തിൽ സ്തബ്ധനായിപ്പോയി. പെട്ടെന്നുള്ള പൊട്ടിച്ചിരികളും നിമന്ത്രണങ്ങളും ഇക്കിളിപ്പെടുത്തുന്ന സ്ത്രൈണനിമന്ത്രണങ്ങളും. അൽപ്പസമയത്തിനുള്ളിൽത്തന്നെ നാന ഫിലിപ്പിനെ സൗഹാർദപൂർവം യാത്രയാക്കി.

ജോർജ് മുറിയിലേക്ക് ഓടിക്കയറാൻ ശ്രമിച്ചപ്പോൾ നാന കണ്ണാടിയുടെ മുൻപിൽ സ്വയം മറന്ന് നിൽക്കയാണ്. 'കൊള്ളാം' വളരെ ആശ്ചര്യത്തോടെ അവൻ പറഞ്ഞു. 'എന്തുകൊണ്ടെന്ന് പുറം തിരിയാതെ അവൾ ചോദിച്ചു. എന്നിട്ട് തണുപ്പൻമട്ടിൽ കൂട്ടിച്ചേർത്തു.

"നീ എന്തെല്ലാം അസംബന്ധമാണ് എന്നോട് പറഞ്ഞത്. നിന്റെ സഹോദരൻ വളരെ നല്ലതാണ്."

"അപ്പോൾ എല്ലാം ശരിയായി അല്ലേ?"

"തീർച്ചയായും എല്ലാം ശരിയാകും അല്ലേ? നിനക്കെന്താണിപ്പോൾ പ്രശ്നം? ഞങ്ങൾ തമ്മിൽ ഏറ്റുമുട്ടാൻ പോകുന്നുവെന്ന് ആരെങ്കിലും ചിന്തിക്കുമോ?"

ജോർജിന് ഇപ്പോഴും ഒന്നും മനസിലായില്ല. അവൻ പിറുപിറുത്തു. "നിങ്ങളപ്പോൾ കരഞ്ഞില്ലേ?"

"ഞാൻ കരയുകയോ?" അവൾ ആശ്ചര്യപൂർവം അവന്റെ കണ്ണുകളിലേക്ക് നോക്കി.

"നീ സ്വപ്നം കാണുകയാണ്. ഞാൻ കരഞ്ഞെന്ന് നിനക്ക് തോന്നിയതെന്തുകൊണ്ടാണ്?"

വാതിലിന് മറവിൽ ഒളിച്ചുനിന്ന് കേട്ടതിന് വഴക്കുകൂടി കേട്ടപ്പോൾ അവന്റെ സംശയം ഒന്നുകൂടി ബലപ്പെട്ടു. അവൻ താൽപ്പര്യപൂർവം ചോദിച്ചു: "അപ്പോൾ എന്റെ സഹോദരൻ?"

"നിന്റെ സഹോദരൻ എവിടെപ്പോയോ അവിടെ കാണും. ഞാൻ ഒരു നാലാംകിട സ്ത്രീയായിരുന്നുവെങ്കിൽ തീർച്ചയായും ഈ ബന്ധ

ത്തിന് തടസം നിൽക്കാനുള്ള അവകാശം അവനുണ്ടാകുമായിരുന്നു. പ്രത്യേകിച്ച് നിന്റെ പ്രായവും കുടുംബമഹിമയും കണക്കിലെടുക്കുമ്പോൾ ഒരു നോട്ടം മതിയായിരുന്നു അവന് എന്നെ മനസിലാക്കാൻ. അതുകൊണ്ട് വിഷമിക്കേണ്ടതില്ല. കഴിഞ്ഞത് കഴിഞ്ഞു. നിന്റെ അമ്മയുടെ മനസ്സ് അവൻ മാറ്റിക്കൊള്ളും. അവൾ ഒരു ചിരിയോടെ തുടർന്നു.

"നിനക്ക് നിന്റെ സഹോദരനെ ഇവിടെവച്ചുതന്നെ കാണാം. ഞാൻ ക്ഷണിച്ചിട്ടുണ്ട്. അവൻ വരും."

"വീണ്ടും വരികയോ?" ജോർജ് വിളറിപ്പോയി. അവൻ കൂടുതലൊന്നും പറഞ്ഞില്ല. ഫിലിപ്പിനെപ്പറ്റി പിന്നെയവൻ സംസാരിച്ചതുമില്ല. അവൾ പുറത്തു പോകാനായി ഒരുങ്ങുകയാണ്. അവൻ സങ്കടത്തോടെ അവളെ നോക്കി. പ്രശ്നങ്ങളൊക്കെ പരിഹരിച്ചതിൽ അവൻ സന്തുഷ്ടനാണ്. കാരണം നാനയുമായുള്ള ബന്ധത്തിൽ വിള്ളലുണ്ടാകുന്നതിലും ഭേദം മരണമാണെന്നാണ് അവന്റെ പക്ഷം. എങ്കിലും ഹൃദയത്തിന്റെ അടിത്തട്ടിൽ പുറത്തു പറയാൻ ധൈര്യപ്പെടാത്ത ഒരുതരം നിശ്ശബ്ദവേദന തങ്ങി നിന്നു. അമ്മയുടെ ആശങ്ക ഫിലിപ്പ് എങ്ങനെ നീക്കിയെന്ന് അവനറിയില്ല. എങ്കിലും ഫൊണ്ടേട്ടസിലേക്ക് അവർ മടങ്ങിയെത്തിയത് സംതൃപ്തിയോടെയാണ്. അന്നു രാത്രി തന്നെ നാനയുടെ വീട്ടിൽ ഫിലിപ്പിന്റെ വരവ് ഫ്രാൻകോയിസ് അറിയിച്ചു. ജോർജ് വിഷമിച്ചു പോയി. എന്നാൽ ഫിലിപ്പ് അവനോട് പെരുമാറിയത് ഈ ഒളിച്ചോട്ടത്തിലൊന്നും വലിയ കാര്യമില്ലെന്ന മട്ടിൽ ഒരു കൊച്ചു തെമ്മാടിയോടെന്നപോലെയാണ്. അവന്റെ ഹൃദയം വിങ്ങി. ഒരു പെൺകുട്ടിയെപ്പോലെ അവന്റെ മുഖത്ത് ലജ്ജ പടർന്നു. ജോർജിനെക്കാൾ പത്ത് വയസ്സ് കൂടുതലാണ് ഫിലിപ്പിന്. അവൻ ഫിലിപ്പിന്റെ കൂടെ അധികം സഹവാസം ചെയ്തിട്ടുമില്ല. അതുകൊണ്ടുതന്നെ ഒരു അച്ഛനോടുള്ള ഭയം അവന് സഹോദരനോടുണ്ടായിരുന്നു. പ്രത്യേകിച്ച് പെൺവിഷയങ്ങൾ മറച്ചും വച്ചിരുന്നു. എന്നാൽ തന്റെ ജ്യേഷ്ഠൻ നാനയോട് ഇത്ര സ്വാതന്ത്ര്യത്തോട പെരുമാറുന്നതിൽ അവന് നാണക്കേട് തോന്നി. എങ്കിലും അവൻ അതുമായി പൊരുത്തപ്പെട്ടു പോന്നു.

ഒരിക്കൽ യുഗോൻ സഹോദരങ്ങൾ അവിടെയുള്ളപ്പോൾ മുഫാത്ത് തന്റെ പതിവ് സമയത്ത് അവിടെ വന്നിറങ്ങി. കൊച്ചമ്മയ്ക്ക് ചില സുഹൃത്തുക്കളുണ്ടെന്ന് സോയേയിൽനിന്നറിഞ്ഞപ്പോൾ അദ്ദേഹം അകത്തേക്ക് പോകാൻ കൂട്ടാക്കിയില്ല. എന്നാൽ വൈകുന്നേരം അദ്ദേഹം മടങ്ങി വന്നപ്പോൾ നാന വല്ലാത്ത എതിർപ്പാണ് പ്രകടിപ്പിച്ചത്.

"എന്നെ അപമാനിക്കാനുള്ള ഒരു സാഹചര്യവും ഞാൻ ഉണ്ടാക്കിയിട്ടില്ല. ഇനിയെങ്കിലും ഒന്നു മനസിലാക്കണം. എന്റെ വീട്ടിൽ മറ്റാരെങ്കിലും വന്നെന്നു കരുതി താങ്കൾ ആ സമയത്ത് വരാതിരിക്കരുത്. അവരെപ്പോലെതന്നെ താങ്കൾക്കും പ്രവേശനമുണ്ട്." അദ്ദേഹം ആശ്ചര്യപൂർവം മിണ്ടാതിരുന്നു "എന്നാൽ...എന്റെ ..." അദ്ദേഹം വിശദീകരിക്കാൻ ശ്രമിച്ചു.

"എനിക്ക് കുറെ സന്ദർശകരുണ്ടായിരിക്കാം. എന്നാൽ അവരുമായി താൻ എന്തെടുക്കുകയാണെന്നാണ് താങ്കൾ വിചാരിച്ചത്? ഒരു ചീത്ത പ്പേരുണ്ടാക്കാൻ താൻ ആഗ്രഹിക്കുന്നില്ല."

അദ്ദേഹം വളരെ പ്രയാസപ്പെട്ട് ക്ഷമാപണം നടത്തി. എന്നാൽ ഉള്ളിൽ സന്തോഷിച്ചു. ഇതിലൂടെ ചോദ്യം ചെയ്യാനാവാത്ത വിശ്വസ്ഥത തനിക്കുണ്ടെന്ന് ബോധ്യപ്പെടുത്താനും അവൾക്കായി. ജോർജിനെ ഒരു കൊച്ചു പയ്യനായി മുഫാത്തിനെക്കൊണ്ട് അംഗീകരിപ്പിക്കുന്ന കാര്യ ത്തിൽ അവൾ വിജയിച്ചിരുന്നു. ഫിലിപ്പിനും ഭക്ഷണമേശയിൽ മറ്റുള്ള വരെപ്പോലെ ഇടം കിട്ടി. ക്രമേണ യുഗോൻസഹോദരന്മാരും മുഫാത്തും വാന്ദേവ്രസും എല്ലാം ആ വീട്ടിലെ അംഗങ്ങളായി പരസ്പരം അംഗീക രിച്ചു. തമ്മിൽ കാണുമ്പോൾ അവർ സൗഹൃദത്തോടെ ഹസ്തദാനം ചെയ്യും. പാത്തും പതുങ്ങിയുമുള്ള ക്രമീകരണങ്ങളെക്കാൾ ഇത് എത്രയോ സൗകര്യപ്രദമാണ്. എന്നാൽ മുഫാത്ത് താൻ ഒരു സാധാ രണ സന്ദർശകനാണ്, താൻ എന്ന ധാരണ വരേണ്ടെന്ന് കരുതി അനാ വശ്യമായി അവിടെ വരാറില്ലായിരുന്നു. രാത്രിയിൽ നാന വസ്ത്രങ്ങൾ അഴിച്ചു മാറ്റുമ്പോൾ അദ്ദേഹം മറ്റു പുരുഷന്മാരെക്കുറിച്ച് വളരെ മനസി ണക്കത്തോടെയാണ് സംസാരിച്ചിട്ടുള്ളത്. പ്രത്യേകിച്ചും ഫിലിപ്പിനെക്കു റിച്ച്.

"അതെ, അവരെല്ലാം വളരെ നല്ലവരാണ്" നിലത്തിരുന്ന് അടി വസ്ത്രം ഊരിക്കൊണ്ട് അവൾ പറയും "എന്നാൽ അവരെന്തെങ്കിലും പിടിക്കരുതാത്തത് പറഞ്ഞാൽ താങ്കൾക്കുവേണ്ടി അവരെയെല്ലാം ഞാൻ പുറത്താക്കും."

സുഖഭോഗങ്ങളുടെ നടുവിലും നാനയ്ക്ക് ജീവിതം മടുത്തു തുട ങ്ങി. രാത്രിയിൽ ഓരോ മിനിട്ടിലും ആണുങ്ങളെ കിട്ടുമെന്നായി. വീട് നിറയെ പണം. മേശവലിപ്പിൽപ്പോലും അത് ചിതറിക്കിടക്കുന്നു. ഈ ധാരാളിത്തത്തിനിടയിലും അവൾ വല്ലാത്ത ശൂന്യത അനുഭവിച്ചു. ആവർത്തനത്തിന്റെ വിരസത അവളെ മൂടി. ഭക്ഷണത്തിന് മുട്ടില്ലാത്ത ഒരു പക്ഷിയെപ്പോലെ അവൾ ജീവിച്ചു. അലസമയമായ ഈ ജീവിതം അവളെ സ്വന്തം തടവറയിലാക്കി. നടക്കാനുള്ള ശേഷിപോലും അവൾക്ക് നഷ്ടപ്പെട്ടു. ബാലിശമായ താൽപ്പര്യങ്ങളിൽ അവൾ മുഴുകി. പട്ടിക്കു ട്ടിക്ക് ഉമ്മ കൊടുത്തുകൊണ്ടുപോലും അവൾ സമയം പോക്കി. എന്നാൽ തന്റെ സൗന്ദര്യകാര്യങ്ങളിൽ അവൾ ശ്രദ്ധിച്ചു. ശരീരം പരിശോധിക്കുക, കഴുകി വൃത്തിയാക്കുക, സുഗന്ധം പൂശുക തുടങ്ങിയവ ഒഴികെ മറ്റു കാര്യങ്ങളിൽ അവൾ കാര്യമായി ഇടപെട്ടില്ല. എന്നാൽ ഏതു നിമിഷവും ആരുടെ മുന്നിലും തുണിയുരിഞ്ഞ് നിൽക്കാനുള്ള ആത്മവിശ്വാസം അവൾ ഉണ്ടാക്കിയെടുത്തു.

രാവിലെ പത്തുമണിക്കാണ് അവൾ ഉണരുന്നത്. ബിജോ എന്ന സ്കോട്ടിഷ് നായ മുഖത്ത് നക്കി അവളെ ഉണർത്തും. ഉണർന്ന് കഴി ഞ്ഞാൽ നായ്ക്കുട്ടിയുമൊത്ത് അഞ്ച് മിനിട്ട് കളിയാണ്. അവളുടെ

കൈകാലുകളിൽ അത് ഓടിക്കളിക്കും. മുഫാത്തിന് അസൂയയുള്ള ഒരേയൊരു ആൺജാതി അവനാണ്. പതിനൊന്ന് മണിയാകുമ്പോൾ ഫ്രാൻസിസ് വന്ന് മുടിയൊരുക്കും. ഭക്ഷണസമയത്ത് മാഡംമലോയിർ കൂടെയുണ്ടാകും. എവിടെനിന്നാണെന്നറിയില്ല അവർ രാവിലെയെത്തും. ആരെയും ബുദ്ധിമുട്ടിക്കാതെ രാത്രിയിൽ അവർ മടങ്ങിപ്പോവുകയും ചെയ്യും.

ഭക്ഷണാനന്തരമുള്ള രണ്ടോ മൂന്നോ മണിക്കൂർ ചെലവഴിക്കുന്നത് അവളെ സംബന്ധിച്ച് വലിയ ബുദ്ധിമുട്ടാണ്. ചിലപ്പോൾ ചീട്ട് കളിക്കും, മറ്റ് ചിലപ്പോൾ ഫിഗാറോ വായിക്കും. അതിലെ നാടകസംബന്ധിയായതും ഫാഷൻസംബന്ധിയായതുമായ കാര്യങ്ങൾ അവൾക്ക് ഇഷ്ടമായിരുന്നു. സത്യത്തിൽ തനിക്കുള്ള വാസനയെ അഭിമാനപൂർവം ബോധ്യപ്പെടുത്തുന്നതിന് അവൾ പുസ്തകവും വായിച്ചെന്നിരിക്കും. പിന്നെ അഞ്ചുമണിവരെ അവൾ ടോയ്‌ലറ്റിൽ ചെലവഴിക്കും. പുറത്തു പോവുകയോ അതിഥികളെ സ്വീകരിക്കുകയോ ചെയ്യുന്നത് അതിന് ശേഷമായിരിക്കും. മിക്കവാറും അവൾ പുറത്തുനിന്ന് ഭക്ഷണം കഴിക്കും. വളരെ വൈകിയാണ് കിടക്കാൻ പോകുന്നതും. അടുത്തദിവസം കാര്യങ്ങൾ ഇതേ മട്ടിൽത്തന്നെ മുന്നോട്ട് പോകും.

അവളുടെ ശ്രദ്ധ പതറിപ്പോകുന്ന ഒരു കാര്യം കൊച്ചുലൂയിസിനെ കാണാൻ അമ്മായിയുടെ അടുത്തേക്ക് പോകുന്ന കാര്യമാണ്. രണ്ട് ആഴ്ചയാകുമ്പോൾ അവൾ അവനെ മറക്കുമെങ്കിലും പിന്നീട് മാതൃത്വം ഉണർന്ന് അവൾ സ്നേഹവതിയാകും. അമ്മായിക്ക് നാസികാചൂർണം, കുട്ടിക്കാണെങ്കിൽ ഓറഞ്ചും ബിസ്ക്കറ്റും. ഒരു രോഗിയെ കാണാൻ ആശുപത്രിയിലേക്ക് പോകുന്ന മട്ടിലാണ് നാന അവിടേക്ക് പോകുന്നത്. അവളുടെ സമൃദ്ധമായ വേഷം ആ നഗരത്തിന് ഒരു പുതുമ തന്നെയായിരിക്കും. തന്റെ അനന്തിരവളുടെ ഉയർച്ചയിൽ ലെറാറ്റും അഭിമാനിച്ചിരുന്നു. നാലായിരമോ അയ്യായിരമോ ഫ്രാങ്ക് വരുന്ന വിലപിടിപ്പുള്ള വസ്ത്രങ്ങളണിഞ്ഞാണ് അവൾ വരുന്നത്. അത് അവർക്ക് അതിരറ്റ ആഹ്ലാദമായിരുന്നു. അവൾ നൽകിയ സമ്മാനങ്ങളൊക്കെ അയൽവാസികളെ കാണിക്കാനും അവർ മടിച്ചില്ല. ഞായറാഴ്ച അവൾ കുടുംബകാര്യങ്ങൾക്കായി നീക്കി വച്ചിരിക്കുകയാണ്. അത്തരം അവസരത്തിൽ മുഫാത്ത് ക്ഷണിച്ചാൽപ്പോലും അവൾ അത് പുഞ്ചിരിയോടെ നിരസിക്കും. അമ്മായിയുടെകൂടെ ഭക്ഷണം കഴിക്കണം, കൊച്ചു ലൂയിസിനെ കാണണം ഇതൊക്കെയാണവളുടെ ആവശ്യങ്ങൾ. എന്നിരുന്നാലും കൊച്ചു ലൂയിസിന്റെ ആരോഗ്യം അത്ര ഭദ്രമായിരുന്നില്ല. അവന് ഏകദേശം മൂന്ന് വയസായി. തൊണ്ടമുഴയും ചെവിവേദനയും അവനെ അലട്ടുന്നുണ്ട്. അമ്മയാണെങ്കിൽ കരുത്തിലും സുഖത്തിലും. അവൻ ക്ഷീണിച്ചാണ് വളരുന്നത്.

കുട്ടിയുടെ പരിപാലനത്തിൽ ഏർപ്പെടാത്ത അവസരങ്ങളിൽ അവൾ പതിവുജീവിതത്തിന്റെ ബഹളത്തിലായിരിക്കും. അത്താഴം കുതിരസ

വാരി... ആൾത്തിരക്ക്... എങ്കിലും അവളുടെ ഉള്ളിൽ വേദനയുടെ ഒരംശം ഉണ്ടായിരുന്നു. വല്ലാത്ത ക്ഷീണത്തിന്റെ അടയാളമായി അവൾ കൈകൾ വലിച്ചു നീട്ടുമായിരുന്നു. അവൾ ജീവിതത്തെയാകെ ഇങ്ങനെ സംഗ്രഹിച്ചു.

"ഓ ഈ ആണുങ്ങൾ എന്നെ എത്രമാത്രം മടുപ്പിക്കുന്നു."

ഒരിക്കൽ ഉച്ചതിരിഞ്ഞ് അവൾ വീട്ടിലേക്ക് മടങ്ങി വരുമ്പോൾ വഴിയിലൂടെ വൃത്തികെട്ട പെറ്റിക്കോട്ടും നനഞ്ഞ തൊപ്പിയും ധരിച്ച് ഒരു സ്ത്രീ നടന്നു പോകുന്നത് കണ്ടു. പെട്ടെന്നുതന്നെ അവളെ തിരിച്ചറിഞ്ഞു.

"നിർത്തൂ ചാൾസ്" അവൾ വണ്ടിക്കാരനോട് പറഞ്ഞിട്ട് വിളിച്ചു:

"സാറ്റിൻ...സാറ്റിൻ..."

വഴിയാത്രക്കാർ തല തിരിച്ച് ശ്രദ്ധിച്ചു. ആ തെരുവ് മുഴുവൻ തുറിച്ചു നോക്കി എന്ന് വേണമെങ്കിൽ പറയാം. വണ്ടിച്ചക്രത്തിൽനിന്നുള്ള ചെളി കൂടി അവളുടെ ദേഹത്ത് പറ്റി.

"ചാടിക്കയറൂ കുട്ടീ" നാന ലാഘവത്തോടെ പറഞ്ഞു. നാന അവളെ കയറ്റിക്കൊണ്ട് പോയി. അന്നുമുതൽ അവൾ നാനയുടെ ജീവിതത്തിന് കൂടുതൽ നിറം പകർന്നു. അവളെ വസ്ത്രം ധരിപ്പിക്കുന്നതിലും കുളിപ്പിക്കുന്നതിലും എല്ലാം ശ്രദ്ധിച്ച നാന അവളുടെ അനുഭവങ്ങളെല്ലാം കേട്ടിരുന്നു. സെന്റ് ലാസറിയിലെ കന്യാസ്ത്രീകളിൽനിന്നുണ്ടായ അനുഭവവും വൃത്തികെട്ട പൊലീസുകാർ അവളെ ലിസ്റ്റിൽ ഉൾപ്പെടുത്തിയതും എല്ലാം അവൾ വിവരിച്ചു. നാന അവൾക്ക് സംരക്ഷണം നൽകുകയും പൊലീസ്പട്ടികയിൽനിന്ന് ഒഴിവാക്കാൻ ഇടപെടാമെന്ന് വാക്ക് കൊടുക്കുകയും ചെയ്തു. എന്നാൽ ആരും അവളെ അന്വേഷിച്ച് വന്നില്ല. അവർ കഥകൾ പറഞ്ഞും പരസ്പരം ചുംബിച്ചും എല്ലാം വൈകുന്നേരങ്ങൾ രസകരമാക്കി. എന്നാൽ നാലാംദിവസം സാറ്റിൻ അപ്രത്യക്ഷയായി. അവൾ പുറത്തു പോകുന്നത് ആരും കണ്ടിരുന്നില്ല.

ആ ദിവസം നാനയുടെ വീട്ടിൽ ഒരു കൊടുങ്കാറ്റുതന്നെ വീശിയെന്ന് പറയാം. പരിചാരകരെല്ലാം തല കുനിച്ചിരിപ്പാണ്. സാറ്റിൻ പോയ വാതിലിൽ നിൽക്കാനായി നിയോഗിക്കപ്പെട്ടിരുന്ന ഫ്രാൻകോയിസിനെ തല്ലുമെന്ന നിലവരെയായി. എങ്കിലും സ്വയം സമാധാനിക്കാനായി സാറ്റിനെ ഒരു വൃത്തികെട്ട പെണ്ണായി നാന വിശേഷിപ്പിച്ചു.

വൈകുന്നേരമായപ്പോൾ നാന വണ്ടി വിളിച്ച് ലാറിയിലേക്ക് തന്നെത്താൻ ഓടിച്ച് പോയി. സാറ്റിനെ പട്ടണത്തിലെ ഹോട്ടലിൽനിന്ന് വീണ്ടെടുക്കുകയാണ് ലക്ഷ്യം. സാറ്റിൻ മാഡം റൊബോർട്ടുമൊത്ത് ചെറിയൊരു മേശയ്ക്കരികിലിരുന്ന് ഭക്ഷണം കഴിക്കുകയായിരുന്നു. നാനയെ കണ്ടപ്പോൾ അവൾ ചിരിക്കാൻ തുടങ്ങി. എന്നാൽ നാന സ്വയം നിയന്ത്രിച്ചു. ഭക്ഷണത്തിനുള്ള പണംകൂടി നൽകി സാറ്റിനെ കൂട്ടിക്കൊണ്ട് പോകാനാണ് അവൾ ശ്രമിച്ചത്. വണ്ടിയിൽ കയറുന്നതു വരെ നാന കോപം നിയന്ത്രിച്ചു. എന്നാൽ വണ്ടിയിൽ കയറിയതുംഅവൾ ശക്തമായ

താക്കീത് നൽകി. ഇനിയും ഇത് ആവർത്തിച്ചാൽ കൊന്നുകളയുമെന്ന് ഭീഷണിപ്പെടുത്തുകവരെ ചെയ്തു. എന്നാൽ അതിനുശേഷം ഈ സംഭവം പല പ്രാവശ്യം ആവർത്തിക്കപ്പെട്ടു. വലിയ വീടിന്റെ മടുപ്പിൽനിന്നും ഇറങ്ങിയോടിപ്പോയ അവളുടെ പിമ്പേ ഇരുപതു തവണയെങ്കിലും നാന പോയിട്ടുണ്ട്. മാഡം റോബർട്ടിന്റെ കരണത്തടിക്കുമെന്ന് വരെ നാന ഒരിക്കൽ പറയുകയുണ്ടായി. ലാറിയുടെ അടുക്കൽ പോകുമ്പോഴെല്ലാം അവൾ തന്റെ വജ്രാഭരണങ്ങൾ ധരിക്കുമായിരുന്നു. തന്നെയല്ല വയോലിൻ, റ്റാറ്റൻ നിനേ, മരിയ ബ്ലോണ്ട് തുടങ്ങിയവരെല്ലാം കൂടെ കൂടുമായിരുന്നു. ധാരാളം സമ്മാനങ്ങൾ കൊടുത്ത് പ്രീതിപ്പെടുത്തിയാണ് ഇവരെയെല്ലാം പ്രീതിപ്പെടുത്തിയത്. റൊബോർട്ട്മാഡം പകരം വീട്ടിയത് തന്റെ എതിരാളിയുടെ കാമുകർക്ക് അജ്ഞാത കത്തുകൾ എഴുതിയാണ്.

കുറച്ചു നാളുകൾക്കുശേഷം മുഫാത്ത്പ്രഭു സംശയചിത്തനായി. ഒരു പ്രഭാതത്തിൽ നാനയുടെ മുൻപിൽ അജ്ഞാത എഴുത്തുമായി വന്നു. വാന്ദേവ്രസിനോടും യുഗോൻ സഹോദരന്മാരോടുംകൂടി ചേർന്ന് നാന മുഫാത്തിനെ വഞ്ചിക്കുന്നുവെന്നാണ് കത്തിലെ ആദ്യവാചകംതന്നെ.

"ഇത് കള്ളമാണ് പച്ചക്കള്ളം" നാന ഉച്ചത്തിൽ പറഞ്ഞു.

"നിനക്ക് സത്യം ചെയ്യാമോ?"മുഫാത്ത് സമാധാനപ്രിയനായി ചോദിച്ചു.

"ഞാൻ എന്റെ കുട്ടികളുടെ തലയിൽ കൈവച്ച് വേണമെങ്കിലും സത്യം ചെയ്യാം."

എന്നാൽ കത്ത് വളരെ ദൈർഘ്യമേറിയതായിരുന്നു. സാറ്റിനുമായുള്ള ബന്ധമൊക്കെ അതിൽ വിശദമാക്കിയിട്ടുണ്ട്. അതും ഹീനമായ വാക്കുകളിൽ. കത്ത് മുഴുവൻ വായിച്ച് തീർത്തിട്ട് അവൾ ചിരിച്ചുകൊണ്ട് അഭിപ്രായപ്പെട്ടു.

"ഇപ്പോളെനിക്കറിയാം ആരാണിതിന്റെ പിന്നിലെന്ന്" അതിലെ ആരോപണങ്ങൾക്ക് അവൾ സംയമനത്തോടെ മറുപടി പറഞ്ഞു.

"നിങ്ങളുമായി ബന്ധപ്പെട്ട കാര്യമേയല്ല അത്. അല്ലെങ്കിൽത്തന്നെ അത് നിങ്ങളെ ഏത് തരത്തിലാണ് ബാധിക്കുന്നത്?"

അവൾ ഒന്നും നിരസിച്ചില്ല. അദ്ദേഹം ചില ഭീതിദമായ പ്രതികരണങ്ങൾ നടത്തി. അപ്പോഴെല്ലാം അവൾ ചുമലുകൾ ഇളക്കിയതേയുള്ളൂ. ഇത്രയും നാൾ അദ്ദേഹം എവിടെയായിരുന്നു? ഇത്രയും കാര്യങ്ങൾ എന്തുകൊണ്ടാണ് നടന്നത്? അവൾ സുഹൃത്തുക്കളായ പരിഷ്ക്കാരികളുടെ പേരും വെളിപ്പെടുത്തി. വാസ്തവം പറഞ്ഞാൽ അവളുടെ സംസാരത്തിൽ സ്വാഭാവികതയോ അസ്വാഭാവികതയോ ഇല്ലായിരുന്നു എന്ന് പറയാം. എന്നാൽ കള്ളം കള്ളം തന്നെയാണ്. ഒരു നിമിഷം മുൻപ് വാന്ദേവ്രസിന്റെയും യുഗോൻ സഹോദരന്മാരുടെയും കാര്യത്തിൽ അദ്ദേഹം എത്ര കോപിച്ചതാണ്. അത് സത്യമാണെങ്കിൽ അവളെ കഴുത്ത് ഞെരിച്ച് കൊല്ലുന്നതുപോലും ന്യായീകരിക്കാവുന്നതാണ്.

എന്നാൽ ഒരു ഗുണവുമില്ലാത്ത കാര്യത്തിന് കള്ളം പറയുന്നതെന്തിനാണ്? അവൾ തന്റെ ആദ്യപ്രതികരണംതന്നെ ആവർത്തിച്ചു:

"പറയൂ എങ്ങനെയാണ് ഇതൊക്കെ സാധിക്കുന്നത്?"

അദ്ദേഹം വീണ്ടും പരിഭവപ്പെട്ടപ്പോൾ പരുക്കൻ ശബ്ദത്തിൽ അവൾ അദ്ദേഹത്തെ നിശ്ശബ്ദനാക്കി, "കൊള്ളാം സ്നേഹിതാ നിങ്ങൾക്ക് വിശ്വാസമില്ലെങ്കിൽ ഒരു പരിഹാരം ഞാൻ നിർദേശിക്കാം. വാതിലുകളെല്ലാം തുറന്നാണ് കിടക്കുന്നത്. ഒന്നുകിൽ എന്നെ ഇങ്ങനെതന്നെ സ്വീകരിക്കാം. അല്ലെങ്കിൽ ഉപേക്ഷിക്കാം."

അദ്ദേഹം ശിരസ്സ് നമിച്ചു. നാനയുടെ ആത്മാർഥത അദ്ദേഹത്തെ ആന്തരികമായി സന്തോഷിപ്പിച്ചു. തന്റെ മേലുള്ള അവളുടെ ശക്തി അദ്ദേഹം തിരിച്ചറിഞ്ഞ് തന്റെ ആശങ്കകൾക്ക് തിരശ്ശീലയിട്ടു. ആ നിമിഷം മുതൽ സാറ്റിൻ ആ വീട്ടിൽ പൊതുസമ്മതയായി. എന്നാൽ വാന്ദേവ്രസിന് കാര്യങ്ങളുടെ സ്ഥിതി അറിയാൻ അജ്ഞാതകത്തിന്റെ ആവശ്യമൊന്നുമില്ലായിരുന്നു. സാറ്റിനോട് അദ്ദേഹം ചില്ലറ തമാശകളും വഴക്കും ഒക്കെയായി പെരുമാറി. ഫിലിപ്പും ജോർജും അവളോട് പ്രസാദവതിയായ ഒരു സുഹൃത്തിനോടെന്നവണ്ണമാണ് പെരുമാറിയത്. അവൾക്ക് ഹസ്തദാനം നൽകി അർഥംവച്ച തമാശകളും ഒക്കെ പറഞ്ഞ് അവർ സമയം പോക്കി.

നാന ഒരു ദിവസം ഒരു സാഹസം കാട്ടി. മാർട്ടിസിൽ ആർക്കും പിടി കൊടുക്കാതെ ഭക്ഷണം കഴിക്കുന്നതിനായി ഒറ്റയ്ക്ക് പോയി. അവിടെവച്ച് അവൾ ഭക്ഷണം കഴിക്കുമ്പോൾ ദാഗുനേറ്റ് അവിടെ പ്രത്യക്ഷപ്പെട്ടു. പഴയ ചില ഓർമകളുടെ പേരിൽ അവൻ ഇടയ്ക്കിടെ അവിടെ വരാറുണ്ട്. നഗരത്തിലെ ധാർമികാധപ്പതനത്തിന്റെ കേന്ദ്രമായ ആ ഇരുണ്ട മൂലയിൽ തിരിച്ചറിയുന്ന ആരും വരില്ല എന്ന് കരുതിയാണ് അവൻ അവിടെ എത്തിയത്. നാനയുടെ സാന്നിധ്യംതന്നെ അവനെ അമ്പരിപ്പിച്ചു. എന്നാൽ അത്തരം സാഹചര്യങ്ങളിൽ ഓടിപ്പോകുന്ന പ്രകൃതക്കാരനല്ല ദാഗുനേറ്റ്. ഒരു പുഞ്ചിരിയോടെ അവൻ നാനയുടെ അടുത്തു ചെന്ന് കൂടെയിരിക്കുന്നതിൽ വിരോധമുണ്ടോ എന്ന് ചോദിച്ചു. അവന്റെ ഉല്ലാസകരമായ അവസ്ഥ കണക്കിലെടുത്ത് തണുപ്പൻമട്ടിൽ നാന പറഞ്ഞു: "സർ താങ്കൾക്ക് ഇഷ്ടമുള്ളിടത്ത് ഇരുന്നോളൂ. ഇത് ഒരു പൊതുസ്ഥലമാണ്." തുടർന്ന് അവരുടെ സംഭാഷണം വിസ്മയകരമായിരുന്നു. മധുരം കഴിക്കുന്ന നേരമായപ്പോഴേക്കും നാനയ്ക്ക് മടുത്തു തുടങ്ങിയിരുന്നു. അവർ കൈമുട്ട് മേശയിൽ വച്ച് പഴയ സൗഹൃദത്തിന്റെ ശൈലിയിൽ സംസാരിച്ചു തുടങ്ങി.

"കൊള്ളാം, നിന്റെ വിവാഹക്കാര്യം എന്തായി? എല്ലാം ഭംഗിയായി നടക്കുന്നുണ്ടായിരിക്കും അല്ലേ?"

"അത്ര ശരിയല്ല" ദാഗുനേറ്റ് പ്രതികരിച്ചു. മുഫാത്തിനെ ഈയൊരു വിഷയവുമായി സമീപിച്ചപ്പോൾ വളരെ തണുത്ത പ്രതികരണമാണുണ്ടായതെന്ന് ദാഗുനേറ്റിനറിയാം. നാന അയാളുടെ കണ്ണുകളിലേക്ക് സൂക്ഷിച്ചു

നോക്കി. അവൾ താടിക്ക് കൈയും കൊടുത്ത് ചുണ്ടുകളിൽ പരിഹാസ മട്ടിലുള്ള വക്രത വരുത്തി.

"ഓ എന്നെ ഒരു വികൃതിപ്പെണ്ണായിട്ടാണ് കരുതുന്നത് അല്ലേ? ഭാവി അമ്മായിയപ്പനെ എന്റെ കൈകളിൽനിന്ന് മോചിപ്പിക്കുകേം വേണം. നീ എന്തൊരു മണ്ടനാണ്. എന്നെ ആരാധിക്കുന്ന മനുഷ്യനോട് എന്തെങ്കിലും കഥകൾ പറഞ്ഞാൽ അതൊക്കെ ഫലിക്കുമോ? നീ ഒന്നു ശ്രദ്ധിക്ക്, ഞാൻ വിചാരിച്ചാലേ നിന്റെ കല്യാണം നടക്കൂ."

ഒന്നുരണ്ടു മിനിട്ടുനേരം ദാഗുനേറ്റ് ആലോചിച്ചപ്പോൾ ഇതിന്റെ വാസ്തവം ബോധ്യമായി. അവൻ വിധേയത്വത്തിന്റെ ഭാഷയിൽ സംസാരിക്കാൻ തുടങ്ങി. കാര്യം ഗൗരവമായി തോന്നാതിരിക്കാൻ ഇത്തിരി തമാശയും കലർത്തി. കൈയ്യുറ ധരിച്ചിട്ട് വളരെ ഔപചാരികതയോടെ എസ്റ്റിലേയുടെ കരം ഗ്രഹിക്കുന്ന കാര്യം അയാൾ അവതരിപ്പിച്ചു. ഇക്കിളിയെടുത്തതുപോലെ നാന ചിരിച്ചു.

സ്ത്രീകളുടെയടുത്ത് ദാഗുനേറ്റ് വിജയിക്കുന്നത് തന്റെ സംഗീതാത്മകമായ മധുരശബ്ദംകൊണ്ടാണ്. ഗണികകൾ അവനിട്ടിരിക്കുന്ന വിളിപ്പേര് വെൽവെറ്റ് മൗത്ത് എന്നാണ്. തന്റെ ശബ്ദത്തിന്റെ മാസ്മരശക്തിയെപ്പറ്റി അവനും നന്നായറിയാം. അതുകൊണ്ടുതന്നെ വാക്കുകളുടെ അനർഗളപ്രവാഹംകൊണ്ട് നാനയെ മയക്കുന്നതിന് അവന് കഴിഞ്ഞു. ഹോട്ടൽ വിട്ടപ്പോൾ നാന അവന്റെ കൈകളിൽ തൂങ്ങിയാണ് മടങ്ങിയത്. അവൾ വാഹനംകൂടി പറഞ്ഞയച്ചു. എന്നിട്ട് ഒരു വാക്കുപോലും മിണ്ടാതെ അവന്റെ തട്ടകത്തിലേക്ക് പടികൾ കയറി അവൾ പോയി. രണ്ടു മണിക്കൂറിനുശേഷം അവൾ വസ്ത്രം ധരിക്കുന്നതിനിടയിൽ പറഞ്ഞു:

"അപ്പോൾ ഈ വിവാഹത്തിൽ ഉറച്ചു നിൽക്കുകയാണ് അല്ലേ മിമീ."

"എനിക്ക് ചെയ്യാൻ പറ്റുന്ന ഏറ്റവും നല്ല കാര്യമിതാണ്. ഞാനാകെ തകർന്നിരിക്കുകയാണെന്ന് നിനക്കറിയില്ലേ?"

തന്റെ ചെരുപ്പിന്റെ കുടുക്കിടാൻ അവൾ അവനോട് ആവശ്യപ്പെട്ടു. അൽപ്പനേരം അവൾ അനങ്ങാതെ നിന്നിട്ട് തുടർന്നു:

"എനിക്ക് ഒരു തടസവുമില്ല. ഞാൻ ഒരു കാര്യം തുറന്നു പറയാം. അവൾ ഒരു ഉണക്കക്കൊള്ളിയാണ്. എന്നാൽ നിനക്കതു മതി. ഞാനാണെങ്കിൽ ദയയുള്ളവളും. ഞാൻ അത് നിനക്കുവേണ്ടി ഉറപ്പിച്ചിരിക്കുന്നു."

ഇപ്പോഴും അവൾ മാറിടം മറച്ചിട്ടില്ല. അവൾ ചിരിക്കാൻ തുടങ്ങി, "പിന്നെ ഒരു കാര്യം നീ എന്താണ് എനിക്ക് പകരം തരുന്നത്?"

അവൻ അവളെ കരങ്ങളിലൊതുക്കി ചുമലുകളിൽ ചുംബിക്കാൻ തുടങ്ങി. അവൾ കളിമട്ടിൽ കുതറി മാറി പിറകിലേക്ക് വളഞ്ഞ് ആശ്ചര്യത്തോടെ പറഞ്ഞു:

"ഓ എനിക്കറിയാം ഒരു കാര്യം എനിക്ക് ഉറപ്പ് നൽകണം. നിന്റെ വിവാഹദിവസം ആദ്യം എന്റെ കിടക്ക പങ്കിടണം. അതിനുശേഷം ഭാര്യ. മനസിലായോ?..."

“അതങ്ങനെതന്നെ അതങ്ങനെതന്നെ” നാനയെക്കാളും ഉച്ചത്തിൽ ചിരിച്ചുകൊണ്ട് അവൻ പറഞ്ഞു. എന്തായാലും ഈ വിലപേശൽ അവ രിരുവരെയും വിസ്മയിപ്പിച്ചു. കച്ചവടം ഭംഗിയായി കലാശിച്ചെന്നും അവർ കരുതി.

അടുത്ത ദിവസം നാനയുടെ വീട്ടിൽ ഒരു വിരുന്നു നടക്കുകയായി രുന്നു. വ്യാഴാഴ്ചത്തെ ആ വിരുന്നിന് മുഫാത്തും വാന്ദേവ്രസും യുഗോൻ സഹോദരന്മാരും സാറ്റിനും എല്ലാം എത്തിയിട്ടുണ്ട്. മുഫാത്ത്പ്രഭു നേര ത്തേതന്നെ എത്തി. നാനയുടെ ഒന്നോ രണ്ടോ കടങ്ങൾ വീട്ടാൻ എൺപ തിനായിരം ഫ്രാങ്കിന്റെ ആവശ്യം അയാൾക്കുണ്ട്. അതിനായി ഒരു ബാങ്കറെ അന്വേഷിച്ചു നടക്കുകയാണദ്ദേഹം. നാനയുടെ ഉപദേശമനു സരിച്ച് മുഫാത്ത് ലബോർദത്തിനെ സമീപിച്ചു. എന്നാൽ രണ്ടായിരം ഫ്രാങ്ക് കൊള്ളപ്പലിശ നൽകണമെന്നും ഒരുലക്ഷം ഫ്രാങ്കിന്റെ ബില്ലിൽ ഒപ്പിട്ടു നൽകണമെന്നും ലബോർദത്ത് അറിയിച്ചു. പലിശ ഇടനില ക്കാർക്കുള്ളതാണെന്ന് അദ്ദേഹം ക്ഷമാപണത്തോടെ ഓർമിപ്പിച്ചു.

ഫ്രാൻസിസ് നാനയെ ഒരുക്കുന്നതിന്റെ അവസാനമിനുക്കുപണി യിലാണ്. ലബോർദത്ത് വളരെ പരിചിതഭാവത്തോടെ ഒരുക്കമുറിയിൽ ഉണ്ട്. മുഫാത്തിനെ കണ്ടപ്പോഴേ അയാൾ ഒരുകെട്ട് ബാങ്ക്നോട്ട് എടുത്ത് ഒപ്പിടാനായി നൽകി. വിരുന്നിന് ലബോർദത്തിനെക്കൂടി ഉൾപ്പെടുത്തണ മെന്ന് നാനയ്ക്കുണ്ടായിരുന്നു. എങ്കിലും അയാൾക്ക് അത്യാവശ്യമായി പാരീസ് വരെ പോകേണ്ടതുണ്ടായിരുന്നു. മുഫാത്ത് വീണ്ടും അദ്ദേഹ ത്തിന്റെ അടുത്ത് ചെന്ന് കെഞ്ചി. സ്വർണക്കടയിൽനിന്ന് രത്നാഭരണ ങ്ങൾ വാങ്ങുന്നതിന് വേണ്ടിയാണ്. അന്ന് വൈകിട്ട് ഒരു അതിശയസ മ്മാനം നാനയ്ക്ക് നൽകാനുണ്ട്. ലബോർദത്ത് അത് അംഗീകരിക്കുകയും ഏതാണ്ട് അരമണിക്കൂർ കഴിഞ്ഞ് ജൂലിയൻ രത്നപ്പെട്ടി മുഫാത്തിന് കൈമാറുകയും ചെയ്തു.

നാന വിരുന്നുസമയത്ത് വികാരവതിയായി കാണപ്പെട്ടു. എൺപ തിനായിരം ഫ്രാങ്ക് അവളെ അതിശയിപ്പിച്ചു. ആ പണം മുഴുവൻ വ്യപാ രികളുടെ കൈകളിലേക്ക് പോകുന്നുവല്ലോ എന്നവൾ ചിന്തിച്ചു. അവൾ ആ വിരുന്നുമേശയിലെ തിളക്കങ്ങൾക്കരികിലിരുന്ന് ദാരിദ്ര്യത്തെപ്പറ്റി ചിന്തിച്ചു.

പുരുഷന്മാർ നിശാവസ്ത്രമണിഞ്ഞുകൊണ്ടാണ് എത്തിയിരിക്കു ന്നത്. വെള്ളസാറ്റിൻകരയുള്ള കുപ്പായമാണ് നാന ധരിച്ചിരിക്കുന്നത്. കറുത്ത സിൽക്ക് ധരിച്ച് സാറ്റിനും അവിടെ ഇരിപ്പുണ്ട്. ജൂലിയനും ഫ്രാൻകോയിസും അതിഥികൾക്ക് പിന്നിലുണ്ട്. ഇതിന്റെയെല്ലാം പിറ കിൽ സേവനസന്നദ്ധയായ സോയേയുടെ കരങ്ങളുണ്ടായിരുന്നു.

“എനിക്ക് ഒരു നാണയത്തുട്ടുപോലും ഇല്ലാതിരുന്ന കാലത്ത് ഒത്തിരി രസകരമായ അനുഭവങ്ങൾ ഉണ്ടായിട്ടുണ്ട്,” നാന തുടർന്നു. അവളുടെ വലതുവശത്ത് മുഫാത്തും ഇടതുവശത്ത് വാന്ദേവ്രസും ഉണ്ടാ യിരുന്നു. എന്നാൽ അവരെ അപൂർവമായേ നാന നോക്കിയുള്ളൂ. കാരണം

അപ്പുറത്ത് യുഗോൻസഹോദരന്മാരുടെയിടയിൽ സാറ്റിൻ ഇരിപ്പുണ്ട്. ഇട യ്ക്കിടയ്ക്ക് അവളുമായി ഓരോ വിശേഷങ്ങൾ നാന പങ്കുവച്ചുകൊണ്ടി രുന്നു.

"പണ്ട് സ്കൂളിൽവച്ച് എന്തെല്ലാം തമാശകളാണുണ്ടായത് അല്ലേ?" അവർ കുട്ടിക്കാല കഥകൾ അയവിറക്കി. അവരുടെ ചെറുപ്പകാലത്തെ എല്ലാ അഴുക്കുകളും എടുത്തു വിളമ്പുന്ന കാര്യത്തിൽ അവർ പ്രത്യേക രസം കണ്ടെത്തി. മാന്യന്മാരെല്ലാം ഇതുകേട്ട് വിളറിപ്പോയി. യുഗോൻസ ഹോദരന്മാർ ചിരിക്കുന്നുണ്ടായിരുന്നു. എന്നാൽ വാന്ദേവ്രസ് സങ്കോച ത്തോടെ താടി തടവി. എന്നാൽ മുഫാത്ത് കൂടുതൽ ഗാംഭീര്യം കാട്ടി.

"വിക്ടറിനെ ഓർമയുണ്ടോ?" നാന ചോദിച്ചു.

"അയാളൊരു ദുഷിച്ച ചെറുപ്പക്കാരനായിരുന്നു. അയാൾ കൊച്ച് പെൺകുട്ടികളെ അധോലോകത്തേക്ക് കൂട്ടിക്കൊണ്ട് പോകുമായിരുന്നു."

"ഓ ഞാൻ ഓർക്കുന്നുണ്ട്" സാറ്റിൻ മറുപടി പറഞ്ഞു.

"തന്നെയല്ല നിന്റെ താമസസ്ഥലത്ത് വലിയൊരു മുറ്റമില്ലായിരുന്നോ, ചൂലും പിടിച്ച് ഒരു പരിചാരികയെ കാണാമായിരുന്നല്ലോ അവിടെ."

"മദർ ബോഷേയായിരുന്നു അത്, അവർ മരിച്ചു.

"നിന്റെ കട ഇപ്പോഴും എന്റെ ഓർമയിലുണ്ട്. നിന്റെ അമ്മ നന്നേ തടിച്ചതായിരുന്നു. ഒരിക്കൽ നമ്മൾ കളിച്ചുകൊണ്ടിരുന്നപ്പോൾ നിന്റെ അച്ഛൻ കുടിച്ച് ലക്കുകെട്ട് വന്നില്ലേ?"

ഇത്രയുമായപ്പോൾ വാന്ദേവ്രസ് ഇവരുടെ സംഭാഷണത്തിന്റെ ഗതി തിരിച്ചു വിടാൻ ശ്രമം തുടങ്ങി.

"എനിക്ക് കുറച്ചു മധുരക്കട്ടികൂടി വേണം. കോർബ്ര്യൂസിന്റെ അടു ക്കൽനിന്ന് കിട്ടിയതിലും വളരെ മെച്ചമാണിത്.

"ജൂലിയൻ അവിടെ വിളമ്പൂ" നാന പരുക്കനായി പറഞ്ഞു. എന്നി ട്ടവൾ തുടർന്നു:

"എന്റെ അച്ഛൻ ഒരു മണ്ടനായിരുന്നു. മുഴുക്കുടിയൻ. അദ്ദേഹ ത്തിന്റെ പ്രകടനങ്ങളൊക്കെ ഒന്നു കാണേണ്ടതുതന്നെയായിരുന്നു. പട്ടി ണിയെന്നുവച്ചാൽ മുഴുപ്പട്ടിണി. അച്ഛനെപ്പോലെയോ അമ്മയെപ്പോലെയോ ഞാൻ ചാകാതിരുന്നത് ഭാഗ്യം."

ഒരു കത്തിയുമെടുത്ത് സങ്കോചത്തോടെ തിരിച്ചും മറിച്ചുംകൊണ്ടി രുന്ന മുഫാത്ത് ഇടയ്ക്ക് കയറി പറഞ്ഞു: "നീ പറയുന്ന കാര്യങ്ങളൊ ന്നും ഒട്ടും വിസ്മയകരമല്ല."

"എന്ത്? വിസ്മയമില്ലെന്നോ?" അവൾ ദഹിപ്പിക്കുന്ന ഒരു നോട്ട ത്തോടെ ചോദിച്ചു. "ഇതൊന്നും വിസ്മയിപ്പിക്കുന്ന കഥകളല്ലെന്ന് എനി ക്കറിയാം. എനിക്ക് തോന്നുന്നത് ഞാൻ പറയും. എന്റെ അമ്മ അലക്കു കാരിയായിരുന്നു. അച്ഛൻ കുടിയനും. കുടിച്ചു കുടിച്ചാണ് അച്ഛൻ ചത്ത ത്. നിങ്ങൾക്ക് ഇതൊന്നും പിടിക്കുന്നില്ലെങ്കിൽ വേണ്ട."

പലരും എതിർപ്പുമായി വന്നു. അവർക്ക് അവളുടെ കുടുംബത്തോട് ബഹുമാനമൊക്കെയുണ്ട്. എങ്കിലും അവൾ തുടർന്നു:

“നിങ്ങൾ എന്റെ കുടുംബത്തെപ്പറ്റി ലജ്ജിക്കുകയാണെങ്കിൽ എന്റെ വീട്ടിൽനിന്ന് പൊയ്ക്കൊള്ളണം. എന്നെ എന്റെ വീട്ടുകാരോടൊപ്പം സ്വീകരിക്കാമെങ്കിൽ മതി ഈ സൗഹൃദമൊക്കെ.”

അവളുടെ താൽപ്പര്യം എല്ലാവരും അംഗീകരിച്ചു. അവളുടെ അച്ഛനമ്മമാർ എല്ലാവർക്കും സ്വീകാര്യരായി. നാന ആ മാന്യന്മാരായ ചെറുപ്പക്കാരെയെല്ലാം തന്റെ അഴുക്കുപുരണ്ട ചെരിപ്പുകൊണ്ട് ചവിട്ടിയൊതുക്കുകയായിരുന്നു. താണു കൊടുക്കാൻ അവൾ തയാറായിരുന്നില്ല. പണം എന്തു നൽകാനാണ്? അതെല്ലാം കച്ചവടക്കാർക്കുള്ളതാണ്. അവൾ സഹാനുഭൂതിപരമായി ചിന്തിച്ചു. തുറന്ന മനസോടെ അവൾ ഉദാരമതിയായി. ജൂലിയൻ വെറുതെ നിൽക്കുന്നത് കണ്ട് നാന പറഞ്ഞു:

“കൊള്ളാം, വീഞ്ഞ് പകർന്ന് കൊടുക്കൂ, ഇങ്ങനെ താറാവ് നോക്കുന്നതുപോലെ തന്നെ തുറിച്ചു നോക്കുന്നതെന്തിനാണ്?”

പരിചാരകന്മാർപോലും ചിരിച്ചില്ല. അവരുടെ കൊച്ചമ്മ തരം താഴുമ്പോഴെല്ലാം പരിചാരകന്മാർ അവരുടെ അന്തസ്സ് ഉണർത്തും. ജൂലിയൻ മദ്യം വിളമ്പിക്കൊണ്ടിരുന്നു. പഴങ്ങൾ വിതരണം ചെയ്തുകൊണ്ടിരുന്ന ഫ്രാൻകോയിസിന്റെ പാത്രത്തിൽനിന്ന് നിർഭാഗ്യവശാൽ ആപ്പിളും മുന്തിരിയുമെല്ലാം വീണുരുളാൻ തുടങ്ങി.

“മരക്കഴുതേ” നാന അട്ടഹസിച്ചു. പാത്രത്തിൽ പഴങ്ങൾ നിരത്തിയപ്പോൾ പറ്റിപ്പോയതാണെന്ന് അയാൾ വിശദീകരണം നൽകി. കുറച്ച് ഓറഞ്ച് എടുത്തു മാറ്റുകവഴി സോയേയാണത്രേ കുഴപ്പമുണ്ടാക്കിയത്.

“സോയേ ഒരു മണ്ടിതന്നെ ” നാന അപ്പോൾ പറഞ്ഞു.

“എന്നാൽ മാഡം...” സോയേ വളരെ ദു:ഖിതയായി പറയാൻ തുടങ്ങി. അപ്പോൾ ഏതായാലും മാഡം റോസ് ഇടപെട്ടു.

“മതിമതി എല്ലാവരും പൊയ്ക്കോളൂ. നിങ്ങളെയൊന്നും ഇവിടെ ആവശ്യമില്ല.”

നാന ഇപ്പോൾ ശാന്തയായി. വളരെ സമാധാനപരമായി ഐസ്ക്രീം വിതരണവും നടത്തപ്പെട്ടു. ആണുങ്ങളൊക്കെ സ്വയം എടുത്ത് കഴിച്ചു. എന്നാൽ സാറ്റിൻ ഒരു പീർ തൊലി കളഞ്ഞുകൊണ്ട് നാനയുടെ ചുമലിലേക്ക് ചാഞ്ഞ് കാതിൽ ഓരോന്ന് പറഞ്ഞ് ചിരിക്കാൻ തുടങ്ങി. വായിൽനിന്ന് വായിലേക്ക് പീർകഷണം വച്ചുകൊടുത്തുകൊണ്ട് ഒരു ചുംബനത്തിൽ അത് തിന്നു തീർത്തു. മാന്യന്മാർ ഹാസ്യാത്മകമായി ഇതിനെ നേരിട്ടു. ഇതൊന്നും കാര്യമായിട്ടെടുക്കേണ്ടെന്ന് അവർ ഉച്ചത്തിൽ പറഞ്ഞു. ജോർജ് സാറ്റിന്റെ അരക്കെട്ടിൽ ചുറ്റിപ്പിടിച്ചുകൊണ്ട് അവളെ കസേരയിൽ കൊണ്ടിരുത്തി.

നിങ്ങളെത്ര നിസ്സാരന്മാരാണെന്ന് നാന പറഞ്ഞു. നിങ്ങളവളെ നാണംകെടുത്തിക്കളഞ്ഞു. “ഇതൊന്നും കാര്യമാക്കേണ്ട കുട്ടീ. ഇത് നിന്റെ സ്വകാര്യവിഷയമല്ലേ?” എന്ന് സാറ്റിനോടായി പറഞ്ഞു. എന്നിട്ട് വളരെ ഗൗരവത്തോടെ ഇതൊക്കെ നിരീക്ഷിച്ചുകൊണ്ടിരുന്ന മുഫാത്തിനോട് അവൾ ചോദിച്ചു:

"ശരിയല്ലേ സുഹൃത്തേ?"

"അതെ തീർച്ചയായും" സമ്മതമെന്ന മട്ടിൽ തലയാട്ടിക്കൊണ്ട് അദ്ദേഹം പറഞ്ഞു.

ഇപ്പോൾ അദ്ദേഹത്തിനും എതിർപ്പില്ല. അങ്ങനെ ഈ മാന്യന്മാരായ ആണുങ്ങളുടെ ഇടയിൽവച്ച്, മഹത്തായ പാരമ്പര്യപ്രതീകങ്ങളുടെ ഇടയിൽവച്ച് ആ രണ്ട് സ്ത്രീകളും മുഖത്തോട് മുഖമിരുന്ന് വൈകാരികമൃദുലതയോടെ നോട്ടങ്ങളെറിഞ്ഞ് ലൈംഗികനിയമങ്ങളുടെ വേലി തകർത്തു. ആളുകളാകട്ടെ, കയ്യടിച്ച് പ്രോത്സാഹിപ്പിക്കുകയും ചെയ്തു.

മുകളിലത്തെ നിലയിലാണ് കാപ്പി തയാറാക്കിയിരുന്നത്. അവിടെ രണ്ട് വിളക്കുകൾ മങ്ങിയെരിയുന്നുണ്ട്. റോസ് നിറത്തിലുള്ള തൊങ്ങലുകളിലും സ്വർണനിറത്തിലുള്ള അലങ്കാരവസ്തുക്കളിലുമെല്ലാം അതിന്റെ പ്രകാശം പ്രതിഫലിക്കുന്നുണ്ട്. പിത്തളയിലും വെള്ളിയിലും ആനക്കൊമ്പിലുമെല്ലാം തീർത്ത പണിത്തരങ്ങളിൽ പ്രകാശം ഓടിക്കളിച്ചു. നെരിപ്പോടിൽ അഗ്നി എരിഞ്ഞടങ്ങുകയാണ്. അന്തരീക്ഷത്തിന് നല്ല ചൂടുണ്ട്. നാനയുടെ ജീവിതത്തോട് ഏറെ അടുപ്പമുള്ള മുറിയാണത്. കയ്യുറകൾ, വീണുകിടക്കുന്ന കൈലേസ്, തുറന്നു വച്ചിരിക്കുന്ന പുസ്തകം...ഇതിന്റെ ഉടമ അലസവേഷധാരിയാണെന്ന് ഓർമിപ്പിക്കുന്ന തരത്തിലാണ് സാധനങ്ങൾ കിടക്കുന്നത്.

സാറ്റിൻ ഒരു സിഗരറ്റ് പുകച്ചുകൊണ്ട് നെരിപ്പോടിനരികിലുള്ള സോഫയിൽ ഇരുന്നു. വാന്ദേവ്രസ് അവളെ ഭീഷണിപ്പെടുത്തിത്തുടങ്ങി. "ഇനിയും നാനയെ ശല്യപ്പെടുത്താൻ തുടങ്ങിയാൽ പുറത്താക്കിക്കളയും" ഫിലിപ്പും ജോർജും അവളെ കളിയാക്കാൻ തുടങ്ങി. കട്ടിയായിനുള്ളാനുംകൂടി തുടങ്ങിയപ്പോൾ അവൾ നിലവിളിച്ചു. "പ്രിയകൂട്ടുകാരീ അവരോട് അടങ്ങാൻ പറ."

"അവളെ വിട്ടേക്കൂ" നാന ഗൗരവമായി പറഞ്ഞു. "അവളെ ബുദ്ധിമുട്ടിക്കുന്നത് എനിക്ക് ഇഷ്ടമല്ലെന്ന് അറിയില്ലേ? നീ എന്തിനാണ് മോശമായി പെരുമാറുന്നവരോടൊപ്പം ഇരിക്കുന്നത്?"

സാറ്റിൻ ലജ്ജിതയായി മിണ്ടാതെ ഒരുക്കമുറിയിലേക്ക് പോയി. നാന ഒരു ആതിഥേയയ്ക്ക് ഉചിതമാകുന്നവിധത്തിൽ നാനയോട് സംസാരിച്ചു തുടങ്ങി. അക്കാലത്ത് ഒച്ചപ്പാടുണ്ടാക്കിയ ഒരു നോവൽ അന്നവൾ വായിച്ചിരുന്നു. ഒരു ഗണികയുടെ ചരിത്രമായിരുന്നു നോവലിന്റെ ഉള്ളടക്കം. അതിലെ വിവരണങ്ങൾ അസത്യമാണെന്നും അത്തരം സാഹിത്യത്തോട് തനിക്ക് മതിപ്പില്ലെന്നും അവൾ അഭിപ്രായപ്പെട്ടു. സാഹിത്യത്തെക്കുറിച്ച് അവൾക്ക് ചില ഉറച്ച അഭിപ്രായങ്ങളുണ്ട്. സാഹിത്യം ഭാവനാസമ്പന്നമായിരിക്കണം. അത് ആത്മാവിനെ ഉന്നമിപ്പിക്കുന്നതുമായിരിക്കണം. പാരീസിനെ ബാധിച്ചിരിക്കുന്ന രാഷ്ട്രീയ പ്രശ്നങ്ങളിലേക്കും അവരുടെ സംഭാഷണം വ്യാപിച്ചു. പത്രങ്ങളിൽ ജ്വലിച്ചു നിൽക്കുന്ന ലേഖനങ്ങൾ സംഭാഷണത്തിൽ പരാമർശിക്കപ്പെട്ടു. റിപ്പബ്ലിക്കൻസിനെതിരേ അവൾ വാക്ശരങ്ങൾ ചൊരിഞ്ഞു. സ്വയം ശുദ്ധീകരിക്കാത്ത അവർ എന്താണ് ചെയ്യു

ന്നത്? ഇവിടെ എല്ലാവരും അസന്തുഷ്ടരാണോ? ചക്രവർത്തി ജനങ്ങൾക്ക് വേണ്ടതെല്ലാം ചെയ്യുന്നില്ലേ? പന്നികൾ! അന്ന് ഫിഗാറോയിൽ പൊതുയോഗത്തെക്കുറിച്ച് വന്ന ഒരു ഹാസ്യലേഖനം നാന വായിച്ചിരുന്നു. ഒരു കുടിയന്റെ മട്ടിലായി അവളുടെ സംഭാഷണം.

"ഞാൻ തുറന്നു പറയാം. അവമ്മാരുടെ റിപ്പബ്ലിക് എല്ലാവരെയും നശിപ്പിക്കും. ദൈവമേ ഞങ്ങടെ ചക്രവർത്തിയെ രക്ഷിക്കണേ."

"ദൈവം നിന്റെ പ്രാർഥന കേൾക്കും പ്രിയേ" മുഫാത്ത് മറുപടി പറഞ്ഞു: "പേടിയേ വേണ്ട ചക്രവർത്തിക്ക് ഒരു കുഴപ്പവും വരില്ല."

രാഷ്ട്രീയകാര്യങ്ങളിൽ അവർ ഒറ്റക്കെട്ടാണ്. വാന്ദേവ്രസും ഫിലിപ്പും തോക്കിനിരയാകുന്ന തെമ്മാടികളെ കളിയാക്കി ചിരിച്ചു. എന്നാൽ ജോർജ് വിളറി ദു:ഖിതനായി കാണപ്പെട്ടു.

"എന്താണ് നിന്റെ പ്രശ്നം കുട്ടീ" അവന്റെ വിഷമാവസ്ഥ കണ്ട് നാന തിരക്കി.

"എനിക്കോ ഒന്നുമില്ല, ഞാൻ ശ്രദ്ധിക്കുകയായിരുന്നു" അവൻ ശബ്ദം താഴ്ത്തി പറഞ്ഞു. എന്നാൽ അവൻ ശരിക്കും വിഷമിക്കുകയായിരുന്നു. മേശ വിടുമ്പോൾ ഫിലിപ്പ് നാനയുമായി തമാശ പങ്കു വയ്ക്കുന്നത് അവൻ കേട്ടു. താനല്ലല്ലോ ഫിലിപ്പാണല്ലോ ഇപ്പോൾ അവളുടെ അരികിലിരിക്കുന്നത്. അവന്റെ ഉള്ളെരിഞ്ഞു. അവന് ലജ്ജയും മനോവേദനയും ഒരുമിച്ചനുഭവപ്പെട്ടു. സാറ്റിനോടൊപ്പം തമാശ പറയുകയും സ്റ്റീനറെയും മുഫാത്തിനെയുമെല്ലാം അംഗീകരിക്കുകയും ചെയ്ത അവന് ഫിലിപ്പ് അവളെ തൊടുമെന്ന ചിന്തയിൽ നടുക്കമുണ്ടായി.

"ബിജോയെ കൊണ്ടുവരൂ" അവനെ ആശ്വസിപ്പിക്കുന്നതിന് കൂട്ടിലുറങ്ങിയ പട്ടിക്കുട്ടിയെ അവൾ അവന്റെ അടുത്തേക്ക് വിട്ടു. ജോർജ് വീണ്ടും ഉന്മേഷവാനായി. അവളുടെ ചൂട് വഹിക്കുന്ന നായയല്ലേ.

വാന്ദേവ്രസിന് ഇംപീരിയൽ ക്ലബ്ബിൽവച്ചുണ്ടായ കനത്ത നഷ്ടത്തെക്കുറിച്ചായി പിന്നീടുള്ള സംഭാഷണം. മുഫാത്ത് കളിക്കാരനല്ലായിരുന്നു എങ്കിലും അതിൽ ആശ്ചര്യം പ്രകടിപ്പിച്ചു. പാരീസ് മുഴുവൻ സംസാരിച്ചു തുടങ്ങിയിരിക്കുന്നതായ തന്റെ ആസന്നപരാജയത്തെക്കുറിച്ച് ചിരിച്ചുകൊണ്ടുതന്നെ വാന്ദേവ്രസും സൂചന നൽകി. പെണ്ണിനും ചൂതിനും വേണ്ടി എല്ലാം നശിപ്പിച്ച വാന്ദേവ്രസിന് വരാനിരിക്കുന്ന കുതിരപ്പന്തയത്തിലാണ് ഏകപ്രതീക്ഷ. ലൂസിഗ്നൻ എന്ന കുതിരയിലാണ് അയാളുടെ ഭാവിഭാഗധേയം മുഴുവൻ. നാന ആവശ്യപ്പെടുന്ന പണം നൽകണമെങ്കിൽ അവൻ വിജയിച്ചേ പറ്റൂ. വാന്ദേവ്രസ് പുഞ്ചിരിയോട നാനയോട് ചോദിച്ചു:

"അടുത്തുതന്നെ ഞാൻ വാങ്ങുന്ന കുതിരയ്ക്ക് നിന്റെ പേരിടുന്നതിൽ വിരോധമുണ്ടോ?"

"വിരോധമോ എന്തിന്?" ഒരുതരം രഹസ്യാനന്ദം അനുഭവിച്ചു കൊണ്ട് അവൾ പറഞ്ഞു. അവരുടെ സംഭാഷണം തുടർന്നു:

ഒരുക്കമുറിയുടെ വാതിലിനടുത്തു നിന്ന് സാറ്റിൻ യാചനാഭാവത്തിൽ

വിളിച്ചപ്പോൾ അവൾ ചർച്ച മതിയാക്കി എഴുന്നേറ്റ് ചെന്നു. സോയേ മുറിയിലിരുന്ന് കരയുകയാണ്. സാറ്റിൻ അവളെ ആശ്വസിപ്പിക്കുന്നുമുണ്ട്.

"എന്താണ് കാര്യം?" നാന ആശ്ചര്യപൂർവം തിരക്കി.

"പ്രിയേ അവളോട് സംസാരിക്കൂ. കഴിഞ്ഞ ഇരുപത് മിനിട്ടായി ഞാൻ അനുനയിപ്പിക്കാൻ നോക്കുന്നു. നിങ്ങളവളെ താറാവെന്ന് വിളിച്ചതുകൊണ്ടാണ് കരയുന്നത്."

"അതേ മാഡം അത് കടന്നു പോയി" സോയേ പതറിക്കൊണ്ട് പറഞ്ഞു. നാനയുടെ ഹൃദയം അലിഞ്ഞു. അവൾ സോയേയോട് ദയാപൂർവം സംസാരിച്ചു. എന്നാൽ സോയേ അതുകൊണ്ടൊന്നും അടങ്ങിയില്ല. നാന അവളുടെ അരക്കെട്ടിൽ ചുറ്റിപ്പിടിച്ച് താൽപ്പര്യപൂർവം പറഞ്ഞു:

"കൊച്ചു കാര്യം, വിട്ടു കള.. വെറുമൊരു സാധാരണ കാര്യം പറയുന്ന മട്ടിലാണ് ഞാൻ താറാവെന്ന് വിളിച്ചത്. ഞാൻ പ്രകോപിച്ചിരിക്കുകയായിരുന്നു. എനിക്ക് തെറ്റ് പറ്റി. ഒന്നു ക്ഷമിക്ക്."

"ഞാനും മാഡത്തെ സ്നേഹിക്കുന്നു. എല്ലാം മാഡത്തിനുവേണ്ടിയാണ്" സോയേ പറഞ്ഞു.

നാന സോയേയെ ചുംബിച്ചു. വെറും മൂന്ന് പ്രാവശ്യം ഉടുത്ത വസ്ത്രം സമ്മാനമായി നൽകി. അവരുടെ വഴക്ക് തീരുന്നത് എപ്പോഴും സമ്മാനം നൽകിക്കൊണ്ടായിരിക്കും. സോയേ കൈലേസുകൊണ്ട് കണ്ണ് തുടച്ചു. വസ്ത്രം എടുത്തുകൊണ്ട് പോകുമ്പോൾ അവൾ ഇങ്ങനെ പറഞ്ഞു:

"ജൂലിയനും ഫ്രാൻകോയിസും അടുക്കളയിൽ പട്ടിണിയിരിക്കുകയാണ്. മാഡം കോപിച്ചതിനാൽ അവർക്ക് വിശപ്പ് കെട്ടുപോയി."

നാന നഷ്ടപരിഹാരമായി ഒരു ലൂയിസ് അവർക്ക് കൊടുത്തയച്ചു. തനിക്ക് ചുറ്റുമുള്ള ആൾക്കാർ സങ്കടപ്പെടുന്നത് നാനയെ വല്ലാതെ വിഷമിപ്പിക്കും.

ഒരു പ്രശ്നം ഒത്തു തീർത്തതിന്റെ സന്തോഷവുമായി നാന സ്വീകരണമുറിയിലേക്ക് വന്നു. ആണുങ്ങൾ കളിയാക്കിയാൽ താൻ അവിടം വിട്ട് പോകുമെന്ന് സാറ്റിൻ ഭീഷണി മുഴക്കി. തന്നെയല്ല, അന്ന് രാത്രി അവരെയെല്ലാം പറഞ്ഞയയ്ക്കണമെന്നും അവൾ നാനയോട് നിർദേശിച്ചു. അന്ന് രാത്രി അവർ ഇരുവരും തനിച്ചായിരിക്കണം. നാനയ്ക്ക് വല്ലാത്ത ആശങ്കയായി. അത് സാധ്യമല്ലെന്ന് അവൾ വെളിപ്പെടുത്തി. കൊച്ചു കുട്ടിയെപ്പോലെ സാറ്റിൻ നിർബന്ധം പിടിക്കാൻ തുടങ്ങി.

"അവരെ പറഞ്ഞയക്കണം അല്ലെങ്കിൽ ഞാൻ പോകും." അവൾ അകലെ മാറി ഒരു ജനാലയ്ക്കരികിൽ ചെന്ന് തന്റെ വലിയ കണ്ണുകൾ നാനയിൽ ഉറപ്പിച്ചിരുന്നു.

ആണുങ്ങൾ ക്രിമിനൽനിയമങ്ങളുമായി ബന്ധപ്പെട്ട നവസിദ്ധാന്തങ്ങൾ ചർച്ച ചെയ്യുകയായിരുന്നു. രോഗനിദാനത്തെ സംബന്ധിച്ച ചില കേസുകളിലെ ഉത്തരവാദിത്വമില്ലായ്മ ക്രിമിനലുകളെ സംരക്ഷിക്കുകയും രോഗികളെ അവഗണിക്കുകയും ചെയ്യുന്നുവെന്ന് അവർ അഭിപ്രായപ്പെട്ടു.

നാനയാണെങ്കിൽ മുഫാത്തിനെ എങ്ങനെയൊന്ന് ഒഴിവാക്കും എന്ന ആലോചനയിലാണ്. മറ്റുള്ളവരൊക്കെ പോയാലും അദ്ദേഹം പിന്നിലുണ്ടാകും. ഫിലിപ്പ് പോകാനെഴുന്നേറ്റപ്പോൾ ജോർജ് സഹോദരനെ പിന്തുടർന്നു. ജ്യേഷ്ഠൻ അവിടെ തങ്ങുമോ എന്ന ആശങ്കയാണവന്. മുഫാത്ത് ഉടനെയൊന്നും വരില്ലെന്ന് കരുതി വാന്ദേവ്രസ് പോകാനൊരുങ്ങി. എന്നാൽ അദ്ദേഹം വാതിൽക്കലെത്തിയപ്പോൾ സാറ്റിൻ നാനയെ തുറിച്ചുനോക്കുന്നത് ശ്രദ്ധയിൽപ്പെട്ടു. അവരുടെ ബന്ധത്തിന്റെ സ്വഭാവം സംശയലേശമെന്യേ അദ്ദേഹം മനസിലാക്കി ഹസ്തദാനം ചെയ്തു.

“നമ്മൾ പിണക്കത്തിലല്ലല്ലോ, ക്ഷമിക്ക് നീ ഞങ്ങളുടെ ഇടയിലെ താരമാണ്” സാറ്റിൻ മറുപടിയൊന്നും പറഞ്ഞില്ല. അവൾ നാനയെയും മുഫാത്തിനെയും നോക്കിക്കൊണ്ടിരിക്കുകയാണ്. മുഫാത്ത് നാനയുടെ സമീപത്തിരുന്ന് വിരലുകളിൽ ചുംബിക്കാൻ തുടങ്ങി. അദ്ദേഹത്തിൽ ചിന്താവ്യതിയാനം വരുത്തുന്നതിന് നാന എസ്റ്റിലേയെക്കുറിച്ചുള്ള വിവരങ്ങൾ അന്വേഷിച്ചു. കഴിഞ്ഞ രാത്രി അദ്ദേഹം എസ്റ്റിലേയുടെ വിഷാദത്തെപ്പറ്റി പറഞ്ഞിരുന്നു. ഭാര്യ പുറത്തു പോകുന്നതിനാലും മകൾ മൂകമായിരിക്കുന്നതിനാലും അദ്ദേഹം ഒരു ദിവസംപോലും വീട്ടിൽ സന്തോഷവാനായിരുന്നില്ല. അദ്ദേഹത്തിന്റെ കുടുംബകാര്യങ്ങളൊക്കെ മാനിച്ചുകൊണ്ട് അവൾ അദ്ദേഹത്തിനുവേണ്ട ഉപദേശങ്ങളൊക്കെ നൽകാറുണ്ട്. ഇപ്പോഴാകട്ടെ, തന്റെ തീവ്രദു:ഖത്തിന് അയവ് വരുത്തുന്നതിനുള്ള വഴിയും തുറന്നു കിട്ടി. തന്റെ വാഗ്ദാനം ഓർത്തുകൊണ്ട് നാന ചോദിച്ചു:

“അവളുടെ വിവാഹക്കാര്യം എന്തായി?”

ഇതോടെ അവരുടെ സംഭാഷണത്തിൽ ദാഗുനേറ്റ് കടന്നു വന്നു. എന്നാൽ ആ നാമം ഉച്ചരിച്ചപ്പോൾത്തന്നെ മുഫാത്ത് വെറുപ്പ് പ്രകടിപ്പിച്ചു, ‘ഒരിക്കലുമില്ല’ അദ്ദേഹം പറഞ്ഞു. അവൾ വലിയ അത്ഭുതം നടിച്ച് മുഫാത്തിന്റെ തോളിലൂടെ കൈയിട്ട് ചിരിച്ചുകൊണ്ട് പറഞ്ഞു.

“അസൂയക്കാരൻ! ഒന്ന് ചിന്തിച്ച് നോക്ക്. എനിക്കെതിരേ അവൻ നിങ്ങളോട് സംസാരിച്ചിരിക്കാം. ഇന്ന് ഞാനതെല്ലാം മറന്നിരിക്കുന്നു.” മുഫാത്തിന്റെ തോളിലൂടെ കയ്യിട്ടിരിക്കുമ്പോൾത്തന്നെ സാറ്റിന്റെ നോട്ടം നാനയുടെ ശ്രദ്ധയിൽപ്പെട്ടു. വളരെ ഗൗരവത്തോടെതന്നെ അവൾ പറഞ്ഞു:

“സുഹൃത്തേ ആ കല്യാണം നടക്കണം. താങ്കളുടെ മകളുടെ സന്തോഷം നശിപ്പിക്കാൻ ഞാൻ ആഗ്രഹിക്കുന്നില്ല. അവൻ ഒരു നല്ല പയ്യനാണ്. അതിലും നല്ല ഒരാളെ കണ്ടുപിടിക്കാൻ നിങ്ങൾക്ക് കഴിഞ്ഞെന്ന് വരില്ല.”

അവൾ ദാഗുനേറ്റിനെ അതിശയോക്തി കലർത്തി പുകഴ്ത്തി. മുഫാത്ത് അവളുടെ കരങ്ങളിൽ വീണ്ടും പിടിച്ചു. എതിർപ്പൊന്നും പിന്നെ പ്രകടിപ്പിച്ചില്ല. വിവാഹക്കാര്യം മറ്റൊരവസരത്തിൽ സംസാരിക്കാമെന്നായി. എന്നാൽ കിടക്കയിലേക്ക് പോകാനുള്ള ഒരുക്കമാണ് അദ്ദേഹം കാട്ടു

ന്നതെന്ന് മനസിലായപ്പോൾ അവൾ ശബ്ദം താഴ്ത്തി ചില തടസങ്ങളൊക്കെ ഉന്നയിച്ചു.

"അത് സാധ്യമല്ല, എനിക്ക് നല്ല സുഖമില്ല, ഇത്തിരിയെങ്കിലും സ്നേഹമുണ്ടെങ്കിൽ അതിനിന്ന് നിർബന്ധിക്കരുത്." എങ്കിലും അദ്ദേഹം പോയില്ല. സാറ്റിൻ വീണ്ടും തുറിച്ചു നോക്കി 'ഇല്ല പറ്റില്ല.'

മുഫാത്തിന് ഇപ്പോൾ കാര്യം മനസിലായി. അദ്ദേഹം എഴുന്നേറ്റ് തൊപ്പി പരതി. വാതിൽക്കലെത്തിയപ്പോഴാണ് രത്നാഭരണങ്ങളുടെ കാര്യം ഓർത്തത്. അദ്ദേഹം അത് കട്ടിലിനടിയിലാണ് ഒളിപ്പിച്ചിരുന്നത്. ഉണരുമ്പോൾ കാൽ അതിൽ സ്പർശിക്കണം. വലിയൊരു വിസ്മയമുഹൂർത്തത്തിനായി അന്നത്തെ അത്താഴം കഴിഞ്ഞതു മുതൽ അദ്ദേഹം ആഗ്രഹിക്കുന്നുണ്ട്. എന്നാൽ ഇപ്പോൾ ഈ പ്രശ്നസങ്കീർണമായ മാനസികാവസ്ഥയിൽ അദ്ദേഹം ആഭരണപ്പെട്ടി അവൾക്ക് കൊടുത്തു.

"എന്താണത്? രത്നങ്ങളോ? താങ്കൾ എത്ര പ്രിയപ്പെട്ടവനാണ്. കടയിൽവച്ചു കണ്ട അതേ സെറ്റുതന്നെ."

അദ്ദേഹത്തിന് കിട്ടിയ നന്ദി ഇത്രമാത്രമാണ്. അതോടെ അദ്ദേഹത്തെ അവൾ പറഞ്ഞയച്ചു. നിശ്ശബ്ദരായി പ്രതീക്ഷയോടെ ഇരിക്കുന്ന സാറ്റിനെയും നാനയെയും അദ്ദേഹം മാറിമാറി നോക്കി. കൂടുതലൊന്നും പറയാൻ വിധിയില്ലെന്ന് സമാധാനിച്ച് അദ്ദേഹം പടികളിറങ്ങി. വാതിൽ ഇതുവരെ അടച്ചില്ലെങ്കിലും സാറ്റിൻ നാനയുടെ അരക്കെട്ടിന് ചുറ്റിപ്പിടിച്ച് ആടാനും പാടാനും തുടങ്ങി. അവർ ജാലകത്തിന്റെ അരികിലെത്തി.

"അദ്ദേഹത്തെ തെരുവിൽ കണ്ടിട്ട് നല്ല രസമുണ്ട്."

ഇരുവരും ജാലകത്തിരശ്ശീല മാറ്റി ജാലകപ്പഴുതിലൂടെ നോക്കി. ഒരു മണി മുഴങ്ങി. തെരുവ് ജനശൂന്യമായി. കാറ്റും മഴയും തെരുവിലെ ഇരട്ട നിരവിളക്കുകളുടെ പ്രകാശത്തെ മൂടിക്കളഞ്ഞിരിക്കുന്നു. ഇരുട്ടിലൂടെ നനഞ്ഞൊലിച്ച് തപ്പിത്തടഞ്ഞ് പോകുന്ന മുഫാത്തിനെ നോക്കി അവർ ഉച്ചത്തിൽ ചിരിച്ചു. എന്നാൽ പൊടുന്നനെ നാന സാറ്റിനെ നിശ്ശബ്ദയാക്കി.

"നോക്കൂ ദാ അവിടെ പൊലീസ്."

ഇപ്പോൾ ചിരിയെല്ലാം മാഞ്ഞ് രഹസ്യഭീതിയോടെ അവർ രാജവീഥിയിലൂടെ പോകുന്ന രണ്ടു രൂപങ്ങൾ നോക്കി. നാന പൊലീസുകാരെ മരണത്തെക്കാൾ അധികമായി ഭയപ്പെട്ടിരുന്നു. ആ പാതിരാത്രിയിൽ ഉറക്കെ ചിരിക്കുന്നത് കേട്ടാൽ ഗണികകളാണെന്ന് കരുതി അവർ ഇരുവരെയും അകത്താക്കും. സാറ്റിൻ വിറച്ചുകൊണ്ട് നാനയോട് ചേർന്ന് നിന്നു. അവർ അവിടെയങ്ങനെ നിൽക്കുമ്പോൾ ഒരു വിളക്ക് വഴിയിലൂടെ ആടിയാടി വരുന്ന ദൃശ്യം കണ്ടു. അത് ആ പ്രായം ചെന്ന പഴന്തുണിപെറുക്കിസ്ത്രീയാണ്. സാറ്റിൻ അവരെ തിരിച്ചറിഞ്ഞു. പൊമാരീസ് രാജ്ഞി! കാറ്റ്, തണുത്ത മഴത്തുള്ളികൾ അവരുടെ മുഖത്ത് തെറിപ്പിച്ചു. സാറ്റിൻ തന്റെ പ്രിയപ്പെട്ടവളോട് പൊമാരീസ് രാജ്ഞിയുടെ കഥ പറഞ്ഞു. ഒരിക്കൽ പാരീസിനെ തന്റെ സൗന്ദര്യംകൊണ്ട് ഭ്രാന്ത് പിടിപ്പിച്ച ഒരു മഹതിയായിരുന്നു അത്. എന്തൊരു നടത്തം! കവിളുകളുടെ കാര്യം പറയ

ണ്ട. അവർ ആണുങ്ങളെ വാലാട്ടിമൃഗങ്ങളാക്കി. പ്രഭുക്കന്മാർപോലും അവരുടെ പടിക്കൽ കാത്ത് കിടന്നു. ഇപ്പോൾ അവർ മദ്യപാനിയാണ്. തെരുവുപിള്ളേർപോലും അവരെ കണ്ടാൽ കല്ലെറിയും.

സാറ്റിൻ ആണുങ്ങളെപ്പോലെ ഒന്ന് വിസിലൂതി. ആ സ്ത്രീ തല ഉയർത്തി തന്റെ മുഖം വെളിപ്പെടുത്തി. തുണിക്കെട്ടിനിടയിൽനിന്ന് വൃദ്ധയുടെ പല്ലില്ലാത്ത മുഖം തെളിഞ്ഞു കണ്ടപ്പോൾ വർഷങ്ങളോളം കിരീടം ചൂടിയ വൃദ്ധവേശ്യ ഷാമെന്റിന്റെ രൂപം തെളിഞ്ഞു വന്നു. വൃദ്ധയെ കളിപ്പിക്കുന്നതിനായി ഒരിക്കൽക്കൂടി വിസിലൂതി. സാറ്റിൻ ശബ്ദം മാറ്റി പറഞ്ഞു:

"മാറിക്കോളൂ പൊലീസ് വരുന്നുണ്ട്."

കാലടിശബ്ദം അടുത്തടുത്തു വന്നു. അവർ ജാലകം അടച്ചു. നനഞ്ഞ് വിറച്ച് അവർ മുറിയിലേക്ക് നോക്കി. ഏതോ അജ്ഞാതസ്ഥലത്ത് എത്തിയ മാതിരി. മുറിയിൽ ഇപ്പോഴും ചൂടുണ്ട്; സുഗന്ധവും. പുരാതനമായ ഫർണിച്ചറുകൾ, വിലപിടിപ്പുള്ള സിൽക്ക് തുണിത്തരങ്ങൾ, സ്വർണത്തിലും പിച്ചളയിലും ആനക്കൊമ്പിലും തീർത്ത അലങ്കാരവസ്തുക്കൾ...എല്ലാം റോസ് നിറത്തിൽ വെട്ടിത്തിളങ്ങി അതിന്റെ ആഡംബരം വിളിച്ചോതി. സകലതും നശിപ്പിക്കുന്നതിനുവേണ്ടി വാരിക്കൂട്ടുന്ന സ്വഭാവവൈകൃതം അവളുടെ സിരകളിൽ ഒഴുകി. ഇതിന് മുൻപ് ഒരിക്കലും ഇത്രയും ലൈംഗികാസക്തി അവൾക്കുണ്ടായിട്ടില്ല. ഇത്തിരി ദാർശനികമട്ടിൽ അവൾ പറഞ്ഞു: "ചെറുപ്പമായിരിക്കുമ്പോൾത്തന്നെ ജീവിതം ആഘോഷിക്കുന്നതാണ് നല്ലത്." കിടക്കമുറിയിലെ പരവതാനിയിൽ ഉരുണ്ടു കളിച്ചുകൊണ്ട് സാറ്റിൻ നാനയെക്കൂടി കൂട്ടു വിളിച്ചു.

ഒരുക്കമുറിയിൽ നാന വസ്ത്രങ്ങൾ അഴിച്ചു മാറ്റി. അവൾ തന്റെ കനത്ത മുടിക്കെട്ട് അഴിച്ചു കുടഞ്ഞു. മുടിയിൽ തിരുകിയിരുന്ന നീണ്ട ഹെയർപിന്നുകൾ താലത്തിലേക്ക് വെള്ളിമഴ പെയ്തു.

പതിനൊന്ന്

ഞായറാഴ്ച ജൂണിലെ മേഘാവൃതമായ ദിവസത്തിൽ ബയിസ്ദ ബുലോഗ്നിൽവച്ച് പാരീസിലെ പേരുകേട്ട കുതിരപ്പന്തയം നടക്കുകയാണ്. പൊടിപടലങ്ങളാൽ മറയ്ക്കപ്പെട്ട് പ്രഭാതസൂര്യൻ ഉണർന്നു. എന്നാൽ പതിനൊന്നുമണിയായപ്പോഴേക്കും ഒരു തെക്കൻകാറ്റിൽ മേഘങ്ങളെല്ലാം തൂത്തു മാറ്റപ്പെട്ടു. നീലാകാശത്തിന്റെ കീറ് ക്രമേണ ഒരറ്റം മുതൽ മറ്റേയറ്റംവരെ വലുതായി വലുതായി വന്നു. മൈതാനം അൽപ്പാൽപ്പമായി വാഹനങ്ങളെക്കൊണ്ടും കുതിരക്കാരെക്കൊണ്ടും കാൽനടക്കാരെക്കൊണ്ടും നിറഞ്ഞു വന്നു. വിധികർത്താവിന്റെ പീഠം, വിജയസ്ഥാനം, പ്രാരംഭസ്ഥലം തുടങ്ങി പന്തയസ്ഥലമെല്ലാം ശൂന്യമായി കിടക്കുന്നു. പരന്ന മൈതാനത്തിന്റെ അരികുപറ്റി ചെറിയ വൃക്ഷങ്ങളുണ്ട്. പടിഞ്ഞാറൻ അതിർത്തിയിൽ വൃക്ഷനിബിഡമായ പർവതവും കാണാം.

തന്റെ ഭാവിയെ നിർണയിക്കുന്ന മത്സരമാണിതെന്ന മട്ടിൽ ആഹ്ലാദ ചിത്തയായാണ് നാന ലക്ഷ്യസ്ഥാനത്തിൽത്തന്നെ സ്ഥാനമുറപ്പിച്ചിരിക്കുന്നത്. മുഫാത്തിന്റെ സമ്മാനമായ നാല് വെള്ളക്കുതിരകളെ പൂട്ടിയ വെള്ളി കെട്ടിയ വണ്ടിയിലാണ് നാന എത്തിയിരിക്കുന്നത്. നാന എത്തിയപ്പോൾ ഈ രാജ്ഞി ഏതാണാവോ എന്ന മട്ടിലാണ് ആളുകൾ വണ്ടിക്ക് ചുറ്റും തിങ്ങിക്കൂടിയത്. വാന്ദേവ്രസിന്റെ നിറങ്ങളായ നീലയും വെള്ളയും ചേർന്ന വസ്ത്രമാണ് അവൾ ധരിച്ചിരിക്കുന്നത്. നീല സിൽക്ക് മുലക്കച്ചയും അടിക്കുപ്പായവും ശരീരത്തോട് ഒട്ടിക്കിടക്കുന്നു. എന്നാൽ അരക്കെട്ടിന്റെ ഭാഗം പൊങ്ങി നിൽക്കുന്നുണ്ട്. വെളുത്ത സാറ്റിൻ മേൽക്കുപ്പായവും ധരിച്ചിട്ടുണ്ട്. തൂവലുകൾകൊണ്ട് അലംകൃതമായ പരന്ന നീലത്തൊപ്പി കൗതുകകരമാണ്. ഒരു വലിയ മഞ്ഞ വാലുപോലെ അവളുടെ സ്വർണത്തലമുടിയുടെ ഒരു ഭാഗം പിന്നിൽ മധ്യഭാഗത്ത് തൂങ്ങിക്കിടപ്പുണ്ട്.

പന്ത്രണ്ട് മണി മുഴങ്ങി. മഹാപുരസ്കാരത്തിന്റെ മത്സരം നടക്കാൻ ഇനിയും മൂന്ന് മണിക്കൂറെങ്കിലും കാത്തിരിക്കണം. സ്വന്തം വീട്ടിലെന്നതുപോലെ സുഖപ്രദമായാണ് നാന ഇരിക്കുന്നത്. ബിജോ എന്ന പട്ടിക്കുട്ടിയെയും അവൾ കൊച്ചു ലൂയിസിനോടൊപ്പം കൂട്ടിയിട്ടുണ്ട്. ഒരുവിധം ചൂടുണ്ടെങ്കിലും വിറച്ചുകൊണ്ട് പാവാടയ്ക്കിടയിൽ കയറി പട്ടിക്കുട്ടി ഉറക്കമാണ്. കാറ്റുള്ളതുകൊണ്ടാവാം കൊച്ചുലൂയിസ് വിളറി വെളുത്തിരിക്കുന്നത്. എതിർവശത്തിരിക്കുന്ന യുഗോൻ സഹോദരന്മാരോട് അവൾ ഉച്ചത്തിൽ സംസാരിക്കുന്നുണ്ട്.

"സഹിക്കാൻ മേലാതായപ്പോൾ ഞാൻ അദ്ദേഹത്തിന് വാതിൽ കാണിച്ചു കൊടുത്തു. കഴിഞ്ഞ രണ്ട് ദിവസമായി അദ്ദേഹം എന്റെ അടുത്തേക്ക് വരുന്നില്ല."

വഴക്കിന്റെ കാരണം ആ ചെറുപ്പക്കാരോട് പറയാതെതന്നെ അവൾ മുഫാത്തിനെക്കുറിച്ചാണ് സംസാരിച്ചത്. ഒരിക്കൽ ഒരു പുരുഷന്റെ തൊപ്പി കിടക്കമുറിയിൽ കണ്ടതാണ് പ്രശ്നം. അവളത് വഴിപോക്കന്റെ പക്കൽനിന്ന് കൗതുകത്തിന് എടുത്തതാണത്രേ. "നിങ്ങൾക്കറിയില്ലേ അദ്ദേഹം ഒരു പ്രത്യേക തരക്കാരനാണെന്ന്" തന്റേതന്നെ വിവരണത്തിൽ രസിച്ചുകൊണ്ട് അവൾ തുടർന്നു.

"അദ്ദേഹമൊരു മതഭ്രാന്തനാണ്. ഉദാഹരണത്തിന് എന്നും രാത്രി അദ്ദേഹം പ്രാർഥിക്കും. ഞാൻ ആദ്യം കിടക്കാൻ പോകുന്നതുകൊണ്ട് അദ്ദേഹത്തിന്റെ വിചാരം ഞാൻ ഇതൊന്നും അറിയുന്നില്ലെന്നാണ്. എന്നാൽ എല്ലാം ഞാൻ ഒളികണ്ണിട്ട് നോക്കും. അദ്ദേഹം അസ്വസ്ഥനായി എന്തൊക്കെയോ പിറുപിറുക്കും. പിന്നെ കുരിശ് വരയ്ക്കും. എന്നിട്ട് വട്ടം കറങ്ങി ചാടി ഭിത്തിയരികിൽ വന്ന് കിടക്കും. "

"ഹൊ! എത്ര കലാപരമായിരിക്കുന്നു!" ഫിലിപ്പ് പ്രതികരിച്ചു. "അപ്പോൾ അത് മുമ്പുള്ള കാര്യം, പിമ്പുള്ളതോ?"

അവൾ ആഹ്ലാദപൂർവം ചിരിച്ചു. "അതേ മുൻപും പിമ്പും ഇതുത

ന്നെ. ഞാൻ ഉറങ്ങാൻ തുടങ്ങുമ്പോൾ അദ്ദേഹം പിറുപിറുക്കാൻ തുടങ്ങും. വിഷമിപ്പിക്കുന്ന ഒരു കാര്യം ഇതാണ്. ഒന്നിനെക്കുറിച്ചും അദ്ദേഹത്തോട് തർക്കിക്കാനൊക്കില്ല. ഇപ്പോൾ ഞാനും ഭക്തിക്കാരിയായി. നിങ്ങൾക്ക് ചിരിക്കാം. അതൊന്നും എന്റെ വിശ്വാസത്തെ ഉലയ്ക്കില്ല. ഒരു കാര്യം മാത്രം സഹിക്കാൻ ഒക്കത്തില്ല. അദ്ദേഹത്തിന് എപ്പോഴും പശ്ചാത്താപമാണ്. ഒരു സംഭവം നോക്ക് കഴിഞ്ഞ ദിവസം വഴക്ക് കഴിഞ്ഞ് അദ്ദേഹത്തിന് വലിയ മന:പ്രയാസം." എന്നാൽ തന്റെ സംഭാഷണത്തെ അവൾതന്നെ തടസപ്പെടുത്തി. അതാ മിഗ്നനും കുടുംബവും വരുന്നു. കുട്ടികളുമുണ്ടല്ലോ. ഹൊ! അവരുടെ വേഷം കണ്ടില്ലേ?

സമ്പന്നവ്യാപാരികളുടെ മട്ടിലാണ് മിഗ്നനും കുടുംബവും എത്തിയിരിക്കുന്നത്. സിൽക്ക് കുപ്പായമാണ് റോസ് ധരിച്ചിരിക്കുന്നത്. കോളേജുകുമാരന്റെ പാകമാകാത്ത വേഷത്തിൽ ചാൾസും ഹെൻറിയും വണ്ടിയിൽനിന്നിറങ്ങി. എന്നാൽ നാല് കുതിരകളെ പൂട്ടിയ വണ്ടിയും നാനയുടെ ആഡംബരപൂർണമായ വേഷവും എല്ലാം കണ്ട് റോസ് തലതിരിച്ചു കളഞ്ഞു. എന്നാൽ മിഗ്നൻ ഒന്നു കൈ വീശി കാണിക്കുകയെങ്കിലും ചെയ്തു.

'അതിരിക്കട്ടെ' നാന തുടർന്നു. ആ പ്രായമുള്ള ചെറിയ മനുഷ്യനെ അറിയുമോ? "നല്ല വൃത്തിയും വെടിപ്പുമുണ്ടെങ്കിലും പല്ലുകൾ മോശമാണ്. വിനോട്ട്, അയാൾ ഇന്നെന്നെ കാണാൻ വന്നിരുന്നു."

മി. വിനോട്ട്, ജോർജ് വളരെ ആശ്ചര്യത്തോടെ പറഞ്ഞു: "അങ്ങനെയൊന്നും നടക്കില്ല. അയാളൊരു പുരോഹിതനാണ്."

"ശരിതന്നെ ഞാനത് മനസിലാക്കി. ഓ ഞാൻ പറയുന്നതെന്താണെന്ന് ഒരു പിടിയുമില്ല അല്ലേ? അതൊരു തമാശയാണ്. അദ്ദേഹം മുഫാത്തിന്റെ കുടുംബത്തെ ഒന്നിപ്പിക്കുന്നതിന് ശുപാർശ ചെയ്യാൻ വന്നതാണ്. അദ്ദേഹം വളരെ മര്യാദക്കാരനാണ്. എപ്പോഴും ചിരിക്കും. മുഫാത്തിനെ ഭാര്യയുടെ അടുത്തേക്ക് മടക്കി അയയ്ക്കാമെന്ന് ഞാൻ അദ്ദേഹത്തിന് വാക്ക് കൊടുത്തു. ഇത് തമാശയല്ല."

മുഫാത്ത് ഇപ്പോൾ വലിയ വിഷമസന്ധിയിലാണ്. എന്തിനധികം സാമ്പത്തികബുദ്ധിമുട്ടുകൂടി വന്നുചേർന്നിരിക്കുന്നു. ലബോർദത്തിന് ഒപ്പിട്ടു നൽകിയ ബില്ലുകളെല്ലാം മടങ്ങുന്ന ലക്ഷണമാണ്. മുഫാത്തിനെക്കുറിച്ച് പറഞ്ഞുകൊണ്ടിരുന്നപ്പോഴാണ് ജോർജ് പ്രഭിയെ ചൂണ്ടിക്കാട്ടിയത്.

"എവിടെ?" നാന അന്വേഷിച്ചു. "കൊച്ചിന്റെ കണ്ണ് ഭയങ്കരംതന്നെ! എന്റെ ഷാളിലൊന്ന് പിടിക്കൂ ഫിലിപ്പ്." എന്നാൽ ചേട്ടനു മുൻപേ ജോർജ് നീല മൂടുപടത്തിൽ പിടിച്ചു. പിടിക്കാൻ കിട്ടിയ അവസരമല്ലേ? വലിയ കണ്ണാടിയിലൂടെ നാന ഗ്രൗണ്ടിലെ ദൃശ്യങ്ങൾ നിരീക്ഷിച്ചു.

"ങാ എനിക്ക് കാണാൻ കഴിയുന്നുണ്ട്. വലതുവശത്തുള്ള പില്ലറിന്റെ സമീപം ഇളം നീലക്കുപ്പായത്തിൽ. തൊട്ടടുത്ത് മകളും. ദാഗുനേറ്റ് അഭിനന്ദിക്കാൻ പോകുന്നു."

അപ്പോഴേക്കും ഫിലിപ്പ് ദാഗുനേറ്റിന്റെ വിവാഹക്കാര്യം എടുത്തിട്ടു. അത് എല്ലാം ഉറപ്പിച്ചു കഴിഞ്ഞു. പ്രഭ്വി ആദ്യം എതിർത്തിരുന്നു എങ്കിലും പ്രഭു ഇതങ്ങു നടത്താൻ നിശ്ചയിച്ചു.

നാന പുഞ്ചിരിച്ചു, "എനിക്കറിയാം എനിക്കറിയാം" അവൾ മൃദുവായി പറഞ്ഞു. "അവൻ നല്ല പയ്യനാണ് അത് അർഹിക്കുന്നു." കൊച്ചു ലൂയിസിന്റെ നേരെ തിരിഞ്ഞ് അവൾ കൂട്ടിച്ചേർത്തു. "നിനക്കെല്ലാം ഇഷ്ടപ്പെടുന്നുണ്ടോ? എന്റെ ഗൗരവമാ മുഖത്ത്."

പുഞ്ചിരിക്കാത്ത കുട്ടി ആൾക്കൂട്ടത്തെ നോക്കിയിരിക്കുകയാണ്. ഈ കാഴ്ചകളെല്ലാം അവനിൽ വിഷാദാത്മകമായ പ്രതികരണമാണുണ്ടാക്കുന്നത്. എപ്പോഴും ചലിച്ചുകൊണ്ടിരിക്കുന്ന ബിജോ ഇപ്പോൾ കുട്ടിയുടെ അടുത്തുചെന്ന് വാലിളക്കുകയാണ്.

അവിടമാകെ പെട്ടെന്നുതന്നെ നിറഞ്ഞുകൊണ്ടിരുന്നു. വാഹനങ്ങൾ തുടർച്ചയായി വന്നു. ബസുകളിലും ആളുകൾ വന്നിറങ്ങുന്നുണ്ട്. ആരോഗ്യമുള്ള കുതിരകൾ വലിക്കുന്ന വണ്ടികളോടൊപ്പം കിഴവൻകുതിരകളെ ഘടിപ്പിച്ച വണ്ടികളും ഇടകലർന്ന് എത്തിയിട്ടുണ്ട്. വാഹനങ്ങളുടെ ഇടയിലേക്ക് കാൽനടക്കാരും ഇരച്ചെത്തുന്നുണ്ട്. വണ്ടിച്ചക്രങ്ങൾ കറങ്ങുന്നതിന്റെ ശബ്ദം പുല്ലിലേക്ക് കയറുമ്പോൾ നിലയ്ക്കുന്നു. പിന്നെ കേൾക്കുന്നത് ജനക്കൂട്ടത്തിന്റെ ആരവമാണ്. മേഘപാളികൾക്കിടയിൽനിന്ന് ഇടയ്ക്കിടെ സൂര്യൻ പ്രത്യക്ഷമാകും. ഉയർന്ന വണ്ടികളിലിരിക്കുന്ന വണ്ടിക്കാരെ അവരുടെ നീളൻ ചാട്ടയോടൊപ്പം സുവ്യക്തമായി കാണാം. ലബോർദത്ത് തുറന്ന ഒരു വണ്ടിയിൽ വന്നിറങ്ങി. പന്തയസ്ഥലത്തേക്ക് അദ്ദേഹം കുതിക്കുമ്പോൾ നാന ജോർജിനെക്കൊണ്ട് അദ്ദേഹത്തെ വിളിപ്പിച്ചു. അദ്ദേഹം വന്നപ്പോൾ ചിരിച്ചുകൊണ്ട് നാന ചോദിച്ചു

"എന്നെ പന്തയം വയ്ക്കുന്നില്ലേ?" അവൾ ഉദ്ദേശിച്ചത് നാന എന്ന പന്തയക്കുതിരയെയാണ്. ഏപ്രിൽ മെയ് മാസങ്ങളിൽ നടത്തപ്പെട്ട രണ്ട് മത്സരങ്ങളിലും അത് വിജയിച്ചില്ല. വാന്ദേവ്രസിന്റെതന്നെ മറ്റൊരു കുതിരയായ ലൂസിഗനനാണ് അന്ന് കിരീടം ചൂടിയത്. "ഒന്നിനെതിരേ അൻപത്" ലബോർദത്ത് മറുപടി പറഞ്ഞു.

"എനിക്കിപ്പോൾ ഒരു വിലയുമില്ലേ?" സ്വന്തം തമാശ ആസ്വദിച്ചുകൊണ്ട് നാന പറഞ്ഞു: "അങ്ങനെയാണെങ്കിൽ ഞാൻ പിൻമാറുകയാണ്. എനിക്കുവേണ്ടി ഞാൻ ഒരു ലൂയിസുപോലും ചെലവാക്കില്ല."

ലബോർദത്ത് വീണ്ടും ധൃതിവച്ച് പോയി. എങ്കിലും നാന അദ്ദേഹത്തെ തിരികെ വിളിച്ചു. അവൾക്ക് ചില ഉപദേശങ്ങൾ വേണം. കുതിരകളെപ്പറ്റിയും കുതിരപരിശീലകരെപ്പറ്റിയും ഒക്കെ അദ്ദേഹത്തിന് നന്നായറിയാം. അദ്ദേഹത്തിന്റെ പ്രവചനങ്ങൾ മിക്കവാറും ഫലിക്കാറുമുണ്ട്. കായികഫലപ്രവചനക്കാരുടെ രാജാവായിട്ടാണ് അദ്ദേഹം അറിയപ്പെടുന്നതുതന്നെ.

"പറയൂ ഏത് കുതിരയെയാണ് ഞാൻ തെരഞ്ഞെടുക്കേണ്ടത്?" നാന ചോദിച്ചു. ഇംഗ്ലീഷ് കുതിരയെ പന്തയം വയ്ക്കുന്നതിൽ എന്താണഭിപ്രായം?

"സ്പിരിറ്റോ? മൂന്നിന് ഒന്ന്. വലീറിയോ രണ്ടാമനും അങ്ങനെത ന്നെ. കോസിനസുമായി ഇരുപത്തഞ്ചിന് ഒന്ന് എതിര്. ഹസാർഡിന് എതിരെ നാൽപ്പതിന് ഒന്ന്. ബോയമിന് എതിരെ മുപ്പതിന് ഒന്ന്. പിഷെ നറ്റിന് എതിരെ മുപ്പത്തിയഞ്ചിന് ഒന്ന്. ഫ്രാൻഗിപ്പാന് എതിരേ പത്തിന് ഒന്ന്."

ഇല്ല, ഇംഗ്ലീഷ്കുതിരയ്ക്ക് നേരെ പന്തയം വയ്ക്കാൻ എനിക്കാവി ല്ല. ഞാനൊരു രാജ്യസ്നേഹിയാണ്. എന്നിരുന്നാലും വലേറിയാ രണ്ടാ മൻ? ലൂസിഗ്നന് അൻപത്. ലൂയിസ്, എന്തു പറയുന്നു?

ലബോർദത്ത് അവളെ സവിശേഷമായൊന്ന് നോക്കി. അവൾ മുന്നോട്ട് കുനിഞ്ഞ് ശബ്ദം താഴ്ത്തി ചിലതൊക്കെ ചോദിച്ചു. പന്തയ പ്പണസൂക്ഷിപ്പുകാരുമായി പന്തയം സംബന്ധിച്ച് വാന്ദേവ്രസ് ചില കരാ റൊക്കെ ഉണ്ടാക്കിയിട്ടുണ്ടത്രേ. അദ്ദേഹത്തിന് അറിയാവുന്ന കാര്യങ്ങൾ അവളോട് പറയുമായിരിക്കും. എന്നാൽ ലബോർദത്ത് വിശദീകരണത്തി ലേക്ക് കടക്കാതെ അദ്ദേഹത്തിന്റെ നിഗമനം വിശ്വസിക്കാൻ ഉപദേശി ച്ചു. അൻപത് ലൂയിസ് അദ്ദേഹമങ്ങ് വഹിക്കും. നാനയ്ക്ക് നഷ്ടബോധ മുണ്ടാകുകയുമില്ല.

"ഓ നിങ്ങൾക്കിഷ്ടപ്പെടുന്ന കുതിരയാകട്ടെ" അവൾ പറഞ്ഞു: "എന്നാൽ നാന വേണ്ട, അവൾ അത്ര പോരാ."

വണ്ടിയിൽനിന്ന് ഉച്ചത്തിലുള്ള ചിരി മുഴങ്ങി. ചെറുപ്പക്കാരുടെ വിചാരം തങ്ങളുടെ തമാശ വളരെ വിസ്മയിപ്പിക്കുന്ന തരത്തിലുള്ളതാ ണെന്നാണ്. എന്നാൽ ലൂയിസ് വിളറിയ കണ്ണുകൾ ഉയർത്തി അമ്മയെ നോക്കി. അവൾ വളരെ ഉച്ചത്തിൽ സംസാരിക്കുന്നതിന്റെ ആശ്ചര്യം അവന്റെ മുഖത്ത് കാണാം.

ലബോർദത്തിന് ഒരു വിശ്രമവുമില്ല. റോസ് മിഗ്നൻ അടയാളങ്ങ ളൊക്കെ കാണിച്ച് ചില നിർദേശങ്ങൾ നൽകുമ്പോൾ അദ്ദേഹം അത് നോട്ട്ബുക്കിൽ കുറിച്ചെടുക്കുന്നുണ്ട്. പന്തയക്കുതിരയെ മാറ്റി നിർണ യിക്കുന്നതിനായി ക്ലാരിസും ഗാഗയും അദ്ദേഹത്തെ തിരികെ വിളിച്ചു. ആൾക്കൂട്ടത്തിൽനിന്ന് ചിലതൊക്കെ കേട്ടതിനാൽ വലേറിയോ രണ്ടാ മന് പകരം ലൂസിഗ്നനെ അവർ തെരഞ്ഞെടുത്തു. അതെല്ലാം കുറിച്ചെ ടുത്ത് ഒരു വിധത്തിൽ അവിടെനിന്ന് അദ്ദേഹം തടിയൂരി. പന്തയസ്ഥല ത്തിന്റെ മറുവശത്തേക്ക് അയാൾ അപ്രത്യക്ഷമായി.

വാഹനങ്ങൾ ഇപ്പോഴും വന്നുകൊണ്ടിരിക്കുകയാണ്. മൈതാന ത്തിന്റെ അതിർത്തിയെ തൊട്ടുകൊണ്ട് അവ ഇപ്പോൾ അഞ്ച് നിരയോള മായി. നിര തെറ്റി പുല്ലിൽ ഉറച്ചുപോയ മട്ടിൽ മറ്റു വാഹനങ്ങളും കാണാം. വണ്ടിച്ചക്രങ്ങളും കുതിരകളും എല്ലാ ദിക്കുകളിലും കാണാം. ആളുകൾ കൂട്ടംകൂട്ടമായി ഇതിനിടയിലേക്ക് കടന്നു വന്നുകൊണ്ടിരിക്കുന്നു. പാനീയ ബൂത്തുകളായി പ്രവർത്തിക്കേണ്ട താൽക്കാലിക കൂരകൾ ഉയർന്നു കഴി ഞ്ഞു. തുറന്ന വാഹനങ്ങളിലിരിക്കുന്ന പന്തയപ്പണസൂക്ഷിപ്പുകാരുടെ ചുറ്റും ഇപ്പോഴും മാന്യവേഷധാരികളെ കാണാം.

എന്തൊരു കഷ്ടമാണ് പന്തയപ്പണസൂക്ഷിപ്പുകാരെ ഒന്ന് തെരഞ്ഞെടുക്കാൻപോലും കഴിയാത്തത്. 'സാഹസം കാട്ടുക തന്നെ' നാന അഭിപ്രായപ്പെട്ടു. പന്തയപ്പണസൂക്ഷിപ്പുകാരെ മുഖഗാംഭീര്യം നോക്കി തെരഞ്ഞെടുക്കാനായി അവൾ നിന്നു. എന്നാൽ ചുറ്റുമുള്ള ആളുകളെ കണ്ടപ്പോൾ അവൾ തന്റെ ഉദ്യമം മറന്നു പോയി. മിഗ്നനും ഗാഗയ്ക്കും പുറമേ ക്ലാരിസും ബ്ലാൻഷേയും ഇടതുവശത്തും പിറകിലുമായുണ്ട്. മരിയ ബ്ലോണ്ട്, കരോളിൻ ഹെക്വറ്റ്, ലൂയിസ് വയോലിൻ, ലൂസി സ്റ്റുവർട്ട് തുടങ്ങിയവർ ഒറ്റയ്ക്കും കൂട്ടായും വിവിധങ്ങളായ വണ്ടികളിൽ എത്തിയിട്ടുണ്ട്. എന്നാൽ നാനയെ അതിശയിപ്പിച്ച സംഗതി സിമോണി ഒരു സവാരിസൈക്കിളിൽ വന്നതാണ്. സ്റ്റീനറാണ് അത് ഓടിക്കുന്നത്. വണ്ടിക്കാരൻ അരപ്പട്ടയും കെട്ടി പിറകിൽ ഇരിപ്പുണ്ട്. വെള്ള സാറ്റിനിൽ തിളങ്ങിയെത്തിയ അവൾ അരക്കെട്ട് മുതൽ തൊപ്പി വരെ വജ്രാഭരണങ്ങൾ ധരിച്ചിട്ടുണ്ട്. സ്റ്റീനർ നീണ്ട ചാട്ടയുമായി രണ്ട് കുതിരകളെ പ്രലോഭിപ്പിക്കുകയാണ്. ഒരെണ്ണം തവിട്ടു കലർന്ന ചുവന്ന നിറത്തിൽ എലിയെപ്പോലെ ഓടുന്നതാണ്. കാലുകൾ ഉയരത്തിൽ പൊക്കുന്ന നീളമുള്ള ഒരെണ്ണമാണ് മറ്റേത്.

"ആ കള്ളൻ സ്റ്റീനർ സ്റ്റോക്ക് എക്സേഞ്ച് വെളുപ്പിച്ചു കാണുമല്ലോ. സിമോണി കൊള്ളില്ലന്നൊന്നും ഞാൻ പറയില്ല. ഏതായാലും അയാൾ നിയമത്തിന്റെ പിടിയിലാകും" നാന അമർഷത്തോടെ പറഞ്ഞു. എന്നിരുന്നാലും അകലെനിന്ന് അവൾ അഭിവാദ്യം ചെയ്തു. പുഞ്ചിരിച്ചുകൊണ്ട് കൈവീശി കാണിച്ചു. പിന്നെ അവൾ തന്റെ സംസാരം തുടർന്നു.

മകനെയാണ് ലൂസി വലിച്ചുകൊണ്ടു വരുന്നത്. യൂണിഫോമിൽ കാണാൻ അവൻ നല്ല സുന്ദരനാണ്. അതുകൊണ്ടാണ് അവൾ ഇത്ര സന്തുഷ്ടയായിരിക്കുന്നത്. താൻ ഒരു നടിയാണെന്ന് അറിയുന്നതിൽ അവൾക്ക് പേടിയുമുണ്ട്. പാവം പയ്യൻ! അവനൊരു സംശയവുമില്ല.

"ഫൂ... അവകാശിയായി അവൾക്ക് അവനെ എപ്പോൾ വേണമെങ്കിലും നിശ്ചയിക്കാം" ഫിലിപ്പ് ചിരിച്ചുകൊണ്ട് പറഞ്ഞു.

വണ്ടിയുടെ ഇടയിൽ ട്രൈക്കോണിനെ കണ്ടതോടുകൂടി നാന നിശ്ശബ്ദയായി. വണ്ടിയിൽ വന്നിട്ട് കാഴ്ചയൊന്നും കാണാൻ പറ്റാത്തതിനാൽ അവർ ഡ്രൈവറുടെ സീറ്റിൽ കയറി നിന്നുകൊണ്ട് ജനക്കൂട്ടത്തിന് മൊത്തം നിർദേശങ്ങൾ നൽകുകയാണ്. അവർക്കവിടെ പ്രത്യേകിച്ച് ജോലിയൊന്നുമില്ല. പന്തയത്തിന്റെ രസം നുകരാനെത്തിയതാണവർ. കുതിരകൾ അവർക്ക് ഭ്രാന്തമായ ഒരു ആവേശമാണ്. "നോക്കൂ ആ വിഡ്ഢി ലാ ഫലോസി" ജോർജ് പൊടുന്നനെ പറഞ്ഞു. എല്ലാവർക്കും ഒരു ആശ്ചര്യമായിരുന്നു അത്. നാന അദ്ദേഹത്തെ തിരിച്ചറിഞ്ഞില്ല. പാരമ്പര്യസ്വത്ത് കിട്ടിയതോടുകൂടി അദ്ദേഹം അസാമാന്യമാം വിധത്തിൽ പരിഷ്ക്കാരിയായിരിക്കുന്നു. ഇളം നിറത്തിലുള്ള സ്യൂട്ട് ശരീരത്തോട് പറ്റിക്കിടക്കുന്നു. മൃദുവായ ശബ്ദമാണെങ്കിലും ഭാഷ ഗ്രാമ്യമാണ്. അദ്ദേഹം

കാഴ്ചയിൽ നന്നായിരിക്കുന്നുവെന്ന് നാന വിലയിരുത്തി. ഗാഗയും ക്ലാരിസും അദ്ദേഹത്തെ വിളിച്ചെങ്കിലും അദ്ദേഹം അവജ്ഞയോടെ അവരെ വിട്ട് പോയി. എന്നാൽ നാനയുടെ അടുത്തേക്ക് ഓടിച്ചെന്ന് വണ്ടിയുടെ പടിയിൽ ഇരുന്നു. ഗാഗയെപ്പറ്റി ചോദിച്ചപ്പോൾ അദ്ദേഹം പിറുപിറുത്തു.

"ഓ അത് അടഞ്ഞ അധ്യായമാണ്. അവളുമായി ഇനി സന്ധിപ്പിക്കാൻ ശ്രമിക്കേണ്ട. എന്നാൽ നീ ഇപ്പോഴും എന്റെ ജീവനാണ്." അയാൾ തന്റെ കൈകൾ നെഞ്ചോട് ചേർത്തുവച്ചു.

നാന അട്ടഹസിച്ചുകൊണ്ട് പരസ്യമായ ഈ പ്രസ്താവനയെ നിർവീര്യമാക്കി. അവൾ തുടർന്നു:

"നിങ്ങൾ വീണ്ടും എന്നെ പന്തയത്തിന്റെ കാര്യം വിസ്മരിപ്പിക്കുന്നു. ജോർജ്, ചുവന്ന മുഖവും ചുരുണ്ട മുടിയുമുള്ള ആ പന്തയപ്പണ സൂക്ഷിപ്പുകാരനില്ലേ? എനിക്കിഷ്ടപ്പെട്ട ആകാരമാണയാളുടേത്. പോയി എനിക്കൊരു പന്തയം കെട്ട്. ഓ ഏത് കുതിരയെയാണ് പിന്താങ്ങേണ്ടത്?"

"ഞാൻ രാജ്യസ്നേഹിയൊന്നുമല്ല" ഫലോസി പിറുപിറുത്തു: "ഞാൻ എന്റെ പണം മുഴുവൻ ഇംഗ്ലീഷ് കുതിരയ്ക്ക് കെട്ടി. അത് വിജയം കൊയ്യും. ഫ്രഞ്ച് തുലയട്ടെ."

നാന നടുങ്ങിപ്പോയി. അവിടെയുള്ളവർ കുതിരകളുടെ ഗുണഗണങ്ങൾ വിലയിരുത്തി തുടങ്ങി. താൻ വലിയൊരു വിധികർത്താവാണെന്ന പ്രതീതി വരുത്താൻ ഫലോസിക്ക് കഴിഞ്ഞു. ബാരൻ വെർസിയയുടെ കുതിരയായ ഫ്രാൻഗിപെയ്ൻ, കോർബ്രൂയിസിന്റെ ലായത്തിലെ വലേറിയോ രണ്ടാമൻ, മിഖായിൻ ലായത്തിലെ ഹസാർഡ് തുടങ്ങി വിവിധങ്ങളായ കുതിരകളെപ്പറ്റി അവിടെ സംസാരമുണ്ടായി. ആരും നല്ലവാക്ക് പറയാനില്ലെങ്കിലും ഹസാർഡിനെ ഉപയോഗിക്കൂ എന്ന ഉപദേശമാണ് നാനയ്ക്ക് കിട്ടിയത്.

'സാധ്യമല്ല' നാന പറഞ്ഞു. ഞാൻ ലൂസിഗ്നന് പത്തും ബോയമിന് അഞ്ചും ലൂയിസ് നൽകുന്നു' ഫലോസി പൊട്ടിത്തെറിച്ചു.

"എന്റെ പ്രിയ കുട്ടീ ബോയം ഒന്നിനും കൊള്ളില്ല. അവനെ ഉപയോഗിക്കരുത്. ഗാസ്ക് പോലും തന്റെ സ്വന്തം കുതിരയെ പിന്താങ്ങുന്നില്ല. ലൂസിഗ്നന്റെ കാര്യം ഒരിക്കലും പാടില്ല. അവൻ ജയിക്കുമെന്ന് ഒരു പ്രതീക്ഷയുമില്ല. രാജകുമാരന്മാരുടെയിടയിലെ ആട്ടിൻകുട്ടിയാണവൻ." അയാൾ നിരുദ്ധകണ്ഠനായി. ലൂസിഗ്നൻ മുൻപ് നേടിയ വിജയങ്ങളെക്കുറിച്ച് ഫിലിപ്പ് ചൂണ്ടിക്കാണിച്ചു. എന്നാൽ ഫലോസി അതംഗീകരിക്കാൻ കൂട്ടാക്കിയില്ല. ഗ്രിഷാം ആണ് കുതിരക്കാരനെങ്കിൽ ഒരിക്കലും ലക്ഷ്യസ്ഥാനത്തെത്തില്ല. നിർഭാഗ്യവാനാണയാൾ. നാനയുടെ വണ്ടിയിൽ തുടങ്ങിയ ചർച്ച ഇപ്പോൾ ഉച്ചത്തിലായി എല്ലായിടത്തും വ്യാപിച്ചു. പലർക്കും ആശയക്കുഴപ്പമായി. പന്തയക്കാർ വില വിളിച്ചു പറഞ്ഞു. ചെറിയ പന്തയങ്ങളേ പരസ്യമായിട്ടുള്ളൂ. വൻതുകകൾ രഹസ്യമാക്കി വച്ചിരിക്കുകയാണ്. ചുരുക്കിപ്പറഞ്ഞാൽ സ്പിരിറ്റും ലൂസിഗ്നനും തമ്മി

ലായിരിക്കും പൊരിഞ്ഞ പോരാട്ടം. റീഡിങ് പ്രഭുവിന്റെ ബ്രമാഹ് ആണ് കഴിഞ്ഞ തവണ സമ്മാനം നേടിയത്. ഇത്തവണയും ഫ്രാൻസ് പരാജയപ്പെട്ടാൽ അത് വളരെ ഭീകരമായിരിക്കും. പൊതുവെ സ്ത്രീകളെല്ലാം ദേശീയവികാരമുള്ളവരായിരിക്കും. വാന്ദേവ്രസിന്റെ കുതിരലായം നാടിന്റെ അഭിമാനമാണ്. ലൂസിഗ്നനുവേണ്ടി ആളുകൾ തിരക്കു കൂട്ടി. കയ്യടി മുഴങ്ങി. ഗാഗ, ബ്ലാൻഷേ കരോളിൻ തുടങ്ങിയവരെല്ലാം ലൂസിഗ്നനുവേണ്ടിയാണ് പന്തയം വച്ചത്. ലൂസി അങ്ങനെ ചെയ്യില്ല. കാരണം അവളുടെ മകൻ കൂടെയുണ്ട്. എന്നാൽ റോസ് മിഗ്നൻ ലബോർദത്തിനോട് ഇരുനൂറ് ലൂയിസ് വഹിക്കണമെന്ന് നിർദേശിച്ചിട്ടുണ്ടെന്ന് ഒരു സംസാരമുണ്ട്. പാരീസിയന്മാരുടെയും ഇംഗ്ലീഷുകാരുടെയും ആശ്ചര്യദ്യോതകമായ പുകഴ്ചകൾക്കിടയിൽ ഡ്രൈവറുടെ അരികിലിരിക്കുന്ന ട്രൈക്കോൺ അവസാനനിമിഷത്തിനായി കാത്തിരുന്നു. അവൾ ശ്രദ്ധിച്ചുകൊണ്ട് ഓരോ സംഖ്യയും കുറിച്ചെടുത്തു.

"നാനയുടെ കാര്യമോ?" ജോർജ് ചോദിച്ചു. "അവളെ ആരും പിന്നിലാക്കില്ല; ആരും പരാമർശിച്ചിട്ടില്ലങ്കിൽപ്പോലും."

ലൂസിഗ്നന്റെ ജനസമ്മതി ഏറി വന്നു. എന്നാൽ ഫലോസി നാനയ്ക്കുവേണ്ടി കരങ്ങളുയർത്തി.

"നാനയ്ക്കുവേണ്ടി ഞാൻ ഒരു ലൂയിസ്."

"ഞാൻ രണ്ട് നൽകും" ജോർജ് പറഞ്ഞു

"ഞാൻ മൂന്ന്" ഫിലിപ്പും ചേർന്നു. ഏതായാലും അങ്ങനെ നാനയുടെ തുക വർധിച്ചുകൊണ്ടിരുന്നു. സ്വർണംകൊണ്ട് മൂടുമെന്ന് വരെയായി ഫലോസി. നാനയ്ക്കുവേണ്ടി ആളുകൾ ഇങ്ങനെ ബഹളം വയ്ക്കുന്നത് കണ്ട് നാന പറഞ്ഞു:

"ഓർക്കുക, എനിക്ക് ആ കുതിരയുമായി യാതൊരു ബന്ധവുമില്ല. ജോർജ് ലൂസിഗ്നന്റെ മേൽ പത്തും വലേറിയോ രണ്ടാമന്റെ മേൽ അഞ്ചും ലൂയിസ് എന്റെ മേൽ വയ്ക്കുക."

അവർ പോയപ്പോൾ അവൾ അവരെ വിസ്മയത്തോടെ നിരീക്ഷിച്ചു. ആരെയെങ്കിലും തിരിച്ചറിയുമ്പോൾ അവർ നാനയുടെ നിലപാട് അറിയിക്കും. അവർ വിരലുകൊണ്ട് തുക സൂചിപ്പിക്കുമ്പോൾ ആളുകളുടെയിടയിൽനിന്ന് ആരവം ഉയരും. നാന തന്റെ ഷാൾ അപ്പോൾ വീശിക്കാണിക്കും. എങ്കിലും അവർക്ക് വേണ്ടത്ര വിജയകരമായി പ്രവർത്തിക്കാനായില്ല. ചിലർ മാത്രം സ്വന്തം പ്രേരണയാൽ മനസ്സ് മാറ്റി. ഉദാഹരണത്തിന് സ്റ്റീനർ നാനയെ കണ്ടപ്പോൾത്തന്നെ മൂന്ന് ലൂയിസിന്റെ പരീക്ഷണത്തിന് തയാറായി. സ്ത്രീകളിൽ പലരും വല്ലവർക്കും നഷ്ടപ്പെട്ടാൽ തനിക്കെന്താണ് എന്ന മട്ടിൽ പ്രതികരിച്ചു.

മിഗ്നന്റെ വാഹനത്തിന്റെ അരികിൽ ജോർജ് ചെന്നിട്ടും റോസ് വിമുഖതയോടെ തല തിരിച്ചു. എന്നാൽ ജോർജ് തിരികെ നടക്കുമ്പോൾ നാന ഭാഗ്യവതിയാണെന്നാണ് മിഗ്നൻ അഭിപ്രായപ്പെട്ടത്. ചെറുപ്പക്കാർ ഏറെ വൈകിയെത്തിയപ്പോൾ നാന പറഞ്ഞു: "നിങ്ങളെ, കൊള്ളാം."

“ഇപ്പോൾ നാനയ്ക്ക് നാൽപ്പത് വരെയായി” ഫലോസി പറഞ്ഞു. “എന്ത്? നൽപ്പതിന് ഒന്നോ?” അവൾ ആശ്ചര്യപ്പെട്ടു. “അൻപത് ആയിരുന്നുവല്ലോ. എന്താണ് സംഭവിച്ചത്?”

ലബോർദത്ത് അപ്പോൾ മടങ്ങി വന്നതേയുള്ളൂ. ആദ്യമത്സരത്തിന്റെ മണി മുഴങ്ങി. അരികിൽ നിൽക്കുന്നവരുടെ കുശുകുശുപ്പുകൾക്കിടയ്ക്ക് നാന തന്റെ വില കയറിയതിനെപ്പറ്റി ചോദിച്ചു. എന്നാൽ അദ്ദേഹം അവ്യക്തമായ മറുപടിയാണ് നൽകിയത്.

എല്ലാവർക്കും അവസാനറൗണ്ട് കാണുന്നതിനായി താൽപ്പര്യം. അതുകൊണ്ട് ആദ്യമത്സരം വലിയ ശ്രദ്ധയൊന്നുമില്ലാതെ കഴിയാറായി.

മൈതാനത്തിന് മീതേ മേഘങ്ങൾ ഉരുണ്ടുകൂടി. സൂര്യൻ മേഘപാളികൾക്കിടയിൽ മറഞ്ഞു. മൈതാനം ഇരുണ്ടു. കാറ്റ് വീശിയതും വലിയ വെള്ളത്തുള്ളികൾ പതിച്ചു. ആളുകൾക്ക് ആശങ്കയായി, എല്ലാ വശത്തു നിന്നും ബഹളമായി. പാനീയപ്പന്തലുകളിൽ ചിലർ ഇടം കണ്ടെത്തി. സ്ത്രീകൾ വാഹനങ്ങളുടെ ജാലകമടച്ചിരുന്നു. എന്നാൽ പൊടുന്നനെ മഴ ശമിച്ചു. സൂര്യൻ വീണ്ടും പ്രത്യക്ഷപ്പെട്ടു. തങ്ങളുടെ ചമയക്കൂട്ടുകൾ ഒലിച്ചു പോകുമോ എന്ന ഭയത്തിൽനിന്ന് സ്ത്രീകൾ മോചിതരായി. മൈതാനത്തിലെ മഴത്തുള്ളികൾ സൂര്യപ്രകാശത്താൽ സ്ഫടികം പോലെ തിളങ്ങി.

“ഓ എന്റെ പാവം ലൂയിസ് നീയങ്ങ് നനഞ്ഞു പോയോ?” നാന കുട്ടിയെ ലാളിച്ചു. കുട്ടി ഒന്നും മിണ്ടിയില്ല. അവൾ കൈലേസുകൊണ്ട് അവന്റെ കൈ തുടച്ചു. പിന്നെ ബിജോയെ തുടച്ചു. അവൻ ഇപ്പോൾ മുൻപത്തേതിലും കൂടുതലായി വിറയ്ക്കുന്നുണ്ട്. അവളുടെ വസ്ത്രത്തിൽ ആകെ ഒന്നോ രണ്ടോ തുള്ളികൾ മാത്രം. അവൾ അത് കാര്യമാക്കിയില്ല. അവൾ പൂക്കളെടുത്ത് മണപ്പിച്ചു. എന്നിട്ട് ചുണ്ടിൽ തേൻ പുരണ്ട മട്ടിൽ അവ ഒന്നു നനച്ചു.

പന്തയസ്ഥലത്തേക്ക് നാന നോക്കി. ഇരുണ്ട പശ്ചാത്തലത്തിലാണ് ഇപ്പോൾ കാഴ്ചകൾ. അടച്ചുകെട്ടിയ പ്രത്യേകസ്ഥലത്തിരിക്കുന്ന പെണ്ണുങ്ങൾ കസേരകൊണ്ട് മഴയെ തടുത്തത് അവൾക്കിഷ്ടപ്പെട്ടു. എന്നാൽ ഗണികകൾക്ക് അവിടെ പ്രവേശനം നിഷിദ്ധമായിരുന്നതിനാൽ നാന അസൂയകലർന്ന വിലയിരുത്തലുകളാണ് പരിഷ്കൃതസ്ത്രീകളെപ്പറ്റി നടത്തിയത്.

രാജ്ഞി എത്തിയെന്ന് ഒരു ശ്രുതി പരന്നു. അകലേക്ക് നോക്കി ജോർജ് പറഞ്ഞു: “അദ്ദേഹം തന്നെ.”

“അയാൾ ഈയാഴ്ച ഡ്യൂട്ടിയിലായിരിക്കുമെന്ന് ഞാൻ കരുതിയതല്ല” മുഫാത്തിന്റെ ഗാംഭീര്യമുള്ള ഉറച്ച രൂപം രാജ്ഞിക്ക് പിന്നിലായി കാണപ്പെട്ടു. അയാളുടെ വയറ്റത്ത് ഒന്നു കൊടുക്കാൻ സാറ്റിൻ അവിടെ ഇല്ലാതെ പോയല്ലോ എന്ന് ജോർജ് ഒരു കമന്റും പാസാക്കി. എന്നാൽ നാനയുടെ ദൂരദർശിനി കേന്ദ്രീകരിച്ചത് രാജകുമാരന്റെ മുഖത്തേക്കാണ്. “ഓ അത് ചാൾസ് തന്നെ” അവൾ ആശ്ചര്യത്തോടെ പറഞ്ഞു. അയാൾ

പണ്ടത്തേതിലും തടിച്ചിരിക്കുമെന്നാണ് അവൾ കരുതിയത്. നാന വിശദീകരണങ്ങളിലേക്ക് പോയി. അവൾക്ക് ചുറ്റുമുള്ള വണ്ടികളിലെ സ്ത്രീകൾ മുഫാത്ത് നാനയെ ഉപേക്ഷിക്കുമെന്ന് വാർത്ത പരത്തി. നീണ്ട കഥയാണ് പ്രചരിച്ചത്. അവളെയുംകൊണ്ട് പരസ്യമായി പുറത്തുപോയതുകാരണം രാജകീയ കാര്യവിചാരകൻ തങ്ങൾക്ക് അപമാനമുണ്ടാക്കിയെന്ന് ആളുകൾ കരുതിയത്രേ. അതുകൊണ്ട് തന്റെ പദവിയും ആദരവും സംരക്ഷിക്കാൻ അവളുമായുള്ള ബന്ധം അദ്ദേഹം ഉപേക്ഷിച്ചു. ഫലോസി ഈ കഥ നാനയുടെ ചെവിയിലുമെത്തിച്ചു.

"ഓ ഇത് വെറും അസംബന്ധമാണ്. നിങ്ങൾക്കയാളെ അറിയില്ല. ഞാനൊരു വിരൽ ഞൊടിച്ചാൽ മതി. എല്ലാം ഉപേക്ഷിച്ച് അയാളിങ്ങ് പോരും."

കുറച്ചു നേരമായി അവൾ സബീൻപ്രഭ്വിയെയും എസ്റ്റിലേയെയും നിരീക്ഷിക്കുകയായിരുന്നു. ദാഗുനേറ്റ് ഇപ്പോഴും അവരോട് കൂടെയുണ്ട്. അപ്പോൾമാത്രം അവിടെയെത്തിയ ഫോഷറി ആളുകളെ തള്ളി മാറ്റി മുന്നോട്ട് വന്നത് പൊതുവെ രസക്കേടുണ്ടാക്കി. അദ്ദേഹം നാനയുടെ അടുക്കൽത്തന്നെ നിന്നു. പ്രധാനസ്ഥലത്തേക്ക് ചൂണ്ടിക്കൊണ്ട് അവൾ തുടർന്നു:

"നിങ്ങൾക്കറിയാമോ ആ ആളുകളൊന്നും എന്നിൽ ഒരു മതിപ്പും ഉണ്ടാക്കില്ല. എനിക്കവരെ നന്നായറിയാം. അവരെയൊക്കെ തുണിയുരിഞ്ഞ അവസ്ഥയിലാണ് കാണേണ്ടത്. എങ്കിൽപ്പിന്നെ ഒരു ബഹുമാനവും തോന്നില്ല. മുകളിലും താഴെയും ചുറ്റിലും എല്ലാം വൃത്തികേടുകൾ തന്നെ."

ചാൾസുമായി കൊച്ചുവർത്തമാനം പറയുന്ന രാജ്ഞിയുൾപ്പടെയുള്ളവരെ ചേർത്താണ് നാന തന്റെ അഭിപ്രായപ്രകടനം നടത്തിയത്. "നാന ജയിക്കട്ടെ! നാന തകർക്കും" ഫലോസി ആവേശത്തോടെ പറഞ്ഞു.

മണിമുഴക്കം കാറ്റിലലിഞ്ഞു. കളി തുടരുകയായിരുന്നു. ഇസ്പഹാൻ സമ്മാനത്തിന് വേണ്ടിയുള്ള ഓട്ടത്തിൽ വിജയിച്ചത് മിഷേയിൻ ലായത്തിലെ ബെർലിങ്ഗട്ട് എന്ന കുതിരയാണ്. നാന ലബോർദത്തിനെ വീണ്ടും വിളിച്ച് അൻപത് ലൂയിസിന്റെ കാര്യം തിരക്കി. ഏതു കുതിരയെയാണ് തെരഞ്ഞെടുത്തതെന്ന വിവരം അയാൾ ചിരിച്ചുകൊണ്ട് മറച്ചുവച്ചു. അയാൾക്ക് വീണ്ടുമൊരു ഭാഗ്യപരീക്ഷണത്തിന് താൽപ്പര്യമില്ലായിരുന്നു. അവളുടെ പണം സുരക്ഷിതമാണ്. ലൂസിഗനുള്ള പത്തും വലേറിയ രണ്ടാമനുള്ള അഞ്ചും ലൂയിസിനെപ്പറ്റി അവൾ തിരക്കിയപ്പോഴാകട്ടെ ചുമലുകളിളക്കിക്കൊണ്ട് പെണ്ണുങ്ങൾ മണ്ടികളാണെന്ന മട്ടിൽ അദ്ദേഹം പ്രതികരിച്ചു. അവൾക്കാകട്ടെ, ഒന്നും പിടി കിട്ടിയില്ല.

ഇപ്പോൾ പൊതുജനം കൂടുതൽ ഊർജ്ജസ്വലരായി. മഹാമത്സരത്തിന് മുന്നോടിയായുള്ള ഇടവേളകളിൽ തുറസായ സ്ഥലങ്ങളിലെല്ലാം ഭക്ഷണപാനീയങ്ങൾ വിതരണം ചെയ്യാനുണ്ടായിരുന്നു. മാംസപലഹാ

രങ്ങളും വീഞ്ഞും എല്ലാം സുലഭമായിരുന്നു. കുപ്പികളുടെ അടപ്പുകൾ സീൽക്കാരത്തോടെ കാറ്റിൽ പറന്നു. ഗാഗയും ക്ലാരിസും ബ്ലാൻഷേയോടൊപ്പം മടിയിൽ തുണി വിരിച്ച് അതിൽ അടകൾ നിരത്തി കഴിച്ചുകൊണ്ടിരുന്നു.

ലൂയിസ് വയോലിൻ കുതിരവണ്ടിയിൽനിന്നിറങ്ങി കരോളിനോടൊപ്പം ചേർന്നു. അവരുടെ സമീപംതന്നെ ആണുങ്ങൾ ഒരു താൽക്കാലിക ബാർ തുടങ്ങിയിരിക്കുന്നു. റ്റാറ്റനും മരിയയും സിമോണിയും അവിടെ കൂടി. ചെറുപ്പക്കാരുടെ ഒരു കൂട്ടം മദ്യപിച്ചിട്ട് ലഹരി മൂത്ത് ഓരോരോ വിക്രിയകൾ കാട്ടുന്നുണ്ട്. എന്നിരുന്നാലും നാനയുടെ വണ്ടിയോട് ചേർന്നാണ് കൂടുതൽ തിരക്ക് അനുഭവപ്പെട്ടത്. അവൾ എഴുന്നേറ്റ് നിന്ന് ആണുങ്ങൾക്ക് വീഞ്ഞ് പകർന്ന് കൊടുക്കാൻ തുടങ്ങി. പരിചാരകനായ ഫ്രാൻകോയിസ് കുപ്പികൾ കൈമാറിക്കൊണ്ടിരുന്നു. ഫലോസിയാണെങ്കിൽ ഗ്രാമ്യമായ രീതിയിൽ വിളിച്ചു പറയാൻ തുടങ്ങി.

"കടന്നു വരൂ കടന്നു വരൂ ...വിലയോ തുച്ഛം ഗുണമോ മെച്ചം."

"ഒന്നു മിണ്ടാതിരിക്കൂ, നമ്മളിപ്പോൾ കോമാളികളെപ്പോലായി" നാന ഒടുവിൽ പറഞ്ഞു.

മദ്യപിക്കില്ല എന്ന് നടിക്കുന്ന റോസ് മിഗ്നന്റെ അടുത്തേക്ക് റോസിന്റെ കൈവശം ഒരു ഗ്ലാസ് വീഞ്ഞ് കൊടുത്തയച്ചാലോ എന്ന ആശയം അവൾക്ക് തോന്നി. ഹെൻറിയും ചാൾസും ബോറടിച്ച് ചാകുന്ന മട്ടിലാണ്. അവൾക്കിത്തിരി കിട്ടിയാൽ കൊള്ളാമെന്നുണ്ട്. എന്നാൽ ഒരു വാദപ്രതിവാദം ഭയന്ന് ജോർജ് അത് മുഴുവൻ കുടിച്ചു തീർത്തു. അപ്പോഴാണ് തന്റെ പിന്നിലിരിക്കുന്ന ലൂയിസിന്റെ കാര്യം അവൾ ഓർത്തത്. അവൻ വിശന്നിരിക്കുകയായതിനാൽ കുറച്ചു തുള്ളി വീഞ്ഞ് അവന് കൊടുത്തെങ്കിലും അവൻ ശക്തിയായി ചുമയ്ക്കാൻ തുടങ്ങി.

"വരിക കടന്നു വരിക, തികച്ചും സൗജന്യം" ഫലോസി ആവർത്തിച്ചു. എന്നാൽ നാന തടസപ്പെടുത്തിക്കൊണ്ട് പറഞ്ഞു:

"നോക്കൂ ബോർദനേവ് അപ്പുറത്തുണ്ട്. അദ്ദേഹത്തെ വിളിക്കണം, പെട്ടെന്നാവണം, ഓടിച്ചെന്ന് കൂട്ടിക്കൊണ്ട് വരൂ."

അത് ബോർദനേവ് തന്നെയായിരുന്നു. കൈകൾ പിന്നിലേക്ക് പിണച്ച് അഴുക്കുപിടിച്ച തൊപ്പിയുമണിഞ്ഞ് പരിഷ്കാരവിസ്മയങ്ങളുടെ ലോകത്ത് അകപ്പെട്ട പിശുക്കനെപ്പോലെ നിഷേധ ഭാവവുമായി അയാൾ നടക്കുകയാണ്. കൈ നീട്ടി അഭിവാദ്യം ചെയ്യാനായി നാന മുന്നോട്ടു വന്നപ്പോൾ അദ്ദേഹം പറഞ്ഞു:

"തുലച്ചു നീയങ്ങ് സുന്ദരിയായല്ലോ" ഒരു ഗ്ലാസ് തീർത്തതിനുശേഷം അദ്ദേഹം സങ്കടകരമായ രീതിയിൽ ചിലത് പറഞ്ഞു.

"ഓ, ഞാനൊരു സ്ത്രീയായിരുന്നുവെങ്കിൽ! ഓ, തുലയട്ടെ നീ സ്റ്റേജിലേക്ക് തിരികെ വരുന്നോ? എനിക്ക് ഒരു ആശയമുണ്ട് 'ഗയ്ഥേ തീയറ്റർ' ഞാൻ ഏറ്റെടുക്കും. എന്നിട്ട് നാമിരുവരും ചേർന്ന് പാരീസിൽ കൊടുങ്കാറ്റാവാം. എന്തു പറയുന്നു? എനിക്കുവേണ്ടി അത് ചെയ്യില്ലേ?"

എന്തൊക്കെയോ പിറുപിറുത്തുകൊണ്ട് അവളുടെ പിറകിൽ അദ്ദേഹം വളരെ നേരം നിന്നു. ഏറെ നാൾകൂടി അവളെ കണ്ടതിലുള്ള ആഹ്ലാദവും അയാൾക്കുണ്ടായിരുന്നു. നാന അയാളുടെ മാനസപുത്രിയാണ്. ജീവന്റെ ജീവനാണ്.

ഫലോസി ഇപ്പോൾ ഗ്ലാസ് നിറയ്ക്കുകയും ജോർജും ഫിലിപ്പും ചേർന്ന് സുഹൃത്തുക്കളെ സ്വീകരിക്കുകയും ചെയ്യുന്നുണ്ട്. കപടമായ വൈകൈരിക ഊർജം മൈതാനത്തിൽ നിറഞ്ഞു. എല്ലാവരെയും നാന ചിരിച്ചുകൊണ്ട് അഭിവാദ്യം ചെയ്തു. വിവിധയിടങ്ങളിൽ വിതരണം ചെയ്യപ്പെട്ട മദ്യവുമായി ആളുകൾ അവളുടെ ചുറ്റുമായി വന്നു. ഇപ്പോൾ ഒറ്റ ആൾക്കൂട്ടമേയുള്ളൂ, അവളുടെ വണ്ടിക്ക് ചുറ്റും. അവളുടെ സ്വർണമുടി കാറ്റിലിളകി. മഞ്ഞുപോലെ വെളുത്ത മുഖം സൂര്യപ്രകാശത്തിൽ വിളങ്ങി. പഴയ വീനസ് മോഹിനിയുടെ മട്ടിലാണ് അവളുടെ നിൽപ്പ്. ഇതിനിടയിൽ ആരോ അവളെ സ്പർശിച്ചു. തിരിഞ്ഞു നോക്കിയപ്പോൾ മിഗ്നൻ ഒരു സീറ്റിൽ ഇരിക്കുന്നു. ഒരു പ്രധാനപ്പെട്ട കാര്യം പറയാനാണ് അദ്ദേഹം വന്നിരിക്കുന്നത്.

"നോക്കൂ പ്രിയേ, റോസിനെ അധികം വിഷമിപ്പിക്കരുത്. അവളുടെ കയ്യിൽ ഒരായുധമുണ്ട്. കൊച്ചുപ്രഭിയുടെ കാര്യത്തിൽ അവൾ നിന്നോട് ഒരിക്കലും പൊറുക്കില്ല."

"ആയുധമോ ഞാനെന്തിന് അത് ഭയപ്പെടണം?"

"ഒന്നു ശ്രദ്ധിക്ക്, ഫോഷറിയുടെ പോക്കറ്റിൽനിന്നായിരിക്കണം അവൾ സബീൻപ്രഭിയുടെ ഒരു കത്ത് കണ്ടുപിടിച്ചു. സംഗതി എല്ലാം അതിലുണ്ട്. അത് മുഫാത്തിന് അയച്ചു കൊടുത്ത് നിന്നോട് പകരം വീട്ടാനാണ് അവളുടെ ഉദ്യമം."

"എന്നോട് അവൾ എന്ത് ചെയ്യാനാണ്?" നാന തുടർന്നു.

"ഇതൊരു തമാശക്കാര്യമാണ്, കൊള്ളാം. ഫോഷറിയുടെ തനിനിറം അതിലുണ്ടല്ലോ. കൊള്ളാം ചിരിക്ക് വകയായി."

"ഇല്ല എനിക്കിതിലൊന്നും താൽപ്പര്യമില്ല" മിഗ്നൻ എതിർപ്പ് കാട്ടി. ഇത് വലിയ അപകീർത്തിയാകും. നമുക്കതിൽനിന്ന് ഒന്നും കിട്ടാനുമില്ല." കൂടുതൽ വിശദീകരിക്കേണ്ടി വരുമോ എന്ന് ഭയപ്പെട്ട് അദ്ദേഹം അനങ്ങാതെ നിന്നു. ബഹുമാന്യ ചമഞ്ഞ് നടക്കുന്ന ആ സ്ത്രീയെ പ്രശ്നത്തിൽനിന്ന് രക്ഷിക്കാൻ തനിക്ക് ഒരു ഉദ്ദേശ്യവുമില്ലെന്ന് അയാൾ ഉറച്ചു. പ്രഭിയുമായി ഒരു ഇടർച്ച ഉണ്ടായാൽ ഫോഷറി തന്റെ ജീവിതത്തിൽ വീണ്ടും ഇടപെട്ട് തുടങ്ങുമെന്ന് അയാൾ ഭയപ്പെട്ടു. ഫോഷറിയോട് ഇപ്പോഴും അടുപ്പം ഉള്ളതുകൊണ്ടും നാനയോടുള്ള പ്രതികാരം സാധ്യമാകുന്നതുകൊണ്ടും റോസും അത് ആഗ്രഹിക്കുന്നുണ്ടാവണം. നാന വിനോട്ടിന്റെ ഉപദേശം ഓർത്തു. മനസിൽ ചില രൂപരേഖകളുണ്ടാക്കി മിഗ്നൻ തന്റെ പരമാവധി ബുദ്ധിയും പ്രയോജനപ്പെടുത്തി.

"റോസ് കത്ത് കൊടുക്കുകയാണെന്ന് വിചാരിക്കുക. വലിയൊരു അപകീർത്തിയാവില്ലേ? നീയും അതിൽ ഉൾപ്പെട്ടിരിക്കുന്നു. ആളുകൾ

പറയും എല്ലാത്തിനും കാരണം നീയാണെന്ന്. മുഫാത്ത് ഭാര്യയുമായി വേർപിരിയുന്നതുതന്നെ തുടക്കം."

"എന്തുകൊണ്ട് അദ്ദേഹംതന്നെ? വിപരീതമായും സംഭവിക്കരുതോ?" അവൾ ചോദിച്ചു. എന്നാൽ തുടർഭാഷണത്തിന് വലിയ താൽപ്പര്യം അവൾ കാണിച്ചില്ല. അധികമൊന്നും ചിന്തിച്ച് കൂട്ടിയിട്ട് കാര്യമില്ല. ഒടുവിൽ മിഗ്നന്റെ കാഴ്ചപ്പാടനുസരിച്ച് പ്രവർത്തിക്കാമെന്ന് സമ്മതമായതു പോലെ അവൾ കാണപ്പെട്ടു. അയാൾ ആവശ്യപ്പെട്ടതനുസരിച്ച് റോസുമായി ലഘുസന്ദർശനം നടത്താമെന്നും അവൾ മറുപടി പറഞ്ഞു.

പൊടുന്നനെയുണ്ടായ ഒരു ആരവം കേട്ടപ്പോൾ അവൾ വീണ്ടും എഴുന്നേറ്റു. ചില കുതിരകൾ മിന്നൽവേഗത്തിൽ പായുകയാണ്. സിറ്റി ഓഫ് പാരീസ് സമ്മാനത്തിനുവേണ്ടിയുള്ള ഓട്ടമായിരുന്നു അത്. കോർണിമ്യൂസ് ആണ് അതിൽ വിജയിച്ചത്. ഇനി നടക്കാനുള്ളത് മഹാസമ്മാനത്തിനുവേണ്ടിയുള്ള മത്സരമാണ്. ആളുകളുടെ ആകാംക്ഷപ്പനി കൂടി വന്നു. അവസാനനിമിഷം എല്ലാവരെയും അത്ഭുതപ്പെടുത്തിക്കൊണ്ട് വാന്ദേവ്രസിന്റെ ലായത്തിലെ നാനയുടെ വില കൂടി വന്നു. എപ്പോഴും ആളുകൾ ക്വട്ടേഷൻ പുതുക്കിക്കൊണ്ടിരുന്നു. മുപ്പതിന് ഒന്ന് എന്നതായിരുന്നു നാനയുടെ പന്തയം. അത് ഇരുപത്തിയഞ്ചിന് ഒന്ന് പതിനഞ്ചിന് ഒന്ന്... ഈ ക്രമത്തിലായി. ആർക്കും ഒന്നും മനസിലായില്ല. ഒരു കുട്ടിപ്പെൺകുതിര എല്ലാം തകർത്തു വാരുന്നു. അന്ന് രാവിലെ ഒരുത്തനും അൻപതിന് ഒന്ന് പറയാത്ത പെൺകുതിര.! പെട്ടെന്നൊരു ഭ്രാന്തൻ ആവേശം എങ്ങനെയോയുണ്ടായി. ചിലർ കളിയാക്കി. ചിലർ വിഡ്ഢിത്തരമാണെന്ന് അഭിപ്രായപ്പെട്ടു. ചിലരിൽ ഗൗരവവും ആകാംക്ഷയും മുന്നിട്ട് നിന്നു. പന്തയത്തിന്റെ അട്ടിമറികളെക്കുറിച്ചും സംസാരമുണ്ടായി. എന്നാൽ വാന്ദേവ്രസിന്റെ പ്രഭാവം എല്ലാവരെയും നിശ്ശബ്ദമാക്കി. നാന അന്തിമവിജയം കൊണ്ടുപോകുമെന്ന് പ്രവചനങ്ങളുണ്ടായി. ആരാണ് നാനയെ നിയന്ത്രിക്കുന്നതെന്ന് ഫലോസി ചോദിച്ചു. അപ്പോൾ യഥാർഥ നാന ആഗതമാവുകയും ചോദ്യത്തിന് ദുരർഥപ്രതീതി ഉണ്ടാവുകയും ചെയ്തു. പ്രൈസ് ആണ് ഓടിക്കുന്നതെന്ന് നാന മറുപടി പറഞ്ഞു. ചർച്ച വീണ്ടും പുനരാരംഭിച്ചു. ഫ്രാൻസിൽ പലർക്കും അറിഞ്ഞുകൂടാത്ത ഇംഗ്ലീഷുകാരനാണ് പ്രൈസ്. സാധാരണയായി ഗ്രീസ്ഹാം നാനയെ ഓടിക്കുമ്പോൾ വാന്ദേവ്രസ് ഇത്തരമൊരു തന്ത്രം കാണിച്ചതെന്താണ്? അതിനുപുറമേ ലൂസിഗ്നനെ ഓടിക്കാൻ ഗ്രിസ്ഹാമിനെ വച്ചതിലും എല്ലാവരും അതിശയിച്ചു. ഫലോസി പറയുന്നതുപോലെ ആ കൂട്ടുകെട്ട് ഒരിക്കലും ഒന്നാമതെത്തിയിട്ടില്ല. എന്നാൽ ഈ വിലയിരുത്തലുകളെല്ലാം മറ്റു തമാശകളിലും വിവിധാഭിപ്രായങ്ങളിലും മുങ്ങിപ്പോയി. സമയം കൊല്ലുന്നതിന് എല്ലാവരും വീണ്ടും കുപ്പികളിലേക്ക് തന്നെ മടങ്ങി. പൊടുന്നനെ അടക്കിപ്പിടിച്ച വർത്തമാനം വ്യാപിച്ചു. അത് വാന്ദേവ്രസായിരുന്നു. നാന എന്ത് ചെയ്യുമെന്നറിയാതെ കുഴങ്ങി.

"ഇപ്പോഴെങ്കിലും താങ്കൾ വന്നത് നന്നായി. പ്രധാന പന്തയസ്ഥലം കാണാഞ്ഞിട്ട് എനിക്ക് ഇരിക്കപ്പൊറുതിയില്ല."

"കൊള്ളാം വരിക" അദ്ദേഹം പറഞ്ഞു: "ഇപ്പോഴും സമയമുണ്ട്. സ്ത്രീകളെ അവിടെ കൊണ്ടുപോകാനുള്ള അനുമതി എനിക്ക് ലഭിച്ചിട്ടുണ്ട്." അദ്ദേഹം അവളെ തന്റെ കൈകളിൽ പിടിച്ച് മുന്നോട്ട് കൊണ്ടുപോയി. ലൂസിയുടെയും കരോളിന്റെയും മറ്റുള്ളവരുടെയും അസൂയ കലർന്ന നോട്ടം അവൾ ആസ്വദിച്ചു. യുഗോൺസഹോദരന്മാരും ഫലോസിയും വണ്ടിയിൽത്തന്നെയിരുന്ന് അവരുടെ സൽക്കാരം തുടർന്നു. താൻ ഉടനെ മടങ്ങി വരുമെന്ന് പറഞ്ഞാണ് അവൾ മുന്നോട്ട് പോയത്. എന്നാൽ വാന്ദേവ്രസ് ലബോർദത്തിനെ കണ്ടപ്പോൾ അടുത്ത് വിളിച്ചു, ചുരുങ്ങിയ വാക്കുകൾ അവർ തമ്മിൽ കൈമാറി.

"താങ്കൾ എല്ലാം സ്വരൂപിച്ചിട്ടുണ്ടല്ലോ."

"അതേ"

"എത്ര തുകയ്ക്കുവരെ?"

"പതിനയ്യായിരം ലൂയിസ് എല്ലായിടത്തും വിന്യസിച്ചിട്ടുണ്ട്."

നാന വളരെ ആകാംക്ഷയോടെ ശ്രദ്ധിച്ചതിനാൽ അവർ അധികമൊന്നും പിന്നെ സംസാരിച്ചില്ല. വാന്ദേവ്രസ് ഇപ്പോൾ വളരെ ആകാംക്ഷയോടെ കാണപ്പെട്ടു. കണ്ണുകളിൽ അഗ്നി എരിയുന്നതുപോലെ. ലായത്തിന് തീ കൊളുത്തി കുതിരകളോടൊത്ത് ചത്തു കളയുമെന്ന് അന്ന് രാത്രി അവളെ പേടിപ്പിച്ചതുപോലെയുള്ള മാനസികാവസ്ഥയായിരുന്നു ഇപ്പോഴും അയാൾക്ക്. മൈതാനം കടക്കുമ്പോൾ അവൾ ശബ്ദം താഴ്ത്തി പറഞ്ഞു.

"എന്തുകൊണ്ടാണ് നിങ്ങളുടെ പെൺകുതിരകളുടെ നിരക്ക് ഇത്ര ഉയർന്നത്? ഇത് വല്ലാത്ത പ്രകമ്പനമാണുണ്ടാക്കിയിരിക്കുന്നത്." അദ്ദേഹം ആശ്ചര്യപൂർവം തുടങ്ങി.

"എല്ലാവരും അതുതന്നെയാണ് പറയുന്നത്. ആ പന്തയക്കാർ എന്തൊരു കൂട്ടമാണ്. എനിക്ക് പ്രിയപ്പെട്ട ഒന്നിനെ കിട്ടിയപ്പോൾ എല്ലാവരുംകൂടി അവന്റെമേൽ ഇരച്ചു കയറി. എനിക്കുള്ള അവസരവും കളഞ്ഞു. എന്നാൽ ആരോ പുറമേനിന്നുള്ള ഒന്നിനെ പിന്താങ്ങിയപ്പോൾ അവർ ജീവനോടെ തൊലിയുരിയുന്നവരെപ്പോലെ വിളിച്ചു കൂവാൻ തുടങ്ങി."

"യഥാർഥത്തിൽ എന്താണ് സംഭവിക്കാൻപോകുന്നതെന്ന് പറയേണ്ട ബാധ്യത നിങ്ങൾക്കുണ്ട്. എന്റെ പണം കെട്ടിക്കഴിഞ്ഞിരിക്കുന്നു. എനിക്ക് എന്തെങ്കിലും അവസരം ഉണ്ടാകുമോ?"

അപ്രതീക്ഷിതമായ കോപം അയാളിൽ ഇരച്ചു കയറി, "എന്നെ ഒന്ന് വെറുതെ വിട്. എല്ലാ കുതിരകൾക്കും അവസരമുണ്ട്. അക്ക അനുപാത അന്തരം കുറഞ്ഞത് അവളുടെമേൽ ചിലർ പന്തയം വച്ചതുകൊണ്ടാണ്. ആരാണെന്നെനിക്കറിയില്ല. നീ ഇങ്ങനെ വിഡ്ഢിച്ചോദ്യങ്ങൾ ചോദിച്ചുകൊണ്ട് എന്നെ ശല്യപ്പെടുത്തിയാൽ ഞാൻ നിന്നെ ഇട്ടേച്ചു പോകും."

ഇത്തരം പെരുമാറ്റം അദ്ദേഹത്തിന്റെ പതിവുശീലങ്ങൾക്ക് വിരുദ്ധ മായിരുന്നു. ഇത് അവളെ മുറിപ്പെടുംവിധം ആശ്ചര്യപ്പെടുത്തുകയാണു ണ്ടായത്. എന്നിരുന്നാലും അദ്ദേഹത്തിന് പിന്നെ തന്റെ പെരുമാറ്റത്തിൽ ലജ്ജ തോന്നി. കുറച്ചുകൂടി മര്യാദയോടെ ഇടപെടണമെന്ന് അവൾ ആവശ്യപ്പെട്ടു. അദ്ദേഹം ഒടുവിൽ ക്ഷമാപണം നടത്തി. എങ്കിലും കുറച്ചു നേരത്തേക്കുകൂടി അദ്ദേഹം ആ വികാരവിക്ഷോഭത്തിൽ തുടർന്നു. ഇത് അദ്ദേഹത്തിന്റെ അവസാനകളിയാണെന്ന് പാരീസിലെ പന്തയലോക ത്തെല്ലാവർക്കും അറിയാവുന്ന കാര്യമാണ്. അദ്ദേഹത്തിന്റെ കുതിരകൾ പരാജയപ്പെടുകയോ അദ്ദേഹം വച്ചിരിക്കുന്ന തുക നഷ്ടപ്പെടുകയോ ചെയ്താൽ അത് ഒരു താൽക്കാലികനഷ്ടമായിരിക്കില്ല. കടക്കെണിയിൽ മുഴുകിയിരിക്കുന്ന അദ്ദേഹത്തിന്റെ പൂർണനാശമായിരിക്കും ഫലം. നാന എന്ന പുരുഷനാശകീടം അദ്ദേഹത്തിന്റെ നാശത്തിന്റെ അവസാന ആയു ധമാണ്. അവളുടെ ഭ്രാന്തൻ അഭിലാഷങ്ങളുടെ കഥകൾ എല്ലായിടത്തും പരന്നു. ബാദനിൽവച്ച് ഹോട്ടൽ ബില്ലുപോലും അയാൾക്ക് നൽകാൻ പറ്റാത്തവിധത്തിൽ നാന ചെലവ് ചെയ്യിച്ചു. സ്വർണം നാലുപാടും വലി ച്ചെറിഞ്ഞതും കൽക്കരിപോലെ എരിയുമോ എന്നറിയാൻ മദ്യലഹരിയിൽ വജ്രം അഗ്നിയിൽ എറിഞ്ഞതും അവളുടെ ധൂർത്തിൽ ചിലത് മാത്രം. അൽപ്പാൽപ്പം അവൾ അയാളിൽ പിടി മുറുക്കി. തന്റെ വൃത്തികെട്ട ചിരി കൊണ്ട് അവൾ അയാളുടെ സ്വത്ത് മുഴുവൻ കൈക്കലാക്കി. എട്ട് ദിവസം മുൻപ് ഒരു കൊട്ടാരം അവൾക്ക് അയാൾ വാഗ്ദാനം ചെയ്തതാണ്.

ദ്വാരപാലകൻ കവചിതമേഖലയിലേക്ക് കടക്കാൻ അവളെ അനുവ ദിച്ചു. പ്രഭുവിന്റെ കൈകളിൽ തൂങ്ങുന്ന യുവതിയെ തടയാൻ അവൾ ധൈര്യപ്പെട്ടില്ല. മറയ്ക്കപ്പെട്ടിരുന്ന വിശിഷ്ടസ്ഥാനത്ത് എത്തിയെന്ന ചിന്തയിൽ നന്നായി പെരുമാറാൻ നാന ശ്രദ്ധിച്ചു. കസേരകൾ ചിതറി ക്കിടക്കുന്നു. പരസ്പരം കാണുന്ന ചെറുപ്പക്കാരുടെ ചെറുസംഘങ്ങൾ രൂപംകൊള്ളുന്നു. പൊതു ഉദ്യാനത്തിലെന്നതുപോലെ മരങ്ങളുടെ ചുവ ട്ടിൽ ആളുകൾ ഇരിക്കുന്നു. കുട്ടികളെ സ്വതന്ത്രമായി വിട്ടിരിക്കുകയാ ണ്. അവിടത്തെ പരിഷ്കൃതകളായ സ്ത്രീകളെ നാന തുറിച്ചു നോക്കി, സബീൻ പ്രഭിയെ പ്രത്യേകിച്ച്. ഭരണകർത്താക്കളുടെ പ്രത്യേക ഇടത്തു കൂടി കടന്നു പോകുമ്പോൾ രാജ്ഞിയുടെ അടുത്ത് നിൽക്കുന്ന മുഫാ ത്തിനെ കണ്ടതിൽ അയാൾക്ക് ആഹ്ലാദം തോന്നി.

"പാവത്തിന്റെ നിൽപ്പ് കണ്ടില്ലേ?" വാന്ദേവ്രസിനോട് അവൾ ശബ്ദം ഉയർത്തി പറഞ്ഞു.

എല്ലാം കാണണമെന്ന് അവൾ ആഗ്രഹിച്ചു. പാർക്കിന്റെ ഒരു കഷണം പോലെയുള്ള പുൽത്തകിടിയും മരങ്ങളും ഒന്നും അവളെ കാര്യ മായി രസിപ്പിച്ചില്ല. പ്രവേശനകവാടത്തോടടുത്ത് വലിയൊരു ബാർ ക്രമീ കരിച്ചിരുന്നു. വൃത്താകൃതിയിലുള്ള കൂരയ്ക്ക് താഴെ ആണുങ്ങൾ അട്ട ഹസിക്കുകയും നൃത്തം വയ്ക്കുകയും ചെയ്യുന്നു. ഇത് പന്തയമണിയാ ണ്. കുതിരകളെ കെട്ടുന്ന ഇടവും കാണാം. ചരൽപ്പാതകളിൽ ഓറഞ്ച്

നിറത്തിലുള്ള ടിക്കറ്റുകൾ ബട്ടൻ ഹോളുകളിൽ തിരുകി ഒട്ടേറെ ആണുങ്ങൾ നിൽപ്പുണ്ട്.

ദാഗുനേറ്റും ഫോഷറിയും അവളെ നമിച്ചുകൊണ്ട് അതുവഴി കടന്നുപോയി. അവൾ ഒരു അടയാളം കാണിച്ചതും അവർ അടുത്തു വന്നു. തമാശയ്ക്കാണ് വന്നതെങ്കിലും അവൾ വിഷയം മാറ്റി. "മാർക്വിസ് ഷുവാർദിനെ കണ്ടിട്ട് എന്ത് തോന്നുന്നു. കിഴവൻ സ്വയം കൊല്ലുകയാണ്. ഇപ്പോഴും അദ്ദേഹം ആ കാടൻ ജീവിതമാണോ നയിക്കുന്നത്?"

രണ്ടുദിവസം മുമ്പുണ്ടായ ചില സംഭവങ്ങൾ വച്ചുകൊണ്ട് ഷുവാർദിനെപ്പറ്റിയുള്ള കഥകൾ ദാഗുനേറ്റ് പറഞ്ഞു. കുറച്ചു മാസത്തെ ശ്രമം കൊണ്ട് അദ്ദേഹം ഗാഗയുടെ പുത്രി അമിലിയെ മുപ്പതിനായിരം ഫ്രാങ്കിന് വാങ്ങിച്ചതേയുള്ളൂ.

'ദൈവമേ എന്തൊരു വൃത്തികെട്ട കഥകൾ' നാന വെറുപ്പോടെ പറഞ്ഞു. പെൺമക്കളുള്ളത് നല്ല കാര്യംതന്നെ! ഞാനിപ്പോൾ അതാണാലോചിക്കുന്നതും. ബ്രോഗ്ഹാമിലെ ഒരു സ്ത്രീക്കൊപ്പം പൊതുജനങ്ങൾക്കുവേണ്ടിയുള്ള കവചിതമേഖലയിൽ ഇരിക്കുന്നത് ലിലിയായിരിക്കണം. ഞാൻ അവളുടെ മുഖം തിരിച്ചറിഞ്ഞു. കിഴവൻ അവളെയും കൂടി കൊണ്ടുവന്നിരിക്കണം.

വാന്ദേവ്രസ് ഇതൊന്നും ശ്രദ്ധിച്ചില്ല. അവളെ എങ്ങനെയെങ്കിലും കയ്യൊഴിയണമെന്നേ അയാൾക്ക് തോന്നിയുള്ളൂ. പന്തയക്കാരെ ഇനിയും കണ്ടില്ലെന്നും ഒന്നും കാണാൻ കഴിയില്ലെന്നുമൊക്കെ ഫോഷറി പറഞ്ഞപ്പോൾ പ്രഭു അവളെ കൂട്ടിക്കൊണ്ടു പോകാൻ നിർബന്ധിതനായി. അപ്പോൾ അവൾക്ക് സന്തോഷമായി. ആകാംക്ഷയോടെ നോക്കിക്കൊണ്ട് അവൾ പാഞ്ഞു.

വൃക്ഷങ്ങളാൽ അതിരിട്ട പുൽത്തകിടിയിൽ വൃത്താകൃതിയിലുള്ള ഒരു കൂടാരത്തിൽ പന്തയപ്പണസൂക്ഷിപ്പുകാർ കാത്തിരിക്കുന്നു. ജനക്കൂട്ടത്തെ നന്നായി കാണുന്നതിനുവേണ്ടി അവർ തടിബഞ്ചിൽ കയറി നിൽക്കുകയാണ്. പന്തയപ്പട്ടിക അവർ ആളുകൾക്ക് കാണുന്നതിനായി പ്രദർശിപ്പിച്ചിട്ടുണ്ട്. എല്ലാവർക്കും ആശയക്കുഴപ്പമുണ്ട്. സംഖ്യകൾ വിളിച്ചു പറയുന്നുമുണ്ട്. തുകയിൽ അപ്രതീക്ഷിതമായ കയറ്റിറക്കങ്ങളാണുള്ളത്. പോക്കുവരവുകണക്കുകൾ വിളിച്ചു പറയുന്നവർ പ്രസ്തുതസ്ഥാനങ്ങളിൽ കയറുമ്പോൾ ജനങ്ങളുടെ ആരവം ഇരട്ടിയാവുന്നു. പന്തയക്കാരെ സൂക്ഷിച്ചു നോക്കി നാന പല അഭിപ്രായങ്ങളും പറഞ്ഞു. ചിലരെ കണ്ടപ്പോൾ എന്തൊക്കെയോ പിശകുണ്ടെന്ന് അവൾക്ക് തോന്നി. അതിൽ തടിച്ച ഒരാളെ ചൂണ്ടിക്കാട്ടി അവൾ പറഞ്ഞു:

"ആ മരക്കൂട്ടത്തിന്റെ ഇരുണ്ട അന്തരീക്ഷത്തിൽ ഒരാളെ ഒറ്റയ്ക്ക് ചെന്ന് കാണുന്നത് എനിക്ക് ഇഷ്ടമില്ല."

രണ്ട് മാസംകൊണ്ട് മൂന്ന് മില്യൺ ഫ്രാങ്ക് ഉണ്ടാക്കിയ പന്തയക്കാരനെ വാന്ദേവ്രസ് ചൂണ്ടിക്കാട്ടി. സുമുഖനായ അയാളുടെ ചുറ്റും കൂടി നിൽക്കുന്നവർ വളരെ ബഹുമാനത്തോടെയാണ് പെരുമാറുന്നത്.

പന്തയസ്ഥലത്തിനടുത്തുള്ള കവചിതമേഖലയിൽനിന്ന് പോകുന്നതിന് മുമ്പായി വാന്ദേവ്രസ് മറ്റൊരു പന്തയക്കാരന്റെ അടുത്തേക്ക് പോയി. അത് അദ്ദേഹത്തിന്റെ പഴയൊരു വണ്ടിക്കാരനായിരുന്നു. കാളയുടെ ചുമലുകളും ചുവന്ന മുഖവുമുള്ള മനുഷ്യൻ. ഒരിക്കൽ പ്രഭു അയാളെ സഹായിച്ചതാണ്. ഇപ്പോഴും വിശ്വസനീയനായ ഒരു പരിചാരകനോടെന്ന വണ്ണമാണ് അദ്ദേഹം സംസാരിക്കുന്നത്. ഈ കൂട്ടുകെട്ടിനിടയിൽ അയാൾക്കും കനത്ത നഷ്ടമുണ്ടായിട്ടുണ്ട്.

"കൊള്ളാം മരീഖൽ" പ്രഭു ശബ്ദം താഴ്ത്തി പറഞ്ഞു.

"നിങ്ങൾ എത്രയ്ക്കാണ് പന്തയംകെട്ടിയിരിക്കുന്നത്?"

"അയ്യായിരം ലൂയിസ്" അയാൾ ശബ്ദം താഴ്ത്തി മറുപടി പറഞ്ഞു. "നല്ലതല്ലേ ഞാൻ തുക ഉയർത്തിയിരിക്കുന്നത്? മൂന്നിന് ഒന്ന് എന്ന നിലയിൽ" വാന്ദേവ്രസ് അസ്വസ്ഥനായി. "പിടിവാശി പാടില്ല. അങ്ങനെ ചെയ്യരുത്. രണ്ടിന് ഒന്ന് എന്ന നിലയിലാക്കണം കൂടുതലൊന്നും ഞാൻ പറയുന്നില്ല."

"ഇതെങ്ങനെയാണ് പ്രഭോ താങ്കളെ ബാധിക്കുന്നത്?" വിനീതനായി അയാൾ പറഞ്ഞു: "താങ്കളുടെ രണ്ടായിരം ലൂയിസ് വയ്ക്കുന്നതോടൊപ്പം ആളുകളെ എനിക്ക് ആകർഷിക്കേണ്ടതുണ്ട്."

ഇത്രയുമായപ്പോൾ വാന്ദേവ്രസ്സ് അദ്ദേഹത്തെ നിശ്ശബ്ദമാക്കി. എന്നാൽ പോകാൻ തുടങ്ങിയപ്പോൾ മരീഖൽ ചിലത് ഓർമിപ്പിച്ചു. പെൺകുതിരയുടെ സംഖ്യ കുറയ്ക്കണമെന്നുള്ള ആഗ്രഹവും പ്രകടിപ്പിച്ചു. പെൺകുതിരയ്ക്ക് അവസരം കിട്ടിയാൽ അത് നല്ല ഒരു കച്ചവടമാകും എന്ന് അയാൾ കരുതി. ഇരുനൂറ് ലൂയിസ് അൻപതിന് ഒന്ന് എന്ന നിലയിൽ ഇപ്പോൾത്തന്നെ എടുത്തിട്ടുമുണ്ട്.

നാനയ്ക്ക് ഇവർ തമ്മിലുള്ള മൃദുഭാഷണത്തിന്റെ പൊരുൾ പിടികിട്ടിയില്ല. വിശദീകരണം ചോദിക്കാൻ അവൾ ധൈര്യപ്പെട്ടുമില്ല. തന്നെയല്ല എന്നത്തേതിലുമുപരി അദ്ദേഹം വികാരവിക്ഷോഭത്തിൽ കാണപ്പെട്ടു. ഭാരനിർണയമുറിയുടെ മുന്നിൽവച്ച് ലബോർദത്തിനെ കണ്ടപ്പോൾ അദ്ദേഹം പറഞ്ഞു: "ഇവളെക്കൂടി കൊണ്ടുപോകൂ എനിക്ക് ചില കാര്യങ്ങൾ ചെയ്യാനുണ്ട്."

അദ്ദേഹം ഇടുങ്ങിയതും താഴ്ന്ന തട്ടുകളോടുകൂടിയതുമായ ഒരു മുറിയിൽ പ്രവേശിച്ചു. നിറയെ തുലാസുകൾ. പട്ടണപ്രാന്തത്തിലുള്ള ഒരു സ്റ്റേഷനിലെ സാധനസൂക്ഷിപ്പുമുറി പോലെയുണ്ട്. നാന വീണ്ടും ദു:ഖിതയായി. ഭാരം നോക്കുന്നതിനായി താൻ യന്ത്രത്തിൽ കയറി നിൽക്കുന്നതായി അവൾ സങ്കൽപ്പിച്ചു. എന്നാൽ അത് കുതിരകളുടെ ഭാരം നോക്കുന്നതിനുള്ളതാണ്. ഒരു തടിയൻ ഭാരം നോക്കാൻ വന്നിട്ടുണ്ട്. ലായച്ചെറുക്കൻ കുതിരയുമായി വെളിയിൽ നിൽക്കുന്നു. കോസിനസ് എന്ന ആ കുതിരയുടെ ചുറ്റും നിശ്ശബ്ദരായി കുറെ ആളുകൾ കൂടിയിട്ടുണ്ട്.

ലബോർദത്ത് തിരക്ക് കൂട്ടി. അദ്ദേഹം കുറച്ച് ചുവട് പിറകിലേക്ക്

വന്ന് വാന്ദേവ്രസിനോട് സംസാരിച്ചുകൊണ്ടിരുന്ന ഒരാളെ ചൂണ്ടിക്കാട്ടിയിട്ട് പറഞ്ഞു: "നോക്കൂ അതാണ് പ്രൈസ്."

"ഓ അയാളാണെന്നെ ഓടിക്കുന്നത് അല്ലേ?"

ഒരു ചിരിയോടെ അവൾ പറഞ്ഞു. അയാൾ ഒരു വൃത്തികെട്ട ആളാണെന്ന് അവൾ കരുതി. അവളെ സംബന്ധിച്ചിടത്തോളം കുതിരക്കാരെല്ലാം കോമാളികളെപ്പോലെയാണ്. കാരണം, അവർ വളർച്ച മുരടിപ്പിക്കപ്പെട്ടവരാണ്. ഉണങ്ങിയ ശരീരവും കനം കുറഞ്ഞ മുഖവും ...തടിക്കഷണത്തിൽ വസ്ത്രം ചുറ്റിയതുപോലെയുണ്ട്. നടക്കുന്നതിനിടയിൽ അവൾ പറഞ്ഞു:

"അയാൾ എന്നെ രസിപ്പിക്കുന്നില്ല."

ആളുകൾ ഇപ്പോഴും മൈതാനത്ത് തടിച്ച് കൂടുന്നുണ്ട്. പുല്ലുകൾ നനഞ്ഞ് ഇരുണ്ട നിറമായിരിക്കുന്നു. ലബോർദത്തിന്റെ കൈകളിൽ തൂങ്ങി നാന മൈതാനം കടന്നു. പന്തയസ്ഥലത്തുനിന്ന് ആളുകൾ മാറി നിൽക്കണമെന്ന് മുന്നറിയിപ്പ് മുഴങ്ങിക്കൊണ്ടിരുന്നു. വണ്ടിയിൽ തിരികെയെത്തിയ നാനയെ ആളുകൾ കരഘോഷത്തോടെ സ്വീകരിച്ചു. ആളുകൾ എത്ര വിഡ്ഢികളാണ്. അവൾ സുഹൃത്തുക്കളെയെല്ലാം ഉപേക്ഷിച്ച് പോയെന്നാണോ അവർ കരുതിയത്? നല്ല സമയത്ത് തന്നെയാണ് അവൾ മടങ്ങി വന്നത്. അതാ മത്സരം തുടങ്ങിക്കഴിഞ്ഞു. വീഞ്ഞുകുപ്പികൾ വിസ്മരിക്കപ്പെട്ടു.

ബിജോയെയും ലൂയിസിനെയും മടിയിൽ വച്ചുകൊണ്ട് ഗാഗ അവളുടെ വണ്ടിയിൽ ഇരിക്കുന്നത് കണ്ട് നാന അത്ഭുതപ്പെട്ടു. ഫലോസിയോടൊപ്പം ചെലവഴിക്കാനാണ് ഗാഗ അവിടെത്തന്നെ കഴിച്ചുകൂട്ടിയതെന്ന് നടിച്ചുവെങ്കിലും കുട്ടിയെ ഉമ്മവയ്ക്കുന്നതിനാണെന്നാണ് നാനയോട് പറഞ്ഞത്. 'അതിരിക്കട്ടെ' നാന ചോദിച്ചു:

"ലിലി അവിടെയില്ലേ? അവളെപ്പറ്റി ഒരു സദ് വാർത്ത ചിലർ പറഞ്ഞു കേട്ടു."

കണ്ണീരോടെ ഗാഗ പ്രതികരിച്ചു: "അതെന്നെ വിഷമത്തിലാക്കിയിരിക്കുകയാണ്. കഴിഞ്ഞ ദിവസം ഞാൻ കിടക്കയിൽ ഇരുന്ന് ഒത്തിരി കരഞ്ഞു. ഇന്ന് എനിക്ക് വരാൻ ആവുമെന്നുപോലും കരുതിയതല്ല. നിനക്കറിയാമോ എന്നെ അത് എത്രമാത്രം ബാധിക്കുമെന്ന്? അവൾ അത് ചെയ്യുന്നതിന് ഞാൻ ആഗ്രഹിക്കുന്നേയില്ല. അവളെ കോൺവെന്റിൽ നിർത്തി വളർത്തിയതുതന്നെ നല്ല ഒരു ഇണയെ കിട്ടുമെന്ന് കരുതിയാണ്. കടുത്ത ഉപദേശങ്ങളും കർശനനിയന്ത്രണങ്ങളും അവൾക്ക് ലഭിച്ചു. എന്നാൽ അവൾക്ക് പ്രത്യേകതരത്തിലുള്ള ജീവിതത്തോടായിതാൽപ്പര്യം. തന്നെ തടയാൻ ആർക്കും ആവില്ലെന്നാണ് അവൾ പറഞ്ഞത്. ഞാൻ അവളോട് പറഞ്ഞു: "നീ ഒരു തേവിടിശ്ശി ആണ്. നീ ഞങ്ങൾക്ക് അപമാനം കൊണ്ടുവന്നു. എന്നാൽ എന്റെ അവസാനപ്രതീക്ഷയും നശിച്ചു."

പെട്ടെന്നാണ് ഒരു ലഹള കേട്ടത്. ജോർജ് വാന്ദേവ്രസിനെ

എതിർക്കുകയാണ്. തെറ്റായ ചില സന്ദേശങ്ങൾ അദ്ദേഹം ആളുകൾക്കിട യിൽ പരത്തിയെന്നതാണ് കുറ്റം. എന്തിനാണ് സ്വന്തം കുതിരയെ കൈവിട്ട് കളഞ്ഞതെന്ന് ചെറുപ്പക്കാരൻ അലറി. കഴിഞ്ഞദിവസം അവൻ ലൂസിഗ്നന് ആയിരം ലൂയിസ് പന്തയം കെട്ടിയതാണ്.

“അതെ, ഞാനും അപ്പോൾ ഉണ്ടായിരുന്നു” ഫിലിപ്പ് പറഞ്ഞു.

“അവൻ നാനയ്ക്ക് ഒറ്റ ലൂയിസുപോലും കൊടുത്തില്ല. നാനയ്ക്ക് പത്തിന് ഒന്ന് എന്ന നിലയിൽ അവന് ഒന്നും നേടാനില്ല. ജനങ്ങൾ ഇത്ര കണക്കു കൂട്ടുന്നവരാണ് എന്ന് മണ്ടത്തരമാണ്.”

ലബോർദത്ത് എല്ലാം മിണ്ടാതെ കേൾക്കുകയായിരുന്നു. ചുമലുക ളിളക്കി അയാൾ പറഞ്ഞു: “അവരെ വിട് അവർക്ക് പറയാനുള്ളത് പറ യട്ടെ. പ്രഭു മറ്റൊരു അഞ്ഞൂറ് ലൂയിസ് ലൂസിഗ്നന് ഇറക്കിയിട്ടുണ്ട്. എന്നിട്ട് നാനയെ നൂറിന് പിന്താങ്ങുന്നു. ഒരു ഉടമസ്ഥന് തന്റെ കുതിരയിലുള്ള വിശ്വാസമായി അതിനെ കണക്കാക്കിയാൽ മതി.”

“ഇതൊക്കെ നമ്മളെന്തിന് വിഷയമാക്കുന്നു” ഫലോസി കൈ വീശി കാണിച്ചുകൊണ്ട് പറഞ്ഞു. സ്പിരിറ്റ് വിജയിക്കും. ഫ്രാൻസ് എവിടെ യായാലെന്താണ്? ഇംഗ്ലണ്ട് ജയിക്കട്ടെ.”

മണി മുഴങ്ങി കാണികളിൽ ഒരു വിറയൽ പടർന്നു. കുതിരകളെ പന്തയസ്ഥലത്ത് നിർത്തുന്നതിനുവേണ്ടിയുള്ള മണിയായിരുന്നു അത്. നല്ല കാഴ്ച കിട്ടുന്നതിനായി നാന സീറ്റിന് മുകളിൽ കയറി നിന്നു. അവൾ ചക്രവാളത്തിലേക്ക് വ്യാപിക്കുന്ന നോട്ടമയച്ചു. പച്ചപ്പ് തിങ്ങി വരുന്ന അകലെക്കാഴ്ചകളിൽ അവൾ രസിച്ചു. അടുത്തേക്ക് കാഴ്ച തിരിച്ചപ്പോൾ ജനക്കൂട്ടത്തിന്റെ താൽക്കാലികകൂടാരങ്ങൾ കാറ്റിൽ ഇളകുന്നതും എല്ലാം കണ്ടു. പന്തയസ്ഥലത്തിന്റെ മറ്റേ അറ്റത്ത് ആളുകൾ ചെറുതായി വെറും നിറങ്ങൾ മാത്രമാകുന്നത് അദ്ദേഹം ശ്രദ്ധിച്ചു. പുൽമേടിന്റെ പശ്ചാത്ത ലത്തിൽ പായൽപിടിച്ച കാറ്റ് മില്ലുകൾ. അകലെ കുന്നിൻപുറം. താഴ്വര യിൽ നിശ്ശബ്ദമായി കിടക്കുന്ന വാഹനങ്ങളുടെ നിരയും അവൾ കണ്ടു. ആളുകൾ ഇപ്പോഴും വരുന്നത് അകലെക്കാഴ്ചകളിൽ ഉറുമ്പിൻ നിരകളെ അനുസ്മരിപ്പിക്കുന്നു. ആയിരക്കണക്കിന് ആത്മാക്കളിൽ ആവേശം തിളച്ചു മറിഞ്ഞ് സ്വർഗത്തിലെ പൂമ്പാറ്റകളെപ്പോലെ ആ മൈതാനത്ത് പാറി നടന്നു. മേഘപാളികളിൽനിന്ന് സൂര്യൻ പ്രത്യക്ഷനായി. വെളിച്ച ത്തിന്റ ഒരു സമുദ്രം, എല്ലാം പുതുക്കപ്പെട്ടതുപോലെ. സ്ത്രീകളുടെ ഷാളു കൾ എണ്ണമറ്റ സ്വർണക്കിരീടങ്ങൾപോലെ ആൾക്കൂട്ടത്തിന് മുകളിൽ തിളങ്ങി. മേഘത്തെ വകഞ്ഞു മാറ്റുന്നതുപോലെ ആളുകൾ കരങ്ങൾ വീശിക്കൊണ്ടിരുന്നു.

ഇതിനിടയിൽ ഒരു പൊലീസ് ഓഫീസർ ഒറ്റയ്ക്ക് നടന്ന് പന്തയ സ്ഥലത്തിന്റെ മധ്യഭാഗത്തേക്ക് വന്നു. ഇടത്തു വശത്ത് ഒരാൾ ചുവന്ന കൊടി ഉയർത്തി പിടിച്ചിട്ടുണ്ട്. “കളി തുടങ്ങാൻ പോവുകയാണ്” നാന യുടെ ചോദ്യത്തിന് മറുപടിയായി ലബോർദത്ത് മറുപടി പറഞ്ഞു.

നാനയുടെ വണ്ടിയുടെ ചവിട്ടുപടികളിൽപ്പോലും ചെറുപ്പക്കാർ

തള്ളിപ്പിടിച്ചിരിക്കുകയാണ്. അവർക്കിടയിൽനിന്ന് ആശ്ചര്യത്തിന്റെ അവ്യക്തഭാഷണങ്ങൾ ഉയർന്നു. ഫിലിപ്പിനും ജോർജിനും ബോർദനേവിനും ഫലോസിക്കും ഒന്നും നിശ്ശബ്ദമായിരിക്കാൻ കഴിഞ്ഞില്ല.

"മിണ്ടാതെ ഞാനൊന്ന് കാണട്ടെ. അതാ വിധികർത്താവ് കയറിക്കഴിഞ്ഞു. അത് ബോവിഗ്നി അല്ലേ? ഏത് മത്സരവും സൂക്ഷ്മമായി വിലയിരുത്താനുള്ള കാഴ്ചയുണ്ട് അദ്ദേഹത്തിന്. മിണ്ടാതിരിക്ക്... അതാ കൊടി ഉയർത്തിക്കഴിഞ്ഞു. അതേ, ആദ്യം കോസിനസ് ആണ്."

ചുവപ്പും മഞ്ഞയും നിറമുള്ള കൊടികൾ തുടക്കസ്ഥാനത്ത് വീശിത്തുടങ്ങി. കുതിരകൾ ഒന്നൊന്നായി വന്നു. ലായച്ചെറുക്കൻ...പിന്നെ കുതിരക്കാരൻ... കോസിനസിനുശേഷം ഹസാർഡും ബോയവും വന്നു. സ്പിരിറ്റ് വന്നപ്പോഴേക്കും സമ്മതകരമായ അഭിവാദ്യം ആൾക്കൂട്ടത്തിൽനിന്നുയർന്നു. വലേറിയോ രണ്ടാമൻ ചെറുതാണെങ്കിലും ചെറുതാണെങ്കിലും വളരെ ഊർജസ്വലനാണ്. വാന്ദേവ്രസിന്റെ കുതിരകൾ സാവധാനമാണെത്തിയത്. നാനയുടെ അത്ഭുതാദരങ്ങളുടെയിടയിൽ ലൂസിഗ്നന്റെ മഹത്വം വിസ്മരിക്കപ്പെട്ടു. പെണ്ണുങ്ങളുടെ സ്വർണത്തലമുടിയെ അനുസ്മരിപ്പിക്കുന്ന കുഞ്ചിരോമങ്ങളായിരുന്നു അവൾക്ക്. സൂര്യപ്രകാശത്തിൽ അവൾ ഒരു സ്വർണനാണയംപോലെ തിളങ്ങി.

"അവൾക്ക് എന്റെ തലമുടി തന്നെ! എനിക്ക് അഭിമാനം തോന്നുന്നു" നാന ആനന്ദാതിരേകത്താൽ വിളിച്ചു പറഞ്ഞു.

എല്ലാവരും വണ്ടിപ്പുറത്തേക്ക് കയറി. അമ്മപോലും മറന്നുപോയ ലൂയിസിന്റെമേൽ ഭാഗ്യത്തിന് ബോർദനേവിന്റെ ചവിട്ട് വീണില്ലെന്ന് മാത്രം. അദ്ദേഹം പിതൃവാത്സല്യത്തോടെ അവനെ പൊക്കിയെടുത്ത് ചുമലിൽ വച്ച് പറഞ്ഞു:

"പാവം കൊച്ച്, അവനും കാണണ്ടേ? മോനൊന്ന് ക്ഷമിക്ക്, അമ്മയെ ഇപ്പം കാണിച്ചു തരാം. ദാ അവിടെ."

ബിജോ കാലിട്ടടിച്ചപ്പോൾ അവനെയും അദ്ദേഹം എടുത്ത് പൊക്കി. തന്റെ പേരിനെ ദുഷിപ്പിച്ച മൃഗത്തെപ്പറ്റിയുള്ള ചിന്തയിലായിരുന്നു നാന. മറ്റു സ്ത്രീകൾ ഇതേപ്പറ്റി എങ്ങനെ കാണുന്നു എന്നറിയാൻ അവൾ ചുറ്റും നോക്കി. അവർക്കെല്ലാം ഭ്രാന്തമായ അസൂയയാണ്. അതുവരെ അനങ്ങാതിരുന്ന ട്രൈക്കോൺ ഇപ്പോൾ കൈ വീശിക്കാണിക്കുകയും പന്തയക്കാരോട് വിനിമയം ചെയ്യുകയും ചെയ്യുന്നുണ്ട്. അവളും നാനയെ പിന്താങ്ങി. ഇതിനിടെ ഫലോസി വല്ലാത്ത ശബ്ദമുണ്ടാക്കി. ഫ്രാങ്കിപ്പാനിന്റെ ലഹരിയിലാണയാൾ. വല്ലാത്ത പ്രചോദനത്തോടെ അയാൾ അട്ടഹസിക്കുകയാണ്.

"ഫ്രാങ്കിപ്പാനിനെ നോക്കൂ, എന്തൊരു ചലനം? ഫ്രാങ്കിപ്പാനിനെ എട്ടിന് ഒന്ന് എന്ന നിലയിൽ ഞാൻ പിന്താങ്ങുന്നു, ആരുണ്ട് ഒപ്പം?"

"ഒന്നു മിണ്ടാതിരിക്ക്, നിങ്ങൾ ഒടുവിൽ പശ്ചാത്തപിക്കേണ്ടി വരും" ലബോർദത്ത് ഒടുവിൽ പറഞ്ഞു. "ഫ്രാങ്കിപ്പാൻ ഒരു ആണിക്കല്ലാണ്"

ഫിലിപ്പ് വിലയിരുത്തി. അവൻ ഇപ്പോഴേ വിയർത്തു കുളിച്ചു, "ദാ നോക്ക് അവർ നീങ്ങിത്തുടങ്ങി."

കുതിരകൾ വലത്തേക്ക് തിരിഞ്ഞ് പ്രാരംഭ നടത്തമായി. ആളുകളുടെ സംസാരം മുറുകി. ലൂസിഗ്നന് പിൻനീളമുണ്ട്. എന്നാൽ വളരെ ഉറച്ച ശരീരമാണ്. വലേറിയാ രണ്ടാമൻ തല വളരെ ഉയർത്തിയാണ് പിടിച്ചിരിക്കുന്നത്. ബ്രൂൺ ആണല്ലോ സ്പിരിറ്റ് ഓടിക്കുന്നത്. അവന് ചുമലുകളേയില്ല. ചുമലുകളിലാണ് കാര്യമിരിക്കുന്നത്. ഓ സ്പിരിറ്റ് വളരെ ശാന്തനാണ്. നാന ആകെ നനഞ്ഞ് വിറയ്ക്കുകയാണ്.

"അവൾക്ക് കിട്ടിയില്ലെങ്കിൽ ഞാൻ ഇരുപത് ലൂയിസ് തരാം. ഓ, അയാൾ ഫ്രാങ്കിപ്പാന്റെ പേര് പറഞ്ഞ് ഞങ്ങളെ മുഷിപ്പിക്കുകയാണ്."

ഫലോസി ഒരു പന്തയക്കാരനെ കിട്ടാതെ വിഷമിക്കുകയാണ്. എല്ലാ കഴുത്തുകളും ആകാംക്ഷകൊണ്ട് വലിഞ്ഞു നീണ്ടു. സ്റ്റാർട്ടർ ദൂരെ നിന്ന് നോക്കിയിട്ട് കറുത്ത വടി ഉയർത്തുന്നു. ചെറിയൊരു പ്രാരംഭ ഓട്ടത്തിന് ശേഷം കുതിരകൾ നിശ്ചിതസ്ഥാനത്തേക്ക് വന്നു. ഇനി രണ്ട് മിഥ്യാതുടക്കംകൂടിയുണ്ട്. "ഓ, അത് വെറും അവസാനപരിശീലനം മാത്രം, സാരമില്ല." എല്ലാവരുടെയും നെഞ്ചിൽ ആകാംക്ഷ നിറഞ്ഞു. പന്തയങ്ങൾ അവസാനിച്ചിരിക്കണം. പൂർണനിശ്ശബ്ദത, ശ്വാസം നിലച്ചതുപോലെ മുഖങ്ങൾ ഉയർന്ന് വിവർണമായി. തുടക്കത്തിൽ ഹസാർഡും കോസിനസും മറ്റുള്ളവരെക്കാൾ മുമ്പിലോടി. പിന്നെ വലേറിയാ... വ്യക്തമായി കാണാൻ പറ്റാത്ത വിധത്തിൽ കൂട്ടമായാണ് മറ്റുള്ളവ വരുന്നത്. അവ സ്റ്റാൻഡുകളുടെ മുൻപിലൂടെ പോയപ്പോൾ ഭൂമി കുലുങ്ങുന്നതുപോലെ കാറ്റിന്റെ ശക്തിയാൽ കൂട്ടം ചിതറി. ഫ്രാങ്കിപ്പാൻ ആയിരുന്നു അവസാനം. ലൂസിഗ്നനും സ്പിരിറ്റിനും അൽപ്പം പിറകിലായിരുന്നു നാനയുടെ സ്ഥാനം.

"ചതിച്ചോ ആ ഇംഗ്ലീഷ് കുതിര എല്ലാവരെയും കടത്തി വെട്ടുന്നുവല്ലോ" ലബോർദത്ത് പിറുപിറുത്തു. വണ്ടിയിലുണ്ടായിരുന്ന എല്ലാവർക്കും എന്തെങ്കിലും പറയാനുണ്ടായിരുന്നു. ചിലർ ആശ്ചര്യദ്യോതകമായ ശബ്ദം പുറപ്പെടുവിച്ചു. സൂര്യപ്രകാശത്തിൽ തിളങ്ങുന്ന കുതിരക്കാരെ എല്ലാവരും നിരീക്ഷിച്ചു. ഒരു കയറ്റമായപ്പോൾ വലേറിയോ രണ്ട് ഒന്നാമതുണ്ട്. കോസിനസിനും ഹസാർഡിനും പാത നഷ്ടപ്പെട്ടു. എന്നാൽ ലൂസിഗ്നനും സ്പിരിറ്റും കഴുത്തോട് കഴുത്ത് പൊരുതുകയാണ്. അതേസമയം തൊട്ടു പിന്നാലെ നാനയുണ്ട്. "നശിപ്പിച്ചു, ആ ഇംഗ്ലീഷ് കുതിരതന്നെ ജയിക്കുന്ന മട്ടാണ്" ബോർദനേവ് പറഞ്ഞു. ലൂസിഗ്നന്റെ കാര്യം പരുങ്ങലിലാണ്. വലേറിയോ രണ്ടാമനും പിടിച്ചു നിൽക്കുമെന്ന് തോന്നുന്നില്ല.

"ഇംഗ്ലീഷ് കുതിര ജയിച്ചാൽ അത് കഷ്ടം തന്നെ!" ഫിലിപ്പ് ദേശസ്നേഹപ്രേരിതനായി പറഞ്ഞു. കാണികൾ ആകാംക്ഷയുടെ മുൾമുനയിലായി. ലൂസിഗ്നനുവേണ്ടി പ്രാർഥനകൾ മുഴങ്ങി. സ്പിരിറ്റിനെതിരെ ക്രോധം ജ്വലിച്ചു.

കുതിരകൾ പെട്ടെന്ന് മരക്കൂട്ടങ്ങൾക്കിടയിലേക്ക് അപ്രത്യക്ഷമായി. “നിരാശപ്പെടേണ്ട” ജോർജ് പറഞ്ഞു: “ഇപ്പോഴും പ്രതീക്ഷയ്ക്ക് വകയുണ്ട്. കഴിഞ്ഞിട്ടില്ല ഇംഗ്ലീഷ് കുതിരയ്ക്ക് പിടി വന്നിരിക്കുന്നു.” ഫലോസി സ്പിരിറ്റിനുവേണ്ടിയുള്ള കയ്യടിയുടെ ഫലപ്രാപ്തിക്ക് കാത്തിരിക്കുകയാണ്. “ഓ രക്ഷിച്ചു, ഫ്രാൻസ് ഒരു പാഠം പഠിക്കണം. എന്നാൽ വിധികർത്താവ് ക്ഷമയോടെ കാത്തിരിക്കുകയാണ്. ജയ്വിളി സ്പിരിറ്റ് ഒന്നാമത്. ഫ്രാങ്കിപ്പാൻ രണ്ടാമത്. നിരാശനായ ലബോർദത്ത് അയാളെ വണ്ടിയിൽനിന്ന് തള്ളിയിടുമെന്നായി. “എത്ര ദൂരം പോകുമെന്ന് നോക്കാം” ലൂയിസിനെ തോളിലേറ്റി നിൽക്കുന്ന ബോർദനേവ് തന്റെ നിരീക്ഷണം വെളിപ്പെടുത്തി.

ഇപ്പോൾ മരക്കൂട്ടത്തിന്റെയിടയിൽനിന്ന് കുതിരകൾ ഓരോന്നായി പ്രത്യക്ഷപ്പെട്ടു തുടങ്ങി. ആളുകളുടെ ആവേശം തിളച്ചു പൊങ്ങി. വലേറിയോ രണ്ട് ആണ് ഇപ്പോഴും മുന്നിൽ. എന്നാൽ ഉടനെതന്നെ സ്പിരിറ്റ് മുന്നിലായി. അടുത്തത് ലൂസിഗ്നൻ. ആളുകൾക്ക് ഏതാണ് മുന്നിൽ എന്നതിനെപ്പറ്റി ആശയക്കുഴപ്പമായി. നിറങ്ങൾ കൂടിക്കലരുന്ന അവസ്ഥ. ആശ്ചര്യ വിസ്മയ പ്രതികരണങ്ങൾ നാലുപാടുനിന്നുമുയർന്നു.

എന്നാൽ അതാ ഒരു കുതിര എല്ലാവരെയും പിന്നിലാക്കുന്നു. “അത് നാനയാണ്. ഹൊ! എന്തൊരു അസംബന്ധം” ലൂസിഗ്നൻ സ്ഥാനം സംരക്ഷിക്കുമെന്ന് ചിലർക്ക് അഭിപ്രായമുണ്ട്.

“അല്ല... അത് നാന തന്നെ... അവളുടെ സുവർണരോമങ്ങൾകൊണ്ട് അവളെ തിരിച്ചറിയാൻ ഒരുപ്രയാസവുമില്ല. ഇപ്പോൾ അവൾ ഒരു അഗ്നിനാളമാണ്. ‘ഓ ഒരു കാര്യവുമില്ല, ലൂസിഗ്നൻ കയറും’ കുറച്ചു നിമിഷം ആളുകൾ ഇതേ അഭിപ്രായക്കാരായിരുന്നു. എന്നാൽ അൽപ്പാൽപ്പമായി ആ പെൺകുതിര കുതിച്ചു മുന്നേറി. സ്പിരിറ്റ്, നാന, ലൂസിഗ്നൻ, വലേറിയോ ആളുകൾ ഓരോന്നിനെയും ചൂണ്ടിക്കാട്ടി കണക്കുകൂട്ടലുകൾ നടത്തി. ഏതോ അജ്ഞാതശക്തി എടുത്ത് പൊക്കുന്നതുപോലെ നാന വണ്ടിയുടെ മുകളിലേക്ക് ചാടിക്കയറി. സംസാരിക്കാൻപോലും കഴിയാത്ത മട്ടിൽ അവൾ ചലിക്കാൻ തുടങ്ങി.

“ഇംഗ്ലീഷുകാരന് കഷ്ടം തുടങ്ങി അല്ലേ?” ഫിലിപ്പ് സന്തോഷപൂർവം പറഞ്ഞു.

“എന്തായാലും ലൂസിഗ്നൻ തകർക്കും” ഫലോസി പറഞ്ഞു.

“വലേറിയോ ആണിപ്പോൾ മുന്നിൽ. ദാ നോക്കൂ, ഇപ്പോൾ നാലെണ്ണവും ഇഞ്ചോടിഞ്ച് പൊരുതുന്നു.” എല്ലാ കണ്ഠങ്ങളും ഇടറി, “ദൈവമേ എന്തൊരു കുതിപ്പ്.”

ഇപ്പോൾ മിന്നൽ വേഗത്തിലാണ് അവ പായുന്നത്. അടുത്തെത്താറായിരിക്കുന്നു. അവയുടെ നിശ്വാസം നിമിഷന്തോറും ഉച്ചത്തിലുച്ചത്തിൽ അടുത്തു വന്നു. ഒരു സമുദ്രം തീരത്തേക്ക് ഇരച്ചു കയറുന്ന പ്രതീതി. നൂറായിരം കാണികൾ ഒറ്റ ലക്ഷ്യത്തിലേക്ക് മുന കൂർപ്പിച്ച് ആവേശഭരിതരായി. അവർ പരസ്പരം ഉന്തുകയും തള്ളുകയും വായ പൊളിച്ച് വിസ്മ

യപൂർവം കൈക്രിയകൾ കാട്ടുകയും ചെയ്തു. ആദിമജനതയുടെ അപരിഷ്കൃതശബ്ദം അവരുടെയിടയിൽനിന്നുയർന്നു.

"ഇവിടെ അവ എത്തിയിരിക്കുന്നു... ഇങ്ങെത്തിയിരിക്കുന്നു."

വലേറിയോ ഇപ്പോൾ പിന്നിലാണ്. നാന വീണ്ടും മുന്നേറി. സ്പിരിറ്റുമായി അവൾ ഇപ്പോൾ രണ്ടോ മൂന്നോ കഴുത്തിന്റെ വ്യത്യാസമേ ഉള്ളൂ. ഇടിനാദംപോലെ ജനസഹസ്രം ആരവം മുഴക്കി. വ്യത്യസ്ത തരത്തിലുള്ള അഭിപ്രായങ്ങൾ ഉയർന്നുയർന്ന് കേൾക്കാമായിരുന്നു. "ലൂസിഗ്നൻ നീ മഹാഭീകരനാണ്. ഇംഗ്ലീഷുകാരൻ തകർക്കുന്നുണ്ട്. വലേറിയോ ദീനാവസ്ഥയിലാണ്. ഓ എന്റെ പത്ത് ലൂയിസ് വെള്ളത്തിലായി. നാന...ജയിക്കാനായി ഒന്നു മാത്രം."

ഓടുന്നത് താൻതന്നെയാണ് എന്ന വിചാരത്തിൽ നാന ഇപ്പോൾ അരക്കെട്ടിളക്കി നൃത്തം ചെയ്യുകയാണ്. ആ പെൺകുതിരയ്ക്ക് അത് ഗുണം ചെയ്യുമെന്നാണ് അവൾ കരുതുന്നത്. മുന്നോട്ട് മുന്നോട്ട് അവൾ നിതംബം ചലിപ്പിച്ച് ആവേശം പകർന്നു. തുടർന്ന് സമുജ്ജ്വലമായ ആ കാഴ്ചയ്ക്ക് എല്ലാവരും സാക്ഷികളായി. പ്രൈസ് പെട്ടെന്ന് തന്റെ ചാട്ട ഇരുമ്പ് കൈകൾകൊണ്ട് നാനയ്ക്ക് നേരെ വീശി. പലപ്പോഴും ഉണങ്ങി ഉന്മേഷരഹിതനായി കാണപ്പെടാറുള്ള അവൻ അഗ്നിശരങ്ങൾ പെയ്തു. അവന്റെ ആത്മാവിനെ ആ പെൺകുതിരയിലേക്ക് അവൻ പകർന്നു. അതിന്റെ കണ്ണുകളിൽ ചോര തുളുമ്പി. കാറ്റിനെ തൂത്തുവാരിക്കൊണ്ട് കുതിരക്കൂട്ടം പാഞ്ഞു. വിധികർത്താവ് ഇപ്പോഴും കാത്തിരിക്കുകയാണ്. അവസാനശ്രമമെന്നനിലയിൽ പ്രൈസ് നാനയെ സ്പിരിറ്റിന്റെ ഒരു കഴുത്ത് മുന്നിലായി എത്തിച്ചു.

"നാന... നാന... നാന..." വേലിയേറ്റത്തിന്റെ മുഴക്കത്തോടെ അവിടെ ചീറിയടിച്ചു. കൊടുങ്കാറ്റിന്റെ തീക്ഷ്ണതയോടെ താഴ്വര മുഴുവൻ ആ ശബ്ദം മുഴങ്ങി. നാനയുടെ വണ്ടിക്കുചുറ്റും ഭ്രാന്തമായ ആവേശം തിരയിളക്കി.

"നാന നീണാൾ വാഴട്ടെ... ഫ്രാൻസ് ജയിക്കട്ടെ... ഇംഗ്ലണ്ട് തുലയട്ടെ" സ്ത്രീകൾ വർണക്കുടകൾ വീശി. പുരുഷന്മാർ ഉയർന്നു ചാടി. ചിലർ തങ്ങളുടെ തൊപ്പി ആകാശത്തേക്ക് എറിഞ്ഞു. കവചിതമേഖലയിലും ആരവം ഉയർന്നു. മരക്കൂട്ടങ്ങളുടെ അടിയിൽ ആളുകൾ തടിച്ചുകൂടി. കരഘോഷത്തിൽ രാജ്ഞിപോലും പങ്കുചേർന്നു. നാന...നാന... നാന... സ്വർണമഴ പെയ്യുന്നതുപോലെ തിളങ്ങിയ സൂര്യന് താഴെ ജനക്കൂട്ടം ആ പേര് ഏറ്റ് വിളിച്ചു. നാന തന്റെ വണ്ടിയിൽ എഴുന്നേറ്റ് നീണ്ട് നിവർന്ന് നിന്നു. തനിക്കുവേണ്ടിയാണ് ഈ കരഘോഷങ്ങളെന്ന മട്ടിലാണവൾ. തന്റെ വിജയത്തിൽ ആശ്ചര്യഭരിതയായി സ്തബ്ധയായി അവൾ ആ ജനസമുദ്രത്തെ നോക്കി നിന്നു. നാന ഉന്മേഷത്തോടെ തുടകളിളക്കി ആത്മനിയന്ത്രണം നഷ്ടപ്പെട്ടതുപോലെ പിറുപിറുത്തു.

"ഓ. ദൈവമേ അത് ഞാൻ തന്നെ ഞാൻതന്നെ... ദൈവമേ എന്തൊരു ഭാഗ്യം!" ബോർദനേവിന്റെ ചുമലിലിരുന്ന ലൂയിസിനെ അവൾ

തുരുതുരാ ഉമ്മ വെച്ചു. "മൂന്ന് മിനിട്ടും പതിനാല് സെക്കൻഡും" എന്ന് പറഞ്ഞുകൊണ്ട് അയാൾ വാച്ച് പോക്കറ്റിലിട്ടു.

ആ മൈതാനത്തിൽ മുഴുവൻ തന്റെ പേരിന്റെ പ്രതിധ്വനി മുഴങ്ങുന്നതായി അവൾക്ക് അനുഭവപ്പെട്ടു. അവളുടെ മുടി നക്ഷത്രംപോലെ തിളങ്ങി. വെള്ളയും നീലയും ചേർന്ന വസ്ത്രം ആകാശദ്യുതി പകർന്നു. അവൾക്ക് രണ്ടായിരം ലൂയിസ് കിട്ടിയതായി ലബോർദത്ത് അറിയിച്ചു. എന്നാൽ ആ തുക അപ്രതീക്ഷിത വിജയത്തിന്റെ ആനന്ദാതിരേകത്താൽ അവൾക്ക് വളരെ ചെറുതായി തോന്നി. മറ്റ് സ്ത്രീകൾക്ക് എല്ലാം നഷ്ടപ്പെട്ടു.

നാനയുടെ വാഹനത്തിന് ചുറ്റും ആണുങ്ങളുടെ തിരക്കായിരുന്നു. ഇടറിയ ശബ്ദത്തിൽ ജോർജ് ജയാരവം മുഴക്കി. വീഞ്ഞ് തീർന്നതിനാൽ ഫിലിപ്പ് പാനീയക്കലവറയിലേക്ക് ഓടി. ഒരു പിതാവിന്റെ ആർദ്രവികാരങ്ങളുമായി ബോർദനേവ് അവൾക്ക് പിന്നിലുണ്ടായിരുന്നു. സ്ത്രീകൾ വാഹനത്തിന്റെ പടിയിൽ തൂങ്ങിക്കിടന്നു. ആ പെൺകുതിരയാണോ സാക്ഷാൽ നാനയാണോ ആൺഹൃദയങ്ങളെ മഥിച്ചതെന്ന സന്ദേഹത്തിൽത്തന്നെയായിരുന്നു ജനക്കൂട്ടം.

റോസിന്റെ രൂക്ഷമായ നോട്ടത്തെ വകവയ്ക്കാതെ മിഗ്നൻ ഇതിനിടയിൽ ഓടി വന്നു. നാനയോടുള്ള അയാളുടെ ആദരവ് കൂടിവന്നു. എന്ത് വില കൊടുത്തും അവളെ ഒന്ന് ചുംബിക്കണമെന്ന് അയാൾക്ക് തോന്നി. പിതൃസമാനമായ രീതിയിൽ അവളുടെ ഇരുകവിളിലും ചുംബിച്ചുകൊണ്ട് അയാൾ പറഞ്ഞു:

"റോസ് ഇപ്പോൾ തീർച്ചയായും ആ കത്ത് കൊടുക്കും എന്ന കാര്യം എന്നെ വിഷമിപ്പിക്കുന്നു. അവൾ അത്ര കോപത്തിലാണ്.."

"എങ്കിൽ കൊള്ളാം അത് തന്നെയാണ് എന്റെയും ആവശ്യം." നാന ആത്മവിസ്മൃതിയോടെ പറഞ്ഞു. എന്നാൽ അദ്ദേഹം വായും പൊളിച്ച് നിൽക്കുകയായിരുന്നു. അവൾ കൂട്ടിച്ചേർത്തു, "ഓ ഞാൻ എന്തൊക്കെയാണോ പറയുന്നത്? എനിക്കുതന്നെ നിശ്ചയമില്ല. ഞാൻ ലഹരിയിലാണ്" ആ മൈതാനം മുഴുവൻ നിറഞ്ഞ ആരവത്തോടൊപ്പം അവളും കൂടി.

"നാനയ്ക്കൊപ്പം നാനയ്ക്കൊപ്പം."

ചടങ്ങുകൾ അവസാനഘട്ടത്തിലെത്തി. വാഹനങ്ങൾ ഓരോന്നായി ഒഴിഞ്ഞു തുടങ്ങി. എങ്കിലും വാന്ദേവ്രസിനെപ്പറ്റിയുള്ള വാദമുഖങ്ങൾ കളിക്കളം വിട്ടില്ല. വാന്ദേവ്രസിന്റെ കഴിഞ്ഞ രണ്ടുവർഷത്തെ നീക്കങ്ങളാണിങ്ങനെ കലാശിച്ചിരിക്കുന്നത്. നഷ്ടപ്പെട്ടവർ കോപാഗ്നിയിൽ എരിഞ്ഞപ്പോൾ വിജയിച്ചവർ ചുമലുകളിളക്കി ആനന്ദനൃത്തമാടി. വാന്ദേവ്രസ് കാണിച്ചത് വലിയ ബുദ്ധിയാണെന്ന് അധികമാളുകളും അഭിപ്രായപ്പെട്ടു. പന്ത്രണ്ടുലക്ഷം ഫ്രാങ്ക് വാന്ദേവ്രസിന് ലഭിച്ചെന്നാണ് ആളുകൾ പറയുന്നത്. എന്നാൽ പന്തയസ്ഥാനത്തുനിന്നുകേട്ട ചില വർത്തമാനങ്ങൾ നിരാശാജനകമായിരുന്നു. മരീഘൽ എന്ന ടിക്കറ്റ് വിൽപ്പനക്കാരൻ തന്റെ

പണം കിട്ടുന്നതിനുവേണ്ടി നടത്തിയ തിരിമറിയിൽ വാന്ദേവ്രസ് വഞ്ചി ക്കപ്പെട്ടുവത്രേ.

ആ നാട്ടിലെ ചെറുപ്പക്കാരായ പന്തയപ്രമാണിമാരോടൊപ്പം നാന ആഘോഷത്തിമിർപ്പിലായിരുന്നു. വാന്ദേവ്രസിനുണ്ടായ തകർച്ചയെപ്പറ്റി ആലോചിക്കാനൊന്നും അവൾ മിനക്കെട്ടില്ല.

ചൊവ്വാഴ്ച വരെ അവൾ വിജയോന്മാദലഹരിയിലായിരുന്നു. അന്ന് രാവിലെ ലൊറാറ്റ്മാഡം കൊച്ചുലൂയിസിന്റെ അസുഖവിവരം പറയാനെ ത്തിയതായിരുന്നു. പുറത്തു കൊണ്ടുപോയതുമുതൽ അവന് നല്ല സുഖ മില്ല. അതോടൊപ്പം വാന്ദേവ്രസിനെപ്പറ്റിയുള്ള ദുരന്തവർത്തമാനവും അവർ അറിയിച്ചു. അയാൾ പന്തയപ്പട്ടികയിൽനിന്നും പുറത്താക്കപ്പെട്ടു. പിറ്റേന്ന് അയാൾ കുതിരലായത്തിന് തീ കൊളുത്തി കുതിരകളോടൊപ്പം ഒടുങ്ങി.

അങ്ങനെ ചെയ്യുമെന്ന് അയാൾ തന്നോട് പറഞ്ഞിരുന്നതായി നാന വെളിപ്പെടുത്തി.“ അയാൾ ഒരു ഭ്രാന്തനായിരുന്നു. കഴിഞ്ഞ ദിവസമേ അയാളുടെ പതനത്തെക്കുറിച്ച് കേട്ട് ഞാൻ അയപ്പെട്ടിരുന്നു. അയാൾ എന്നെയും എന്നെങ്കിലും ഒരു രാത്രി കൊല്ലുമായിരുന്നു. ആ കുതിരക ളെക്കുറിച്ച് ഒരു സൂചന നൽകിയിരുന്നുവെങ്കിൽ എന്ത് വില കൊടുത്തും ഞാൻ ഭാവി ഭദ്രമാക്കിയേനേ. ഞാൻ ആ വിഷയം അറിഞ്ഞാൽ പെട്ടെന്ന് മറ്റുള്ളവരെല്ലാം അറിയുമായിരുന്നുവെന്ന് അദ്ദേഹം ലബോർദത്തിനോട് പറഞ്ഞിരുന്നു. ഏതായാലും അദ്ദേഹത്തിനുവേണ്ടി കാര്യമായി വിലപി ക്കേണ്ട അവശ്യമൊന്നും ഞാൻ കാണുന്നില്ല. ഒരാൾ സ്വയം ലായത്തിന് തീ കൊളുത്തി മരിക്കുന്നതിൽ പരിഹാസ്യമായി ഒന്നുമില്ല. അദ്ദേഹത്തിന്റെ അവസാനം മഹത്തായിരുന്നു. എന്നാൽ അയാൾക്ക് ചതി പറ്റിയത് പരി ഹാസ്യംതന്നെ. എങ്കിലും ആ അവസാനരംഗം ഗംഭീരംതന്നെയായിരു ന്നു.” നാന തുടർന്നു: “അത് ഭീകരം തന്നെ എല്ലാവരെയും പുറത്താ ക്കുക, കുറച്ച് പെട്രോളുമായി അകത്ത് കടന്ന് വാതിലടയ്ക്കുക, എല്ലാം ചാമ്പലാവുക... എന്തൊരു നല്ല കാഴ്ചയായിരിക്കും. ഗോപുരത്തോളം ഉയർന്ന തീജ്വാലകൾ! എന്തായാലും ആ കുതിരകൾക്ക് എരിഞ്ഞടങ്ങ ണമെന്ന് ആഗ്രഹമുണ്ടായിരുന്നിരിക്കില്ല. അവ വാതിലുകളിൽ ശക്തി യായി ഇടിച്ചു കാണണം. മനുഷ്യരെപ്പോലെ നിലവിളിച്ചു കാണും. അവിടെ കാണികളായി വല്ലവരും ഉണ്ടായിരുന്നെങ്കിൽ അവർ ഭയം കൊണ്ട് മൃതപ്രായരായിക്കാണും.”

ലബോർദത്തിന് ഇപ്പോഴും വാന്ദേവ്രസ് മരിച്ചു എന്ന് വിശ്വസിക്കാ നാവുന്നില്ല. ജാലകത്തിലൂടെ അദ്ദേഹം ചാടി രക്ഷപ്പെട്ടെന്ന് ആരോ പറ ഞ്ഞുവത്രേ. ഭ്രാന്തമായ മാനസികാവസ്ഥയിൽ അദ്ദേഹം തീ കൊളുത്തി. എന്നാൽ ചൂട് കൂടി വന്നപ്പോൾ സുബോധമുണ്ടായി. പെണ്ണുങ്ങളോട് അയഞ്ഞ മട്ടിൽ പെരുമാറുകയും മണ്ടത്തരങ്ങൾ പലതും കാട്ടുകയും ചെയ്ത ഒരാൾക്ക് എങ്ങനെയാണ് ഇത്ര വീരോചിതമായ രീതിയിൽ മരണം വരിക്കാൻ സാധിക്കുക?

പന്ത്രണ്ട്

രാത്രി ഒരുമണിയായിക്കാണും. വെനീഷ്യൻ ലെയ്സ് തൂങ്ങിക്കിടക്കുന്ന വലിയ കട്ടിലിൽ നാനയും മുഫാത്തും ഉണർന്നിരിക്കുകയാണ്. മൂന്നു ദിവസം കറങ്ങി നടന്നിട്ടാണ് അദ്ദേഹം വന്നിരിക്കുന്നത്. മങ്ങിക്കത്തുന്ന ഒരു വിളക്ക് മാത്രം പ്രകാശം നൽകുന്ന ആ മുറിയാകെ നിശ്ശബ്ദത ആവരണം ചെയ്തിരിക്കുന്നു. സ്നേഹത്തിന്റെ പരിമളം നിറഞ്ഞ ആ മുറിയിലെ വെള്ളികെട്ടിയ വീട്ടുപകരണങ്ങൾ അവ്യക്തമായി കാണാൻ കഴിയും. ഒരു ചുംബനം ആ നിശ്ശബ്ദതയെ ഭേദിച്ചു. നാന പുതപ്പിനടിയിൽനിന്ന് വെളിയിൽ വന്നു. നഗ്നമായ കാലുകൾ താഴേക്കിട്ട് അവൾ കട്ടിലിന്റെ ഒരു വശത്ത് ഇരുന്നു. മുഫാത്ത് ഒരു തലയണയിൽ ചാരിയിരിക്കുന്നു.

“പ്രിയപ്പെട്ടവനേ താങ്കൾക്ക് ഈശ്വരനിൽ വിശ്വാസമുണ്ടോ?” തന്റെ കാമുകന്റെ കരവലയത്തിൽനിന്ന് പുറത്ത് വന്ന അവളിൽ മതപരമായ ഒരുതരം ഭീതി നിറഞ്ഞു. അന്ന് രാവിലെ മുതൽ അവളെ നരകത്തെയും മരണത്തെയുംകുറിച്ചുള്ള ചിന്തകൾ അലട്ടുന്നുണ്ട്. മുമ്പൊക്കെ ഇത് വെറും മണ്ടത്തരമാണെന്നായിരുന്നു അവൾ കരുതിയത്. അവളുടെ സ്വപ്നത്തിൽപ്പോലും മൃത്യുഭയം കടന്ന് കൂടിയിരിക്കുന്നു. അവൾ മുഫാത്തിനോട് ചോദിച്ചു:

“ഞാൻ സ്വർഗത്തിൽ പോകുമോ?” വിറച്ചുകൊണ്ടുള്ള അവളുടെ ഈ ചോദ്യം മുഫാത്തിനെ അത്ഭുതപ്പെടുത്തി. പഴയ ആധ്യാത്മികചിന്തകളെല്ലാം അയാളിൽ വീണ്ടുമുണർന്നു. അവളുടെ നിശാവസ്ത്രം തോളിൽനിന്ന് ഊർന്ന് പോയി. മുടി അഴിഞ്ഞ് കിടക്കുന്നു. അവൾ മുഫാത്തിന്റെ നെഞ്ചിലേക്ക് മുഖമണച്ച് തേങ്ങിക്കരയാൻ തുടങ്ങി. “എനിക്ക് മരിക്കാൻ ഭയമാണ്, എനിക്ക് മരിക്കാൻ ഭയമാണ്...”

മുഫാത്തിന് തന്റെ പ്രശ്നങ്ങളിൽനിന്നുതന്നെ ഒരു മോചനം അസാധ്യമായിരിക്കുമ്പോഴാണ് അദൃശ്യമായ ഭീതികൊണ്ട് ഒരു സ്ത്രീ തന്റെ ശരീരത്തിൽ താങ്ങിക്കിടന്ന് ഭ്രാന്തമായി പുലമ്പുന്നത്. യുക്തിപൂർവം അവളെ അയാൾ ഉപദേശിച്ചു. അവൾ ആരോഗ്യവതിയാണെന്നും നല്ല സ്വഭാവത്തിൽ ജീവിച്ചാൽ മതിയെന്നും അയാൾ ഉപദേശിച്ചു. അവൾ തലയാട്ടി. അവൾ പാപമൊന്നും ഇനി ചെയ്യില്ല. വിശുദ്ധകന്യകയുടെ പതക്കം ചുവന്ന നൂലിൽ കെട്ടി അവൾ ധരിക്കുമായിരുന്നു. അവിവാഹിതകളായി പുരുഷന്മാരോട് ബന്ധപ്പെടുന്നവർ നരകത്തിൽ പോകുമെന്നാണ് അവളുടെ മുന്നറിവ്. എന്നാൽ നിജസ്ഥിതി ആർക്കറിയാം. മരണാനന്തരജീവിതത്തെക്കുറിച്ച് വിവരങ്ങൾ നൽകാൻ മരിച്ചവരാരും മടങ്ങി വന്നിട്ടില്ലല്ലോ. അവൾ ആ പതക്കത്തിൽ ഭക്തിപൂർവം ചുംബിച്ചു. എങ്കിലും മരണഭീതി അവളിൽ നിറഞ്ഞു. ഒറ്റയ്ക്കിരിക്കാൻതന്നെ അവൾ ഭയപ്പെട്ടു. അതുകൊണ്ട് ഡ്രസിങ്റൂമിലും മുഫാത്തിന് അവളുടെകൂടെ

പോകേണ്ടി വന്നു. അദ്ദേഹം വീണ്ടും കിടക്കയിലേക്ക് പോകുമ്പോൾ അവൾ മുറിയുടെ എല്ലാ മൂലകളും പരതും. ഒരു കൊച്ചു ശബ്ദം കേട്ടാൽപ്പോലും തുറിച്ചു നോക്കും. കണ്ണാടിയുടെ മുന്നിൽ വന്നപ്പോൾ തന്റെ നഗ്നമായ രൂപം നോക്കി അവൾ വളരെ നേരം നിന്നു. എന്നാൽ തന്റെ പ്രതിബിംബം അവളുടെ ഭയം വർധിപ്പിച്ചതേയുള്ളൂ. അവൾ മുഖത്ത് കൈകൾ തടവി. "മരിച്ചു കഴിയുമ്പോൾ ഒരാൾ എത്ര വൃത്തികെട്ടതായിരിക്കും." അവൾ മൃദുവായി പറഞ്ഞു. അവൾ കണ്ണ് വിശാലമായി തുറന്ന് സ്വയം നിരീക്ഷണം നടത്തി. ഭീതിദമായ ശബ്ദത്തോടെ അവൾ പറഞ്ഞു:

"നോക്കൂ എന്റെ തല ചെറുതായിപ്പോയി" മുഫാത്തിന് ഇത് കേട്ടപ്പോൾ കോപമാണ് വന്നത്. "നിനക്ക് ഭ്രാന്താണ്, വന്ന് കിടക്ക്"

അവൾ മരിച്ച് മണ്ണറയിൽ നൂറ്റാണ്ടുകളോളം കിടക്കുന്നത് അയാൾ ഭാവനയിൽ കണ്ടു. അദ്ദേഹം കൈ കൂപ്പി പ്രാർഥിക്കാൻ തുടങ്ങി. പഴയ വിശ്വാസജീവിതം അദ്ദേഹം തിരികെ പിടിച്ചിട്ട് കുറച്ചുനാളേ ആയിട്ടുള്ളൂ. ഇപ്പോൾ അദ്ദേഹത്തെത്തന്നെ അതിശയിപ്പിച്ചുകൊണ്ട് അത് വളരെ തീവ്രമായിരിക്കുന്നു. കൂട്ടിപ്പിണച്ച വിരലുകളുടെ സന്ധികൾ ഞൊടിച്ചുകൊണ്ട് അദ്ദേഹം ഈ വാക്കുകൾ മാത്രമേ ഉരുവിട്ടുള്ളൂ.

"എന്റെ ദൈവമേ... എന്റെ ദൈവമേ... എന്റെ ദൈവമേ..."

അദ്ദേഹത്തിന്റെ പാപത്തിന്റെ നിലവിളിയായിരുന്നു അത്. നാന മടങ്ങി വന്നപ്പോൾ അദ്ദേഹം പുതപ്പിനടിയിൽ മറഞ്ഞു കിടക്കുകയായിരുന്നു. നിസ്സഹായനായി സ്വർഗത്തിലേക്ക് ദൃഷ്ടികൾ ഉറപ്പിച്ചിട്ടുണ്ട്. അവൾക്ക് വീണ്ടും കരച്ചിൽ വന്നു. ഒരിക്കൽ ഇരുവർക്കും ഇതേപോലെയുള്ള മതവിഭ്രാന്തിയുണ്ടായി. റോസ് മിഗ്നൻ കത്ത് കൈമാറിയോ എന്നോ മറ്റോ അവൾ സംശയിച്ചുപോയി. എന്നാൽ അത് ഭയം മാത്രമായിരുന്നു. വഞ്ചിതനായ ഭർത്താവാണ് താൻ എന്ന സത്യം ഇപ്പോഴും അയാൾ അറിഞ്ഞിട്ടില്ല.

രണ്ട് ദിവസത്തിനുശേഷം പതിവിന് വിപരീതമായ സമയത്ത് മുഫാത്ത് കയറി വന്നു. കണ്ണുകൾ ചുവന്നിരിക്കുന്നു. ആന്തരിക സമ്മർദത്താൽ അദ്ദേഹം ആകെ തളർന്ന മട്ടായിരുന്നു. എന്നാൽ അദ്ദേഹത്തിന്റെ പ്രശ്നാവസ്ഥ കണക്കിലെടുക്കാതെ സോയേ ഓടിച്ചെന്ന് കരഞ്ഞുകൊണ്ട് പറഞ്ഞു:

"വേഗം ഒന്നു വരണം. കൊച്ചമ്മ ഇന്നലെ വൈകിട്ട് മരിക്കേണ്ടതായിരുന്നു." അദ്ദേഹം വിശദാംശങ്ങൾ ചോദിച്ചപ്പോൾ അവൾ തുടർന്നു:

"വിശ്വസിക്കാൻ പ്രയാസമായിരിക്കും. കൊച്ചമ്മ ഗർഭിണിയായിരുന്നു എന്നാൽ അത് അലസിപ്പോയി."

കഴിഞ്ഞ മൂന്ന് മാസം മുമ്പാണ് നാന ഗർഭിണിയായത്. എന്നാൽ തനിക്കെന്തോ അസുഖമാണെന്നാണ് അവൾ കരുതിയിരുന്നത്. ഡോക്ടർക്കുപോലും സംശയമുണ്ടായിരുന്നു. എന്നാൽ വിവരം മനസിലാക്കിയപ്പോൾ അവൾക്ക് അമർഷമാണ് തോന്നിയത്. ഒരു ഗണിക എന്ന

നിലയിലുള്ള ലജ്ജാകരമായ അവസ്ഥ അവളെ അലട്ടി. ആവശ്യമില്ലാത്തപ്പോൾ കുട്ടികളുണ്ടാവുക. പ്രകൃതിയുടെ ഈ ഇടപെടലിൽ അവൾക്ക് നീരസം തോന്നി. ആനന്ദമസൃണ തൊഴിലിനിടെ സംഭവിക്കുന്ന ഈ ജീവിതസമ്മാനം വിചിത്രമായി അവൾക്ക് തോന്നി. അതും താൻ എല്ലായിടത്തും മരണം വിതയ്ക്കുമ്പോൾ തന്റെ ഉള്ളിൽനിന്ന് ജീവന്റെ മുള പൊട്ടുക. കുഞ്ഞിന്റെ അച്ഛനാരാണെന്ന കാര്യത്തിലും ഒരു രൂപവും അവൾക്ക് കിട്ടുന്നില്ല. ഇതിനിടയിൽ സോയേ ആ ദുരന്തകഥ വിശദീകരിച്ചു.

"കൊച്ചമ്മയ്ക്ക് നാലുമണിയായപ്പോൾ ഉദരവേദന തുടങ്ങി. ഡ്രസിങ്റൂമിൽനിന്ന് മടങ്ങി വരാതിരുന്നതുകാരണം ഞാൻ അങ്ങോട്ട് ചെന്നു. കൊല്ലപ്പെട്ടതുപോലെ രക്തത്തിൽ കുളിച്ച് കൊച്ചമ്മ നിലത്ത് കിടക്കുന്നു. ഞാനങ്ങ് പേടിച്ചു പോയി. യാദൃച്ഛികമായി അന്ന് ജോർജും ഉണ്ടായിരുന്നു. എടുത്തു പൊക്കുന്നതിന് അവൻ സഹായിച്ചു. അവിഹിതഗർഭം ആണെന്നറിഞ്ഞപ്പോൾ അവനും അസ്വസ്ഥനായി.

എല്ലാവരും വിഷമത്തിലായിരുന്നു പരിചാരകരെല്ലാം ഇരിപ്പുറയ്ക്കാതെ അങ്ങോട്ടുമിങ്ങോട്ടും നടന്നു. സ്വീകരണമുറിയിലെ ഒരു കസേരയിൽ കിടന്നാണ് ജോർജ് നേരം വെളുപ്പിച്ചത്. അവൻ പറഞ്ഞറിഞ്ഞാണ് നാനയുടെ കൂട്ടുകാർ അവിടെയെത്തിയത്. അവൻ തന്നെയാണ് അവരോട് സംഭവം വിവരിച്ചത്. ആർക്കും ആദ്യമത് വിശ്വസിക്കാനായില്ല. ആശ്ചര്യപൂർവം അവർ കിടക്കമുറിയുടെ വാതിൽക്കലേക്ക് നോക്കി. അവർ തല കുലുക്കി സമ്മതിച്ചു. ഇത് തമാശക്കാര്യമല്ല.

പാതിരാത്രിവരെ നെരിപ്പോടിനരികെ ആളുകളുടെ ഒരു കൂട്ടമുണ്ടായിരുന്നു. എല്ലാവരിലും പിതൃത്വം സംബന്ധിച്ച ആശങ്കയുണ്ടായിരുന്നു. അവർ കുറ്റബോധത്തോടെ പരസ്പരം നോക്കി. എങ്കിലും അവർ ധൈര്യം മുഖത്ത് പ്രതിഫലിപ്പിക്കാൻ ശ്രമിച്ചു. അവർ എന്ത് ചെയ്യാനാണ്? കുറ്റം അവളുടേതല്ലേ? അവർ ഓരോരുത്തരായി രംഗമൊഴിഞ്ഞു.

മുഫാത്തിനെ സോയേ നാനയുടെ മുറിയിലേക്ക് വിളിച്ചു. "കൊച്ചമ്മയ്ക്ക് സുഖമുണ്ട്, ഇന്ന് രാവിലെ എത്താമെന്ന് ഒരു ഡോക്ടർ സമ്മതിച്ചിട്ടുണ്ട്."

സോയേ ജോർജിനെ കിടക്കാൻ പറഞ്ഞയച്ചു. മുകളിലത്തെ സ്വീകരണമുറിയിൽ സാറ്റിൻ മാത്രമേ ശേഷിച്ചിരുന്നുള്ളൂ. അവളാകട്ടെ ഒരു സിഗരറ്റും പുകച്ചുകൊണ്ട് ഒരു ദിവാനിൽ കിടക്കുകയാണ്. പാവം കൊച്ചമ്മ ഒത്തിരി പാടുപെട്ടെന്ന് സോയേ മുഫാത്തിനോട് പറഞ്ഞപ്പോൾ 'അവൾ ഒരു പാഠം പഠിക്കട്ടെ' എന്നാണ് സാറ്റിൻ പ്രതികരിച്ചത്. അവർ ഇതുകേട്ട് അത്ഭുതപ്പെട്ടെങ്കിലും സാറ്റിൻ പഴയ മട്ടിൽ സിഗരറ്റും പുകച്ചിരിപ്പാണ്.

"നിങ്ങൾ പരിഹസിക്കുകയാണോ" എന്ന് മുഫാത്ത് ചോദിച്ചു. എന്നാൽ സാറ്റിൻ മുഫാത്തിനെ പ്രാകൃതമായ രീതിയിൽ ഒന്ന് നോക്കിയിട്ട് അതേ പല്ലവി ആവർത്തിച്ചു.

"അതവൾക്കൊരു പാഠമായിരിക്കട്ടെ" ഇതിലൊന്നും വലിയ താൽപ്പര്യമില്ലെന്ന മട്ടിൽ അവൾ നിസ്സംഗത കാട്ടി. എങ്കിലും സോയേ മുഫാത്തിനെ മുറിയിലേക്ക് കൊണ്ടുപോയി. വല്ലപ്പോഴും കടന്നു പോകുന്ന വാഹനങ്ങളുടെ ഒച്ച മാത്രമാണ് അവിടത്തെ നിശ്ശബ്ദതയെ ഭഞ്ജിച്ചത്. നാന വല്ലാതെ വിളറി വെളുത്ത് ധ്യാനനിഷ്ഠമായ കണ്ണുകളോടെ ഇരിക്കുന്നു. അവൾക്ക് അനങ്ങാൻ കഴിയുന്നില്ല. എങ്കിലും അവൾ മുഫാത്തിനെ കണ്ടപ്പോൾ ചിരിച്ചു.

"ഇനി താങ്കളെ ഒരിക്കലും കാണാൻ കഴിയില്ലെന്നാണ് ഞാൻ കരുതിയത്."

മുഫാത്ത് മുന്നോട്ട് കുനിഞ്ഞ് നാനയുടെ മുടികളിൽ ചുംബിച്ചു. കുട്ടി മുഫാത്തിന്റേതായിരുന്നു എന്ന മട്ടിലാണ് അവൾ സംസാരിച്ചത്.

"എനിക്കത് താങ്കളോട് പറയാനുള്ള ധൈര്യമുണ്ടായിരുന്നില്ല. ഞാൻ ഒത്തിരി സ്വപ്നം കണ്ടതാണ്, പറഞ്ഞിട്ടെന്തു കാര്യം? ഒന്നും ശേഷിക്കുന്നില്ല. അല്ലെങ്കിൽത്തന്നെ താങ്കളുടെ ജീവിതത്തിൽ ഒരു പ്രതിബന്ധമുണ്ടാക്കാൻ ഞാൻ ആഗ്രഹിക്കുന്നില്ല."

പിതൃത്വം തന്നിൽ ആരോപിക്കപ്പെട്ടതിൽ ആശ്ചര്യപ്പെട്ട അദ്ദേഹം ഇടറിയ ശബ്ദത്തിൽ എന്തൊക്കെയോ പറഞ്ഞു. കിടക്കയ്ക്ക് സമീപമുള്ള ഒരു കസേരയിൽ അദ്ദേഹം ഇരുന്നു. അദ്ദേഹത്തിന്റെ മുഖത്തുള്ള ഭാവപ്പകർച്ചകൾ അവൾ നിരീക്ഷിച്ചു.

"താങ്കൾക്കെന്തു പറ്റി? നല്ല സുഖമില്ലേ?" നാന ചോദിച്ചു.

"ഒന്നുമില്ല" വളരെ പാടുപെട്ട് അദ്ദേഹം മറുപടി പറഞ്ഞു. അവൾ മുഫാത്തിനെ തീവ്രമായൊന്ന് നോക്കി. എന്നിട്ട് സോയെയെ അവിടെ നിന്ന് പറഞ്ഞയച്ചു. ഇരുവരും തനിച്ചായപ്പോൾ നാന അദ്ദേഹത്തോട് ചോദിച്ചു:

"എന്താണ് കുഴപ്പം പിണഞ്ഞത്? നിങ്ങളുടെ ദു:ഖത്തിന് അറുതി വരും. തുറന്നു പറ. എന്തോ പറയാനുദ്ദേശിച്ചല്ലേ എന്റെ അടുത്ത് വന്നത്."

"ഇല്ല ഒന്നുമില്ല" മുഫാത്ത് ഒഴിഞ്ഞു മാറാൻ ശ്രമിച്ചു. അദ്ദേഹം മുഖം മറച്ച് തന്റെ ആന്തരികകഥ മൂടി വയ്ക്കാൻ ശ്രമിച്ചു. നാനയ്ക്കെല്ലാം മനസിലായി. റോസ് കത്ത് കൊടുത്തു കാണണം. അദ്ദേഹത്തെ കുറച്ചു നേരം അവൾ കരയാൻ അനുവദിച്ചു. ഒടുവിൽ ഒരു അമ്മയുടെ ശബ്ദത്തിൽ ആശ്വസിപ്പിച്ചുകൊണ്ട് അവൾ ചോദിച്ചു:

"വീട്ടിൽ വല്ല പ്രശ്നങ്ങളുമുണ്ടോ?" അദ്ദേഹം തലയാട്ടി. ശബ്ദം താഴ്ത്തി അവൾ പറഞ്ഞു:

"അപ്പോൾ എല്ലാം അറിഞ്ഞു അല്ലേ?" അതേയെന്ന മട്ടിൽ അദ്ദേഹം ഒരിക്കൽക്കൂടി തലയാട്ടി. കനത്ത നിശ്ശബ്ദത അവിടെ തളം കെട്ടി നിന്നു. സബീൻപ്രഭ്വി കാമുകനെഴുതിയ കത്ത് കഴിഞ്ഞ രാത്രി രാജ്ഞിയുടെ സൽക്കാരം കഴിഞ്ഞ് മടങ്ങുമ്പോഴാണ് അദ്ദേഹത്തിന് ലഭിച്ചത്. പ്രതികാരചിന്തയോടെയാണ് ആ രാത്രി അദ്ദേഹം തള്ളി നീക്കിയത്. ഭാര്യയെ

കൊല്ലണമെന്ന ചിന്തയെ തടയുന്നതിനുവേണ്ടിയാണ് പ്രഭാതത്തിൽ അദ്ദേഹം പുറത്തു പോയതുതന്നെ. എന്നാൽ ജൂണിലെ മനോഹരമായ പ്രഭാതം പേടിപ്പെടുത്തുന്ന ചിന്തകളെ അകറ്റി. ജീവിതത്തിലെ പ്രതിസന്ധിഘട്ടത്തിലൊക്കെ ചെയ്യാറുള്ളതുപോലെ നേരെ നാനയുടെ അടുത്തേക്ക് വന്നു. വളരെ ദയയോടെ നാന പറഞ്ഞു:

"നോക്കൂ ശാന്തമായിരിക്കൂ, ഇതെനിക്ക് വളരെ നാളായി അറിയാവുന്ന കാര്യമാണ്. എന്നാൽ നിങ്ങളുടെ കണ്ണ് തുറപ്പിക്കാൻ എനിക്കായില്ല. കഴിഞ്ഞ വർഷത്തെ താങ്കളുടെ സംശയം ഓർത്തു നോക്കുക. താങ്കൾക്ക് തെളിവുകൾ ലഭിച്ചില്ല എന്നതാണ് ശ്രദ്ധേയം. ഇത്തിരി കടുപ്പമാണെന്നറിയാം. എങ്കിലും കാര്യങ്ങളെ യുക്തിപൂർവം കാണണം. ഇതുകൊണ്ടൊന്നും മാനക്കേടുണ്ടാകുമെന്ന് കരുതേണ്ട."

"നിനക്ക് നല്ല സുഖമില്ല. നിന്നെ വിഷമിപ്പിച്ചിട്ട് എന്ത് കിട്ടാനാണ്? ഇപ്പോൾ ഞാൻ വന്നതുതന്നെ ശരിയായില്ല. ഞാൻ പോകുന്നു" മുഫാത്ത് പറഞ്ഞു.

"നിൽക്കൂ, ചില നല്ല ഉപദേശം എനിക്ക് തരാൻ കഴിയും. എന്നെക്കൊണ്ട് അധികം സംസാരിപ്പിക്കരുത്. ഡോക്ടർ വിലക്കിയിട്ടുണ്ട്."

അദ്ദേഹം എഴുന്നേറ്റ് മുറിയിലൂടെ അങ്ങോട്ടുമിങ്ങോട്ടും നടക്കാൻ തുടങ്ങി. ഉടനെ അവൾ ചോദിച്ചു: "ഇനി നിങ്ങൾ എന്ത് ചെയ്യാനാണ് പോകുന്നത്?"

"ഞാൻ അവന്റെ ചെവിക്കല്ലിനിട്ട് കൊടുക്കും. ദൈവത്തിനാണെ സത്യം" അവൾ വിപരീതഭാവത്തിൽ നിശ്ശബ്ദമായിരുന്നു.

"അതത്ര ബുദ്ധിയാണെന്ന് തോന്നുന്നില്ല. നിങ്ങളുടെ ഭാര്യയുടെ കാര്യം?"

"ഞാൻ കേസ് കൊടുക്കും തെളിവുണ്ട്."

"ഇതൊന്നും ബുദ്ധിയല്ല മോനേ, മണ്ടത്തരം കാണിക്കരുത്. ഞാനത് സമ്മതിക്കില്ലെന്ന് നിങ്ങൾക്കു നന്നായറിയാം."

ഇതിന്റെ പരിണതഫലം എന്തായിരിക്കുമെന്നും നാന ഓർമിപ്പിച്ചു. കുറേ ദിവസങ്ങളിൽ പത്രവാർത്തകളിൽ നിറഞ്ഞു നിൽക്കും. പേര് പദവി എല്ലാം കളഞ്ഞു കുളിക്കും."

"അതിലെന്തിരിക്കുന്നു അത് ഞാൻ പ്രതികാരം ചെയ്യുന്നതല്ലേ?"

"നേരിട്ടൊരു പ്രതികാരം ഉടൻ ഉണ്ടായില്ലെങ്കിൽ ഇത്തരം കാര്യങ്ങളിൽ അത് പിന്നെ ഉണ്ടാവില്ല."

അയാൾ വിക്കിവിക്കി എന്തോ പറയാൻ തുടങ്ങി. എന്നാൽ ഒന്നും കഴിയുന്നില്ല. അവൾ പറയുന്നത് ശരിയാണെന്ന് അയാൾക്ക് തോന്നി. ലജ്ജാകരമായ ഒരു വികാരം അയാളുടെ കോപത്തെ തണുപ്പിച്ചു. തന്നെയല്ല, എല്ലാം തുറന്നു പറയാൻ അവളും ശ്രമിച്ചു.

"നിങ്ങളും നിങ്ങളുടെ ഭാര്യയെ വഞ്ചിക്കുകയായിരുന്നില്ലേ? നിങ്ങളുടെ ഭാര്യക്കും ചിലതൊക്കെ സംശയിച്ചുകൂടേ? എങ്ങനെ അവരെ കുറ്റപ്പെടുത്താനാവും? നിങ്ങൾ വീടുവിട്ട് രാത്രിയിൽ പോകുന്നത് മറ്റൊന്നി

നുമായിരുന്നില്ല അല്ലേ? നിങ്ങളുടെ ഭാര്യക്ക് മാതൃക കാണിച്ചത് നിങ്ങളാണ്. നിങ്ങൾക്കും ഇതറിയാം. അതുകൊണ്ടാണ് ഭാര്യയെ കൊല്ലുന്നതിനുപകരം ഇവിടെ വന്ന് അങ്ങോട്ടുമിങ്ങോട്ടും നടക്കുന്നത്."

ഇത്തരം അന്ത:ഛിദ്രങ്ങളുടെ മനോവ്യഥ താങ്ങാനാവാതെ അദ്ദേഹം ഒരു കസേരയിലേക്ക് വീണു.

"എനിക്ക് തല ചുറ്റുന്നതുപോലെ ശരീരം വേദനിക്കുന്നു. ഒന്നു സഹായിക്കൂ" നാന അപ്പോൾ പറഞ്ഞു.

അദ്ദേഹം സഹായിച്ചപ്പോൾ അവൾക്ക് കുറച്ചുകൂടി സുഖം അനുഭവപ്പെട്ടു. അവൾ വീണ്ടും പഴയ വിഷയത്തിലേക്ക് മടങ്ങി വന്നു. ഒരു വിവാഹമോചനം ഉണ്ടാക്കുന്ന വിന എത്രമാത്രമായിരിക്കും. പ്രഭ്വിയുടെ അഭിഭാഷകൻ നാനയെക്കുറിച്ചുള്ള വിവരങ്ങൾ വെളിപ്പെടുത്തുന്നത് സങ്കൽപ്പിക്കാൻ കഴിയുന്നില്ലേ? വെറൈറ്റി തീയറ്ററിലെ അനുഭവങ്ങൾ ജീവിതശൈലി എന്നുവേണ്ട അവളുടെ ജീവിതം മുഴുവൻ പുറംലോകമറിയും. വേണ്ട, ഇതൊന്നും പരസ്യപ്പെടുത്താൻ അവൾ ആഗ്രഹിക്കുന്നില്ല. അവൾ അദ്ദേഹത്തെ അരികിലിരുത്തി തോളിലൂടെ കൈയിട്ട് കാതുകളിൽ മന്ത്രിച്ചു. നിങ്ങൾ ഭാര്യയോട് സംസാരിച്ച് പ്രശ്നം തീർക്കണം. എന്നാൽ അദ്ദേഹം എതിർപ്പാണ് പ്രകടിപ്പിച്ചത്. ഒരിക്കലും സാധ്യമല്ല. ഹൃദയം തകരുന്ന അസ്വസ്ഥത! ലജ്ജാകരം!

"നിങ്ങൾ ഭാര്യയുമായി രഞ്ജിപ്പിലാകണം. ഞാൻ നിങ്ങളെ വീട്ടിൽനിന്നകറ്റി എന്ന് ലോകം മുഴുവൻ പറഞ്ഞു നടക്കണോ? ആളുകൾ എന്നെക്കുറിച്ച് എന്തോർക്കും? എന്നോട് എന്നും സ്നേഹമുണ്ടെന്ന് വാക്ക് തന്നാൽ മതി."

അവളുടെ തൊണ്ടയിടറി. അദ്ദേഹം അവളുടെ ഭാഷണം ചുംബനങ്ങളാൽ തടസപ്പെടുത്തിക്കൊണ്ട് പറഞ്ഞു:

"നിനക്ക് ഭ്രാന്താണ്. അത് സാധ്യമല്ല."

"ശരി ശരി" അവൾ തുടർന്നു.

"നിങ്ങൾ അത് ചെയ്തേ പറ്റൂ. അതാണ് ശരിയായ വഴി. തന്നെയല്ല അവർ നിങ്ങളുടെ ഭാര്യയാണ്. എന്നോട് അവിശ്വസ്ഥത കാണിക്കുന്നതുപോലെയല്ല അവളോടുള്ള ബന്ധം എന്നോർക്കണം."

അവൾ നല്ല ചില ഉപദേശങ്ങളൊക്കെ നൽകി. ദൈവത്തെക്കുറിച്ചു വരെ അവൾ സംസാരിച്ചു. പാപത്തിൽനിന്ന് രക്ഷപ്പെടുത്താനായി വിനോട്ട് തന്നെ ഉപദേശിക്കുന്നതുപോലെയാണ് അപ്പോൾ അയാൾക്കനുഭവപ്പെട്ടത്. 'ഭാര്യയെയും വെപ്പാട്ടിയെയും ഒരുപോലെ ശ്രദ്ധിക്കുന്ന ശീലമുണ്ടെങ്കിൽ എല്ലാവർക്കും സന്തോഷമാകും. അദ്ദേഹത്തിന് തന്റെ പ്രിയകാമുകനായി തുടരുകയും ചെയ്യാം. അടുത്തടുത്തുള്ള സന്ദർശനം കുറച്ച് ഭാര്യക്ക് നഷ്ടപ്പെട്ട രാത്രികൾ തിരികെ കൊടുക്കണം.'

അയാൾക്ക് ശക്തി ചോരുന്നതുപോലെ തോന്നി. "നല്ല കാര്യം ചെയ്ത സംതൃപ്തി എനിക്കും ഉണ്ടാകട്ടെ. താങ്കളുടെ സ്നേഹം എനിക്ക് കൂടുതലായി ലഭിക്കുകയും ചെയ്യും."

വീണ്ടും നിശ്ശബ്ദത. അവൾ കണ്ണുകളടച്ച് തലയണയിലേക്ക് മുഖം ചായ്ച്ചു. മുഫാത്ത് വളരെ ക്ഷമയോടെയാണ് എല്ലാം കേട്ടിരുന്നത്. കുറെ നേരത്തെ മൗനത്തിനുശേഷം അവൾ കണ്ണുകൾ തുറന്ന് ചോദിച്ചു:

"പ്രഭ്വിയുമായി പിരിഞ്ഞിരുന്നാൽപ്പിന്നെ പണത്തിന്റെ കാര്യം എങ്ങനെയാണ്? കോപം മൂത്ത് നിയമയുദ്ധം നടത്തിയാൽ പണം എങ്ങനെ വന്നു ചേരും? ലബോർദത്ത് ഇന്ന് ബില്ലിന്റെ തുകയ്ക്കായി വന്നിരുന്നപ്പോൾ ഞാൻ പുറത്തു പോയിരിക്കുകയായിരുന്നു." ഇതു പറഞ്ഞതും അവൾ കണ്ണുകളടച്ച് മരിച്ചവളെപ്പോലെ കാണപ്പെട്ടു.

കടുത്ത മനോവേദന കാരണം മുഫാത്ത് പുരികം ഉയർത്തി ഈ പ്രശ്നം എങ്ങനെ തരണം ചെയ്യുമെന്നറിയാതെ വിഷമിച്ചു. സാമ്പത്തിക പ്രശ്നത്തിന്റെ കാരണം ഇന്നലെ മുതൽ അദ്ദേഹം മറന്നിരിക്കുകയാണ്. ലബോർദത്ത് ഇക്കാര്യത്തിൽ ഫ്രാൻസിസിനെയാണ് കുറ്റപ്പെടുത്തുന്നത്. വിദ്യാഭ്യാസം കുറഞ്ഞവരുമായി ഇനി ഒരു ഇടപാടും വേണ്ടെന്ന് അദ്ദേഹം തീരുമാനിക്കുകയും ചെയ്തു. മുഫാത്തിന്റെ ഒപ്പിന്റെ വില നഷ്ടപ്പെടാതിരിക്കാൻ പണം നൽകിയേ പറ്റൂ. എന്നാൽ നാനയുടെ പുതിയ ചില ഉപാധികൾ വലിയ ചെലവാണ് വരുത്തിക്കൊണ്ടിരിക്കുന്നത്. അനുദിനം പെരുകുന്ന വീട്ടുചെലവിന് പുറമേയാണിത്. സബീൻപ്രഭ്വിയുടെ ആഡംബരഭ്രമവും ഭൗതികസുഖാസക്തിയും നാശോന്മുഖമായ രീതിയിലേക്ക് വളർന്നു കഴിഞ്ഞിരിക്കുന്നു. കുടുംബകാര്യങ്ങളെല്ലാം തകിടം മറിഞ്ഞു. മിരോൻമെൻസിലുള്ള പഴയ വീട് പരിഷ്ക്കരിക്കുന്നതിനുതന്നെ അഞ്ചുലക്ഷം ഫ്രാങ്ക് ദുർവ്യയം ചെയ്തു കഴിഞ്ഞു. വിലപിടിപ്പുള്ള വസ്ത്രങ്ങൾ ധാരാളമുണ്ടായിരുന്നു. എന്നാൽ അതിൽ വലിയൊരു പങ്കും അപ്രത്യക്ഷമായി. അതിന്റെ കണക്കുകൾ സ്വപ്നത്തിൽപ്പോലും സങ്കൽപ്പിക്കാനാവുമായിരുന്നില്ല. രണ്ട് പ്രാവശ്യം മുഫാത്ത് അതേപ്പറ്റി ചോദിക്കാൻ തുടങ്ങി. ആ പണമൊക്കെ എങ്ങനെ നഷ്ടപ്പെട്ടു എന്നറിയാനുള്ള ആകാംക്ഷ അദ്ദേഹത്തിനുണ്ടായിരുന്നു. എന്നാൽ മറുപടി ഒരു തുറിച്ചുനോട്ടം മാത്രമായിരുന്നു. ആ നോട്ടം ഭയന്ന് അല്ലെങ്കിൽ അർഥരഹിതമായ വാക്കുകളെ ഭയന്ന് മുഫാത്ത് പിന്നീടൊരിക്കലും അതേപ്പറ്റി ചോദിക്കാതായി. എസ്റ്റിലേയുമായി ബന്ധപ്പെട്ട ചെലവ് അൽപ്പം കുറയുമല്ലോ എന്നധാരണയാലാണ് ദാഗുനേറ്റിനെ മരുമകനായി ലഭിച്ചാലും കുഴപ്പമില്ല എന്ന് മുഫാത്ത് കരുതിയത്.

ലബോർദത്തിന് കൊടുക്കാനുള്ള ഒരു ലക്ഷം ഫ്രാങ്ക് കണ്ടെത്തുന്നതിനായി സബീൻപ്രഭ്വിയുടെ അമ്മാവൻ നൽകിയ സ്വത്തായ മനോഹര സ്ഥലം വിൽക്കുകയേ ഇനി നിവൃത്തിയുള്ളൂ. അതിന് നല്ല വില മതിക്കുന്നുണ്ട്. എന്നിരുന്നാലും അതിന്റെ വിൽപ്പനയ്ക്ക് പ്രഭ്വിയുടെ ഒപ്പ് വേണമെന്നാണ് പ്രമാണത്തിൽ പറഞ്ഞിരിക്കുന്നത്. അതേസമയം മുഫാത്തിന്റെ അനുമതികൂടാതെ പ്രഭ്വിക്ക് സ്വയംവിൽപ്പന നടത്താനും കഴിയില്ല. ഇതേപ്പറ്റി തലേന്നാൾ ഭാര്യയും ഭർത്താവുംകൂടി സംസാരിച്ച് ഒരു ഒത്തുതീർപ്പിലെത്തിയതാണ്. എന്നാൽ ഇപ്പോൾ എല്ലാം തകർന്നിരിക്കു

ന്നു. ഈ മാനസികാവസ്ഥയിൽ ഒരുതരത്തിലുള്ള ഒത്തുതീർപ്പിനും അദ്ദേഹം തയാറല്ല. ഇത് അവരുടെ പ്രശ്നത്തെ ഒന്നുകൂടി സങ്കീർണമാക്കിയതേയുള്ളൂ. എല്ലാ രഹസ്യങ്ങളും ഇപ്പോൾ നാന അറിഞ്ഞു കഴിഞ്ഞതുകൊണ്ട് ഇനിയും ഒന്നും ഒളിച്ചു വയ്ക്കാൻ വയ്യാത്ത അവസ്ഥയുമാണ്.

എങ്കിലും നാന ഒന്നിനും പ്രേരിപ്പിച്ചില്ല. അവൾ കണ്ണ് തുറന്നില്ല. അവൾ വല്ലാതെ വിളറി കാണപ്പെട്ടതിനാൽ പേടിച്ചുപോയ മുഫാത്ത് അൽപ്പം ഈതർ മണപ്പിച്ചു കൊടുത്തു. ദീർഘനിശ്വാസം വിട്ടുകൊണ്ട് അവൾ ദാഗുനേറ്റിന്റെ പേര് പരാമർശിക്കാതെ ചില ചോദ്യങ്ങൾ ചോദിച്ചു.

"എപ്പോഴാണ് കല്യാണം?"

"അഞ്ച് ദിവസത്തെ ഇടവേള വച്ചുകൊണ്ട് ചൊവ്വാഴ്ച കരാർ ഒപ്പു വയ്ക്കുകയാണ്" അദ്ദേഹം മറുപടി പറഞ്ഞു. വീണ്ടും അവൾ കണ്ണടച്ചുകൊണ്ട് അബോധാവസ്ഥയിലായതുപോലെ തുടർന്നു.

"കൊള്ളാം എന്താണ് തീരുമാനിച്ചിരിക്കുന്നത്? എല്ലാവരും സന്തോഷത്തോടെ ഇരിക്കുന്നത് കാണാനാണ് ഞാൻ ഇഷ്ടപ്പെടുന്നത്."

അദ്ദേഹം അവളുടെ കൈകൾ പിടിച്ച് തലോടി. ഇപ്പോൾ ഏറ്റവും പ്രധാനം നാനയുടെ വിശ്രമമാണെന്ന് അദ്ദേഹം കരുതി. അദ്ദേഹത്തിന്റെ പ്രതികാരബുദ്ധിക്ക് ശമനം വന്നു. ഈതറിന്റെ ഗന്ധം നിറഞ്ഞ ആ അസുഖക്കിടക്കയിലിരുന്നുകൊണ്ട് അദ്ദേഹം സമാധാനവും സന്തോഷവും കാംക്ഷിച്ചു. നാനയുമായി ബന്ധപ്പെട്ട ചൂടുള്ള സ്മരണകൾ അയാളിലെ ഭ്രാന്തൻ വികാരങ്ങളെ മെരുക്കിയെടുത്തു. അദ്ദേഹം അവളിലേക്ക് ചാഞ്ഞ് ഗാഢാലിംഗനം ചെയ്തു. ആ നിശ്ചലാസ്ഥയിൽ അവളുടെ ചുണ്ടുകളിൽ വിജയത്തിന്റെ പുഞ്ചിരി വിടർന്നു. എന്നാൽ അവിടേക്ക് ഡോ. ബൗത്രൽ കടന്നു വന്നു.

"കുട്ടിക്ക് എങ്ങനെയുണ്ട്?" അദ്ദേഹം മുഫാത്തിനെ അവളുടെ ഭർത്താവായിത്തന്നെ പരിഗണിച്ചുകൊണ്ട് അന്വേഷിച്ചു.

"അവളെ ഒന്നു സംസാരിപ്പിക്കാൻ നമ്മൾ എന്ത് ശ്രമിച്ചതാണ്."

പാരീസിലെ ഗണികകളുടെയിടയിൽ ചികിത്സാവേല നോക്കി വരുന്ന സുമുഖനായ ചെറുപ്പക്കാരനായിരുന്നു ഡോക്ടർ. സ്ത്രീകളുമായി എപ്പോഴും ചിരിതമാശകൾ പങ്ക് വയ്ക്കുമെങ്കിലും അദ്ദേഹം അവരുമായി ഒരിക്കലും കിടക്ക പങ്കിടാറില്ല. വലിയ ഫീസാണ് അദ്ദേഹം ചുമത്തിയിരുന്നത്. എന്നിരുന്നാലും ഏത് ചെറിയ അപേക്ഷകൾപോലും അദ്ദേഹം പരിഗണിച്ചിരുന്നു. ആഴ്ചയിൽ രണ്ടും മൂന്നും തവണ നാനയിൽനിന്നും ആവശ്യമില്ലാത്ത കാര്യങ്ങൾക്ക് ബാലിശമായ വിളികൾ ഉണ്ടാകുമായിരുന്നു. എന്നാൽ ഇപ്പോൾ അത് ഗൗരവമായി. പാവം നാന ക്ഷീണിതയായി കാണപ്പെട്ടതിൽ മുഫാത്ത് വളരെ ദു:ഖിതനായിരുന്നു. അദ്ദേഹം മുറി വിട്ട് പോകാൻ തുടങ്ങിയപ്പോൾ അവൾ തിരികെ വിളിച്ച് ഒരു ചുംബനം നൽകി. ശബ്ദം താഴ്ത്തി തെല്ല് കളിയായി പേടിപ്പിക്കുന്ന നോട്ടത്തിൽ അവൾ പറഞ്ഞു:

"ചെയ്യേണ്ടതെന്തെന്ന് ഞാൻ പറഞ്ഞിട്ടുള്ളത് നന്നായി അറിയാമല്ലോ. അതുകൊണ്ട് ഭാര്യയുടെ അടുത്തേക്ക് പോവുക. അല്ല മറിച്ചാണെങ്കിൽ ഞാൻ കോപിക്കും."

പുതുക്കിപ്പണിത വീടിന്റെ പുന:പ്രവേശനകർമം നടക്കുന്ന ചൊവ്വാഴ്ചതന്നെ മകളുടെ വിവാഹക്കരാറും ഒപ്പു വയ്ക്കാൻ പോകുന്നു എന്ന വാർത്ത സബീനെ വിസ്മയിപ്പിച്ചു. വ്യത്യസ്തതരം ആളുകൾക്കായി അഞ്ഞൂറ് ക്ഷണക്കത്തുകൾ അയച്ചിട്ടുണ്ടായിരുന്നു. അന്നേ ദിവസം രാവിലെ അലങ്കാരപ്പണിക്കാർ ധൃതിയിൽ ഓരോന്ന് ചെയ്യുകയാണ്. ജൂൺമാസത്തിലെ ചൂടുള്ള നേരമായതിനാൽ സ്വീകരണമുറിയുടെ വാതിലുകളെല്ലാം തുറന്നിടുമായിരുന്നു. മുഫാത്തും സബീൻപ്രഭ്വിയും ചേർന്നാണ് അതിഥികളെ സ്വീകരിച്ചുകൊണ്ടിരുന്നത്. ആധ്യാത്മിക അനുഭൂതി ഉണർത്തുന്ന സാധനസാമഗ്രികൾ നിറഞ്ഞ പഴയ കാലത്തിന്റെ ഓർമ്മകൾ ഒരാൾക്ക് അവിടെ നിൽക്കുമ്പോൾ ഉണ്ടാവും. എന്നാൽ ഇന്ന് അവയുടെ സ്ഥാനത്ത് ആഡംബരപൂർണമായ സ്ഫടികവിളക്കുകളുടെ പ്രകാശത്തിൽ സ്വർണത്തിളക്കം പ്രതിഫലിക്കുന്നു. മച്ചിനെ അലങ്കരിക്കുന്ന അലങ്കാരപ്പണികൾക്കുതന്നെ ഒരുലക്ഷം ഫ്രാങ്ക് ചെലവായിട്ടുണ്ട്. കണ്ണാടികളുടെയും വീട്ടുപകരണങ്ങളുടെയുംമേൽ പ്രകാശം ചൊരിഞ്ഞുകൊണ്ട് സ്ഫടികനിർമിതമായ അലങ്കാരവസ്തുക്കൾ എല്ലായിടത്തുമുണ്ട്. ഉദ്യാനത്തിലേക്ക് തുറക്കുന്ന ഇടത്ത് നൃത്തം നടക്കുകയാണ്. ഓർക്കസ്ട്ര ക്രമീകരിച്ചിരിക്കുന്നത് ഉദ്യാനത്തിലാണ്. വെനീഷ്യൻ വിളക്കുകളാൽ പ്രകാശിതമായ ഉദ്യാനം വളരെ വിശാലമാണ്. വീനസ് മോഹിനിയിലെ രംഗത്തെ അനുസ്മരിപ്പിക്കുന്ന നൃത്തസംഗീതം മുഫാത്തിന്റെ ഗതകാലഭക്തിയുടെ അന്തരീക്ഷത്തെ തൂത്തെറിഞ്ഞു.

നെരിപ്പോടിന് അരികിലായി മുഫാത്തിന്റെ അമ്മയുടെ സുഹൃത്തുക്കൾ ഒത്തുകൂടി. ക്രമേണ വർധിച്ചുവരുന്ന ആ ജനസഞ്ചയത്തിലെ ഒരു ചെറുകൂട്ടമായിരുന്നു അത്. ജോൻക്വയ്മാഡം ആ സ്ഥലം തിരിച്ചറിയാതെ നേരെ ഊണുമുറിയിലേക്കാണ് പോയത്. ഷാന്റ്റ്യൂ മാഡം ഉദ്യാനത്തിലേക്ക് നോക്കിയത് ഇത്തിരി കടന്നുപോയി എന്ന മനോഭാവത്തിലാണ്. പല തരത്തിലുള്ള പരദൂഷണങ്ങളും അവിടവിടെ മന്ദമായി ഉയർന്നു. ഷാന്റ്റ്യൂ പിറുപിറുക്കുന്നുണ്ടായിരുന്നു.

"വലിയപ്രഭ്വി ഇപ്പോൾ ജീവിച്ചിരിക്കണമായിരുന്നു. ഈ ആളുകളുടെ ഇടയിലേക്ക് അവർ വരുന്നത് ഒന്നു സങ്കൽപ്പിച്ച് നോക്കുക. അപകീർത്തികരംതന്നെ!"

"സബീന് ഭ്രാന്താണ്" ജോൻക്വയ്മാഡം പറഞ്ഞു, "അല്ലെങ്കിൽത്തന്നെ നിങ്ങളവരെ വാതിൽക്കൽവച്ച് ശ്രദ്ധിച്ചില്ലേ? നോക്കൂ ഇവിടെ നിന്നാൽ കാണാം. അവർക്കുള്ള വജ്രാഭരണങ്ങൾ മുഴുവൻ എടുത്തണിഞ്ഞിട്ടുണ്ട്." അവർ മുഫാത്തും സബീനും അകലെ നിൽക്കുന്നത് കാണാനായി എഴുന്നേറ്റ് നിന്നു. സബീൻ ശുഭ്രവസ്ത്രധാരിയായി ലഹരി തുളുമ്പുന്ന ചിരിയുമായി ചെറുപ്പക്കാരിയെപ്പോലെ നിൽക്കുന്നു. സമീപം

വളരെ പ്രായം തോന്നിപ്പിച്ചുകൊണ്ട് വിളറി ശാന്തനായി മുഖാത്തും നിൽപ്പുണ്ട്. "അദ്ദേഹമായിരുന്നു ഒരുകാലത്ത് കുടുംബനാഥൻ" ഷാന്റ്റ്യൂ തുടർന്നു. അദ്ദേഹത്തിന്റെ സമ്മതമില്ലാതെ ഒറ്റ അതിഥിയും ക്ഷണിക്കപ്പെടില്ലായിരുന്നു. ആ സ്ത്രീ എല്ലാം മാറ്റി മറിച്ചിരിക്കുന്നു. ഇപ്പോൾ അദ്ദേഹം അവരെ അനുസരിക്കുന്നു. വീട്ടുസാമഗ്രികളുടെ ക്രമീകരണങ്ങളിൽപ്പോലും സബീന് മുമ്പൊക്ക യാതൊരു പങ്കുമില്ലായിരുന്നു. ഇപ്പോൾ നോക്കൂ, എല്ലാം മാറിയിരിക്കുന്നു.

ഷെസെല്ലസ്മാഡം കുറെ ചെറുപ്പക്കാരോടൊപ്പം കടന്നു വന്നപ്പോൾ അവർ ഭാഷണം നിർത്തി. വിവാഹക്കാര്യത്തിലേക്ക് ചർച്ച വഴിമാറി. അത്ഭുതത്തോടെയാണ് ശബ്ദം താഴ്ത്തി പലരും വിവാഹക്കാര്യം സംസാരിച്ചത്. കന്യകയുടെ നിർവികാരതയോടെ എസ്റ്റിലേ ഉന്മേഷരഹിതയായി അതുവഴി നടക്കുന്നു. ദാഗുനേറ്റിനെ അവൾ അൽപ്പാൽപ്പമായി ഉൾക്കൊള്ളാൻ ശ്രമിക്കുന്നുണ്ട്. അവൾ സന്തോഷമോ സന്താപമോ ഒന്നും പ്രകടിപ്പിച്ചില്ല. ഈ സംഭവങ്ങളൊന്നും താനുമായി ബന്ധപ്പെട്ടതല്ല എന്ന തണുപ്പൻമട്ടായിരുന്നു അവൾക്ക്. 'സാഹസം തന്നെ, ഞാൻ ഇതുവരെ അവനെ കണ്ടിട്ടു പോലുമില്ല' ജോൻക്വയ് പറഞ്ഞു.

"സൂക്ഷിച്ച് സംസാരിക്കണം. ഇതുവഴി വരുന്നുണ്ട്" ഷാന്റ്റ്യൂ പിറുപിറുത്തു.

യുഗോൻമാഡത്തെ കുട്ടികളോടൊപ്പം കണ്ടപ്പോൾ ദാഗുനേറ്റ് അവരുടെ കരം ഗ്രഹിക്കുന്നതിനായി അങ്ങോട്ടു പോയി. നെരിപ്പോടിനരികിലിരുന്നുകൊണ്ട് യുഗോൻ പറഞ്ഞു:

"ഇതെന്റെ പഴയ സ്ഥലമാണ്" ദാഗുനേറ്റ് അവിടെനിന്ന്പോയപ്പോൾ അവർ ജോൻക്വയോട് ചോദിച്ചു:

"നിങ്ങൾക്കവനെ അറിയാമോ?"

"തീർച്ചയായും ചുറുചുറുക്കുള്ള ചെറുപ്പക്കാരൻ, ജോർജിന് അവനെ വലിയ ഇഷ്ടമാണ്. നല്ല കുടുംബത്തിൽ പിറന്നവനാണ്. നിലവിൽ അവനോടുള്ള അകാരണമായ ശത്രുതയൊക്കെ മാറ്റിവച്ചുവത്രേ. അവന്റെ അച്ഛൻ മരിക്കുന്ന സമയത്ത് ഉയർന്ന പദവിയിലായിരുന്നു. എന്നാൽ മകന്റേത് കാട് കയറിയ മട്ടിലുള്ള ജീവിതമായിരുന്നു. അതേസമയം അവന്റെ ഒരു പണക്കാരനായ അമ്മാവൻ തന്റെ സ്വത്ത് അവന് കൊടുക്കാൻ തീരുമാനിച്ചുവത്രേ. സ്ത്രീകൾ എല്ലാം ഇത് തല കുലുക്കി സമ്മതിച്ചുവെങ്കിലും യുഗോൻമാഡം മാത്രം തെല്ല് വിമുഖത കാട്ടി. അവർ നല്ലതുപോലെ ക്ഷീണിതയാണ്. ബിസിനസ് സംബന്ധമായ കാര്യങ്ങൾക്കായി കഴിഞ്ഞ ഒരു മാസം അവർ റിഷ്‌വ്യൂവിലുള്ള വീട്ടിൽ തങ്ങിയിരിക്കുകയായിരുന്നു. അവരുടെ മാതൃസഹജമായ ചിരിയിൽ ഒരു വിഷാദം മൂടിയിരുന്നു.

"എല്ലാം കണക്കാണ്" ഷാന്റ്റ്യൂ പറഞ്ഞു നിർത്തി, "എസ്റ്റിലേ കുറച്ചുകൂടി നല്ല ഒരു ബന്ധം കണ്ടെത്തേണ്ടതായിരുന്നു."

സംഗീതം ഉച്ചസ്ഥായിയിലായി. സമൂഹനൃത്തം തുടങ്ങാൻ പോവു

കയാണ്. ആളുകൾ ഇരുവശത്തേക്കും ഒഴിഞ്ഞു കൊടുത്തു. ഇളംനിറങ്ങളുള്ള കുപ്പായവും കറുത്ത കോട്ടും ഇട കലരുന്നു. രത്നാഭപ്രഭ മിന്നി മറയുന്നു. വസ്ത്രങ്ങളുടെ തിളക്കം നഗ്നമായ ചുമലുകളിൽ തട്ടി പ്രതിഫലിക്കുന്നുണ്ട്. അതിഥികൾ ഇപ്പോഴും വരുന്നുണ്ട്. പരിചാരകന്മാർ അവരുടെ പേര് വിളിച്ചുകൊണ്ടിരിക്കുന്നു. തങ്ങളുടെ കരങ്ങളിൽ തൂങ്ങുന്ന പെണ്ണുങ്ങൾക്ക് ഇരിപ്പിടം കണ്ടെത്താൻ പുരുഷന്മാർ നന്നേ തത്രപ്പെടുന്നുണ്ട്. സ്വീകരണമുറിയുടെ ഔപചാരികതയിൽനിന്ന് മോചിതരായ ദമ്പതികൾ ഉദ്യാനത്തിലെ വെനീഷ്യൻവിളക്കുകളുടെ പ്രകാശത്തിൽ ചുറ്റിത്തിരിഞ്ഞു. വസ്ത്രങ്ങളുടെ നീളൻനിഴലുകൾ പുൽത്തകിടിയിലൂടെ കടന്നു പൊയ്ക്കൊണ്ടിരുന്നു. വിശ്രമകൂടാരത്തിലിരുന്ന് മദ്യം പകരുന്ന ഫൊകാർമണ്ടിന്റെയും ഫലോസിയുടെയും അരികിലേക്ക് സ്റ്റീനർ എത്തി.

"എല്ലാം തകർപ്പനായിരിക്കുന്നു" കൂടാരം പരിശോധിച്ച് ഫലോസി അഭിപ്രായപ്പെട്ടു. "കേക്ക് മേള പോലെയുണ്ട്" ദോഷൈകദൃക്കായ ഒരു ചെറുപ്പക്കാരനെപ്പോലെ അദ്ദേഹം ഓരോന്ന് കളിയായി പറയാൻ തുടങ്ങി.

"ആ പാവം വാന്ദേവ്രസ് മടങ്ങി വന്നിരുന്നെങ്കിൽ ശരിക്കും അത്ഭുതപ്പെട്ടേനെ" ഫൊകാർമണ്ട് അഭിപ്രായപ്പെട്ടു, "ആ നെരിപ്പോടിനരികെ പോയിരുന്ന് മടുപ്പിച്ച് കൊന്നു കളയും. ഒറ്റ ഒരെണ്ണം ചിരിക്കില്ല."

"വാന്ദേവ്രസ്, അദ്ദേഹത്തെക്കുറിച്ച് ഒന്നും പറയാതിരിക്കുന്നതാണ് ഭേദം. അദ്ദേഹം ഒരു പരാജയമാണ്" ഫലോസി വെറുപ്പോടെ പറഞ്ഞു.

"അദ്ദേഹത്തിന് പറ്റിയത് മഹാപിഴവാണ്. തീയിൽ വെന്ത് കീർത്തി കിട്ടുമെന്ന് കരുതിയോ? ചത്തത് ചത്തു. വേറെ വല്ലവരെയുംകുറിച്ച് പറയ്."

സ്റ്റീനർ ഹസ്തദാനം നടത്തിയപ്പോൾ അദ്ദേഹം വീണ്ടും തുടർന്നു: "ദാ നാന വന്നതേയുള്ളൂ ഹൊ! ആ വരവ് ഒന്ന് കാണേണ്ടതായിരുന്നു. ആദ്യം തന്നെ അവൾ പ്രഭ്വിയെ ചുംബിച്ചു. എന്നിട്ട് കുട്ടികളെയൊക്കെ അനുഗ്രഹിച്ചിട്ട് ദാഗുനേറ്റിനോട് പറഞ്ഞു: "നോക്കൂ പോൾ നീ അവളോട് എന്തെങ്കിലും അരുതാത്തത് കാട്ടിയാൽ എന്നോട് ഉത്തരം പറയേണ്ടി വരും ഇതൊക്കെ കാണാനും കേൾക്കാനും ആളുണ്ട്."

ഇരുവരും ഇതുകേട്ട് പൊട്ടിച്ചിരിച്ചു. അദ്ദേഹമാണെങ്കിൽ വലിയ ബുദ്ധിമാനാണെന്ന ഭാവത്തിലാണ് നിൽപ്പ്.

"ഇതൊന്നും സമഭവിച്ചില്ലെന്ന് കരുതേണ്ട. ഈ വിവാഹം നടത്തുന്നതുതന്നെ നാനയാണ്. അവൾ ആ കുടുംബത്തിലെ അംഗത്തെപ്പോലെയാണ്."

യുഗോൻ സഹോദരങ്ങൾ അതുവഴി കടന്നു പോയി. ഫിലിപ്പ് അവരോട് മിണ്ടാതിരിക്കാൻ പറഞ്ഞു. പിന്നെ അവർ വിവാഹക്കാര്യം തനിക്ക് തോന്നിയ മട്ടിൽ തുറന്നങ്ങ് സംസാരിക്കാൻ തുടങ്ങി. അതേപ്പറ്റി ഫലോസി പറഞ്ഞ ഒരു കഥകേട്ട് ജോർജിന് നിയന്ത്രണം തന്നെ നഷ്ടപ്പെട്ടു. തന്റെ പൂർവകാമുകനെ മരുമകനാക്കിയതിൽ നാന മുഹാത്തിനെ

കുറ്റം ചുമത്തിയത് ശരിയായിരിക്കാം. എന്നാൽ തലേന്ന് രാത്രി അവനുമായി നാന ഉറങ്ങിയെന്ന് പറഞ്ഞാൽ വിശ്വസിക്കാൻ പ്രയാസമാണ്. ഫൊകാർമണ്ട് ചുമലുകളിളക്കിക്കൊണ്ട് ചോദിച്ചു:

"നാന ആരോടെങ്കിലുമൊപ്പം ഉറങ്ങിയതായി ആർക്കെങ്കിലുമറിയാമോ?" "എനിക്കറിയാം" എന്ന് ജോർജ് എടുത്തടിച്ചപോലെ പറഞ്ഞത് എല്ലാവരിലും ചിരിയുണർത്തി. ഇതൊരു വിചിത്രമായ ബന്ധംതന്നെയാണെന്ന് സ്റ്റീനർ വിലയിരുത്തി.

വിശ്രമകൂടാരത്തിലേക്ക് ആളുകൾ അൽപ്പാൽപ്പമായി വന്നു നിറഞ്ഞുകൊണ്ടിരുന്നു. മേബില്ലേയിലാണെന്നുള്ള വിചാരത്തിൽ ഫലോസി സ്ത്രീകളെ തുറിച്ചു നോക്കി. വഴിയുടെ അന്ത്യത്തിൽ വിനോട്ട് ദാഗുനേറ്റുമായി നീണ്ട സംഭാഷണത്തിൽ ഏർപ്പെട്ട് നിൽക്കുന്നതിൽ അവർക്ക് ആശ്ചര്യം തോന്നി. ചില തമാശകളൊക്കെ ഇതുമായി ബന്ധപ്പെടുത്തി അവർ പറഞ്ഞു: "വിനോട്ട് ദാഗുനെറ്റിനെ കുമ്പസാരിപ്പിക്കുകയാണ്. പിന്നെ ആദ്യരാത്രിക്ക് ചില ഉപദേശവും." സ്വീകരണമുറിയിലേക്കുള്ള ഒരു വാതിലിനരികെ അവർ എത്തി ഉദ്യാനത്തിൽനിന്ന് വീശിയ ഇളം കാറ്റിൽ മെഴുകുതിരിനാളങ്ങൾ ആടിയാടി ആളിക്കത്തി. അകലെ ഒറ്റയ്ക്ക് മാറി നിൽക്കുന്ന മാർക്വിസ് ഷുവാർദിനെ അവർ ശ്രദ്ധിച്ചു. ഇത്തിരി ആത്മപ്രശംസ കലർന്ന ഭാവമാണ് അദ്ദേഹത്തിന്റേത്. മുഫാത്തിന്റെ പെരുമാറ്റദൂഷ്യം കണക്കിലെടുത്ത് പൊതുജീവിതത്തിൽ അദ്ദേഹവുമായുള്ള എല്ലാ ബന്ധങ്ങളും അദ്ദേഹം ഉപേക്ഷിച്ചിരിക്കുകയാണ്. ഇനി ഒരിക്കലും അദ്ദേഹത്തിന്റെ വീട്ടിൽ കാലു കുത്തില്ലെന്ന് തീരുമാനമെടുത്തതായിരുന്നു. ഇപ്പോൾ വരാമെന്ന് വച്ചതുതന്നെ കൊച്ചുമകളുടെ വിവാഹക്കാര്യമായതുകൊണ്ടാണ്.

"അപകടം കയ്യെത്തും ദൂരത്തായിരിക്കുന്നു" ജോൻക്വായ്മാഡം നെരിപ്പോടിനരികിൽ നിന്നുകൊണ്ട് ഷാന്റര്യൂവിനോട് പറഞ്ഞു: "ആ തേവിടിശ്ശി അയാളെ നശിപ്പിച്ചിരിക്കുന്നു. അയാൾ നാശത്തിലേക്ക് ഓടിയടുത്തുകൊണ്ടിരിക്കുകയാണ്."

ഷാന്റര്യൂ തുടർന്നു: "എന്റെ ഭർത്താവിനും ഒരു ബില്ല് നൽകാനുണ്ട്. ഇപ്പോൾ അയാൾ താമസിക്കുന്നത് അവന്യൂ ദ വില്ലിയേഴ്സിലാണ്. പാരീസ് മുഴുവൻ ഇപ്പോൾ അതേപ്പറ്റിയാണ് സംസാരിക്കുന്നത്. സബീനും ഞാൻ മാപ്പ് കൊടുക്കുന്നില്ല. അവളുംകൂടി ഇങ്ങനെ പണം വലിച്ചെറിയുകയാണെങ്കിൽ!"

"അവർ പണം മാത്രമല്ല എറിഞ്ഞു കളയുന്നത്" അടുത്തയാൾ ഇടയ്ക്ക് കയറി പറഞ്ഞു: "ഇരുവരും ഒരേ വഴിയിൽ സഞ്ചരിച്ചാൽ നാശം വളരെ പെട്ടെന്നായിരിക്കും. എന്നാൽ ഒരു മൃദുവായ ശബ്ദം അവരുടെ ഈ ഭാഷണത്തെ തടസപ്പെടുത്തി. അത് വിനോട്ട് ആയിരുന്നു. അദ്ദേഹം അവരുടെ അരികിലിരുന്ന് മുന്നോട്ട് ചാഞ്ഞ് പറഞ്ഞു: "എന്തിന് നിരാശപ്പെടണം? എല്ലാ പ്രവർത്തനങ്ങളിലും ദൈവം തന്നെത്തന്നെ വെളിപ്പെടുത്തുന്നു. ഒരിക്കൽ ആധ്യാത്മികനേതൃത്വം വഹിച്ചിരുന്ന ആ ഭവന

ത്തിന്റെ പതനത്തിന് മൂകസാക്ഷിയാണ് ഇപ്പോൾ അദ്ദേഹം. അവരുടെ ഭ്രാന്തൻപോക്ക് തടയാൻ താൻ ശക്തിഹീനനാണെന്ന് അദ്ദേഹത്തിനും തോന്നിത്തുടങ്ങിയിരിക്കുന്നു. ഇപ്പോൾ അദ്ദേഹം എല്ലാം അംഗീകരിച്ചിരിക്കുന്നു. മുഫാത്തിന് നാനയോടുള്ള അഭിലാഷം, സബീൻപ്രഭ്വിയോട് ഫോഷറിക്കുള്ള അടുപ്പം എന്നുവേണ്ട എസ്റ്റിലേയുടെ വിവാഹക്കാര്യം വരെ അതിൽ ഉൾപ്പെടും. യുവദമ്പതികളുടെ കാര്യത്തിലെങ്കിലും ചില നിയന്ത്രണം വരുത്താം എന്ന് അവർ കരുതുന്നുണ്ടാവണം. ദൈവത്തിന്റെ ഇടപെടൽ തക്കസമയത്തുണ്ടാകും." 'സുഹൃത്തുക്കളേ' അദ്ദേഹം മൃദു ശബ്ദത്തിൽ തുടർന്നു: "ഇപ്പോഴും അദ്ദേഹം ആത്മീയവഴി വിട്ടിട്ടില്ല."

"കൊള്ളാം നല്ലത്" ജോൻക്വയ് പറഞ്ഞു, "അദ്ദേഹം മടങ്ങി വന്ന് ഭാര്യയോടൊപ്പം ജീവിതം പുനരാരംഭിക്കുമായിരിക്കും."

"ഒരു സംശയവുമില്ല താമസംവിനാ അത് നടക്കും." ഇരുസ്ത്രീകളും അദ്ദേഹത്തെ ചോദ്യങ്ങൾകൊണ്ട് മൂടി. എന്നാൽ അദ്ദേഹം വളരെ താഴ്മയോടെയാണ് മറുപടി പറഞ്ഞത്. "ദൈവത്തിന്റെ വഴി ഒന്നു വേറിട്ടതാണ്. പ്രഭുവിനെയും പ്രഭ്വിയെയും ഒന്നിപ്പിക്കുന്നതിലൂടെ വലിയൊരു അപകീർത്തി ഒഴിവാക്കാമെന്ന് അദ്ദേഹം ആഗ്രഹിക്കുന്നു. "താങ്കൾ ഈ വിവാഹം തടയേണ്ടതായിരുന്നു" ജോൻക്വയ് തുടർന്നു.

"നിങ്ങൾ തെറ്റിദ്ധരിച്ചിരിക്കുന്നു. ദാഗുനേറ്റ് കൊള്ളാവുന്ന ഒരു ചെറുപ്പക്കാരനാണ്. അയാളുടെ ആശയങ്ങളോട് ഞാൻ യോജിക്കുന്നു. യൗവ്വനത്തിലെ പാപങ്ങളൊക്കെ മറക്കാൻ അദ്ദേഹം കൂട്ടാക്കിയിട്ടുണ്ട്. എന്തായാലും എസ്റ്റിലേ അവനെ ശരിയായ പാതയിലേക്ക് കൊണ്ടുവരും."

"ഓ എസ്റ്റിലേയോ?" ഷാന്റര്യൂ അവജ്ഞയോടെ പിറുപിറുത്തു, "ആ കൊച്ചു പെണ്ണിന് കാര്യപരിജ്ഞാനമുണ്ടെന്ന് തോന്നുന്നില്ല.അവൾ അത്രയ്ക്ക് കൊച്ചാണ്."

ഈ അഭിപ്രായം കേട്ട് വിനോട്ട് പുഞ്ചിരിച്ചു. പിന്നീട് അദ്ദേഹം വധൂവരന്മാരെക്കുറിച്ച് വിശദീകരണമൊന്നും നടത്തിയില്ല. ഇതിൽ താൽപ്പര്യമില്ലെന്ന മട്ടിൽ കണ്ണടച്ച് തന്റെ പഴയ മൂലയിലേക്ക് മടങ്ങി. മനസ്സാന്നിധ്യം നഷ്ടപ്പെട്ടെങ്കിലും യുഗോൻ മാഡം സംഭാഷണത്തിന്റെ ചില ഭാഗങ്ങളൊക്കെ കേട്ട് തന്റെ അഭിപ്രായം ഷുവാർദിനോട് വെളിപ്പെടുത്തി. ഈ സ്ത്രീകളൊക്കെ കർക്കശക്കാരികളാണ്. ജീവിതം എത്രമാത്രം ക്ലേശകരമാണ്. നമ്മളോട് മറ്റുള്ളവർ ക്ഷമിക്കണമെങ്കിൽ നമ്മളും ക്ഷമിക്കേണ്ടതല്ലേ? എന്താ ശരിയല്ലേ?"

കുറച്ചുനേരം അദ്ദേഹം സ്തബ്ധനായി നിന്നു. എന്നാൽ വിഷാദാത്മകമായ അവരുടെ ചിരി കണ്ട് ധൈര്യം സംഭരിച്ച് അദ്ദേഹം പറഞ്ഞു:

"ചില തെറ്റുകളൊന്നും ക്ഷമിച്ചു കൊടുക്കാൻ പറ്റില്ല. സമൂഹത്തിന്റെ അടിക്കല്ലിളക്കുന്ന ചില പാപങ്ങളുണ്ട്."

വീണ്ടും നൃത്തത്തിന്റെയും ആഹ്ലാദത്തിന്റെയും ആരവമായി. ജോൻക്വയ്മാഡത്തിന്റെ അഭിപ്രായത്തിൽ മുഫാത്തിനും സബീനും തലയ്ക്ക് നല്ല സുഖമില്ല. അല്ലെങ്കിൽപ്പിന്നെ ഇരുന്നൂറ് പേർക്ക് തങ്ങാ

വുന്ന മുറിയിൽ അഞ്ഞൂറ് പേരെ ക്ഷണിച്ചു വരുത്തുമോ? വിവാഹക്കരാർ എഴുതിയപ്പോഴേ മറ്റൊരു സ്ഥലം സ്വീകരിക്കണമായിരുന്നു."

"ഇതൊക്കെ പുതിയ പരിഷ്കാരമാണ്. ഒരു തെരുവ് മുഴുവനായി ക്ഷണിക്കപ്പെടുക!" ഷാന്റേറ്യൂ അഭിപ്രായപ്പെട്ടു. അത്രയും വലിയ കൂട്ടത്തിൽ അൻപത് പേരിൽ കൂടുതൽ ആളുകളെ തിരിച്ചറിയാൻ കഴിയുന്നില്ലെന്നാണ് സ്ത്രീകളുടെ പരാതി.

കഴുത്ത് വെട്ടിയിറക്കിയ വസ്ത്രങ്ങളണിഞ്ഞ സ്ത്രീകൾ തങ്ങളുടെ നഗ്നമായ ചുമലുകൾ പ്രദർശിപ്പിക്കുന്നു. എല്ലാവിധ ആഡംബരങ്ങളുടെയും സംഗമഭൂമിയായി അവിടം. ആളുകൾ തിങ്ങിക്കൂടിയ ഇടങ്ങളിലെ സംഘനൃത്തം ക്രമീകരണങ്ങളെയെല്ലാം മാറ്റിമറിച്ചു.

സബീൻപ്രഭ്വിയെ കാണാൻ മകളെക്കാട്ടിലും പത്ത് വയസെങ്കിലും പ്രായം കുറവേ തോന്നിക്കുകയുള്ളൂ എന്ന് ഫലോസി അഭിപ്രായപ്പെട്ടു.

"അതിരിക്കട്ടെ, ഫൊകാർമണ്ട് നിങ്ങൾക്കും ചിലത് പറയാനാകും. അവരുടെ തുടകളെക്കുറിച്ച് വാന്ദേവ്രസ് മുമ്പ് പന്തയം വച്ചിരുന്നില്ലേ?"

സ്വാർഥരസം നിറഞ്ഞ ഈ തമാശ അവിടെ കൂടിയിരുന്ന മറ്റു മാന്യന്മാരെ മുഷിപ്പിച്ചു കളഞ്ഞു. ഫൊകാർമണ്ട് മറുപടിയായി ഇത്രയും പറഞ്ഞു: "അത് നിങ്ങളുടെ ബന്ധുവിനോട് ചോദിക്ക്. അവൻ ഇപ്പോൾ ഇതുവഴി വരുന്നുണ്ട്." "കൊള്ളാം നല്ല ആശയം" ഫലോസി പറഞ്ഞു, "അവരുടെ തുടകൾ നല്ലതാണെങ്കിൽ ഞാൻ പത്ത് ലൂയിസ് പന്തയം വയ്ക്കുന്നു."

ഫോഷറി ആ വഴിക്ക് വന്നതേയുള്ളൂ. ആ വീട്ടിലെ അടുപ്പമുള്ള വ്യക്തി എന്ന നിലയിൽ അദ്ദേഹം ഊണുമുറിയിലൂടെയാണ് കടന്നു വന്നത്. റോസുമായും സബീനുമായുമുള്ള അടുപ്പം അയാളെ പ്രതിസന്ധിയിലാക്കിയിരിക്കുകയാണ്. ആരെ തള്ളും? ആരെ കൊള്ളും? എന്നാൽ മിഗ്നന് തലവേദന ഉണ്ടാക്കിക്കൊണ്ട് അയാളുമായി കൂടുതൽ താൽപ്പര്യം കാട്ടുന്നത് റോസ് ആണ്.

"ഒന്ന് ശ്രദ്ധിക്കൂ, ഞങ്ങൾക്ക് ഒരു കാര്യം അറിയാനുണ്ട്" ഫലോസി ബന്ധുവിന്റെ തോളിൽ കയ്യിട്ട് പറഞ്ഞു, "ആ വെള്ള സിൽക്ക് വസ്ത്രമണണിഞ്ഞ് നിൽക്കുന്ന സ്ത്രീയെ കണ്ടോ? "

"ആ തൊങ്ങൽവസ്ത്രമണിഞ്ഞവളല്ലേ?" എത്തിക്കുത്തി നോക്കിയിട്ടും ഫോഷറിക്ക് മനസിലായില്ല. "പ്രഭ്വിയോ?" അദ്ദേഹം ചോദിച്ചു.

"അതുതന്നെ, ഞാൻ പത്ത് ലൂയിസ് പന്തയം വയ്ക്കുന്നു. അവരുടെ തുടകൾ നല്ലതാണോ? ഫോഷറി വലിയ അത്ഭുതമൊന്നും കാണിക്കാതെ അവന്റെ മുഖത്തേക്ക് തുറിച്ച് നോക്കിക്കൊണ്ട് പറഞ്ഞു: "കടന്നു പോകുന്നുണ്ടോ വിഡ്ഢീ" തുടർന്ന് അയാൾ മറ്റുള്ളവർക്ക് ഹസ്തദാനം നടത്തി. എന്നാൽ ഫലോസി അസ്വസ്ഥതയോടെ ഗൗരവം പൂണ്ടു. എങ്കിലും സംഭാഷണം തുടർന്നു. കുതിരപ്പന്തയത്തിനുശേഷം സ്റ്റീനറും ഫൊകാർമണ്ടും അവന്യൂ ദ വില്ലിയേഴ്സിൽ കൂടുമായിരുന്നു. നാനയുടെ നിലയും മെച്ചപ്പെട്ടു വന്നു. എല്ലാ വൈകുന്നേരങ്ങളിലും അവളുടെ വിവ

രമറിയാൻ പ്രഭു വിളിക്കുമായിരുന്നു. എന്നാൽ മറ്റുള്ളവരെ ശ്രദ്ധിക്കുമ്പോഴും ഫോഷറി അസ്വസ്ഥയായിരുന്നു. അന്ന് രാവിലെ മാത്രമാണ് റോസ് പ്രഭുവിന് കത്തയച്ച വിവരം അയാൾ അറിഞ്ഞത്. അവിടെ നല്ല സ്വീകരണമായിരിക്കും കിട്ടാൻ പോകുന്നതെന്നും റോസ് പറഞ്ഞിരുന്നു. അന്ന് വരുന്നില്ലെന്ന് പലവട്ടം കരുതിയിട്ടും ഒടുവിൽ ധൈര്യം സംഭരിച്ച് പോന്നതാണ്. ഫലോസിയുടെ ഈ വൃത്തികെട്ട തമാശയുംകൂടിയായപ്പോൾ അയാൾ ആകെ തകർന്നു പോയി. "എന്താണ് കുഴപ്പം സംഭവിച്ചിരിക്കുന്നത്? കുഞ്ഞിന് നല്ല സുഖമില്ലല്ലോ" ഫിലിപ്പ് ചോദിച്ചു.

"ഓ എനിക്ക് കുഴപ്പമൊന്നുമില്ല. ഞാൻ നല്ല ജോലിത്തിരക്കിലായിരുന്നു. അതുകൊണ്ടാണ് വൈകിയത്. ഏതായാലും ആതിഥേയരെ ആദരിക്കേണ്ടത് മര്യാദയല്ലേ? ഞാൻ ഒന്ന് പോയി വരാം." ഫോഷറി തുടർന്നു, എന്നിട്ട് ഫലോസിക്ക് നേരെ നോക്കി ചോദിച്ചു "എന്താ ശരിയല്ലേ മണ്ടാ?" ഇതുപറഞ്ഞ് ആളുകളെ തള്ളിമാറ്റി അയാൾ പോയി. പരിചാരകൻ ഇപ്പോൾ പേരുകൾ വിളിക്കുന്നില്ല. എന്നാൽ മുഫാത്തും പ്രഭ്വിയും അപ്പോഴെത്തിയ ഏതാനും സ്ത്രീകളോട് സംസാരിച്ചുകൊണ്ട് നിൽപ്പുണ്ട്. ഫോഷറി അവരോടൊപ്പം കൂടി. പ്രസ്തുതകാഴ്ച പലരും അകലെ നിന്ന് തല ഉയർത്തി നോക്കി. മുഫാത്ത് അദ്ദേഹത്തെ ശ്രദ്ധിക്കുന്നില്ല. ജോർജ് പിറുപിറുത്തു, "ദാ അദ്ദേഹം തിരിഞ്ഞു."

വീനസ് മോഹിനിയിലെ ഗാനഭാഗം ഗായകസംഘം ആലപിച്ചു. ഫോഷറി ആദ്യം പ്രഭ്വിയെ വന്ദിച്ചു. അവർ തെളിഞ്ഞൊന്ന് ചിരിച്ചു. മുഫാത്തിന് പിന്നിൽ ശാന്തമായി അവർ ഒരു നിമിഷം നിന്നു. മുഫാത്ത് ആ വൈകുന്നേരം വളരെ ഗൗരവപ്രകൃതിയായിട്ടാണ് കാണപ്പെട്ടത്. ഫോഷറിയും മുഫാത്തും പരസ്പരം നോക്കി. ആദ്യം കരം നീട്ടിയത് ഫോഷറിയാണ്. മുഫാത്ത് അത് സ്വീകരിച്ചു. പ്രഭ്വി ഇത് കണ്ട് കണ്ണുകൾ താഴ്ത്തി പുഞ്ചിരിച്ചു.

"സംഗതി പിശകാണെന്നാണ് തോന്നുന്നത്" സ്റ്റീനർ അഭിപ്രായപ്പെട്ടു.

"അവരുടെ കരങ്ങൾ ഒട്ടിപ്പോയോ?" ഹസ്തദാനത്തിന്റെ സമയം നീണ്ടതിനാൽ ഫൊകാർമണ്ടിന്റെ വക കമന്റ്. ഫോഷറിയുടെ വിളറിയ കവിളുകളിൽ ഓർമകൾ നിറം ചേർത്തു. പച്ചവെളിച്ചത്തിൽ മുഫാത്ത് മുട്ടപ്പാത്രവും പിടിച്ച് നിൽക്കുന്ന രംഗം അയാൾ മനക്കണ്ണാടിയിലൂടെ വീണ്ടും കണ്ടു. അന്ന് അദ്ദേഹം സംശയാലുവായിരുന്നു. ഇപ്പോൾ അദ്ദേഹത്തിന് സംശയങ്ങളില്ല. എല്ലാം അദ്ദേഹം ഉറപ്പിച്ച് കഴിഞ്ഞിരിക്കുന്നു.

"ഒടുവിൽ അവളും എത്തിക്കഴിഞ്ഞു" ഫലോസി അഭിപ്രായപ്പെട്ടു. "നീ കണ്ടില്ലേ നാന വരുന്നത്?" "മിണ്ടാതിരിക്കൂ മണ്ടാ" ഫിലിപ്പ് ഇടയ്ക്കു കയറി. "എന്നാൽ അത് നാന തന്നെ, സംശയമില്ല. വീനസ് മോഹിനിയിലെ ഗാനം കേൾക്കുന്നതുതന്നെ അവൾ ഇപ്പോൾ എത്തിച്ചേർന്നതുകൊണ്ടാണ്." അവൾ എല്ലാവരെയും കെട്ടിപ്പിടിക്കുന്നുണ്ട്. ഫോഷറിയെ, സബീനെ, അവരുടെ ഭർത്താവിനെ...

എസ്റ്റിലേ അതുവഴി വന്നപ്പോൾ ഫോഷറി അവളെ അനുമോദിച്ചു. അവൾ നിശ്ശബ്ദയായ ഒരു പെൺകുട്ടിയെപ്പോലെ എല്ലാവരെയും നോക്കി. ദാഗുനേറ്റും ഫോഷറിക്ക് ഹസ്തദാനം നൽകി. പുഞ്ചിരിക്കുന്ന ഒരു ചെറിയ കൂട്ടംതന്നെ അവിടെ രൂപംകൊണ്ടു. സംഗീതത്തിന്റെ വേലിയേറ്റം വീണ്ടും തുടങ്ങി. ഓടക്കുഴലും വയലിനുമെല്ലാം വ്യത്യസ്തമായ നാദധ്വനികളുണർത്തിയപ്പോൾ സ്ഫടികവിളക്കുകൾ സൂര്യശോഭ പകർന്നു. അതിഥികളെ നിലക്കണ്ണാടിയിൽ പ്രതിഫലിച്ച് കാണാമായിരുന്നു. സ്വീകരണമുറിക്ക് ചുറ്റും ദമ്പതികൾ അരക്കെട്ടിൽ ചുറ്റിപ്പിടിച്ച് നടക്കുന്നു. ശുദ്ധവായു ശ്വസിക്കുന്നതിന് ഉദ്യാനത്തിലൂടെ ചിലർ നടക്കുന്നുണ്ട്. പണക്കൊഴുപ്പിന്റെയും ആഡംബരത്തിന്റെയും പ്രദർശനവേദിയായ അവിടത്തെ ഓരോ ചലനത്തിലും നാനയുടെ അദൃശ്യസാന്നിധ്യമുണ്ടായിരുന്നു. തന്റെ ഗന്ധംകൊണ്ടുതന്നെ അവൾ ഒരു സമൂഹത്തെ മുഴുവൻ മലിനമാക്കിക്കഴിഞ്ഞു.

വിവാഹാഘോഷങ്ങൾ കഴിഞ്ഞതിനുശേഷം അന്ന് രാത്രി മുഫാത്ത് ഭാര്യയുടെ കിടപ്പറയിലേക്ക് കടന്നു ചെന്നു. രണ്ട് വർഷം കൂടിയാണ് അദ്ദേഹം അവിടെ കാലെടുത്ത് വയ്ക്കുന്നത്. പ്രഭ്വി ആദ്യമൊന്ന് വിസ്മയിച്ചെങ്കിലും ലഹരി നുരയുന്ന ആ ചിരി അവിടെയും കാട്ടി. ചെറിയൊരു പ്രഭാഷണംതന്നെ അവർ നടത്തിയെന്ന് പറയാം. മതപരമായ പ്രബോധനങ്ങളെ മുൻനിർത്തി അവർ പരസ്പരം മാപ്പ് നൽകി. എങ്കിലും ഇരുവരും സ്വതന്ത്രരായിരിക്കുമെന്നും ധാരണയായി. കിടക്കാൻ പോകുന്നതിന് മുൻപ് സാമ്പത്തികകാര്യങ്ങളൊക്കെ അവർ ചർച്ച ചെയ്തു. ബോർദസിലെ സ്ഥലം വിൽക്കുന്നതിനെപ്പറ്റിയും ധാരണയായി. വലിയൊരു ഭാരം നീങ്ങിയ സന്തോഷമായിരുന്നു മുഫാത്തിന്.

അന്ന് നാന ഏതാണ്ട് രണ്ട് മണിക്കൂറോളം മുറിയിൽ ഉലാത്തിക്കൊണ്ടിരുന്നു. സോയേ വാതിലിൽ മുട്ടി. തിരശ്ശീല മാറ്റിയപ്പോൾ ചൂടുള്ള കാറ്റ് കടന്നു വന്നു.

"ആരാണത്?"

സോയേയുടെ മറുപടിക്ക് സമയം കൊടുക്കാതെ ദാഗുനേറ്റ് മുന്നോട്ട് വന്നു.

"എന്ത്? നിങ്ങളുടെ വിവാഹദിവസംതന്നെ എന്താണ് കാര്യം?" മുന്നോട്ട് വന്ന് ദാഗുനേറ്റ് ചോദിച്ചു. "എന്താ എല്ലാം മറന്നു പോയോ? അപ്പോൾ ഒന്നും ഓർക്കുന്നില്ല" കളിമട്ടിൽ ദാഗുനേറ്റ് തുടർന്നു: "എന്റെ നിഷ്കളങ്കത സമർപ്പിക്കണമെന്ന് നിർദേശവും എന്റെ വാഗ്ദാനവും"

ഇത് കേട്ടതും നാന കട്ടിലിൽനിന്നെഴുന്നേറ്റ് തന്റെ നഗ്നമായ കൈകൾകൊണ്ട് അവനെ ചുറ്റിപ്പിടിച്ച് സന്തോഷക്കണ്ണീർ പൊഴിച്ചുകൊണ്ട് പറഞ്ഞു:

"എന്റെ കുഞ്ഞേ നിന്റെ കാര്യം കൊള്ളാമല്ലോ. നീ ഇത് ഇപ്പോഴും ഓർത്തിരിക്കുന്നുവല്ലോ. ഞാനതെന്നേ മറന്നു പോയി. പള്ളിയിൽനിന്ന്

ഇപ്പോൾ പുറപ്പെട്ടതല്ലേ ഉള്ളൂ. എന്നെ ചുംബിക്കൂ കൂടുതൽ കൂടുതൽ ശക്തിയായി. ഇത് അവസാനത്തേതാണ്."

ഈതറിന്റെ മണം ഇപ്പോഴും തങ്ങി നിൽക്കുന്ന മുറിയിൽ അവരുടെ ഉല്ലാസം അധികം നീണ്ട് നിന്നില്ല. വിവാഹസദ്യക്കുശേഷം ദാഗുനേറ്റിന് എസ്റ്റിലേയുമായി പോകാനുള്ളതാണ്.

പതിമൂന്ന്

സെപ്റ്റംബർ അവസാനിക്കാറായി. റ്റുയിലറിൽനിന്ന് ഒരു ഉത്തരവ് ലഭിച്ചതിനാൽ രാത്രിഭക്ഷണത്തിന് താനുണ്ടാവില്ലെന്ന് അറിയിക്കാനായി മാത്രം മുഫാത്ത് നാനയുടെ വീട്ടിലെത്തി. വിളക്ക് കൊളുത്തിയിട്ടില്ല. പരിചാരകന്മാർ അടുക്കളയിൽ ഉച്ചത്തിൽ ചിരിയും ബഹളവുമാണ്. മുഫാത്ത് സാവധാനം കോണിപ്പടികൾ കയറി. അദ്ദേഹം മുകളിലത്തെ പ്രധാനമുറിയുടെ വാതിൽ ശബ്ദമുണ്ടാക്കാതെ തുറന്നു. ചുവപ്പു കലർന്ന പകൽവെളിച്ചം മച്ചിൽനിന്നും അരിച്ചിറങ്ങി. ചുവന്ന തിരശ്ശീലകളും മിനുസമുള്ള ഫർണിച്ചറുകളും അലങ്കാരവസ്തുക്കളും എല്ലാം നിഴൽ മൂടിയിരിക്കുന്നു. ആനക്കൊമ്പിന്റെയോ സ്വർണത്തിന്റെയോ തിളക്കങ്ങളല്ല ഇപ്പോൾ ശ്രദ്ധേയം. ആ ഇരുട്ടിൽ ആകെ കാണാവുന്നത് വെളുത്ത പെറ്റിക്കോട്ടും ജോർജിന്റെ കരവലയത്തിൽ കിടക്കുന്ന നാനയും മാത്രമാണ്. ഏതെങ്കിലും തരത്തിലുള്ള പ്രതികാരനടപടി ഇപ്പോൾ അസാധ്യമാണ്. ഒരു നടുക്കത്തോടെ അദ്ദേഹം കരഞ്ഞുപോയി.

നാന ചാടിയെഴുന്നേറ്റ് ജോർജിന് രക്ഷപ്പെടാനുള്ള അവസരമൊരുക്കി. ജാള്യതയോടെ അവൾ പുലമ്പി, "വരൂ എല്ലാം ഞാൻ പറയാം."

അവൾ വല്ലാത്ത വിവശതയിലായി. ഇന്നോളം അവൾ സ്വന്തം വീട്ടിലെ സ്വീകരണമുറിയിൽ വാതിൽ തുറന്നിട്ടുകൊണ്ട് ഇത്തരമൊരു കൃത്യം ചെയ്തിരുന്നില്ല. പറഞ്ഞു വരുമ്പോൾ ഇതൊരു നീണ്ട കഥ തന്നെയാണ്. ഫിലിപ്പുമായുള്ള അടുപ്പത്തെച്ചൊല്ലി ജോർജ് നാനയുമായി നീരസത്തിലായിരുന്നു. എന്നാൽ അവളെ ഒഴിഞ്ഞു പോകാൻ അവനാകുന്നുമില്ല. അവസാനം അവൻ നാനയെ കെട്ടിപ്പിടിച്ച് തേങ്ങിക്കരയാൻ തുടങ്ങി. അങ്ങനെ അവനോട് ദയ തോന്നിയിട്ടാണ് നാന ഇത്തരമൊരു സാഹസത്തിന് മുതിർന്നത്. ആ ഏകാന്തനിമിഷത്തിൽത്തന്നെ മുഫാത്തും കയറി വന്നിരിക്കുന്നു. അവൾ ഏതായാലും നിർഭാഗ്യവതി തന്നെ. ഇത്തിരി ദയ കാണിക്കാൻ പോയതിന്റെ പ്രത്യാഘാതം.

ഇരുട്ടുനിറഞ്ഞ കിടക്കമുറിയിലേക്ക് അവൾ മുഫാത്തിനെ തള്ളിമാറ്റി. അവൾ വിളക്കിനായി പരതി. വിളക്ക് പ്രകാശിപ്പിക്കാതിരുന്നതിന് പരിചാരകരെ അവൾ പഴിക്കുകയും ചെയ്തു. വെളിച്ചമുണ്ടായിരുന്നെങ്കിൽ ഇങ്ങനെയൊന്നും സംഭവിക്കുകയില്ലായിരുന്നു. ഇരുട്ടാണ് ഒരർഥത്തിൽ അവളുടെ ഹൃദയത്തെ തരളിതമാക്കിയത്.

സോയേ വെളിച്ചവുമായി വന്നു. “ഞാൻ കാല് പിടിക്കുന്നു കാര്യങ്ങൾ ശ്രദ്ധിച്ചൊന്ന് മനസിലാക്കണം” നാന കേണു. മുഫാത്ത് മുട്ടിനിടയിൽ കൈ തിരുകി സ്ത്ബ്ധനായി ഇരുന്നു. ഒരക്ഷരംപോലും അദ്ദേഹം ഉരിയാടിയില്ല. വല്ലാത്ത മരവിപ്പിന്റെ അവസ്ഥ. മുഫാത്തിന്റെ ഈ ദയനീയാവസ്ഥ കണ്ട് നാനയുടെ മനസ്സലിഞ്ഞു. അദ്ദേഹത്തെ ആശ്വസിപ്പിക്കാൻ അവൾ ശ്രമിച്ചു.

“ഞാൻ തെറ്റ് ചെയ്തുപോയി. ഞാൻ ചെയ്തത് തീരെ ശരിയായില്ല. ഞാൻ മാപ്പ് ചോദിക്കുന്നു. താങ്കൾക്കുണ്ടായ വിഷമത്തിൽ എനിക്ക് അങ്ങേയറ്റം ഖേദമുണ്ട്. എന്നോട് ക്ഷമിക്കൂ” അവൾ അദ്ദേഹത്തിന്റെ കാൽക്കലിരുന്നു. തരളിതമനസുമായി അദ്ദേഹത്തെ നിരീക്ഷിച്ചു. അദ്ദേഹമൊരു ദീർഘനിശ്വാസമുതിർത്തു. നാനയ്ക്ക് ഇത്തിരിക്കൂടി ധൈര്യമായി. ജോർജിനെ പറഞ്ഞയക്കണമെന്ന നിബന്ധന മുഫാത്ത് മുന്നോട്ടു വച്ചു. അദ്ദേഹത്തിന്റെ ആശങ്കകളെല്ലാം നീങ്ങി. എങ്കിലും ഒരുതരം ഭീതി അദ്ദേഹത്തെ അലട്ടി. നാളെയും അവൾ തന്നെ ചതിച്ചേക്കാം. എങ്കിലും അവളെക്കൂടാതെ ജീവിക്കാനാവില്ല എന്ന വിധേയത്വചിന്ത മാത്രമേ അദ്ദേഹത്തെ ഭരിച്ചുള്ളൂ.

പാരീസിന്റെ മുഴുവൻ ശ്രദ്ധയും പിടിച്ചുപറ്റുന്ന ആഡംബരജീവിതമായിരുന്നു അവളുടേത്. പണത്തോടുള്ള ഒരുതരം അവജ്ഞ അവളുടെ ധൂർത്തിനെ വർധമാനമാക്കി. നാണംകെട്ട പൊങ്ങച്ചം പ്രദർശിപ്പിച്ചാണ് അവൾ പട്ടണം വാണത്. അവളുടെ ജീവിതാഭിലാഷങ്ങളാൽ സമ്പത്ത് എരിഞ്ഞമർന്നു. അവളുടെ നിശ്വാസംപോലും സ്വർണത്തെ ചാരമാക്കി മാറ്റി. അവൾ ധാർമികതയുടെ എല്ലാ സീമകളും ലംഘിച്ചുവെന്ന് പറയാം. മലമുകളിലെ കൊട്ടാരംപോലെയായിരുന്നു അവളുടെ ഭവനം. മാന്യന്മാരായ ആണുങ്ങൾ പലരും പൊടിപോലും ബാക്കി വയ്ക്കാതെ അവിടെനിന്ന് താഴ്വരയിലേക്ക് നിലംപൊത്തി. നാനയുടെ വിഭവസമൃദ്ധമായ തീൻമേശയിൽ ചെലവാകുന്നത് പ്രതിമാസം അയ്യായിരം ഫ്രാങ്കാണ്. അടുക്കളവഴിയാണ് പണം ഏറെയും ചോർന്നത്. അടുക്കളക്കാർ അവരുടെ സുഹൃത്തുക്കളെക്കൂടി ക്ഷണിച്ചാണ് സദ്യ നടത്തുന്നത്. അടുക്കളയിലേക്ക് വാങ്ങുന്ന സാധനങ്ങൾ പലതും പിൻവാതിലിലൂടെ വിൽക്കപ്പെടുകയും ചെയ്യും. സംരക്ഷകയുടെ വേഷമിട്ടുകൊണ്ടുതന്നെ സോയേയും അവളെ ആവശ്യത്തിന് ചൂഷണം ചെയ്തിരുന്നു. സ്വന്തം വീഴ്ച മറയ്ക്കാനായി മറ്റുള്ളവരുടെ കള്ളത്തരങ്ങൾക്കും അവൾ കൂട്ടു നിന്നു. ഭക്ഷണവും മറ്റും പാഴാക്കി കളയുന്നതാണ് ഏറെ കഷ്ടം. തലേന്നത്തെ ഭക്ഷണമെല്ലാം ചവറ്റുകൊട്ടയിലേക്ക് എറിഞ്ഞു കളയും. വെറും രണ്ട് പ്രാവശ്യമണിഞ്ഞതും പതിനായിരം ഫ്രാങ്ക് വില വരുന്നതുമായ വസ്ത്രങ്ങൾ സോയേ വിറ്റു കളഞ്ഞു. രത്നാഭരണങ്ങൾ ക്രമേണ അപ്രത്യക്ഷമായിക്കൊണ്ടിരുന്നു. പുതിയപുതിയ വസ്തുക്കൾ വാങ്ങിക്കുന്നതുതന്നെ ഏതെങ്കിലും ഒരു മൂലയിൽ കിടക്കും. പിന്നീടത് തെരുവിലേക്ക് വലിച്ചെറിയും. ആഗ്രഹം തോന്നി വാങ്ങിക്കൂട്ടുന്ന വിലപിടിപ്പുള്ള വസ്തു

ക്കളൊന്നും അവൾ സൂക്ഷിച്ചു വയ്ക്കില്ല. എല്ലാം തകർത്തു കളയും. ഇതോടൊപ്പംതന്നെ അവളുടെ ബാധ്യതകളും വർധിച്ചു വന്നു. തൊപ്പിക്കാരനും തുണിക്കടക്കാരനും ഇരുപതിനായിരം ഫ്രാങ്ക് വീതവും ചെരിപ്പ് കടക്കാരന് പന്ത്രണ്ടായിരം ഫ്രാങ്കും അവൾ കൊടുക്കാനുണ്ട്. അൻപതിനായിരം ഫ്രാങ്കാണ് അവളുടെ കുതിരലായം വിഴുങ്ങിക്കളഞ്ഞത്. കഴിഞ്ഞ ആറു മാസത്തിനിടെ അവളുടെ തയ്യൽക്കാരന്റെ ബില്ലുതന്നെ ഒരുലക്ഷം ഫ്രാങ്ക് കടന്നു. ചെലവിനായി ലബോർദത്ത് കണക്കു കൂട്ടിയത് നാല് ലക്ഷം ഫ്രാങ്കായിരുന്നുവെങ്കിൽ ആ വർഷം പത്തുലക്ഷത്തോളമാണ് ചെലവായത്. പണം എങ്ങോട്ടു പോകുന്നുവെന്ന് ആർക്കും അറിഞ്ഞുകൂടാ.

നാനയുടെ ഏറ്റവും പുതിയ ആഗ്രഹവും തലപൊക്കി. സ്വർണത്തിന്റെയും വെള്ളിയുടെയും ചേരുവകൾകൊണ്ട് തന്റെ മുറി പരിഷ്കരിക്കുന്നത് അവൾ കിനാവ് കണ്ടു. തന്റെ വെളുത്തു ചുവന്ന ശരീരത്തിന് പശ്ചാത്തലമാകാൻ പോന്നതായിരിക്കണം അലങ്കാരങ്ങളെന്ന് അവൾ ആഗ്രഹിച്ചു. കട്ടിലാണെങ്കിൽ ഇതിന് മുൻപ് ആരും കണ്ടിട്ടുപോലുമില്ലാത്ത തരത്തിലാവണം. തന്റെ രാജകീയനഗ്നതയെ പാരീസ് മുഴുവൻ നമസ്കരിക്കണം. സ്വർണവും വെള്ളിയും അതിന്റെ മുഖ്യ ആകർഷകത്വമാകണം. രണ്ട് കൊല്ലന്മാരെ ലബോർദത്ത് അതിനായി കൊണ്ടുവന്നിട്ടുണ്ട്. കട്ടിലിനുതന്നെ ഏതാണ്ട് അൻപതിനായിരം ഫ്രാങ്ക് ചെലവാകും. അത് മുഫാത്തിന്റെ പുതുവത്സര സമ്മാനമായിരിക്കും.

സ്വർണനദിയിൽ കിടന്ന് പുളയ്ക്കുമ്പോഴും അത്യാവശ്യത്തിന് സാമ്പത്തിക ബുദ്ധിമുട്ടുണ്ടാവുക അവൾക്ക് പതിവാണ്. ചില്ലറ പൈസയ്ക്കുപോലും ചിലപ്പോൾ അവൾ പ്രയാസപ്പെട്ടിട്ടുണ്ട്. സോയേയോടുപോലും ചിലപ്പോൾ കടം വാങ്ങേണ്ടി വന്നിട്ടുണ്ട്. എന്നാൽ അങ്ങേയറ്റത്തെ പ്രതിസന്ധി വരുന്ന ഘട്ടത്തിലെല്ലാം പുരുഷസുഹൃത്തുക്കളെ പരമാവധി ചൂഷണം ചെയ്യാൻ അവൾ സമർഥയാണ്. അവരുടെ ചില്ലറ വരെ അവൾ ഊറ്റിയെടുക്കും. കഴിഞ്ഞ മൂന്ന് മാസമായി ഫിലിപ്പിന്റെ കീശ അവൾ കാലിയാക്കി കഴിഞ്ഞു. പിന്നെ കുറച്ചുകൂടി ധൈര്യമായി ഇരുനൂറ്, മുന്നൂറ് ഫ്രാങ്ക് വരെ കടം ചോദിക്കാനും അവൾ തുടങ്ങി. ജൂലൈ മാസം മുതൽ ഫിലിപ്പ് ശമ്പളവിതരണ ഉദ്യോഗസ്ഥൻകൂടിയായതിനാൽ അടുത്ത ദിവസംതന്നെ അത് എത്തിച്ച് കൊടുക്കുമായിരുന്നു. എന്നാൽ മൂന്ന് മാസം കഴിഞ്ഞപ്പോഴേക്കും നാന വരുത്തിവച്ച കടം പതിനായിരം ഫ്രാങ്കായി വർധിച്ചു. ഫിലിപ്പ് കടുത്ത ബുദ്ധിമുട്ടിലായെങ്കിലും അവൾ ഒരു നോട്ടംകൊണ്ട് അവനെ ലഹരി പിടിപ്പിക്കും. ഒക്ടോബർ പതിനഞ്ച് നാനയുടെ ജന്മദിനമാണെന്നറിഞ്ഞപ്പോൾ എല്ലാ ആണുങ്ങളും അവൾക്ക് സമ്മാനങ്ങൾ നൽകി. സ്വർണപ്പെട്ടിയാണ് ഫിലിപ്പ് ജന്മദിനസമ്മാനമായി അവൾക്ക് നൽകിയത്. നാന കുളി കഴിഞ്ഞ് ഈറനുടുത്ത് ബാത്ത്റൂമിൽനിന്നിറങ്ങി വന്ന് മേശപ്പുറത്തിരിക്കുന്ന സമ്മാനങ്ങൾ പരിശോധിക്കുന്നത് ഫിലിപ്പ് കണ്ടു. അടപ്പ് തുറക്കുന്നതിനുള്ള ശ്രമത്തിനിടയിൽ അവൾ ഒരു സുഗന്ധക്കുപ്പി പൊട്ടിച്ചു കളഞ്ഞു.

"ഓ നീ നല്ല കുട്ടിയാണ് എന്താണ് കൊണ്ടുവന്നിരിക്കുന്നത്?" ഫിലിപ്പ് തനിക്കുവേണ്ടി കീശ കാലിയാക്കുന്നതിൽ ഉള്ളുകൊണ്ട് സന്തോഷവതിയാണെങ്കിലും ഇങ്ങനെ ചെലവ് ചെയ്യുന്നതിന് അവൾ ഫിലിപ്പിനെ വഴക്ക് പറഞ്ഞു. അവൾ ആ സ്വർണപ്പേടകത്തിന്റെ നിർമാണരീതി അറിയുന്നതിന് അത് തുറന്നു നോക്കാൻ തുടങ്ങി. "സൂക്ഷിച്ച്, അത്ര ഉറപ്പുള്ളതല്ല" ഫിലിപ്പ് പറയുന്നുണ്ടായിരുന്നു. എന്നാൽ അവൾ ചുമ്മാ മട്ടിൽ ചുമലുകളിളക്കി. അവൾക്കെന്താ റയിൽവേയിലെ ചുമട്ടുതൊഴിലാളിയുടെ കയ്യാണോ ഉള്ളത്? പെട്ടെന്ന് അടപ്പിന്റെ പാളി ഇളകി തറയിൽ വീണ് അത് തരിപ്പണമായി. തകർന്ന മുറികളിലേക്ക് നോക്കി അവൾ ഉദാസീനമട്ടിൽ പറഞ്ഞു. "ഓ അത് പൊട്ടിപ്പോയിരിക്കുന്നു" എന്നിട്ടവൾ പൊട്ടിച്ചിരിക്കാൻ തുടങ്ങി. ചിതറിയ കഷണങ്ങൾ കണ്ട് അവൾക്ക് നല്ല രസം തോന്നി. നശിപ്പിച്ച് രസിക്കുന്ന ഒരു കുട്ടിയുടെ ഭാവമായിരുന്നു അവൾക്ക്. ഫിലിപ്പിന് ഒരു നിമിഷത്തേക്ക് ദേഷ്യം വന്നു. അതിന്റെ വില അയാൾക്കേ അറിയൂ. ഫിലിപ്പിന്റെ ദയനീയാവസ്ഥ കണ്ട് അവൾ അവനെ ആശ്വസിപ്പിക്കാൻ ശ്രമിച്ചു.

"നോക്കൂ ഇതെന്റെ കുറ്റമാണ്. അതിന് പൊട്ടലുണ്ടായിരുന്നു. ഈ പഴയ സാധനങ്ങളൊന്നും അധികനാൾ നീണ്ടു നിൽക്കില്ല." എന്നാൽ ഫിലിപ്പിന്റെ കണ്ണ് നിറയുന്നു എന്ന് കണ്ടപ്പോൾ അവൾ അവന്റെ തോളിലൂടെ കയ്യിട്ട് സ്നേഹപൂർവം പറഞ്ഞു:

"നീ ഇത്ര മണ്ടനാണോ? ആരെങ്കിലുമൊക്കെ പൊട്ടിച്ചു കളഞ്ഞില്ലെങ്കിൽ ഈ കടക്കാരൊക്കെ എങ്ങനെ ജീവിക്കും? ഇതൊക്കെ പൊട്ടിപ്പോകുന്നതിനുതന്നെ ഉണ്ടാക്കിയിട്ടുള്ളതാണ്. ഈ ഫാൻ നോക്ക്. വെറും പശകൊണ്ട് ഒട്ടിച്ചത്." ഇതുപറഞ്ഞ് അവൾ അതിന്റെ ഇതളുകൾ ബലമായി തള്ളി. അവ രണ്ടായി ഒടിഞ്ഞു. ഇതവളെ കൂടുതൽ ഉല്ലാസവതിയാക്കി. മറ്റുള്ളവർ നൽകിയ സമ്മാനങ്ങളും തനിക്ക് അത്ര കാര്യമല്ലെന്ന് വരുത്തിത്തീർക്കാൻ അവൾ അതും നശിപ്പിച്ചു കളഞ്ഞു. എല്ലാ സമ്മാനങ്ങളും എറിഞ്ഞുടച്ചശേഷം അവൾ വീണ്ടും ചിരിക്കാൻ തുടങ്ങി.

"എല്ലാം പോയി...എല്ലാം പോയി..."

നാനയുടെ ഈ ഭ്രാന്തൻ പ്രതികരണം ഫിലിപ്പിലും ആവേശത്തിരയിളക്കി. അവൻ അവളെ കെട്ടിപ്പിടിച്ചുകൊണ്ട് കഴുത്തിലും മുലകളിലും ചുംബിച്ചു. നാന തിരിച്ചും... അവൾ ഫിലിപ്പിനെ ബലമായി കെട്ടിപ്പിടിച്ചുകൊണ്ട് പറഞ്ഞു: "നാളെ എനിക്ക് പത്ത് ലൂയിസ് കൊണ്ടുവരണം. ബേക്കറിക്കാരന് കുറച്ച് പണം കൊടുക്കാനുണ്ട്" ഫിലിപ്പ് വിളറിപ്പോയി. പിന്നീട് നാനയുടെ നെറ്റിയിൽ ചുംബിച്ചുകൊണ്ട് അവൻ പറഞ്ഞു: "ഞാൻ ശ്രമിച്ചു നോക്കാം."

വീണ്ടും നിശ്ശബ്ദത. അവൾ വസ്ത്രം മാറുകയായിരുന്നു. ഫിലിപ്പ് ജനലഴികളിൽ മുഖമമർത്തി വെളിയിലേക്ക് നോക്കി നിന്നു. കുറച്ചു സമയത്തിനുശേഷം അവൻ തിരിഞ്ഞ് നാനയോട് ചോദിച്ചു: "നാന നീ എന്നെ

കല്യാണം കഴിക്കുമോ?" ഈ ചോദ്യം അവളെ ഇക്കിളിപ്പെടുത്തി. അടിവസ്ത്രത്തിന്റെ കൊളുത്തുപോലും അവൾക്കിടാൻ കഴിഞ്ഞില്ല.

"നിനക്ക് നല്ല സുഖമില്ലെന്ന് തോന്നുന്നു. പത്ത് ലൂയിസ് കടം ചോദിച്ചതിന്റെ പേരിലാണോ നീ വിവാഹാഭ്യർഥന നടത്തുന്നത്? എന്തെല്ലാം മണ്ടത്തരങ്ങളാണ് നിന്റെ തലയിൽ ഉദിക്കുന്നത്."

ചെരിപ്പുകളുമായി സോയേ മുറിയിലേക്ക് കടന്നു വന്നപ്പോൾ അവർ വിഷയം മാറ്റി. മേശയിൽ ചിതറിക്കിടക്കുന്ന സമ്മാനക്കഷണങ്ങൾ അവർ ശ്രദ്ധിച്ചു. അതെല്ലാം എടുത്തു മാറ്റാൻ നാന നിർദേശിച്ചപ്പോൾ അവർ പാവാടത്തുമ്പിൽ അവയെല്ലാം ശേഖരിച്ചു. അവശിഷ്ടങ്ങൾ അവർ അടുക്കളയിൽ കൊണ്ടുപോയി പരിചാരകന്മാർക്ക് പങ്കുവച്ചു.

നാനയുടെ വിലക്ക് വക വയ്ക്കാതെ ജോർജ് അന്ന് നാനയുടെ വീട്ടിൽ ഒളിച്ചു കടന്നു. ഫ്രാൻകോയിസ് അവനെ കണ്ടതാണ്. എന്നാൽ വേലക്കാർ കൊച്ചമ്മയുടെ പ്രതിസന്ധി കാണാനുള്ള രസത്തിന് അവനെ തടയാനൊന്നും ശ്രമിച്ചില്ല. അവൻ സ്വീകരണമുറിയുടെ വാതിലിനരികിൽ വന്ന് നാനയുടെയും ഫിലിപ്പിന്റെയും സംഭാഷണം ശ്രദ്ധിച്ചുകൊണ്ടിരുന്നു. ചുംബനസീൽക്കാരവും വിവാഹക്കാര്യവും എല്ലാം അവൻ ശ്രദ്ധയോടെ കേട്ടു. അവന്റെ രക്തം ഉറഞ്ഞു പോയി. തല ശൂന്യമായപോലെ അവൻ ഓടാൻ തുടങ്ങി. വീട്ടിലെത്തി മുറിയിൽ കയറി ഹൃദയം തകർന്നപോലെ തേങ്ങിക്കരയാൻ തുടങ്ങി. ഫിലിപ്പിന്റെ കൈകളിൽ ഒതുങ്ങുന്ന നാനയുടെ ചിത്രം അവനെ ഭയപ്പെടുത്തി. പുതപ്പ് കടിച്ചു കീറി അവൻ അട്ടഹസിക്കാൻ തുടങ്ങി. തലവേദനയായതിനാലാണ് കതകടച്ചിരുന്നതെന്നാണ് അവൻ വീട്ടിൽ ബോധിപ്പിച്ചത്. ഉറക്കത്തിൽ പേക്കിനാവുകൾ കണ്ട് അവൻ ഞെട്ടി ഉണർന്നു. ഫിലിപ്പ് അതുവഴിയെങ്ങാനും വന്നിരുന്നെങ്കിൽ വാസ്തവം പറഞ്ഞാൽ അവൻ കൊന്നു കളയുമായിരുന്നു. എങ്കിലും പിന്നീട് അവൻ ചിന്തിച്ചു, 'താനല്ലേ മരിക്കേണ്ടത്?' പത്തുമണിയായപ്പോൾ അവൻ പാരീസ്നഗരം മുഴുവൻ അലഞ്ഞു. അതിനിടയിൽ നാനയെ ഒരിക്കൽക്കൂടി കാണാനുള്ള ആഗ്രഹം അവനുണ്ടായി. നാനയുടെ വീട്ടിലെത്തിയപ്പോൾ ഏതാണ്ട് മൂന്നുമണിയായി.

ഉച്ചയായപ്പോഴേക്കും പേടിപ്പിക്കുന്ന വാർത്തയാണ് യുഗോൻമാഡം കേട്ടത്. പന്തീരായിരം ഫ്രാങ്ക് മോഷ്ടിച്ചതിന് ഫിലിപ്പ് ജയിലിൽ അടയ്ക്കപ്പെട്ടിരിക്കുന്നു. തിരിച്ചടയ്ക്കാമെന്ന് കരുതി കഴിഞ്ഞ മൂന്ന് മാസമായി അവൻ കണക്കിൽ കൃത്രിമം കാണിച്ചുകൊണ്ടിരിക്കുകയായിരുന്നു. യുഗോന്റെ മുഴുവൻ അമർഷവും നാനയോടായിരുന്നു.

ഫിലിപ്പിന്റെ ബുദ്ധിമുട്ടുകളൊക്കെ അവർ അറിഞ്ഞിരുന്നു. എന്നാൽ ഇത്രയും വലിയൊരു നാണക്കേടുണ്ടാകുമെന്ന് അവർ വിചാരിച്ചിരുന്നില്ല. അവർ സ്വയം കുറ്റപ്പെടുത്താൻ തുടങ്ങി. കാലുകൾ തളർന്ന് അവർ ഒരു കസേരയിലേക്ക് വീണു. എന്നാൽ ജോർജിനെപ്പറ്റിയുള്ള ചിന്ത അവരെ ആശ്വസിപ്പിച്ചു. അവർ അടുത്ത മുറിയിലേക്ക് ഇഴഞ്ഞ് വലിഞ്ഞ് ചെന്നപ്പോൾ അവന്റെ മുറി ശൂന്യമായിക്കിടക്കുന്നു. ജോർജ് പുറത്ത്

പോയിരിക്കുകയാണെന്ന് പരിചാരിക അറിയിച്ചു. കടിച്ചു കീറിയിട്ടിരിക്കുന്ന പുതപ്പും മറ്റും മറ്റൊരു ദു:ശകുനമായി അവർ കണക്കാക്കി. ജോർജ് തീർച്ചയായും നാനയുടെ വീട്ടിൽ ഉണ്ടാവുമെന്ന് അവർ കരുതി. അവർ പടികളിറങ്ങി. അവർക്ക് മക്കളെ തിരിച്ചു വേണം.

പ്രഭാതം മുതലേ നാന ദു:ഖിതയായിരുന്നു. ബേക്കറിക്കാരൻ ഒൻപതുമണിയായപ്പോഴേ വന്നിരിപ്പാണ്. മുപ്പത്തിമൂന്ന് ഫ്രാങ്ക് നൽകാൻ അവർക്കില്ല. ആഡംബരജീവിതത്തിനിടയിലും ഒത്തിരി ഒച്ചപ്പാടുണ്ടാക്കിയാലേ ആ പണം കിട്ടൂ എന്ന് ഫ്രാങ്കോയിസ് അയാളോട് പറഞ്ഞിരുന്നു. വേലക്കാരെല്ലാംതന്നെ നാനയുടെ ഈ ദു:സ്ഥിതി ആഘോഷമാക്കി മാറ്റാൻ ശ്രമിച്ചു. മൂന്നോ നാലോ മണിക്കൂർ അവരുടെ ഈ പരദൂഷണം തുടർന്നു. ജൂലിയൻ മാത്രമാണ് നാനയുടെ പക്ഷം ചേർന്നത്. നാനയോട് വിവരം അറിയിക്കാതെയാണ് ഫ്രാൻകോയിസ് ആ ബേക്കറിക്കാരനെ അവിടെ കുത്തിയിരുത്തി സമയം കളഞ്ഞത്. നാന പടികളിറങ്ങി വന്നപ്പോൾ മാത്രമാണ് അയാളെ കണ്ടത്. അവൾ ബില്ല് വാങ്ങിയിട്ട് മൂന്ന് മണിക്ക് വിളിക്കാൻ പറഞ്ഞു. നാനയുടെ ഉച്ചഭക്ഷണം തീരെ ശരിയായില്ല. പണം കൊണ്ടുവരാമെന്നേറ്റ ഫിലിപ്പിനെ കാണുന്നുമില്ല. എന്നാൽ രണ്ട് മണിയായപ്പോഴേക്കും ലബോർദത്ത് കട്ടിലിന്റെ രൂപരേഖയുമായി വന്നത് അവളെ സന്തോഷിപ്പിച്ചു. അവൾ കയ്യടിച്ച് നൃത്തം വച്ചു. ലബോർദത്തിന്റെ വിശദീകരണങ്ങൾ അവൾ ജിജ്ഞാസയോടെ കേട്ടിരുന്നു.

"നോക്കൂ, ഇതാണ് കട്ടിലിന്റെ പുറംചട്ട. ഇവിടെ മധ്യഭാഗത്തായി പൂക്കളുണ്ടാകും. ഇലകൾ മഞ്ഞ, പൂക്കൾ ചുവപ്പ് കലർന്ന സ്വർണവും. തലപ്പത്ത് വെള്ളിയിൽ തീർത്ത അലങ്കാരപ്പണികളുമുണ്ട്. എന്നാൽ നാന ഇടയ്ക്ക് കയറി പറഞ്ഞു:

"ആ മൂലയ്ക്കുള്ള കുട്ടി തല കുത്തി മറിയുന്നത് കാണാൻ രസമുണ്ടല്ലേ?" അവൾ അതിരറ്റ ആനന്ദത്തിലായി. ഇതുപോലെയൊരു കട്ടിലിൽ രാജകുമാരിമാർപോലും കിടന്നിട്ടില്ലെന്നാണ് പണിക്കാർ അറിയിച്ചത്. ഒരു ചെറിയ പ്രശ്നം മാത്രമേയുള്ളൂ. കാൽക്കൽ ഉള്ള രണ്ട് വരകൾ ലബോർദത്ത് കാണിച്ചു. ഒന്ന് കാമദേവൻ തോണിയുമായി പോകുന്നത്. മറ്റേത് നഗ്നയാമിനിയുടേതാണ്. രണ്ടാമത്തേത് തെരഞ്ഞെടുക്കുകയാണെങ്കിൽ നാനയെത്തന്നെ പ്രതീകവൽക്കരിക്കാമെന്നാണ് പണിക്കാർ പറയുന്നത്. രാത്രിയിലെ ചൂടുള്ള വികാരങ്ങളെ അനുസ്മരിപ്പിക്കുന്ന ഒരു വെള്ളിപ്രതിമയായി അവൾ സ്വയം സങ്കൽപ്പിച്ചു.

"മുഖത്തിനും ചുമലുകൾക്കുംവേണ്ടി ഒന്ന് ഇരുന്നു കൊടുത്താൽ മതി" ലബോർദത്ത് പറഞ്ഞു. "എന്ത്?" അവൾ തണുപ്പൻമട്ടിൽ അയാളുടെ മുഖത്ത് നോക്കി ചോദിച്ചു.

"ഇതൊരു കലാനിർമിതിയുടെ കാര്യമല്ലേ? ശിൽപ്പി എന്നെ എങ്ങനെ കാണുന്നു എന്നൊന്നും ഞാൻ കാര്യമാക്കുന്നില്ല."

രണ്ടാമത്തെ ചിത്രപ്പണിതന്നെ ആവാമെന്ന് കരുതിയെങ്കിലും

ലബോർദത്ത് മറ്റൊരു പ്രശ്നം ഉന്നയിച്ചു, "ആറായിരം ഫ്രാങ്ക് കൂടുതൽ വേണ്ടി വരും."

"അതിലെന്തിരിക്കുന്നു?" അവൾ ചിരിച്ചുകൊണ്ട് പറഞ്ഞു.

"ആ തുക കൊച്ചുമണ്ടൻ കൊടുത്തുകൊള്ളുമല്ലോ."

അടുപ്പമുള്ളവരോടൊക്കെ മുഫാത്തിനെപ്പറ്റി പരാമർശിക്കേണ്ടി വരുമ്പോഴെല്ലാം കൊച്ചുമണ്ടൻ എന്നാണ് നാന വിശേഷിപ്പിക്കാറുള്ളത്. അവരാണെങ്കിലും തിരിച്ച് കൊച്ചുമണ്ടൻ എന്നേ സൂചിപ്പിക്കാറുള്ളൂ.

ലബോർദത്ത് കട്ടിലിന്റെ പ്ലാൻ ചുരുട്ടിയെടുത്തുകൊണ്ട് അവസാനവിവരങ്ങളും നൽകി. രണ്ട് മാസത്തിനുള്ളിൽ കട്ടിൽപ്പണി തീരുമെന്നും ഒരാഴ്ചയ്ക്കകം നഗ്നയാമിനിയുടെ ആദ്യമോഡൽ ഉണ്ടാക്കുന്നതിന് ശിൽപ്പി എത്തുമെന്നും അയാൾ അറിയിച്ചു. അയാളോടൊപ്പം നടക്കുമ്പോൾ നാന ബേക്കറിക്കാരന്റെ കാര്യം ഓർത്തു.

"അതിരിക്കട്ടെ ഒരു പത്ത് ലൂയി എടുക്കാൻ കാണുമോ?"

ലബോർദത്ത് സ്ത്രീകൾക്ക് പണം കടം കൊടുക്കില്ല എന്ന് തീരുമാനിച്ച് ഉറച്ചിട്ടുണ്ട്. അതുകൊണ്ട് അയാൾക്ക് എപ്പോഴും ഒരു മറുപടിയേയുള്ളൂ-

"ഞാനാകെ കടത്തിലാണ്. കൊച്ചുമണ്ടനോട് ചോദിച്ചുകൂടേ?"

അവൾ അത് നിരസിച്ചു. രണ്ടുദിവസം മുൻപ് അയ്യായിരം ഫ്രാങ്ക് മുഫാത്തിന്റെ കയ്യിൽനിന്ന് വാങ്ങിയതേയുള്ളൂ. ലബോർദത്ത് പോയതും ബേക്കറിക്കാരൻ വീണ്ടും വന്ന് ഇരിപ്പുറപ്പിച്ചു. പരിചാരകരാണെങ്കിൽ ഉച്ചത്തിൽ പരിഹാസപ്പേച്ചുകൾ വിളമ്പുന്നുണ്ട്. ബേക്കറിക്കാരന്റെ ബഹളംകേട്ട് നാന ആകെ വിളറിപ്പോയി. പരിചാരകന്മാർ ആവശ്യത്തിന് ആദരവ് ഇപ്പോൾ പ്രകടിപ്പിക്കുന്നുമില്ല. എല്ലാവരും പരിഹസിച്ച് ചിരിക്കുകയാണ്. നൂറ്റിമുപ്പത്തിമൂന്ന് ഫ്രാങ്ക് സോയേയിൽനിന്ന് കടം വാങ്ങുന്നതിനെക്കുറിച്ച് അവൾ ആലോചിച്ചു. എന്നാൽ ഒടുവിൽ അതും വേണ്ടെന്ന് വച്ചു. അവൾ സ്വയം പറഞ്ഞു: "നീ സ്വയം കുറ്റപ്പെടുത്തരുത്. നിന്റെ ശരീരം നിന്റെ സ്വത്താണ്. പരിഹാസയായിത്തീരുന്നതിലും ഭേദം അത് ഉപയോഗിക്കുന്നതാണ്."

സോയേയെപ്പോലും വിളിക്കാതെ തിരക്കിട്ട് വസ്ത്രം ധരിച്ച് അവൾ ട്രൈക്കോണിന്റെ അടുത്തേക്ക് പോകാൻ തീരുമാനിച്ചു. പണം ലഭിക്കാനുള്ള അവസാനത്തെ സാധ്യത അതാണ്. ഈ രാജകീയജീവിതത്തിനിടയിലും ജീവിതത്തിന്റെ രണ്ടറ്റങ്ങളും കൂട്ടിമുട്ടിക്കാൻ അവൾ പാട് പെടുമ്പോൾ ട്രൈക്കോണിന്റെ വീട്ടിൽനിന്ന് ഇരുപത്തിയഞ്ച് ലൂയിയെങ്കിലും കിട്ടുമെന്നുറപ്പാണ്. പാവപ്പെട്ടവർ പണമിടപാട് സ്ഥാപനത്തിൽ പോകുന്നതുപോലെ അവൾ ട്രൈക്കോണിന്റെ വീട്ടിൽ പോകുന്നത് പതിവാക്കിയിരുന്നു. എന്നാൽ ട്രൈക്കോണിന്റെ വീട്ടിലേക്ക് പോകാൻ തുടങ്ങുമ്പോഴാണ് ജോർജ് മുന്നിൽ വന്ന് നിൽക്കുന്നത്. അവന്റെ വിടർന്ന കണ്ണുകൾ കണ്ടപ്പോഴേ നാനയ്ക്ക് തെല്ല് ആശ്വാസം തോന്നി.

"നീ സഹോദരന്റെ അടുത്തുനിന്നാണ് വരുന്നത് അല്ലേ?"

“അല്ല” വിളറിയ മുഖത്തോടെയാണ് അവൻ ഇത് പറഞ്ഞത്. ഇത്ത രത്തിലുള്ള മറുപടി നാനയെ സങ്കടപ്പെടുത്തി. എന്താണവന് വേണ്ടത്? എന്തിനാണവൻ തന്റെ വഴി മുടക്കുന്നത്? അവളാണെങ്കിൽ വല്ലാത്ത തിരക്കിലുമാണ്. പിന്നെ അവൻ നിൽക്കുന്നിടത്തേക്ക് നോക്കി അവൾ ചോദിച്ചു:

“കാശ് വല്ലതും കയ്യിലുണ്ടോ?

“ഇല്ല, ശരി ഞാനൊരു ഭോഷി തന്നെ. ബസ് കൂലിപോലും നിന്റെ തള്ള തരില്ലല്ലോ” ഇതും പറഞ്ഞ് സ്ഥലം വിടാൻ നോക്കിയ അവളെ ജോർജ് തടഞ്ഞു.

“നോക്കൂ, എന്റെ സഹോദരനെ നിങ്ങൾ വിവാഹം കഴിക്കാൻ പോകുന്ന കാര്യം ഞാനറിഞ്ഞു.”

“കൊള്ളാമല്ലോ ഇത് നല്ല തമാശ” അവൾ കസേരയിലിരുന്ന് ചിരി ക്കാൻ തുടങ്ങി.

“അതേ” പയ്യൻ തുടർന്നു: “എനിക്ക് ഇഷ്ടമില്ല. ഞാനാണ് നിന്നെ കല്യാണം കഴിക്കുന്നത്. അതിനാണ് ഞാൻ വന്നത്.”

“ആഹാ ഇത് കുടുംബത്തെ മുഴുവൻ ബാധിച്ചിരിക്കുന്ന രോഗമാ ണല്ലോ. നിന്നെയോ ജ്യേഷ്ഠനെയോ ഞാൻ വിവാഹം കഴിക്കുന്നില്ല.” പയ്യന്റെ മുഖമൊന്ന് തെളിഞ്ഞു. എന്നിരുന്നാലും അവന് തൃപ്തിയായി ല്ല. അവൻ തുടർന്നു:

“എന്റെ സഹോദരനുമായി കിടക്ക പങ്കിടില്ലെന്ന് നീ വാക്ക് തരണം.”

“നീ എന്നെ ശല്യപ്പെടുത്തുകയാണോ?” നാന സഹികെട്ട് ചോദിച്ചു. “ഞാൻ തിരക്കിലാണെന്ന് നേരത്തേ പറഞ്ഞതല്ലേ? നിന്റെ സഹോദര നുമായി കിടക്ക പങ്കിടുന്നത് സന്തോഷമുള്ള കാര്യമാണെങ്കിൽ ഞാൻ അങ്ങനെതന്നെ ചെയ്യും. നിനക്കെന്താ നഷ്ടം?”

ഇത് കേട്ടപ്പോൾ അവൻ നാനയുടെ കൈ പിടിച്ച് ഇടറിക്കൊണ്ട് പറഞ്ഞു:

“അങ്ങനെ പറയരുത്, അങ്ങനെ പറയരുത്...”

അവന്റെ കൈ തട്ടിമാറ്റിക്കൊണ്ട് നാന പറഞ്ഞു: “എടാ കൊരങ്ങാ, നീ എന്നെ തല്ലാനും ആയോ? നീ ഈ പൂതിയങ്ങ് കള. ദയ തോന്നിയി ട്ടാണ് നിന്നെ ഇവിടെ പ്രവേശിപ്പിച്ചത്. എന്റെ മരണംവരെ ഞാൻ നിന്നെ ലാളിക്കുമെന്ന് കരുതിയോ? കൊച്ചു പയ്യന്മാരെ പുലർത്തി ജീവിതം തുല യ്ക്കാനൊന്നും എന്നെ കിട്ടില്ല.”

വളരെ വേദനയോടെയാണ് അവൻ ഇതെല്ലാം കേട്ടത്. അവന്റെ ശക്തി ചോർന്നു പോകുന്നതുപോലെ തോന്നി. അവന്റെ പ്രയാസങ്ങളൊ ന്നുംതന്നെ അവൾ കണക്കിലെടുത്തില്ല. പ്രഭാതത്തിലെ സൈര്യക്കേ ടിന് മറുമരുന്നെന്നോണം അവൾ അവനോട് പ്രതികാരം കാട്ടി.

“നിന്റെ സഹോദരൻ ഇരുനൂറ് ഫ്രാങ്ക് വാഗ്ദാനം ചെയ്തിട്ടുള്ളതാ ണ്. ഇനിയും ഞാൻ ആ പണത്തിന് കാത്തിരിക്കുന്നില്ല. എണ്ണയ്ക്കുള്ള

തുപോലും അതിലില്ല. ഞാൻ ഇനി മറ്റു വല്ലവരുടെയും അടുത്തുപോയി പണമുണ്ടാക്കണം."

അവൻ കൈകൾ കൂപ്പി യാചിച്ചു, "പോകരുതേ...പോകരുതേ..."

"എന്നാൽ നീ ഞാൻ നീ പറഞ്ഞതുപോലൊക്കെ ചെയ്യാം. നിന്റെ കയ്യിൽ പണമുണ്ടോ?"

ഇല്ല, എങ്കിലും ആ പണത്തിനുവേണ്ടി ജീവൻ വെടിയാനും അവൻ തയാറാണ്. ഇതിന് മുൻപ് ഒരിക്കലും ജോർജ് ഇത്രമാത്രം ബാലിശ മായ രീതിയിൽ പെരുമാറിയിട്ടില്ല. അവൻ തേങ്ങി കരഞ്ഞുകൊണ്ട് നിന്നു. അവൾ അവനെ ഒരുവശത്തേക്ക് സാവധാനം തള്ളി നീക്കി.

"കുഞ്ഞേ ഞാൻ പോകട്ടെ, കാര്യങ്ങൾ ബുദ്ധിപൂർവം മനസിലാക്ക്. നീ ഒരു ചെറിയ കുട്ടിയാണ്. എനിക്ക് മറ്റ് ഇടപാടുകളുണ്ട്. ഞാൻ എവിടേക്കാണ് പോകുന്നതെന്ന് നിന്റെ സഹോദരനും അറിയേണ്ട ആവശ്യമില്ല." അവൾക്ക് ചിരി വന്നു. അവനെ ചുറ്റിപ്പിടിച്ച് നെറ്റിയിൽ ഉമ്മ വച്ചുകൊണ്ട് പറഞ്ഞു,

"പോകൂ കുട്ടീ നമ്മൾ തമ്മിലുള്ള ഇടപാടുകളെല്ലാം അവസാനിച്ചിരിക്കുന്നു. ഞാൻ ഇപ്പോൾ പോവുകയാണ്."

അവൾ അവനെ അവിടെ നിർത്തിയിട്ട് സ്വീകരണമുറിയുടെ മധ്യഭാഗത്തേക്ക് നീങ്ങി. അവളുടെ അവസാനവാക്കുകൾ അലാറം പോലെ അവന്റെ കാതുകളിൽ തുളച്ചു കയറി. "എല്ലാം കഴിഞ്ഞു. ഭൂമി പിളരുന്നതുപോലെയുള്ള അനുഭവം. നാനയുടെ നഗ്നമായ കരവലയത്തിലൊതുങ്ങുന്ന ഫിലിപ്പ് മാത്രം അവന്റെ മനോമുകുരത്തിൽ തെളിഞ്ഞു നിന്നു. അവൾ തീർച്ചയായും ഫിലിപ്പിനെ സ്നേഹിക്കുന്നു. അതെ, എല്ലാം കഴിഞ്ഞിരിക്കുന്നു. ഒരു ദീർഘനിശ്വാസമുതിർത്ത് അവൻ മുറിയാകെ പരതി. ഗതകാലസ്മൃതികൾ അവന്റെ മനസിലേക്ക് ഒന്നിനു പിറകേ ഒന്നായി വന്നു. വിനോട്ടിലെ രാത്രികൾ...ഇനി ആ മധുരദിനങ്ങൾ കടന്നു വരില്ല. അവൻ വെറും കുട്ടി! ഫിലിപ്പാണെങ്കിൽ അവന്റെ സ്ഥാനം കയ്യടക്കുകയും ചെയ്തു. എല്ലാം സഹിക്കാമെങ്കിലും സഹോദരന്റെ ഈ കടന്നു കയറ്റമാണ് അവന് മറക്കാൻ പറ്റാത്തത്. എല്ലാം കഴിഞ്ഞു അവന് മരിക്കണം...

വീടിന്റെ വാതിലുകളെല്ലാം തുറന്നാണ് കിടന്നിരുന്നത്. നാന പുറത്ത് പോയതിനാൽ പരിചാരകന്മാർ വീടിന് ചുറ്റും ബഹളം വച്ച് നടന്നു. ബേക്കറിക്കാരൻ ഹാളിലെ ബഞ്ചിലിരുന്ന് ചാൾസിനോടും ഫ്രാൻകോയിസിനോടും തമാശ പറഞ്ഞ് ചിരിക്കുകയാണ്. സ്വീകരണമുറിയിലേക്ക് ഓടി വന്ന സോയേ ജോർജിനെ കണ്ട് ആശ്ചര്യപ്പെട്ടു. കൊച്ചമ്മയെ കാണാനാണോ വന്നിരിക്കുന്നതെന്ന് അവർ അവനോട് ചോദിച്ചു. അതെ, നാനയ്ക്കുവേണ്ടിത്തന്നെയാണ് അവൻ കാത്തിരിക്കുന്നത്. എന്നാൽ മറുപടി പറയാൻ അവൻ മറന്നു പോയി. തന്റെ ലക്ഷ്യം കാണുന്നതിനുവേണ്ടി അവിടെയെല്ലാം അത് അന്വേഷിച്ചു. ഒടുവിൽ മൂർച്ചയുള്ള കത്രിക കൈക്കലാക്കി. ഏതാണ്ട് ഒരു മണിക്കൂറോളം കത്രികയും മുറുകെ പിടിച്ചു

കൊണ്ട് അവിടെ നിന്നു. കൊച്ചമ്മയെത്തിയെന്ന് സോയേ മടങ്ങി വന്ന് അറിയിച്ചു. ആളുകളുടെ ചിരിയും ബഹളവും അവസാനിച്ചു. വാതിലുകൾ അടഞ്ഞു. നാന ബേക്കറിക്കാരനോട് സംസാരിക്കുന്നത് ജോർജ് കേട്ടു. തുടർന്ന് അവൾ പടി കയറി വന്നു.

"നീ ഇതുവരെ പോയില്ലേ?" ജോർജിനെ കണ്ട മാത്രയിൽ നാന പറഞ്ഞു.

"നീ വഴക്കുണ്ടാക്കാൻതന്നെ ഇറങ്ങിപുറപ്പെട്ടിരിക്കുകയാണല്ലേ?"

അവൻ കിടക്കമുറിവരെ അവളെ അനുഗമിച്ചു, "നാന നീ എന്നെ വിവാഹം കഴിക്കുമോ?"

'എന്തൊരു മണ്ടത്തരം' അവൾ ചുമലുകളിളക്കി. അവന്റെ മുഖത്തിന് നേരെ വാതിൽ വലിച്ചടയ്ക്കാനാണ് അവൾക്ക് തോന്നിയത്.

"നാന നീ എന്നെ വിവാഹം കഴിക്കില്ലേ?" അവൻ വീണ്ടും ചോദിച്ചു.

അവൾ വാതിൽ വലിച്ചടച്ചു. അവനാകട്ടെ, ഒറ്റക്കൈകൊണ്ട് വാതിൽ തുറന്നു. മറ്റേ കയ്യിലിരുന്ന കത്രിക അവൻ തന്റെ നെഞ്ചിലേക്ക് താഴ്ത്തി.

എന്തൊക്കെയോ അശുഭകരമായത് സംഭവിക്കാൻ പോകുന്നു എന്ന് നാനയ്ക്കും അറിയാമായിരുന്നു. അവൾ തിരിഞ്ഞു നിന്നു. എന്നാൽ അവൻ സ്വയം കുത്തിച്ചാകാൻ തുടങ്ങുന്നത് കണ്ട് അവൾക്ക് കോപം ജ്വലിച്ചു.

"എന്തൊരു മണ്ടത്തരം എന്തൊരു മണ്ടത്തരം...അതും എന്റെ കത്രികകൊണ്ട്. കടന്നു പോകുന്നുണ്ടോ...ദൈവമേ..." അവൾ നിലവിളിച്ചു.

രണ്ടാമത്തെ കുത്തിന് അവൻ നിലത്ത് വീണു. കിടക്കമുറിയിലേക്കുള്ള വഴി മുടക്കിക്കൊണ്ടാണ് അവന്റെ കിടപ്പ്. അവനെ കടന്നുപോകാൻ അവൾക്കായില്ല. അവൾ ഉച്ചത്തിൽ നിലവിളിച്ചു.

"സോയേ സോയേ വേഗം വരൂ...അവനെ പറഞ്ഞു വിട്. അവൻ ചാകാൻ തുടങ്ങുന്നു. അതും എന്റെ വീട്ടിൽ."

ജോർജ് വിളറിപ്പോയി. അവന്റെ കണ്ണുകൾ അടഞ്ഞു. അധികം രക്തം വാർന്നിട്ടില്ല. ഷർട്ടിൽ കുറച്ചു തുള്ളികൾ പറ്റിയിട്ടുണ്ട്. മനസോടെയല്ലെങ്കിലും അവൾ അവനെ ചാടിക്കടന്ന് വെളിയിൽ വന്നു. സ്വീകരണമുറിയുടെ തുറന്നിട്ട വാതിലിലൂടെ പ്രായംചെന്ന ഒരു സ്ത്രീ വരുന്നത് അപ്പോഴാണ് അവർ കണ്ടത്. അത് യുഗോൻമാഡമാണെന്ന് നാന ഭീതിയോടെ തിരിച്ചറിഞ്ഞു. വിറയ്ക്കുന്ന ശബ്ദത്തോടെ അവൾ പറഞ്ഞു.

"ഞാനല്ല ചെയ്തത്. ഞാൻ ആണയിട്ട് പറയാം. അവനെന്നെ വിവാഹം കഴിക്കണമെന്ന് പറഞ്ഞു. പറ്റില്ലെന്ന് ഞാനും. അതിനാണ് സ്വയം കുത്തി മരിച്ചത്."

യുഗോൻമാഡം സാവധാനം മുന്നോട്ടു നീങ്ങി. അവരുടെ നരച്ച മുടിയും വിളറിയ മുഖവും കറുത്ത വസ്ത്രവും രംഗം കൂടുതൽ ഭീതിദമാക്കി. ജോർജിനെക്കുറിച്ച് അവർ ചിന്തിച്ചിരുന്നേ ഇല്ല. ഫിലിപ്പിന്റെ അപരാധത്തെക്കുറിച്ചായിരുന്നു അവരുടെ മുഴുവൻ ചിന്തയും. നാന അനുകൂലമായി മൊഴി നൽകിയാൽ ഫിലിപ്പിനെ കോടതി മോചിപ്പിക്കുമെന്നും

അവർ കരുതി. നിലവിളികേട്ട ഭാഗം ലക്ഷ്യമാക്കിയാണ് അവർ അങ്ങോട്ട് വന്നത്. മുന്നിലൊരാൾ രക്തമൊലിപ്പിച്ച് തറയിൽ കിടക്കുന്നത് അപ്പോഴാണ് അവർ കണ്ടത്. അത് ജോർജാണല്ലോ. തന്റെ മറ്റൊരു കുട്ടി. നാന വീണ്ടും പുലമ്പി.

"അവനെന്നെ വിവാഹം ചെയ്യാനാവശ്യപ്പെട്ടു. ഞാൻ പറ്റില്ലെന്ന് പറഞ്ഞു. അതിനാണിങ്ങനെ ചത്ത് കിടക്കുന്നത്."

യുഗോൻ ഒന്നുകൂടി സൂക്ഷിച്ച് നോക്കി, ജോർജ് തന്നെ. ഒരു മകൻ അപമാനിതനായി, മറ്റൊരു മകൻ മരിച്ച് കിടക്കുന്നു. അവർ നിലത്ത് മുട്ടുകുത്തിയിരുന്ന് അവന്റെ മുഖത്തേക്ക് നോക്കി. എന്നിട്ട് അവന്റെ നെഞ്ചിൽ കൈ വച്ച് നോക്കി. അവർക്ക് നേരിയൊരു ആഹ്ലാദം തോന്നി. ഹൃദയമിടിപ്പ് കേൾക്കുന്നുണ്ട്. അവർ തല ഉയർത്തി ജ്വലിക്കുന്ന ഒരു നോട്ടമയച്ചു. പേടിച്ചുകൊണ്ട് നാന വീണ്ടും പറഞ്ഞു. "ഞാൻ ആണയിട്ട് പറയുന്നു. ഇവന്റെ സഹോദരനുണ്ടായിരുന്നുവെങ്കിൽ എല്ലാം വിശദീകരിച്ച് തരുമായിരുന്നു."

"ഇവന്റെ ജ്യേഷ്ഠനോ അവനിപ്പോൾ ജയിലിൽ" യുഗോൻ കടുത്ത സ്വരത്തിൽ പറഞ്ഞു.

നാന സ്തബ്ധയായിപ്പോയി. എന്താണിങ്ങനെയൊക്കെ സംഭവിക്കുന്നത്? ഫിലിപ്പ് കള്ളനാണെന്നോ? നാനയ്ക്ക് ഗൃഹനായികയുടെ ഗൗരവം നഷ്ടമായി. യുഗോന്റെ നിർദേശപ്രകാരം പരിചാരകന്മാർ ഓടി വന്നു. അവരുടെ സഹായത്തോടെ യുഗോൻ ജോർജിനെ താങ്ങിയെടുത്ത് വാഹനത്തിൽ കയറ്റി. തന്റെ പാവം സിസിയെ വേലക്കാർ എടുത്തുകൊണ്ട് പോകുന്നത് കണ്ടപ്പോൾ നാനയ്ക്ക് ബോധം കെടുന്നതുപോലെ തോന്നി. യുഗോൻ പോകാൻനേരം തിരിഞ്ഞുനിന്ന് നാനയോട് പറഞ്ഞു:

"നീ ഞങ്ങളെ അങ്ങേയറ്റം ഉപദ്രവിച്ചു, അങ്ങേയറ്റം..."

നാന ബോധക്ഷയത്താൽ അവിടെ ഇരുന്നു പോയി. വീട് വീണ്ടും നിശ്ശബ്ദതയിൽ മുങ്ങി. വാഹനം കടന്നു പോയി. അവൾ നിശ്ചലയായി ഇതികർത്തവ്യതാമൂഢയായി അവിടെ ഇരുന്നു. പതിനഞ്ച് മിനിട്ട് കഴിഞ്ഞ് മുഫാത്ത് എത്തിയപ്പോഴും അവൾ അതേ നിലയിലായിരുന്നു. മുഫാത്തിനെ കണ്ടപ്പോൾ അവരുടെ വികാരം അണപൊട്ടിയൊഴുകി. സങ്കടകരമായ ആ സംഭവം മുഴുവനും അവൾ ജോർജിനെ അനുകരിച്ചുകൊണ്ടുതന്നെ വിവരിച്ച് കേൾപ്പിച്ചു. തന്റെ നിരപരാധിത്വം തെളിയിക്കാനായിട്ടാണ് അവൾ ആ സംഭവം ആവർത്തിച്ചാവർത്തിച്ച് പറഞ്ഞത്.

"നോക്കൂ, ഇതെന്റെ കുറ്റമാണോ? നിങ്ങൾ ഒരു ന്യായാധിപനാണെങ്കിൽ എന്നെ കുറ്റം വിധിക്കുമോ? ഫിലിപ്പിനോട് തിരിമറി കാട്ടാൻ ഞാൻ ആവശ്യപ്പെട്ടിട്ടില്ല. കുത്തിച്ചാകാനുള്ള പ്രേരണ ജോർജിനും ഞാൻ നൽകിയില്ല. അവരാണ് ഇവിടെയെത്തി കുഴപ്പങ്ങളുണ്ടാക്കിയത്. അവർ എന്നോട് പെരുമാറിയതുതന്നെ ഒരു കൊള്ളരുതാത്തവളോടെന്നവണ്ണമാണ്.

അവർ കണ്ണീരൊഴുക്കി. വാസ്തവത്തിൽ ഉൽക്കടവ്യഥയാൽ അവൾ

ഉരുകിപ്പോയി. "താങ്കൾക്ക് വിശ്വാസം വരുന്നില്ലെങ്കിൽ സോയേയോട് ചോദിക്ക്," "സോയേ പ്രഭുവിന് ഒന്ന് പറഞ്ഞു കൊടുക്ക്."

സോയേ തറയിൽ വീണ രക്തത്തുള്ളികൾ ഉണങ്ങും മുമ്പ് തുടച്ചു നീക്കാൻ പാടുപെടുകയായിരുന്നു. "ഓ പ്രഭോ, കൊച്ചമ്മ തീർത്തും പ്രയാസത്തിലാണ്."

മുഫാത്തിന്റെ ചിന്ത മുഴുവൻ മക്കളെക്കുറിച്ച് കരയുന്ന അമ്മയെപ്പറ്റിയായിരുന്നു. അവരുടെ ഹൃദയമഹത്വവും ഫൊണ്ടേട്ടസിലെ ഏകാന്ത ജീവിതവും അയാൾക്ക് നന്നായറിയാമായിരുന്നു. എന്നാൽ ജോർജിനെക്കുറിച്ചുള്ള സ്മരണയിൽ നാന അസഹ്യമായ വേദന പ്രകടിപ്പിച്ചു.

"ഞാൻ പറയുന്നത് താങ്കൾക്ക് ഇഷ്ടപ്പെട്ടിട്ടില്ലെന്ന് അറിയാം. എങ്കിലും ഞാൻ നിസ്സഹായയാണ്. ഞാൻ ആ കുട്ടിയെ സ്നേഹിച്ചിരുന്നു. ഇനിയും ഞങ്ങളുടെ ഒളിജീവിതം നിങ്ങൾക്ക് കണ്ടുപിടിക്കേണ്ടിവരില്ലല്ലോ."

ഇത്രയുമായപ്പോൾ മുഫാത്ത് പശ്ചാത്താപത്തോടെ അവളെ ആശ്വസിപ്പിക്കാൻ തുടങ്ങി. അവളുടെ ഭാഗത്ത് തെറ്റില്ല. അതിനിടയിൽത്തന്നെ ജോർജിന്റെ വിവരമറിഞ്ഞ് വരാനും അവൾ മുഫാത്തിനെ ചുമതലപ്പെടുത്തി.

തൊപ്പിയുമണിഞ്ഞ് അദ്ദേഹം ജോർജിന്റെ വിവരമറിയാൻ പുറത്തേക്ക് പോയി. മുക്കാൽ മണിക്കൂറിനുശേഷം അദ്ദേഹം തിരികെ വന്നപ്പോൾ നാന ആകാംക്ഷയോടെ ജാലകത്തിലൂടെ നോക്കി നിൽക്കുകയായിരുന്നു. ജോർജ് മരിച്ചില്ലെന്നും പ്രതീക്ഷയ്ക്ക് വകയുണ്ടെന്നുമുള്ള വാർത്ത താഴെ നടപ്പാതയിൽവച്ചേ അദ്ദേഹം വിളിച്ചു പറഞ്ഞു. ഇത് കേട്ട മാത്രയിൽ നാന ആനന്ദാതിരേകംകൊണ്ട് തുള്ളിച്ചാടി. രക്തക്കറ തുടച്ചു മാറ്റാൻ പറ്റാത്തതിനാൽ സോയേ ഇപ്പോഴും കുണ്ഠിതപ്പെട്ടിരിക്കുകയാണ്. ആ കറ കാണുമ്പോൾ അവർ ആ പഴയ പല്ലവി ആവർത്തിക്കും.

"കൊച്ചമ്മേ ഈ കറ പോകുന്നേയില്ല."

അതേ കറ വീണ്ടും തെളിഞ്ഞു വരുന്നു. പരവതാനിയിലെ വെളുത്ത പൂക്കളിൽ മങ്ങിയ ചുവപ്പുനിറം തെളിഞ്ഞു വരുന്നു. കിടക്കമുറിയിലേക്കുള്ള വഴി മുടക്കുന്ന രക്തക്കറപോലെ അത് കാണപ്പെട്ടു. "സാരമില്ല ആളുകളുടെ കാൽപ്പാദം പതിഞ്ഞ് അത് മാഞ്ഞ് പൊയ്ക്കൊള്ളും." നാന സന്തോഷവതിയായി.

അടുത്ത ദിവസംതന്നെ മുഫാത്ത് ഈ സംഭവങ്ങളൊക്കെ മറന്നു. ഇനി ആ വീട്ടിലേക്ക് താൻ ഇല്ലെന്ന് ഒന്നുരണ്ട് നിമിഷമെങ്കിലും അദ്ദേഹം തീർച്ചപ്പെടുത്തിയതാണ്. ഫിലിപ്പിന്റെയും ജോർജിന്റെയും ദുരനുഭവങ്ങൾ അദ്ദേഹത്തിന് താക്കീതായി. എന്നാൽ അത്തരം ദുരന്തങ്ങൾക്കുപോലും അദ്ദേഹത്തിനെ തന്റെ ശപഥത്തിൽ ഉറപ്പിച്ചു നിർത്താനായില്ല. ഒരു എതിരാളി വഴിയിൽനിന്ന് മാറിപ്പോയതിന്റെ ആഹ്ലാദത്തിലായിരുന്നു അദ്ദേഹം. അദ്ദേഹത്തിന്റെ ആശയാഭിലാഷങ്ങൾ കനംവച്ച് തുടങ്ങി. യുവത്വത്തിന്റെ

തീവ്രനാളുകൾ പിന്നിട്ടു കഴിഞ്ഞിട്ടും ഇത്തരം പ്രേരണകൾ അദ്ദേഹത്തിൽനിന്ന് വിട്ടൊഴിഞ്ഞില്ല. നാനയെ തൊടാനും സ്പർശിക്കാനുമെല്ലാം അദ്ദേഹം കൊതിച്ചു. അവൾ തനിക്ക് മാത്രമുള്ളവളാകണമെന്ന നിർബന്ധബുദ്ധിയും അയാളിൽ വളർന്നു. അയാളുടെ മനസ്സ് സഹാനുഭൂതി കൊണ്ട് നിറഞ്ഞു. കഴിഞ്ഞ കാര്യങ്ങളോർത്ത് ദൈവസന്നിധിയിൽ അവർ ഇരുവരും മുട്ടുകുത്തി നിൽക്കുന്ന രംഗം അയാൾ സ്വപ്നം കണ്ടു. മതം അദ്ദേഹത്തിൽ ശക്തമായ സ്വാധീനമുണ്ടാക്കി. പശ്ചാത്തപിക്കുകയും കുർബാന കൊള്ളുകയും കുമ്പസാരിക്കുകയും ചെയ്തുകൊണ്ട് അദ്ദേഹം ജീവിതാനന്ദം കണ്ടെത്തി. പുരോഹിതന്റെ നിർദേശമനുസരിച്ച് മതപരമായ ആചാരങ്ങളിൽ അദ്ദേഹം മുഴുകി. എന്നാൽ നാനയുടെ വിശ്വാസവഞ്ചന അദ്ദേഹത്തെ തളർത്തിക്കളഞ്ഞു. മാറ്റമില്ലാത്തതും മരണമില്ലാത്തതുമായ സ്നേഹമാണ് അദ്ദേഹം ആഗ്രഹിച്ചത്. എന്നാൽ നാന അവിശ്വസ്തയാണെന്നും വിശ്വസ്തയാവാൻ അവൾക്കാവില്ലെന്നും അദ്ദേഹം മനസിലാക്കിയിരുന്നു.

ഒരുദിവസം ഫൊകാർമണ്ട് നാനയുടെ കിടപ്പുമുറിയിൽനിന്ന് പോകുന്നത് അദ്ദേഹം കണ്ടു. എന്നാൽ അപ്പോൾ നാന മുഫാത്തിനോട് കോപിക്കുകയാണ് ചെയ്തത്. ഇതിനുമുൻപ് പലപ്പോഴും വളരെ ഹൃദ്യമായാണ് അവൾ പെരുമാറിയിരുന്നത്. മൃദുഭാഷണംകൊണ്ട് മുഫാത്തിനെ പലവട്ടം അവൾ വളച്ചതാണ്. എന്നാൽ ഇപ്പോൾ ആകെ മാറിയിരിക്കുന്നു.

"ശരി ഞാൻ ഫൊകാർമണ്ടിന്റെ കൂടെ കിടക്ക പങ്കിട്ടു. അതിനെന്തു വേണം? കാറ്റ് ഇപ്പോൾ നിങ്ങൾക്ക് അനുകൂലമല്ല. കൊച്ചുമണ്ടന് ഇതിൽ കാര്യമെന്തിരിക്കുന്നു?"

ആദ്യമായാണ് നാന മുഫാത്തിനെ കൊച്ചുമണ്ടൻ എന്ന് നേരിട്ട് വിളിക്കുന്നത്. തുറന്നടിച്ച ഈ സംബോധന അയാളെ സ്തബ്ധനാക്കി. കോപംകൊണ്ട് അയാൾ മുഷ്ടി ചുരുട്ടി. എന്നാൽ നാന അയാളുടെ മുഖത്ത് തുറിച്ചു നോക്കിക്കൊണ്ട് പറഞ്ഞു:

"എനിക്ക് ധാരാളം ആൾക്കാരുണ്ട്. നിങ്ങൾക്കിതൊന്നും ഇഷ്ടമില്ലെങ്കിൽ ഇറങ്ങിപ്പോകാം. എന്റെ വീട്ടിലിങ്ങനെ ഇരുന്ന് നിലവിളിച്ചിട്ട് കാര്യമില്ല. എങ്കിലും എനിക്ക് ഒരുത്തനോട് ഇഷ്ടം തോന്നിയാൽ ഞാൻ ഇവിടെ അയാളെ വരുത്തും. അതാണെന്റെ വഴി. നിങ്ങൾക്ക് എന്തു വേണമെങ്കിലും സ്വീകരിക്കാം. ഇഷ്ടമല്ലെങ്കിൽ പുറത്ത് പൊയ്ക്കോളൂ."

അവൾ പെട്ടെന്ന് വാതിൽ തുറന്ന് കൊടുത്തെങ്കിലും അയാൾ പോയില്ല. മുഫാത്തിനെ തന്നോട് കൂടുതൽ അടുപ്പിക്കാനുള്ള നാനയുടെ പുതിയ തന്ത്രമായിരുന്നു അത്. നിസ്സാരകാര്യങ്ങൾക്കുപോലും ഇത്തരത്തിലാണ് അവൾ പ്രതികരിക്കുന്നത്. അയാളെക്കാളും കൊള്ളാവുന്ന പുരുഷന്മാരെ തനിക്ക് കിട്ടുമെന്നാണ് നാന മുഫാത്തിനെ ധരിപ്പിച്ചിരിക്കുന്നത്. എന്നാൽ പണത്തിന് ആവശ്യം വരുമ്പോൾ അവൾ മുഫാത്തിനെ സ്നേഹം കൊണ്ട് പൊതിയും. ഒരു രാത്രികൊണ്ട് ഒരാഴ്ചത്തെ നഷ്ടം നികത്തി കൊടുക്കും.

ഭാര്യയുമായുള്ള ഉടമ്പടിക്കുശേഷം മുഫാത്തിന്റെ ജീവിതം കുറച്ചുകൂടി ദുസ്സഹമാവുകയാണ് ചെയ്തത്. ഫോഷറിക്ക് ഇപ്പോൾ സബീൻപ്രഭ്വിയോട് വലിയ താൽപ്പര്യമില്ല. അവർ ഭ്രാന്തമായി മറ്റ് പുരുഷന്മാരെ അന്വേഷിക്കുകയാണ്. നാൽപ്പതുകളുടെ പ്രശ്നസങ്കീർണമായ സ്ത്രീത്വത്തിന്റെ പ്രേരണകൾക്കനുസരിച്ച് അവരുടെ ജീവിതത്തിന്റെ താളംതന്നെ തെറ്റി. എസ്റ്റിലേയാണെങ്കിൽ വിവാഹത്തിനു ശേഷം അച്ഛനെ കണ്ടിട്ടേയില്ല. അവളാകെ മാറി. അവളുടെ സാന്നിധ്യത്തിൽ ദാഗുനേറ്റുപോലും വിറച്ചു പോകും. അയാൾ പള്ളിയിലും മറ്റും അവളോടൊപ്പം പോകാറുണ്ട്. എന്നാൽ അമ്മായച്ഛൻ വേശ്യയുടെ പിറകേ പോയി ജീവിതം തുലയ്ക്കുന്നതിൽ അയാൾക്ക് നീരസമുണ്ട്. പ്രഭുവിനോട് ഇത്തിരിയെങ്കിലും ചായ്‌വ് കാട്ടുന്നത് വിനോട്ട് മാത്രമാണ്. നാനയുടെ സൗഹൃദവലയത്തിലും കൂടിച്ചേരാൻ അദ്ദേഹത്തിന് കഴിഞ്ഞു. ഇരുവീടുകളിലും അദ്ദേഹത്തിന്റെ ചിരി തെളിഞ്ഞു. എന്നാൽ മുഫാത്ത് സ്വന്തം വീട്ടിൽ അസന്തുഷ്ടനായിരുന്നു. അവന്യൂ ദ വില്ലിയേഴ്സിലെ താമസം വരുത്തി വച്ച അപമാനം കണക്കിലെടുക്കാതെ അദ്ദേഹം അവിടെ ജീവിക്കാൻ ആഗ്രഹിച്ചു.

നാനയുടെയും പ്രഭുവിന്റെയും സംഭാഷണം പ്രധാനമായും ഒരു കാര്യത്തെക്കുറിച്ചായിരുന്നു- പണം. ഒരിക്കൽ പതിനായിരം ഫ്രാങ്ക് വാഗ്ദാനം ചെയ്തതിനുശേഷം വെറും കയ്യോടെയാണ് മുഫാത്ത് എത്തിയത്. അതിന് രണ്ട് ദിവസം മുൻപ് അവൾ അദ്ദേഹത്തെ സ്നേഹം കൊണ്ട് വീർപ്പ് മുട്ടിച്ചിരുന്നു. അതൊക്കെ വെറുതെയായല്ലോ എന്നോർത്ത് അവൾ കോപിച്ചു.

“പണമില്ലാതെയാണ് വന്നിരിക്കുന്നതെങ്കിൽ വന്ന വഴിക്ക് വെച്ചുപിടിക്കുന്നതാണ് നല്ലത്. എന്റെ വാക്ക് ഓർത്തോ. പണമില്ലെങ്കിൽ പിന്നെ ഒന്നുമില്ല.”

അദ്ദേഹം കാര്യങ്ങളൊക്കെ വിശദീകരിച്ചു. മറ്റന്നാൾ പണം എത്തിക്കാമെന്ന് അദ്ദേഹത്തിന് ഉറപ്പുണ്ട്. എന്നാൽ അവൾ വീണ്ടും അദ്ദേഹത്തെ തടസപ്പെടുത്തി.

“എന്റെ ബില്ലിന്റെ കാര്യം... മണ്ടത്തരം കാണിച്ചാൽ അവരെന്നെ വിറ്റു കളയും. നോക്കൂ ഞാൻ നിങ്ങളുടെ സൗന്ദര്യം കണ്ടിട്ടൊന്നുമല്ല ഇഷ്ടപ്പെടുന്നത്. നിങ്ങളെപ്പോലെയുള്ള ഭോഷന്മാർ സ്ത്രീകൾക്ക് കാശ് കൊടുത്തു വേണം കാര്യം കാണാൻ. വൈകുന്നേരം പതിനായിരം ഫ്രാങ്ക് കൊണ്ടുവന്നില്ലെങ്കിൽ എന്റെ വിരൽത്തുമ്പുപോലും നിങ്ങൾക്ക് നുണയാൻ കിട്ടില്ല. നിങ്ങളുടെ കെട്ടിയോളുടെ അടുത്തേക്കുതന്നെ നിങ്ങളെ ഞാൻ പറഞ്ഞയയ്ക്കും.”

അന്ന് വൈകുന്നേരം മുഫാത്ത് പതിനായിരം ഫ്രാങ്കുമായി വന്നു. നാന അവളുടെ ചുണ്ടുകൾ മുഫാത്തിന് വിട്ടുകൊടുത്തു. വളരെനേരം നീണ്ടുനിന്ന ചുംബനത്തിലൂടെ മുഫാത്ത് അതുവരെയുണ്ടായിരുന്ന കഷ്ടനഷ്ടങ്ങൾ നികത്തിയെടുത്തു. തന്റെകൂടെ എപ്പോഴും അയാൾ തൂങ്ങി

നടക്കുന്നത് അവളെ അലോസരപ്പെടുത്തിയിരുന്നു. ഈ കൊച്ചുമണ്ടനെ പ്രഭ്വിയുമായി ബന്ധിപ്പിക്കണമെന്ന് അവൾ വിനോട്ടിനോട് പരാതിപ്പെട്ടിരുന്നു. എന്നാൽ അതുകൊണ്ടൊന്നും ഒരു ഫലവുമുണ്ടായില്ല. അതേസമയം മുഫാത്ത് വീണ്ടും അവളുടെ വീട്ടിൽ കാലു കുത്താതിരിക്കാനുള്ള പദ്ധതിയൊക്കെ അവൾ ഉണ്ടാക്കും. എന്നാൽ മുഖത്ത് തുപ്പിയാൽപ്പോലും മുഫാത്ത് അത് സ്വീകരിക്കുന്ന നിലയാണുണ്ടായത്. വളരെ ക്രൂരമായ രീതിയിൽത്തന്നെ അദ്ദേഹത്തോട് അവൾ പണം ആവശ്യപ്പെട്ടു. പണത്തിനുവേണ്ടി മാത്രമാണ് അദ്ദേഹത്തോട് ബന്ധപ്പെടുന്നതെന്നും താൻ മറ്റൊരാളോട് സ്നേഹത്തിലാണെന്നുമൊക്കെ ക്രൂരമായ ശൈലിയിൽത്തന്നെ അവൾ മുഫാത്തിനെ അറിയിച്ചു. കോടതിയിൽപ്പോലും ഇപ്പോൾ അദ്ദേഹത്തെ വേണ്ട. അദ്ദേഹത്തിന്റെ രാജിപോലും അവർ ആവശ്യപ്പെടുകയാണത്രേ. ചക്രവർത്തിനി മുഫാത്തിനോടുള്ള വെറുപ്പ് മറച്ചു വച്ചില്ല. നാനയും ആ പല്ലവി ആവർത്തിച്ചു.

"ഇങ്ങോട്ട് നോക്ക് കൊച്ചുമണ്ടാ നിങ്ങൾ എന്നെ മടുപ്പിക്കുന്നു."

നാനയ്ക്ക് ഇനിയും പേടിക്കാനൊന്നുമില്ല. അവൾ പൂർണസ്വാതന്ത്ര്യം അനുഭവിക്കുകയാണ്. എല്ലാ ദിവസവും തടാകത്തിന് ചുറ്റും അവൾ സവാരിക്കിറങ്ങും. അവിടെ ധാരാളം പരിചയക്കാർ അവൾക്കുണ്ട്. പ്രമുഖഗണികകൾ ആണുങ്ങളെ പകൽവെളിച്ചത്തിൽ വലയിലാക്കുന്ന ഇടവുമാണത്. വലിയ പണക്കാരികൾപോലും ഒരുക്കത്തിന്റെ കാര്യത്തിൽ നാനയെയാണ് അനുകരിക്കുന്നത് എന്നത് ഇത്തരം യാത്രകളെ കൂടുതൽ ആവേശപൂർണമാക്കി.

ചിലപ്പോൾ അവളുടെ വാഹനത്തിന് യൂറോപ്പിനെ വിലയ്ക്കെടുക്കാൻ കെൽപ്പുള്ളവർപോലും വഴിമാറിക്കൊടുക്കും. ഉപരിവർഗത്തിലെ മുകൾത്തട്ടിൽത്തന്നെ അവളെ എല്ലാവരും പരിഗണിച്ചു. ഏതൊരു വിദേശി വന്നാലും അവളെപ്പറ്റി ചോദിക്കുമായിരുന്നു. ഒരു രാജ്യത്തിന്റെ മോഹിനിയായി അവളെ ജനങ്ങൾ തോളിലേറ്റി. നേരം വെളുക്കുമ്പോഴേക്കും മറന്നു പോകുന്ന തരത്തിലുള്ള താൽക്കാലിക രാത്രികാലവിനോദങ്ങളിലും അവൾ ഏർപ്പെട്ടു. എല്ലാ മുന്തിയ ഹോട്ടലുകളിലും അവൾ കയറിയിറങ്ങി.

നാനയുടെ ഈ സഞ്ചാരവും പരപുരുഷബന്ധവുമൊന്നും മുഫാത്ത് അറിഞ്ഞതായി നടിച്ചില്ല. ഓരോ ദിവസവും കടുത്ത മനോവേദനയോടെയാണ് അദ്ദേഹം തള്ളി നീക്കിയത്. ഓരോ മണിക്കൂറിലും ഓരോ ദുരന്തം സംഭവിക്കുന്ന തരത്തിലായി നാനയുടെ ഗാർഹിക ജീവിതം. അവൾ പരിചാരകരുമായി നിരന്തരം വഴക്കുണ്ടാക്കിക്കൊണ്ടിരുന്നു. ചില സമയത്ത് വണ്ടിക്കാരൻ ചാൾസിനോട് അവൾ വളരെ സ്നേഹപൂർവം പെരുമാറും. റസ്റ്റോറന്റിന്റെ മുമ്പിൽ നിൽക്കുമ്പോഴെല്ലാം അയാളെ അവൾ ക്ഷീണമകറ്റി വരാനായി പറഞ്ഞയയ്ക്കും. വണ്ടിക്കകത്തിരുന്നുകൊണ്ട് വെളിയിൽ നിൽക്കുന്ന അയാളോട് സംസാരിച്ച് തിരക്ക് സൃഷ്ടിക്കുന്നതും അവളുടെ വിനോദമാണ്. എന്നിട്ട് ഒരു കാരണവുമില്ലാതെ ഒരു വിഡ്ഢിയോടെന്നവണ്ണം അവൾ പെരുമാറുകയും ചെയ്യും.

വൈക്കോലിനെയും തവിടിനെയും ചൊല്ലി അവൾ നിരന്തരം വഴക്കുണ്ടാക്കുമായിരുന്നു. മൃഗങ്ങളോട് സ്നേഹമുണ്ടായിട്ടും തന്റെ കുതിരകൾ അമിതമായി തിന്നുന്നുവെന്നാണ് അവളുടെ പരാതി. ചാൾസ് തന്നെ കൊള്ളയടിക്കുന്നെന്നുവരെ അവൾ ഒരിക്കൽ പരാതിപ്പെട്ടു. ഇതിൽ കുപിതനായ ചാൾസ് അവളെ മുഖത്ത് നോക്കി വേശ്യ എന്ന് വിളിച്ചു. അവളോട് കിടക്ക പങ്കിടാത്തതിനാൽ ആ കുതിരയാണ് അവളേക്കാൾ ഭേദമെന്നുവരെ അയാൾ പറഞ്ഞു. അതേ നാണയത്തിൽ നാനയും തിരിച്ചടിച്ചു. വണ്ടിക്കാരനെ പുറത്താക്കുകയും ചെയ്തു. പരിചാരകർക്ക് പൊതുവെയുണ്ടായിരുന്ന എതിർപ്പിന്റെ തുടക്കം മാത്രമായിരുന്നു അത്. രത്നങ്ങൾ മോഷ്ടിച്ചത് കണ്ടുപിടിക്കപ്പെട്ടപ്പോൾ വിക്ടോറിനും ഫ്രാൻകോയിനും വീടു വിട്ടു. ജൂലിയൻ അപ്രത്യക്ഷമായതിന് പിന്നിൽ ഒരു കഥയും പ്രചരിച്ചു. നാനയോടൊപ്പം കിടക്ക പങ്കിട്ടതിന് മുഫാത്ത് വലിയൊരു തുക നൽകിയാണത്രേ അയാളെ പറഞ്ഞയച്ചത്.

ഓരോ ആഴ്ചയിലും പുതിയ പരിചാരകർ എത്തിക്കൊണ്ടിരിക്കും. എല്ലാം ചവിട്ടി മെതിക്കപ്പെടുന്ന ഒരു ഇടനാഴിയായി അവിടത്തെ ഭക്ഷണശാല. പഴയ ആളായി സോയേ മാത്രമേ ഉണ്ടായിരുന്നുള്ളൂ. സ്വന്തം നിലയിൽ ജീവിതം മുന്നോട്ട് കൊണ്ടുപോകാനുള്ള ശ്രമത്തിലാണവൾ. ഇത്തരത്തിലുള്ള ബുദ്ധിമുട്ടുകളെല്ലാം മുഫാത്ത് സഹിച്ചു പോന്നു. തന്റെ വിലയും നിലയുമെല്ലാം മറന്ന് മുഫാത്ത് മലോയിറുമായി ചീട്ട് കളിച്ചു. അജ്ഞാതനായ പിതാവിൽനിന്നും കിട്ടിയ അസുഖങ്ങളും പേറി കഴിയുന്ന ലൂയിസിന്റെ പരാതികളുമായും അദ്ദേഹം പൊരുത്തപ്പെട്ടു കഴിഞ്ഞു. എന്നാൽ ഇതിലും വലിയ കുഴപ്പം പിടിച്ച അവസരങ്ങൾ അദ്ദേഹത്തിന് നേരിട്ടു. ഒരു വൈകുന്നേരം നാന ജോലിക്കാരിയോട് കോപത്തോടെ അന്യപുരുഷനെപ്പറ്റി സംസാരിക്കുന്നത് മുഫാത്ത് കേട്ടു. വലിയ പണക്കാരനായി നടിക്കുന്ന അയാൾ നാന ഉറങ്ങിക്കിടന്ന അവസരത്തിൽ ഒരു ലൂയിപോലും കൊടുക്കാതെ മുങ്ങിയത്രേ. അധികമൊന്നും കേൾക്കാൻ ത്രാണിയില്ലാതെ മുഫാത്ത് താഴേക്ക് പോയി. എന്നാൽ പിന്നീട് അദ്ദേഹം എല്ലാം മനസിലാക്കി. ഒരു ഗായകനിൽ ആകൃഷ്ടയായ നാന അദ്ദേഹത്താൽ തഴയപ്പെട്ടപ്പോൾ ആത്മഹത്യക്കുപോലും ഒരുങ്ങിയതാണ്. തീപ്പെട്ടിക്കൊള്ളികൾ നിറച്ചുവെച്ച വെള്ളം കുടിച്ചെങ്കിലും മരണം സംഭവിച്ചില്ല. എങ്കിലും രോഗിയായിത്തീർന്നു. മുഫാത്താണ് അവളെ കണ്ണീരോടെ ശുശ്രൂഷിച്ചതും ആണുങ്ങളുമായി ബന്ധം സ്ഥാപിക്കില്ലെന്ന് അവളെക്കൊണ്ട് പ്രതിജ്ഞയെടുപ്പിച്ചതും. എന്നാൽ അഭിലാഷപൂർത്തീകരണത്തിന് അവൾക്ക് വീണ്ടും അത്തരം വഴികൾ തേടേണ്ടി വന്നു. സോയേക്ക് പല കാര്യങ്ങളിലും മേൽക്കൈ ലഭിച്ചു. ഒരു വാതിൽ തള്ളി തുറക്കാൻപോലും മുഫാത്ത് ധൈര്യപ്പെട്ടില്ല. പഴയതുപോലെ അറിയിപ്പുമണി മുഴങ്ങിയില്ല. ആളുകൾ തോന്നിയതുപോലെ ആ വീട്ടിൽ കയറിയിറങ്ങി.

ഇപ്പോൾ ചുമച്ചുകൊണ്ടു മാത്രമേ മുഫാത്തിന് നാനയുടെ മുറിയിൽ

കയറാൻ കഴിയൂ. മിക്കവാറും ഫ്രാൻസിസിന്റെ തോളിൽ കയ്യിട്ട നില യിൽ അവളെ കാണാം. മുഫാത്തിന്റെ സാന്നിധ്യത്തിൽത്തന്നെ മറ്റ് ആണുങ്ങളുമായി ഇടപെടാനുള്ള സാഹചര്യം അവൾ ഉണ്ടാക്കിയെടു ത്തു. അടിക്കുപ്പായം മാത്രമായിരിക്കും അപ്പോൾ അവൾ ധരിച്ചിരിക്കുക. മറ്റു ചിലപ്പോൾ നിശാവസ്ത്രം. ഈ വഞ്ചനയ്ക്കു ശേഷമാണ് അവൾ മുഫാത്തിന്റെ മുൻപിൽ പുഞ്ചിരിച്ചുകൊണ്ട് പ്രത്യക്ഷപ്പെടുന്നത്. അദ്ദേഹം തീർത്തും അസന്തുഷ്ടനായിരുന്നു.

സാറ്റിനും അവിടെ പതിവ് സന്ദർശകയായതിനാൽ മുഫാത്തിന് തെല്ല് ആശ്വാസം തോന്നി. സാറ്റിൻ ഉള്ളതുകൊണ്ട് ആണുങ്ങളൊക്കെ ഇനി അവിടെ വരില്ലെന്ന് മുഫാത്ത് ആശ്വസിച്ചു. എന്നാൽ കാര്യങ്ങൾ പതിവിലും ഗുരുതരമായതേയുള്ളൂ. മുഫാത്തിനെയെന്നപോലെ നാന സാറ്റിനെയും വഞ്ചിച്ചു. കണ്ട തെരുവുപെണ്ണുങ്ങളെയെല്ലാം വീട്ടിലേക്ക് വരുത്തുന്നത് നാന ശീലമാക്കി. സാറ്റിൻപോലും നാനയുടെമേൽ അധി കാരം നടത്താൻ തുടങ്ങി. സാറ്റിനുമായി ഒന്നു ബന്ധപ്പെടാൻ മുഫാത്ത് പോലും ശ്രമം നടത്തി. സ്വന്തമായി തീരുമാനമെടുക്കാനോ പ്രവർത്തി ക്കാനോ ധൈര്യം വരാത്ത അവസരങ്ങളിൽ അദ്ദേഹം സാറ്റിനെയാണ് കാര്യങ്ങൾ ഏൽപ്പിക്കുന്നത്. സാറ്റിൻ രണ്ട് പ്രാവശ്യം നാനയെക്കൊണ്ട് മുഫാത്തിനെ മടക്കി വിളിപ്പിച്ചിട്ടുണ്ട്. എന്നാൽ സാറ്റിനും വേണ്ടത്ര സ്ഥിര ബുദ്ധി കാണിക്കാത്തതിനാൽ ഈ സംവിധാനവും അധികനാൾ നീണ്ടു നിന്നില്ല. സോയേയാണ് അവളുടെ തലയിലേക്ക് ആശയങ്ങൾ കടത്തിവിടുന്നത്. മുഫാത്തിന് ഒറ്റയ്ക്ക് പ്രതികാരബുദ്ധിയുമായി കഴി യേണ്ടിവന്നു. കിടപ്പുമുറി കയറിയിറങ്ങുന്ന അനേകം പുരുഷന്മാർക്ക് പുറമേ സാറ്റിനെയും അദ്ദേഹം സഹിച്ചു. എന്നാൽ തന്റെ സുഹൃത്തു ക്കൾ തന്നെ വഞ്ചിക്കുന്നതിൽ അദ്ദേഹം കോപാകുലനായി. ഫൊകാർമ ണ്ടുമായുള്ള നാനയുടെ അടുപ്പം ഏറെ ബുദ്ധിമുട്ടുണ്ടാക്കി. ഒരു ദ്വന്ദ്വയു ദ്ധത്തിന് തയാറായാലോ എന്നുവരെ അദ്ദേഹം ആലോചിച്ചതാണ്. എന്നാൽ അതിനൊരു പിന്തുണക്കാരനെ കണ്ടുപിടിക്കാനെന്ന ഉദ്ദേശ്യ ത്തിൽ അദ്ദേഹം ലബോർദത്തിനെ പോയിക്കണ്ടു. അയാൾക്ക് ചിരിയട ക്കാൻ കഴിഞ്ഞില്ല.

"നാനയ്ക്കുവേണ്ടി ദ്വന്ദ്വയുദ്ധമോ? പാരീസ് മുഴുവൻ നിങ്ങളെ പരി ഹസിക്കും. അത്രയ്ക്ക് പരിഹാസ്യമാണത്."

മുഫാത്ത് വിളറിപ്പോയി. അക്രമാസക്തനാവുന്ന മട്ടിൽ അദ്ദേഹം കാണപ്പെട്ടു.

"അങ്ങനെയാണെങ്കിൽ ഞാൻ തെരുവിൽവച്ച് അയാളുടെ കരണ ത്തടിക്കും."

ഏതാണ്ട് അര മണിക്കൂറോളം ലബോർദത്ത് മുഫാത്തുമായി വാദ പ്രതിവാദത്തിലേർപ്പെട്ടു. ഒറ്റ അടി, എല്ലാം മാറ്റി മറിക്കും, വൈകു ന്നേരമാകുമ്പോഴേക്കും ആളുകൾ യാഥാർത്ഥ്യമറിയും. പത്രങ്ങൾക്കത് ഹാസ്യലേഖനത്തിനുള്ള വകയുമായി. ലബോർദത്ത് ഒടുവിൽ ഇങ്ങനെ

സംഗ്രഹിച്ചു. "ഒരു തരത്തിലും പറ്റില്ല. വിചിത്രമായിരിക്കും." ഈ മറുപടി കേൾക്കുമ്പോഴൊക്കെ ഒരു കത്തി തന്നിലേക്കിറങ്ങുന്ന അനുഭവമാണ് മുഫാത്തിനുണ്ടായത്. ആളുകൾ ചിരിക്കുമെന്ന കാരണത്താൽ സ്നേഹിച്ച പെണ്ണിനുവേണ്ടി പൊരുതാൻപോലുമാവാത്ത അവസ്ഥ. സ്നേഹത്തെ കരുതി ഇത്രമാത്രം കയ്പ്പേറിയ അനുഭവം ഇതിന് മുമ്പ് ഒരിക്കലും അദ്ദേഹത്തിനുണ്ടായിട്ടില്ല. ഇത് അദ്ദേഹത്തിന്റെ അവസാനത്തെ ചെറുത്തുനിൽപ്പായിരുന്നു. ഇനിമുതലങ്ങോട്ട് സ്വന്തം വീടെന്ന മട്ടിൽ നാനയുടെ കിടപ്പുമുറിയിൽ കയറിയിറങ്ങുന്ന സുഹൃത്തുക്കളെയെല്ലാം പരാതികൂടാതെ അദ്ദേഹം അംഗീകരിക്കാൻ തയാറാണ്.

നാന കുറച്ചു മാസങ്ങൾകൊണ്ടുതന്നെ അവരെയെല്ലാം ആർത്തിയോടെ വിഴുങ്ങാൻ തുടങ്ങി. ആഡംബരഭ്രമം മൂത്ത അവളുടെ ജീവിതത്തിൽ ആണുങ്ങളൊക്കെ ഇരയായി. ആദ്യ ഇര ഫൊകാർമണ്ടായിരുന്നു. പത്ത് കൊല്ലത്തെ നാവികജോലിയിൽനിന്ന് മുപ്പതിനായിരം ഫ്രാങ്ക് സമ്പാദിച്ചാണ് അയാൾ നാനയുടെ അടുത്തെത്തിയത്. അമേരിക്കയിൽ പുത്തൻ വ്യവസായം തുടങ്ങാനുദ്ദേശിച്ചെത്തിയ അയാൾക്ക് നാനയുമായുള്ള ബന്ധത്തിന് ശേഷം ചില്ലിക്കാശുപോലും ശേഷിച്ചില്ല. ഭാവിയിലേക്ക് കരുതി വച്ചതും കടപ്പത്രവും എല്ലാം അയാൾ അവൾക്കുവേണ്ടി തുലച്ചു. നാന പുറത്തേക്കുള്ള വാതിൽ അയാൾക്ക് ചൂണ്ടിക്കാട്ടി കൊടുത്തപ്പോൾ ഒരു നാണയംപോലും എടുക്കാൻ അയാൾക്കില്ലായിരുന്നു. കപ്പൽജോലിക്ക് മടങ്ങിപ്പോകൂ എന്ന ഉപദേശം നൽകുന്നതിൽ മാത്രം അവളുടെ ദയ ഒതുങ്ങി. കോപിച്ചിട്ടൊന്നും ഒരു കാര്യവുമില്ല. പണമില്ലെങ്കിൽ അവളുമായി യാതൊരു ബന്ധത്തിനും പ്രസക്തിയില്ല. അയാൾ കാര്യങ്ങൾ യുക്തിപൂർവം ആലോചിക്കണമായിരുന്നു. പഴുത്ത പഴം ചീഞ്ഞളിയുമ്പോൾ വലിച്ചെറിയുന്നതുപോലെ അയാൾ നാനയുടെ കൈകളിൽ നിന്ന് പുറത്തേക്ക് വലിച്ചെറിയപ്പെട്ടു.

സ്റ്റീനറായിരുന്നു നാനയുടെ അടുത്ത ഇര. വെറുപ്പോ സ്നേഹമോ പ്രകടിപ്പിക്കാത്ത ബന്ധം. എന്നാൽ വൃത്തികെട്ട യഹൂദൻ എന്ന് വിളിച്ചുകൊണ്ട് പകരം വീട്ടാനെന്നവണ്ണമാണ് അവൾ ഇടപെട്ടത്. തടിയനും മണ്ടനുമായ അയാൾക്കുവേണ്ടി സമയം മിനക്കെടുത്താനൊന്നും നാന കൂട്ടാക്കിയില്ല. എത്രയും പെട്ടെന്ന് കാര്യം സാധിക്കണമെന്നേ അവൾക്കുണ്ടായിരുന്നുള്ളൂ. അയാളാണെങ്കിൽ സിമോണിയെ ഉപേക്ഷിച്ച മട്ടാണ്. നാനയുടെ ഇടപെടൽ അയാളുടെ ബിസിനസിനെയും ബാധിച്ചു. കുറച്ചു നാളുകൾകൊണ്ട് അദ്ദേഹം മാന്ത്രികമായ രീതിയിൽ കുറെ പണമുണ്ടാക്കി. ഒരു പ്രസിദ്ധീകരണസംരംഭത്തിന്റെ നോട്ടീസുകൾ യൂറോപ്പ് മുഴുവൻ നിറഞ്ഞു. അകലെനിന്നും ധാരാളം പണം ഒഴുകിയെത്തി. ഈ സമ്പാദ്യമെല്ലാം നാനയുടെ വീട് വിഴുങ്ങി. ഉരുക്കുവ്യവസായത്തിൽ അദ്ദേഹത്തിന് ഒരു കച്ചവട പങ്കാളി ഉണ്ടായിരുന്നു. അവിടത്തെ തൊഴിലാളികൾ ചോര നീരാക്കി അധ്വാനിച്ചുണ്ടാക്കിയ ലാഭം മുഴുവനും നാനയുടെ സന്തോഷത്തിനായി അയാൾ തുലച്ചു കളഞ്ഞു. ബാങ്കുകൂടി തകർന്ന

പ്പോൾ അയാൾക്ക് പൊലീസിനെക്കൂടി ഭയമായി. ഒരു പുതിയ ജീവിതം തുടങ്ങാനാവാത്തവിധം സ്റ്റീനറെ പിഴിഞ്ഞെടുത്തിട്ടാണ് നാന ഉപേക്ഷിച്ചു കളഞ്ഞത്.

ഒരു വൈകുന്നേരം അയാൾ കൊച്ചു കുട്ടിയെപ്പോലെ കരഞ്ഞു കൊണ്ട് നാനയോട് നൂറ് ഫ്രാങ്ക് കടം ചോദിച്ചു, വേലക്കാരന് കൊടുക്കാനാണ്. ഇരുപത് വർഷം പാരീസിൽ പണം കൊണ്ട് എറിഞ്ഞു കളിച്ച അയാൾക്ക് പണം കൊടുത്തുകൊണ്ട് അവൾ പറഞ്ഞു:

"നിങ്ങൾക്കറിയാമോ ഞാനിത് തരുന്നത് ഇതിന്റെ തമാശയോർത്താണ്. പക്ഷേ, ഒന്നോർക്കണം കുഞ്ഞേ താങ്കൾ എന്നെ സംബന്ധിച്ചിടത്തോളം വയസനാണ്. മറ്റാരെയെങ്കിലും സമീപിക്കുക."

ഫലോസിയെയാണ് നാന അടുത്തതായി നോട്ടമിട്ടത്. കുറേ നാളായി ഒരു സ്ത്രീയുടെ ഇടപെടൽ അയാൾ ആഗ്രഹിക്കുന്നുണ്ടായിരുന്നു. അതിന്റെ ഒരു കുറവേ അദ്ദേഹത്തിനുണ്ടായിരുന്നുള്ളൂ. രണ്ട് മാസം കൊണ്ട് പാരീസ് മുഴുവൻ അയാൾക്ക് അറിയപ്പെടാം. പത്രങ്ങളിൽ അയാൾക്ക് സ്വന്തം പേര് വായിക്കാം. ഏക്കർ കണക്കിന് കൃഷിഭൂമിയായും സ്ഥാപനങ്ങളായും അയാളുടെ സമ്പാദ്യം പരന്നു കിടക്കുകയായിരുന്നു. എന്നാൽ അതെല്ലാംതന്നെ വേഗത്തിൽ അദ്ദേഹം വിറ്റഴിച്ചു. ഒറ്റവായിൽ ഒരേക്കറെങ്കിലും വിഴുങ്ങുന്ന ആർത്തിയാണ് നാന കാട്ടിയത്. പച്ചില ത്തഴപ്പുള്ള പറമ്പുകളും ഗോതമ്പുപാടവും മുന്തിരിത്തോട്ടവും പശുക്കൾ മേയാൻ നിന്നാൽ കാണാൻ കഴിയാത്തത്ര വളർന്നു പൊങ്ങിയ പുൽമൈതാനങ്ങളും എല്ലാം അഗാധഗർത്തത്തിലാണ്ടു പോയതുപോലെയാണ് അപ്രത്യക്ഷമായത്. അരുവികളും പാറമടയും കാറ്റുമില്ലുകളും എല്ലാം ഇക്കൂട്ടത്തിൽപ്പെടും. ഒരു സൈന്യം ആക്രമിച്ച് മുന്നേറുന്നതുപോലെയും കാട്ടുതീ പടരുന്നതുപോലെയുമാണ് നാനയുടെ ആസക്തി ഇതെല്ലാം തുടച്ചു നീക്കിയത്.

അവൾ കാല് ചവിട്ടിയിടമെല്ലാം എരിഞ്ഞമർന്നു. ഭക്ഷണത്തിനിടയിൽ ബദാം കൊറിക്കുന്നത്ര ലാഘവത്വത്തോടെയാണ് ഈയൊരു ധൂർത്തജീവിതം അവൾ നയിച്ചത്. അവസാനം ശേഷിച്ച അപ്പക്കഷണംകൂടി നുണഞ്ഞിട്ടേ അവൾ ഫലോസിയെ ഒഴിവാക്കിയുള്ളൂ.

ഊന്നുവടിയുടെ അറ്റം കടിച്ചുകൊണ്ട് ഫലോസി ഒരു വിഡ്ഢിച്ചിരി ചിരിച്ചു. കഴുത്തറ്റം കടം, ഒരു നൂറ് ഫ്രാങ്കുപോലും എടുക്കാനില്ലാത്ത അവസ്ഥ. സ്ഥിരബുദ്ധിയില്ലാത്ത ഒരു അമ്മാവനോടൊപ്പം താമസിക്കുന്നതിന് ഗ്രാമത്തിലേക്ക് മടങ്ങാൻ അയാൾ നിർബന്ധിതനായി. എങ്കിലും അദ്ദേഹം പേരുണ്ടാക്കി. ഫിഗാറോയിൽ രണ്ടുവട്ടം അദ്ദേഹത്തിന്റെ പേര് അച്ചടിച്ചു വന്നു. മെലിഞ്ഞ കഴുത്തും ഇറുകിയ കുപ്പായവുമൊക്കെയായി ഒരു യന്ത്രപ്പാവയുടെ മട്ടിലായി അദ്ദേഹം. ഒടുവിൽ നാനയുടെ തല്ലും മേടിച്ചാണ് ഫലോസി ഒഴിഞ്ഞു പോയത്.

ഇതിനിടയിൽ ഫോഷറി മടങ്ങി വന്നു. പാവം ഫോഷറി ഇപ്പോൾ ഒരു ഗൃഹസ്ഥനായി മാറിക്കഴിഞ്ഞിരുന്നു. പ്രഭ്വിയുമായുള്ള ബന്ധം ഉപേ

ക്ഷിച്ചതിൽപ്പിന്നെ റോസിന്റെ കൈകളിലായി അദ്ദേഹത്തിന്റെ ജീവിതം. മിഗ്നൻ നാനയുടെ കുശിനിക്കാരന്റെ നിലയിലായി. കുടുംബനാഥനായ തോടെ ഫോഷറി റോസിനോട് കള്ളത്തരം കാട്ടാൻ തുടങ്ങി. അവളെ വഞ്ചിക്കുന്ന അവസരത്തിലെല്ലാം അദ്ദേഹം വേണ്ട മുൻകരുതലെടുത്തു. തന്റെ സുഹൃത്തുമൊത്ത് ഫോഷറി തുടങ്ങിയ പത്രം നശിപ്പിക്കുന്ന തിലും നാന വിജയിച്ചു. അവരുടെ ബന്ധം പരസ്യമാകാതിരിക്കുന്നതിനും നാന ശ്രമിച്ചു. ഒരു മാന്യനോടെന്നവണ്ണം അദ്ദേഹത്തോട് പെരുമാറുന്ന തിലും അവൾ രസം കണ്ടു. റോസിനെക്കുറിച്ച് സംസാരിക്കേണ്ടി വരുമ്പോളെല്ലാം പാവം റോസ് എന്ന് വിശേഷിപ്പിക്കാനും അവൾ ശ്രമിച്ചു. രണ്ടുമാസംകൊണ്ട് പത്രം അവളെ പുഷ്പാഭിഷേകം നടത്തി. നാടക വാർത്തയുൾപ്പെടെയുള്ളവ അവളുടെ വരുതിയിലായി. പത്രത്തിന്റെ ഭരണസമിതിയെ ശിഥിലമാക്കുകയും ലേഖകരെ വഴി പിഴപ്പിക്കുകയും ചെയ്തുകൊണ്ട് അവൾ നശീകരണം ഉത്സവമാക്കി. വീടിനോട് ചേർന്ന് അവൾ ഒരു ശിശിരകാലോദ്യാനമുണ്ടാക്കി. പത്രസ്ഥാപനത്തിന്റെ ബാക്കി പത്രമായിരുന്നു അത്.

കാര്യങ്ങളുടെ പോക്കിൽ മിഗ്നന് ചെറിയ സന്തോഷമുണ്ടായിരുന്നെങ്കിലും ഫോഷറിയെ നാനയുമായി ബന്ധിപ്പിക്കാനുള്ള ശ്രമങ്ങൾ ശരിയായി നടന്നില്ല. ലേഖനവും നാടകവും എഴുതി ജീവിക്കുന്ന അയാളെക്കൊണ്ട് എന്ത് ഗുണമാണെന്ന് നാന ഒരിക്കൽ ചോദിക്കുകയുണ്ടായി. അത്തരം മണ്ടത്തരങ്ങൾ കലാകാരിയായ റോസിന് പറ്റും. പേരുണ്ടാക്കുന്നതൊഴികെ മറ്റ് ഗുണമൊന്നുമില്ലാത്ത ഫോഷറിയെ അവൾ ഒരു ഘട്ടത്തിൽ ഉപേക്ഷിക്കുകതന്നെ ചെയ്തു. എന്നാൽ തികഞ്ഞ ആനന്ദത്തോടെ അയാളെപ്പറ്റി അവൾ ഓർത്തു. ആ മണ്ടൻ ഫലോസിയെ വച്ചുകൊണ്ട് അവർ ജീവിതം കുറെ ആസ്വദിച്ചതാണ്. എന്തെങ്കിലും ആവശ്യത്തിന് ഫലോസിയെ പാരീസിന്റെ അങ്ങേയറ്റത്ത് അയച്ചിട്ട് അവരിരുവരും ഒന്നിച്ചിരിക്കുമായിരുന്നു. പിന്നീട് അയാൾ മടങ്ങി വരുമ്പോൾ അർഥം വച്ച് ഓരോന്ന് പറഞ്ഞ് ചിരിക്കും. ഒരിക്കൽ ഫോഷറിയുടെ പ്രേരണയാൽ അവൾ ഫലോസിയെ ഇടിക്കാൻ തുടങ്ങി. പുരുഷന്മാർ എത്ര ഭീരുക്കളാണെന്ന് തെളിയിക്കാനുള്ള അവസരമായാണ് അവളിതിനെ കണ്ടത്. തന്റെ ഇടിക്കട്ട എന്നു വരെ അവൾ ഫലോസിയെ വിശേഷിപ്പിച്ചു. മുന്നോട്ട് വന്ന് തന്റെ ഇടികൊള്ളാൻ അവൾ ആവശ്യപ്പെടും. കൈ ചുവക്കുന്നതു വരെ ഇടിക്കും. നിറകണ്ണുകളോടെയാണെങ്കിലും ഫലോസി ഇത് ആസ്വദിച്ച് ചിരിക്കുമായിരുന്നു. ഒത്തിരി അടി കിട്ടിയ ഒരു വൈകുന്നേരം അവൻ ആശ്ചര്യപൂർവം പറഞ്ഞു.

“നീ എന്നെ വിവാഹം ചെയ്യണം. നമുക്ക് നല്ല ദമ്പതികളായി വിനോദിക്കാം.” ഫലോസി ഇത് വെറുതെ പറഞ്ഞതല്ല. പാരീസിനെ വിസ്മയിപ്പിക്കുന്ന ഈ വിവാഹത്തെപ്പറ്റി അയാൾ അഭിലാഷത്തോടെ സങ്കൽപ്പിച്ചു. നാനയുടെ ഭർത്താവ്! എന്തൊരു കേമത്തരമാണ്. എന്നാൽ നാന അയാളെ ഇരിക്കേണ്ടിടത്ത് ഇരുത്തി.

"എന്നെയോ? വിവാഹമോ? വേണ്ട നന്ദി... അങ്ങനെയായിരുന്നെങ്കിൽ ഒരു ഭർത്താവിനെ ഞാൻ എന്നേ കണ്ടെത്തുമായിരുന്നു. അതിനാണോ പഞ്ഞം? വേണമെങ്കിൽ എണ്ണിക്കോ... ഫിലിപ്പ്, ജോർജ്, ഫൊകാർമണ്ട്, സ്റ്റീനർ...ബാക്കി പേരുകൾ ഇനി പറയേണ്ടല്ലോ... ഒരു പാട്ടിന്റെ പല്ലവിയായിപ്പോകും. ഇഷ്ടപ്പെട്ടു തുടങ്ങുമ്പോൾ എല്ലാവരും പാടിത്തുടങ്ങും. "എന്റെ കൈ പിടിക്കാമോ? കൈ പിടിക്കാമോ?"

തുടർന്ന് അവൾ ഇത്തിരി പരുഷവചനങ്ങളും കത്തിച്ചു" ഞാൻ അത്തരക്കാരിയാണെന്ന് നിങ്ങൾക്ക് തോന്നുന്നുണ്ടോ? എന്നെ ഒന്നു നോക്ക്. ഒരു ഭർത്താവിന്റെ താരാട്ടുകൊണ്ട് എനിക്ക് നാനയായി തുടരാൻ കഴിയുമോ? തന്നെയല്ല എന്തൊരു മഹാമണ്ടത്തരമാണത്. ലോകത്തിലെ എല്ലാ അഴുക്കുകളും തന്റെ കാൽച്ചുവട്ടിലാണെന്ന മട്ടിൽ ഓക്കാനിച്ചുകൊണ്ട് അവൾ കാൽ നിലത്തിട്ടുലച്ചു.

ഒരു വൈകുന്നേരം ഫലോസിയെ കാണാനില്ല. സസ്യശാസ്ത്രം തലയ്ക്കുപിടിച്ച ഒരമ്മാവന്റെ കൂടെ ഏതോ ഗ്രാമത്തിലാണെന്ന് ഒരാഴ്ചയ്ക്കുശേഷം അറിയാൻ കഴിഞ്ഞു. സസ്യമാതൃകകൾ അദ്ദേഹത്തിന് വേണ്ടി ശേഖരിക്കുന്ന പണിയാണ് ഫലോസിക്ക്. കാണാൻ കൊള്ളാവുന്നതും എന്നാൽ ഭക്തിയുള്ളതുമായ ഒരു ബന്ധുവിനെ വിവാഹം കഴിക്കാനാണ് അദ്ദേഹത്തിന്റെ ശ്രമം. നാന അയാൾക്കുവേണ്ടി കണ്ണീരൊഴുക്കിയില്ല. അവൾ മുഫാത്തിനോട് പറഞ്ഞു:

"എന്റെ കൊച്ചുമണ്ടാ ഒരു എതിരാളികൂടി... ചെറുത്തു നിന്നോളൂ, എന്നാൽ അയാൾ ഗൗരവത്തിലാണ് കേട്ടോ, എന്നെ വിവാഹം ചെയ്യണമെന്നാണ് പറയുന്നത്."

മുഫാത്ത് വിളറിപ്പോയി. നാന അയാളുടെ കഴുത്തിന് ചുറ്റും കൈകളിട്ട് ഇത്തിരി ക്രൂരമായിത്തന്നെ പറഞ്ഞു.

"നിങ്ങൾക്ക് നാനയെ വിവാഹം ചെയ്യാനാവില്ല. അതല്ലേ നിങ്ങളെ വിഷമിപ്പിക്കുന്നത്. എല്ലാവരും എന്നോട് വിവാഹാഭ്യർഥന നടത്തുമ്പോൾ നിങ്ങൾ മാത്രം ഒരു മൂലയ്ക്ക് മാറിയിരുന്ന് എന്നെ ശുണ്ഠി പിടിപ്പിക്കുകയാണ്. അത് സാധ്യമല്ല. നിങ്ങളുടെ ഭാര്യ ചാകുന്നതു വരെ, അതുവരെ കാത്തിരിക്കണം. ചത്ത് കഴിയുമ്പോൾ നിങ്ങൾ ഓടി വന്ന് കരഞ്ഞുകൊണ്ട് എന്റെ കാൽക്കൽ വീഴും. എത്ര മനോഹരമായിരിക്കും അത്."

അവൾ സ്വരം മൃദുവാക്കി. ഭീതിദമായ മുഖസ്തുതിയാൽ അവൾ അദ്ദേഹത്തെ കബളിപ്പിച്ചു. അവളുടെ ചുംബനം തിരികെ നൽകുമ്പോൾ അയാളുടെ മുഖം ലജ്ജകൊണ്ട് വിവർണമായി. "ദൈവമേ അതാ ഞാൻ വിചാരിച്ചതുപോലെതന്നെ. അദ്ദേഹം ഭാര്യയുടെ മരണത്തിന് കാത്തിരിക്കുന്നു. കൊള്ളാം, കൊള്ളാം അവസാനത്തെ മിനുക്കുപണി. ഇദ്ദേഹം എല്ലാവരെയും കടത്തിവെട്ടും."

മുഫാത്ത് ഇപ്പോൾ മറ്റുള്ളവരെയും അംഗീകരിച്ചു തുടങ്ങി. പരിചാരകന്മാരിലെ മുഖ്യൻ എന്ന നിലയിൽ തന്റെ പദവിയെ പരുവപ്പെടു

ത്താനും അയാൾക്കായി. തന്നെയല്ല, നാനയുടെ ഔദ്യോഗിക കാമുകനും! നാനയോടുള്ള അയാളുടെ അഭിനിവേശം ഭ്രാന്തമായ രീതിയിൽ വളർന്നു. ഒരു പുഞ്ചിരിപോലും വലിയ വിലയ്ക്ക് വാങ്ങിയാണ് അദ്ദേഹം ആ നിലയിൽ തുടർന്നത്. തന്റെ പണത്തിന്റെ മൂല്യം തിരിച്ചു കിട്ടിയില്ലെങ്കിലും അദ്ദേഹത്തിന്റെ ജീവനെ കാർന്നു തിന്നുന്ന ഒരു രോഗം പോലെ അദ്ദേഹത്തിന് അതിൽനിന്ന് ഒഴിയാനായില്ല. നാനയുടെ മുറിയിൽ കയറുമ്പോഴെല്ലാം അദ്ദേഹം ജാലകങ്ങൾ തുറന്നിട്ട് അൽപ്പനേരം അവിടെ തങ്ങും. മറ്റ് പുരുഷന്മാരുടെ ശരീരഗന്ധവും സിഗരറ്റ് മണവും അദ്ദേഹത്തെ അത്രമാത്രം ശ്വാസം മുട്ടിച്ചിരുന്നു.

ആ കിടക്കമുറി ഒരു പൊതുസ്ഥലംപോലെ ആയിക്കഴിഞ്ഞു. എത്രയോ കാലുകൾ ആ വാതിൽപ്പടി കടന്നു പോകുന്നു. വാതിൽക്കൽ കാണുന്ന രക്തക്കറകണ്ട് ഒറ്റ മനുഷ്യനും കുലുങ്ങിയിട്ടില്ല. സോയേയെ മാത്രമാണ് ഈ കറ അസ്വസ്ഥമാക്കുന്നത്. അതവിടെ ഇപ്പോഴും കാണുന്നതിൽ അവൾ വല്ലാതെ ഭയപ്പെടുന്നുണ്ട്. നാനയുടെ മുറിയിൽ കയറുമ്പോഴെല്ലാം അവൾ ആ ദിശയിലേക്ക് നോക്കി പറയും:

“ഒരു ജനക്കൂട്ടംതന്നെ ഈ വഴി വന്നിട്ടും അത് പോകാത്തത് വലിയ അത്ഭുതം തന്നെ!” അമ്മയുടെ കരുതലിൽ സുഖം പ്രാപിച്ചു വരുന്ന ജോർജിനെപ്പറ്റിയുള്ള വാർത്തകൾ നാനയ്ക്ക് ലഭിച്ചുകൊണ്ടിരുന്നു. രക്തക്കറയെപ്പറ്റി നാനയ്ക്ക് ഒരു പ്രതികരണമേ ഉണ്ടായിരുന്നുള്ളൂ. “വിട്ടുകള, എല്ലാത്തിനും ഒരു സമയമുണ്ട്. കാമുകർ കടന്നു പോകുന്നതുവഴി അത് മാഞ്ഞ് വരുന്നുണ്ട്. ഫൊകാർമണ്ട്, സ്റ്റീനർ, ഫലോസി, ഫോഷറി തുടങ്ങിയവരുടെയെല്ലാം പാദുകങ്ങളിൽ ഇത്തിരി കറ പറ്റിയിട്ടുണ്ട്. സോയേയെപ്പോലെതന്നെ ആ രക്തക്കറ മുഫാത്തിനെയും അസ്വസ്ഥനാക്കിയിരുന്നു. ഇളം ചുവപ്പുനിറത്തിൽ അത് മങ്ങി വരുന്നതിൽനിന്ന് അതുവഴി കടക്കുന്ന പുരുഷന്മാരുടെ എണ്ണം അദ്ദേഹം മനസിലാക്കും. അദ്ദേഹം അത് സ്വകാര്യമായി ഭയപ്പെട്ടു. ഏതോ ജീവനുള്ള വസ്തു നിലത്ത് കിടക്കുന്നു എന്ന മട്ടിൽ അത്ര കരുതലോടെയാണ് അദ്ദേഹം അവിടെ ചവിട്ടുന്നത്. എന്നാൽ അദ്ദേഹത്തിന് ആ മുറിയിൽ കയറുമ്പോഴെല്ലാം തല ചുറ്റുന്നതുപോലെ തോന്നും. പുറത്ത് പോയിരുന്ന് അദ്ദേഹം കരയും. ലജ്ജയും നിരാശതയും നിറഞ്ഞ് അദ്ദേഹം ശപഥം ചെയ്യും. ‘ഇനി ഒരിക്കലും ആ മുറിയിൽ കയറില്ല’ എങ്കിലും അദ്ദേഹം വീണ്ടും നാനയുടെ മുറിയിൽ സുഖാസക്തനായി പ്രവേശിക്കും. ഒരു ഭക്തൻ പള്ളിയിൽ പ്രവേശിക്കുന്നതുപോലെയാണ് അദ്ദേഹം അവിടെ പ്രവേശിച്ചു കഴിഞ്ഞാൽ പെരുമാറുന്നത്. അവളാകട്ടെ, ക്രോധദേവതയെപ്പോലെ അദ്ദേഹത്തിന്റെമേൽ സ്വേച്ഛാധികാരം പ്രയോഗിച്ചു. അതിനിടയിൽ ചില നിമിഷത്തിലേക്ക് ചില്ലറ സന്തോഷവും നൽകാതിരുന്നില്ല.

നാനയുടെ മുറിയിൽ പ്രവേശിക്കുമ്പോൾത്തന്നെ പള്ളിയിലെന്നതുപോലെ അയാൾ പൊടുന്നനെ വിനയാന്വിതനാകും. ശരീരത്തിന്റെ പ്രലോഭനങ്ങളും ആധ്യാത്മിക ചിന്തകളും കൂടിക്കലർന്ന് അദ്ദേഹത്തെ ആശ

ങ്കയുടെ മുൾമുനയിലാക്കുന്ന സാഹചര്യവും ഉണ്ടായി. എന്നാൽ നാന യുടെ മുൻപിലെത്തിയാൽ ഒരു ഉന്മാദിയെപ്പോലെ എല്ലാം സഹിച്ച് അദ്ദേഹം ലൈംഗിക ചിന്തയ്ക്ക് അടിപ്പെട്ട് പോകും.

മുഫാത്തിന്റെ വിനീതഭാവം മുതലെടുത്തുകൊണ്ട് നാന കൂടുതൽ സ്വേച്ഛാധിപതിയായി. എല്ലാത്തിനെയും നശിപ്പിക്കുക എന്നത് അവളുടെ ജന്മവാസനയായിരുന്നു. നശിപ്പിക്കുക മാത്രമല്ല, നശിപ്പിച്ച് കുഴിച്ച് മൂടാനും അവൾ ശ്രദ്ധിച്ചിരുന്നു. അവളുടെ കൈ തൊടുന്നിടമെല്ലാം ദ്രവിച്ചു പോകും. ചിതലുകളാൽ തിന്നു തീർക്കപ്പെടുന്ന മഹർഷിമാരുടെ കഥ കൾ അനുസ്മരിച്ചുകൊണ്ട് നാനയുടെ മുന്നിൽ ഇല്ലാതാകുന്നതിൽ അയാൾ പ്രത്യേകരസംകൊണ്ടു. അയാളെ അപമാനിക്കുന്നതിൽ അവളും രസിച്ചു. അയാളുടെ ചെകിട്ടത്തടിക്കുന്നത് അവളുടെ വിനോദമായിരു ന്നു. ചിലപ്പോൾ കൊച്ചു കുട്ടികളെക്കൊണ്ട് പറയിപ്പിക്കുന്നതുപോലെ ഓരോന്ന് ഏറ്റ് പറയിക്കും. ചിലപ്പോൾ അവൾ കരടിയായി അഭിനയിച്ചു കൊണ്ട് മുഫാത്തിന് ചുറ്റും മുറുമുറുത്ത് നടക്കും. അപ്പോൾ അവൾ വസ്ത്രം ധരിച്ചിട്ടുണ്ടാവില്ല. കരടിയായി ഇങ്ങനെ അഭിനയിച്ച് പോകു ന്നതിനിടയിൽ അവൾ അയാളുടെ തുടയിൽ കടിക്കും. എന്നിട്ട് അവൾ എഴുന്നേറ്റ് മുഫാത്തിനോട് പ്രസ്തുതഭാഗം അഭിനയിക്കാൻ പറയും. ശരിക്കും രസകരമായ അനുഭവം. തന്റെ നഗ്നതയും വെളുത്ത തൊലിയും ചെമ്പൻ മുടിയും സ്വർണരോമങ്ങളും എല്ലാം അയാളെ തീർച്ചയായും കൊതിപ്പിച്ചിട്ടുണ്ടെന്ന് അവൾക്കറിയാമായിരുന്നു.

അയാളും നാല് കാലിൽ ചിരിച്ചുകൊണ്ട് ഇഴയാൻ തുടങ്ങും. എന്നിട്ട് അവളുടെ തുടയിൽ കടിക്കും. അവൾ പേടിച്ച് ഓടി മറയും. എന്നാൽ ഒടുവിലത്തെ അവളുടെ പ്രതികരണമാണ് ഏറെ കഷ്ടം.

“നിങ്ങൾക്ക് കളി അറിയില്ല. നിങ്ങളെ ഈ നിലയിൽ ആളുകളൊന്ന് കാണണം. നിങ്ങൾ എത്ര വൃത്തികെട്ടവനാണ്.”

ഈ കളി പിന്നെ കാര്യമായി. അതവളുടെ കുറ്റമായിരുന്നില്ല. വാതി ലടച്ചു കഴിഞ്ഞാൽ ക്രൂരമായ ഉന്മാദക്കാറ്റ് അവരുടെയിടയിൽ വീശിയടി ക്കും. മാംസത്തിന്റെ പ്രേരണകളാൽ ഇക്കിളിപ്പെട്ട അവർ എന്തിനും തയാ റായിരുന്നു. മൃഗീയവാസനകളോടെ അത് വളർന്നു. നാലുകാലിൽ ഇഴ യാനും കടിക്കാനുമുള്ള പ്രേരണകളുണ്ടായി. ഒരിക്കൽ കരടികളിക്കിട യിൽ അവൾ മുഫാത്തിനെ തള്ളി താഴെയിട്ടു. മുഫാത്തിന്റെ തല എവി ടെയോ തട്ടി മുഴച്ചു. നാന പൊട്ടിച്ചിരിച്ചു. അതിനുശേഷം നാനയുടെ പെരുമാറ്റശൈലി വീണ്ടും ക്രൂരമായി. ഒരു മൃഗത്തോടെന്നപോലെ മാത്ര മായി മുഫാത്തിനോടുള്ള പിന്നീടത്തെ അവളുടെ പെരുമാറ്റം.

“പെട്ടെന്നാകട്ടെ പെട്ടെന്നാകട്ടെ... നീ വൃത്തികെട്ട കുതിരയാണ്.” പിന്നെ ഒരവസരത്തിൽ മുഫാത്ത് പട്ടിയായി. അവൾ തന്റെ കൈലേസ് മുറിയുടെ ദൂരെയെറിയും. മുഫാത്ത് നാലുകാലിൽ ഇഴഞ്ഞു ചെന്ന് അത് കടിച്ചെടുത്തുകൊണ്ട് വരണം.

“സീസർ വേഗം കൊണ്ടുവരൂ, നല്ല പട്ടി, അനുസരണയുള്ള പട്ടി.”

ഈ തരംതാഴ്ചയിൽ അയാൾ ഹരംകൊണ്ടു. കുറച്ചുകൂടി അധ:പതനം അയാൾ കൊതിച്ചു."ശരിക്ക് അടിക്ക്, ബൗ വൗ... കുറച്ചു കൂടി ശക്തിയായി...ഞാനൊരു ഭ്രാന്തൻ പട്ടി ബൗ വൗ..."

മുഫാത്തിനെ പ്രഭുവേഷത്തിൽ കാണാനുള്ള ആഗ്രഹം നാന ഒരിക്കൽ പ്രകടിപ്പിച്ചു. വാളും അലുക്കും സ്വർണ അലുക്കിട്ട കുപ്പായവും എല്ലാമായി എത്തിയപ്പോഴാകട്ടെ നാന ചിരിക്കാൻ തുടങ്ങി. നിർത്താതെ ചിരിച്ചുകൊണ്ട് അവൾ ആ പ്രഭുചിഹ്നങ്ങളെ അധിക്ഷേപിക്കാൻ തുടങ്ങി. ഓരോന്ന് പറഞ്ഞ് അവൾ അയാളുടെ ചന്തിക്കിട്ട് ഇടിക്കാൻ തുടങ്ങി. ആളുകളെ വിറപ്പിച്ച അധികാരസ്ഥാനങ്ങളിലേക്ക് ചെളി വാരിയെറിയുന്നതിൽ അവൾക്ക് ആനന്ദം തോന്നി. ഇതവളുടെ പ്രതികാരമാണ്. ഇതവളുടെ രക്തത്തിൽ അലിഞ്ഞു ചേർന്ന പ്രതികാരാഗ്നിയാണ്. പ്രഭുവേഷങ്ങൾ അഴിച്ച് തറയിലിടാൻ അവൾ മുഫാത്തിനോട് ആവശ്യപ്പെട്ടു. ഒട്ടും അമാന്തിച്ചില്ല. അദ്ദേഹം ഉടൻതന്നെ നഗ്നനായി. തുടർന്ന് അതിന്റെ മേൽ ചവിട്ടുവാൻ അവൾ ആവശ്യപ്പെട്ടു. അതും അയാൾ അനുസരിച്ചു. സുവർണമുദ്രകളും സ്ഥാനചിഹ്നങ്ങളുമുള്ള ആ വസ്ത്രത്തിൽ തുപ്പി വയ്ക്കണമെന്നതായിരുന്നു അടുത്ത നിർദേശം. അതും അയാൾ ചെയ്തു. അയാളെ തെരുവിലെ ഒരു ചെളിക്കൂനയാക്കി മാറ്റാൻ അവൾക്ക് അധികസമയം വേണ്ടി വന്നില്ല.

സ്വർണപ്പണിക്കാരൻ വാക്ക് പാലിക്കാതിരുന്നതിനാൽ കട്ടിൽ ജനുവരി മധ്യത്തോടെയേ എത്തിയുള്ളൂ. ഈ സമയം തന്റെ അവസാനത്തെ സ്വത്തും വിൽക്കുന്നതിനായി മുഫാത്ത് നോർമണ്ടിൽ പോയിരിക്കുകയായിരുന്നു. നാലായിരം ഫ്രാങ്കാണ് നാന ആവശ്യപ്പെട്ടിരിക്കുന്നത്. രണ്ട് ദിവസം കഴിഞ്ഞേ അദ്ദേഹം തിരികെയെത്തൂ എന്ന് നാന കരുതിയെങ്കിലും മുഫാത്ത് നേരത്തേതന്നെ തിരിച്ചെത്തി. പത്തുമണി മുഴങ്ങി. അദ്ദേഹത്തിന്റെ കയ്യിൽ പാർശ്വവാതിലിന്റെ താക്കോൽ ഉണ്ടായിരുന്നതിനാൽ നേരെ അയാൾ നാനയുടെ വീട്ടിലേക്ക് പ്രവേശിച്ചു. അപ്രതീക്ഷിതമായി അവിടെയെത്തിയ മുഫാത്തിനെ കണ്ട സോയേ സ്തബ്ധയായിപ്പോയി. വിനോട്ട് അന്വേഷിക്കുന്നു എന്നുപറഞ്ഞ് മുഫാത്തിനെ തടഞ്ഞു നിർത്താൻ സോയേ ശ്രമിച്ചു നോക്കിയെങ്കിലും മുഫാത്ത് അതൊന്നും ചെവിക്കൊണ്ടില്ല. സോയേയുടെ മുഖഭാവം മുഫാത്തിനെ സംശയചിത്തനാക്കി. അദ്ദേഹം നേരെ പോയത് നാനയുടെ മുറിയിലേക്കാണ്. വാതിൽക്കലെത്തിയപ്പോഴേ മുറിയിൽനിന്ന് ചിരിയും ബഹളവും കേൾക്കാം. സോയേ പിൻവലിഞ്ഞു. ഇനി വരുന്നത് വരട്ടെ വാതിൽപ്പടിയിലെത്തിയപ്പോൾ മുഫാത്ത് ആ കാഴ്ച കണ്ട് നിലവിളിച്ചു.

"എന്റെ ദൈവമേ എന്റെ ദൈവമേ."

നവീകരിച്ച കിടക്കമുറി രാജകീയ ആഡംബരത്തിൽ അത്യുജ്ജ്വലമായിരിക്കുന്നു. കട്ടിലിന്റെ മുകൾത്തട്ടിലെ വെള്ളിക്കുമിളകൾ നക്ഷത്രങ്ങളെപ്പോലെ തിളങ്ങി. പോക്കുവെയിലിന്റെ അരുണിമയെ അനുസ്മരിപ്പിക്കുന്ന അഴക് ആ മുറിയാകെ വ്യാപിച്ചിരിക്കുന്നു. സ്വർണ അലുക്കു

കൾ തീജ്വാലപോലെ ശോഭിക്കുന്നു. സ്വർണത്തിലും വെള്ളിയിലും തീർത്ത അലങ്കാരങ്ങളുള്ള ആ കട്ടിലിൽ നാനയുടെ നഗ്നസൗന്ദര്യം പ്രദർശിക്കപ്പെട്ടിരിക്കുന്നു. നാനയുടെ നഗ്നമേനിയോട് ചേർന്ന് വൃത്തി കെട്ട അഴുക്കുചാലുപോലെ നിശാവസ്ത്രധാരിയായി ഷുവാർദ് കിടക്കുന്നു. "ദൈവമേ" മുഫാത്ത് നിലവിളിച്ചു. "അതേ ഷുവാർദ് തന്നെ" സ്വർണ റോസ് കുലകൾ. വെള്ളിയിൽ തീർത്ത കൊത്തുപണികൾ... എല്ലാം ഷുവാർദിനുവേണ്ടി. നാനയുടെ തടിച്ച തുടകൾ... ആ നഗ്നശോഭയ്ക്കരികിൽ അയാൾ തലേന്നത്തെ പ്രണയകേളിയാൽ ആകെ തളർന്ന് കിടക്കുന്നു. തണുത്തു വിറയ്ക്കുന്ന അയാളുടെ ദയനീയാവസ്ഥ കണ്ട് നാനയ്ക്ക് ചിരിയടക്കാനായില്ല.

"പുതപ്പിനടിയിൽ കയറ്" വൃത്തികെട്ട എന്തിനെയോ മറയ്ക്കുന്ന മാതിരി അവൾ അയാളെ പുതപ്പിനടിയിലാക്കി. പിന്നീട് വാതിലടയ്ക്കാനായി മുന്നോട്ട് കുതിച്ചു. കൊച്ചുമണ്ടന്റെ കാഴ്ചപ്പാടിൽ അവൾ ഭാഗ്യദോഷിയാണ്. അനവസരങ്ങളിലാണ് പലപ്പോഴും അയാൾ വരാറുള്ളത്. നോർമാണ്ടിയിലേക്ക് എന്തിനാണ് അയാൾ പണമുണ്ടാക്കാൻ പോയത്? ആ കിഴവൻ നാലായിരം ഫ്രാങ്കാണ് അവൾക്ക് കൊടുത്തത്. അവൾ വാതിൽപ്പാളികൾ അടച്ചുകൊണ്ട് പറഞ്ഞു. "ഇത് നിങ്ങളുടെ കുറ്റമാണ്. ഒരു മുറിയിലേക്ക് കടന്ന് വരേണ്ടത് ഇങ്ങനെയാണോ? ഏതായാലും എനിക്ക് മതിയായി. പൊയ്ക്കോളൂ."

അടഞ്ഞ വാതിലിനു മുന്നിൽ ഇടിമിന്നലേറ്റവനെപ്പോലെ മുഫാത്ത് കണ്ണിൽ കണ്ടത് വിശ്വസിക്കാനാവാതെ നിന്നു. അയാളുടെ കിടുകിടുപ്പ് കൂടി വന്നു. കാൽപ്പാദങ്ങളിൽ തുടങ്ങിയ ആ വിറയൽ നെഞ്ചിലൂടെ ശിരസിലെത്തി. കൊടുങ്കാറ്റടിച്ചപോലെ അയാൾ ഒന്നുലഞ്ഞ് മുട്ടുകുത്തി കൈകൾ വിരിച്ച് പുലമ്പി.

"എനിക്ക് സഹിക്കാവുന്നതിലും അധികമാണ്...അധികം...എല്ലാം കഴിഞ്ഞു! എനിക്കിത് കാണാൻ വയ്യ. ദൈവമേ ഞാൻ നിനക്കുള്ളതാണ്. എന്നെ സ്വീകരിച്ചാലും."

വിശ്വാസത്താൽ എരിയുന്ന ഈ അപേക്ഷ ചൊല്ലിയതും ആരോ അദ്ദേഹത്തിന്റെ ചുമലിൽ തട്ടി. അദ്ദേഹം മുഖമുയർത്തി നോക്കി. അത് വിനോട്ട് ആയിരുന്നു. അടഞ്ഞ വാതിലിന് മുന്നിൽനിന്ന് ഇങ്ങനെ പ്രാർഥിക്കുന്നത് കണ്ട് അദ്ദേഹം വിസ്മയിച്ചു പോയി. ദൈവം തന്റെ പ്രാർഥന കേട്ടതാണെന്ന മട്ടിൽ അദ്ദേഹം വിനോട്ടിന്റെ മാറിൽ തല ചായ്ച് കരയാൻ തുടങ്ങി.

"എന്റെ സഹോദരാ സഹോദരാ..." വിനോട്ടിന്റെ മുഖം മുഫാത്ത് കണ്ണീർകൊണ്ട് കഴുകി. എന്നിട്ട് വിതുമ്പി വിതുമ്പി പറഞ്ഞു.

"എന്റെ സഹോദരാ, എന്തൊരു ദുരിതമാണിത്. എന്നെക്കൂടി കൊണ്ടുപോകൂ, ദയവു ചെയ്ത് എന്നെയുംകൂടി..."

വിനോട്ട് മുഫാത്തിനെ മാറോടണച്ച് സഹോദരാ എന്ന് സ്നേഹപൂർവം വിളിച്ചു. എന്നാൽ പുതിയൊരു പ്രശ്നംകൂടി മുഫാത്തിനെ കാത്തി

രിപ്പുണ്ടായിരുന്നു. ഇന്നലെ മുതൽ സബീനെക്കുറിച്ചുള്ള ആ വാർത്ത മുഫാത്തിനെ അറിയിക്കാൻ വിനോട്ട് അവസരം പാർത്തിരിക്കുകയായിരുന്നു. പ്രഭ്വി തുണിക്കടയിലെ ഒരു ചെറുപ്പക്കാരനുമായി ഒളിച്ചോടിയ വാർത്ത ഇപ്പോൾ പാരീസ് മുഴുവൻ സംസാരമായിക്കഴിഞ്ഞു. ഇപ്പോൾ മുഫാത്തിനെ ഇത് അറിയിക്കാൻ പറ്റിയ അവസരമാണ്. തന്റെ ജീവിതത്തിലെ ഈ ദുരന്തംകൂടി കേട്ടു കഴിഞ്ഞ് മുഫാത്ത് നിശ്ചലനായി നിന്നതേയുള്ളൂ. ഭാര്യ പോയി. ഇത് അദ്ദേഹത്തെ സ്പർശിച്ചില്ലെന്ന് തോന്നുന്നു. അല്ലെങ്കിൽപ്പിന്നെ ഇതേക്കുറിച്ച് അന്വേഷിക്കാം എന്നായിരിക്കാം കണക്കുകൂട്ടൽ. അടഞ്ഞു കിടക്കുന്ന വാതിലിലേക്ക് ഭീതിയോടെ നോക്കി അദ്ദേഹം വീണ്ടും പ്രാർഥിച്ചു.

"എന്നെ കൊണ്ടുപോകൂ... എനിക്ക് താങ്ങാൻ വയ്യ, എന്നെ ഇവിടെനിന്ന് കൊണ്ടുപോകൂ..."

ഒരു കുട്ടിയെ എന്നപോലെ മുഫാത്തിനെ വിനോട്ട് അവിടെനിന്ന് കൊണ്ടുപോയി. അന്നുമുതൽ മുഫാത്ത് വിനോട്ടിന്റെ നിയന്ത്രണത്തിലായി. മതപ്രബോധനങ്ങളുടെ വലയത്തിൽ തളച്ചിട്ട അവസ്ഥ. ഏതായാലും ജീവിതം തകർന്നു. അദ്ദേഹം പ്രഭുവിന്റെ പദവിയിൽനിന്നും ഒഴിഞ്ഞു. അറുപതിനായിരം ഫ്രാങ്കിനായി എസ്റ്റിലേ കേസ് കൊടുത്തു. നാനയ്ക്കുവേണ്ടി വിറ്റ് തുലച്ചതിന്റെ ശേഷിപ്പുമായി ജീവിച്ചു പോരികയാണ് അദ്ദേഹം. സബീന്റെ ധൂർത്തജീവിതം അതുംകൂടി നശിപ്പിക്കാൻ തുടങ്ങി. ലൊട്ടുലൊടുക്ക് പരിപാടിയുമായി കറങ്ങിത്തിരിഞ്ഞ് നടന്ന് പേരുദോഷമുണ്ടാക്കിയിട്ട് ഒടുവിൽ സബീൻപ്രഭ്വി തിരിച്ചെത്തി. ക്രിസ്തീയ താൽപ്പര്യപ്രകാരം മുഫാത്ത് അവരെ സ്വീകരിച്ചു. എങ്കിലും സ്ത്രീകളോടൊപ്പമുള്ള ജീവിതത്തോട് അദ്ദേഹത്തിന് വിമുഖത തോന്നി. ദൈവകരങ്ങളിൽ താൻ സുരക്ഷിതനാണെന്ന് അദ്ദേഹത്തിന് തോന്നി. ഭൂതകാലത്തിലെ ആധ്യാത്മികാനുഭവങ്ങളുടെ നിറവിലേക്ക് അദ്ദേഹം ഒരിക്കൽക്കൂടി മടങ്ങി.

മുഫാത്തും നാനയുമായി പിളർപ്പുണ്ടായ വൈകുന്നേരം തന്നെ മിഗ്നൻ അവിടെയെത്തി. സ്വന്തം ഭാര്യയുടെ കാമുകനായി ഫോഷറി കടന്നു കൂടിയതിൽ ആദ്യമൊക്കെ പ്രയാസമുണ്ടായിരുന്നെങ്കിലും അതുമായി പൊരുത്തപ്പെടാൻ അയാൾക്കാവുന്നുണ്ട്. മിഗ്നൻ വീട്ടുകാര്യങ്ങളെല്ലാം ക്രമേണ ഫോഷറിയുടെ ചുമലിലേക്ക് മാറ്റി. കലാസാഹിത്യരംഗത്തുനിന്ന് ലഭിച്ച പണം മുഴുവൻ ഫോഷറി കുടുംബകാര്യങ്ങൾക്ക് വിനിയോഗിച്ചു. ഇരുപുരുഷന്മാരുടെയും പരസ്പരധാരണയിൽ റോസിന്റെ ജീവിതം പങ്കു വയ്ക്കപ്പെട്ടു. അധാർമികമാണെങ്കിലും കാര്യങ്ങളൊക്കെ ചിട്ടയോടെയാണ് മുന്നേറിയത്. ഫോഷറിയുടെ ഉപദേശപ്രകാരം സോയേയെ തങ്ങൾക്ക് പരിചാരികയായി ലഭിക്കുമോ എന്നറിയാനാണ് മിഗ്നൻ അന്ന് അവിടെയെത്തിയത്. സോയേയുടെ അസാമാന്യബുദ്ധിയെപ്പറ്റി ഫോഷറി നേരത്തേ മനസിലാക്കിയിരുന്നു. കഴിഞ്ഞ കുറേ മാസങ്ങളായി വേണ്ടത്ര പരിശീലനം ലഭിക്കാത്ത പെൺകുട്ടികളെക്കൊണ്ട്

റോസ് നന്നേ ബുദ്ധിമുട്ടി വരികയാണ്. സോയേ വാതിൽ തുറന്നപ്പോൾ അവരെ ഊണുമുറിയിലേക്ക് അദ്ദേഹം കൂട്ടിക്കൊണ്ടുപോയി, കാര്യം പറഞ്ഞപ്പോഴേ സോയേ ചിരിയോടെ പ്രതികരിച്ചു. സാധ്യമല്ല, മറ്റൊരുദ്ദേശ്യത്തിൽ നാനയെ വിട്ടുപോവാൻ അവൾ തീരുമാനിച്ചിരിക്കുകയാണ്. അവളെ ജോലിക്കാരിയായി ലഭിക്കാൻ ഓരോരുത്തരും ദിവസംതോറും മത്സരിക്കുകയാണെന്നും അവൾ കൂട്ടിച്ചേർത്തു. എങ്കിലും ട്രൈക്കോണിന്റെ ജോലിക്കാരിയായി മടങ്ങാനാണ് താൽപ്പര്യമെന്നും സോയേ അറിയിച്ചു. അതിനുവേണ്ടി തന്റെ സമ്പാദ്യമെല്ലാം അവൾ മാറ്റിവച്ചിരിക്കുകയാണ്. സാറ്റിനെ വശത്താക്കാൻ ശ്രമിച്ചതും ഇതിന്റെ ഭാഗമായാണ്. എന്നാൽ സാറ്റിൻ ആരോഗ്യം നശിച്ച് ആശുപത്രിയിൽ മരണത്തോട് മല്ലടിക്കുകയാണ്.

പുതിയ തൊഴിലിൽ ഉണ്ടാവാൻ പോകുന്ന ബുദ്ധിമുട്ടുകൾ ചൂണ്ടിക്കാട്ടി തന്റെ ആഗമനോദ്ദേശ്യം നിറവേറ്റാൻ മിഗ്നൻ ശ്രമിച്ചെങ്കിലും സോയേ ഉറച്ച മട്ടിൽ പ്രതികരിച്ചു.

"ഈ വ്യവസായം എപ്പോഴും പണം തരുന്നു. മറ്റുള്ളവർക്കായി ഞാൻ വളരെ നാളുകൾ ജോലി ചെയ്തു. ഇനി മറ്റുള്ളവർ എനിക്കുവേണ്ടിയും കുറെ പണിയെടുക്കട്ടെ. കഴിഞ്ഞ പതിനഞ്ച് വർഷത്തെ കടമാണ് വീട്ടാനുള്ളത്."

കൊച്ചമ്മയ്ക്ക് ഇന്ന് നല്ല ദിവസമാണ് എന്ന് പറഞ്ഞിട്ടാണ് സോയേ മിഗ്നന്റെ അടുക്കൽനിന്ന് പോയത്. ഒരിക്കൽ മാത്രമേ മിഗ്നൻ ഇതിന് മുൻപ് അവിടെ എത്തിയിരുന്നുള്ളൂ. ഊണുമുറിയിലെ ചിത്രകമ്പളങ്ങളും പാർശ്വമറകളും കണ്ട് അയാൾ ആശ്ചര്യപ്പെട്ടു. പരിചിതമാണെന്ന മട്ടിൽ അദ്ദേഹം വാതിൽ തുറന്ന് സ്വീകരണമുറിയിലേക്കും ശിശിരോദ്യാനത്തിലേക്കും നോക്കി. സ്വർണത്തിളക്കമുള്ള ഗൃഹോപകരണങ്ങളിലേക്ക് നോക്കിയപ്പോൾ മിഗ്നന്റെ ചങ്കിടിപ്പ് കൂടി. അദ്ദേഹത്തെ കൂട്ടിക്കൊണ്ട് പോകാൻ സോയേ മടങ്ങി വന്നപ്പോൾ മറ്റ് മുറികളും കാട്ടിക്കൊടുക്കാമെന്ന് പറഞ്ഞു.

ശിഥിലീകരണത്തിനിടയിലും നാനയുടെ കൊട്ടാരത്തിലെ ആഡംബരം കണ്ട് വിസ്മയിച്ച മിഗ്നൻ താൻ ജീവിതത്തിൽ കണ്ടിട്ടുള്ള സുന്ദരസൃഷ്ടികളെക്കുറിച്ചെല്ലാം ഓർത്തു. എന്നാൽ അതൊന്നും നാനയുടെ കൊട്ടാരത്തിലെ സൃഷ്ടികളോളം വരില്ല. മുമ്പ് കണ്ടതൊക്കെ ലക്ഷക്കണക്കിന് ഫ്രാങ്കും അനേകം തൊഴിലാളികളുടെ വിയർപ്പും ചേർന്നവയാണ്. എന്നാൽ ഒരു സാങ്കേതികവിദഗ്ധന്റെ സഹായത്തോടെയാണ് നാന പാരീസിന്റെ അടിക്കല്ലിളക്കിയിരിക്കുന്നത്.

നാന കടുത്ത വിഷാദത്തിലായിരുന്നു. പാതി മരിച്ചവനെപ്പോലെയായ മാർക്വിസ് ഷുവാർദും ഇനി ഒരിക്കലും കാണാൻ കഴിയില്ലെന്ന് കരുതുന്ന മുഫാത്തും അവളെ കടുത്ത വേദനയിലാഴ്ത്തി. സാറ്റിന്റെ നില വഷളായതും അവളെ വിഷമിപ്പിച്ചു. ഇതിന് പുറമേയാണ് ഒരാഴ്ചകൂടിയേ താൻ ഉണ്ടാവുകയുള്ളൂ എന്ന അറിയിപ്പുമായി സോയേ എത്തിയത്. പോകരു

തെന്ന് അവളോട് നാന കെഞ്ചിപ്പറഞ്ഞു. പിണങ്ങിയല്ല പോകുന്നതെന്ന് വരുത്തിത്തീർക്കാൻ അവൾ നാനയെ ചുംബിച്ചു.

ആ ദിവസത്തെ ദുരന്തപട്ടിക അങ്ങനെപോലും അവസാനിച്ചില്ല. മുറിയിലൂടെ ഉലാത്തുമ്പോഴാണ് ലബോർദത്ത് ഒരുതരം മാന്ത്രികപ്പട്ട് വാങ്ങുന്നതിനെപ്പറ്റി പറയാനെത്തിയത്. കൂട്ടത്തിൽ ആനുഷംഗികമായി ജോർജിന്റെ മരണവാർത്തയും അയാൾ പറഞ്ഞു. ഇത് കേട്ടതും അവൾ മരവിച്ചു പോയി.

"സിസി മരിച്ചു" അവൾ കരഞ്ഞു. അവൾ അറിയാതെ നിലത്തെ രക്തക്കറയിലേക്ക് നോക്കി. അത് ഏറെക്കുറെ മാഞ്ഞ് പോയിരുന്നു. ഇതിനിടയിൽ ലബോർദത്ത് വിശദാംശങ്ങളിലേക്ക് കടന്നു. എങ്ങനെയാണ് മരണം സംഭവിച്ചതെന്ന് കൃത്യമായി അറിഞ്ഞിട്ടില്ല. മുറിവ് കരിയാത്തതാണെന്നും ആത്മഹത്യയാണെന്നും അഭിപ്രായമുണ്ട്. വെള്ളക്കെട്ടിൽ ചാടി മരിച്ചെന്നാണ് ചിലർ പറയുന്നത്. നാന വീണ്ടും വിതുമ്പി... "എന്റെ സിസി മരിച്ചു" അവൾ തേങ്ങിക്കരഞ്ഞു. ആഴത്തിലുള്ള വേദനയോടെ അവൾ പുളഞ്ഞു. ലബോർദത്ത് അവളെ ആശ്വസിപ്പിക്കാൻ ശ്രമിച്ചെങ്കിലും അവൾ അത് തടഞ്ഞുകൊണ്ട് വിതുമ്പി.

"അവൻ മാത്രമല്ല, എല്ലാം പോയി. ഞാൻ തീർത്തും ഭാഗ്യദോഷിയാണ്. കൊള്ളരുതാത്തവൾ എന്ന് എല്ലാവരും എന്നെ പറയും. ചിലരെ മുടിപ്പിച്ച്, ചിലരെ കൊന്നുകളഞ്ഞ വൃത്തികെട്ട പെണ്ണ് എന്ന് ലോകം എന്നെ പഴിക്കും."

വാക്കുകൾ അവളുടെ തൊണ്ടയിൽ തങ്ങി. തലയണയിൽ മുഖമമർത്തി അവൾ കരഞ്ഞു. വാക്കുകൾ പുറത്തേക്ക് വന്നില്ല.

"ഞാൻ ഭാഗ്യദോഷി, ഞാൻ ഭാഗ്യദോഷി.. എനിക്ക് ശ്വാസം മുട്ടുന്നു. എന്നെ ആരും മനസിലാക്കുന്നില്ലല്ലോ" അവൾ എഴുന്നേറ്റ് മുഖം തുടച്ച് സാഹചര്യങ്ങളെ പഴിക്കാൻ തുടങ്ങി:

"എനിക്കതിന് കഴിയില്ല. എനിക്കുള്ളതെല്ലാം ഞാൻ ഉപേക്ഷിച്ചു. ഒരു ഈച്ചയെപ്പോലും ഞാൻ ഉപദ്രവിച്ചിട്ടില്ല. അവരാണ് കുഴപ്പക്കാർ." ലബോർദത്തിനുനേരെ തിരിഞ്ഞ് ചുമലിൽ തട്ടിക്കൊണ്ട് അവൾ പറഞ്ഞു:

"നോക്കൂ, നിങ്ങളെങ്കിലും സത്യം പറ. ഞാനവരെ പ്രേരിപ്പിച്ചോ? അവരെ ഞാനാണോ നശിപ്പിക്കാൻ ശ്രമിച്ചത്? അല്ലെങ്കിൽത്തന്നെ ഒരു സംഭവം നോക്ക്. അവർക്കെല്ലാം എന്നെ വിവാഹം കഴിക്കണം. എനിക്ക് വേണമെങ്കിൽ പ്രഭിയോ രാജ്ഞിയോ ഒക്കെ ആകാമായിരുന്നു. ഞാൻ യുക്തിപൂർവം ചിന്തിക്കുന്നവളായതുകൊണ്ട് അതൊക്കെ വേണ്ടെന്ന് വച്ചു. ഞാനൊന്നു സമ്മതം മൂളിയാൽ മോഷ്ടിക്കുന്നവരുണ്ടായിരുന്നു. അച്ഛനെയും അമ്മയെയും കൊല്ലുന്നവരുണ്ടായിരുന്നു. എന്നാൽ ഞാൻ അതിനായി ഒരക്ഷരവും ഉരിയാടിയിട്ടില്ല. ദാഗുനേറ്റിന്റെ കാര്യമെടുക്ക്. ആ വായ്നോക്കിയെ ഞാൻ വിവാഹം കഴിപ്പിച്ചു വിട്ടു. ഒരു പിച്ചക്കാരന്റെ നിലയിൽനിന്ന് അവനെ ഉയർത്തിയത് ഞാനാണ്. ഒരാഴചയോളം

അവനെ സംരക്ഷിക്കുകയും ചെയ്തു. ഇന്നലെ കണ്ടിരുന്നു ആ പന്നിയെ. മുഖത്തു നോക്കാൻപോലും അവൻ കൂട്ടാക്കിയില്ല. ഞാൻ നിങ്ങളെക്കാൾ എത്രയോ ഭേദമാണ്."

അവൾ മേശയിൽ മുഷ്ടിചുരുട്ടി അടിച്ചു. "ദൈവമേ എല്ലാവരും ചീത്ത. ഒരു കാര്യം ഞാൻ പറയാം. ഈ പുരുഷന്മാരെല്ലാം ഓരോന്ന് കാട്ടിക്കൂട്ടിയത് എനിക്ക് തീരെ ആസ്വദിക്കാൻ കഴിഞ്ഞിട്ടില്ല. പിന്നെ കുറ്റം എങ്ങനെ എന്റേതാവും? അവർ എനിക്ക് കണ്ണീരേ തന്നിട്ടുള്ളൂ. അവരുടെ പണം പോയെങ്കിൽ ജീവൻ പോയെങ്കിൽ അതിന്റെ ഉത്തരവാദി അവർതന്നെ. എനിക്കതിൽ ഒരു പങ്കുമില്ല."

"തീർച്ചയായും ശരിതന്നെ" ലബോർദത്ത് അവൾ പറഞ്ഞത് വിശ്വസിക്കുന്നതായി നടിച്ചു. അവിടേക്ക് കടന്നു വന്ന മിഗ്നനെ നാന ചിരിച്ചുകൊണ്ടാണ് സ്വീകരിച്ചത്. കരഞ്ഞുകരഞ്ഞ് അവളുടെ കണ്ണുനീർ തീർന്നിരിക്കുന്നു. വീടിന്റെ ആഡംബരത്തിൽ വിസ്മയിച്ച മിഗ്നൻ ഇപ്പോഴും അതേപ്പറ്റി പുകഴ്ത്തി പറയുന്നുണ്ട്. എന്നാൽ ഇതെല്ലാം വൈകാതെ വിറ്റു കളയുമെന്നാണ് നാന മറുപടി പറഞ്ഞത്. തളർന്നു കിടക്കുന്ന ബോസ്കിനെ സഹായിക്കാനായി നടക്കാൻ പോകുന്ന കലാപ്രകടനത്തെപ്പറ്റി അറിയിക്കാനാണ് അയാൾ എത്തിയതത്രേ. സഹതാപചിത്തയായ നാന രണ്ട് ടിക്കറ്റെടുത്ത് സഹായിക്കുകയും ചെയ്തു. വണ്ടി പുറത്ത് കാത്ത് കിടക്കുന്നു എന്ന് സോയേ ഓർമിപ്പിച്ചപ്പോൾ നാന പുറത്തേക്കിറങ്ങി. ആശുപത്രിയിൽ മരണാസന്നയായി കിടക്കുന്ന സാറ്റിനെ കാണാൻ അവൾ പോവുകയാണ്.

"ഞാൻ ആശുപത്രിയിലേക്കാണ് പോകുന്നത്. അവളെപ്പോലെ മറ്റാരും എന്നെ സ്നേഹിച്ചിട്ടില്ല. ഒരുപക്ഷേ, ഞാൻ അവിടെ ചെല്ലുമ്പോഴേക്കും അവൾ മരിച്ചെന്നിരിക്കാം. അവളെ എനിക്കൊന്ന് ചുംബിക്കുകയെങ്കിലും ചെയ്യണം."

ലബോർദത്തും മിഗ്നനും പുഞ്ചിരിച്ചു. നാനയുടെ മുഖത്തും ചിരിയുണ്ട്. അവർക്ക് നാനയുടെ വികാരം ഉൾക്കൊള്ളാൻ കഴിയും. അവൾ കുപ്പായത്തിന്റെ കുടുക്കുകൾ അഴിച്ചപ്പോൾ അവർ ആദരപൂർവം മാറി നിന്നു. ഒട്ടേറെ പുരുഷന്മാരുടെ ശിരസ്സ് മെതിച്ചുകൊണ്ട് അവൾ തലയെടുപ്പോടെ നിൽക്കുകയാണ്. അനേകരുടെ തല കൊയ്ത് സ്ഥാപിച്ച സാമ്രാജ്യത്തെ അനുസ്മരിപ്പിച്ചുകൊണ്ട് ഗംഭീരഭാവത്തിലാണ് അവൾ നിൽക്കുന്നത്. നാശം വിതച്ച് അവൾ പറന്നു നടന്നു. വാന്ദേവ്രസിന്റെ ഭീകരമായ ബലി, ഫൊകാർമണ്ടിന്റെ ദയനീയസ്ഥിതി, സ്റ്റീനറുടെ ഉന്മൂലനാശം, ഫലോസിയുടെ മണ്ടത്തരം മുതലെടുത്തത്, മുഫാത്തിന്റെ ജീവിതത്തകർച്ച, ഇപ്പോഴിതാ ജോർജിന്റെ വെളുത്ത മൃതശരീരം...ഫിലിപ്പാണെങ്കിൽ ജയിലിൽനിന്ന് ഇന്നലെ പുറത്ത് വന്നതേയുള്ളൂ. അവൾ നാശവും മരണവും വിതച്ചു. ദാരിദ്ര്യത്തിന്റെ ചെളിക്കുണ്ടിൽനിന്ന് പറന്നു വന്ന ആ ശലഭം പുരുഷന്മാരെ ഒരു സ്പർശത്താൽ വിഷലിപ്തമാക്കി. പണക്കാരോടുള്ള തെണ്ടിയുടെ പ്രതികാരം അവളിലൂടെ നിർവഹിക്കപ്പെട്ടു.

എങ്കിലും അവളിൽ ഉദിച്ച ലൈംഗികത ശവപ്പറമ്പിൽ തിളങ്ങുന്ന സൂര്യനെപ്പോലെയാണ് കത്തിയെരിഞ്ഞതെന്ന് ആലങ്കാരികമായി പറയാം. തന്റെ പ്രവൃത്തിയുടെ ഹീനതയെപ്പറ്റി അവൾ തീർത്തും അജ്ഞയായിരുന്നു. ഇതൊരു തുടക്കം മാത്രം. ചില മെച്ചപ്പെട്ട പദ്ധതികൾ അവളുടെ മനസിലുണ്ട്. സാറ്റിനുള്ള അവസാനചുംബനവുമായി നന്നായി വേഷം ധരിച്ചാണ് അവൾ പുറപ്പെട്ടത്.

പതിനാല്

നാന പെട്ടെന്നുതന്നെ അപ്രത്യക്ഷയായി. അജ്ഞാതമായ ആ യാത്ര ഏതു ദേശത്തേക്കായിരുന്നുവെന്ന് ആർക്കും തിട്ടമില്ല. പോകുന്നതിന് മുൻപ് അവൾക്കുള്ളതെല്ലാം തൂത്തുവാരി വിറ്റിരുന്നു. വീട്, വീട്ടുപകരണങ്ങൾ, ആഭരണങ്ങൾ, വസ്ത്രങ്ങൾ... ആകെക്കൂടി വിറ്റു കിട്ടിയത് അറുപതിനായിരം ഫ്രാങ്ക് ആണ്. പാരീസിലെ നാടകവേദിയിലും ഒരു ദിവസം അവൾ പ്രത്യക്ഷയായി. കൈക്കാശിന് വകയില്ലാതിരുന്ന ബോർദനേവിന് ആ നാടകം ധാരാളം പണമുണ്ടാക്കിക്കൊടുത്തു. പ്രുള്ളിയറും ഫൊണ്ടാനും ഒരിക്കൽക്കൂടി വേദിയിലെത്തിയെങ്കിലും അവളുടെ ഭാഗം സംഭാഷണരഹിതമായിരുന്നു. പട്ടണം മുഴുവൻ നാനയുടെ കളർചിത്രങ്ങൾ നിറഞ്ഞു. എന്നാൽ മാനേജരുമായി എന്തോ സ്വൈര്യക്കേടുണ്ടായി, അവൾ അവിടം വിട്ട് പോവുകയുണ്ടായി.

മാസങ്ങൾ കടന്നു പോയി. നാന വിസ്മൃതയായി. എങ്കിലും അവളെപ്പറ്റിയുള്ള കഥകൾ ഇടയ്ക്കിടെ പ്രചരിക്കുകയുണ്ടായി. പരസ്പരവിരുദ്ധമായ കെട്ടുകഥകളും ആ കൂട്ടത്തിലുണ്ടായിരുന്നു. അവൾ വൈസ്രോയിയെ വശീകരിച്ചെന്നും കൊട്ടാരത്തിലെ സ്വകാര്യസ്ഥലങ്ങളിൽ അവൾ അടക്കി വാഴുന്നുവെന്നും അവളുടെ വിനോദത്തിനുവേണ്ടി ഇരുനൂറ് അടിമകളെ ശിരച്ഛേദം നടത്തിയെന്നും കഥകളുണ്ടായി. അതുകൊണ്ടും തീർന്നില്ല. അടിവസ്ത്രംപോലുമില്ലാതെ ഒരു നീഗ്രോയോടൊപ്പം കാമാസക്തിക്കടിപ്പെട്ട് അവൾ നശിപ്പിക്കപ്പെട്ട കഥകളും പ്രചരിക്കുകയുണ്ടായി. അവളെ റഷ്യയിൽ കണ്ടെന്നും ചില വാർത്തകളുണ്ടായി. അവൾ രാജ്ഞിയായെന്നാണ് മറ്റൊരു കഥ. ഏതായാലും സ്ത്രീകളൊക്കെ അവളുടെ ആഭരണങ്ങൾ അനുകരിച്ചു. ഇപ്പോൾ അവളുടെ പേര് കേട്ടാൽ ആളുകൾ പരിഹസിക്കില്ല. മറിച്ച് ആദരവായിരുന്നു അവർ പ്രകടിപ്പിച്ചിരുന്നത്.

ജൂലൈ മാസത്തിലെ ഒരു വൈകുന്നേരം. ലൂസി വണ്ടിയിൽ പോകുമ്പോൾ കരോളിനെ കണ്ടുമുട്ടുകയുണ്ടായി. വണ്ടിയുടെ വേഗം കുറച്ച് ലൂസി അവളോട് വിളിച്ചു പറഞ്ഞു:

"നീ അറിഞ്ഞോ നാന മടങ്ങി വന്നിരിക്കുന്നു."

അവൾ വണ്ടിയിൽ ചാടിക്കയറി വിസ്മയഭരിതയായ കരോളിനോട് നാനയുടെ ദുരന്തകഥ ലൂസി വിവരിച്ചു.

"ഒരുപക്ഷേ, നമ്മളിങ്ങനെ സംസാരിച്ചുകൊണ്ടിരിക്കുമ്പോൾത്തന്നെ അവൾ മരിച്ചുപോയെന്ന് വരാം."

"മരിക്കയോ? എന്താണീ പറയുന്നത്? എവിടെയാണവൾ?" കരോളിൻ ആശ്ചര്യപ്പെട്ടു.

"ഗ്രാൻഡ് ഹോട്ടലിൽ....വസൂരിയാണ്....അതൊരു വല്ലാത്ത കഥയാണ്."

"നിനക്ക് സങ്കൽപ്പിക്കാൻപോലുമാവില്ല. റഷ്യയിൽനിന്നാണ് നാന വരുന്നത്. കാരണം എനിക്കറിയില്ല. രാജാവുമായി വല്ല പ്രശ്നവും ഉണ്ടായിക്കാണും. അവൾ തന്റെ സാധനങ്ങൾ സ്റ്റേഷനിൽ ഉപേക്ഷിച്ചു. അവൾ നേരെ പോയത് അമ്മായിയുടെ അടുത്താണ്. അവളുടെ കുഞ്ഞ് വസൂരി പിടിപെട്ട് മരിക്കാൻ കിടക്കുകയായിരുന്നു. അടുത്ത ദിവസംതന്നെ അവൻ മരിച്ചു. അവൾ അയച്ചുകൊടുത്ത പണത്തെച്ചൊല്ലി അവിടെ വഴക്കുണ്ടായി. വേണ്ടവിധത്തിൽ പരിചരിക്കാഞ്ഞിട്ടാണത്രേ കുട്ടി മരിച്ചത്. അവിടെനിന്നിറങ്ങിപ്പോയ നാന പിന്നീട് മിഗ്നനെ കണ്ടുമുട്ടി. അവളുടെ കാര്യങ്ങൾ നോക്കാമെന്ന് മിഗ്നൻ ഏറ്റു. ഇനിയാണ് കഥയുടെ പ്രധാന ഭാഗം വരുന്നത്. നാനയുടെ അസുഖത്തെക്കുറിച്ച് മനസിലാക്കിയ റോസ് അവിടേക്ക് കുതിച്ചെത്തി. ചെറിയൊരു ഹോട്ടലിൽനിന്ന് നാനയെ അവളാണ് ഗ്രാൻഡ് ഹോട്ടലിലേക്ക് മാറ്റിയത്. ചാകുന്നെങ്കിലും കൊള്ളാവുന്ന ഒരിടത്ത് കിടന്ന് ചാകട്ടെ എന്ന് കരുതിയാവണം അങ്ങനെ ചെയ്തത്. മൂന്ന് ദിവസമായി അവൾ നാനയെ ശുശ്രൂഷിക്കുന്നുണ്ട്. എനിക്കവിടം വരെയൊന്ന് പോകണമെന്ന് ലൂസി പറഞ്ഞപ്പോൾ കരോളിൻ ഇടയ്ക്ക് കയറി പറഞ്ഞു:

"അതേ നമുക്കൊന്നിച്ചു പോകാം."

അവർ ഹോട്ടലിന് സമീപമെത്തി. വണ്ടികളും കാൽനടക്കാരും ധാരാളമുണ്ട്. യുദ്ധപ്രഖ്യാപനമായിരുന്നതിനാൽ തെരുവ് മുഴുവൻ ആളുകളെക്കൊണ്ട് നിറഞ്ഞിരുന്നു. അസ്തമയസൂര്യൻ ചക്രവാളത്തിന് രക്തവർണം പകർന്നു. ആൾക്കൂട്ടത്തിന്റെ വിദൂരശബ്ദം ഉച്ചത്തിലായി. "അതാ മിഗ്നൻ, അദ്ദേഹത്തിന് ചില വിവരങ്ങൾ നൽകാനാവും" ലൂസി പറഞ്ഞു.

മിഗ്നൻ ഗ്രാൻഡ് ഹോട്ടലിന്റെ വരാന്തയിൽ നിൽക്കുകയായിരുന്നു. പ്രഥമാന്വേഷണത്തിൽത്തന്നെ അയാൾ അസഹിഷ്ണുവായി.

"എനിക്കെങ്ങനെ അറിയാം? കഴിഞ്ഞ രണ്ട് ദിവസമായി റോസിനെ എങ്ങനെ മടക്കിക്കൊണ്ടു വരാം എന്ന ആലോചനയിലാണ് ഞാൻ. അസുഖം അവൾക്കുകൂടി പിടിച്ചാൽ അവളുടെ മുഖം വികൃതമായിപ്പോകും."

റോസിന്റെ സൗന്ദര്യം പോകും എന്ന ചിന്ത മിഗ്നനെ വല്ലാതെ ഉലച്ചിരിക്കുകയാണ്. അതുവഴി വന്ന ഫോഷറിയും ഇപ്പോൾ വിവരമറിയാൻ ആകാംക്ഷ കാട്ടി. എന്നാൽ അവർ ഇരുവരും ആര് പോകും എന്നതിനെപ്പറ്റി തർക്കമായി.

"നിങ്ങൾ മുകളിലേക്ക് പോയി അവളോട് വരാൻ പറ" മിഗ്നൻ അഭിപ്രായപ്പെട്ടു.

"നിങ്ങൾക്കെന്തുകൊണ്ട് പോയിക്കൂടാ?"എന്ന് ഫോഷറിയും പറഞ്ഞു.

ലൂസി മുറിയുടെ നമ്പർ തിരക്കി. അവർ ഇതുവരെ ലൂസിയെ നിർബന്ധിച്ചു. എന്നാൽ ലൂസിയും കരോളിനും അതിന് തയാറായില്ല. അപ്പോഴാണ് അവർ ഫൊണ്ടാനെ കണ്ടത്. നാന രോഗബാധിതയായി മുകളിലുണ്ടെന്നറിഞ്ഞ് അയാൾ വികാരാധീനനായി.

"പാവം കുട്ടി, ഞാൻ പോയിട്ട് വരാം, എന്താണസുഖം?"

"വസൂരി" മിഗ്നൻ മറുപടി പറഞ്ഞു.

ഒരു ചുവട് വച്ചിട്ട് അയാൾ തിരിഞ്ഞ് നിന്നു. വസൂരി ചില്ലറക്കാര്യമാണോ? ഫൊണ്ടാന് അഞ്ച് വയസുള്ളപ്പോൾ വസൂരി വന്നതാണ്. രണ്ട് പ്രാവശ്യം ഒരാൾക്ക് വസൂരി വരില്ലെന്ന് പറഞ്ഞ് മിഗ്നൻ അയാളെ പോകാൻ പ്രേരിപ്പിച്ചു. എന്നാൽ ഫൊണ്ടാൻ ആ സിദ്ധാന്തം തള്ളിക്കളഞ്ഞു. ഡോക്ടർമാർ വിഡ്ഢികളാണെന്നാണ് അയാളുടെ അഭിപ്രായം. ആളുകളുടെ എണ്ണം കൂടി വന്നതിൽ ലൂസിയും കരോളിനും അത്ഭുതപ്പെട്ടു.

ഇരുട്ടിന് കട്ടി കൂടി വന്നു. വിളക്കുകൾ ഓരോന്നായി പ്രകാശിച്ചു. തൊഴിലാളികളായ കുറെ ആളുകൾ മുദ്രാവാക്യം വിളിച്ച് വരുന്നുണ്ട്.

"ബർളിനിലേക്ക്, ബർളിനിലേക്ക്, ബർളിനിലേക്ക്."

അവരുടെ നാവരിയണമെന്നാണ് മിഗ്നൻ പറയുന്നത്. എന്നാൽ രാജ്യസ്നേഹത്തിൽ ആവേശംപൂണ്ട് ഫൊണ്ടാൻ പറഞ്ഞു:

"നമ്മൾ പിതൃഭൂമിക്കുവേണ്ടി ഇപ്പോൾ ആയുധമെടുക്കേണ്ടതാണ്."

"ഇങ്ങോട്ട് നോക്ക്, നിങ്ങൾ ഞങ്ങളുടെകൂടെ മുകളിലേക്ക് വരുന്നോ?" ലൂസി ചോദിച്ചു.

"ഇല്ല, പേടിപ്പെടുത്തുന്ന കാഴ്ച കാണാനോ?"അയാൾ മറുപടി പറഞ്ഞു.

ഗ്രാൻഡ് ഹോട്ടലിന്റെ വരാന്തയിൽ കൈലേസുകൊണ്ട് മുഖം മറച്ച് ഒരാൾ ഇരിക്കുന്നുണ്ടായിരുന്നു. ഫോഷറിയാണ് മിഗ്നനെ ആ കാഴ്ച കാട്ടിയത്. കൊള്ളാം അദ്ദേഹം ഇപ്പോഴും അവിടെയുണ്ട്. ഫോഷറി ആ കാഴ്ച സ്ത്രീകളെ കാണിച്ചു കൊടുത്തു. അയാൾ മുഖമുയർത്തിയപ്പോൾ എല്ലാവരും ആശ്ചര്യഭരിതരായി. അത് മുഫാത്ത് പ്രഭു ആയിരുന്നു.

"നിങ്ങൾക്കറിയാമോ? അദ്ദേഹം രാവിലെ മുതൽ കുത്തിയിരിപ്പാണ്" മിഗ്നൻ അറിയിച്ചു. "ആറുമണിക്ക് ഞാൻ അദ്ദേഹത്തെ കണ്ടതാണ്. അതിനുശേഷം അവിടെനിന്ന് അനങ്ങിയിട്ടില്ല. എങ്കിലും ഓരോ അരമണിക്കൂറിലും അദ്ദേഹം രോഗവിവരം അന്വേഷിക്കാറുണ്ട്. മുകളിലോട്ട് പോയി വന്നിട്ട് അദ്ദേഹം ഒരേ ഇരിപ്പാണ്. ആ മുറി ആരോഗ്യത്തിന് അത്ര

നല്ലതല്ല. രോഗിയോട് സ്നേഹമുണ്ടെന്ന് കരുതി മരണത്തിലേക്ക് എത്തിപ്പെടാൻ ആരെങ്കിലും ധൈര്യപ്പെടുമോ?"

പുറത്തു നടക്കുന്ന ലഹളകളൊന്നും മുഫാത്ത് അറിഞ്ഞ മട്ടില്ല. മുഫാത്ത് വീണ്ടും എഴുന്നേറ്റപ്പോൾ ദ്വാരപാലകൻ വന്ന് എടുത്തടിച്ചതു പോലങ്ങ് പറഞ്ഞു:

"സർ, ഒരു മിനിട്ടു മുൻപ് അവൾ മരിച്ചു പോയി."

നാന മരിച്ചു! എല്ലാവർക്കും അത് ഒരു കനത്ത ആഘാതമായിരുന്നു. മുഫാത്ത് ഒരക്ഷരവും മിണ്ടാതെ കൈലേസുകൊണ്ട് മുഖം മറച്ചിരുന്നു. ചിലർ കരയുന്നുണ്ടായിരുന്നെങ്കിലും ആൾക്കൂട്ടത്തിന്റെ ശബ്ദത്തിൽ അത് മുങ്ങിപ്പോയി.

"ബർളിനിലേക്ക്, ബർളിനിലേക്ക്. ബർളിനിലേക്ക്."

നാന മരിച്ചു. അതെങ്ങനെ സാധിക്കും? അത്രയും നല്ല പെൺകുട്ടി! മിഗ്നൻ ആശ്വാസനിശ്വാസമുതിർത്തു. റോസ് ഇനിയെങ്കിലും താഴേക്ക് വരുമല്ലോ. ഒരുതരം തണുപ്പ് അവിടെ വ്യാപിച്ചു. ഫൊണ്ടാൻ ധ്യാനദു:ഖിതനായി വിതുമ്പി കാണപ്പെട്ടു. ഫോഷറിയെയും ആ മരണം വല്ലാതെ സ്പർശിച്ചിരിക്കുന്നു. സ്ത്രീകൾ ഇപ്പോഴും ഞെട്ടലിൽനിന്ന് മുക്തരായിട്ടില്ല. ലൂസി അവളെ അവസാനമായി കണ്ടത് നാടകശാലയിൽവച്ചാണ്. സ്ഫടികഗുഹയുടെ മധ്യത്തിൽ അവൾ സുന്ദരിയായി പ്രത്യക്ഷപ്പെട്ടത് എങ്ങനെ മറക്കാനാണ്? ഫൊണ്ടാനും മറ്റും ആ രംഗങ്ങൾ കൃത്യമായി ഓർക്കുന്നു. ഒരു വാക്കുപോലും ഉരിയാടാതെ തന്റെ കാഴ്ചയിലൂടെ തന്നെ അവൾ ആളുകളെ ഇളക്കി മറിച്ചു. അതുപോലൊരു ശരീരം മറ്റെങ്ങും കാണാൻ കഴിയില്ല. മനോഹരമായ തോളുകൾ, സുന്ദരമായ കാലുകൾ, ഹൊ! ആകർഷകമായ അരക്കെട്ട്...അവൾ മരിച്ചെന്നോ? നഗ്നമായ അവളുടെ അരക്കെട്ടിന് മുകളിൽ നേർത്ത അരിപ്പുവസ്ത്രം മാത്രമേ ഉണ്ടായിരുന്നുള്ളൂ. പ്രകാശത്തിൽ കുളിച്ചുള്ള ആ നിൽപ്പ്!

മുത്തും പവിഴവും രത്നങ്ങളും ചിതറുന്ന ഗുഹയിലെ സുതാര്യതയിൽ അവൾ സൂര്യനെപ്പോലെ അന്ന് ശോഭിച്ചു. തലമുടിയാണെങ്കിൽ അഗ്നിനാളങ്ങൾപോലെ! സ്ഫടികപ്രകാശവലയത്തിന് നടുവിൽ ഒരു ദേവതയെപ്പോലെ അവൾ നിൽക്കുന്ന കാഴ്ച പാരീസ് ഇതിന് മുൻപ് കണ്ടിട്ടില്ല. അത്തരമൊരു അവസ്ഥയിൽനിന്ന് മരണത്തിലേക്ക്... എല്ലാം നഷ്ടമായി. മനോഹരമായ ഒന്നിന്റെ നാശം അംഗീകരിക്കാനാവാതെ മിഗ്നൻ ഇപ്പോഴും ഇടറുന്നുണ്ട്. മുകളിലേക്ക് പോകാൻ താൽപ്പര്യമുണ്ടോ എന്ന് ലൂസിയോടും കരോളിനോടും അയാൾ ചോദിച്ചു. അവർ പടി കടന്ന് മുകളിലേക്ക് പോയി. എല്ലാവരിലും ആകാംക്ഷ വർദ്ധിച്ചു. ബ്ലാൻഷേ അപ്പോഴാണ് ആളുകൾക്കിടയിലൂടെ മടങ്ങി വന്നത്. കോണിപ്പടികൾ കയറുന്ന പെണ്ണുങ്ങളോട് മിഗ്നൻ വിളിച്ചു പറഞ്ഞു: "റോസിനോട് പറ ഞാനിവിടെ കാത്തു നിൽക്കുന്നുണ്ടെന്ന്."

രോഗസംക്രമണസാധ്യത തുടക്കത്തിലാണോ ഒടുക്കത്തിലാണോ എന്ന് അവർക്കറിയില്ല. ഫൊണ്ടാൻ ഫോഷറിക്ക് ഇതേപ്പറ്റി ചില വിശദീ

കരണങ്ങളൊക്കെ നൽകി. “ഒരു ഡോക്ടർ എന്നോട് പറഞ്ഞതാണ്. മരണം കഴിഞ്ഞുള്ള സമയമാണ് ഏറ്റവും അപകടകരം. മൃതദേഹത്തിൽനിന്ന് ദുർഗന്ധവാതകങ്ങൾ പുറപ്പെടും. എങ്കിലും പെട്ടെന്നുള്ള വേർപാടിൽ എനിക്ക് ദു:ഖമുണ്ട്. അവസാനമായി ഒരു കരം പിടിക്കാനുള്ള ഭാഗ്യം ലഭിച്ചിരുന്നെങ്കിൽ ഞാൻ സന്തുഷ്ടനാവുമായിരുന്നു.”

“ഇപ്പോൾ അതെന്തുകൊണ്ട് ചെയ്തുകൂടാ?” ഫോഷറി ചോദിച്ചു.

“ഇനിയെന്തു പ്രയോജനം?” കൂടെ നിന്നവർ പറഞ്ഞു.

ആൾക്കൂട്ടം ഇപ്പോഴും പെരുകി വന്നു. കടകളിൽനിന്നുള്ള തെളിഞ്ഞ വെളിച്ചത്തിൽ ആളുകൾ ഇരുനിരയായി ഒഴുകുന്നതു കാണാം. ആയിരങ്ങളുടെ തൊണ്ടയിൽനിന്ന് ആരവമുയർന്നു.

“ബർളിനിലേക്ക്, ബർളിനിലേക്ക്, ബർളിനിലേക്ക്.”

നാലാംനിലയിലെ ആ മുറിക്ക് പന്ത്രണ്ട് ഫ്രാങ്കാണ് ദിവസ വാടക. ഒരുവിധം കൊള്ളാം, എന്നാൽ വലിയ ആഡംബരമില്ല. പ്രയാസത്തിന്റെ മധ്യത്തിൽ ധാരാളിത്തത്തിന് പ്രസക്തിയില്ലല്ലോ. സാധാരണ ഹോട്ടലുകളിൽ കാണുന്ന മഹാഗണി ഉപകരണങ്ങളൊക്കെ അവിടെയുണ്ട്. വർണശബളമായ ഇലച്ചാർത്തുകളുള്ള ചുവന്ന പരവതാനി നിലത്ത് വിരിച്ചിട്ടുണ്ട്.

ഇടനാഴിയിൽ ആരുടെയോ സംസാരം കേൾക്കാം- “നമുക്ക് വഴി തെറ്റിയെന്നാണ് തോന്നുന്നത്. വെയ്റ്റർ പറഞ്ഞത് വലതുവശത്തേക്ക് പോകാനാണ്. ഒരു നിമിഷം നോക്കുക റൂം നമ്പർ നാനൂറ്റിയൊന്ന്... അതാ ഈ വഴി... നാനൂറ്റിയഞ്ച്, നാനൂറ്റിമൂന്ന്... ഇതുതന്നെ ദാ നാനൂറ്റിയൊന്ന്, വേഗം വരൂ...”

ശബ്ദം നിലച്ചു. വാതിൽ സാവധാനം തുറന്നു. ലൂസിക്കു പിന്നിൽ കരോളിൻ, ബ്ലാൻഷേ എന്നിവരുണ്ട്. അവർ ഒന്നു തങ്ങി. ഇപ്പോൾത്തന്നെ മുറിയിൽ അഞ്ച് സ്ത്രീകൾ ഉണ്ട്. ഗാഗ ഒരു കസേരയിൽ ചാഞ്ഞ് കിടക്കുന്നു. ലീ ദ ഹോണിനോട് സംസാരിച്ചുകൊണ്ട് സിമോണിയും ക്ലാരിസും നെരിപ്പോടിനരികിൽ നിൽക്കുന്നു. കിടക്കയ്ക്കരികിൽ മൃതദേഹത്തിലേക്ക് തുറിച്ച് നോക്കിക്കൊണ്ട് റോസ് മിഗ്നൻ കുനിഞ്ഞിരിക്കുന്നു. മറ്റ് സ്ത്രീകൾക്ക് പുറത്തുപയോഗിക്കുന്ന മട്ടിലുള്ള വസ്ത്രധാരണമായിരുന്നെങ്കിലും റോസിന്റെ കൈകൾ നഗ്നമായിരുന്നു. മുടി കോതിയിട്ടില്ല. മൂന്ന് ദിവസത്തെ പരിചരണംകൊണ്ട് മുഖമാകെ വിളറിയിട്ടുണ്ട്. റോസിന്റെ കൈകൾ പിടിച്ചുകൊണ്ട് ലൂസി പറഞ്ഞു.

“എന്തൊരു ദൗർഭാഗ്യം! ഞങ്ങൾ യാത്രാമൊഴി നൽകാൻ വന്നതാണ്.”

നാനയെ ഒരു നോക്ക് കാണാൻ അവൾ തല തിരിച്ചു. എന്നാൽ വെളിച്ചം അകലെയായിരുന്നു. അടുത്തേക്ക് പോകാൻ അവൾക്ക് മടിയുമായിരുന്നു. അകലെനിന്ന് അവളുടെ സ്വർണമുടിക്കെട്ട് തിരിച്ചറിയാം. വിളറി, പുള്ളിയോടെ കാണുന്നത് മുഖമായിരിക്കണം. ലൂസി കൂട്ടിച്ചേർത്തു.

"നാടകശാലയിലെ വേദിയിൽവച്ച് കണ്ടതിൽപ്പിന്നെ ഇപ്പോഴാണ്."

റോസ് ചിരിച്ചുകൊണ്ട് പറഞ്ഞു: "അവൾ വേഷം മാറിക്കഴിഞ്ഞു, വേഷം മാറിക്കഴിഞ്ഞു."

മൂവരും നെരിപ്പോടിനരികിൽ കൂടി. സിമോണിയും ക്ലാരിസും നാനയുടെ രത്നാഭരണങ്ങളെക്കുറിച്ചാണ് സംസാരിച്ചത്. "അതൊക്കെ ഇപ്പോഴും ഉണ്ടോ ആവോ? ആരും അത് കണ്ടിട്ടില്ല. റഷ്യയിൽനിന്ന് കൊണ്ടുവന്ന രത്നംനിറഞ്ഞ പെട്ടി ഒരുനോക്ക് കാണാനുള്ള ഭാഗ്യം പോലും അവൾക്കുണ്ടായില്ല. എല്ലാം സ്റ്റേഷനിൽ കിടക്കുകയാണ്. വല്ല അകന്ന ബന്ധുവിനായിരിക്കും അതൊക്കെ ലഭിക്കുക. കൊച്ചു കുട്ടിയും പോയില്ലേ? കുതിരപ്പന്തയം നടന്നപ്പോൾ അവനെ കണ്ടത് എല്ലാവരും അനുസ്മരിച്ചു. പാവം രോഗിയായി ജീവിച്ചു. അവൻ മണ്ണിനടിയിൽ സന്തുഷ്ടനാണ്" ബ്ലാൻഷേ പറഞ്ഞു: "അതുപോലെ അവളും" കരോളിൻ കൂട്ടിച്ചേർത്തു, "ജീവിതം തമാശയല്ല."

വിഷാദചിന്തകൾ അവരിൽ നിറഞ്ഞു. അവിടെ അധികസമയം സംസാരിച്ചുകൊണ്ടിരിക്കുന്നതിലെ യുക്തിഹീനതയിൽ അവർ ഭയപ്പെട്ടു. മുകൾത്തട്ടിലെ സ്ഫടികവിളക്ക് ചന്ദ്രനെപ്പോലെ കാണപ്പെട്ടു. കട്ടിലിന് താഴെയിരിക്കുന്ന സൂപ്പ്പാത്രത്തിൽനിന്ന് കെട്ട മണം പരക്കുന്നുണ്ട്. ചോലമരങ്ങളുടെ ഇടയിലേക്ക് തുറക്കുന്ന ജാലകത്തിലെ തിരശ്ശീല ഇളംകാറ്റിൽ ചലിക്കുന്നുണ്ട്. "അവൾ അധികം കഷ്ടപ്പെട്ടോ?" ദേവതാശിൽപ്പങ്ങളാൽ അലങ്കരിക്കപ്പെട്ട ഘടികാരത്തിലേക്ക് നോക്കി ധ്യാനസ്ഥയായതുപോലെ ലൂസി ചോദിച്ചു. ഗാഗ ഉണർന്ന മട്ടിൽ പറഞ്ഞു:

"അതേ, ഞാനിവിടെ ഉണ്ടായിരുന്നതുകൊണ്ട് എനിക്കറിയാം. അത്ര ശാന്തമായിരുന്നില്ല അത്. വല്ലാത്ത വിറയലോടെയാണ് അവസാനിച്ചത്."

എന്നാൽ പുറത്തെ ബഹളം അവളുടെ വിശദീകരണം തുടരാൻ അനുവദിച്ചില്ല.

"ബർളിനിലേക്ക്, ബർളിനിലേക്ക്, ബർളിനിലേക്ക്."

ശ്വാസം മുട്ടുന്നതുപോലെ തോന്നിയ ലൂസി ജാലകം തുറന്ന് വെളിയിലേക്ക് നോക്കി. ശുദ്ധവായു നിറഞ്ഞ പ്രശാന്തമായ കാലാവസ്ഥ. നക്ഷത്രാകീർണമായ ആകാശം. കടകളിലെ സൂചനാബോർഡുകൾ തിളങ്ങുന്നുണ്ട്. ആളുകളും വാഹനങ്ങളും നിരത്തിൽ തിങ്ങിക്കൊണ്ടിരിക്കുന്നു. വാദ്യസംഘം ടോർച്ച് തെളിച്ച് മുദ്രാവാക്യം മുഴക്കി വരുന്നുണ്ട്. ഒരു ചുവന്ന പ്രകാശരേഖ ആൾക്കൂട്ടത്തെ മുറിക്കുന്നതുപോലെ കാണപ്പെടുന്നു. തങ്ങൾ എവിടെയാണ് നിൽക്കുന്നതെന്നുപോലും ചിന്തിക്കാതെ ലൂസി ബ്ലാൻഷേയോടും കരോളിനോടും വിളിച്ചു പറഞ്ഞു:

"വരൂ വരൂ ഇവിടെ നിന്നാൽ നന്നായി കാണാം."

അവർ പുറത്തേക്ക് നോക്കി. മരങ്ങൾ കാഴ്ച മറച്ചെങ്കിലും ഒരു കറുത്ത പഴന്തുണിക്കെട്ടുപോലെ മുഖം മറച്ച് മുഫാത്ത് അവിടെയിരിക്കുന്നത് കണ്ടു. ഒരു വാഹനം വന്നു നിന്നു. അത് മരിയ ബ്ലോണ്ട്

ആണെന്ന് ലൂസി തിരിച്ചറിഞ്ഞു. അവൾ തനിച്ചല്ല കൂടെ ഒരു തടിയനുമുണ്ട്. “അതാ കള്ളൻ സ്റ്റീനറല്ലേ?” കരോളിൻ പറഞ്ഞു: “അയാളിതുവരെ നാടുവിട്ടില്ലേ? അയാളുടെ മുഖം എനിക്കൊന്ന് കാണണം.” രണ്ടുപേരും വഴിതെറ്റി പടികൾ കയറിയിറങ്ങി. പത്ത് മിനിട്ട് കഴിഞ്ഞ് മരിയ ബ്ലോണ്ട് എത്തിയപ്പോൾ ലൂസി സ്റ്റീനറെപ്പറ്റി തിരക്കി. “എന്ത്? അദ്ദേഹം ഇങ്ങ് മുകളിലേക്ക് വരുമെന്നോ? വാതിൽവരെയെങ്കിലും എന്നെ കൊണ്ടുവിട്ടത് അതിശയമാണ്. പുകവലിച്ചുകൊണ്ട് ഒരു ഡസനോളം ആളുകൾ അവിടെ നിൽക്കുന്നുണ്ട്.”

അവളുടെ പരിചയക്കാരൊക്കെ പുറത്ത് ഒന്നിച്ച് കൂടിയിട്ടുണ്ട്. പാവം പെണ്ണിന്റെ മരണത്തെപ്പറ്റി ഉച്ചത്തിൽ അവർ സംസാരിക്കുകയാണ്. തുടർന്ന് അവരുടെ സംഭാഷണം രാഷ്ട്രീയവാർത്തകളിലേക്ക് കടന്നു. ബോർദനേവ്, ദാഗുനെറ്റ്, ലബോർദത്ത്, പ്രുള്ളിയർ തുടങ്ങിയവരെല്ലാം ഫൊണ്ടാനെ കേൾക്കുകയാണ്. അഞ്ച് ദിവസത്തിനുള്ളിൽ ബർളിൻ പിടിച്ചെടുക്കുന്ന പദ്ധതിയാണ് ഫൊണ്ടാൻ വിശദീകരിക്കുന്നത്.

കട്ടിലിനരികിൽ നിന്നുകൊണ്ട് മരിയ ബ്ലോണ്ട് പുലമ്പുകയാണ്. “പാവം കുട്ടി നാടകശാലയിൽവച്ചാണ് അവസാനം കണ്ടത്.”

“അവൾ മാറിപ്പോയി, ആകെ മാറി” റോസ് മിഗ്നൻ മങ്ങിയ ചിരിയോടെ ആവർത്തിച്ചു.

റ്റാറ്റൻ നിനേയും ലൂയിസ് വയോലിനുംകൂടി അവിടെ എത്തി. അവർ മുപ്പത് മിനിട്ടോളം ഗ്രാൻഡ് ഹോട്ടലിന്റെ കോണിപ്പടിയും ഇടനാഴികളും ചുറ്റിത്തിരിഞ്ഞിട്ടാണ് സ്ഥലം കണ്ടു പിടിച്ചത്. മരിച്ചവരെക്കുറിച്ചുള്ള ആകാംക്ഷയിൽ കവിഞ്ഞു നിൽക്കുന്ന ക്ഷീണമുണ്ടായിരുന്നതിനാൽ അവർ വന്നപാടേ കസേരയിലേക്ക് വീണു. അടുത്ത മുറിയിൽനിന്ന് സാധനസാമഗ്രികൾ തള്ളി നീക്കുന്നതോടൊപ്പം പാടുന്ന പരുക്കൻ പരദേശ ഗാനങ്ങൾ കേൾക്കാൻ കഴിയുന്നുണ്ട്. അത് ചെറുപ്പക്കാരായ ഓസ്ട്രിയൻ ദമ്പതികളായിരുന്നു. ഒരു വാതിൽപ്പഴുതിനപ്പുറം ചുംബനങ്ങളും പൊട്ടിച്ചിരികളും വിചിത്രം തന്നെ!

“എന്താ നമുക്ക് പോകാം” ക്ലാരിസ് പറഞ്ഞു, “അവളെ ഇനി ജീവിതത്തിലേക്ക് തിരിച്ചുകൊണ്ടുവരാൻ നമുക്കാവില്ല. സിമോണീ നീ വരുന്നോ?”

എല്ലാവരും കിടക്കയിലേക്ക് ഏറുകണ്ണിട്ടൊന്നു നോക്കി. എന്നാൽ ഇരിക്കുന്നിടത്തുനിന്ന് ഒരിഞ്ച് അനങ്ങിയില്ല. പോകാനുള്ള ഒരുക്കമെന്നോണം അവർ ഉടയാട തട്ടി.

ലൂസി ജാലകത്തിലൂടെ വീണ്ടും നോക്കി. അവിടെ അവൾ ഒറ്റയ്ക്കായി. വല്ലാത്ത ഒരുതരം വിഷാദം അവളെ ഗദ്ഗദകണ്ഠയാക്കി. ടോർച്ചുകൾ നിരത്തിൽ അങ്ങോട്ടുമിങ്ങോട്ടും വീശി. വാദ്യസംഘങ്ങളെ അറവുശാലയിലേക്ക് പോകുന്ന ആട്ടിൻപറ്റങ്ങളെപ്പോലെ അകലെയായി കാണാം. ചക്രവാളത്തിന്റെ ഇരുണ്ട അതിരുകൾ കടക്കുന്നതുപോലെ ജനസഞ്ചയം മറഞ്ഞുകൊണ്ടിരുന്നു.

“ബർളിനിലേക്ക്, ബർളിനിലേക്ക്, ബർളിനിലേക്ക്.”

ലൂസി തിരിഞ്ഞു നിന്നുകൊണ്ട് പറഞ്ഞു: “ദൈവമേ നമുക്കെന്താണ് വരാൻ പോകുന്നത്?” സ്ത്രീകൾ തല കുലുക്കി. എല്ലാവരും രാജ്യത്തെ സംഭവവികാസങ്ങളിൽ ആശങ്കാകുലരാണ്.

“എന്റെ കാര്യം പറഞ്ഞാൽ...” കരോളിൻ ഉറപ്പിച്ചു പറഞ്ഞു, “മറ്റന്നാൾ ഞാൻ ലണ്ടനിലേക്ക് പോകും. മമ്മാ എനിക്കുവേണ്ടി ഒരു വീട് തയാറാക്കി വച്ചിട്ടുണ്ട്. പാരീസിൽവച്ച് കൂട്ടക്കൊലയ്ക്കിരയാവാൻ എനിക്ക് വയ്യ.”

അവളുടെ അമ്മ സ്വത്ത് മുഴുവൻ വിദേശത്താണ് നിക്ഷേപിച്ചിരിക്കുന്നത്. ഒരു യുദ്ധത്തിന്റെ പര്യവസാനം എങ്ങനെയാണെന്ന് പറയുക വയ്യല്ലോ. എന്നാൽ മരിയ ബ്ലോണ്ട് ദേശസ്നേഹിയാണ്. “നിനക്ക് ഭീരുക്കളുടെ വഴിയാണ്. അതേ സൈന്യത്തിന് എന്നെ വേണമെങ്കിൽ ഞാൻ ആണുങ്ങളുടെവേഷം ധരിച്ചുചെന്ന് ആ പ്രുഷ്യൻ പന്നികളെ വെടിവയ്ക്കും. ഇനിയങ്ങ് ചത്തെന്നു വച്ചാലെന്താണ്? നമ്മുടെയൊക്കെ ശരീരത്തിന് എന്തോന്ന് വില?”

ബ്ലാൻഷേ പ്രകോപിതയായി, “പ്രുഷ്യൻസിനെ കുറ്റപ്പെടുത്തി പറയാതെ. അവർ സാധാരണ മനുഷ്യർ തന്നെയാണ്. നിങ്ങടെ ഫ്രഞ്ച്കാരെപ്പോലെ അവർ പെണ്ണുങ്ങളുടെ പിറകേ പോവുകയില്ല. അവർ എന്റെ കൂടെയുള്ള പ്രുഷ്യൻ പയ്യനെ പുറത്താക്കിക്കളഞ്ഞു. അയാൾ വളരെ ധനികനായ മാന്യനായിരുന്നു. ഒരു ഉറുമ്പിനെപ്പോലും നോവിക്കാത്തവൻ. എന്തൊരു അപമാനമാണ്. ഞാൻ ജർമനിയിലേക്ക് പോയി അവനെ കണ്ടുപിടിക്കും.”

ഓരോരുത്തർക്കും അവരുടെ പ്രതികരണങ്ങളുണ്ടായി. ഗാഗ വേദനാജനകമായ രീതിയിൽ പിറുപിറുത്തു.

“എന്നെ സംബന്ധിച്ചിടത്തോളം എല്ലാം കഴിഞ്ഞെന്ന് പറഞ്ഞാൽ മതി. ഞാനൊരു ഭാഗ്യദോഷിയായിപ്പോയിരിക്കുന്നു. എന്റെ ചെറിയ വീടിന്റെ കടം വീട്ടിയത് ഒരാഴ്ച മുമ്പ് മാത്രമാണ്. ഇതാ യുദ്ധവും വന്നു. പ്രുഷ്യന്മാർ അത് ചാമ്പലാക്കി കളയും. ഞാൻ എങ്ങനെ ജീവിതം കരുപ്പിടിപ്പിക്കും?”

“ഞാൻ ഇതേക്കുറിച്ചൊന്നും വിചാരപ്പെടുന്നില്ല. ഞാൻ ഇഷ്ടമുള്ളതൊക്കെ ചെയ്യും” ക്ലാരിസ് അഭിപ്രായപ്പെട്ടു. “നിങ്ങൾക്കതിന് കഴിയും” സിമോണി ഒരു ചിരിയോടെ കൂട്ടിച്ചേർത്തു.

അവളുടെ ചിരി അവളുടെ ചിന്തയുടെ സൂചനയായിരുന്നു. റ്റാറ്റൻ നിനേയും ലൂയിസ് വയോലിനും അവളുടെ ചിന്താഗതിക്കാരായിരുന്നു. സിമോണിക്ക് പട്ടാളക്കാരോടൊത്തുള്ള ജീവിതത്തിന്റെ മധുരസ്മരണകൾ ഇപ്പോഴുമുണ്ട്. പട്ടാളക്കാർ... പെണ്ണിനുവേണ്ടി എന്തും ചെയ്യുന്നവർ... അവരുടെ ചിരി ഉച്ചത്തിലായപ്പോൾ മൃതദേഹത്തിന്റെ കിടക്കയ്ക്കരികിലിരുന്ന റോസ് അവരെ ശാസിച്ചു.

ആ മരവിച്ച മൃതശരീരം കടുത്ത നിശ്ശബ്ദത ആവശ്യപ്പെടുന്നതു പോലെ തോന്നി. മൃതദേഹത്തിന്റെ തണുപ്പ് ആ മുറിയാകെ വ്യാപിച്ചു. എങ്കിലും പുറത്തെ ആരവത്തിന് കുറവില്ല.

"ബർളിനു നേരെ... ബർളിന് നേരെ..."

എന്നാൽ മൃതിയുടെ സാഹചര്യം അവർ വിസ്മരിച്ചു. ഒട്ടേറെ രാഷ്ട്രീയപ്രമുഖർക്ക് വിരുന്നൊരുക്കിയ ലീ ദ ഹോൺ ചുമലിളക്കി പറഞ്ഞത് "ഈ യുദ്ധം ഒരു പിശകാണെ"ന്നാണ്. 'രക്തദാഹത്തിന്റെ തെമ്മാടിത്തരം.'

ലൂസി രാജകുമാരന്റെ വെപ്പാട്ടിയായതിനാൽ യുദ്ധം അവളെ സംബന്ധിച്ചിടത്തോളം കുടുംബപ്രശ്നംകൂടിയാണ്.

"മണ്ടത്തരം പറയരുത്. നമ്മളങ്ങനെ അപമാനിതനാവേണ്ട ആവശ്യമൊന്നുമില്ല. ഈ യുദ്ധം ഫ്രാൻസിന്റെ അഭിമാനത്തിന്റെ പ്രശ്നംകൂടിയാണ്. ഞാനിത് രാജകുമാരനെ കരുതിയൊന്നും പറയുന്നതല്ല. ആളൊരു പിശുക്കൻതന്നെ. കിടക്കാൻ പോകുമ്പോഴും ലൂയിസ് ഷൂസിനുള്ളിൽ ഒളിപ്പിച്ച് വയ്ക്കുന്നയാളാണദ്ദേഹം."

ലീ ഇത്തിരി ശബ്ദമുയർത്തിത്തന്നെ പറഞ്ഞു: "ഇതൊരു അപമാനമാണ്." എന്നാൽ ചക്രവർത്തിയെ കുറ്റപ്പെടുത്തുന്നത് ആർക്കും ഇഷ്ടമല്ല. ഗാഗയാണ് കൂടുതൽ ക്ഷോഭിച്ചത്. "ലൂയിസ് ഫിലിപ്പിന്റെ ഭരണം ഞാൻ കണ്ടതാണ്. അന്ന് പിച്ചക്കാരുടെ നാട്, ഇന്നോ? ദൈവമേ ചക്രവർത്തിക്ക് ജയം കൊടുക്കണേ. ഞങ്ങൾക്കുവേണ്ടി രാജ്യം നിലനിൽക്കണേ" എല്ലാവരും ഈ പ്രാർഥന ആവർത്തിച്ചു. പള്ളിയിൽ താൻ ചക്രവർത്തിക്കുവേണ്ടി മെഴുകുതിരി കത്തിച്ചിട്ടുണ്ടെന്ന് ബ്ലാൻഷേ പറഞ്ഞു. കരോളിനോട് അദ്ദേഹത്തിന് പ്രണയമുണ്ടായിരുന്നു. എന്നാൽ രണ്ട് മാസം പിറകേ നടന്നിട്ടും അദ്ദേഹത്തിന്റെ ശ്രദ്ധയാകർഷിക്കാൻ കഴിഞ്ഞില്ല. റിപ്പബ്ലിക്കൻസിനെതിരേ മറ്റുള്ളവർ ആഞ്ഞടിച്ചു. "മൃഗീയനായ ബിസ്മാർക്ക് നിനക്കുവേണ്ടി ഒരു തെമ്മാടിയെ ഞാൻ കരുതിവച്ചിട്ടുണ്ട്." മരിയ ബ്ലോണ്ട് പറഞ്ഞു. "എനിക്കദ്ദേഹത്തെ അറിയാമായിരുന്നു. അയാൾ ചെയ്യാൻ പോകുന്ന കാര്യം അന്നറിഞ്ഞിരുന്നുവെങ്കിൽ ഞാൻ അയാളുടെ ഗ്ലാസിൽ വിഷം കലർത്തുമായിരുന്നു." എന്നാൽ ബ്ലാൻഷേ അദ്ദേഹത്തിന്റെ ചില നല്ല വശങ്ങൾ ചൂണ്ടിക്കാട്ടി.

"നിങ്ങൾക്കറിയാമോ അദ്ദേഹം സ്ത്രീകളെ ആദരിക്കാറുണ്ട്."

"ഇത് പറയാൻ നിനക്കെങ്ങനെ ധൈര്യം വന്നു?" ക്ലാരിസ് ചോദിച്ചു. "അദ്ദേഹത്തെ ഉയർത്തി കാട്ടുവാനൊന്നും ഞങ്ങൾ ആഗ്രഹിക്കുന്നില്ല. അതുപോലുള്ള പുരുഷന്മാർ വേറെയും ധാരാളമുണ്ട്" ലൂയിസ് വയോലിൻ അഭിപ്രായപ്പെട്ടു.

അവരുടെ സംഭാഷണങ്ങളിൽ ബിസ്മാർക്ക് കഷണങ്ങളായി. റ്റാറ്റൻ നിനേ പറഞ്ഞു.

"ബിസ്മാർക്കോ? അയാളെക്കുറിച്ച് പറഞ്ഞ് നിങ്ങൾ എന്നെ ഭ്രാന്ത് പിടിപ്പിക്കുകയാണ്. ഞാനയാളെ വെറുക്കുന്നു. ഞാനയാളെ കണ്ടിട്ടേ

യില്ല. എല്ലാവരും എല്ലാമൊന്നും അറിഞ്ഞുകൊള്ളണമെന്നില്ലല്ലോ. ബിസ്മാർക്ക് തങ്ങളെയെല്ലാം വീട്ടിലേക്ക് പറഞ്ഞയക്കുകയാണെന്നാണ് ലീ ഹോണിന്റെ അഭിപ്രായം. റോസ് അവരോട് നാനയുടെ തണുത്ത ശരീരത്തിന്റെ സാന്നിധ്യം കണക്കിലെടുത്ത് നിശ്ശബ്ദരാകാൻ ആവശ്യപ്പെട്ടു. അവർ സംഭാഷണം നിർത്തി. അവർക്ക് രോഗഭീതി പടർന്നു. നടപ്പാതയിൽ മുദ്രാവാക്യം ഇപ്പോഴും കേൾക്കാം.

"ബർളിനിലേക്ക്, ബർളിനിലേക്ക്, ബർളിനിലേക്ക്."

"റോസ്...റോസ്..." പുറത്ത് വിളി മുഴങ്ങിയപ്പോൾ ഗാഗ താൽപ്പര്യത്തോടെ കതക് തുറന്ന് നോക്കി. മടങ്ങി വന്നിട്ട് അവൾ പറഞ്ഞു.

"അത് ഫോഷറിയാണ്. വരാന്തയുടെ അറ്റത്ത് അയാൾ നിൽപ്പാണ്. അകത്തേക്ക് വരാൻ കൂട്ടാക്കാതെ മടിച്ചുനിന്ന അയാളെ മിഗ്നനാണ് ഇത്രയും എത്തിച്ചത്."

ലൂസി ജാലകത്തിലൂടെ എത്തി വലിഞ്ഞ് നോക്കി. താഴെ നിൽക്കുന്ന മാന്യന്മാരെയൊക്കെ അവൾ നിരീക്ഷിച്ചു. മിഗ്നൻ വിക്ഷോഭത്തോടെ വിരൽ മടക്കുന്നുണ്ട്. സ്റ്റീനറും ഫൊണ്ടോനും ബോർദനേവുമൊക്കെ ആകാംക്ഷയോടെ കൈകൾ വിരിച്ച് നിൽക്കുന്നു. ദാഗുനേറ്റ് സിഗരറ്റ് പുകച്ച് കൈകൾ പിറകിൽ പിണച്ച് നിൽപ്പാണ്.

ജാലകപ്പാളികൾ തുറന്നുകൊണ്ട് ലൂസി പറഞ്ഞു:

"പറഞ്ഞതുപോലെ നമുക്ക് താഴേക്ക് പോകാം. ഇപ്പോൾ അവർ നമ്മെ വിളിക്കുന്നുമുണ്ട്."

റോസ് കിടക്കയ്ക്കരികിൽനിന്ന് സാവധാനം എഴുന്നേറ്റു. "ഞാൻ വരുന്നു, വരുന്നു" എന്ന് അവൾ പിറുപിറുക്കുന്നുണ്ടായിരുന്നു.

"അവൾക്കിനി എന്നെ ആവശ്യമില്ല. ഏതെങ്കിലും ശുശ്രൂഷകയെ ഇങ്ങോട്ട് പറഞ്ഞയയ്ക്കുന്നതാണ് നല്ലത്."

അവൾ തന്റെ തൊപ്പിയും ഷാളും പരതി. വാഷ് ബേസിനരികെ ചെന്ന് യാന്ത്രികമായ രീതിയിൽ കയ്യും മുഖവുമെല്ലാം കഴുകിക്കൊണ്ട് അവൾ പുലമ്പി.

"എനിക്കിതൊരു വലിയ അടിയായിപ്പോയി. മുമ്പ് ഞങ്ങൾ അത്ര വലിയ സ്നേഹിതരൊന്നുമായിരുന്നില്ല. എന്നാൽ ഇപ്പോൾ എനിക്ക് വല്ലാത്ത വിഷമം തോന്നുന്നു... ഭ്രാന്ത് പിടിക്കുന്ന പോലെ... വിചിത്രമായ ചില ആശയമൊക്കെ എനിക്ക് തോന്നുന്നു. ആത്മഹത്യ ചെയ്താലോ?... എനിക്കിത്തിരി ശുദ്ധവായു വേണം."

മൃതദേഹം അന്തരീക്ഷത്തെ മലിനമാക്കാൻ തുടങ്ങിയിരിക്കുന്നു. എല്ലാവർക്കും പേടിയായി.

"ഇവിടെ നിൽക്കുന്നത് ആരോഗ്യത്തിന് ഒട്ടും നന്നല്ല" ഗാഗ പറഞ്ഞു.

പോകാൻനേരം അവർ മൃതദേഹത്തിലേക്ക് ഒന്നു നോക്കി. ലൂസിയും ബ്ലാൻഷേയും കരോളിനും അപ്പോൾ അവിടെയുണ്ടായിരുന്നു. റോസ് മുറിയാകെ ഒന്നുകൂടി പരിശോധിച്ചു. ജാലകത്തിരശ്ശീല അവൾ വലിച്ച്

നേരെയാക്കിയിട്ടു. മുറിയിൽ ആവശ്യത്തിന് വെളിച്ചം ഇല്ലായിരുന്നു. കട്ടിലിന് എതിരേയുള്ള മേശയിൽ അവൾ ഒരു മെഴുകുതിരി കത്തിച്ചു വച്ചു. മൃതദേഹത്തിന്റെ മുഖം ഇപ്പോൾ തെളിഞ്ഞു കാണാം. വല്ലാത്ത ഭീതിയോടെ അവർ പുറത്തു കടക്കാൻ തുടങ്ങി. പോകുമ്പോൾ റോസ് പഴയതുപോലെ പുലമ്പുന്നുണ്ടായിരുന്നു.

"അവളാകെ മാറിപ്പോയി, ആകെ മാറിപ്പോയി."

അവൾ പുറത്ത് കടന്ന് വാതിലടച്ചു. നാന തനിച്ചായി. അവളുടെ മുഖം മെഴുകുതിരിവെട്ടത്തിൽ തെളിഞ്ഞു. ആ തലയണയിൽ വാസ്തവത്തിൽ എന്താണ്? രക്തവും പഴുപ്പും മാംസവും കട്ട പിടിച്ചതുപോലെ... ഒരു വസൂരിക്കല മറ്റൊന്നിൽ സ്പർശിക്കുന്നതുപോലെ പൊങ്ങി നിൽക്കുന്നു. ഭാവവ്യാപകശക്തി നഷ്ടപ്പെട്ട മൺപ്രതിമപോലെ അവളുടെ മുഖം വികൃതമാക്കപ്പെട്ടു. ഒരു കണ്ണ് ആകെ പഴുത്ത് വീർത്തിരിക്കുന്നു. മറ്റേ കണ്ണ് പാതി തുറന്ന് ഇരുണ്ട ഒരു ദ്വാരംപോലെ കാണാം. ഒരു വലിയ കുരു ഒരു കവിളിൽനിന്ന് തുടങ്ങി പഴുത്ത് വായിലൂടെ വ്യാപിച്ച് മറ്റേ കവിളിലേക്ക് പടർന്ന് മുഖദർശനം ഭീതിദവും വൃത്തികെട്ടതുമാക്കി. മൃതിയുടെ ഭീകരമായ മൂടിയണിഞ്ഞ് കിടക്കുമ്പോഴും അവളുടെ മനോഹരമായ തലമുടി സൂര്യപ്രഭപോലെ സ്വർണ അലകളിളക്കി. വീനസ് അഴുകിത്തുടങ്ങിയിരിക്കുന്നു. തെരുവിലെ ചെളിയിൽനിന്ന് ഉയർന്നു വന്ന ആ ശലഭം ഒരു സമൂഹത്തെ മുഴുവൻ വിഷലിപ്തമാക്കിയിട്ട് ഒടുവിൽ... അവളിലേക്കുതന്നെ പതിച്ച് നശിച്ചു.

മുറി ശൂന്യമായി. പുറത്തെ ശോകനിശ്വാസങ്ങളുടെ അലകൾ തിരശ്ശീലയിൽ ചലനമുണ്ടാക്കി.

"ബർളിനിലേക്ക്... ബർളിനിലേക്ക്... ബർളിനിലേക്ക്."

www.ingramcontent.com/pod-product-compliance
Lightning Source LLC
LaVergne TN
LVHW100638051026
849519LV00001B/257